Lexique juridique & administratif Français-viêtnamien

Ngữ vựng luật pháp & hành chính pháp-việt

NGUYỄN GIA KHÁNH
Avocat à la Cour d'Appel de Paris
Luật sư tòa Thượng Thẩm Paris

Lexique juridique & administratif Français-viêtnamien

Ngữ vựng luật pháp & hành chính pháp-việt

Éditions L'Harmattan
5-7 rue de L'École-Polytechnique
75005 Paris

L'Harmattan Inc.
55, rue Saint-Jacques
Montréal (Qc) - CANADA H2Y 1K9

Phi lộ

Trong một nước, muốn cai trị, cần phải có luật pháp. Dùng luật pháp để cai trị, đó là pháp trị.

Luật pháp không phân minh, người dân không hiểu rõ, luật pháp chỉ là một bóng đen đe dọa. Dân chúng vô tình phạm lỗi mà không biết, vì vậy luật pháp phải được công bố rõ ràng cho người người hiểu rõ, ngõ hầu tránh lao lý, biết bảo vệ quyền lợi của chính bản thân mình và nhất là tôn trọng quyền lợi của người khác.

Nước Việt nam ta, luật pháp đã có từ khi lập quốc. Từ đời Lý, luật pháp đã thành văn. Những cách thức hài tội các quan, được gọi là *đàn hặc* ; đã xây dựng *Pháp ty*, *Pháp đình*, danh từ mà nhiều nước tây phương hiện nay vẫn chưa có. Chuyện Âu cơ, Lạc long hẳn là vụ ly hôn đầu tiên của nhân loại ; chia con chia nơi cư trú rất sòng phẳng ; nữ quyền được bảo vệ tới mức tối đa. Cho hay, nước mình từ lâu đã chú trọng tới công lý.

Trong thế kỷ trước, nước ta bị luật lệ của Pháp chi phối, luật Nam triều chú trọng về nghi lễ, nên có cũng như không. Tiếp đó, người ta cai trị bằng nghị quyết, quyết định, chỉ thị, sắc lệnh chỉ vì nước ta chưa có Quốc hội lập pháp với đúng ý niệm dân chủ.

Khi hòa bình tái lập, chính quyền cho ra đời mấy bộ luật. Người viết luật thì có, người học luật thì nhiều, nhưng tinh thần luật pháp vẫn khiếm diện nơi pháp đình, chưa được giáo dục nơi trường ốc, chưa được thấm nhuần trong các tầng lớp nhân dân.

Mới đây, cao trào học luật phát triển, đó cũng là điều đáng mừng. Song le, những bộ luật mới nặng về hình sự, sơ sài về dân sự, chưa thích ứng với nhu cầu quốc gia và quốc tế.

Luật hình sự tuy cần thiết, nhưng bản tính là dọa nạt, đàn áp ; luật dân sự mới là chủ yếu. Luật dân sự bảo đảm quyền lợi nhân dân : cá nhân, công nhân, thương nhân. Dân luật điều hành những quan hệ giữa người với người, với nhóm. Thứ nữa, trước sự đổi thay quá nhanh của cuộc sống, chúng ta hầu như chưa bắt kịp đà tiến triển của nhân loại. Những từ ngữ như *dâm nhi, thị song, mãng xà hệ* phải được tạo ra để đáp ứng đòi hỏi đương thời.

Nhiều danh từ không hoàn toàn thuộc về pháp lý cũng được nêu lên : thật ra có danh từ nào mà luật pháp không dùng.

Tạo dựng tập ngữ vựng này, tác giả chỉ ao ước giúp đỡ một phần nào các bạn trẻ đang nghiên cứu về luật học, đặc biệt là luật của Pháp, một quốc gia mà tinh thần thượng tôn luật pháp hầu như đạt tới cao điểm.

Lẽ dĩ nhiên, có thể có nhiều người quá câu nệ cho rằng nhiều từ hán việt đã được dùng trong tập ngữ vựng này. Thật tình mà nói, chữ nước ta không giầu, vay mượn của ngoại bang cũng không phải là điều gì đáng hổ thẹn. Ta đã mượn và Việt hoá chữ *đô la, ô kê, nhà ga, cà phê, Sô viết, Bôn sê vích.* Những vay mượn này chỉ làm cho Việt ngữ thêm giầu. Chúng ta không có quyền từ chối. Liệu ta có cần mặc cảm khi dùng những từ *lô dích, dân chủ, mã phu* v.v... khi mà những từ đó đã hoá thành Việt ngữ của chúng ta.

Trước khi ngừng bút, tôi mượn câu *Trí giả thiên lự tất hữu nhất thất* để tạ tội trước các bậc cao minh. Tôi chân thành cảm tạ bạn bè, anh Jôvy và nhất là anh Nguyễn Đạt Tôn, Ngọc Quỳ đã hỗ trợ và khuyến khích trong việc hoàn tất cuốn ngữ vựng này.

Cẩn chí.

Pháp đình Paris, lập kỷ 2000

Avant-propos

Pour gouverner un pays, il faut des lois : c'est l'état de droit.

Mais si la loi n'est pas claire et compréhensible elle devient une ombre noire menaçante. Le peuple commet alors de bonne foi des actes répréhensibles par ignorance, d'où la nécessité de promulguer des textes de loi compréhensibles pour tout un chacun afin d'éviter de commettre des infractions, et de pouvoir défendre ses intérêts et surtout de respecter les intérêts d'autrui.

Au Vietnam, les lois existent dès la création de la nation. Sous les LY, les lois sont codifiées ; la procédure de mise en examen est déjà connue sous l'appellation de *đàn hặc* (impeachment). On construit des *pháp ty* (délégation de la Chancellerie) et des Palais de justice, dénominations qui n'existent pas encore dans nombre des pays voisins. La légende de la reine Au-Co et du roi Lac-Long constitue sans doute le premier cas de divorce à l'aube de l'humanité : partage équitable en deux parties égales des enfants, choix des résidences séparées, les droits de la femme sont respectés au maximum. Ainsi le Vietnam réserve une place prépondérante à la justice depuis des temps immémoriaux.

Au siècle dernier, le pays est placé sous les lois françaises. Les textes juridiques de la Cour d'Annam s'appliquent principalement dans les domaines protocolaires, donc pratiquement sans objet. S'ensuit une longue période de guerre. L'on gouverne avec des résolutions, des décisions, des décrets parce que nous n'avons pas une Assemblée Nationale à l'image de la démocratie.

La paix revenue, le pouvoir se rend compte de l'absence des textes juridiques et promulgue plusieurs Codes. On encourage les étudiants en Droit mais l'esprit des lois brille par son absence aux Palais de Justice, aux écoles de Droit, et n'imprègne pas dans les couches sociales.

Récemment il est de bon ton de faire son droit : on s'en réjouit. Cependant les nouveaux textes se penchent principalement au Pénal et accessoirement au Civil.

Bien qu'indispensable, le Pénal comporte dans son essence la menace, la répression pendant que le Civil s'avère fondamental. Il protège l'intérêt du peuple, gère les rapports entre individus, travailleurs et commerçants.

D'ailleurs, devant les changements effrénés de la vie moderne, nous paraissons en retard par rapport au reste de l'humanité qui progresse à grande vitesse. Pour répondre aux besoins actuels, des néologismes tels que *dâm nhi (*pédophilie), *thị song* (window), *mãng xà hệ* (serpent monétaire) sont proposés.

En élaborant ce lexique, l'auteur se propose d'apporter une aide aux étudiants en droit, en particulier du droit français, car l'esprit des lois en France atteint un niveau assez élevé.

Des esprits chagrins pourraient reprocher le recours à de nombreux termes sino-vietnamiens utilisés dans ce lexique. A vrai dire, notre vocabulaire n'est pas bien riche ; faire appel à des termes d'origine étrangère ne me paraît pas spécialement extravagant. Nous avons bien emprunté, puis, vietnamisé *đô la, ô kê, nhà ga, sô viết.* Ces emprunts ne font qu'enrichir la langue vietnamienne. Nous n'avons pas le droit de refuser de tels prêts. Avons-nous jamais eu un sentiment d'infériorité quand nous utilisons les termes *lô dích, dân chủ, mã phu* dès lors que ces termes font partie intégrante de la langue vietnamienne ?

Je voudrais terminer par cette citation *Le lettré a mille soucis il va devoir en négliger un,* ce qui équivaut bien à *Qui embrasse trop mal étreint.* Par avance je tiens à m'en excuser. Je remercie sincèrement M.M. Jôvy, Nguyễn Đạt Tôn et Ngọc Quỳ qui m'ont apporté encouragement et soutien dans la réalisation de ce lexique.

Palais de Justice de Paris,

à l'aube de l'an 2000.

Những sách tham khảo
Ouvrages consultés

- *Hán việt tự điển Thiều Chửu,* Nguyễn Hữu Kha.
- *Hán việt tự điển,* Đào Duy Anh.
- *Hán việt tự điển,* Thương vụ xuất bản (Trung Quốc).
- *Từ điển pháp việt,* Tổ chức hợp tác văn hóa.
- *Từ điển pháp việt,* Viện ngôn ngữ học.
- *Từ điển pháp việt,* Lê Khả Phiêu chủ biên (cùng nhiều tác giả).
- *Việt Nam Tân tự điển,* Thanh Nghị.
- *Dictionnaire des Sciences Juridiques Politiques Economiques,* Vũ văn Mẫu.
- *Dictionnaire Larousse,* Édition 1993.
- *Dictionnaire Robert,* Édition 1994.
- *Petit Dictionnaire Français-Chinois,* Madame Lý Túc Cần, Madame Hoàng Phủ Khánh Liên, Madame Thi An Nghi.
- *Harrap's Shorter dictionnary,* Peter Colin et les autres.

- Cùng các tài liệu lưu trữ tại Quốc gia Thư viện Pháp, và các văn kiện bảo tồn tại thư viện Pháp đình Paris.

  [Ainsi que les textes conservés à la Bibliothèque Nationale et les documents tenus par la Bibliothèque du Palais de Justice de Paris].

Những chữ viết tắt
Les abréviations utilisées

b	bóng	sens figuré
B	Bắc	utilisé au Nord
c	cái	féminin
c snh	cái số nhiều	féminin pluriel
d.s.	luật dân sự	droit civil
đ	đực	masculin
đ snh	đực số nhiều	masculin singulier
đgt	động từ	verbe
gt	giới từ	préposition
khđổi	không đổi	invariavle
l.đ	luật lao động	droit du travail
lng	liên ngữ	mot composé
ls	lich sự	courtois
N	Nam	utilisé au Sud
nh ch	như chữ	même mot
ph t	phó từ	adverbe
s	sử	histoire
snh	số nhiều	pluriel
t	tôn giáo	religion
th	thân	familier
t.m	luật thương mại	droit commercial
tục	thô tục	vulgaire
tngl	thành ngữ luật	adage juridique
x	xưa, cũ	ancien
x ch	xem chữ	voir

Những chữ tắt kể trên, khi có thể để cả chữ được, thì để cả cho độc giả đỡ mất thì giờ tìm kiếm. [Quand l'abréviation n'est pas nécessaire, on ne l'utilise pas].

Những chữ mà căn là *anh văn* hoặc *la văn* sẽ không ghi chú *"đ"* hoặc *"c"*. [Les mots d'origine anglaise ou latine ne seront pas suivi du *"đ"* ou *"c"* pour indiquer le genre].

Les abréviations utilisées
Những chữ viết tắt

abr	abréviation	viết tắt	*vt*
adg	adage juridique	thành ngữ luật	*tngl*
adj	adjectif	tính từ	*tt*
adv	adverbe	phó từ	*pht*
arg	argot	tiếng lóng	*lg*
civ	droit civil	luật dân sự	ds
com	droit commercial	luật thương mại	*tm*
ct	courtois	lịch sự	*lsự*
f	féminin	giống cái	*c*
fig	figuré	nghĩa bóng	*bóng*
his	histoire	lịch sử	*sử*
loc	locution	liên ngữ	*lng*
m	masculin	giống đực	*đ*
inv	invariable	không đổi	*khđổi*
pop	populaire	bình dân	*bhd*
pré	préposition	giới tự	*gt*
rel	religion	tôn giáo	*t*
trv	travail	luật lao động	*lđ*
syn	synomyme	đồng nghiã	*nhch*
spt	sport	thể thao	*thth*
v	verbe	động từ	*đgt*
vpr	verbe pronominal	tự động từ	*tự*
vr	voir	xem chữ	*xch*
vul	vulgaire	thô tục	*tục*
péj	péjoratif	xấu	x.

A

AB ABRUPTO : Đột nhiên. Đột ngột.

AB ABSURDO : Theo phép phản lý.
RAISONNER *ab absurdo :* Lập luận theo phản lý. Phản luận.

ABAISSEMENT : *đ* Sự hạ xuống. Sự giảm thiểu. Sự rút bớt. Sự suy đồi.
Abaissement du COUT de la VIE : Hạ giá sinh hoạt.
Abaissement de l'IMPÔT : Giảm thuế.
Abaissement de la MORALE : Đạo đức suy đồi.
Abaissement d'une PEINE : Giảm hình phạt.
Abaissement du PRIX : Hạ giá hàng.

ABAISSER : *đgt* Hạ xuống. Giảm thiểu.
S'abaisser DEVANT QUELQU'UN : Hạ mình trước người khác.

ABANDON : *đ* Sự từ bỏ. Sự ruồng bỏ. Sự bỏ liều. Sự bỏ phóng.
Abandon d'ACCUSATION : Thôi không buộc tội nữa.
Abandon d'ANIMAUX : Bỏ phóng súc vật.
Abandon d'ARMES : Bỏ hạ khí giới.
Abandon de BIENS: Bỏ phóng tài sản.
Abandon de CONCLUSIONS : Rút bỏ lý đoán, phế chỉ lý đoán.
Abandon de DOMICILE CONJUGAL : Bỏ đi khỏi cơ sở hôn nhân.
Abandon d'ENFANT : Bỏ phế con cái. Phóng nhi.
Abandon d'ÉPOUSE : Bỏ mặc vợ. Ruồng rẫy vợ. Phóng thê.
Abandon d'ÉPOUX : Bỏ mặc chồng. Ruồng rẫy chồng. Phóng phu.
Abandon de FAMILLE : Bỏ phế gia đình.
Abandon de la FEMME ENCEINTE : Bỏ phế vợ đang mang thai.
Abandon de la MITOYENNETÉ : Từ bỏ quyền cộng bích (tường chung)
Abandon MORAL des ENFANTS : Bỏ không dạy dỗ con cái.
Abandon de POSTE : Bỏ nhiệm sở. Bỏ đồn ải.
Abandon de la POSSESSION : Bỏ quyền chấp hữu.
Abandon de POSTE : Đào nhiệm.
Abandon de POURSUITE : Từ bỏ quyền truy tố.
Abandon de POURSUITE : Thôi không truy tố.
Abandon du POUVOIR : Từ bỏ quyền hành.
Abandon de SOI-MÊME : Quên mình.

ABANDONNEMENT : *đ* Sự bỏ. Sự bỏ phóng.

ABANDONNER : *đgt* Bỏ. Bỏ phóng. Ruồng bỏ. Từ bỏ.

A BAS : *lng* Đả đảo.

ABASOURDISSANT : *tt* Đinh tai nhức óc.

ABATAGE, ABATTAGE : *đ* Sự chặt cây, đốn cây. Sự giết (*làm thịt*) gia súc.

ABATTEMENT : *đ* Sự hạ xuống. Sự giảm trừ. Sự trừ thuế.

ABATTEUR : *đ* Người đốn cây. Thợ rìu.

ABATTOIR : *đ* Lò ba-toa. Lò lợn (*heo*). Lò sát sinh.

ABATTRE : *đgt* Phá đi. Hạ xuống. Làm suy yếu. Giết chết. Hạ thủ.
Il a abattu son VOISIN : Hắn đã hạ thủ người láng giềng.

ABATTU : *tt* Mệt nhọc. Thẫn thờ. Ủ rũ.

ABBAYE : *c* Tu viện.

ABBÉ : *đ* Thầy tu. Thầy giòng.

ABBAYESSE : *c* Nữ tu.

ABDICATAIRE : *tt* Thoái vị. Từ bỏ. Thoái khước.
ROI abdicataire : Vua thoái vị.

ABDICATION : *c* Sự thoái vị. Việc nhường ngôi lúc sinh thời. Sự từ bỏ trách nhiệm, địa vị.
Abdication du POUVOIR PARENTAL : Từ bỏ thân phụ (mẫu) quyền.

ABDIQUER : *đgt* Thoái vị. Nhường ngôi. Từ bỏ. Thoái khước. Bỏ một quyền tước.

ABERRATION : *c* Sự lạc lõng. Sự sai lạc. Ý kiến sai lệch.

ABERRER : *đgt* Sai lầm.

ABÊTIR : *ngđ* Làm cho đần độn thêm.

AB INTESTAT : Không chúc ngôn.
MORT *ab intestat :* Chết không chúc ngôn.
SUCCESSION *ab intestat* Thừa kế không di chúc.

AB IRATO : Cơn thịnh nộ. Lúc nóng giận.
TESTAMENT *ab irato :* Chúc thư làm khi đang nóng giận.

ABJURATION : *c* Sự bỏ đạo. Việc phản đạo. Sự bội giáo. Sự từ bỏ một học thuyết.

ABJURATOIRE : *tt* Thuộc về việc bỏ đạo, bỏ một học thuyết, bỏ đảng.

ABJURER : *đgt* Bỏ đạo. Bỏ đảng. Bội giáo.

ABOI : *đ* Thế cùng. Sự tuyệt vọng.Tiếng chó sủa.
Un HOMME aux abois : Người đến thế cùng.

ABOLIR : *đgt* Bãi bỏ. Phế bỏ. Phế hủy.

ABOLIR : *đgt* Bôi bỏ. Bãi bỏ. Xoá bỏ.
Abolir l'ESCLAVAGE : Xoá bỏ chế độ nô lệ.
Abolir une LOI : Bãi bỏ một đạo luật.
Abolir un TEXTE de LOI : Bãi bỏ một khoản luật.

ABOLISSABLE : *tt* Bãi bỏ được.

ABOLISSEMENT : *đ* Việc bãi bỏ.

ABOLISSEUR : *đ* Người bãi bỏ. Người chủ trương bãi bỏ.

ABOLITION : *c* Sự bãi bỏ. Sự xoá bỏ. Sự phế bỏ. Sự truất phế.
Abolition de l'ESCLAVAGE : Bãi bỏ chế độ nô lệ.
Abolition d'une LOI: Phế bỏ một đạo luật.
Abolition d'une PEINE : Bãi bỏ một hình phạt.
Abolition de la PROSTITUTION : Bãi trừ nạn đĩ điếm.
Abolition de la POLYGAMIE : Bãi bỏ chế độ đa thê.
Abolition de la ROYAUTÉ : Phế bỏ chế độ quân quyền.

ABOLITIONNISME : *đ* Thuyết giải phóng dân nô lệ.

ABOLITOIRE : *tt* Tính cách bãi bỏ, bãi trừ.

ABOMINABLE : *tt* Ghê tởm. Gớm ghiếc.
CRIME abominable: Tội ác kinh tởm, ghê tởm.

ABOMINATION : *c* Điều ghê tởm. Khinh ghét.

ABONDAMMENT : *pht* Nhiều. Phong phú. Dồi dào. Sung túc.

ABONDANCE : *c* Sự dồi dào. Sự phong phú. Sự trù phú. Sự trù mật. Sự sung túc.
PARLER avec abondance : Nói huyên thuyên.

ABONDANT : *tt* Dồi dào. Phong phú.
RÉCOLTE abondante : Thu hoạch dồi dào. Hoa lợi dồi dào.
STYLE abondant : Lời văn phong phú.

ABONDER : *đgt* Có nhiều. Sản xuất nhiều. Hưởng ứng, tán thành.

ABONNÉ : *đ* Người mua thường xuyên. Người thuê thường trực.
Người mua báo (hàng) tháng, (hàng) năm.

ABONNEMENT : *đ* Sự đặt mua thường xuyên. Mua báo dài hạn.
Abonnement à un JOURNAL : Đặt mua báo thường xuyên.

ABONNER : *đgt* Ghi danh, đăng ký mua báo thường xuyên.

ABONNER : *đgt* Cải thiện. Cải tiến.
Abonnir un ATELIER : Cải tiến một cơ xưởng.

ABORDAGE : *đ* Sự xáp lại tấn công. Sự đề cập tới. Sự ghé bến. Sự xáp lại cuả hai con tầu, thuyền.

ABORDÉ : *đ* Tầu, thuyền bị tàu địch xáp tới.

ABORDER : *đgt* Vào bến. Ghé bến. Xáp lại tấn công. Đề cập tới.
Aborder une CÔTE : Ghé vào bến.
Aborder une FEMME : Xáp lại tán tỉnh một phụ nữ.
Aborder l'ENNEMI : Xáp lại tấn công địch.
Aborder un PROBLÈME : Đề cập một vấn đề.
Aborder un SUJET : Đề cập một đề tài.
Aborder un VIRAGE : Lái xe vòng theo đường cung.

ABORDEUR : *đ* Kẻ xáp vào tấn công địch.

ABORIGÈNE : *tt* Bản địa. Bản thổ. Bản xứ.
PLANTE aborigène : Cây bản thổ.

ABORIGÈNES : *đ snh* Dân bản thổ. Thổ dân. Dân địa phương.

ABORNAGE : *đ* Việc cắm ranh giới. Sự phân ranh với láng giềng.

ABORNEMENT : *đ* Sự cắm ranh giới. Sự phân ranh với láng giềng.

ABORTIF : *tt* Làm cho chột thai. Làm cho hư thai. Làm trụy thai. Phá thai.

ABOUCHEMENT : *đ* Sự tiếp khẩu, tiếp xúc. Việc nối hai miệng ống (với nhau).
Abouchement des TÉMOINS : Nhân chứng tiếp xúc với nhau.

ABOUCHER : *đgt* Nối hai miệng ống (*với nhau*).

ABOUCHER (S') : *đgt* Bắt mối giữa 2 người bán và mua.

ABOUTIR : *đgt* Dẫn tới. Đưa đến. / Thành công. Thành tựu. Đạt tới.
Aboutir à un ACCORD : Đạt tới một thỏa thuận.
Aboutir à un ARRANGEMENT : Đưa tới một dàn xếp.

ABOUTISSANTS : *đ snh* Giải đất theo chiều dọc.
TENANTS et aboutissants : Đầu đuôi. Từ đầu tới cuối.

ABOUTISSEMENT : *đ* Kết quả. Chung cuộc.
Aboutissement d'un EFFORT : Kết quả cuả cố gắng.

ABRÉGÉ : *đ* Giản yếu. Khái lược. Toát yếu. Tóm lược.
ECRIRE en abrégé : Viết tắt.

HISTOIRE en abrégé : Lược sử.

ABRÉGER : *đgt* Lược tả. Thu ngắn gọn. Tóm tắt.
Abréger un DISCOURS : Thâu ngắn một bài diễn văn.
Abréger un MOT : Viết tắt một từ.

ABRÉVIATEUR : *đ* Người thâu (*thu*) ngắn gọn.

ABRÉVIATIF : *tt* Tóm tắt. Dấu tắt.

ABRÉVIATION : *c* Sự giản lược. Sự tóm tắt. Sự rút ngắn thời gian. Việc viết tắt.

ABRI : *đ* Nơi trú ẩn. Hầm trú ẩn. Nơi ẩn náu.
À l'abri : Nơi ăn toàn. Nơi yên ổn.
À l'abri de la PLUIE : Trú mưa.
SANS abri : Vô gia cư. Không nhà không cửa.

ABRIVENT : *đ* Liếp che gió.

ABRITÉ : *tt* Khuất gió.

ABRITER : *đ* Cho trú ẩn. Ẩn núp.
Abriter DERRIÈRE LA LOI : Nương vào luật pháp.

ABROGATIF : *tt* Thuộc về bãi bỏ.
LOI abrogative : Luật bãi bỏ (một luật khác.

ABROGATION : *c* Sự bãi bỏ. Sự phế bỏ (một đạo luật).
Abrogation d'une LOI : Phế bỏ một đạo luật.
Abrogation TACITE : Bãi bỏ mặc nhiên.

ABROGATOIRE : *tt* Thuộc về bãi bỏ.

ABROGEABLE : *tt* Có thể bãi bỏ được.
CLAUSE abrogatoire : Ước khoản bãi trừ.
TEXTE abrogeable : Điều luật bãi bo được.

ABROGER : *đgt* Bãi bỏ. Huỷ bỏ.
Abroger une LOI : Hủy bỏ một đao luật.

ABSENCE : *c* Tình trạng thất tung. Tình trạng biệt tích. Sự khiếm diện. Sự vắng mặt. Sự khiếm khuyết. Sự hư thiếu. Sự lơ đãng.
DÉCLARATION d'absence : Tuyên cáo thất tung.
PRÉSOMPTION d'absence : Suy luận thất tung.

ABSENT : *tt* Biệt tích. Thất tung. Mất tích. Khiếm diện. Vắng mặt. Khiếm khuyết. Không hư. Lơ đãng.
ÉLÈVE absent : Học sinh vắng mặt.

ABSENTÉISME : *đ* Thói hay vắng mặt, hay tránh mặt. Thói hay nghỉ học, nghỉ việc. Thủ đoạn không tham gia, không hội nhập.

ABSENTÉISTE : *đ* Người chủ trương né tránh, vắng mặt. Kẻ chủ trương không tham gia.

ABSENTÉISTE : *tt* Hay vắng mặt. Không tham gia. Hay nghỉ.

ABSENTER (S') : *đgt* Vắng mặt. Đi vắng.

ABSOLU : *tt* Tuyệt đối. Triệt để. Chuyên chế. Không điều kiện.
ACCEPTATION absolue : Thụ nhận vô điều kiện.
MAJORITÉ absolue : Đa số tuyệt đối.
MONARCHIE absolue : Chế độ quân chủ chuyên chế.
POUVOIR absolu : Quyền hành tuyệt đối. Quyền hành vô hạn.
VALEUR absolue : Giá trị tuyệt đói.

ABSOLUITÉ : *c* Tính cách tuyệt đói.

ABSOLUMENT : *pht* Nhất thiết.

ABSOLUTEUR : *tt* Miễn tội.
DÉCISION absolutrice : Quyết định miễn tội.

ABSOLUTION : *c* Sự giải tội. Sự miễn tội. Sự xá tội.

ABSOLUTISME : *đ* Chế độ (chính thể) chuyên chế.

ABSOLUTOIRE : *tt* Giải tội. Miễn tội. Xá tội.
CIRCONSTANCE absolutoire : Hoàn cảnh cho giải tội.
EXCUSE absolutoire : Khoan miễn giải tội.
SENTENCE absolutoire : Phán quyết miễn tội.

ABSORPTION : *c* Sự hút thu. Sự hòa hoá. Sự thôn tính. Sự nuốt chửng.
Absorption de la PEINE : Sự hoà hoá hình phạt.
Absorption d'un POISON : Nuốt chửng (uống) thuốc độc.

ABSOUDRE : *đgt* Giải tội. Miễn tội. Xá tội.

ABSTENIR (S') : Nhịn. Tránh. Tự kiềm chế.
S'abtenir de PARLER : Tịnh khẩu. Nhịn không nói.
DANS LE DOUTE, abstiens-toi : Chưa chắc chắn thì nên tịnh khẩu.

ABSTENTION : *c* Sự tránh không làm. Sự không bầu phiếu. Sự không tham gia. Sự cáo thoái. Sự hồi ty.
DÉLIT d'abstention : Tội vì né tránh không làm.
Abstention d'un JUGE : Cáo thoái cuả thẩm phán.
Abstention de VOTE : Né tránh không bầu.

ABSTENTIONNISME : *đ* Chủ thuyết tránh né tham dự. Thuyết bất tham gia. Chùm chăn

ABSTENTIONNISTE : *đ* Người chủ trương không tham dự. Kẻ chủ trương không đi bầu phiếu.

ABSTINENCE : *c* Sự nhịn nhục. Sự kiêng khem.
JOUR d'abtinence : Ngày chay tịnh.

ABSTRACTIF : *tt* Trừu tượng.

ABSTRACTION : *c* Sự trừu tượng hoá.
Abstraction FAITE DE... : Không kể tới...
FAIRE abstraction de : Không tính đến. Không luận tới.
PAR abstraction : Một cách trừu tượng.

ABSTRACIONS : *c snh* Những điều viển vông.

ABSTRAIRE : *đgt* Trừu tượng hoá.

ABSTRAIRE (S') : *đgt* Né mình.
S'abtraire de la DISCUSSION : Tránh né tranh luận.

ABSTRAIT : *tt* Trừu tượng.
IDÉE abstraite : Ý niệm trừu tượng.
RAISONNEMENT abstrait : Biện luận trừu tượng.

ABSTRUS : *tt* Khó hiểu. Tối nghiã.
RAISONNEMENT abstrus : Suy luận khó hiểu.

ABSURDE : *tt* Phi lý. Vô lý. Vô căn cứ.
RAISONNEMENT PAR absurde : Suy luận bằng phản chứng.
AGISSEMENT absurde : Hành vi phi lý.

ABSURDITÉ : *c* Tính phi lý. Sự vô lý.
DIRE des absurdités : Nói những điều phi lý.

ABSURDEMENT : *pht* Phi lý. Vô lý.

ABUS : *đ* Sự lạm dụng. Sự hà lạm. Sự nhũng lạm. Sự sai lầm..
Abus d'AUTORITÉ : Lạm quyền. Lạm dụng quyền uy.
Abus de CONFIANCE : Bội tín.
Abus de DÉPÔT : Lạm dụng ký thác.
Abus de DROIT : Lạm pháp. Lạm dụng pháp luật.
Abus des DROITS : Lạm quyền.
Abus d'INFLUENCE : Lợi dụng quyền thế, thế lực.
Abus de MANDAT : Lạm dụng sự ủy quyền.
Abus de POUVOIR : Lạm quyền. Quá quyền.

ABUSE : *đgt* Lừa dối. Lừa phỉnh. Làm sai lầm.
Abuser de son CRÉDIT : Lạm dụng uy tín cuả mình.
Abuser d'une FEMME : Cưỡng dâm một thiếu phụ.

ABUSER (S') : *đgt* Lầm lẫn. Sai lầm.
JE m'abuse : Tôi lầm rồi.
SI JE NE m'abuse PAS : Nếu tôi không lầm thì...

ABUSIF : *tt* Lạm dụng. Lừa dối. Quá lạm. Quá độ.

ABUSIVEMENT : *pht* Một cách lạm dụng ; quá đáng ; quá độ.
BOIRE abusivement : Uống (rượu) quá độ.
PUNIR abusivement : Phạt quá mức.

ABUSUS : Quyền định đoạt. Chỉ có quyền xử dụng *(không có quyền sở hữu, không được hưởng hoa lợi fructus).*

ACADÉMICIEN : *đ* Ông Hàn lâm. Viện sĩ.

ACADÉMIE : *c* Hàn lâm viện. Học viện. Khu (vùng) đại học.
RECTEUR d'académie : Viện trưởng đại học.
Académie FRANÇAISE : Viện hàn lâm Pháp. Pháp quốc Hàn lâm viện.

ACADÉMIQUE : *tt* Thuộc về viện hàn lâm.

ACCABLANT : *tt* Rành rành. Hiển nhiên. Đè nặng. Nặng trĩu.
PREUVE accablante : Chứng cớ rành rành.

ACCABLER : *đgt* Kết tội. Đổ diệt tội lỗi.
Accabler QUELQU'UN DE FAUTES : Đổ diệt hết tội cho ai.

ACCALMIE : *c* Sự tạm yên. Sự tạm lặng nhất thời.

ACCAPAREMENT : *đ* Sự chiếm đoạt. Sự cướp đoạt.
Accaparement du POUVOIR : Thâu nắm quyền hành.

ACCAPARER : *đgt* Chiếm đoạt. Nắm giữ.

ACCÉDER : *đgt* Đến. Đạt tới. / Tiến vào. Chấp nhận.
Accéder à l'ACADÉMIE : Đạt tới (được vào) hàn lâm viện.
Accéder à une DEMANDE : Chấp nhận một thỉnh cầu.

ACCÉLÉRATION : *c* Sự tăng nhanh. Sự gia tăng tốc độ. Sự xúc tiến. Mau chóng.
Accélération de la PROCÉDURE : Xúc tiến thủ tục tố tụng.
Acélération des TRAVAUX : Xúc tiến công việc.

ACCÉLÉRER : *đgt* Tăng tốc độ.

ACCENT : *đ* Dấu. Giọng.
Accent AIGU : Dấu sắc.
Accent CIRCONFLEXE : Dấu mũ.
Accent GRAVE : Dấu huyền.
Accent d'INTERROGATION : Dấu hỏi.
Accent PARISIEN : Giọng dân Pa-ri.
Accent de TILDE : Dấu ngã.
Accent SOUS VOYELLE : Dấu nặng. *(Point sous voyelle). (Point lourd).*
METTRE l'accent sur... : Nhấn mạnh về điểm...

ACCENTUATION : *c* Sự đánh dấu chữ. / Việc nhấn mạnh.

ACCENTUER : *đgt* Đánh dấu chữ. Nhấn mạnh.

ACCENTUER (S') : *đgt* Tăng lên. Tỏ rõ.

ACCEPTABILITÉ : *c* Sự chấp nhận.
ACCEPTABLE : *tt* Có thể chấp nhận được.
CONDITIONS acceptables : Điều kiện chấp nhận được.

ACCEPTANT : *đ* Người chấp nhận, chấp thuận.

ACCEPTATION : *c* Sự chấp thuận. Sự ưng thuận. Sự chấp nhận.
Acceptation de CAUTION : Chấp thuận bảo lãnh.
Acceptation d'EFFETS de COMMERCE : Thuận trả thương phiếu.
Acceptation de LEGS : Thụ nhận di tặng, tặng vật.
Acceptation IMPLICITE : Ám thị thừa nhận.
Acceptation PURE ET SIMPLE : Chấp thuận đơn thuần.
Acceptation des RISQUES : Chấp nhận mọi rủi ro.
Acceptation SANS CONDITION : Chấp thuận vô điều kiện.
Acceptation SOUS BÉNÉFICE d'INVENTAIRE : Chấp nhận sau kiểm kê.

Acceptation SOUS CONDITIONS : Chấp nhận với điều kiện.
Acceptation SOUS RÉSERVES : Chấp nhận với mọi dè dặt.
Acceptation de STIPULATION POUR AUTRUI : Thuận kết ước cho tha nhân.
Acceptation de SUCCESSION : Chấp nhận, thừa kế.
Acceptation TACITE : Mặc nhiên chấp thuận.
Acceptation de TRAITE : Chấp nhận trả bằng thương phiếu.
AVEC acceptation de... : Với sự ưng thuận cuả...

ACCEPTER : *đgt* Chấp thuận. Thụ nhận. Ưng thuận. Nhận.

ACCEPTEUR : *đ* Người chấp thuận. Người thụ nhận.

ACCÈS : *đ* Đường vào. Lối vào. Tiến tới. Quyền gia nhập, tham dự.
DROIT d'accès : Quyền qua lại (*trên đất cuả tha nhân*).
Accès À L'INDÉPENDANCE : Đạt tới độc lập.
Accès À LA MER : Lối ra biển cả.
Accès AUX DOCUMENTS : Quyền tham khảo tài liệu.
Accès à la MAGISTRATURE : Gia nhập thẩm phán đoàn.

ACCEPTION : *c* Nghiã. / Sự chấp nhận. / Sự nể nang.
Acception FIGURÉE : Nghiã bóng.
Acception LARGE : Nghiã rộng.
Acception PROPRE : Nghiã đen.
Acception RESTREINTE : Nghiã hẹp.
SANS acception DE PERSONNE : Không thiên vị. Không vị nể ai.

ACCESSIBILITÉ : *c* Sự có thể đạt tới được. Quyền tham gia.
Accessibilité à TOUS LES EMPLOIS : Quyền tham gia mọi công việc.

ACCESSIBLE : *tt* Có thể đạt tới. Có thể làm được. Có thể tham gia ; gia nhập.

ACCESSION : *c* Sự đạt tới. Sự gia nhập. Sự sát nhập. Sự vào tới. Sự phụ thiêm (*thêm vào*). Quyền phụ hưởng.
Accession à un TRAITÉ : Gia nhập một thoả ước.
Accession au POUVOIR : Tham dự chính quyền.
Accession au TRÔNE : Lên ngôi vua. Đăng quang.
Accession de TERRITOIRE : Phụ thiêm lãnh thổ.

ACCESSOIRE : *tt* Phụ. Phụ thuộc. Thứ yếu.
CLAUSE accessoire : Phụ khoản. Điều khoản phụ.
CONTRAT accessoire : Phụ khế.
FRAIS accessoires: Phụ phí.
L'accessoire SUIT LE PRINCIPAL : Cái phụ lệ thuộc cái chính. Phụ tòng chính (*tngl.*).
PEINE accessoire : Phụ hình. Phụ phạt. Phạt thêm.
PRINCIPAL et accessoire : Cái chính và cái phụ.
THÉORIE de l'accessoire : Thuyết gia (thêm) phụ.

ACCESSOIREMENT : *pht* Một cách phụ thuộc, phụ thêm.

ACCESSORUM SEQUITUR PRICIPALE : Phụ tòng chính (tngl).

ACCIDENT : *đ* Biến cố. Tai nạn. Sự ngẫu nhiên. Sự đột nhiên.
VICTIME d'accident : Người ngộ nạn.
Accident de CIRCULATION : Tai nạn lưu thông.
Accident de FORCE MAJEURE : Biến cố bất khả kháng.
Accident de TRAVAIL : Tai nạn lao động.

ACCIDENTALITÉ : *c* Tích cách bất ngờ. Tích cách ngẫu nhiên.

ACCIDENTÉ : *đ* Bị ngộ nạn. Kẻ gặp tai nạn. Gồ ghề, lồi lõm. Lủng củng.
Voiture ACCIDENTÉE : Xe hư hỏng vì tai nạn.
Accidenté du TRAVAIL : Nạn nhân tai nạn lao động.
STYLE accidenté : Lời văn lủng củng.

ACCIDENTEL : *tt* Bất ngờ. Ngẫu nhiên. Đột xuất.

ACCIDENTER : *đgt* : Gây ra tai nạn.

ACCLAMATEUR : *đ* Người hoan hô.

ACCLAMATION : *c* Tiếng hoan hô. Sự cổ võ.
VOTER par acclamation : Biểu quyết bằng cách hoan hô.

ACCLAMER : *đgt* Cổ võ. Hoan hô.

ACCOINTANCE : *c* Sự liên quan. Sự giao dịch. Sự quen biết.

ACCOINTÉ : *đ* Thân bằng, cố hữu. Đồng phe. Đồng đảng.

ACCOMMODANT : *tt* Dễ chịu. Dễ dãi. Dễ gần. Nhu hoà.

ACCLAMER : *đgt* Hoan hô.

ACCOMMODEMENT : *đ* Sự hoà giải. Sự thuận giải.

ACCOMMODER : *đgt* Làm cho thích hợp.

ACCOMPAGNATEUR : *đ* Người đầu cơ giá khoán. Người dẫn du khách tham quan. Người đệm nhạc.

ACCOMPLI : *tt* Hoàn tất. Trọn vẹn. Đã rồi.
FAIT accompli : Việc đã rồi. Sự đã rồi.
MISSION accomplie : Nhiệm vụ đã hoàn tất.
TRENTE ANS accomplis : Đã tròn 30 tuổi.
TRAVAIL accompli : Công việc xong xuôi.

ACCOMPLIR : *đgt* Làm tròn. Thực hiện.

ACCOMPLISSEMENT : *đ* Sự hoàn thành. Sự làm xong xuôi. Sự thực hiện.
Accomplissement des FORMALITÉS : Hoàn tất thủ tục.
Accomplissement d'un TRAVAIL : Hoàn thành công tác.

ACCONAGE : *đ* Sự chuyển hàng ở cảng.

ACCONIER : *đ* Người chuyển hàng ở cảng.

ACCORD : *đ* Sự đồng ý. Sự hoà hợp. Sự hoà thuận. Sự ăn khớp. Thỏa ước. Thỏa hiệp.
COMMUN accord : Sự đồng lòng.
Accord BILATÉRAL : Thoả ước song phương.
Accord COMMERCIAL : Thoả ước thương mại
Accord MUTUEL : Thoả ước hỗ tương.
Accord des PARTIES : Các bên (*phe*) đều đồng ý.

ACCORDABLE : *tt* Có thể hoà giải. Có thể chấp thuận.
Les PLAIDEURS PEU accordables : Những người tranh tụng khó hoà giải
DEMANDES accordables : Những thỉnh cầu có thể chấp thuận được.

ACCORDAILLES : *c snh* Lễ đính hôn.

ACCORDÉ : *đ* Chồng sắp cưới. Vị hôn phu.

ACCORDÉE : *c* Vợ sắp cưới. Vị hôn thê.

ACCORDER : *dgt* Ban cho. Hoà giải. Chấp thuận. Chấp nhận.
Accorder les ADVERSAIRES : Hoà giải các đối phương.
Accorder un DÉLAI DE GRÂCE : Ban cho ân hạn.
Accorder le SURSIS : Cho hưởng án treo.

ACCOSTAGE : *đ* Sự cập bến. Sự ghé bờ, ghé bến. / Sự đi ven bờ. / Việc tỏ lời ong bướm.

ACCOSTER : *dgt* Cập bến. Ghé bờ. Bắt chuyện.

ACCOUCHEMENT : *đ* Sự sinh đẻ. Sự lâm bồn. Sự ở cữ. Sự nằm bếp.
Việc đỡ đẻ.
ACCOUCHER : *dgt* Ở cữ. Sinh đẻ. Nằm bếp . Lâm bồn. Đỡ đẻ.

ACCRÉDITATION : *c* Sự tin tưởng. / Sự ủy nhiệm.

ACCRÉDITER : *dgt* Làm cho tin. Ủy nhiệm. Tín nhiệm. / Mở tài khoản cho khách hàng.
Accréditer un AMBASSADEUR : Nhận ủy nhiệm một đại sứ.
Accréditer un BRUIT : Tin một lời đồn đại.

ACCRÉDITEUR : *đ* Người bảo lãnh. Người bảo chứng.

ACCRÉDITIF : *đ* Tín dụng thư.

ACCROISSEMENT : *đ* Sự tăng trưởng. Sự tăng gia.
Accroissement de la POPULATION : Tăng gia dân số.
Accroissement de la PRODUCTION : Tăng gia sản xuất.
Accroissement des REVENUS : Tăng gia lợi tức, thu nhập.
Accroissement du TERRITOIRE : Bành trướng lãnh thổ

ACCROITRE : *dgt* Tăng lên. Thêm lên. Để cho hưởng.

ACCUEIL : *đ* Sự đón tiếp

ACCUEILLIR : *dgt* Chấp thuận. Tiếp đãi. Đón tiếp.
Accueillir une REQUÊTE : Chấp nhận một thỉnh cầu. Chấp đơn.

ACCULEMENT : *đ* Việc dồn người ta tới bước đường cùng.

ACCULER : *dgt* Dồn người ta tới đường cùng. Làm cho hết đường chối cãi.

ACCUMULATION : *c* Sự góp nhặt. Sự thâu lượm. Sự tích lũy. Sự tích tụ.
Accumulation de BÉNÉFICES : Tích lũy tiền lời.
Accumulation de BIENS : Tích lũy tài vật.
Accumulation de PREUVES: Thâu lượm tang chứng.
Accumulation de RICHESSES : Tích tụ của cải.

ACCUMULER : *dgt* Chồng chất. Tích lũy. Thâu lượm.

ACCUSATEUR : *đ* Người buộc tội. Người tố cáo. Ủy viên công tố. Công tố viên.

ACCUSATION : *c* Sự buộc tội. Sự đàn hặc.
ACTE d'accusation : Bản cáo trạng.
CHAMBRE d'accusation : Phòng luận tội.
Accusation FONDÉE : Buộc tội có căn nguyên.

ACCUSATOIRE : *tt* Để buộc tội. Để tố cáo.

ACCUSÉ : *đ* Bị can. Bị cáo. Can nhân.
BANC des accusés : Chỗ ngồi (*dành cho*) bị can.
Accusé de RÉCEPTION : Giấy báo đã nhận được. (*thư bảo đảm*).

ACCUSER : *dgt* Buộc tội. Tố cáo.
Accuser ses PÉCHES : Xưng tội (tôn).
J'accuse : Tôi tố cáo (bài báo của *E. ZOLA).*

ACCUSER (S') : *dgt* Tự buộc tội. Thú tội. Nhận tội.

À CE DESTINÉ : *lng* Để dùng vào việc đó.

À CE REQUIS : *lng* Triệu hoán vì việc ấy.

ACÉRÉ : *tt* Sắc bén.
CADAVRE acéré : Tử thi bị đâm bằng vật sắc bén.
CRITIQUES acérées : Lời phê bình sắc bén.
LAME acérée : Lưỡi dao sắc.
OBJET acéré : Vật sắc bén.
POINTE acérée : Mũi nhọn.

À CES FINS : *lng* Vì mục đích ấy.

À CET EFFET : *lng* Vì chủ đích ấy.

À CET ÉGARD : *lng* Về mặt ấy.

À CE TITRE : *lng* Với danh nghiã ấy (đó).

ACHALANDAGE : *đ* Mối hàng. (toàn thể) Khách hàng.

ACHALANDÉ : *tt* Lắm mối. Đắt hàng. Nhiều hàng hoá.
BIEN achalandé : Đầy đủ mặt hàng.
BOUTIQUE bien achalandée : Cửa tiệm nhiều mặt hàng.

ACHALANDER : *đgt* Cung cấp hàng hoá. Lôi kéo khách hàng.

À CHARGE : Buộc tội.
TÉMOIN à charge : Nhân chứng buộc tội.
À CHARGE DE... : Với nghiã vụ là...
À charge de retour : Với nghiã vụ là phải hoàn lại.
À charge de REVANCHE : Bắt buộc đền đáp (như vậy).

ACHAT : *đ* Mua. Sắm. Tậu. Vật mua về.
POUVOIR d'achat : Mãi lực.
PRIX d'achat : Giá mua. Giá vốn.
Achat à CRÉDIT : Mua chịu. Mua trả góp.
Achat au COMPTANT : Mua trả tiền ngay.
Achat au DÉTAIL : Mua lẻ.
Achat FERME : Mua chắc. Mua đứt.
Achat en GROS : Mua buôn. Mua sỉ.

ACHETER : *đgt* Mua. Sắm. Tậu.
Acheter une MAISON : Tậu nhà.
Acheter les VÊTEMENTS : Sắm quần áo.

ACHETEUR : *đ* Người mua. Mãi chủ.

ACHEVÉ : *tt* Hoàn tất. Hoàn thành. Kết liễu. Kết thúc. Trọn vẹn. Hoàn toàn.
TRAVAIL achevé : Công việc hoàn tất.
Un IDIOT achevé : Người hoàn toàn ngu dại.

ACHÈVEMENT : *đ* Sự hoàn tất. Sự kết liễu. Sự kết thúc.

ACHEVER : *đgt* Hoàn tất. Kết liễu. Kết thúc.
Achever une OEUVRE : Hoàn tất một tác phẩm.
Achever la VIE : Kết liễu cuộc đời. Giết chết.

ACOMPTE : *đ* Phần tiền trả góp.
PAYER par acompte : Trả góp. Trả phân kỳ.
Acompte ANNUEL : Trả niên kỳ, niên hạn. Trả góp hàng năm.
Acompte MENSUEL : Trả nguyệt kỳ.
Trả góp hàng tháng.

ACON : *đ* Sà lan bốc hàng. Sà lan đáy bằng.

ACONAGE : *đ* (acconage) Chuyển hàng ở cảng.

ACONIER : *đ* (acconier) Người chuyển hàng ở cảng.

A CONTRARIO : Ngược lại. Lập luận ngược lại.

À-CÔTÉ : *đ* Cái phụ. Cái bên lề. Ngoại bổng.
Les à-côtés du PROBLÈME : Cái phụ của vấn đề.

À-COUP : *đ* Sự thất thường. Sự đột ngột.
Không liên tục. Thình lình.

ACQUÉREUR : *đ* Người thủ đắc. Người mua.

ACQUÉRIR : *đgt* Mua. Tậu. Thủ đắc.
Acquérir un TERRAIN : Tậu đất.
Acquérir un PRIVILÈGE : Thủ đắc một đặc quyền.
Acquérir une HABITUDE : Nhiễm một thói quen.

ACQUÊTS : *đ snh* Của cải do hai vợ chồng cùng mua tậu, Tạo dựng (trong thời gian hôn phối) . Hoạch đắc.

ACQUIESCEMENT : *đ* Sự chấp thuận. Sự đồng ý. Sự thuận tình. Sự thoả thuận.
Acquiescement au DIVORCE : Chấp thuận ly hôn.
Acquiescement EXPRÈS : Minh thị thuận tình.
Acquiescement IMPLICITE : Ẩm thị thuận tình.
Acquiescement d'un JUGEMENT : Thuận nhận bản án.
Acquiescement PUR ET SIMPLE : Thuận nhận đơn thuần.
Acquiescement TACITE : Mặc nhiên thuận tình.

ACQUIESCER : *đgt* Đồng ý.
Chấp thuận. Quy thuận.
Acquiescer d'UN SIGNE DE TÊTE : Gật đầu đồng ý.

ACQUIS : *tt* Mua kiếm được.Thu hoạch được.
BIENS aquis : Của cải thu hoạch được.
DROIT acquis : Quyền hiện có. Quyền hiện hữu.
FAIT acquis : Sự đã thành.

ACQUIS : *đ* Vốn hiểu biết. / Kinh nghiệm. / Sở đắc. / Thu được.

ACQUISITIF : *tt* Thâu hoạch được. Thủ đắc.
PRESCRIPTION acquisitive : Thủ đắc thời hiệu.

ACQUISITION : *c* Việc mua. Việc tậu. / Sự thủ đắc. Sự hoạch đắc. / Vật mua được. Vật tậu được. Sự thủ đắc. Vật hoạch đắc.
MODE d'acquisition : Phương cách thủ đắc.
MOYEN d'acquisition : Phương cách thủ đắc.
Acquisition par les ARMES : Thủ đắc bằng bạo lực.
Acquisition par AUTRUI : Thủ đắc do tha nhân.
Acquisition à CAUSE DE MORT : Thủ đắc vì tử biến.
Acquisition DÉRIVÉE : Thủ đắc thứ chuyển.
Acquisition des DROITS : Thủ đắc quyền lợi.
Acquisition ENTRE VIFS : Thủ đắc sinh thời.
Acquisition par la FORCE: Thủ đắc bằng bạo lực.
Acquisition des FRUITS : Thủ đắc hoa lợi.
Acquisition d'IMMEUBLE : Thủ đắc bất động sản.
Acquisition de NATIONALITÉ : Thủ đắc quốc tịch.
Acquisition de MEUBLE : Thủ đắc động sản.
Acquisition par OCCUPATION : Thủ đắc do chiếm hữu.
Acquisition ORIGINAIRE : Thủ đắc nguyên thủy.
Acquisition par la POSSESSION : Thủ đắc nhờ thủ hữu.
Acquisition de la PROPIÉTÉ : Thủ đắc quyền sở hữu.
Acquisition à TITRE GRATUIT : Thủ đắc miễn chi.
Acquisition à TITRE ONÉREUX : Thủ đắc hữu chi.
Acquisition à TITRE PARTICULIER : Thủ đắc đặc định.
Acquisition à TITRE UNIVERSEL : Thủ đắc bao quát.
Acquisition UNIVERSELLE : Thủ đắc bao quát.

ACQUIT : *đ* Biên lai. Sự ký nhận tiền. / Sự hết nợ. Sự song nợ. / Sự tha bổng.
PAR acquit DE CONSCIENCE : Để lương tâm khỏicắn rứt. Cho an lòng.
SENTENCE d'acquit : Phán quyết miễn nghị.
PAR MANIÈRE d'acquit : Cho xong chuyện. Tắc trách.
POUR acquit : Đã nhận đủ.

ACQUITABLE : *tt* Tha bổng được. Khả miễn nghị.
DETTE acquitable : Món nợ có thể trả xong.

ACQUITTÉ : *đ* Kẻ được tha bổng. Kẻ được trắng án. Kẻ đã thanh lý mọi nợ nần. Kẻ đả trả mọi phí khoản.

ACQUITTEMENT : *đ* Sự tha bổng. Sự miễn nghị. Sự trắng án. Sự thanh toán. Sự trả xong nợ.
JUGEMENT d'acquittement : Phán quyết tha bổng.
Acquittemet au BÉNÉFICE DU DOUTE : Tha bổng vì. - hoài nghi.
Acquittement d'une DETTE : Trả hết nợ. Hoàn tất trái vụ.
Acquittement d'un PRÉVENU : Tha bổng can nhân.

ACQUITTER : *dgt* Tha bổng. Cho trắng án. Miễn nghị. Trả hết nợ. Thanh thoả trái vụ. Thanh toán (song) tiền bạc.

ACQUITTER (S') : *dgt* Trả song món nợ. Thanh lý nợ nần.
S'acquitter de ses DEVOIRS : Làm song nghiã vụ.
S'acquitter de ses ENGAGEMENTS : Làm tròn cam kết.

ACRIMONIE : *c* Giọng gay gắt. Giọng sẵng.

ACRIMONIEUSEMENT : *pht* Một cách gay gắt.

ACRIMONIEUX : *tt* Gay gắt.

ACT OF NAVIGATION: (Anh, Mỹ) Quí luật hàng hải.

ACTE : *đ* Động tác. Hành động. Hành vi. Hành vi pháp lý. Văn bản. Văn kiện. Văn thư. Chứng thư.
ACCOMPLIR un acte : Thực thi một hành vi.
DEMANDER acte : Thỉnh cầu ghi nhận.
DONNER acte : Cho phép ghi nhận.
DONT acte : Y chiếu.
DRESSER un acte : Lập một chứng thư, một văn kiện.
FAIRE acte de PRÉSENCE : Đến cho có mặt.
PASSER un acte : Ký kết lập chứng thư.
PRENDRE acte DE : Ghi nhận.
RECEVOIR un acte : Nhận lập một chứng thư, văn kiện.
Acte d'ACCUSATION : Cáo trạng. Tố trạng.
Acte d'ADMINISTRATION : Hành vi quản lý.
Acte ANNULABLE : Chứng thư khả huỷ, tiêu huỷ được.
Acte ARBITRAIRE : Hành động tuỳ tiện.
Acte À CAUSE DE MORT : Hành vi lúc lâm chung.
Acte À TITRE GRATUIT : Hành vi vô thường.
Acte À TITRE ONÉREUX : Hành vi hữu thường.
Acte À TITRE PARTICULIER : Chứng thư đặc định.
Acte À TITRE UNIVERSEL : Thoả thuận bao quát.
Acte ATTRIBUTIF : Hành vi phó dữ.
Acte AUTHENTIQUE : Công chứng thư.
Acte d'AGRESSION : Hành vi gây hấn.
Acte d'AMNISTIE : Quyết định đại xá.
Acte APPARENT : Hành vi bề ngoài.
Acte d'APPEL : Kháng cáo trạng. Việc kháng cáo.
Acte d'AVOUÉ à AVOUÉ : Văn thư đại tụng.
Acte de BARBARIE : Hành vi dã man.
Acte de BIENFAISANCE : Việc từ thiện.
Acte BILATERAL : Hàng vi song phương.
Acte de COMMERCE : Hành vi thương mại.
Acte CONSENSUEL : Thỏa ước.
Acte CONSTITUTIF : Văn bản tạo quyền.
Acte de CONTRITION : Hành vi hối lỗi.
Acte CONSERVATOIRE : Công việc bảo quản.
Acte de DÉCÈS : Tờ khai tử. Chứng thư khai tử.
Acte DECLARATIF : Chứng thư tuyên nhận.
Acte DEGUISÉ : Giấy tờ giả tạo.
Acte de DÉNONCIATION : Hành động cáo giác, tố cáo.
Acte de DISPOSITION : Hành vi định đoạt.
Acte ÉCRIT : Văn thư. Bút thư.
Acte d'EMPRUNT : Văn tự nợ.
Acte d' ETAT CIVIL : Chứng thư hộ tịch.
Acte EXÉCUTOIRE: Chứng thư chấp hành.
Acte EXTRAJUDICIAIRE : Hành vi ngoại tụng.
Acte FAUDRULEUX : Hành vi gian trá.
Acte du GOUVERNEMENT : Hành vi chính phủ.
Acte FICTIF : Hành vi giả tạo.
Acte GROSSOYÉ : Bản đại tự.
Acte d'HOSTILITÉ : Hành động gây hấn.
Acte ILLÉGAL : Hành vi phi pháp.
Acte IMMORAL : Hành vi bại luân.
Acte INDIVIDUEL : Văn bản cá biệt.
Acte d'INSTRUCTION : Hành vi thẩm cứu.
Acte INSTRUMENTAIRE : Chứng thư vi bằng.
Acte INTERPRÉTIF : Văn thư dẫn giải.
Acte INTRODUCTIF D'INSTANCE : Đơn khởi tố.
Acte JUDICIAIRE : Hành vi tư pháp.
Acte JURIDICTIONNEL : Văn bản tài phán.
Acte JURIDIQUE : Văn bản pháp lý.
Acte en MINUTE : Chứng thư nguyên cáo.
Acte de NAISSANCE : Giấy khai sinh. Chứng thư khai sinh.
Acte NORMATIF : Văn bản pháp quy.
Acte de NOTORIÉTÉ : Chứng thư công tri.
Acte NOTARIÉ : Công chứng thư.
Acte NUL : Hành vi vô hiệu.
Acte de MARIAGE : Chứng thư hôn thú.
Acte du PALAIS : Văn kiện (văn thư) nội Pháp đình.
Acte PRÉPARATOIRE : Hành vi chuẩn bị (*phạm tội*).
Acte de POURVOI : Hành vi kháng tố, kháng cáo.
Acte de POURSUITE : Việc khởi tố hình sự.
Acte PROBATOIRE: Chứng thư lập chứng.
Acte de PROCÉDURE : Văn kiện tố tụng.
Acte PUNI PAR LA LOI : Hành vi phi pháp.
Acte RECOGNITIF : Chứng thư truy nhận.

Acte de SAINT SIÈGE : Giáo chỉ.
Acte SOLENNEL : Chứng thư trang trọng.
Acte SOUS-SEING-PRIVÉ : Tư thư.
Acte TRANSLATIF : Hành vi chuyển dữ.
Acte UNILATÉRAL : Hành vi đơn phương.

ACTEUR : *d* Kép hát. Diễn viên. Tài tử.

ACTIF : *tt* Công hiệu. Hoạt động. Hành dịch. Hiện dịch. Tích cực. Tích số.
ARMÉE active : Quân đội hiện dịch.
DETTE active : Tích trái.
EFFET actif : Phiếu cho vay. Tích phiếu.
MEMBRE actif : Sinh hoạt hội viên.
RÉSISTANCE active : Kháng chiến chủ động.
SERVICE actif : Hành dịch. Quân dịch.

ACTIF : *d* Tích sản.
Actif de la COMMUNAUTÉ : Tích sản (trong) cộng đồng phu phụ.
Actif de DISPONIBLE: Tích sản khả dụng.
Actif duTRÉSOR: Tích sản ngân khố.
Actif RÉALISABLE : Tích sản hiện kim hoá được.
Actif de ROULEMENT : Tích sản luân lưu.
Actif SOCIAL : Tích sản của công ty.
Actif de SUCCESSION : Tích sản thừa kế.

ACTIO : Tố quyền.

ACTION : *c* Tố quyền. Việc thưa kiện (*trước toà*). Sự tố tụng. /Cổ phần. Cổ phiếu. / Hành động. Động tác. Bộ điệu.
DÉCLENCHER l'action PUBLIQUE : Phát động công tố.
ÉMISSION d'actions : Phát hành cổ phần.
ÉTENDUE de l'action PUBLIQUE : Địa bàn công tố.
EXERCICE de l' action : Xử dụng tố quyền.
INTENTER une action : Khởi tố.
INTÉRÊT de l'action : Lợi ích của tố quyền.
METTRE l'action publique EN MOUVEMENT : Khởi động tố quyền.
PRESCRIPION de l'action PUBLIQUE : Thời tiêu của tố quyền.
SOUSCRIPTION d'actions : Đăng ký mua cổ phần.
Action AU PORTEUR : Cổ phần vô danh.
Action COMMERCIALE : Tố quyền thương mại.
Action CIVILE : Tố quyền dân sự.
Action CONFESSOIRE: Tố quyền truy nhận.
Action CONFESSOIRE DE SERVITUDE : Tố quyền truy hồi dịch quyền.
Action CONFESSOIRE du DROIT D'USAGE : Tố quyền truy hồi quyền hưởng dụng.
Action CONFESSOIRE d'USUFRUIT : Tố quyền truy nhận hoa lợi.
Action DÉCLARATOIRE : Tố quyền tuyên nhận.
Action DIPLOMATIQUE : Vận động ngoại giao.
Action d'ÉTAT : Xác nhận thân trạng.
Action en JUSTICE : Đi thưa kiện. Tố tụng.
Action NOMINATIVE : Cổ phần định (hữu) danh.

ACTIONNABLE : *tt* Có thể tranh tụng được.

ACTIONNAIRE : *d* Người có cổ phần. Cổ đông. Người hùn vốn trong một công ty.

ACTIONNARIAT : *d* Cổ đông đoàn.

ACTIONNÉ : *d* Người bị thưa ra toà. Bị đơn. Kẻ bị kiện. Kẻ bị truy tố.

ACTIONNER : *d* Khởi tố. Kiện cáo. Thưa trước toà. Làm cho chuyển động.
Actionner en JUSTICE : Lôi ra trước pháp đình.

ACTIVER : *dgt* Thúc đẩy. Xúc tiến.

ACTIVITÉ : *c* Hoạt động. Sinh hoạt.
FONCTIONNAIRE en activité : Nhân viên tại chức.
SOLDAT en activité : Quân nhân hiện dịch.
Activité AGRICOLE : Sinh hoạt nông nghiệp.
Activité d'EXTRACTION : Công việc khai mỏ.
Activité ÉCONOMIQUE : Sinh hoạt kinh tế.
Activité INTELLECTUELLE : Sinh hoạt trí thức.
Activité POLITIQUE : Hoạt động chính trị.
Activité SOCIALE : Sinh hoạt xã hội.

ACTIVITÉ (EN) : *pht* Tại chức. Đương chức. Đang họat động.

ACTOR SEQUITUR FORUM REI : Nguyên đơn phải thưa tại pháp đình nơi bị đơn cư trú.

ACTORI INCUMBIT PROBATIO : Nguyên đơn phải dẫn chứng (*tngl.*).

ACTUAIRE : *d* Nhân viên tính toán của ngành bảo hiểm.

ACTUALISER : *dgt* Cập nhật hoá. Hiện tại hoá.

ACTUALITÉ : *c* Tính hiện tại. Thời sự.
Les actualités TÉLÉVISÉES : Thời sự truyền hình.
QUESTION d'actualité : Vấn đề thời sự.

ACTUARIAT : *d* Phòng tính toán bảo hiểm.

ACTUARIEL : *tt* Thuộc về tính toán bảo biểm.

ACTUEL : *tt* Đương kim. Hiện tại. Hiện thời.
DROIT actuel : Luật hiện hành.
MOEURS actuels : Đương kim phong tục.

ACTUELLEMENT : *pht* Hiện nay. Hiện thời.

ADAGE : *d* Cách ngôn. Ngạn ngữ.
Adage JURIDIQUE : Ngạn ngữ pháp lý.

ADAPTABLE : *tt* Thích nghi. Thích ứng. Phù hợp.

ADAPTATION : *c* Sự thích nghi. Sự thích ứng.

ADAPTER : *dgt* Làm cho phù hợp. Làm cho thích ứng.

ADDENDA , ADDENDUM : Bổ túc. Bổ khuyết. Phụ lục.

ADDITIF : *tt* Phần bổ túc. Phần gia tăng.

ADDITION : *c* Toán cộng. Sự thêm vào. Cái thêm vào. / Giấy tính tiền (ở tiệm ăn).
Addition à un JUGEMENT : Phần bổ sung bản án.

ADDITIONNEL : *tt* Bổ sung. Phụ vào.
IMPÔTS additionnels : Thuế phụ thu.

ADDITIONNELLEMENT : *pht* Một cách bổ sung.

ADDUCTEUR : *đ* Kinh (kênh) dẫn nước.

ADDUCTION (d'eau) : *c* Sự dẫn nước.

ADEMPTIO LEGATI: Truất bãi di sản.

ADEPTE : *đ* Giáo đồ. Môn đồ. Tín đồ.
Les adeptes de CONFICIUS :Môn đồ đức Khổng.

ADÉQUAT : *tt* Thích đáng. Thích hợp. Thích nghi. Xứng dáng.
MESURE adéquate : Biện pháp thích nghi.
INDEMNITÉ adéquate : Bồi thường thích đáng.

ADHÉRENCE : *c* Sự gia nhập. Sứ bám chặt. Sự dính vào.

ADHÉRENT : *tt* Tán đồng. Tán thành.

ADHÉRENT : *đ* Đảng viên. Đoàn viên. Hội viên.

ADHÉRER : *đgt* Gia nhập. Tán đồng. Tán thành.
Adhérer à un MOUVEMENT : Gia nhập một phong trào.

ADHÉSIF : *tt* Tán đồng. Tán thành. Gia nhập. Dính vào.
RUBAN adhésif : Băng (có) keo.

ADHÉSION : *c* Sự tán đồng. Sự tán thành. Sự gia nhập.
CONTRAT d'adhésion : Khế ước gia nhập.

AD HOC : Thành thạo. Thích đáng. Thích hợp. Thích ứng. Thích nghi. Chỉ làm cho việc ấy.

AD HOMINEM: Đối nhân.
ARGUMENT *ad hominem* : Luận cứ đối nhân.

ADIRÉ : Thất lạc.
DOSSIER adiré : Hồ sơ thất lạc.

ADITION D'HÉRÉDITÉ : Sự thừa nhận quyền thừa kế.

ADJACENT : *tt* Kế liền nhau. Kế cận.
TERRES adjacentes : Đất liền danh giới.
MAISONS adjacentes : Nhà liền vách.

ADJECTUS SOLUTIONIS GRATIA: Người ủy thu.

ADJOINDRE : *đgt* Phụ thêm vào. Tiếp tay hỗ trợ.

ADJOINT : *đ* Phó. Phụ. Phụ tá.
DIRECTEUR adjoint : Phó giám đốc.
JUGE adjoint : Phụ thẩm.
Adjoint au MAIRE : Phó thị trưởng. Phụ tá thị trưởng.

ADJONCTION : *c* Sự phụ thêm vào. Điều phụ thêm vào.

ADJUDANT : *đ* Thượng sĩ.
Adjudant-CHEF : Thượng sĩ nhất.

ADJUDICATAIRE : *đ* Người mua đấu giá được. Người đấu thầu được.

ADJUDICATEUR : *đ* Người cho đấu giá ; cho đấu thầu.

ADJUDICATIF (jugement) : *tt* Án văn phán mại.

ADJUDICATION : *c* Sự bán đấu giá. Sự phách mại. Sự bỏ thầu, đấu thầu.
METTRE en adjudication : Cho đấu thầu.
PRENDRE PART à une adjudication : Dự thầu.
Adjudication sur FOLLE ENCHÈRE : Đấu giá liều lĩnh.
Adjudication d'IMMEUBLE : Phách mại bất động sản.
Ajudication à LA BARRE : Đấu thầu trước toà.
Adjudication RESTREINTE : Đấu thầu hạn chế.
Adjudication sur SAISIE IMMOBILIÈRE : Phách mại bất động sản bị sai áp.
Adjudication VOLONTAIRE : Tự ý phách mại.

ADJUGÉ : *tt* Phán mại. Chấp thuận được mua.

ADJUGÉ : *đ* Kẻ mua được (*đấu giá*).

ADJUGER : *đgt* Phán mại.

ADJURER : *đgt* Khẩn khoản. Van nài.

AD LIBITUM : Tuỳ ý.

AD LITEM : Dùng trong vụ tranh tụng.

AD LITEM (MANDAT) : đ Ủy quyền tranh tụng.

AD LITEM(PROVISION) : Dự phí tranh tụng

AD LITTEREM: Theo nguyên văn.

ADMETTRE : *đgt* Chấp nhận. Chấp. Công nhận. Thu nhận. / Cho gia nhập.
Admettre à une ASSOCIATION : Thu nhận cho vào hội.
Admettre un ARGUMENT : Công nhận một lý lẽ.
Admettre une CRÉANCE : Chấp nhận trái quyền.
Admettre une EXCUSE : Chấp thuận khoan miễn.
Admettre une SOLUTION : Chấp nhận một giải pháp.

ADMINICULE : *đ* Tiếng chứng. Chứng cớ lúc đầu.

ADMINISTRATEUR : *đ* Quan chức hành chánh. Quản trị viên. Người quản lý.
Administrateur *AD HOC* : Quản trị viên thích ứng.
Administrateur COLONIAL : Viên cai trị thuộc địa (*xưa*).
Administrateur d'une FAILLITE : Quản trị viên vụ vỡ nợ.
Administrateur LÉGAL : Quản trị viên pháp định.

ADMINITRATIF : *tt* Thuộc về hành chánh.
CORPS administratif : Tập đoàn hành chánh.
DÉCISION administrative : Quyết định hành chánh.
DROIT administratif : Luật hành chánh.
JURIDICTION administrative : Tài phán hành chánh.
ORGANE administratif : Cơ quan hành chánh.

TRIBUNAL administratif : Toà án hành chánh.

ADMINISTRATION : *c* Việc cai trị. Sự quản trị. Nhà nước. Công sở. Hành chánh. Quyền chính.
BONNE administration de la JUSTICE : Cư xử đúng. Theo luật pháp.
Administration des BIENS : Quản trị tài sản.
Administration CENTRALE : Cơ quan trung ương.
Administration de l'État : Hành chánh quốc gia.
Administration GÉNÉRALE : Tổng quản trị.
Administration JUDICIAIRE : Quản lý tư pháp.
Administration des PREUVES : Dẫn chứng.

ADMINISTRATIVEMENT : *pht* Thuộc về hành chánh. Theo thể lệ hành chánh. Theo quan điểm hành chánh.

ADMINISTRÉ : *đ* Người bị cai trị. Kẻ sinh sống trong quản hạt.

ADMINISTRER : *đgt* Cai trị. Quản trị. Quản lý.
Administrer les PREUVES : Trình bầy chứng cớ.

ADMIS : *tt* Thi đỗ, đậu. Trúng tuyển. Được chấp nhận, thừa nhận.

ADMISSIBILITÉ : *c* Sự khả dĩ chấp nhận. Có thể tuyển chọn được.

ADMISSIBLE : *tt* Có thể chấp nhận được.
CANDIDAT admissible : Thí sinh được vào thi vấn đáp.

ADMISSION : *c* Sự chấp nhận. Sự thừa nhận. Sự thu nạp. Sự được nhận vào. Sự gia nhập. Sự trúng tuyển.
Admission à un EXAMEN : Trúng tuyển kỳ thi.
Admission à la RETRAITE : Chấp thuận cho về hưu.
Admission TEMPORAIRE : Thâu nhận tạm thời.

ADMONESTATION : *c* Sự cảnh cáo. Sự khiển trách.
Admonestation du TRIBUNAL : Lời cảnh cáo cuả toà. (Không phạt).

ADMONESTER : *đgt* Cảnh cáo. Khiển trách.

AMONESTEUR : *đ* Người cảnh cáo.

ADMONITION : *c* Sự cảnh cáo (cuả giới thẩm quyền).

ADOLESCENCE : *c* Tuổi thiếu niên. Thuở thiếu thời.

ADOLESCENT : *đ* Thiếu niên.

À DOMICILE : *lng* Tại nhà. Tại gia. Tại nơi cư trú.
ENVOI à domicile : Gởi tới tận nhà.
SIGNIFICATION à domicile : Tống đạt tận nơi cư trú.
TRAVAIL à domicile : Làm việc tại gia.

ADOPTABLE : *tt* Có thể nhận làm con nuôi. Khả dĩ chấp nhận.
ENFANT adoptable : Đứa trẻ có đủ điều kiện làm con nuôi.
IDÉE adoptable : Ý kiến chấp thuận được.

ADOPTANT : *đ* Cha nuôi. Dưỡng phụ. Nghiã phụ. Người nhận làm cha nuôi.

ADOPTÉ : *đ* Con nuôi. Dưỡng tử. Nghiã tử. Người được nhận làm con nuôi.

ADOPTER : *đgt* Nhận con nuôi. Chấp nhận. Chọn. Thâu nhận.

ADOPTIF : *tt* Nuôi. Dưỡng.
ENFANT adoptif : Con nuôi. Nghiã tử.
FAMILLE adoptive : Gia đình nuôi con nuôi. Nghiã gia.
FILLE adoptive : Con gái nuôi. Dưỡng nữ. Nghiã nữ.
MÈRE adoptive : Nghiã mẫu. Mẹ nuôi.
PÈRE adoptif : Nghĩa phụ. Cha nuôi.
SOEUR adoptive : Chị (em gái) nuôi. Nghiã tỷ.

ADOPTIO : Sự nuôi con nuôi. Sự nghĩa dưỡng.

ADOPTION : *c* Sự chấp thuận. Sự thông qua. Việc nuôi con nuôi. Khế ước con nuôi. Sự thông qua.
Adoption d'un ENFANT : Nhận con nuôi.
Adoption d'une LOI : Thông qua một đạo luật.
Adoption d'une RÉSOLUTION : Thông qua nghị quyết.

AD PROBATIONEM : Để làm chứng cớ.

ADPROMISSOR : Người bảo lãnh.

AD QUEM : Cuối hạn. Đáo hạn. Mãn hạn.
LE JOUR *ad quem* : Ngày đáo hạn.

AD REM : Đâu ra đó. Phân minh.

ADRESSE : *c* Địa chỉ. Nơi thường trú. Thỉnh nguyện thư. Sự khéo tay.
Adresse INCOMPLÈTE : Điạ chỉ không đầy đủ.
Adresse INCONNUE : Không biết địa chỉ.
Adresse POSTALE : Địa chỉ (chỉ dùng cho) thư tín.
Adresse TÉLÉGRAPHIQUE : Địa chỉ điện tín.
CHANGER d'adresse : Đổi địa chỉ.
DERNIÈRE adrêsse CONNUE : Địa chỉ sau cùng được biết.

ADRESSE : *tt* Khéo léo.

ADRESSER : *đgt* Gửi cho (ai).
Adresser une RÉCLAMATION : Gửi thư (đơn) khiếu nại.
Adresser (envoyer) des FLEURS : Tặng hoa.

ADROGATION : *c* Việc lập tự.

ADROGÉ : *đ* Con lập tự.

ADROGEANT : *đ* Cha lập tự.

ADROGER : *đgt* Lập tự.

AD SOLEMNITATEM : Theo nghi thức trọng thể.

ADULATEUR : *đ* Kẻ xu nịnh.

ADULATION : *c* Lời xu nịnh.

ADULER : *đgt* Khen ngợi.

ADULTE : *tt* Trưởng thành. Thành niên. Đã khôn lớn.

ADULTE : *đ* Người trưởng thành. Người lớn.

ADULTÉRATION : *c* Sự làm giả mạo. Sự mạo chế. Sự xuyên tạc.
Adultération d'un MÉDICAMENT : Làm thuốc giả.

ADULTÈRE : *tt* Ngoại tình.
FEMME adultère : Người vợ có nhân tình. Dâm phụ.
MARI adultère : Người chồng ngoại tình. Gian phu.

ADULTÈRE : *đ,c* Kẻ ngoại tình.

ADULTÈRE : *đ* Vụ ngoại tình.
COMPLICE d'adultère : Tòng phạm ngoại tình. Gian phu. Dâm phụ.

ADULTÉRER : *đgt* Làm sai đi. Làm giả. Xuyên tạc.

ADULTÉRIN : *tt* Ngoại tình. *đ* Kẻ ngoại tình.
ENFANT adultérin : Con hoang.
ENFANT adultérin *a matre* : Con gian sinh *vì mẹ*.
ENFANT adultérin *a patre* : Con gian sinh, tư sinh *vì cha*.

ALDULTÉRITÉ : *c* Ngoại tình .

AD UNUM : Tất cả. Cho tới người cuối cùng.

AD USUM : Theo tục lệ.

AD VALIDITATEM : Hợp thức hoá.

AD VALOREM : Chiếu theo giá cả.

ADVENTICE : *tt* Bất kỳ. Bất thường.

ADVERSAIRE : *đ* Đối phương. Địch thủ. Đối thủ.

ADVERSE : *tt* Trái ngược. Địch thủ. Đối phương. Đối thủ.

ADVERSITÉ : *c* Nghịch cảnh. Đối nghịch. Không thuận.

AÉRIEN : *tt* Thuộc về không gian.
ESPACE aérien : Không vực.
FORCES aériennes : Không lực.
NAVIGATION aérienne : Không lưu.

AÉRODROME : *đ* Phi trường. Sân bay. Trường bay.

AÉROGARE : *đ* Trạm bay. Ga hàng không. Phi trường.

AÉRONAUTIQUE : *tt* Khoa hàng không.
AÉRONAUTIQUE : *đ* Hàng không.
Aéronautique CIVILE : Hàng không dân sự (dân dụng).

AÉRONAVALE : *c* Không lực của hải quân.

AÉRONAVIGATION : *c snh* Hàng không vận tải.

AÉRONEF : *đ* Thiết bị bay.

AÉROPORT : *đ* Trường bay. Phi cảng. Phi trường.

AÉROPORTÉ : *tt* Không vận.

AÉROPOSTAL : *tt* Bưu điện hàng không. Không bưu. Thư máy bay.

AÉROSTAT : *đ* Khí cầu.

AÉROSTATION : *c* Ngành khí cầu.

AEROSTATIQUE : *tt* Thuộc về khí cầu.

AÉROSTIER : *đ* Người lái khí cầu.

AFFAIBLISSANT : *tt* Làm yếu đi. Làm suy đồi đi.

AFFAIBLISSEMENT : *đ* Sự suy yếu.

AFFAIRE : *c* Công việc. / Đồ dùng. / Thương vụ. Việc buôn bán. Vấn đề. / Vụ kiện cáo. Vụ tranh tụng.
AVOCAT d'affaires : Luật sư chuyên về thương mại.
CHARGÉ d'affaire : Xử lý sự vụ.
EXPÉDITION des affaires courantes : Xử lý thường vụ.
FAIRE des affaires : Buôn bán. Làm ăn.
JUGER une affaire : Xử một vụ kiện.
MINISTRE des Affaires ÉTRANGÈRES : Ngoại trưởng.
PLAIDER une affaire : Biện hộ một vụ án.
Affaire ADMINISTRATIVE : Vụ tranh tụng hành chánh.
Affaire CIVILE : Vụ tranh tụng dân sự.
Affaire COMMERCIALE : Vụ tranh tụng thương mại.
Affaire CORRECTIONNELLE : Vụ án hình sự.
Affaire COURANTE : Thường vụ.
Affaire ÉCONOMIQUE : Vụ kiện kinh tế.
Affaire en ÉTAT : Vụ kiện đã chuẩn bị (chờ ngày biện hộ).
Affaire FINANCIÈRE : Vụ tài chánh.
Affaire PASSIONNELLE : Vụ kiện về tình. Tình án.
Affaire PÉNALE : Vụ án hình sự.
Affaire PENDANTE : Vụ án đương tụng, chưa ngã ngũ.
Affaire URGENTE : Vụ kiện cấp thẩm. (xch Référé).

AFFAIRISME : *đ* Thói vụ lợi, chạy theo tiền bạc.

AFFAIRISTE : *đ* Người kinh doanh vụ lợi.

AFFECTABLE : *tt* Vật dụng có thể cầm cố thế nợ.
BIEN affectable : Tài vật có thể cầm cố.

AFFECTATION : *c* Sự bổ dụng. Sự sử dụng. Sự dùng vào một việc nào đó..
ARRÊTÉ d'affectation : Nghị định bổ dụng.
CHANGEMENT d'affectation : Chuyển hoán sử dụng.

AFFECTER : *đgt* Dùng vào. Sử dụng vào (việc gì).

AFFECTIO : Chủ tâm. Chủ ý.
Affectio MARITALIS : Chủ ý, có ý kết hôn.

AFFECTION : *c* Sự trìu mến. Tình thương yêu.

AFFÉRENT : *tt* Liên quan ; liên hệ đến. Thuộc về.
DOCUMENT afférent à une affaire : Tài liệu liên hệ tới một vụ án.
FRAIS afférents au procès : Phí tổn liên quan tới vụ án.

AFFERMABLE : *tt* Có thể lĩnh canh. Có thể cho thầu.

AFFERMAGE : *đ* Sự phát canh. Sự lĩnh canh. Sự cho phát canh. Sự cho lĩnh canh. Sự bao thầu. Sự cho bao thầu.
Affermage à PERPÉTUITÉ : Lĩnh canh vĩnh viễn.

AFFERMATAIRE : *đ* Người được lĩnh canh. Người được thầu thuế.

AFFERMATEUR : *đ* Người cho lĩnh canh. Người cho thầu thuế.

AFFERMER : *đgt* Cho lĩnh canh. Cho thầu.

AFFERMIR : *đgt* Làm cho vững chắc. Củng cố.

AFFERMISSEMENT : *đ* Sự củng cố.
Affermissement du POUVOIR : Củng cố chính quyền.

AFFICHAGE : *đ* Sự niêm yết. Sự cáo thị. Sự yết thị.
DÉLAI d'affichage : Thời hạn niêm yết.
LIEU d'affichage : Nơi niêm yết.
Affichage INTERDIT : Cấm niêm yết.

AFFICHE : *c* Tờ yết thị. Cáo thị. Tờ quảng cáo. Tờ áp phích. Bích chương.
LACÉRATION d'affiche : Xé rách yết thị.
Affiche ÉLECTORALE : Yết thị tranh cử.
Affiche JUDICIAIRE : Cáo thị tư pháp.
Affiche OFFICIELLE : Cáo thị của nhà nước.

AFFICHER : *đgt* Cáo thị. Niêm yết. Yết thị. Công bố. / Phô trương. Dán yết thị, áp phích, bích chương.

AFFIDAVIT : *đ* Tờ cam đoan (để được miễn thuế). Tờ bảo đảm.

AFFIDÉ : *đ* Người thân tín. Người tín thuộc.

AFFILIATION : *c* Sự gia nhập. Sự tùy thuộc.

AFFILIÉ : *đ* Hội viên. Thành viên.

AFFILIER : *đgt* Cho gia nhập. Kết nạp. Cho nhập đoàn.

AFFILIER (S') : *đgt* Gia nhập.
S'affilier à UN PARTI : Gia nhập một đảng.

AFFIN : *tt* Thân thuộc. Thân cận.

AFFINITÉ : *c* Sự tương tự. Sự giống nhau. Sự tương ứng. Sự tương hợp. Sự đồng quan điểm.

AFFIRMATIF : *tt* Quả quyết. Khẳng định.
RÉPONSE affirmatvie : Phúc đáp khẳng định. Thuận.
TON affirmatif : Giọng khẳng định.

AFFIRMATION : *c* Sự khẳng định. Lời quyết nhận là đúng. Lời khẳng định. Khẩu quyết. Sự quyết nhận là đúng.
Affirmation GRATUITE : Khẩu quyết vô bằng.

AFFIRMATIVE : *c* Ý khẳng định. Lời đồng ý (ừ, đúng).
SOUTENIR l'affirmative : Chủ trương rằng có.

AFFIRMER : *đgt* Khẳng định. Quả quyết.

AFFLICTIF : *tt* Nhục hình. Thể hình.
PEINE afflictive : Hình phạt khổ nhục.

AFFLICTION : *c* Nỗi đau khổ. Nỗi sầu não.

AFFLIGER : *đgt* Gây đau khổ.

AFFLOUAGE : *đ* Việc trục tầu mắc cạn.

AFFLOUER : *đgt* Trục tầu mắc cạn.

AFFLUENCE : *c* Sự tụ hội. Sự đông đảo. / Sự dồn tích.
HEURE d'affluence : Giờ đông người. Giờ tan sở.
Affluence de BIENS : Của cải dồn tích.
Affluence de VISITEURS : Quan khách đông đảo.

AFFOUAGE : *đ* Quyền đốn cây trên đất công.

AFFOUAGER : *đgt* Cho phép đốn cây.

AFFRANCHI : *tt* Được giải phóng. Được miễn thuế.

AFFRANCHIR : *đgt* Dán cò, niêm, tem. Giải phóng. Giải thoát. Miễn thuế.

AFFRANCHISSEMENT : *đ* Việc dán cò, tem (bưu điện). Sự giải phóng (nô lệ). Sự miễn thuế.
Affranchissement des ESCLAVES : Giải phóng nô lệ.
Affranchissement des IMPÔTS : Tha thuế.
Affranchissement d'une LETTRE : Dán tem vào thư tín.
Affranchissement de la PENSÉE : Giải phóng tư tưởng.

AFFRES : *c snh* Sự giằn vặt.

AFFRÈTEMENT : *đ* Sự thuê tàu chở hàng hoá. Thủy vận.
CONTRAT d'affrètement : Khế ước thuỷ vận.
Affrètement COQUE NUE : Thuê tàu rỗng không.
Affrètement TOTAL : Thuê bao cả chuyến tầu.

AFFRÈTER : *đgt* Thuê thuỷ vận.

AFFRÈTEUR : *đ* Người thuê thuỷ vận.

AFFREUX : *tt* Ghê tởm. Kinh khủng. Rùng rợn.

AFFRONT : *đ* Sự sỉ nhục. Điều lăng nhục.
DÉVORER tous les affronts : Cam đành chịu nhục.
ESSUYER un affront : Bị sỉ nhục.
FAIRE un affront : Làm nhục người khác.
LAVER un affront : Rửa nhục.

À FORFAIT : Khoán. Khoán trắng.

AFFUT : *đ* Chỗ mai phục.

A FORTIORI : Cố nhiên. Huống hồ. Tất nhiên.

À FIN DE : Để mà. Ngõ hầu.

À FIN QUE : Để cho mà.

ÂGE : *đ* Tuổi. Niên kỷ. Niên canh. Thời đại.
DISPENSE d'âge : Miễn tuổi pháp định.
DOYEN d'âge : Niên trưởng.
MOYEN ÂGE : Thời trung cổ.
PRÉSIDENT d'âge : Chủ toạ, chủ tịch niên trưởng.
Âge AVANCÉ : Lớn tuổi. Cao niên.
Âge LÉGAL : Tuổi pháp định.
Âge MAJEUR : Tuổi thành niên.
Âge MINEUR : Tuổi vị thành niên.
Âge MUR : Tuổi chín chắn.
Âge NUBILE : Tuổi cập kê. Tuổi hôn nhân.
Âge d'OR : Thời hoàng kim.
Âge de la PUBERTÉ : Tuổi dậy thì.
Âge de la RAISON : Tuổi khôn ngoan, khôn lớn.

ÂGÉ : *tt* Lớn tuổi. Có tuổi. Cao niên. Tuổi già.

AGENCE : *c* Đại lý. Phân cục. Chi nhánh. Văn phòng.
Agence d'ASSURANCE : Chi nhánh bảo hiểm, bảo kê.
Agence de BANQUE : Chi nhánh ngân hàng.
Agence IMMOBILIÈRE : Văn phòng bán nhà đất.
Agence MATRIMONIALE : Phòng môi giới hôn nhân.
Agence de PLACEMENT : Văn phòng kiếm việc làm.
Agence de PRESSE : Thông tấn xã.
Agence du TRÉSOR : Phân cục ngân khố.
Agence de VOYAGE : Văn phòng du lịch.

AGENCEMENT : *đ* Sự bầy biện. Sự sửa sang. Sự xếp đặt.
Agencement d'un MAGASIN : Sự bầy biện cửa hàng.
FRAIS d'agencement : Phí tổn trang bị.

AGENCER : *dgt* Xếp đặt. Sắp xếp.

AGENDA : *đ* Sổ nhật ký. Lịch ghi công việc.

AGENT : *đ* Đại diện. Đại lý. Viên chức. Nhân viên.
Agent ADMINISTRATIF : Nhân viên hành chánh.
Agent d'ASSURANCE : Đại diện công ty bảo hiểm.
Agent COMMERCIAL : Đại lý thương mại. Đại diện thương mại.
Agent COMPTABLE : Kế toán viên.
Agent CONTRACTUEL : Nhân viên khế ước.
Agent DIPLOMATIQUE : Nhân viên ngoại giao.
Agent de DOUANES : Nhân viên quan thuế, hải quan.
Agent EXCLUSIF : Đại lý độc nhất.
Agent de la FORCE JUDICIAIRE : Cảnh sát tư pháp.
Agent de la FORCE PUBLIQUE : Nhân viên công lực.
Agent FORESTIER : Viên kiểm lâm.
Agent de LIAISON : Liên lạc viên.
Agent de PAIEMENT : Phát ngân viên.
Agent de POLICE : Cảnh sát viên.
Agent POURSUIVANT : Đại diện một cơ quan trước toà.
Agent PROVOCATEUR : Điệp viên khiêu khích.
Agent de RENSEIGNEMENT : Nhân viên tình báo.
Agent SECRET : Điệp viên. Tình báo viên.
Agent TECHNIQUE : Viên cán sự chuyên môn.

AGGLOMÉRATION : *c* Sự kết tụ. / Vùng thành thị.

AGGRAVANT : *tt* Làm nặng *(tội)* thêm.
CIRCONSTANCES aggravantes : Trường hợp gia trọng.

AGGRAVATION : *c* Sự gia trọng. Sự làm nặng (tội) thêm. Sự làm trầm trọng hơn.

AGGRAVER : *dgt* Làm nặng thêm. Làm tăng thêm.
Aggraver la SITUATION : Làm tình hình khó thở thêm.

AGILE : *tt* Nhanh nhẹn. Lanh lẹn. Hoạt bát.

AGIO : *đ* Lệ phí ngân hàng. Tiền lời. Tiền các. Tiền hoa hồng.

AGIOTAGE : *đ* Sự buôn bán đầu cơ chứng khoán.

AGIOTER : *dgt* Đầu cơ chứng khoán.

AGIOTEUR : *đ* Người đầu cơ chứng khoán.

AGIR : *dgt* Hành động. Kiện cáo.
Agir en JUSTICE : Vào (vô) đơn thưa kiện. Mang ra toà.
AGISSEMENT : *đ* Động tác.

AGITATEUR : *đ* Kẻ phiến động. Kẻ gây rối.

AGITATION : *c* Sự náo động. Sự khuấy động. / Sự nhộn nhịp. Sự sôi động. / Sự bồn chồn. / Sự nóng nẩy.
Agitation POPULAIRE : Nhân dân khuấy động.

AGITER : *dgt* Lay chuyển. Khuấy động.
Agiter un ARBRE : Lay chuyển cây.
Agiter un DRAPEAU : Phất cờ.
Agiter un MOUCHOIR : Vẫy khăn.
Agiter une QUESTION : Bàn cãi một vấn đề.

AGNATION : *c* Quan hệ họ bên nội.

AGONIE : *c* Lúc hấp hối. Lúc lâm chung.

AGONISANT : *đ* Kẻ hấp hối. Kẻ lâm chung, lâm tử.

AGONISER : *dgt* Hấp hối. Lâm chung.

AGRAIRE : *tt* Thuộc về ruộng đất, điền địa.

RÉFORME agraire : Cải cách ruộng đất.

AGRÉATION : *c* Sự chấp nhận. Sự ưng thuận.

AGRÉÉ : *đ* Đại diện được toà thương mại công nhận.

AGRÉER : *đgt* Chấp thuận.
Agréer un AMBASSADEUR : Chấp nhận một đại sứ.
Agréer une REQUÊTE : Chấp nhận một thỉnh cầu.

AGRÉGAT : *đ* Sự tập hợp. Sự kết hợp.

AGRÉGATION :*c* Sự chấp nhận cho vào một đoàn thể. Sự kết hợp thành một đoàn thể. / Chức vị thạc sĩ. Bằng thạc sĩ.
CONCOURS d'agrégation : Thi tuyển bằng thạc sĩ.

AGRÉGER : *đgt* Cho nhập hội, nhập đoàn.

AGRÉMENT : *đ* Sự chấp thuận. Sự đồng. Sự cho phép.
SOUMETTRE à l'agrément de : Đệ trình thượng cấp.
Agrément du GOUVERNEMENT : Đồng ý cuả chính phủ.

AGRESSEUR : *đ* Kẻ gây hấn. Kẻ tấn công. Kẻ cướp..

AGRESSIF : *tt* Tính gây gổ. Tính hung hăng. Gây gổ. Khiêu khích
ACTION agressive : Hành động hung hăng.
PAROLES agressives : Lời lẽ gây gổ. Lời thoá mạ.

AGRESSION : *c* Sự gây hấn. Việc gây gổ. Sự tấn công. Sự xâm lược.
ÉVITER une agression : Tránh việc gây gổ.
GUERRE d'agression : Chiến tranh xâm lược

AGRESSIVITÉ : *c* Sự gây hấn. Việc gây gổ.

AGRICOLE : *tt* Thuộc về nông nghiệp. Thuộc về canh nông, đồng áng.
ÉCONOMIE agricole : Kinh tế nông nghiệp.
INGÉNIEUR agricole : Kỹ sư nông nghiệp.

AGRICULTEUR : *đ* Nhà nông. Nông gia.

AGRICULTURE : *c* Nông nghiệp. Canh nông.

AGROGÉOLOGIE : *c* Địa lý nông học.

AGRONOME : *đ* Kỹ sư nông nghiệp.

AGRONOMIE : *c* Nông học.

AGRONOMIQUE : *tt* Thuộc về nông học.

AGUERRI : *tt* Thiện chiến. Dạn dày trận mạc.

AIDE : *c* Sự giúp đỡ. Sự cứu giúp. Sự cứu trợ. Sự viện trợ. Sự tiếp tay
À l'aide ! : Cứu tôi với!
À l'aide DE... : Bằng cách...Nhờ...
Aide SOCIALE : Trợ cấp xã hội.

AIDE : *đ* Người phụ tá. Người phụ việc.
Aide CUISINIER : Người phụ bếp.
Aide de CAMP : Cận vệ.
Aide MÉMOIRE : Tóm lược một bài học.
Aide MUTUELLE : Hỗ tương.

AIDER : *đgt* Giúp đỡ. Phụ tá. Tiếp tay.

AIEUL : *đ* Ông. Tổ phụ.
Aieul MATERNEL : Ông ngoại. Ngoại tổ phụ.
Aieul PATERNEL : Ông nội. Nội tổ phụ.

AIEULE : *c* Bà. Tổ mẫu.
Aieule MATERNELLE : Bà ngoại. Ngoại tổ mẫu.
Aieule PATERNELLE : Bà nội. Nội tổ mẫu.

AIEUX : *đ snh* Tổ tiên. Tổ phụ.

AIGU : *tt* Nhọn. Sắc bén. / Gay go. Gay cấn. Kịch liệt.
ACCENT aigu : Dấu sắc.
CONFLIT aigu : Tranh chấp kịch liệt.
INTELLIGENCE aigue : Thông minh nhậy bén.
TON aigu : Giọng cao. Giọng the thé.

AIGUAGE : *đ* Dịch quyền đặt ống nước (*qua đất lối xóm*).

AINÉ : *đ* Con trưởng. Trưởng tử. Con cả.
FILS ainé : Trưởng nam.Con trưởng. Con cả.
FILLE ainée : Trưởng nữ.
FRÈRE ainé : Anh. Anh hơn tuổi. (*xch* puiné).
SOEUR ainée : Chị. Chị hơn tuổi. (*xch* puinée).
RESPECTER ses ainés : Kính trọng các bậc trưởng thượng.

AINESSE : c DROIT d'AINESSE. Phần gia tài dành cho trưởng tử. (*không còn thông dụng*).

AINSI : *pht* Như vậy. Thế thì.
Ainsi QUE : Cũng với.

AIR : *đ* Không khí. Không gian. Không trung.
ARMÉE de l'air : Không quân. Binh chủng không quân.
EN PLEIN air : Ở ngoài trời.
PROMESSE en l'air : Hứa mà không giữ lời. Sạo (Nm).
TÊTE en l'air : Đầu óc để đâu đâu.
TIRER en l'air : Bắn chỉ thiên.
VIVRE de l'air du temps : Sống thiếu thốn.

AIRAIN : *đ* Đồng thau.
LOI d'airain : Luật thép. Luật hà khắc.

AISANCE : *c* Sự dễ dàng. Cảnh đầy đủ, sung túc.
CABINET d'aisance : Nhà xí. Cầu tiêu.
FOSSE d'aisance : Hố chứa phân.
PARLER avec aisance : Phát biểu dễ dàng. Ăn nói hoạt bát .
VIVRE dans l'aisance : Sống sung túc.

À JOUR : Cập nhật. Kịp ngày.
METTRE à jour : Cập nhật hoá.
MISE à jour : Việc cập nhật hoá.

AJOURNABLE : *tt* Có thể hoãn lại được.

AJOURNEMENT : *đ* Sự hoãn lại. Việc tạm đình chỉ.
Ajournement à 4 SEMAINES : Hoãn lại bốn tuần.
Ajournement *sine die* : Đình chỉ vô kỳ hạn.

AJOURNER : *đgt* Hoãn lại. Đình lại.
Ajourné : Thi lại. Rớt. Trượt.

AJOUT : *đ* Phần thêm vào.

AJOUTÉ : *đ* Đoạn văn viết thêm.

AJOUTER : *đgt* Thêm.

AJUSTEMENT : *đ* Sự điều chỉnh. Sự sửa cho đúng. Sự hoà giải. Sự điều giải. Sự làm cho ăn khớp.
CHERCHER UN ajustement à un DIFFÉREND : Tìm cách điều giải một vụ tranh chấp.

AJUSTER : *đgt* Sửa lại cho đúng. / Làm cho ăn khớp với nhau.

À JUSTE TITRE : *pht* Danh chính. Danh nghiã chính đáng.

À l'APPUI DE : *pht* Để giúp thêm. Để nâng đỡ.

À LA REQUÊTE DE... : *lng* Thể theo thỉnh nguyện của... Thể theo thỉnh cầu của...

À L'AVENIR : *lng* Mai hậu. Sau này. Trong tương lai.

ALCOOL : *đ* Rượu mạnh. Cồn. Tửu.
Alcool à 90o : Cồn 90 độ.

ALCOOLIQUE : *tt* Có chất rượu.
FERMENTATION alcoolique : Lên men.

ALCOOLIQUE : *đ* Người nghiện rượu.
DEGRÉ alcoolique : Độ rượu (trong máu).

ALCOOLISME : *đ* Chứng nghiện rượu.

ALCOOLTEST : *đ* Máy thử nghiệm độ rượu trong máu. (*người lái xe, đề phòng tai nạn lưu thông*).

ALCÔVE : *c* Ngách kê giường của cặp vợ chồng. Khuê phòng.
SECRET d'alcôve : Bí mật khuê phòng.

ALÉA : *đ* Điều bất ngờ. Sự may rủi.
Les aléas de la VIE : Cuộc đời may rủi. Thăng trầm.

ALÉATOIRE : *tt* Bất chắc. May rủi. Bấp bênh.
CONTRAT aléatoire : Khế ước bất chắc, bấp bênh.

ALÉATOIREMENT : *pht* Một cách bấp bênh.

À CET EFFET : *lng* Dùng về việc đó.

À L'EFFET DE ... : *lng* Để dùng về việc...

ALENTOUR : *pht* Xung quanh.

ALENTOURS : *đ snh* Miền lân cận. Miền phụ cận. Xung quanh. Chung quanh.

ALERTE : *tt* Nhanh nhẹn. Lanh lẹn.

ALERTE : *c* Sự báo động. Hiệu báo động.
SIRÈNE d'alerte : Còi báo động

ALERTEMENT : *pht* Một cách nhanh nhẹn.

ALERTER : *đgt* Báo động. Báo nguy. Cấp báo.

ALEU : *đ* Thái ấp. Đất vua cấp cho công thần.

ALIAS : *đ* Tức là (danh). Bí danh. Biệt danh. Phụ danh. Còn gọi là. Còn có nghiã là.

ALIBI : *đ* Cách biện giải. Sự vắng mặt tại phạm trường. Mẹo nghi binh. Thủ đoạn.

ALÉNIABILITÉ : *c* Khả năng chuyển nhượng, di nhượng. Tính cách chuyển nhượng, di nhượng.

ALÉNIABLE : *tt* Có thể chuyển nhượng được.
DROIT aléniable : Một quyền lợi có thể chuyển nhượng.

ALÉNIATAIRE : *đ* Người thụ nhận một chuyển nhượng.

ALÉNIATEUR : *đ* Người chuyển nhượng.

ALIÉNATION : *c* Sự chuyển nhượng. Sự bỏ mất. Bệnh tâm thần. Bệnh điên, khùng.
Aliénation d'un BIEN : Sự phóng (phung phí) tài hoá.

ALIÉNER : *đgt* Chuyển nhượng. Phung phí.
Aliéner un TERRAIN : Chuyển nhượng một mảnh đất.

ALIEN-BILL : Trục xuất phạm kiều.

ALIÉNÉ : *đ* Người điên, mất trí, loạn óc.
Aliéné INTERDIT : Kẻ điên bị cấm quyền.
Aliéné INTERNÉ : Kẻ điên bị nhốt.

ALIEN-ENNEMY : Ngoại kiều thù địch.

ALIÉNISTE : *đ* Chuyên viên trị bệnh điên.

ALIENO NOMINE : Nhân danh tha nhân.

ALIGNEMENT : *đ* Sự thẳng hàng.

ALIMENT : *đ* Lương thực. Thức ăn. Thực phẩm. / Khoản cấp dưỡng. Tiền cấp dưỡng.
Déni d'aliments : Cự tuyệt cấp dưỡng.
Droits aux aliments : Quyền được cấp dưỡng.

ALIMENTAIRE : *tt* Thuộc về lương thực, thực phẩm.
OBLIGATION alimentaire : Nghiã vụ cấp dưỡng.
PENSION alimentaire : Phụ cấp. Trợ cấp.

ALIMENTATION : *c* Sự ăn uống, ẩm thực. Thực phẩm. / Sự tiếp tế. / Việc cung cấp.
Alimentation d'ESSENCE : Cung cấp xăng. Cho xăng vào máy.
MAGASIN d'alimentation : Cửa hàng lương thực.

ALIMENTER : *đgt* Tiếp tế. Cung cấp. Cấp dưỡng. Nuôi dưỡng. Duy trì. Tiếp liệu.
Alimenter une CONVERSATION : Đưa đẩy câu chuyện.
Alimenter un BÉBÉ : Nuôi dưỡng trẻ sơ sinh.

ALINÉA : *đ* Đọan. Khúc. Chỗ xuống hàng.

ALLÉGATION : *c* Sự chủ chương. Sự tỏ bầy. Sự viện dẫn. / Lời luận cứ.
Allégation des MOYENS DE PREUVE : Dẫn chứng.
Allégation du DEFENDEUR : Luận cứ của bị đơn.

Allégation du DEMANDEUR : Luận cứ cuả nguyên đơn.
Allégation MENSONGÈRE : Viện dẫn dối trá.

ALLÉGEANCE : *c* Lòng trung thành. Việc phục tùng.

ALLÈGEMENT : *đ* Sự làm nhẹ bớt đi. Sự làm giảm đi.
Allègement des IMPÔTS : Giảm thuế.

ALLÉGER : *đgt* Làm nhẹ đi.
Alléger un FARDEAU : Làm nhẹ gánh nặng.

ALLIAGE : *đ* Hợp kim.

ALLIANCE : *c* Đồng minh. Liên minh. Sự kết hợp. Liên hệ thông gia (B), sui gia (N).
TRAITÉ d'alliance : Hiệp ước đồng minh.

ALLIÉ : *tt* Đồng Minh. Liên minh. Thông gia (B). Sui gia (N).

ALLIÉ : *đ* Nước đồng minh. Nước liên minh. Người ủng hộ. Người đứng về phe mình.

ALLIÉS : *đ snh* Các nước đồng minh thế chiến.

ALLIER : *đgt* Kết thân. Kết hợp. Pha. Trộn.

ALLIER (S') : Kết thân với nhau. Kết thông (sui) gia.

ALLOCATAIRE : *đ* Người được lãnh trợ cấp.

ALLOCATION : *c* Việc trợ cấp. Tiền trợ cấp. Tiền phụ cấ .
Allocations FUNÉRAIRES : Tang tuất.
Allocations pour INVALIDITÉ : Phụ cấp tàn phế. Phế tuất.
Allocation aux NÉCESSITEUX : Trợ cấp cho kẻ bần hàn.
Allocations PRÉNATALES : Trợ cấp tiền sản.

ALLOCHTONE : *đ* Khách trú. Kiều trú. Kiều cư.

ALLODIAL : *tt* Thuộc về thái ấp.

ALLOGÈNE : *đ* Dị chủng. Khác giống.

ALLOTIR : *đgt* Chia lô. Phân lô đất. Định lô.

ALLOTISSEMENT : *đ* Việc chia lô. Việc phân lô.

ALLOUABLE : *tt* Có thể cấp cho được.

ALLOUER : *đgt* Cấp cho. Trợ cấp cho.

ALLURE : *c* Giáng đi. Nước ngựa.
Allure de GALOP : Nước đại (ngựa phi).
Allure de PRINCESSE : Giáng (đi) như công chuá.
Allure de TROT : Nước kiệu (ngựa chạy).
Allure VIVE : Đi lẹ làng. Đi giảo bước.

ALLUSION : *c* Sự ám chỉ. Lời bóng gió.
FAIRE allusion : Ám chỉ.

ALLUVION : *đ* Đất bồi. Đất phù sa.
ALLUVIONNAIRE : *tt* Thuộc về đất phù sa.

ALOGIE : *c* Việc nói không luận lý.

ALOGIQUE : *tt* Phi luận lý. Phi thuận lý.

ALOGISME : *đ* Thuyết phi thuận lý.

ALOI : *đ* Tuổi (vàng, bạc). Thành sắc.
BON aloi : Đúng kiểu cách. Đúng điệu.
PLAISANTERIE de bon aloi : Nói đuà có duyên.

À L'ORDINAIRE : *lng* Theo thường lệ.

ALTÉRATION : *c* Sự biến chất. Sự suy hỏng. Sự cải biến. Sự nguỵ cải.
Altération d'un ACTE : Nguỵ cải một văn kiện.
Altération de CLEFS : Nguỵ cải chìa khoá.
Altération d'ÉCRITURE : Nguỵ cải tự dạng.
Altération de MARCHANDISES : Hàng hóa bị biến chất.
Altération de SIGNATURE : Nguỵ cải chữ ký.
Altération de TEXTE : Nguỵ cải bản văn.

ALTERCATION : *c* Vụ đấu khẩu. Vụ cãi nhau. Vụ cãi cọ.

ALTER EGO: Bạn chí thân. Bạn thâm giao. Bạn nối khố (thân). Bạn nhường cơm xẻ áo.

ALTÉRER : *đgt* Làm biến chất. Làm suy hỏng đi.
Altérer l'AMITIÉ : Làm phai tình bạn.
Altérer la VÉRITÉ : Nói sai sự thật. Nói dối (*láo*).

ALTERNANCE : *c* Sự luân phiên. Sự xen kẽ.

ALTERNANT : *tt* Luân chuyển. Luân phiên. Xen kẽ.

ALTERNAT : *đ* Sự luân chuyển. Sự luân phiên. Sự xen kẽ.

ALTERNATIF : *tt* Luân chuyển. Luân luân phiên. Xen kẽ.
CULTURE alternative : Phép trồng luân phiên, xen kẽ.
OBLIGATION alternative : Nghiã vụ luân phiên.

ALTERNATIVEMENT : *pht* Một cách luân phiên.

ALTESSE : *c* Hoàng thân.
Son altesse ROYALE : Ông Hoàng. Bà Hoàng. Đức ông. Đức bà.

ALTIER : *tt* Vẻ kiêu kỳ.
PORT altier : Đi đứng chững chạc, bệ vệ, đàng hoàng.
MONT altier : Núi non hùng vĩ.

ALTIÈREMENT : *pht* Kiêu kỳ. Kênh kiệu. Cao ngạo. Thái độ nghiêm túc (*như ông Hoàng*).

ALTERRI STIPULARI NEMO POTEST:
Không thể kết ước cho tha nhân, cho người khác.

ALTRUISME : *đ* Thuyết vị tha.

ALTRUISTE : *đ* Người có lòng vị tha.

AMALGAME : *đ* Vật tạp hợp. Ô hợp.
Armée AMALGAME : Quân ô hợp.

AMALGAMER : *đgt* Tạp hợp. Hỗn tạp.

AMALGAMER (S') : *đgt* Kết hợp với nhau. Ăn ý (với nhau).

AMAN : *đ* Sự tha tội chết.
DEMANDER l'aman : Đầu hàng.

AMANT : *đ* Tình nhân.
Amant de la GLOIRE : Kẻ chuộng hư danh.

AMASSER : *đgt* Thu thập.

AMATEUR : *tt* Ham thích. Không chuyên môn.

AMATEUR : *đ* Kẻ ham thích.
Amateur des VOITURES : Người ham xe hơi.

AMBAGES : *c snh* Nói thẳng.
PARLER sans ambages : Nói không úp mở.

AMBASSADE : *c* Toà đại sứ. Đại sứ quán. Sứ đoàn.
ALLER en ambassade : Phái đoàn đi điều đình. Sứ bộ. Sứ đoàn. Đi sứ.
ATTACHÉ d'ambassade : Tùy viên sứ quán.
CONSEILLER d'ambassade : Cố vấn ngoại giao.
ENVOYER une ambassade : Gửi sứ bộ đi ngoại giao.
SÉCRÉTAIRE d'ambassade : Tham vụ ngoại giao.
AMBASSADEUR : *đ* Đại sứ. Sứ giả. Sứ thần.
Ambassadeur de la PAIX : Sứ giả hoà bình.
Ambassadeur ITINÉRANT : Sứ giả lưu động.

AMBIANCE : *c* Hoàn cảnh. Môi trường. Vui nhộn.
Ambiance SOCIALE : Môi trường xã hội.
Il y a de l'ambiance chez lui : Ở nhà hắn nhộn nhịp.

AMBIDEXTRE : *tt* Thuận cả tay phải (mặt) tay trái.

AMBIDEXTRIE : *c* Sự thuận cả hai tay.

AMBIGU : *tt* Không minh bạch. Nước đôi. Không rõ ràng.
RÉPONSE ambigue : Trả lời nước đôi. Trả lời không minh bạch.

AMBIGUITÉ : *c* Sự nhập nhằng. Tính chất nước đôi.
SANS ambiguité : Rõ ràng. Huỵch toẹt.

AMBITIEUSEMENT : *pht* Nhiều tham vọng.

AMBITIEUX : *đ tt* Người nhiều tham vọng.
POLITIQUE ambitieuse : Chính sách tham lam.

AMBITION : *c* Tính tham lam. Lòng tham vọng.

AMBITIONNER : *đgt* Khao khát. Háo ham.

AMBULANCE : *c* Xe cứu thương, chở thương. Xe cấp cứu.

AMBULANT : *tt* Di chuyển. Di động. Rong.
MARCHAND ambulant : Người bán hàng rong.

ÂME : *c* Linh hồn. Tâm hồn.
CORPS et âme : Cả thể phách lẫn linh hồn.
CORPS SANS âme : Xác không hồn. Người mất thần.
SANS âme QUI VIVE : Không một bóng người.
GRANDE âme : Tâm hồn cao thượng.

AMÉLIORABLE : *tt* Cải thiện được. Làm cho khá hơn.

AMÉLIORATION : *c* Việc cải thiện. Việc cải tiến. Sự tấn tới. Việc tu bổ.
Amélioration dans le TRAVAIL : Làm việc chăm chỉ hơn.
Améliorations utiles : Tu bổ hữu ích.
Améliorations somptuaires : Tu bổ lãng phí.

AMÉLIORER : *đgt* Cải thiện. Cải tiến. Sửa sang. Tu bổ.

AMEN : *đ* Xin được toại nguyện (chấm dứt lời cầu nguyện).
DIRE amen : Chấp thuận. Xin đừng giải giòng nữa (*thân*).

AMÉNAGE : *đ* Sự chuyên chở.

AMÉNAGEMENT : *đ* Sự sắp đặt. Sự bố trí.
Aménagement d'une loi : Chỉnh lý một đạo luật.
Aménagement d'un TERRITOIRE : Chỉnh trang lãnh thổ.

AMENDABLE : *tt* Cải thiện được. Tu chính được.
DÉLINQUANT amendable : Phạm nhân cải thiện được.
PROJET amendable : Dự án tu chính được.

AMENDE : *c* Tiền phạt. Tiền vạ. Sự sửa sai.
Amende ACCESSOIRE : Phụ phạt.
Amende *AD VALOREM* : Phạt tùy theo giá hàng.
Amende FISCALE : Phạt thuế vụ.
FAIRE amende HONORABLE : Tạ lỗi công khai.
PAYER une amende : Nộp phạt vi cảnh.

AMENDEMENT : *đ* Điểm bổ sung. Sự tu chính. Sự cải thiện. Sự sửa sai.

AMENDER : *đgt* Cải thiện. Thiện hoá.
Bổ sung. Sửa sai. Sửa đổi.

AMÈNE : *tt* Hoà nhã. Lịch sự.

AMENER : *đgt* Dẫn tới. Dẫn độ. Dẫn trình. Đưa tới. Dẫn giải ra cơ quan. Truy nã.
MANDAT d'amener : Trát dẫn giải.
Amener les COULEURS : Hạ cờ. Đầu hàng.
Amener les VOILES : Hạ buồm. Về bến.

AMÉNITÉ : *c* Tính tình nhã nhặn. Tính tình lịch sự.

AMÉNITÉS : *c snh* Lời xúc phạm.

AMER : *tt* Đắng. Cay. Tân khổ.

AMÈREMENT : *pht* Một cách cay đắng, tân khổ.

AMÉRICAIN : *tt* Mỹ. Hoa kỳ.
CONTINENT américain : Lục địa Mỹ.
VOITURE américaine : Xe hơi Hoa kỳ.

AMÉRICANISATION : *c* Việc Mỹ hoá.

AMÉRICANISÉ : *tt* Mỹ hoá.

AMÉRIQUE : *c* Châu Mỹ. Lục địa Mỹ.
Amérique du NORD : Bắc Mỹ.
Amérique du SUD : Nam Mỹ.
Amérique LATINE : Châu Mỹ la tinh (Nam Mỹ).

AMERRIR : *đgt* Đáp trên mặt biển (phi thuyền, máy bay).

AMERRISSAGE : *đ* Việc đáp máy bay trên mặt biển.

AMERTUME : *c* Vị đắng. Tân khổ. Nỗi đắng cay.

AMÉTHODIQUE : *tt* Vô phương pháp.

AMEUBLIR : *đgt* Động sản hoá.

AMEUBLISSEMENT : *đ* Sự động sản hoá. Việc đổi thành động sản.

AMI : *đ* Bạn bè. Bạn hữu. Bằng hữu. Bạn tâm giao. Bạn thâm giao. Thân hữu. Bạn thân.
Ami de COUR : Bạn sơ giao. Bạn giao thiệp.
Ami de la JUSTICE : Người yêu chuộng công bằng.
PARENTS et amis : Thân bằng quyến thuộc.

AMIABLE : *tt* Do hoà giải. Theo sự thoả thuận.
ARRANGEMENT à l'amiable : Dàn xếp ổn thoả.

AMICAL : *tt* Thân thiện. Thân hữu.
CONSEILS amicaux : Lời khuyên chí tình.

AMICALE : *đ* Hội ái hữu.

AMIRAL : *đ* Đô đốc hải quân.
VAISSEAU amiral : Kỳ hạm. Soái hạm.

AMIRAUTÉ : *c* Bộ tư lệnh hải quân.

AMISSION : *c* Sự mất mát.

AMNISTIABLE : *tt* Ân xá được.

AMNISTIANT : *tt* Thuộc về ân xá.

AMNISTIE : *c* Sự xá tội.
Amnistie PRÉSIDENTIELLE : Tổng thống ân xá.
Amnistie GÉNÉRALE : Đại xá.
Amnistie INTERNATIONALE : Cơ quan Ân xá Quốc tế.

AMNISTIÉ : *tt* Được ân xá. *đ* Kẻ được ân xá.

AMNISTIER : *đgt* Ân xá. Đại xá.
Amnistier un CONDAMNÉ : Ân xá một tội phạm.

AMODIATAIRE : *đ* Người lĩnh canh.

AMODIATEUR : *đ* Người phát canh.

AMOINDRIR : *đgt* Làm giảm thiểu.

AMOINDRISSEMENT : *đ* Sự làm giảm thiểu.

À MOINS QUE : Trừ phi.

AMONCELER : *đgt* Chất đống. Chồng chất.
Amonceler les BRIQUES : Chất gạch thành đống.
Amonceler les PREUVES : Chồng chất bằng cớ.

AMONT : *đ* Thượng lưu của con sông.
VENT d'amont : Gió từ đất liền thổi tới.

AMORAL : *tt* Phi luân lý. Phi đạo đức.

AMORALISME : *đ* Thuyết phi luân lý, phi đạo đức.

AMORALISTE : *đ* Người theo chủ thuyết vô luân.

AMORTIR : *đgt* Hoàn giảm. Làm nhẹ yếu bớt đi.
Amortir une PEINE : Giảm bớt tội.

AMORTISSEMENT : *đ* Sự trả dần dần.
Khoản chiết cựu.

AMOUR : *đ* Mối tình. Tình yêu. Luyến ái. Đẹp. Xinh xắn.
Amour CONJUGAL : Tình phu phụ. Nghiã vợ chồng
Amour EXTRACONJUGAL : Ngoại tình.
Amour MATERNEL : Tình mẫu tử.
Amour de la PATRIE : Lòng yêu nước. Lòng ái quốc.
BEAU COMME un amour : Rất đẹp.
UN amour de BRIQUET : Cái bật lửa xinh xắn.

AMOURS : *c snh.* Những mối tình.

AMOURACHER : *đgt* Phải lòng (một thiếu nữ).

AMOURETTE : *c* Mối tình giây lát (không bền).

AMOUR PROPRE : *đ* Tính tự ái.

AMOVIBILITÉ : *c* Khả năng bãi miễn.

AMOVIBLE : *tt* Có thể bãi miễn.

AMPHITHÉATRE : Đại giảng đường. Đại thính đường.

AMPLE : *tt* Rộng rãi. Lụng thụng. Kỹ càng. Chu đáo.
PLUS ample INFORMÉ : Thẩm tra kỹ càng thêm.

AMPLIATIF : *tt* Công sao. Chính thức sao biên. Phó bản chích thức.

AMPLIATION : *c* Sự công sao. Bản công sao. Bản sao chính thức.
Ampliation d'un ARRÊTÉ : Công sao một nghị định.

AMPLIFIER : *đgt* Làm khuếch đại.

AMPUTER : *đgt* Cắt cụt.
Amputer une JAMBE : Cưa một chân đi.

AN : *đ* Tuổi. Năm.
L'an 2000 : Năm hai ngàn.

ANACHRONISME : *đ* Sự sai ngày tháng, niên đại. Sự lỗi thời.

ANALOGIE : *c* Sự giống nhau. Sự tương tự.

ANALOGUE : *tt* Giống nhau. Tương tự. Hao hao.

ANALPHABÈTE : *tt* Không biết đọc biết viết. Không biết chữ. Người mù chữ. Người thất học.

ANALYSE : *c* Sự phân tích. Sự phân giải.
Analyse JURIDIQUE : Phân tích pháp luật.
Analyse d'une MATIÈRE TOXIQUE : Phân hoá chất độc.

ANALYSER : *dgt* Phân tích. Phân giải.

ANALYTIQUE : *tt* Phân tích. Phân giải. Phân mục.

ANARCHIE : *c* Tình trạng vô chính phủ. Tình trạng hỗn loạn, bừa bãi.

ANARCHIQUE : *tt* Vô chính phủ. Bất trị. Hỗn trị. Hỗn loạn.
TOMBER dans l'anarchie : Lâm vào tình trạng hỗn loạn.

ANACHISME : *đ* Thuyết vô chính phủ.

ANARCHISTE : *đ* Kẻ theo thuyết vô chính phủ.

ANATOCISME : *đ* Sự chuyển lãi thành vốn.

ANCESTRAL : *tt* Thuộc về tổ tiên.

ANCÊTRE : *đ* Ông tổ. Ông cố. Ông vải.

ANCÊTRES : *đ snh* Những bậc tiền nhân.

ANCIEN : *tt* Cũ. Cổ. Cựu. Xüa.
CONSEIL des anciens : Viện bô lão.
Ancien RÉGIME : Chế độ cũ.
Ancien MINISTRE : Nguyên (cựu) bộ trưởng.
Anciens du VILLAGE : Bô lão trong làng.

ANCIENNETÉ : *c* Tình trạng lâu đời. Sự cũ kỹ. Sự thâm niên.
Ancienneté de SERVICE : Thâm niên phục vụ.

ANCRAGE : *đ* Sự bỏ neo. Thuế bến.

ANDROGÉNIE : *c* Sự thừa kế theo nam hệ.

ANÉANTIR : *dgt* Diệt trừ. Tiêu diệt. Triệt hạ.

ANÉANTISSEMENT : *đ* Sự diệt trừ. Sự tiêu diệt. Sự triệt hạ.

ANGARIE : *c* Quyền trưng dụng tầu bè.

ANGARIER : *dgt* Trưng dụng tàu thuyền ngoại quốc.

ANGLOPHILE : *đ* Người thân Anh quốc.

ANGLOPHOBE : *đ* Kẻ bài Anh quốc.

ANIMAL : *đ* Động vật. Thú vật. Súc sinh.
Animal DOMESTIQUE : Gia súc.
Animal SAUVAGE : Dã thú.

ANIMATEUR : *đ* Người khích lệ tăng sinh khí. Hoạt náo viên.

ANIMUS : Chủ ý. Chủ tâm. Ý chí.
Animus DOMINI : Chủ ý sở hữu.
Animus DONANDI : Chủ ý tặng giữ.
Animus FURANDI: Chủ ý ăn trộm.
Animus NOVANDI : Chủ ý hoán cải.
Animus TENENDI : Chủ ý chấp chiếm.

ANNAL : *tt* Một năm một. Hàng năm. Niên kỷ.

ANNALITÉ : *c* Hạn một năm. Niên kỳ.

ANNALES : *c snh* Biên niên ký. Niên sử.
Annales JURIDIQUES : Biên niên pháp lý.

ANNÉE : *c* Năm. Niên độ. Tuổi.
Année BISSEXTILE : Năm nhuận.
Année SCOLAIRE : Niên học. Năm học.

ANNEXE : *tt* Phụ. Phụ thuộc. Phụ đính. Chi nhánh.
ARTICLE annexe : Điều phụ. Phụ khoản.
PIÈCE annexe : Tài liệu đính kèm.

ANNEXE : *đ* Bản phụ. Phụ lục. Bản đính kèm. / Nhà ngang. Nhà dưới. Nhà trái.

ANNEXER : *dgt* Sát nhập. Thôn tính.

ANNEXION : *c* Sự sát nhập. Sự thôn tính. Sự phụ đính.
GUERRE d'annexion : Chiến tranh thôn tính.
Annexion de TERRITOIRE : Thôn tính lãnh thổ.

ANNEXIONNISME : *đ* Chủ nghiã thôn tính, bá quyền.

ANNIHILATION : *c* Sự phân rã hoàn toàn. Sự làm tiêu ma. Sự hư vô hoá.

ANNIHILER : *dgt* Làm cho tiêu tan, tan rã. Hư vô hoá.

ANNIVERSAIRE : *đ* Ngày kỷ niệm. Ngày tưởng niêm. Nhật kỵ. Ngày kỵ.
Anniversaire de la NAISSANCE : Sinh nhật.
Anniversaire de la MORT : Ngày giỗ. Ngày kỵ.
Anniversaire de la VICTOIRE : Kỷ niệm chiến thắng.

ANNONCE : *c* Việc báo tin. Việc cáo tri. Việc đăng tải. / Việc tiên đoán. Việc tuyên bố.

ANNONCER : *dgt* Báo tin. Cáo tri. Đăng tải. Tiên đoán. Tuyên bố.

ANNONCEUR : *đ* Người đăng quảng cáo. Người phát ngôn. Xướng ngôn viên.

ANNONCIATEUR : *đ* Người bố cáo.

ANNOTATEUR : *đ* Người dẫn giải. Kẻ chú giải luật pháp.

ANNOTATION : *c* Lời dẫn giải, ghi chú.
Annotation d'un JUGEMENT : Chú giải án văn.
Annotation en MARGE : Ghi chú bên lề.

ANNOTÉ : *tt* Dẫn giải. Ghi chú.
CODE PÉNAL annoté : Bộ hình luật dẫn giải.

ANNOTER : *dgt* Dẫn giải. Ghi chú.

ANNUAIRE : *đ* Niên giám.
Annuaire TÉLÉPHONIQUE : Điện thoại niên giám.

ANNUITÉ : *c* Niên độ. Niên hạn.

ANNUEL : *tt* Hằng năm. Mỗi năm. Một năm.

ANNUELLEMENT : *pht* Hằng năm. Mỗi năm. Niên độ.
DÉPENSES annuelles : Chi xuất hằng năm.

ANNUTAIRE : *tt* Trả hằng năm.

ANNUITÉ : *c* Niên khoản. Niên kìm.
Annuité à VIE : Niên khoản suốt đời.

ANNULABILITÉ : *c* Khả năng hủy bỏ.

ANNULABLE : *tt* Có thể hủy bỏ. Có thể tiêu hủy.

ANNULATION : *c* Sự hủy bỏ. Sự tiêu hủy.
Annulation d'un CONTRAT : Huỷ bỏ khế ước, giao kèo, hợp đồng.
Annulation des ÉLECTIONS : Hủy bỏ tuyển cử.
Annulation d'un JUGEMENT : Tiêu hủy một bản án.

ANNULEMENT : *đ* Sự hủy bỏ. Sự tiêu hủy.
Annulement d'une DÉCISION : Hủy bỏ một quyết định.

ANNULER : *đgt* Hủy bỏ. Hủy.
Annuler un JUGEMENT : Hủy bỏ một án văn.
Annuler un CONTRAT : Hủy một khế ước.

ANOBLIR : *đgt* Phong tước.

ANOBLISSEMENT : *đ* Việc phong tước.
LETTRE d'anoblissement : Chiếu phong tước.

ANODIN : *tt* Vô hại. Không đáng kể. Không quan trọng.

ANOMAL : *tt* Dị thường. Bất thường. Nghịch thường.
GENDRE anomal : Gửi rể. Chuế phu.
SUCCESSION anomale : Thừa kế nghịch thường.

ANONYMAT : *đ* Sự khuyết danh. Sự nặc danh. Sự vô danh.

ANONYME : *tt* Khuyết danh. Nặc danh. Vô danh.
LETTRE anonyme : Thư nặc danh, thư rơi.
OEUVRE anonyme : Tác phẩm khuyết danh.
SOCIÉTÉ anonyme : Công ty nặc danh.

ANORMAL : *t* Nghịch thường. Khác thường.
OBLIGATION anormale : Nghiã vụ nghịch thường.

A NOVO : Lại. Nữa. Tái.

ANTAGONIQUE : *tt* Đối nghịch. Đối lập. Đối kháng.

ANTAGONISME : *đ* Sự đối nghịch, đối lập, đối kháng.

ANTAGONISTE : *tt* Đối nghịch. Đối lập. Đối kháng. *đ* Đối thủ. Kẻ đối dịch.

ANTE BELLUM : Trước chiến tranh. Tiền chiến.
STATUSQUO ante bellum : Nguyên trạng tiền chiến.

ANTÉCÉDENT : *tt* Tiền lệ. Tiền sự. Có trước rồi.
FAIT antécédent : Tiền sự.

ANTÉCÉDENT : *đ* Tiền lệ. Có trước.

ANTÉCÉDENTAIRE : Kẻ có tiền án. Kẻ có tiền sự.

ANTÉCÉDENTS : *đ snh* Án tích. Tiền tích. Hành tích.
BONS antécédents : Có hành tích tốt.
Antécédents JUDICIAIRES : Tiền án. Án tích.

ANTÉRIEUR : *tt* Trước. Tiền.
ÉPOQUE antérieure : Thời trước đó.
FAIT antérieur : Việc trước. Tiền sự.

ANTÉRIEUREMENT : *pht* Trước kia.

ANTÉRIORITÉ : *c* Sự có trước. Sự được trước.

ANTI : *tt* Chống lại. Kháng lại. Phản lại.

ANTIAÉRIEN : *tt* Chống phi cơ. Chống máy bay. Phòng không.
ARTILLERIE antiaérienne : Pháo đội chống máy bay. Đội cao sạ, phòng không.

ANTIALCOOLIQUE : *tt* Chống nạn rượu chè. Bài trừ nạn uống rượu.

ANTIANNEXIONNISTE : *đ* Kẻ chống chủ nghiã xâm lăng.

ANTICHAR : *tt* Chống chiến xa.

ANTICIPATION : *c* Sự làm trước hạn kỳ.
PAIEMENT par anticipation : Trả tiền trước kỳ hạn.
PAR anticipation : Trước kỳ hạn.
Anticipation sur la VOIE PUBLIQUE : Việc (xây nhà cửa) lấn vào công lộ.

ANTICIPÉ : *tt* Trước.
DISSOLUTION anticipée : Giải tán trước kỳ hạn.

ANTICIPER : *đgt* Làm trước hạn.

ANTICIPER SUR : *đgt* Lấn sang.
Anticiper sur le TERRAIN d'AUTRUI : Lấn đất tha nhân.

ANTICLÉRICAL : *tt* Chống giáo quyền. *đ* Kẻ chống giáo quyền.

ANTICONCEPTIONNEL : *tt* Chống thụ thai. Ngừa thai. Tiết chế sinh sản.

ANTICONSTITUTIONNEL : *tt* Nghịch hiến. Vi hiến.

ANTIDATE : *c* Ngày tháng ngược giòng. (Trước ngày tháng đúng).

ANTIDATER : *đgt* Để ngày tháng ngược giòng.

ANTIFÉMINISME : *đ* Thuyết chống nữ giới. Thuyết bài bác phụ nữ.

ANTIFÉMINISTE : *tt* Chống nữ giới. Bài nữ. *đ* Người chống nữ giới.

ANTIFRANçAIS : *tt* Chống Pháp. Bài Pháp. *d* Người chống Pháp, bài Pháp.

ANTIGRÉVISTE : *tt* Chống đình công. *d* Người chống đình công.

ANTIHUMAIN : *tt* Phản nhân loại. Phi nhân đạo.

ANTIIMPÉRIALISME : *d* Thuyết chống đế quốc.

ANTIJUIF : *tt* Bài Do thái. Chống Do thái.

ANTIKOMINTERN : *d* Chống quốc tế cộng sản.

ANTILÉGAL : *tt* Chống luật pháp.

ANTILIBÉRAL : *tt* Chống tự do.

ANTILIBÉRALISME : *d* Thuyết chống tự do thương mại .

ANTILOGIE : *c* Thuyết tương phản. Sự mâu thuẫn.

ANTILOGIQUE : *tt* Phản thuận lý. Phản lô dích.

ANTIMILITARISME : *d* Thuyết chống quyền bính quân sự.

ANTIMILITAIRE : *tt* Chống chế độ quân sự.

ANTIMISSILE : *tt* Chống hoả tiễn. Chống tên lửa.

ANTIMONARCHISME : *d* Thuyết chống chính thể quân chủ.

ANTIMONARCHIQUE : *tt* Chống chế độ quân chủ.

ANTIMORAL : *tt* Phản đạo đức. Phản luân lý.

ANTINOMIE : *c* Sự tương phản. Sự đối chọi. Sự mâu thuẫn.

ANTINOMIQUE : *tt* Tương phản. Đối chọi. Mâu thuẫn.

ANTIPARLEMENTAIRE : *tt* Chống chế độ đại nghị.

ANTIPATHIQUE : *tt* Đáng ghét. Tính nết khó thương. *d* Kẻ khó thương. Kẻ khó chịu.

ANTIPATRIOTIQUE : *tt* Phi ái quốc.

ANTIPODE : *d* Điều hoàn toàn trái ngược.

ANTIPOLITIQUE : *tt* Phản chính trị.

ANTIPOPULAIRE : *tt* Phản nhân dân. Chống bình dân.

ANTIPROGRESSISTE : *tt* Phản tiến bộ.

ANTIPROTECTIONNISTE : *tt* Chống bảo vệ ngoại thương.

ANTIQUE : *tt* Cổ xưa. Thượng cổ.
LOI antique : Cổ luật. Luật thời thượng cổ.

ANTIQUITÉ : *c* Thời thượng cổ.
HAUTE antiquité : Thời thái cổ.

ANTIQUITÉS : *c snh* Đồ cổ.

ANTIRATIONNEL : Phi lý tính.

ANTIRÉALISTE : *tt* Phản thực tế.

ANTIRÉFORMISTE : *tt* Chống cải cách.

ANTIRELIGIEUX : *tt* Chống tôn giáo.

ANTIRÉPUBLICAIN : *tt* Phản cộng hoà.

ANTIRÉVOLUTIONNAIRE : *tt* Phản cách mạng.

ANTISÉMITE : *tt* Bài Do thái.

ANTISOCIAL : *tt* Phản xã hội.

ANTISOCIALISME : *d* Thuyết chống chủ nghiã xã hội.

ANTITHÈSE : *c* Phản đề.

APAISEMENT : *d* Sự làm dịu bớt. Sự làm cho nguôi đi. Sự khuây khoả. Sự làm cho yên lòng.

APAISER : *đgt* Làm cho dịu bớt. Làm cho khuây khoả. Làm cho nguôi đi.
Apaiser la COLÈRE : Làm nguôi cơn thịnh nộ.

APATRIDE : *tt* Vô tổ quốc. Vô quốc tịch. *c* Tình trạng vô quốc tịch.

APATRIDIE : *c* Trạng thái vô quốc tịch.

APERçU : *d* Cái nhìn bao quát. Nhìn đại thể. Nhận xét. Lời phê bình.

APHONIE : *c* Sự mất tiếng nói (*không phát âm được*).

APHORISME : *d* Cách ngôn. Châm ngôn.

APLANIR : *đgt* San bằng. San phẳng.
Aplanir les DIFFÉRENCES : San bằng dị biệt.

APLANISSEMENT : *d* San bằng. San phẳng.

APOCRYPHE : *tt* Giả mạo. Ngụy tác. Thất thiệt.
LIVRE apocryphe : Ngụy thư. Sách giả lạo.
NOUVELLE apocryphe : Tin thất thiệt.

APOGÉE : *c* Trình độ cực thịnh. Tuyệt đỉnh. Điểm viễn địa.
Apogée de la GLOIRE : Tuyệt đỉnh vinh quang.

APOLOGIE : *c* Bài biện hộ. Biện minh trạng. Sự ca tụng. Sự tán dương.

APOLOGIQUE : *tt* Biện hộ. Ca tụng.

APOLOGISTE : *d* Người biện hộ. Người ca tụng.

APOSTASIE : *c* Sự bỏ đạo. Sự bội giáo. Sự bỏ đảng.

APOSTSIER : *đgt* Bỏ đạo. Bội giáo. Bỏ đảng.

APOSTAT : *tt* Bỏ đạo. Bội giáo. Bỏ đảng. *đ* Kẻ bỏ đạo. Kẻ bội giáo. Kẻ bỏ đảng.

A POSTERIORI : Hậu nghiệm.

APOSTILLE : *c* Cước chú bên lề. Lời phê vào lề lá đơn.

APOSTILLER : *đgt* Phê chuyển trên một lá đơn. Cước chú.

APOSTOLAT : *đ* Chức tông đồ. Sự truyền đạo. Sự truyền bá, phổ biến.

APOTHÉOSE : *c* Sự phong thần. Sự tôn sùng. Sự tán dương. Sự phát triển tột bực.

APOTHÉOSER : *đgt* Thần thánh hoá. Tán dương. Ca tụng.

APOTHICAIRE : *đ* Người bào chế. (*x ch Pharmacien*).

APÔTRE : *đ* Tông đồ. Người tuyên truyền.
FAIRE le BON apôtre : Giả đạo đức.

APPARAT : *đ* Vẻ huy hoàng. Vẻ long trọng. Vẻ uy nghi.

APPAREIL : *c* Bộ máy.
Appareil de l'ÉTAT : Bộ máy nhà nước. Các cơ quan hành chánh.

APPAREILLAGE : *c* Việc nhổ neo, khởi hành. Việc chuyển bánh (xe).

APPAREMMENT : *pht* Bề ngoài. Có thể là.

APPARENCE : *đ* Bề ngoài.
THÉORIE de l'apparence : Luận thuyết tin ở bề ngoài.

APPARENT : *tt* Hiển hiện. Rõ ràng. Nhìn thấy. Bề ngoài.
PREUVE apparente : Chứng cớ hiển nhiên.

APPARITION : *c* Sự hiện ra. Sự hiện hình. Sự có mặt một thoáng.

APPAROIR : *đgt* Hiển nhiên. Rõ ra là.
Il APPERT : Hiển nhiện là.

APPARTEMENT : *đ* Căn hộ trong một chung cư.

APPARTENANCE : *c* Sự thuộc về.

APPARTENANCES : *csnh* Phần phụ thuộc. Phụ vật.

APPATENANT à : *đgt* Thuộc về ai. Cuả ai.

APPARTENIR : *đgt* Thuộc về. Sở hữu của ai.

APPAUVRI : *tt* Bị nghèo đi.

APPAUVRIR : *đgt* Bần cùng hóa. Làm cho nghèo thêm.

APPAUVRISSEMENT : *đ* Sự bần cùng hoá. Sự nghèo đi.

APPEL : *đ* Sự chống án, kháng án, kháng cáo. Thượng tố. / Hiệu triệu. Kêu gọi. / Sự điểm danh.
ACTE d'appel : Chứng thư kháng cáo.
FAIRE appel : Chống án. Kháng án. Kháng cáo. Kháng tố.
FOL appel : Cuồng kháng. Kháng cáo không chính đáng.
INTERJETER appel : Kháng án. Kháng cáo. Kháng Tố.
Appel ABUSIF : Lạm kháng.
Appel *a maxima* : Kháng cáo tối đa. Kháng cáo giảm hình.
Appel *a minima* : Kháng cáo tối thiểu. Kháng cáo gia hình.
Appel CIVIL : Kháng cáo dân sự.
Appel CORRECTIONNEL : Kháng cáo hình sự.
Appel de la CAUSE : Xướng danh vụ kiện.
Appel en CAUSE : Đòi ra dự sự. Lôi vào vụ kiện.
Appel INCIDENT : Kháng cáo phụ đới.
Appel NON RECEVABLE : Kháng cáo bất khả chấp.
Appel d'OFFRES : Gọi đấu thầu.
Appel PARTIEL : Kháng cáo phân bộ.

APPELANT : *đ* Nguyên kháng (trước toà Thượng thẩm).

APPELER : *đg* Hô danh. Xướng danh. Triệu hoán. Kháng án. Kháng tố.
Appeler EN CAUSE : Gọi vào dự sự.

APPELLATION : *c* Tên gọi. Sự xưng danh. Cách gọi.
FAUSSE appellation : Danh xưng giả mạo.
Appellation CONTROLÉE : Danh xưng có kiểm chứng.

APPLICABLE : *tt* Áp dụng được. Thích dụng.
LOI applicable : Luật thích dụng.

APPLICATEUR : *đ* Người áp dụng. Người ứng dụng.

APPLICATION : *c* Sự áp dụng. Sự ứng dụng.
DÉCRET d'application : Nghị định chỉ dẫn.
FAUSSE application de la LOI : Áp dụng sai luật pháp.
Application de la LOI : Áp dụng luật pháp.
Application de la PEINE : Áp dụng hình phạt.
Application TERRITORIALE : Áp dụng tùy theo nơi.

APPLIQUER : *đgt* Áp dụng. Ứng dụng.

APPLIQUER (S') : *đgt* Chuyên cần. Cần mẫn.

APPOINT : *đ* Cái phụ thêm cho đủ số.
MONNAIE d'appoint : Tiền trả lại (*thối lại*).

APPOINTEMENTS : *đ snh* Tiền lương. Tiền công.
APPORT : *đ* Sự đóng góp. Vật đóng góp. Phần hùn. / Đất bồi ven sông, ven biển. / Tài sản cuả vợ và chồng góp vào làm cuả chung.
Apport en DOT : Đem hồi môn vào gia sản cuả chồng.
Apport en ESPÈCES : Phần góp bằng hiện kim.
Apport en NATURE : Phần góp bằng hiện vật.

APPOSER : *dgt* Đóng vào. Đặt vào. Dán vào.
Apposer le CACHET : Đóng dấu.
Apposer des SCELLÉS : Niêm phong.
Apposer une SIGNATURE : Hạ bút ký tên.

APPOSITION : *c* Việc đóng dấu. Sự ấn vào.
Apposition d'un CACHET : In dấu ấn. Đóng dấu.

APPRÉCIABLE : *tt* Có thể đánh giá được. Có thể nhận thấy được. / Đáng kể. Đáng giá.

APPRÉCIATEUR : *đ* Người đánh giá.

APPRÉCIATION : *c* Sự lượng giá. Sự thẩm lượng. / Lời phê phán. Lời phẩm bình.
Appréciation du JUGE : Quyền lượng định của thẩm phán.
Appréciation SOUVERAINE : Toàn quyền thẩm định.

APPRÉCIER : *dgt* Đánh giá. Ước lượng. Đánh giá cao.
J'apprécie ce TABLEAU : Tôi rất thích bức tranh này.

APPRÉHENDER : *dgt* Bắt bớ. Nghi ngờ. / Chiếm đoạt.
Appréhender un MALFAITEUR : Bắt gian phi.
Appréhender qu'il soit INNOCENT : E rằng hắn vô tội.
Appréhender une SUCCESSION : Chiếm đoạt di sản

APPRENTI : *đ* Người học việc. Kẻ tập nghề. Kẻ không thành thạo công việc.

APPRENTISSAGE : *đ* Sự học việc. Sự tập nghề.
DURÉE d'apprentissage : Thời gian học việc.

APPRIVOISER : *dgt* Thuần hoá. Làm cho thuần tính. Huấn luyện loài thú.

APPRIVOISER (S') : Trở nên thuần tính, nhu mì.

APPROBATION : *c* Sự chuẩn y. Sự chuẩn nhận. Việc tán thành.
POUR approbation : Xin để chuẩn y.
Approbation d'une ACTION : Đồng ý hành động đó.
Approbation d'un MARIAGE : Tán thành cuộc hôn nhân.
Approbation du MINISTRE : Chuẩn y của bộ trưởng.
Approbation d'un TRAITÉ : Chuẩn y thoả ước.

APPROFONDI : *tt* Sâu. Kỹ.
ÉTUDE approfondie : Nghiên cứu kỹ càng.

APPROFONDIR : *dgt* Nghiên cứu. Thâm cứu.
Approfondir une QUESTION : Đào sâu một vấn đề.

APPROPRIABLE : *tt* Chiếm hữu được.

APPROPRIATION : *c* Sự chiếm làm tư hữu. Sự chiếm hữu. / Sự làm cho thích hợp.

APPROPRIÉ : *tt* Thích hợp. Thích đáng. Thích nghi.

APPROPRIER : *dgt* Làm cho thích nghi, thích hợp.

APPROPRIER (S') : *dgt* Chiếm làm tư hữu.

APPROUVER : *dgt* Tán thành. Đồng ý. Duyệt.
Approuver un POÈME : Tán thưởng một bài thơ.

APPROUVÉ : *tt* Đồng ý. Đã duyệt.
LU ET approuvé : Đã đọc và đồng ý.

APPROVISIONNEMENT : *đ* Sự cung cấp. Sự tiếp liệu.

APPROXIMATIF : *tt* Phỏng chừng. Ước chừng. Xấp xỉ. / Gần bằng. Gần giống. Hao hao.

APPROXIMATION : *c* Sự xấp xỉ. Sự phỏng chừng. Sự áng chừng. Sự ước chừng.

APPROXIMATIVEMENT : *pht* Một cách hao hao gần giống. Gần giống.

APPUI : *đ* Sự giúp đỡ. Sự ủng hộ. Sự nương tựa. Sự dựa nhờ. Sự nâng đỡ. Sự chi trì. / Chỗ chống; tựa.
À l'appui de la DEMANDE : Để chi trì lời thỉnh cầu.

APPUI : *đ* Sự giúp đỡ. Sự ủng hộ.

APPUYER : *dgt* Dựa vào. Tựa vào. Tì vào.

APRE : *tt* Sần sùi.

APRÈS : *gt* Sau. Ở sau. Về sau.

APRÈS DEMAIN : *pht* Ngày kia. Ngày mốt (Nm).

APRÈS-GUERRE : *đ* Thời hậu chiến.

APTE : *tt* Đủ khả năng. Đủ tư cách. Có năng cách.

APTITUDE : *c* Năng khiếu. Năng cách. Tư cách.
Aptitude pour la MÉDECINE : Có khiếu y học.
Aptitude PROFESSIONNELLE : Khả năng hành nghề.

APUREMENT : *đ* Việc thanh lý.
Apurement d'un COMPTE : Thanh lý trương mục.

APURER : *dgt* Thanh lý. Thanh toán.
Apurer une DETTE : Thanh ly món nợ.

AQUEDUC : *đ* Cầu dẫn nước.
SERVTUDE d'aqueduc : Địa dịch dẫn nước.

A QUIA : Câm nín.
RÉDUIRE *a quia* : Làm cho không mở miệng được.

ARABE : *tt* Thuộc về dân Ả rập. *đ* Dân Ả rập. *đ* Tiếng Ả rập.

ARABLE : *tt* Mầu mỡ.
TERRE arable: Đất mầu mỡ, phì nhiêu.

ARBITRAGE : *đ* Sự trọng tài. Sự phân xử. Sự tài định.
Arbitrage INTERNATIONAL : Sự trọng tài quốc tế.
TRIBUNAL d'arbitrage : Toà án trọng tài.

ARDEUR : *c* Sự hăng say. Sự nồng nhiệt.
TRAVAILLER avec ardeur : Làm việc hăng say.

ARBITRAIRE : *tt* Tùy tiện. Độc đoán. Vô luật.
DÉCISION arbitraire : Quyết định độc đoán.
DÉTENTION arbitraire : Giam cầm trái phép.

ARBITRAL : *tt* Thuộc về trọng tài.

ARBRITARIAE (actio) : Tố quyền giám định.

ARBITRE : *đ* Trọng tài. Kẻ võ đoán.
LIBRE arbitre : Ý chí tự do.
SERF arbitre : Ý chí nô lệ.
Arbitre JUGE : Trọng tài thẩm phán.
Arbitre RAPPORTEUR : Trọng tài thuyết trình.

ARBITRER : *đgt* Làm trọng tài. / Quyết đoán.

ARBRE : *đ* Cây to. Cây gỗ lớn.
Arbre GÉNÉALOGIQUE : Tổng chi. Phả hệ.

ARBRISSEAU : *đ* Cây nhỏ.

ARBUSTE : *đ* Cây nhỡ.

ARC-EN-CIEL : Cầu vồng.

ARCHAIQUE : *tt* Xưa. Cổ.

ARCHE : *c* Nhịp cầu. Vòm cầu.

ARCHEOLOGIE : *c* Khảo cổ học.

ARCHÉOLOGUE : *đ* Nhà khảo cổ.

ARCHEVÊCHÉ : *đ* Địa hạt Tổng giám mục.

ARCHEVÊQUE : *đ* Đức Tổng giám mục.

ARCHIPRÊTE : *đ* Tổng linh mục.

ARCHITECTE : Kiến trúc sư.

ARCHITECTURE : Nghệ thuật xây cất.

ARCHIVAGE : *đ* Việc lưu trữ công văn, tài liệu.

ARCHIVER : *đgt* Lưu trữ công văn, tài liệu.

ARCHIVES : *c* Văn khố. / Nợ lưu trữ công văn, tài liệu.

ARCHIVISTE : *đ* Quản thủ viên văn khố.

ARCTIQUE : *tt* Thuộc về Bắc cực.

ARDEUR : *c* Sự nồng nhiệt. Sự hăng say. Sự sinh hoạt.
TRAVAILLER avec ardeur : Làm việc hăng say.

ARDOISE : *c* Ngói đá đen lợp nhà. / Bảng đá đen của học sinh.
AVOIR une ardoise au RESTAURANT : Ăn chịu.

AREC : *đ* Cau. Cây cau.

ARÈNE : *c* Đấu trường.
DESCENDRE dans l'arène: Xuống đấu trường tỷ thí. Gia nhập cuộc tranh tài.

ARETE : *c* Sống mũi. / Góc cạnh sắc bén. / Xương cá.

ARGENT : *đ* Bạc (kim loại). Tiền bạc. / Sự giầu có.
HOMME d'argent : Kẻ ham tiền bạc.
Argent COMPTANT : Tiền mặt.

ARGENTÉ : *tt* Mạ bạc. / Giầu có. Sung túc. Có tiền.

ARGENTERIE : *c* Bộ ấm chén thià niã bằng bạc.

ARGENTIN : *đ* Người nước Á Căn Đình.

ARGENTINE : Nước Á Căn Đình.

ARGOT : *đ* Tiếng lóng một thành phần, giai cấp.
Argot SCOLAIRE : Tiếng lóng của học trò.
Argot du MILIEU : Tiếng lóng của bọn cướp, bọn buôn lậu.

ARGOUSIN : *đ* Cai tù. Quản ngục. Quản giáo.

ARGUER : *đgt* Lý luận. Lập luận.

ARGUMENT : *đ* Lời lập luận.
Argument DIALECTIQUE : Lý luận biện chứng.
Argument SOPHITIQUÉ : Ngụy biện.

ARGUMENTATION : *c* Cách lập luận.
Argument APODICTIQUE : Luận chứng tất nhiên.
Argument DILECTIQUE : Lý luận biện chứng.
Argument SOPHISTIQUE : Ngụy biện.

ARGUMENTER : *đgt* Lý luận. Biện luận. Luận chứng.

ARGUS : *đ* Kiểm soát viên. Điệp viên.

ARGUTIE : *c* Luận cứ vẩn vơ.

ARISTOCRATE : *đ* Người quý phái. Nhà quý tộc.

ARISTOCRATIE : *c* Dòng quý phái, quý tộc.
Aristocratie de la FORTUNE : Quý phái phú gia.
Aristocratie de la NAISSANCE : Quý phái dòng rõi.

ARMATEUR : *đ* Chủ tầu. Người có đoàn hải thuyền.

ARME : *c* Binh khí. Khí giới. Võ khí. Lợi khí.
FAIT d'arme : Võ công.
PERMIS de PORT d'arme : Giấy phép mang võ khí.
Arme AÉROPORTÉE : Quân đội không vận.
Arme BLANCHE : Võ khí bằng vật nhọn bén.
Arme BLINDÉE : Quân thiết giáp.
Arme de l'ÉLOQUENCE : Lợi khí của sự hùng biện.

ARMÉ : *tt* Võ trang. Võ bị.
CONFLIT armé : Chiến tranh. Xung đột bằng vũ khí.
FORCES armées : Quân lực.
À MAIN armée : Có khí giới.
VOL À MAIN armée : Kẻ trộm có võ khí.

ARMÉE : *c* Quân đội. Đạo quân. Quân đoàn.
CORPS d'armée : Quân đoàn.
Armée de l'AIR : Không quân.
Armée NATIONALE : Quân đội quốc gia.
Armée de MER : Hải quân

Armée RÉGULIÈRE : Quân chính qui.
Armée de RENFORT : Viện binh.
Armée RÉVOLUTIONNAIRE : Cách mạng quân.
Armée de TERRE : Bộ binh.
Armée VOLONTAIRE : Chí nguyện quân.

ARMEMENT : *đ* Sự vũ trang. Vũ khí. Đồ quân bị. Quân trang. / Kỹ thuật vũ khí.
RÉDUCTION d' armement : Giảm binh.

ARMER : *đgt* Vũ trang. Cấp khí giới.

ARMES : *c snh :* Huy hiệu.

ARMISTICE : Sự đình chiến.
TRAITÉ d'armistice : Thoả ước đình chiến.

ARMOIRIES : *c snh* Huy hiệu. Quốc huy.

ARRAISONNEMENT : *đ* Sự khám xét tầu thuyền ngoài khơi.

ARRAISONNER : *đgt* Khám xét tầu thuyền ngoài khơi.

ARRANGEMENT : *đ* Việc sắp xếp ; xếp đặt ; thu xếp. Việc thương lượng ; dàn xếp.
Arrangement à l'AMIABLE : Dàn xếp ổn thoả.

ARRANGER : *đgt* Sắp xếp. Thu xếp. Thương lượng.

ARRÉAGER (S') : *đgt* Còn thiếu. Còn nợ.

ARRÉAGES : *đ snh* Tiền trả hàng năm. Niên kim. Nợ còn thiếu.

ARRENTEMENT : *đ* Việc cho thuê ruộng đất. Việc phát canh.
ARRENTER : *đgt* Cho thuê ruộng đát. Phát canh.

ARRESTATION : *c* Việc bắt giữ. Việc bị bắt giữ. Việc bắt giam. Sự lưu.
EN ÉTAT d'arrestation : Trong tình trạng bị bắt.
ORDRE d'arrestation : Lệnh truy lùng.
Arrestation ARBITRAIRE : Bắt giam trái phép.
Arrestation ILLÉGALE : Bắt giam trái luật.
Arrestation PRÉVENTIVE : Bắt giam phòng ngừa.
Arrestation PROVISOIRE : Tạm giam.

ARRÊT : *đ* Phán quyết của toà thượng thẩm. Phúc nghị. / Sự ngưng lại. Trạm xe. Bến xe.
MAISON d'arrêt : Nhà tù. Lao xá.
SANS arrêt : Liên tục.
MANDAT d'arrêt : Trát lùng bắt. Trát truy nã.
SAISIE-arrêt : Sai áp lương bổng.
Arrêt d'ANNULATION : Phúc nghị hủy án.
Arrêt AVANT-DIRE-DROIT : Phúc nghị tiên thẩm.
Arrêt CONFIRMATIF : Phúc nghị y án.
Arrêt CONTRADICTOIRE : Phúc nghị đương tịch. Phúc nghị đối tịch.
Arrêt de DEBET : Phúc nghị khuyết kim.
Arrêt de NON LIEU : Phúc nghị miễn tố.
Arrêt de REJET : Phúc nghị bác khước.

ARRÊTÉ : *tt* Quyết toán. Kết toán.
Arrêté à la SOMME DE : Kết toán thành tiền là.

ARRÊTÉ : *đ* Nghị định.

ARRÊTER : *đgt* Bắt giữ. / Đình chỉ. Ngưng lại. / Quyết toán. Kết toán.

ARRÊTS : *đ snh* Phạt cấm túc. Câu thúc tại gia. Không cho ra khỏi nhà.

ARRÊTISTE : *đ* Người bình luận các án văn.

ARRHER : *đgt* Đặt cọc.

ARRHES : *c snh* Tiền đặt cọc.

ARRIÈRE GRAND MÈRE : *c* Tằng tổ mẫu.

ARRIÈRE GRAND PÈRE : *đ* Tằng tổ phụ.

ARRIÈRE NEVEU : *đ* Cháu trai (con trai của cháu).

ARRIÈRE NIÈCE : *c* Cháu gái (con gái của cháu).

ARRIÈRE PENSÉE : *c* Ẩn ý. Hậu ý.

ARRIÉRÉ : *tt* Lạc hậu. Chậm trễ.
PAIEMENT arriéré : Trả trễ nợ.

ARRIÉRÉ : *đ* Số tiền chưa trả, còn thiếu.
Arriéré de LOYER : Tiền thuê nhà chưa trả.
Arriéré de SALAIRE : Lương chưa trả.

ARRIMAGE : *đ* Sự xếp hàng trong tầu, thuyền.

ARRIMER : *đgt* Xếp hàng trong tầu.

ARRIMEUR-JURÉ : *đ* Kiểm hoá giám định viên.

ARRIVISTE : *đ* Kẻ hãnh tiến. Kẻ háo danh. Kẻ giầu nổi.

ARROGANT : *tt* Kiêu căng. Phách lối.

ARROGER (S') : *đgt* Tự phong cho mình. Tự ý chiếm lấy.

ARRONDISSEMENT : *đ* Quận. Khu phố. Quận của một tỉnh lớn.

ARSENAL : *đ* Kho vũ khí. / Hải quân công xưởng.

ART : *đ* Mỹ thuật. Nghệ thuật. Thuật.
Art MILITAIRE : Thuật dụng binh. Binh khoa.
Art de PLAIDER : Thuật biện hộ.

ARTICLE : *đ* Điều khoản (trong bộ luật). / Khoản mục. / Món hàng. Hoá phẩm. Phẩm vật. / Bài báo.
Article du CODE CIVIL : Điều khoản trong Dân luật.
Article de COMPTE : Điều khoản trong trương mục
Article de FOND : Bài xã luận.
Article de JOURNAL : Bài đăng báo.
À l'article de la MORT : Lúc lâm chung.
Article de PARIS : Phẩm vật Paris.
FAIRE l'article : Khoe ẩm ĩ.

ARTICULATION : *c* Việc liệt cử. / Kể từng mục trong bài cãi. / Việc phát âm rành rõ.

ARTICULER : *đgt* Liệt cử. / Phát âm rành mạch. / Cử động khớp xương.

ARTIFICE : *đ* Mưu mẹo. Mánh khoé. / Thuốc pháo.
Artifice de MALFAITEUR : Mánh khoé của gian nhân.
FEU d'artifice : Pháo bông, pháo hoa.

ARTIFICIEL : *tt* Nhân tạo. Giả tạo. Không thật.
FLEUR artificielle : Hoa giả. Hoa giấy.
HOMME artificiel : Kẻ không thật tình.
SOIE artificielle : Tơ nhân tạo.

ARTILLERIE : c Pháo binh. Quân chủng pháo.
PIÈCE d'artillerie : Cỗ đại pháo. Súng thần công (xưa).

ARTISAN : *đ* Thợ thủ công.

ARTISANAL : *tt* Thủ công.

ARTISANALEMENT : *pht* Theo lối thủ công.

ARTISANAT : *đ* Nghề thủ công. Thủ công nghiệp.

ARTISTE : *tt* Nghệ sĩ tính. *đ* Nhà nghệ sĩ.

ARTISTIQUE : *tt* Có nghệ thuật.
DROIT de PROPRIÉRÉ LITTÉRAIRE et ARTISTIQUE : Bản quyền văn chương và mỹ thuật. Tác quyền.

ASCENDANT : *đ* Giòng họ. Tổ tiên. Tiên nhân. Tông thuộc.

ASCENCEUR : *đ* Thang máy.

ASCENSION : *c* Sự lên. Sự trèo lên. Thang thiên (tôn).

ASÉISMIQUE : *đ* Không địa chấn.

ASEPTIQUE : *tt* Vô trùng. Vô khuẩn.

ASIATIQUE : *tt* Thuộc về Á Châu. *đ* Người á châu. Người da vàng.

ASIE : *c* Châu Á. Á châu. Á tế á.

ASILE : *đ* Nơi ẩn náu. Nơi nương náu. Nơi tỵ nạn. / Nhà dưỡng tế. Dưỡng tế viện. Viện.
DERNIER asile: Nấm mồ.
DONNER asile À : Che chở cho ai.
DROIT d'asile : Quyền tỵ nạn.
Asile d'ALIÉNÉS : Nhà thương điên. Dưỡng trí viện.
Asile de NUIT : Dạ lữ viện.
Asile des MORTS : Nghiã trang. Nghiã địa. Nhị tỳ.
Asile des PAUVRES : Viện tế bần.
Asile des VIEILLARDS : Viện dưỡng lão.
Asile DIPLOMATIQUE : Tỵ nạn ngoại giao.
Asile POLITIQUE : Tỵ nạn chính trị.

ASPECT : *đ* Vẻ. Dáng. / Phương diện.
ÉTUDIER SOUS TOUS LES aspects : Nghiên cứu mọi khiá cạnh.
À l'aspect DE : Khi trông thấy.
AU PREMIER aspect : Thoạt nhìn.

ASPÉRITÉ : *c* Sự lởm chởm. Sự gồ ghề. / Tính thô lỗ.

ASPIRANT : *tt* Sự hút vào. / Chuẩn úy. Kẻ sắp lên một chức vụ gì.
POMPE aspirante : Bơm hút nước, hút hơi.

ASPIRATION : *c* Tâm nguyện.
Aspirations du PEUPLE : Dân nguyện.
Aspirations NATIONALES : Nguyện vọng quốc gia.

ASSAGIR : *đgt* Làm cho bớt hung hăng. Làm cho khôn ngoan hơn.

ASSAILLANT : *tt* Công phá. Tấn công. Xung kích. *đ* Quân xung kích.

ASSAILLIR : *đgt* Công phá. Tấn công. Xung kích.
Assaillir un POSTE : Tấn công một đồn.
Assaillir de QUESTIONS : Dồn dập hỏi.

ASSASSIN : *tt* Giết người. *đ* Kẻ mưu sát. Kẻ ám sát. Kẻ giết người. Thích khách.

ASSASSINAT : *đ* Vụ mưu sát. Vụ ám sát.

ASSASSINER : *đgt* Ám sát. Mưu sát. Hành thích.

ASSAUT : *đ* Sự tấn công. Sự xung kích.

ASSEMBLÉE : *c* Hội đồng. Hội nghị. Nghị viện. / Cử tọa.
Assemblée CONSTITUANTE : Quốc hội lập hiến.
Assemblée CONSULTATIVE : Hội đồng tư vấn.
Assemblée CONSTITUTIVE : Hội đồng thiết lập.
Assemblée EXTRAORDINAIRE: Đại hội bất thường.
Assemblée GÉNÉRALE : Đại hội đồng.
Assemblée LEGISLATIVE : Quốc hội lập pháp.
Assemblée NATIONALE : Quốc dân đại hội. Quốc hội.
Assemblée ORDINAIRE : Đại hội thường kỳ.
TOUTE l'assemblée: Toàn thể cử tọa.

ASSENTIMENT : *đ* Sự tán đồng. Sự đồng ý. Sự thuận tình. Sự bằng lòng.
DONNER son assentiment : Tán đồng.
Assentiment du SÉNAT: Thuận tình của Thượng viện.

ASSERMENTÉ : *tt* Hữu thệ. Có tuyên thệ.
INTERPRÈTE assermenté : Thông ngôn hữu thệ.
TRADUCTEUR assermenté : Phiên dịch viên hữu thệ.

ASSERMENTER : *đgt* Bắt thề. Buộc phải thề.
Assermenter un témoin: Bắt nhân chứng tuyên thệ.

ASSERTION : *c* Điều quyết đoán.

ASSERVIR : *đgt* Bắt lệ thuộc. Bắt làm nô lệ. / Ức chế. Chế tài.
Asservir un PEUPLE : Nô lệ hoá một dân tộc.
Asservir la PENSÉE : Chế tài tư tưởng.
Asservir la PRESSE : Chế tài báo chí.

ASSESSEUR : *đ* Bồi thẩm. Phụ thẩm.

ASSESSORAL : *tt* Thuộc về bồi thẩm, phụ thẩm.

ASSESSORAT : *đ* Chức bồi thẩm.

ASSIDU : *tt* Chuyên cần. Siêng năng.

ASSIDUITÉ : *c* Sự chuyên cần. Sự siêng năng. / Sự năng lui tới.

ASSIDUMENT : *tt* Một cách chuyên cần, siêng năng. / Một cách đều đặn.

ASSIÉGÉ : *tt* Bị bao vây.

ASSIÉGEANT : *tt* Bao vây. *đ* Quân đi bao vây.

ASSIÉGER : *đgt* Bao vây. Hãm thành.

ASSIETTE : *c* Cơ sở. Cơ bản. Địa bàn.
Assiette de l'IMPÔT : Cơ bản thuế khoá.
Assiette POLITIQUE : Địa bàn chính trị.

ASSIGNABLE : *tt* Có thể thưa kiện được.

ASSIGNATION : *c* Tờ triệu hoán (*ra toà*). Triệu hoán trạng.
Assignation à BREF DÉLAI : Triệu hoán cận nhật.
Assignation EN DÉCLARATION AFFIRMATIVE : Triệu hoán đòi tuyên nhận, xác nhận (một sự kiện).
Assignation EN GARANTIE : Triệu hoán đòi bảo đảm.
Assignation à JOUR FIXE : Triệu hoán định nhật.
Assignation en JUSTICE : Triệu hoán trước công lý. Thưa ra tòa.
Assignation d'HEURE À HEURE: Triệu hoán cấp thì.
Assignation EN RÉFÉRÉ : Triệu hoán ra toà Khẩn cấp.

ASSIGNER : *đgt* Triệu hoán ra toà. Kiện thưa. Truy tố trước Pháp đình.

ASSIMILABLE : *tt* Có thể đồng hoá. Có thể coi như.

ASSIMILATION : *c* Sự đồng hoá.

ASSIMILÉ : *tt* Đồng hoá. *đ* Người bị đồng hoá.

ASSIMILER : *đgt* Đồng hoá. Coi như.

ASSIS : *tt* Ngồi. Toạ.
MAGISTRATURE assise: Ngành thẩm phán tọa xử.

ASSISE : *c* Cơ sở. Nền tảng.
Assise du POUVOIR : Nền tảng quyền chính.
Assise POLITIQUE : Nền tảng chính trị.

ASSISES : *c snh* Phiên đại hình.
COUR d'assises : Toà đại hình.
Assises d'un PARTI : Đại hội cuả một đảng.

ASSISTANCE : *c* Sự giúp đỡ. Sự trợ lực. Sự phụ giúp. Sự bảo trợ. Sự tương trợ. Sự cứu tế. / Những người dự, cử toạ.
Assistance aux PAUVRES. Trợ giúp người nghèo.
ÉMOUVOIR l'assistance : Làm cử tọa xúc động.
Assistance ÉCONOMIQUE : Phụ giúp, nâng đỡ kinh tế.
Assistance à la FAMILLE : Bảo trợ gia đình.
Assistance JUDICIAIRE : (*chữ cũ*) Tư pháp bảo trợ.
Assistance JURIDICTIONNELLE : Tư pháp bảo trợ (mới).
Assistance MARITIME : Cứu tầu ngộ nạn.
Assistance MÉDICALE : Phụ giúp y khoa.
Assistance MUTUELLE : Hỗ tương. Tương thân.

ASSISTANT : *tt* Phụ giúp. *đ* Người tham dự. Người dự sự.

ASSISTANTE : *c* Nữ cứu tế.
Assistante SOCIALE : Nữ phụ tá xã hội.

ASSISTÉ : *đ* Kẻ được cứu trợ.

ASSISTER : *đgt* Cứu giúp. Phụ giúp. / Tham dự.

ASSISTANCE : *c* Sự giúp đỡ. Sự cứu tế. / Cử tọa.

ASSOCIATION : *c* Sự kết hợp. Sự liên kết. / Hội đoàn. Hội.
Association de BIENFAISANCE : Hội thiện.
Association d'INTÉRÊT PUBLIC : Hội công ích.
Association de MALFAITEURS : Gian nhân hiệp đảng.

ASSOCIÉ : *đ* Hội viên. Xã viên. / Người cùng hùn vốn. Người cùng góp sức.

ASSOCIER : *đgt* Kết hợp. Liên kết. Liên hợp. Cộng tác.

ASSOCIER (S') : *đgt* Tham gia. Hợp tác.

ASSOLEMENT : *đ* Sự luân canh.

ASSUJETTI : *tt* Bị lệ thuộc. Bị áp chế. Chịu phục tùng.

ASSUJETTIR : *đgt* Bắt phục tùng. Chinh phục. Thống trị.

ASSUMER : *đgt* Đảm nhận. Cáng đáng.
Assumer la RESPONSABILITÉ : Đảm nhận trách nhiệm.
Assumer les OBLIGATIONS : Đảm nhận nghiã vụ.

ASSURANCE : *c* Bảo hiểm. Bảo kê. / Sự vững chắc. Sự vững vàng. / Sự tự tin.
AVOIR l'assurance : Tin chắc.
COMPAGNIE d'assurance: Hãng bảo hiểm.
POLICE d'assurance : Khế ước bảo hiểm.
PRIME d'assurance : Lệ phí bảo hiểm.

ASSURÉ : *tt* Vững chắc. Bảo đảm. *đ* Người được bảo hiểm.
VICTOIRE assurée : Chiến thắng chắc chắn.
VOITURE assurée : Xe hơi có bảo hiểm.

ASSURER : *đgt* Cam đoan. Bảo đảm.
JE VOUS assure QUE : Tôi cam đoan với anh là.
IL a assuré sa MAISON CONTRE L'INCENDIE : Anh ta bảo hiểm căn nhà nếu có hoả tai.

ASSURER (S') : *đgt* Tin chắc rằng.

ASSUREUR : *đ* Người bảo hiểm. / Hãng bảo hiểm. Công ty bảo hiểm.
Assureur CONSEIL : Đại diện bảo hiểm.

ASTREINDRE : *đgt* Ép buộc. Bắt buộc.

ASTREINTE : *c* Tiền phạt vì chậm thi hành (một bản án).

ASTROLOGIE : *c* Chiêm tinh học. Tinh tú học.

ASTRONAUTE : *đ* Phi hành gia không gian.

ASTRONAUTIQUE : *tt* Thuộc về phi hành không gian.

ASTROPHYSICIEN : *đ* Vật lý gia không gian.

ASTUCIEUX : *tt* Khéo léo. Tài tình. / Sảo trá (xưa).
Un HOMME astucieux : Người tài khéo.

ASTUCIEUSEMENT : *pht* Một cách gian ngoan.

ASYNTACTIQUE : *tt* Phi cú pháp.

ATELIER : *đ* Cơ xưởng. Công xưởng. Nơi làm việc.
Atelier de PEINTURE : Xưởng vẽ.

À TERME : *lng* Từng kỳ hạn.
À terme ECHU : Hết kỳ hạn. Đáo hạn. Mãn hạn.

ATERMOIEMENT : *đ* Hạn cho khất nợ. Sự khất nợ. / Sự lần lưã. Sự diên trì.

ATERMOYER : *đgt* Khất (nợ). Khất lần.

ATHÉE : *tt* Vô thần. *đ* Kẻ vô thần.

ATHLÈTE : *đ* Lực sĩ điền kinh.

ATLANTIQUE : *tt* Thuộc về Đại tây dương.
OCÉAN atlantique : Đại tây dương.

ATMOSPHÈRE : *c* Khí quyển.
Atmosphère AMICALE : Bầu không khí thân mật.

ATMOSPHÉRIQUE : *tt* Thuộc về khí quyển.

À TITRE : Với danh nghiã. Với tính cách.
À titre CONSULTATIF: Với tính cách tư vấn.
À titre INDICATIF : Với tính cách chỉ dẫn (không bắt buộc).

ATOLL : *đ* Quần đảo san hô.

ATOME : *đ* Nguyên tử.

ATOMIQUE : *tt* Thuộc về nguyên tử.
BOMBE atomique : Bom ngyên tử. Bom A.
COMMISSION à l'ENERGIE atomique : Ủy ban nguyên tử lực.

ATOUT : *đ* Phương tiện để thành công.

À TOUR DE RÔLE : *lng* Lần lượt. Luân phiên.

À TOUS ÉGARDS : *lng* Về mọi mặt, mọi phương diện.

À TOUTES FINS UTILES : *lng* Để tùy nghi, tùy tiện.

ATROCE : *tt* Hung ác. Đại ác. Tàn bạo. Khốc liệt
CRIME atroce : Tội ác ghê tởm.
DOULEUR atroce : Đau ghê gớm.

ATROCEMENT : *pht* Một cách ác liệt. Một cách tàn bạo.

ATROCITÉ : *c* Sự ác liệt. Sự tàn bạo.

ATTACHANT : *tt* Hấp dẫn. Dễ thương. Dễ mến. / Quyến luyến.

ATTACHE : *c* Dây. Xích. / Sự ràng buộc.
ÊTRE à l'attache : Bị gò bó. Bị lệ thuộc.
PORT d'attache : Bến, cảng căn cứ.

ATTACHES : *snh* Mối liên hệ.
ROMPRE les attaches : Đoạn tuyệt.

ATTACHÉ : *đ* Tuỳ viên.
Attaché CULTUREL : Tùy viên văn hoá.
Attaché au PARQUET: Tùy viên công tố.
Attaché de PRESSE : Tùy viên báo chí.

ATTACHER: *đgt* Buộc. Cột vào. / Nối vào.

ATTAQUANT : Kẻ tấn công. Kẻ xung phong.

ATTAQUE : *c* Sự công kích. Lời công kích. / Sự tấn công.
ÊTRE d'attaque : Sung sức.

ATTAQUER : *đgt* Công kích. Chỉ chích. Tấn công.
Attaquer en JUSTICE : Kiện trước pháp đình.
Attaquer un JUGEMENT : Chỉ chích một án văn.

ATTARDÉ : *tt* Bị chậm lại. Bị trì hoãn. / Không phát triển. / Ngơ ngơ. Ngây ngô.

ATTARDER : *đgt* Làm cho chậm lại.

ATTARDER (S') : Tự mình chậm lại. Đủng đỉnh.
Il s'attarde à FAIRE: Hắn đủng đỉnh chưa làm.

ATTEINDRE : *đgt* Đạt tới. / Ném trúng. Bắn trúng.
Atteindre le BUT : Đạt tới mục đích.

ATTEINT : *tt* Bị mắc bệnh.
Atteint du DÉLIT : Bị mắc tội.

ATTEINTE : *c* Sự gây tổn hại. Sự xâm phạm đến.
Atteinte à l'HONNEUR : Xâm phạm danh dự.
Atteinte à la PUDEUR : Công xúc tu sĩ.
Atteinte à la VIE : Xâm phạm tính mạng.

ATTENANT : *tt* Kế tiếp. Liền kề. Kề sát. Ở bên cạnh.

ATTENDRISSEMENT : *đ* Sự động lòng. Sự mủi lòng.

ATTENDU QUE: *gt* Chiếu chi. Xét rằng. (*nh c* VU QUE; CONSIDÉRANT QUE).

ATTENIR : *đgt* Liền. Giáp. Kề.

ATTENTAT : *đ* Vụ mưu sát. Vụ mưu hại. / Sự xâm phạm. Sự xúc phạm.
Attentat à la LIBERTÉ : Xâm phạm tự do.
Attentat aux MOEURS : Xâm phạm mỹ tục.
Attentat à la PUDEUR : Xâm phạm tiết hạnh.
Attentat contre la SURETÉ EXTÉRIEURE de l'ÉTAT : Mưu hại tới an ninh quốc ngoại.
Attentat contre la VIE : Xâm phạm tính mệnh.

ATTENTATOIR : *tt* Xâm phạm. Xúc phạm.

ATTENTE : *c* Sự chờ đợi. Sự trông đợi. / Thời gian chờ đợi.

ATTENTER : *đgt* Mưu hại. Mưu sát. Ám hại. Xâm phạm. Xúc phạm.

ATTENTION : *c* Sự chú ý. Sự coi chừng. Sự chăm sóc.
Attention ! : Coi chừng! Liệu hồn!
FAIRE attention : Cẩn thận. Cẩn trọng.
FAUTE d'attention : Vô ý.

ATTENTIONNÉ : *tt* Ân cần. Chăm sóc. Thiết tha.

ATTÉNUANT : *tt* Giảm khinh. Giảm thiểu. / Làm nhẹ bớt. Làm giảm bớt.
CIRCONSTANCES atténuantes: Trường hợp giảm khinh.

ATTÉNUATION : *c* Sự làm nhẹ bớt. Sự giảm thiểu.
Atténuation de la PEINE : Giảm nhẹ tội xuống.

ATTÉNUER : *đgt* Giảm bớt. Làm nhẹ bớt.

ATTERRIR : *đgt* Hạ cánh. Ghé vào bờ. Cập bến. / Đáp xuống đất.

ATTERRISSAGE : *đ* Sự hạ cánh. Sự cập bến.
TERRAIN d'atterrissage : Phi đạo.

ATTERRISSEMENT : *đ* Đất bồi.

ATTESTATION : *c* Sự chứng nhận. Sự chứng thực. Giấy chứng nhận. Giấy chứng thực. (tờ) Chứng chỉ.

ATTESTATOIRE : *tt* Chứng nhận. Chứng thực.

ATTESTER : *đgt* Chứng nhận. Chứng thực.
J'EN atteste le CIEL : Có trời chứng minh cho tôi.

ATTIRANCE : *c* Sự hấp dẫn. Sự lôi cuốn.
Attirance de la BEAUTÉ : Sức quyến rũ của nhan sắc.

ATTIRER : *đgt* Kéo níu. Lôi cuốn. Hấp dẫn. Thu hút.

ATTITRÉ : *đ* Đúng danh vị, địa vị. / Quen thuộc.
CLIENT attitré : Khách hàng quen.

ATTITUDE : *c* Tư thế. Thái độ.
Attitude ÉQUIVOQUE : Thái độ mập mờ.
Attitude EXPECTANTE : Thái độ trông chờ.
Attitude INDIFFÉRENTE : Thái độ dửng dưng.
Attitude NATURELLE : Tư thế tự nhiên.
Attitude d'OBSERVATION : Thái độ quan sát.

ATTRACTION : *c* Sự hấp dẫn. Sự lôi cuốn. Hấp lực. / Trò vui giải trí.

ATTRAIT : *đ* Sự lôi kéo. Sức thu hút. / Sự quyến rũ
Attrait d'une belle FEMME : Sức quyến rũ của mỹ nhân.
Attrait devant la JUSTICE : Lôi ra trước công lý.

ATTRAIRE : *đgt* Lôi kéo. Lôi cuốn. Đem ra.
Attraire DEVANT LE TRIBUNAL : Mang ra trước toà. Kiện nhau trước toà.

ATTRIBUABLE : *tt* Có thể quy cho, đổ cho, gán cho. Có thể cấp phó.

ATTRIBUER : *đgt* Cấp cho. Chia cho. Đổ cho.

ATTRIBUT : *đ* Thuộc tính. Biểu hiệu.

ATTRIBUTAIRE : *tt* Người được cấp cho, được phó dữ.

ATTRIBUTIF : *tt* Cấp dữ. Cho quyền. Cấp quyền.
Attributif de COMPÉTENCE : Phó dữ thẩm quyền.

ATTRIBUTION : *c* Sự phân cho. Sự cấp cho.
Attribution d'une VOITURE : Cấp cho xe.
Attribution d'un TITRE : Cấp cho danh vị.

ATTRIBUTIONS : *c snh* Quyền hạn. Nhiệm vụ. Chức năng
Attributions d'un MINISTRE : Quyền hạn của bộ trưởng.
Attributions de président : Quyền hạn cuả chủ tịch.
Attributions du TRIBUNAL : Quyền hạn cuả toà án.

ATTROUPEMENT : *đ* Sự tụ tập đông đảo; tụ đám. Sự tụ hội, tụ họp đông người.
DÉLIT d'attroupement : Tội tụ họp đông người.

ATTROUPER : *đgt* Tụ tập đông người.

AUBAIN : *đ* Ngoại kiều. Kiều dân.

AUBAINE : *c* Của trời ơi. Của trên trời rơi (rớt) xuống.

AUBERGE : *c* Quán cơm. Quán trọ.

AUBERGISTE : *đ* Chủ quán.

AUCUN : Tuyệt không. Bất cứ. / Không một ai.
Aucun AUTRE : Bất cứ ai.
Aucun TRAVAIL : Không làm gì cả.

AUDIENCE : *c* Phiên xử án. Phiên toà. / Phòng xử án. / Yết kiến.
DÉLIT d'audience : Đương đường phạm pháp. Phạm tội ngay nơi xử án.
DEMANDER audience : Xin yết kiến.
JOUR d'audience : Ngày phiên toà.
LEVÉE d'audience : Bế mạc phiên toà.
OUVERTURE d'audience : Khai mạc phiên toà.
REPRISE d'audience : Tiếp tục phiên toà.
SUSPENSION d'audience : Tạm ngưng phiên xử.
Audience CIVILE : Phiên hộ sự.
Audience COMMERCIALE : Phiên thương sự.

Audience CORRECTIONNELLE : Phiên hình sự.
Audience CRIMINELLE : Phiên đại hình.
Audience de CRIÉE : Phiên toà bán đấu giá.
Audiende à HUIS CLOS : Phiên xử kín.
Audience du PAPE : Yết kiến đức Giáo hoàng.
Audience PENALE : Phiên hình sự.
Audience des RÉFÉRES : Phiên khẩn cấp. Cấp thẩm.

AUDIENCIER : *tt* Thuộc về phiên xử. *đ* Người phụ tá cho phiên xử.
GREFFIER audiecier : Lục sự tại phiên xử.
HUISSIER audiencier : Viên thừa phát lại tại phiên xử.

AUDIO-VISUEL : *tt* Thính thị truyền thông. / Thuộc về truyền thanh, truyền hình, báo chí.

AUDIT : *đ* Việc kiểm soát tài chánh, kế toán. *đ* Kiểm soát viên. Thanh tra kế toán, tài chánh. (*cho một công ty, xí nghiệp*).

AUDITEUR : *đ* Thính giải. Dự thính viên. / Kiểm soát viên.
Auditeur LIBRE : Học viên dự thính.

AUDITION : *c* Sự nghe cung, khai.
Audition de l'INCULPÉ : Nghe cung từ của bị can.
Audition des TÉMOINS: Nghe cung từ của nhân chứng.

AUDITOIRE : *đ* Cử toạ.
FAIRE SORTIR de l'auditoire : Yêu cầu cử tọa ra khỏi phòng xử.

AUGMENTATION : *c* Sự tăng gia. Sự thêm lên.
Augmentation du CAPITAL : Tăng gia tiền vốn.
Augmentation de la POPULATION : Tăng gia dân số.
Augmenation de la PRODUCTION : Tăng gia sản xuất.
DEMANDER une augmentation : Đòi tăng lương bổng.

AUGMENTER : *đgt* Tăng gia. Thêm lên.

AUMONE : *c* Của bố thí. Ân huệ. Sự bố thí.

AUMONIER : *đ* Tuyên úy.
Aumonier de PRISON : Thầy tu tuyên úy nhà lao.
Aumonier de l'ARMÉE : Tuyên úy quân đội.

AU NOM DE : *lng* Nhân danh.

AURICULAIRE : *tt* Đích thính. Chính tai nghe thấy;
TÉMOIN auriculaire : Thực nhĩ sở thính.

AUSPICES : *đ snh* Sự bảo trợ.
SOUS les auspices de l'O.N.U. : Dưới sự bảo trợ của L.H.Q.

AUSSI : *pht* Cũng thế. / Như thế. Bằng nhau.

AUSSITÔT : *pht* Ngay. Ngay lúc đó.
Aussitôt DIT, aussitôt FAIT: Miệng nói, tay làm. Ngay lập tức.

AUTANT : Bấy nhiêu. Chừng ấy.
Autant DE : Cũng chừng ấy.
Autant QUE : Cũng bằng, cũng như.
POUR autant : Vì thế.

AUTARCHIE : *c* Chế độ tự trị kinh tế, tự cung tự cấp.

AUTARCHIQUE : *tt* Tự trị.

AUTARCIE : Chế độ tự cung, tự túc.

AUTARCIQUE : *tt* Tụ cung. Tự túc.

AUTEUR : *đ* Tác giả. Nhà trước tác. Người gây ra. / Ông, cha.
Auteur d'un CRIME : Thủ phạm.
Auteur INDIRECT : Thủ phạm gián tiếp.
Auteur PRINCIPAL d'un CRIME : Chánh phạm.

AUTHENTICITÉ : *c* Tính xác thực. Tính chính thức.

AUTHENTIFIATION : *c* Việc xác thực hoá một văn bản.

AUTHENTIQUE : *tt* Xác thực. Chính thức.
ACTE authentique : Văn bản chính thức. Công chứng thư.
HISTOIRE authentique : Câu chuyện đúng thực.

AU TITRE DE...: *lng* Về khoản...

AUTO-ACCUSATEUR : *đ* Kẻ tự buộc tội mình.

AUTODÉFENSE : *c* Tự vệ.

AUTODIDACTE : *tt* Tự học. *đ* Người tự học.

AUTO ÉCOLE : *c* Trường dậy lái xe hơi.

AUTOGRAPHE : *tt* Tự bút. Thủ bút.

AUTOJUSTIFICATION : *c* Sự tự biện minh, biện bạch.

AUTOMATIQUE : *tt* Tự động.

AUTOMOBILE : *c* Xe hơi. Xe ô tô.

AUTONOME : *tt* Tự trị.

AUTONOMIE : *c* Chế độ tự trị. Chế độ tự chủ.

AUTONOMISTE : *đ* Người chủ trương tự trị.

AUTOPROTECTION : *c* Sự tự bảo vệ. Sự tự vệ. / Quyền tự bảo vệ.

AUTOPSIE : *c* Giải phẫu một tử thi (giảo nghiệm).

AUTORISATION : *c* Sự cho phép. / Giấy phép. Tờ phép
Autorisation de JUGE : Giấp phép của thẩm phán.
Autorisation du TRIBUNAL: Tòa cho phép.
Autorisation MARITALE : Chồng cho phép.

AUTORISÉ : *tt* Có phép. Được phép. Có thẩm quyền.
COMMERCE autorisé : Thương mại có phép.
FILLE autorisée : Gái điếm được hành nghề.
MILIEUX autorisés : Giới có thẩm quyền.

AUTORISER : *dgt* Cho phép. Chuẩn hành. / Có quyền. Có thẩm quyền.
Autoriser une REUNION : Cho phép hội họp.

AUTORISER (S') : *dgt* Dựa vào. Ỷ vào.

AUTORITAIRE: *tt* Chuyên quyền. Độc đoán.

AUTORITÉ: *c* Uy quyền. Quyền lực. / Uy thế. Uy tín. / Chính quyền. Nhà chức trách.
ABUS d'autorité : Lạm dụng uy quyền.
AGENT d'autorité : Nhân viên công quyền.
CONFLIT d'autorité : Phân tranh quyền lực.
D'autorité : Độc đoán.
Autorité de la CHOSE JUGÉE : Uy lực quyết tụng.
Autorité PARENTALE : Phụ quyền *(đối với con)*.

AUTOSUGGESTION : *c* Tự kỷ ám thị.

AUTRE : *tt* Khác. Kẻ khác. *đ* Người khác.
L'autre JOUR : Hôm nọ. Hôm trước.
UN autre JOUR : Để hôm khác.

AUTREMENT: *pht* Cách khác. /Nếu không.
Autrement DIT : Nói một cách khác.

AUTRUI : *đ* Tha nhân. Kẻ khác. Người khác.
STIPULATION pour autrui : Kết ước cho tha nhân.

AUTRICHE : *c* Nước Áo. Quốc gia Áo.

AUTRICHIEN : *tt* Thuộc về nước Áo. *đ* Người nước Áo.

AUTRUI : *dt* Người khác. Kẻ khác.

AUXILIAIRE :*tt* Phụ tá. Phụ trợ. *đ* Người phụ tá.
Auxiliaire de la JUSTICE : Phụ tá công lý.

AVAL : *đ* Hạ lưu (sông). Ở phía dưới. / Sự bảo lãnh (thương phiếu).

AVALER : *dgt* Nuốt trôi.
Avaler sa COLÈRE : Nuốt giận. Ẩm hận.
Avaler le MORCEAU : Ngậm đắng nuốt cay.
Avaler un POISON : Nuốt (uống) thuốc độc.
Avaler des YEUX : Nhìn như muốn nuốt chửng. Nhìn chăm chăm.

AVALISER : *dgt* Bảo lãnh.

À VALOIR SUR : *đ* Việc trả một phần tiền.

AVANCE : *c* Ứng trước. / Tỏ ý.
ARRIVER en avance : Tới sớm. Tới trước giờ hẹn.
FAIRE des avances : Tỏ tình. Gạ gẫm (trai gái).

AVANCEMENT : *đ* Việc thăng chức. Việc thăng trật.
Avancement d'HOIRIE : Nhận trước một phần di sản.

AVANIE : *c* Điều sỉ nhục.

AVANTAGE : *đ* Lợi. Thế lợi.
AVOIR l'avantage de VOUS CONNAITRE : Hân hạnh được quen ông.

AVANTAGER : *dgt* Cho phần nhiều hơn. / Ưu đãi. Biệt đãi. Đãi ngộ tốt.

AVANTAGEUX : *tt* Có lợi. Đặc lợi.
OPÉRATION avantageuse : Dịch vụ có lợi.
TERMES avantageux : Lời đề cao.

AVANT-COUREUR : *tt* Báo trước (tin, điềm).
SIGNE avant coureur : Dấu hiệu báo trước.

AVANT-DIRE-DROIT : *lng* Tiên thẩm. Trước khi xét xử nội vụ.
ARRÊT avant dire droit : Phúc nghị tiên thẩm.
JUGEMENT avant-dire-droit : Án tiên thẩm.

AVANT FAIRE DROIT : *lng* Trước khi xét xử nội vụ.

AVANT-GUERRE : *đ* Tiền chiến.

AVANT-MÈTRE : *lng* Tờ khai dự đấu thầu.

AVANT-POSTE : *đ* Đồn ải tiền tuyến.

AVANT-PROJET : *đ* Bản dự thảo.

AVARIABLE : *tt* Có thể bị tổn hại.

AVARIÉ : *tt* Bị tổn hại. Bị hư hại (hàng hoá).
MARCHANDISES avariées : Hàng hóa bị hư hại.

AVARIES : *c snh* Tổn hại vì chuyên chở trên tầu.

AVATAR : *đ* Biến đổi. / Thăng trầm. Kỳ khu.

AVENANT : *đ* Phụ khế. Phụ ước.
Điều khoản thêm vào khế ước.

AVÈNEMENT : *đ* Việc lên ngôi. Sự đăng quang. / Sự hưng khởi.

AVENIR : *đ* Triệu thỉnh trạng. / Tương lai.
À l'avenir : Mai hậu. Trong tương lai.
DONNER l'avenir : Gửi triệu thỉnh.

À-VENIR : *đ* Triệu thỉnh trạng.

À VENIR : *lng* Vị lai. Sẽ tới.

AVENTURE : *c* Cuộc mạo hiểm.

AVENU : *tt* Xảy ra. Xảy tới.
NUL ET NON avenu : Vô năng vô hiệu.

AVÉRER (S') : *đtg* Rõ ràng. Hiển nhiên.
IL S'EST avéré que : Hiển nhiên là.

A VERO DOMINO: Chân chính sở hữu chủ.

AVERTIR : *dgt* Báo trước. / Cảnh cáo. Khuyến cáo.

AVERTISSEMENT : *đ* Lời cảnh cáo. Báo thị. / Lời giao hẹn. Lời nói đầu.

AVEU : *đ* Lời thú nhận. Lời thú tội. Sự tự thú. Cung xưng.
ARRACHER les aveux : Buộc phải thú nhận.
CONFIRMER les aveux : Xác nhận lời thú tội.
RÉTRACTER les aveux : Phản cung.
Aveux EXTRAJUDICIAIRES : Tự thú ngoại tụng.
Aveux JUDICIAIRES : Tự thú nội tụng.
Aveux SPONTANÉS : Tự thú.

AVIATEUR : *đ* Phi công. Người lái máy bay.

AVIATION : *c* Hàng không.
Aviation CIVILE : Hàng không dân sự.

Aviation MILITAIRE : Hàng không quân sự.

AVION : *d* Máy bay. Phi cơ.
Avion CARGO : Phi cơ chở hàng.
Avion de CHASSE : Phi cơ khu trục.
Avion de RECONNAISSANCE : Phi cơ thám thính.

AVIS : *d* Ý kiến. / Cáo tri. Cáo thị.
Avis CONSULTATIF : Tư vấn.
Avis FAVORABLE : Ý kiến thuận.
Avis au PUBLIC : Bố cáo.
Avis d'IMPOSITION : Cáo thị nộp thuế.
Avis de RECHERCHE : Cáo thị tầm nã.
Avis FAVORABLE : Ý kiến thuận lợi.

AVISER : *đgt* Báo cho biết. Cáo thị. Cáo tri.

AVOCAT : *d* Luật sư. Thầy kiện. Trạng sư.
CONSTITUER un avocat : Tuyển nhiêm luật sư.
ETUDE d'avocat : Văn phòng luật sư.
HONORAIRES d'vocat : Thù kim trả luật sư.
ORDRE des avocats : Luật sư đoàn.
Avocat à la COUR d'APPEL : Luật sư toà thượng thẩm.
Avocat à la COUR de CASSATION : Luật sư toà Phá án.
Avocat au CONSEIL d'ÉTAT : Luật sư Tham Chánh viện.
Avocat GÉNÉRAL : Phó Chưởng Lý (Thượng Thẩm).
Avocat STAGIAIRE : Luật sư tập sự.

AVOCATOIRE : *d* Lệnh triệu hồi sứ thần.

AVOIR : *d* Cuả cải. Vật sở hữu. Thải sản. Thải phương.
DOIT et avoir : Tá sản và thải sản.

AVOISINANT : *tt* Tiếp cận. Giáp ranh giới.

AVOISINEMENT : *d* Sự tiếp cận. Sự giáp ranh giới.

AVOISINER : *đgt* Tiếp cận. Tiếp giáp. Giáp ranh giới.

AVORTEMENT : *d* Việc làm cho hỏng một dự tính. / Việc phá thai. Sự chột thai.

AVORTER : *đgt* Ngăn chặn không cho có kết quả. / Phá thai. Làm chột thai. Làm hư thai (*bóng*).
Avorter un COUP d'ÉTAT : Phá vỡ âm mưu đảo chính.

AVOUABLE : *tt* Thú nhận được.

AVOUÉ : *d* Đại tụng viên. (Người lo thủ tục tố tụng cho luật sư tại Pháp đình).

AVULSION : *c* Sự đất lở. Đất lở.

AVUNCUAIRE : *tt* Thuộc về cô cậu, chú bác.

AYANT-CAUSE : *d* Người kế quyền. *s nh* Les ayants-cause (*chữ cause không có* S).
Ayant-cause À TITRE PARTICULIER : Kế quyền đặc định.
Ayant-cause À TITRE UNIVERSEL : Kế quyền bao quát. Kế quyền tổng quát.

AYANT-DROIT : *d* Người thừa hưởng quyền. *s nh* Les ayants-droit.

B

BABILLER : *dgt* Nói huyên thuyên. Nói lăng nhăng. Nói ba hoa thiên địa (thân).

BABIOLE : *đ* Vật không giá trị.

BABORD : *đ* Phiá trái của con tầu.

BABOUVISME : *đ* Chủ nghiã cộng sản bình đẳng.

BAC : *đ* Đò ngang. Phà. / Bằng tú tài (thân). Bằng phổ thông.

BACCANAL : *đ* Sự huyên náo, ồn ào.

BACCALAURÉAT : Bằng tú tài.

BACHOT : *đ* Con đò nhỏ. Con thuyền nhỏ. / Văn bằng tú tài (thân).

BADAUD : *tt* Hiếu kỳ. Tò mò. *đ* Kẻ hiếu kỳ, thích đứng coi tai nạn.

BADGE : *đ* Huy hiệu.

BADIGEONNER : *dgt* Quét vôi. / Bôi thuốc trong họng.

BADINAGE : *đ* Sự bông lơn trong câu chuyện .

BAFOUER : *dgt* Nhạo báng. / Làm ô nhục.

BAGAGE : *đ* Hành trang. Hành lý.
Bagage ACCOMPAGNÉ : Hành lý gởi theo du khách.
Bagage À MAIN : Hành lý sách tay.
Bagage ENREGISTRÉ : Hành lý ký thác.

BAGARRE : *c* Vụ ẩu đả. Việc đánh nhau.

BAGARER : *dgt* Ẩu đả. Đánh nhau.

BAGAREUR : *đ* Kẻ thích đánh nhau, gây sự, gây gổ.

BAGATELLE : *c* Vật vô ích, vô bổ.

BAGNARD : *đ* Tù nhân khổ sai.

BAGNE : Nhà tù khổ sai. Banh.

BAGOU (BAGOUT) : *đ* Việc nói lăng nhăng.

BAGUE : *c* Chiếc nhẫn.
Bague de FIANçAILLES : Nhẫn hỏi.
Bague de MARIAGE : Nhẫn cưới.

BAIE : Vịnh biển.
Baie d'HALONG : Vịnh Hạ long.

BAIL : *đ* Khế ước thuê mướn. Giao kèo thuê mướn nhà đất. Hợp đồng thuê mướn.
DONNER à bail : Cho thuê. Cho mướn.
PROROGATION de bail : Triển hạn thuê mướn. Tái tục giao kèo.
Bail COMMERCIAL : Hợp đồng thuê để buôn bán.
Bail EMPHYTÉOTIQUE : Giao kèo dài hạn.
Bail à FERME : Khế ước tá điền. Hợp đồng lĩnh canh.
Bail à LOYER : Giao kèo thuê mướn nhà phố.
Bail PERPÉTUEL : Giao kèo vĩnh viễn.
Bail PROFESSIONNEL : Hợp đồng thuê nhà để hành nghề.
Bail VERBAL : Khẩu ước.

BAILLEUR : *đ* Chủ cho thuê mướn.

BAILLON : *đ* Giẻ nhét vào miệng, bịt miệng.

BAILLONNER : *dgt* Nhét giẻ vào miệng.

BAISSE : *c* Giảm. Hạ xuống.
Baisse de PRIX : Hạ giá.
Baisse des IMPÔTS : Giảm thuế.
Baisse du NIVEAU D'EAU : Mức nước hạ xuống.
Baisse du NIVEAU DE VIE : Mức sinh hoạt xuống thấp.

BAISSER : *dgt* Làm cho giảm đi. / Làm cho hạ xuống.

BAISSIER : *đ* Kẻ mua hàng khi giá hạ.

BAISSIÈRE : *c* Rãnh. Mương thoát nước.

BAKCHICK : *đ* Tiền đút lót. Tiền trà nước, diêm thuốc.

BALAFRE : *c* Vết sẹo (thẹo) giài trên mặt.

BALANCÉ : *tt* Cân đối.

BALANCE : *c* Cái cân. Cây cân.
Balance du COMMERCE EXTÉRIEUR : Cán cân ngoại thương.
Balance des COMPTES : Bản đối chiếu.
Balance de la JUSTICE : Cán cân công lý (biểu hiệu).
Balance des PAIEMENTS : Cán cân chi phó.
METTRE en balance : So sánh.

BALANCER : *dgt* Làm cho cân đối, cho cùng một lượng. /Rung rinh. Đong đưa. / Tố cáo với công an (lóng).

BALBUTIANT : *tt* Ấp úng. Ngôn bất xuất khẩu.

BALISE : *c* Cọc làm chuẩn hướng dẫn máy bay.

BALISTIQUE : *đ* Khoa nghiên cứu đạn đạo.

BALLE : *c* Viên đạn. / Kiện hàng.
ENFANT de la balle : Con nối nghiệp cha.

RENVOYER la balle : Trả lời đốp chát.

BALLOT : *đ* Kiện hàng nhỏ. / Kẻ ngốc nghếch (thân).

BALLOTAGE : *đ* Bầu lại vì chưa đủ túc số.

BALLUCHON : *đ* Bọc quần áo. Ba lô.

BALOURD : *tt* Cục mịch. Ngu xuẩn. Quê mùa.

BAMBIN : *đ* Đứa nhỏ. Đứa bé.

BAN : *đ* Bảng công bố kết hôn. / Nổi kèn, thúc trống trong buổi đại lễ.
Ban de MARIAGE: Công bố kết hôn.
METTRE QUELQU'UN au ban de la SOCIÉTÉ : Tố cáo ai. Để mọi người ruồng bỏ.
EN RUPTURE de ban : Bỏ nơi đầy ải trốn về cố hương.

BANAL : *tt* Tầm thường. Không đặc sắc.
LOUANGES banales : Lời khen sáo, không thực.

BANALITÉ : *c* Sự tầm thường.

BANC : *đ* Ghế gỗ giài. Ghế dài lớp học.
Banc de l'ACCUSÉ : Ghế của can phạm nơi Pháp đình.

BANCABLE : *tt* Có thể chiết khấu.

BANCAIRE : *tt* Thuộc về ngân hàng.

BANDE : *c* Bọn. Đám. Lũ. Băng đảng.
Bande d'ASSASSINS : Bọn giết người.
Bande de VOLEURS: Lũ ăn cắp.

BANDEROLE : *c* Băng biểu ngữ. Tấm biểu ngữ. / Cờ đuôi nheo treo nơi cột buồm.

BANDIT : *đ* Kẻ cướp. Quân ăn cướp. Gian tặc. / Đồ vô lại. Kẻ côn đồ.

BANDITISME : *đ* Tệ cướp phỉ. Sự cướp bóc.
Banditisme de GRAND CHEMIN : Đạo tặc. Kẻ cướp đường.

BANDOULIER : *đ* Kẻ cướp.

BANLIEUE : *c* Ngoại thành. Ngoại ô.

BANLIEUSARD : *đ* Dân ngoại thành, ngoại ô.

BANNI : *đ* Kẻ đi đầy. Tù nhân biệt xứ.

BANNIÈRE : *c* Cờ lệnh. Cờ hiệu.
LA CROIX ET LA bannière : Thủ tục rườm rà.

BANNIR : *đgt* Cấm cố. Đầy biệt xứ. Phát vãng.

BANNISSABLE : *tt* Đáng cho đi đầy.

BANNISSEMENT : *đ* Tội biệt xứ.
LIEU de banissement : Đất lưu đầy. Trích địa.

BANQUE : *c* Ngân hàng. Nhà băng.
Banque NATIONALE : Ngân hàng quốc gia.
Banque PRIVÉE : Ngân hàng tư. Ngân hàng tư nhân.
Banque du SANG : Ngân hàng máu (nơi tích trữ máu).

BANQUEROUTE : *c* Sự vỡ nợ. Sự phá sản. / Khánh tận gia tài.

BANQUEROUTIER : *đ* Kẻ vỡ nợ. Kẻ bị phá sản.

BANQUIER : *đ* Chủ ngân hàng. Người chỉ huy ngân hàng.

BAPTÊME : *đ* Lễ khai trương. Lễ rửa tội.
Baptême de FEU : Ra trận lần đầu.
NOM de baptême : Tên thánh.

BAR : *đ* Quán rượu.

BARAQUE : *c* Căn lều bằng gỗ, bằng ván. Nhà ọp ẹp.

BARBARE : *tt* Dã man. / Quê mùa.

BARBARIE : *c* Sự dã man. Sự quê mùa.

BARBELÉ: *đ* Quây dây thép gai.

BARÊME : *đ* Bảng tính sẵn giá cả.

BARON : *đ* Nam tước.

BARONNAGE : *đ* Nam tước đoàn.

BARONNE : *c* Bà Nam tước. Nam tước phu nhân.

BARONNIE : *c* Thái ấp của Nam tước.

BARRE : *c* Thanh. Thoi. Thỏi.
Barre de FER : Thanh sắt.
Barre d'OR : Thoi vàng.

BARRÉ : *tt* Bị chắn. Bị gạch ngang.
CHÈQUE barré : Chi phiếu có gạch chéo.

BARREAU : *đ* Luật sư đoàn. Đoàn thể luật sư. / Chấn song cửa sổ.

BARREL : *đ* Thùng đựng 158,9 lít dầu.

BARREMENT : *đ* Sự ngăn chặn. Việc gạch chéo một chi phiếu (bằng hai gạch song hành).

BARRER : *đgt* Ngăn chặn. Gạch chéo.

BARRICADE : *c* Chướng ngại vật chặn lưu thông.

BARRICADER : *đgt* Chặn đường bằng chướng ngại vật. Đặt chướng ngại vật.

BARRIÈRE : *c* Hàng rào.
Barrière DOUANIÈRE : Hàng rào quan thuế.

BAS : *tt* Thấp. Hạ. Xuống. / Thấp hèn.
AU bas MOT : Rẻ nhất là.
Bas ÂGE : Ít tuổi. Trẻ thơ.
FAIRE MAIN basse : Chiếm lấy. Chộp lấy.
METTRE bas les ARMES : Hạ khí giới.
TOMBER bas : Mất hết tư cách.

BASE : *c* Căn cứ. Cơ sở. Căn bản. Nền tảng.
La base d'un JUGEMENT : Cơ sở của một bản án.

BASÉ : *tt* Đóng quân ở.

Les TROUPES basées au CAP : Đơn vị đóng ở Vũng tàu.

BASER SUR : *dgt* Căn cứ vào.
La JUSTICE PÉNALE est basée sur la CONVICTION INTIME du JUGE : Hình luật căn cứ theo niềm tin cuả thẩm phán.

BATAILLE : *c* Ẩu đả. Trận đánh. Cuộc chiến.

BATAILLON : *đ* Tiểu đoàn.

BATARD : *tt* Hỗn tạp. / Con hoang.

BATARDISE : *c* Cảnh con hoang.

BATEAU : *đ* Tàu. Thuyền.

BATELIER : *đ* Người chèo thuyền, chở đò.

BATELLERIE : *c* Nghề chở thuyền hàng trên sông.

BÂTIMENT : *đ* Ngôi nhà.
BATIR : *dgt* Kiến thiết. Xây cất. Xây dựng.

BATONNAT: *đ* Chức vị thủ lãnh luật sư.

BATONNIER : *đ* Thủ lãnh luật sư đoàn

BATTRE : *dgt* Đánh đập. Đánh. / Đúc.
Battre l' ANIMAL : Đánh súc vật.
Battre la MONNAIE : Đúc tiền.
Battre en RETRAITE : Rút lui. Vừa đánh (cầm cự) vừa lùi.

BEAU-FILS : *đ* Con rể. Tế tử. / Con trai riêng cuả vợ, hoặc chồng.

BEAU-FRÈRE : *đ* Anh (em) rể. / Anh (em) cùng mẹ khác cha. Anh (em) cùng cha khác mẹ.

BEAU-PÈRE : *đ* Cha vợ, hoặc chồng. Nhạc phụ. / Cha ghẻ. Dượng. Kế phụ.

BEAUX-ARTS : *đ snh* Ngành mỹ thuật, mỹ nghệ.

BEAUX-PARENTS : *đ snh* Cha mẹ vợ, hoặc chồng.

BÉGAIEMENT : *đ* Việc nói lắp (B), nói cà lăm (N).

BÉGAYER : *dgt* Nói lắp. Nói cà lăm (N). Nói lúng túng.

BELLE-FILLE : *c* Con dâu. / Con gái riêng cuả vợ, (hoặc chồng).

BELLE-MÈRE : *c* Mẹ vợ. Nhạc mẫu. / Mẹ ghẻ. Mẹ kế. Kế mẫu.

BELLE-SOEUR : *c* Chị (em) dâu. / Chị (em) cùng mẹ khác cha. Chị (em) cùng cha khác mẹ.

BELLICISME : *đ* Việc hiếu chiến. Sự hay gây gổ.

BELLICISTE : *đ* Kẻ hiếu chiến. Kẻ hay gây gổ, gây sự.

BELLICOSITÉ : *đ* Tính hiếu chiến. Tính gây gổ.

BELLIGÉRANCE : *c* Tình trạng tham chiến.

BELLIGÉRANT : *tt* Tham chiến. / Nước tham chiến. Kẻ tham chiến.
Les PAYS belligérants : Các nước tham chiến.

BELLIQUEUX : *tt* Hiếu chiến. Thích gây gổ. *đ* Kẻ hay gây gổ.

BÉNÉFICE : *đ* Lợi nhuận. Lời. / Biệt lợi. Biệt hưởng.
Bénéfice de CESION de BIENS : Biệt lợi nhượng tài.
Bénéfice de DISCUSSION : Biệt lợi hậu truy.
Bénéfice du DOUTE : Biệt hưởng vì có nghi vấn.
Bénéfice de DIVISION : Biệt lợi phân chia.
Bénéfice de JURIDICTION : Biệt hưởng tài phán.
Bénéfice d'INVENTAIRE : Biệt lợi toàn kê.

BÉNÉFICIAIRE : *tt* Thuộc về tiền lời, biệt lợi. / Được hưởng. Người được hưởng tiền lời. Người được hưởng biệt lợi.
Bénéficiaire d'un LEGS :Người được hưởng tặng vật.

BÉNÉFICIER : *dgt* Được hưởng. Hưởng.

BÉNÉVOLE : *tt* Không lấy tiền. Cho không. Hảo ý. / Dễ dãi.
SERVICE bénévole : Hiến công miễn phí.

BENJAMIN : *đ* Con út. Cậu út.

BERGER : *đ* Mục đồng. Mục tử. Người chăn cừu. Người chăn gia súc.
ÉTOILE du berger : Sao Mai. Kim tinh.
HEURE du berger : Giờ nam nữ hẹn hò.
RÉPONSE du berger à la BERGÈRE : Cãi vã.

BERLUE : *c* Quáng gà. Loá mắt.

BESOIN : *đ* Nhu cầu. Sự cần thiết. Sự cần dùng.
POUR les BESOINS de la CAUSE : Vì nhu cầu cuả vụ tranh tụng.
SI besoin EST : Nếu cần.

BESTIAL : *tt* Như súc vật. Đồ trâu bò.

BESTIAUX : *đ snh* Gia súc. Súc vật. Súc sinh.

BÉTAIL : *đ* Súc vật nuôi nơi nông trại.

BÊTEMENT : *pht* Một cách ngu xuẩn. Một cách dại dột.
AGIR bêtement : Hành động dại dột.
TOUT bêtement : Một cách ngây thơ.

BÉVUE : *c* Điều lầm lẫn.

BIBLIOGRAPHIE : *c* Thư mục học. Thư mục.

BIBLIOPHILE : *đ* Kẻ thích sưu tầm sách.

BIBLIOTHÈQUE : *c* Thư viện. Tủ sách.

BICAMÉRALISME : *đ* Thuyết lưỡng viện.

BIEN : *pht* Giỏi. Đúng. Hay.
BELLE et bien : Thực sự.
Bien NÉ : Con nhà giòng dõi.
Bien PLUS : Hơn thế nữa.
Bien QUE : Mạc dầu. Dù rằng.

BIEN : *tt* Tốt. Thiện. Phải. Lợi ích.

BIENS : *đ snh* Tài sản. Của cải.
Biens COMMUNS : Tài sản chung (*vợ chồng*).
Biens CONSOMPTOBLES : Tài sản tiêu dùng.
Biens CORPORELS : Tài sản hữu hình.
Biens CULTUELS : Tài sản hương hoả.
Biens CULTURELS : Tự sản.
Biens DOMANIAUX : Công sản.
Biens du DOMAINE PUBLIC : Tài sản nhà nước.
Biens du DOMAINE PRIVÉ : Tài sản tư dụng.
Biens DOTAUX : Của hồi môn.
Biens INSAISISSABLES : Tài sản bất khả tịch biên.
Bien MAL ACQUIS NE PROFITE JAMAIS : Của phi nghiã có giầu đâu.
Biens PARAPHERNAUX : Hồi môn của riêng người vợ.
Biens PRESENTS et À VENIR : Tài sản hiện hữu và vị lai.
Biens PROPRES : Tài sản riêng tư.
Biens RÉSERVÉS : Lưu sản (*dành riêng cho người vợ*).
Biens SANS MAITRE : Tài sản vô chủ.
Biens VACANTS : Tài sản vô chủ.
AVOIR du bien au SOLEIL : Có ruộng sâu trâu nái.
FAIRE du bien : Làm việc thiện.
HOMME de bien : Người đức hạnh.

BIEN-ÊTRE : *đ* Sự thoải mái (cơ thể).

BIENFAISANCE : *c* Việc thiện.

BIENFAITEUR : *đ* Ân nhân. Ân tứ. / Người làm việc nghiã.

BIEN-FONDÉ : *tt* Hữu lý. Đúng luật. / Có căn cứ. Có căn bản.
Le bien-fondé d'une RÉCLAMATION : Khiếu nại hữu lý.

BIEN-FONDS : *đ* Bất động sản.(ít dùng)

BIEN-JUGÉ : *đ* Sự xử đúng luật pháp.

BIENNAL : *tt* Hai năm một lần. Nhị niên kỳ.

BIENSÉANCE : *c* Điều lịch sự. / Lề thói.

BIENSÉANT : *tt* Lịch sự. Đúng cách thức.

BIEN-TENANT : *đ* Người chấp thủ.

BIFFAGE (BIFFEMENT) : *đ* Sự xoá bỏ. Sự bôi bỏ.

BIFFER : *đgt* Bôi bỏ. Xoá bỏ. Gạch xoá.

BIFFURE : *c* Vết gạch xóa.
BIGAMIE : *c* Song hôn. Lưỡng hôn. (*hai vợ, vợ nào cũng có hôn thú*).

BIJOU : *đ* Đồ trang sức. Đồ tế nhuyễn.

BIJOUTIER : *đ* Thợ kim hoàn.

BILAN : *đ* Bảng tổng kết. Kết trương. Đối kê biểu. Kết toán biểu.
DÉPOSER le bilan : Nạp trình đối kê biểu. Khai phá sản.
Bilan ANNUEL : Đối kê biểu thường niên.

BILATÉRAL : *tt* Song phương. Hai bên. Hai phiá.
CONVENTION bilatérale : Hiệp ước song phương.
ENGAGEMENT bilatéral : Giao ước song phương.

BILINGUE : *tt* Song ngữ. Bằng hai thứ tiếng. *đ* Người nói được hai ngoại ngữ.

BILLET : *đ* Tờ giấy bạc. / Vé(B). Giấy(N).
Billet ALLER-RETOUR : Vé khứ hồi.
Billet d'AVIS : Giấy báo tri.
Billet de BANQUE : Giấy bạc. Tiền giấy.
Billet de LOTERIE : Vé xổ số.
Billet à ORDRE : Lệnh phiếu.
Billet à TERME : Kỳ phiếu.

BILLETTERIE : *c* Máy phân phối tiền (*ngoài đường*).

BILLON : *đ* Tiền đồng.

BILLONNAGE : *đ* Tội đầu cơ tiền đúc hỏng.

BIMENSUEL : *tt* Nửa tháng một. Bán nguyệt.
REVUE bimensuelle : Bán nguyệt san.

BIMESTRE : *tt* Hai tháng một. Nhị cá nguyệt.

BIMESTRIEL : *tt* Hai tháng một lần. Lưỡng nguyệt kỳ.

BIMÉTAL : *đ* Lưỡng kim. Hai kim loại.

BIOGRAPHIE : *c* Tiểu sử. Tiểu truyện.

BIOGRAPHIER : *đgt* Viết tiểu sử.

BIOGRAPHIQUE : *tt* Thuộc về tiểu sử.

BIPARTISME : *đ* Chính thể lưỡng đảng.

BIPARTITE : *tt* Hai phe. Tay đôi.
ACCORD bipartite : Hiệp định tay đôi.

BIPARTITION : *c* Sự phân đôi. Sự lưỡng phân.

BIS : *pht* Hai lần. Lần nữa. / Yêu cầu tái diễn.

BISAIEUL : *đ* Cụ. Cố.
Bisaieul PATERNEL : Cụ nội. Cố nội.

BISAIEULE : *c* Bà cụ nội. Bà cố nội.

BLACBOULAGE : *đ* Sự đánh trượt, rớt.
Blacboulage un CANDIDAT : Đánh rớt một thí sinh.

BLACBOULER : *đgt* Đánh hỏng. Đánh trượt. Đánh rớt. Cho điểm xấu.

BLACK-OUT : *đ* Sự ỉm tin tức.

BLAME : *c* Sự khiển trách. Sự quở trách.

BLANC : *tt* Bạch. Trắng. Chỗ trống.
ARME blanche : Khí giới bằng sắt (dao).
SANS blanc NI RATURE : Không chỗ trống không tẩy xoá.

BLANC-SEING : *đ* Khống chỉ. Giấy đã ký sẵn.

BLESSÉ : *tt* Bị thương. / Bị chạm tự ái.
Blessés de GUERRE : Nạn nhân chiến tranh.

BLESSER : *đgt* Gây thương tích.

BLESSURE : *c* Vết thương. Thương tích. / Sự xúc phạm.
COUPS et blessures : Thương tích.
Blessures suivies de MORT d'HOMME : Nhân thương chí mạng.

BLOC : *đ* (một) Khối.
Bloc COMMUNISTE : Khối cộng sản.
Bloc de DROITE : Phe hữu.
Bloc DÉMOCRATES : Khối dân chủ.
Bloc de l'EST : Khối Đông-âu.
Bloc RÉPUBLICAINS : Khối cộng hòa.
Bloc de GAUCHE : Phe tả.

BLOCAGE : *đ* Sự ngăn chặn.

BLOCUS : *đ* Việc phong toả. Việc bao quanh. / Việc ngăn chặn. Cấm vận.
Blocus MARITIME : Phong toả hải phận.

BLOQUER : *đgt* Phong toả. / Chặn lại.
Bloquer un CRÉDIT : Phong toả tín dụng. (Không cho vay nữa).
Bloquer les PRIX : Chặn giá lại (không cho tăng thêm).

BOIS : *đ* Gỗ. Cây. Rừng.
Bois de JUSTICE : Đoạn đầu đài.
Bois de HAUTE FUTAIE : Rừng cây lớn, to. Đại lâm mộc.
PETIT bois : Rừng cây nhỏ. Tiểu lâm mộc.

BOISSON : *c* Đồ uống. Nước uống. Thức uống.
Boisson ALCOOLIQUE : Thức uống có chất men, chất rượu.

BOITEUX : *tt* Khập khễnh(B). Cà nhắc(N).

BOLCHEVIK : *tt* Bôn sơ vích.

BOLCHEVISATION : *c* Bôn sơ vích hoá. Cộng sản hoá.

BOLCHIVISME : *đ* Chủ nghiã bôn sơ vích.

BOLCHEVISTE : *đ* Đảng viên cộng sản.

BOMBARDER : *đgt* Ném bom. Thả bom. Oanh tạc. / Bắn phá bằng đại pháo.

BOMBARDIER : *đ* Phóng pháo cơ. Máy bay thả bom.

BOMBE : *c* Trái bom. Trái nổ.
Bombe ATOMIQUE : Bom nguyên tử.
Bombe NUCLÉAIRE: Bom hạt nhân.

BON : *tt* Tốt. Hay. Giỏi. Khá.
À bon DROIT : Đúng quyền cuả mình.
ACQUÉREUR de bonne FOI : Người mua ngay tình.
ACTION de bonne foi: Tố quyền ngay tình.
ASSURANCE de bonne ARRIVÉE : Bảo hiểm đi tới nơi tới chốn.
CERTIFICAT de bonne VIE ET MOEURS : Chứng chỉ hạnh kiểm tốt.
La BONNE FOI est toujours PRÉSUMÉE : Bao giờ cũng được suy luận là ngay tình (hằng).
OCCUPANT de bonne FOI : Người chiếm đoạt ngay tình.
OUTRAGE aux bonnes MOEURS : Xâm phạm thuần phong mỹ tục.
POSSESSEUR de bonne FOI : Người chấp hữu ngay tình.
SURPRENDRE la bonne FOI du TRIBUNAL : Chí tâm lợi dụng ngay tình cuả toà.
TENIR bon: Vững vàng. Cố thủ (*quân*).
Bonne AFFAIRE : Việc có lợi. Việc kiếm ra tiền.
Bonne CONDUITE : Hạnh kiểm tốt.
Bonne FOI : Thật tâm. Ngay tình.
Bonne INTENTION : Thiện ý.
Bonne PART : Phần nhiều. Phần lớn.
Bon MARCHÉ : Rẻ tiền. Giá rẻ.
Bonne MOEURS : Thuần phong mỹ tục.
Bonne VOLONTÉ : Thiện chí.
Bon PÈRE DE FAMILLE (EN) : Người quản lý lương thiện.
Bon POUR : Đã nhận được là.
Bon POUR AUTORISATION : Nay sác nhận cho phép.
Bon POUR AVAL : Nay sác nhận bảo lãnh.
Bon à TIRER : Cho in được.

BON : *đ* Phiếu. Bông.
Bon d'ACHAT : Bông mua hàng.
Bon de COMMANDE : Phiếu đặt hàng.
Bon de LIVRAISON : Biên lai nhận hàng.
Bon du TRÉSOR : Trái phiếu công khố.

BONA FIDES : Ngay tình.

BONI : *đ* Tiền dư ra. Tiền dôi thừa.

BONIFICATION : *c* Sự cải thiện. Sự làm cho tốt, hay thêm. / Tiền thưởng. Tiền trợ cấp. Tiền bớt được (giá).

BONIFIER : *đgt* Cải thiện. Làm cho tốt, hay thêm. / Tưởng thưởng.

BONORUM CESSIO : Phao phí tài sản.

BONORUM POSSESSIO : Chấp hữu di sản.

BONS OFFICES : *đ snh* Sự điều giải .

BONUS : *đ* Tiền thưởng.

BON POUR : *đ* Nhận được. Đã nhận.

BON du TRÉSOR : *đ* Công khố phiếu.

BONNES MOEURS : *c snh* Thuần phong mỹ tục.

BORD : *đ* Trên tàu. Bờ.
À RAS bord : Đầy ắp.
AU bord DES LARMES :Nước mắt rưng rưng.
GENS de bord : Thuỷ thủ.
JETER PARDESSUS bord : Ném xuống biển.
LIVRE de bord : Sổ sách cuả tầu.
(Les) SOMBRES bords : Âm phủ.
VIRER de bord : Thay đổi lập trường.
MONTER à bord : Lên tầu.

BORDEAU : *đ* Nhà thổ. Nhà điếm. Thanh lâu.

BORDEL : *đ* Nhà thổ. Nhà điếm. Thanh lâu.
Bordel de CAMPAGNE : Nhà điếm cho quân nhân.

BORDEREAU : *đ* Phiếu đăng lục. Phiếu biên lục. Tờ kê khai.
Bordereau d'ENVOI : Chuyển phiếu.
Bordereau d'INSCRIPTION : Biên lục đăng ký.

BORNAGE : *đ* Sự phân ranh giới. Việc phân ranh với lối xóm.

BORNE : *c* Cọc phân ranh giới.

BORNER : *đgt* Phân ranh giới. / Đóng cọc phân ranh.

BOUC ÉMISSAIRE : *đ* Kẻ làm bung xung. / Kẻ giơ đầu chịu báng. / Vật tế thần. Vật hy sinh.

BOUÉE : Phao tầu.
Bouée de SAUVETAGE: Phao cấp cứu.

BOUILLEUR DE CRU : *đ* Người cất rượu ở nhà.

BOUILLONNEMENT : *đ* Sự sôi nổi.

BOUILLONNER : *đgt* Sôi sùng sục. / Sôi nổi.

BOULEVERSEMENT : *đ* Sự xáo trộn. Sự đảo lộn.

BOULEVERSER : *đgt* Xáo trộn. Đảo lộn.

BOURG : *đ* Thị trấn nhỏ. Tiểu trấn.

BOURGADE : *c* Thị trấn nhỏ.

BOURGEOIS : *đ* Thị dân (xưa). / Dân trưởng giả.

BOURGEOISIE : *c* Giai cấp trưởng giả.

BOURREAU : *đ* Đao phủ thủ.
Bourreau des COEURS : Kẻ làm đàn bà đau khổ vì tình.

BOURSE : *c* Học bổng. / Túi tiền.

BOURSIER : *tt* Được cấp học bổng. *đ* Học viên được hưởng học bổng.

BOUTIQUE : *c* Cửa hàng nhỏ. Cửa tiệm.

BOX DES ACCUSÉS : Nơi bị can ngồi.

BOYCOTTAGE : *đ* Sự tẩy chay.

BOYCOTTER : *dgt* Tẩy chay.

BOYCOTTEUR : *đ* Người tẩy chay.

BRACONNAGE : *đ* Săn bắn vụng trộm. / Phạm luật săn bắn.

BRACONNIER : *đ* Kẻ săn bắn trái phép.

BRANCHE : *c* Ngành. Nhánh. / Cành cây.
Branche AINÉE : Ngành trưởng.
Branche CADETTE : Ngành thứ.
AVOIR de la branche : Có vẻ qúy phái.

BREF : *tt* Ngắn gọn. *đ* Chiếu thư của Giáo Hoàng.
ASSIGNATION à bref délai : Triệu hoán tức thời.
Bref DÉLAI : Ngắn hạn. Đoản hạn.
EN bref : Vắn tắt.

BREVET : *đ* Bằng cấp tùy khả năng.
Brevet d'INVENTION : Bằng sáng chế.

BREVETÉ : *t* Được cấp chứng chỉ.

BRIGAND : *đ* Kẻ cướp. Kẻ bất lương.

BRIMADE : *c* Sự ăn hiếp. Sự bắt nạt (*học sinh*).

BRIS : *đ* Mảnh vỡ vụn.
Bris de GLACE : Mảnh kính (gương) vỡ.

BROCANTAGE : *đ* Nghề buôn đồ cũ.

BROCANTEUR : *đ* Người buôn đồ cũ.

BROCARD : *đ* Ngạn ngữ luật pháp. / Lời châm biếm. / Vải gấm vóc.

BROUILLARD : *đ* Vở nháp (kế toán). / Sương mù.

BRU : *c* Con dâu (*n. ch.* Belle fille).

BRUIT : *đ* Tiếng động. Sự ồn ào. / Tin đồn đại.
FAUX bruits : Tin đồn thất thiệt. Tin đồn nhảm.
Bruits NOCTURNES : Tiếng động canh khuya.

BRUMAN : *đ* Con rể. Tế tử. Nữ tế. (*n ch* Gendre).

BRUT : *tt* Thô trạng. Thô sơ. Nguyên trạng.
POID brut : Trọng lượng cả bì.
SALAIRE brut : Lương bổng nguyên trạng.

BRUTAL : *tt* Tàn nhẫn. Hung tợn.

BRUTALITÉ : *c* Tính vũ phu. Tính tàn nhẫn. Sự thô bạo. Tính hung tợn.

BUDGET : *đ* Ngân sách.
Budget EXTRAORDINAIRE : Ngân sách bất thường.
Budget ORDINAIRE : Ngân sách.
Budget CYCLIQUE : Ngân sách chu kỳ.
Budget TYPE : Ngân sách điển hình.
COMPTE HORS budget: Mục ngoại ngân sách.

BUDGÉTAIRE : *tt* Thuộc về ngân sách.

BUDGÉTIVORE : *tt* Lạm chi (tiêu) ngân sách. *đ* Kẻ lạm chi ngân sách.

BULLETIN : *đ* Kỷ yếu. Tập san. / Lá phiếu.
Bulletin BLANC : Phiếu trắng.
Bulletin d'INFORMATION : Bản tin.
Bulletin NUL : Phiếu không giá trị.
Bulletin de VOTE : Lá phiếu. Tờ phiếu.

BURALISTE : *đ* Nhân viên chi thu. / Người chủ hiệu bán thuốc lá (Pháp).

BUREAU : *đ* Văn phòng. Bàn giấy. Nơi làm việc.
Bureau de CONCILIATION : Phòng hoà giải (*luật L.Đ.*).

Bureau de JUGEMENT : Phiên xử Lao động (*luật L.Đ.*).
Bureau de VOTE : Nơi bầu. Phòng phiếu.

BUREAUCRATE : *tt* Nha sảnh. / Quan liêu. Giấy tờ rườm rà, nhiêu khê.

BUREAUCRATE : *đ* Kẻ quan liêu. / Óc quan liêu.

BUREAUCRATISER : *đgt* Nha sảnh hoá.

BUREAUCRATISME : *đ* Chế độ nha sảnh. Thói quan liêu. Tinh thần nhiêu xã.

BUREAUTIQUE : Tin học phòng. (*quản lý văn phòng, dụng cụ tin học, sao chụp*), (*viễn thông, điện thư fax v.v...*).

BURLESQUE : *tt* Trào lộng. Hài hước.

BUS : *đ* (*chữ tắt của* AUTOBUS) Xe buýt. Ô tô buýt.

BUSINESS : *đ* Áp phe. Làm ăn. Công việc. / Sự doanh thương. Sự buôn bán

BUSINESSMAN : *đ* Nhà kinh doanh. Kẻ làm ăn.

BUT : *đ* Mục đính. Mục tiêu. Chủ đích .
ALLER DROIT au but : Đi thẳng vào công việc.
DANS LE but DE : Nhằm mục đích là.
De but EN BLANC : Nói thẳng vào việc.

BUTÉ : *tt* Cứng đầu. Bướng bỉnh. Ngoan cố.

BUTIN : *đ* Chiến lợi phẩm.

BUTTE : *c* Gò đất. Mô đất. / Máy chém (*lóng).*
ETRE EN butte À : Phải chịu đựng. Phải đương đầu.

BUTTEUR : *đ* Kẻ giết người (*thân*). / Kẻ (có tài) đá bóng vào gôn, làm bàn.

BUVEUR : *đ* Kẻ thích rượu chè. Kẻ ham say sưa.

C

CABALE : *c* Vụ âm mưu. / Pháp thuật.

CABALER : *dgt* Âm mưu.

CABANON : *d* Túp lều. Căn nhà gỗ nhỏ.

CABARET : *d* Quán rượu. / Nhà hát.

CABARETIER : *d* Chủ quán rượu.

CABINET : Văn phòng. / Nội các. Văn phòng bộ trưởng.
Cabinet d'AVOCAT : Văn phòng luật sư.
Cabinet d'AGRÉE : Văn phòng thương sự.
Cabinet d'INSTRUCTION : Phòng dự thẩm.
Cabinet MÉDICAL : Phòng mạch. Phòng khám bệnh.
Cabinet de RÉGENCE : Nội các nhiếp chính.
Cabinet de TOILETTE : Phòng tắm. Nhà tắm. Cầu tiêu.
CHEF de cabinet : Chánh DIRECTEUR de cabinet : Đổng lý văn phòng.
FORMER le cabinet : Lập nội các.

CÂBLE : *d* Dâp cáp. Dây chão. Dây điện. Dây thừng to.
COUPER le câble avec : Đoạn giao với.

CÂBLER : *dgt* Đánh điện. Đánh cáp.

CÂBLOGRAMME : *d* Điện báo bằng cáp.

CABOTAGE : *d* Hàng hải ven biển.

CABOTER : *dgt* Vận chuyển hàng hoá ven biển.

CABOTEUR : *d* Tầu chạy ven biển.

CABOTIN : *tt* Rởm. / Người rởm. / Diễn viên bất tài.

CACHÉ : *tt* Ẩn tàng. Che giấu. Giấu diếm. Ngầm. Kín.
ARME caché : Khí giới giấu diếm.
TRÉSOR caché : Kho tàng chôn dấu.
VICE caché : Ẩn tì. Tì ố che đậy (không nhìn thấy).

CACHET : *d* Con dấu. Con triện. Con mộc. Ấn tín.
Cachet de GARANTIE : Dấu bảo đảm tốt.
APPOSER un cachet : Đóng dấu. Đóng mộc.
COURIR le cachet : Tìm chỗ dạy học tư.
LETTRE de cachet : Chiếu chỉ bắt giam (xưa).

CACHETAGE : *d* Việc dán kín. Việc niêm phong.

CACHETÉ : *tt* Dán kín. Niêm phong.
TESTAMENT cacheté : Chúc thư dán kín. Chúc thư mật.

CACHETER : *dgt* Dán kín. Niêm phong.

CACHOT : *d* Ngục tối. Nơi biệt giam.

CADASTRAGE : *d* Việc đạc điền. Việc trắc lượng.

CADASTRAL : *tt* Thuộc về đạc điền, trắc lượng.

CADASTRATION : *c* Sự đạc điền, địa đạc, trắc lượng.

CADASTRE : *d* Địa chính. Địa bộ. Đo đạc ruộng đất.

CADASTRER : *dgt* Đo đạc ruộng đất.

CADAVRE : *d* Tử thi. Xác chết. Thây người. Thây ma.

Cadavre PÉTRIFIÉ : Cương thạch. / Tử thi hoá đá.

CADET : *d* Con thứ. Em trai. (*x ch puiné).* Nhỏ. Bé. Đàn em. Em út. / Thiếu sinh quân (*Mỹ)* Không đáng lưu tâm.
C'EST le cadet de mes SOUCIS : Tôi không quan-tâm chuyện đó.

CADRE : *d* Giới hạn. Khuôn khổ. Phạm vi. Cán bộ. Nhân viên.
Cadre SUPÉRIEUR : Nhân viên, cán bộ cao cấp.
DANS le cadre de : Trong khuôn khổ.

CADUC : *tt* Lỗi thời. Hết hiệu lực. Vô hiệu lực. / Suy lão. Già nua. / Hết thời.
TOMBER en caduc : Bị rơi vào tình trạng vô hiệu.

CADUCITÉ : *d* Tình trạng vô hiệu; hết hiệu lực.

C.A.F. : COUT-ASSURANCE-FRÊT : Giá-bảo-cước.

CAGNOTTE : *c* Quỹ chung. Tiền hồ. Tiền sâu (bài bạc). / Tiền cất riêng.

CAHIER : *d* Tập vở học trò. / Điều trần trạng (dâng vua).
Cahier d'AUDIENCE : Bút lục phiên xử.
Cahier de BORD : Sổ ghi chú hải thuyền.
Cahier des CHARGES : Điều kiện sách (*đấu thầu*).
Cahier de FAISABILITÉ : Khả thi sách.
Cahier de FRAIS : Sổ chi tiêu.

CAID : *d* Viên cai trị (bắc Phi). / Trùm đảng cướp. Tay anh chị. Tay xếp sòng.

CAIROTE : *tt* Thuộc thành phố Le Caire (Cai rô).

CAISSE : *c* Thùng. Quỹ. Két.
Caisse d'AMORTISSEMENT : Quỹ chiết cựu.
Caisse d'AVANCE : Quỹ ứng trước.
Caisse de COMPENSATION : Quỹ bù trừ.
Caisse de CRÉDIT : Quỹ tín dụng.
Caisse d'ÉPARGNE : Quỹ tiết kiệm.
Caisse NOIRE : Quỹ đen.
Caisse de PRÉVOYANCE : Quỹ dự phòng.
METTRE QUELQU'UN EN caisse : Đánh lừa ai.

CAISSIER : *đ* Thủ qũy. Thâu ngân viên.

CALAMITÉ : *c* Thiên tai. Tai họa. Tai ương.
Calamité PUBLIQUE : Tai họa cho mọi người.

CALCUL : *đ* Cách tính. Phép tính. *đ snh* Sạn trong thận.
AGIR par calcul : Hành động có cân nhắc thiệt hơn.
D'APRÈS mes calculs : Theo dự tính cuả tôi.

CALENDRIER : *đ* Lịch.
Calendrier JULIEN : Lịch do Jules César ban hành.
Calendrier LUNAIRE : Âm lịch.
Calendrier GRÉGORIEN : Lịch do Grégoire lập. Tây lịch. Công nguyên.
Calendrier SOLAIRE : Dương lịch.

CALIBRE : *đ* Cỡ. Cữ. Loại.

CALOMNIATEUR : *tt* Vu khống. Vu oan. *đ* Kẻ vu khống.

CALOMNIEUX : *tt* Tính vu oan.

CAMAIL : *đ* Áo choàng (áo thụng) của thầy tu.

CAMAR : *tt* Mũi tẹt. Mũi xẹp.

CAMARADE : *đ* Bạn bè. / Đồng chí.
FAIRE camarade : Ra hiệu đầu hàng.

CAMARILLA : *c* Bè phái lộng quyền.

CAMBIAIRE : *tt* Thuộc về phiếu khoán, hối đoái.

CAMBIAL : *tt* Thuộc về hối đoái.
DROIT cambial : Luật hối đoá

CAMBISTE : *tt* Thuộc về hối đoái. *đ* Kẻ buôn bán ngoại tệ, hối phiếu.

CAMBODGE : *đ* Nước Khờ Me. Nước Cam bốt. Nước Cam pu chia.

CAMBODGIEN : *đ* Người Khờ Me. Dân Cam bốt. Dân Cam pu chia.

CAMBODGIENNE : *c* Người Khờ Me (nữ).

CAMBRILOLAGE : *đ* Vụ trộm.

CAMBRIOLER : *dgt* Ăn trộm.

CAMBRIOLEUR : *đ* Kẻ trộm. Tên ăn trộm. Đạo chích.

CAMBUSE : *c* Kho lương thực trong tầu.

CAMELOTE : *c* Hàng xấu. Hàng giá rẻ mạt.

CAMÉRAL : *tt* Thuộc công quỹ.

CAMP : *đ* Doanh trại. Trại. Phe phái.
Camp de CONCENTRATION : Trại tập trung (cải tạo).
Camp de TRAVAIL : Trại khổ sai ; trại lao động.
FEU de camp : Lửa trại (Hướng đạo).
IL Y A DEUX camps : Có hai phe.

CAMPAGNE : *đ* Nông thôn. Đồng ruộng. Chiến dịch. Cuộc vận động.
VISITER la campagne : Thăm viếng nông thôn.
Campagne de PRESSE : Chiến dịch báo chí.

CAMPEMENT : *đ* Sự đóng quân, cắm trại.

CAMPER : *dgt* Đóng quân. Cắm trại.

CANADA : *đ* Nước Gia Nã Đại.

CANADIEN : *tt* Thuộc về Gia Nã Đại. *đ* Người Gia Nã Đại.

CANADIENNE : *c* Người Gia Nã Đại (nữ). Áo ấm lót lông cừu.

CANAILLE : *c* Đồ vô lại. Tụi côn đồ.

CANAL : *đ* Kênh đào. Kinh đào. Sông đào.
Canal de TÉLÉVISION : Kênh truyền hình.
PAR LE canal DE ... : Nhờ đường giây...

CANALISATION : *c* Hệ thống dẫn.
Canalisation d'EAU : Hệ thống dẫn nước.
Canalisation d'ÉLECTRICITÉ : Hệ thống dẫn điện.

CANCELLARIAT : *đ* Chức vụ chưởng ấn.

CANCELLATION : *c* Sự gạch bỏ. Sự hủy bỏ.

CANCELLER : *dgt* Gạch bỏ. Huỷ bỏ.

CANDIDAT : *đ* Thí sinh. Người dự thi. Kẻ dự cuộc. / Người tranh cử. Ứng cử viên.

CANDIDATURE : *c* Sự ứng cử. Sự ứng thí. Sự dự thí. Sự tranh cử.

CANGUE : *c* Cái gông cùm. / Hình phạt mang gông.

CANNIBALE : *tt* Thói ăn thịt người. *đ* Kẻ ăn thịt người, ăn thịt đồng loại.

CANIBALISME : *đ* Tục ăn thịt người.

CANNE : *c* Cây gậy. Cái côn.
Canne BLANCHE : Gậy trắng của người mù.

CANON : *đ* Đại pháo. Trọng pháo. Thần công (xưa). / Giáo luật. / Giáo điều. Giáo lệnh.
CHAIR à canon : Bia thịt, làm mồi cho súng.

CANONIQUE : *tt* Hợp quy tắc tôn giáo.
DROIT canonique : Luật giáo hội.

CANONISER : *dgt* Phong thánh.

CANONNADE : *c* Việc nã đại pháo.

CANONNERIE : *c* Xưởng đúc đại pháo.

CANONNIER : *đ* Lính pháo thủ.

CANONNIÈRE : *c* Pháo hạm. Pháo thuyền. Lỗ châu mai.

CANTINE : *c* Nhà ăn tập thể. Quán cơm. Căng tin. Rương của thuỷ thủ.

CANTON : *đ* Tổng. Tỉnh (ở *Lục Xâm Bảo, Trung Quốc*). Bang (ở *Thuỵ Sĩ*).

CANTONAL : *tt* Thuộc về hàng tổng.

CANTONNAIS : *tt* Thuộc về tỉnh Quảng Châu. *đ* Người tỉnh Quảng Châu.
RIZ cantonnais : Cơm chiên (N), rang (B) Quảng Châu.

CANTONALISME : *đ* Thuyết địa phương tản quyền. / Óc địa phương.

CANTONNEMENT : *đ* Việc đóng trại, đòn. Sự đồn trú. Sự định giới hạn.
Cantonnement de l'HYPOTHÈQUE : Giới định để đương.
Contonnement d'une SAISIE ARRÊT : Giới định sai áp chế chỉ.

CANTONNER : *đ* Đóng quân (*tại khu có thường dân*). *đgt* Giới hạn.

CAP : *đ* Mũi đất (*nhô ra biển*). Hướng đi của con tầu.
METTRE le cap sur : Đi về hướng.

CAPABLE : *tt* Có khả năng. Có năng lực.

CAPACITAIRE : *tt* Thuộc về khả năng.

CAPACITÉ : *c* Khả năng. Sức.
Capacité en DROIT : Bằng năng lực Luật học.
Capacité JURIDIQUE : Năng lực pháp lý.

CAPITAINE : *đ* Đại úy. Đại đội trưởng.
Capitaine d'une ÉQUIPE DE FOOT : Thủ quân.
Capitaine d'un NAVIRE : Hạm trưởng.
Capitaine en LONG COURS : Thuyền trưởng viễn hành.
Capitaine de NAVIRE : Thuyền trưởng. Hạm trưởng.

CAPITAL : *tt* Chủ yếu. Hàng đầu. Quan trọng.
CRIME capital : Trọng tội.
PEINE capitale : Tội tử hình.
POINT capital : Yếu điểm. Chính điểm. Điểm quan trọng. Điểm chủ yếu.

CAPITAL : *đ* Vốn. Tư bản.
Capital FLOTTANT : Vốn trôi nổi. Vốn bất định.
Capital d'une SOCIÉTÉ : Vốn của Công ty.
Perte du CAPITAL : Mất vốn (*luật T.M.*). Phạm vào vốn liếng.
AUGMENTATION du capital : Tăng vốn (*luật t.m.*).
DIMINUTION du capital : Giảm vốn (*luật t.m.*).

CAPITALE : *c* Thủ đô. Kinh đô. Kinh kỳ. Thành đô.

CAPITALISABLE : *tt* Có thể chuyển thành vốn.
INTERÊTS capitalisables : Tiền lời hoá vốn.

CAPITALISATION : *c* Sự tích lũy. / Sự gây vốn. / Lấy lời gây vốn (*luật t.m.*). Việc tư bản hoá.

CAPITALISER : *đgt* Chuyển thành vốn.

CAPITALISME : *đ* Thuyết tư bản. Thuyết tư sản. / Chế độ tư bản. Chế độ tư sản. Giới tư bản. Hệ thống tư bản.
Capitalisme DIALECTIQUE : Biện chứng tư bản.

CAPITALISTE : *đ* Người tư bản. Kẻ theo thuyết tư bản.

CAPITATION : *c* Thuế thân (*xưa*).

CAPITULATION : *c* Sự đầu hàng.
Capitulation SANS CONDITION : Đầu hàng vô điều kiện.

CAPORAL : *đ* Hạ sĩ. Cai.
Caporal-CHEF : Hạ sĩ nhất.

CAPTATION : *c* Sự mưu toan chiếm đoạt.
Captation d'HÉRITAGE : Đoạt di sản.

CAPTER : *đgt* Nắm lấy. Vớ lấy. Thu lấy.
Capter la CONFIANCE : Lấy được lòng tin.

CAPTEUR : *đ* Kẻ chiếm đoạt.

CAPTIF : *tt* Bị giam giữ. Bị cầm tù. *đ* Người bị giam giữ, bị cầm tù.

CAPTIVITÉ : *c* Sự bị giam giữ, bị cầm tù,

CAPTURE : *c* Sự bắt giữ. Vật lấy được.

CARACTÈRE : *đ* Tính cách. Tính tình. Cá tính. / Chí khí. / Chữ máy in.
Caractère AUTHENTIQUE : Tính chất xác thực.
Caractère CRIMINEL : Tích cách sát nhân.
Caractère GRAS : Chữ đậm.
Caractère d'IMPRIMERIE : Kiểu chữ in.
Caractère ITALIQUE : Chữ ngả.
BON caractère : Tính nết dễ chịu.
HOMME de caractère : Con người chí khí.
MANQUER de caractère : Thiếu bản ngã. Không ý chí.

CARACTÉRISTIQUE : *tt* Đặc biệt. /Đặc tính. Đặc trưng.

CARCAN : *đ* Cái cùm c. Cái gông.

CARDINAL : *đ* Hồng Y giáo chủ (*tôn*).

CARENCE : *c* Sự thiếu sót. Sự yếu kém.
Carence ALIMENTAIRE : Thiếu dinh dưỡng.

CARGAISON : *c* Chuyến hàng.
DÉCLARATION de cargaison : Khai hàng chứa trong tầu.

CARGO-BOAT : *đ* Tầu chở hàng (*Anh*).

CARNAGE : *đ* Sự tàn sát. Vụ loạn sát. Vụ cuồng sát.
CAMP de carnage : Sát trường.

CARNET : *đ* Cuốn sổ tay. Sổ tay.
Carnet d'ADRESSES : Sổ ghi địa chỉ.
Carnet de CHÈQUE : Cuốn chi phiếu.
Carnet de TRANSMISSION : Sổ chuyển giao công văn.
Carnet à SOUCHE : Sổ có lưu tồn. Sổ có cuống.

CARRIÈRE : *c* Nghề nghiệp.
LA carrière : Ngoại giao chuyên nghiệp.

CARTE : *c* Bản đồ. Địa đồ. / Quân bài. Lá bài. / Thẻ. Thiếp.
Carte d'ADHÉRENT : Thẻ hội viên.
Carte de COMMERÇANT : Thẻ thương nhân (*l.t.m.*).
Carte d'ELECTEUR : Thẻ cử tri.
Carte d'ETUDIANT : Thẻ sinh viên.
Carte d'IDENTITÉ : Thẻ căn cước. Giấy chứng minh.
Carte MARITIME : Hải đồ.
Carte du PARTI : Thẻ đảng viên.
Carte POSTALE : Bưu ảnh.
Carte PROFESSIONNELLE : Thẻ nghề nghiệp. / Thẻ hành sự.
Carte de PRESSE : Thẻ nhà báo.
Carte de SÉJOUR : Thẻ cư trú tạm.
Carte SCOLAIRE : Thẻ học sinh.
Carte de TRAVAIL : Thẻ lao động.
Carte de VISITE : Danh thiếp.
CACHER ses cartes : Giấu diếm sở trường.
CHATEAU de carte : Vật mong manh.
DESSOUS des cartes : Điều bí mật.
DONNER carte BLANCHE : Cho tự do hành động.
FILLE en carte : Gái được phép hành nghề mãi dâm.
JOUER carte sur TABLE : Nói thẳng. Thẳng thắn.
TIRER les cartes : Bói bài.

CARTEL : *d* Các-ten. / Liên minh thương mại. Liên minh doanh nghiệp. / Thư hẹn thách đấu kiếm. / Khung (*đồng hồ*) treo tường.
ACCEPTER un cartel : Nhận lời đấu kiếm.
ENVOYER un cartel : Gửi thư thách đấu kiếm.
NAVIRE de cartel : Tầu chở tù binh.
REFUSER un cartel : Từ khước đấu kiếm.
Cartel de DROITE : Liên minh hữu phái.
Cartel de GAUCHE : Liên minh tả phái.

CARTELLISTE : *tt* Thuộc về liên minh. /Đoàn viên cuả liên minh.

CAS : *d* Trường hợp. Ca. / Tình cảnh.
AU cas OÙ : Nếu như. Trong trường hợp đó.
Cas de FORCE MAJEUR : Trường hợp bất khả kháng.
Cas SPÉCIAL : Trường hợp đặc biệt.
EN ce cas : Trong trường hợp ấy.

CASAQUE : *d* Áo cộc của kỵ sỹ.
TOURNER casaque : Trở áo. Thay đổi ý kiến. Bỏ phe này theo phe khác. / Chạy trốn.

CASH (Anh ngữ) Trả tiền ngay. Trả tiền mặt.
Cash & CURRY : Trả tiền song thì đem hàng hoá đi.

CASIER : *d* Tủ nhiều ngăn.
Casier JUDICIAIRE : Tư pháp lý lịch.
Casier judiciaire VIERGE : Tư pháp lý lịch trong trắng.

CASSATION : *c* Việc phá án (*vì xử vi luật*). / Việc lột quân hàm.
Cour de CASSATION : Toà phá án. Giám đốc thẩm.
ARRÊT de cassation : Phúc nghị phá án.
MOYEN de cassation : Phương cách phá án.
POURVOI en cassation : Thượng tố phá án.

CASSER : *đgt* Phá (án). Hủy án thượng thẩm. / Bãi chức. Huyền chức. Triệt hồi. / Bẻ gẫy.
Casser une FONCTION : Bãi chức.
Casser un ARRÊT : Phá án thượng thẩm.
Casser un MARIAGE : Hủy tiêu hôn thú.

CASSETTE : *c* Hộp nhỏ. Ô kéo nhỏ. Ngăn nhỏ.
Cassette à BIJOUX : Hộp nữ trang.
Cassette MAGNÉTIQUE : Hộp nhạc thâu băng.
Cassette VIDÉO : Hộp phim điện quang.

CASTE : *c* Đẳng cấp (*trong xã hội*).
Caste MILITAIRE : Quân phiệt.

CASTRATION : *c* Việc thiến. Hoạn.
CRIME de castration : Tội thiến (*xưa*).

CASTRER : *đgt* Thiến. Hoạn.
VOIX de castré : Giọng the thé.

CASUEL : *tt* Sự ngẫu nhiên. Việc tình cờ. / Ngoại bổng. Tiền trên trời rơi xuống. Tiền trời ơi.

CASUS BELLI : Trường hợp gây chiến.

CASUS FOEDERIS : Trường hợp cầu viện.

CATACLYSME : *d* Đại tai biến.

CATALOGUE : *d* Danh mục. Mục lục. Sách trưng bầy hàng bán. Ca ta lô.

CATALOGUER : *đgt* Lập danh mục. Xếp loại. Chia thành phần.

CATASTROPHE : *c* Thảm họa. Tai ương.
Catastrophe MILITAIRE : Đại bại. Thảm bại (quân).
Catastrophe NATUREL : Thiên tai.

CATASTROPHIQUE : *tt* Thảm khốc.

CATÉCHISME : *d* Sách dạy giáo lý (*tôn*). Sách dạy giáo lý.

CATÉGORIE : *c* Loại. Phạm trù.

CATÉGORIQUE : *tt* Dứt khoát. / Nhất quyết.

CATÉGORISATION : *c* Sự phân loại / Sự phạm trù hoá.

CATÉGORISER : *đgt* Xếp (*theo từng*) loại.

CATHÉDRALE : *c* Nhà thờ lớn.

CATHOLICISME : *d* Đạo Thiên Chuá.

CATHOLIQUE : tt Thuộc về Thiên Chuá giáo. / Thiện tính (*bóng*). / Giáo dân. Người theo đạo Thiên Chuá.
CE N'EST PAS catholique : Không đứng đắn lắm.

CAUSAL : *tt* Nguyên nhân tính. Nhân quả tính.

CAUSALITÉ : *c* Quan hệ nhân quả.

CAUSE : *c* Nguyên nhân. Lý do. Duyên cớ. Sự cố. / Vụ kiện. Vụ tranh tụng. Vụ án.
La cause EST ENTENDUE : Toà đã hiểu thấu sự việc. Kết thúc tranh luận.

EN CONNAISSANCE de cause : Biết rõ vì có liên hệ tới vụ đó.
ENRICHISSEMENT SANS cause : Đắc lợi vô căn.
EN TOUT ÉTAT de cause : Dù sao đi nữa.
ÊTRE en cause : Có liên quan.
ÊTRE cause QUE : Chịu trách nhiệm về.
FAIRE cause commune avec : Về phe với.
FAUSSE cause : Nguyên nhân sai trái.
GAIN de cause : Thắng kiện.
HORS de cause : Không liên quan tới vụ án. Miễn nghị. Đặt ra ngoại vụ.
Juste CAUSE : Chính nghiã.
METTRE en cause : Kêu ra dự sự.
METTRE hors de cause : Để ra ngoại vụ.
OBLIGATION sans cause : Nghiã vụ vô nguyên nhân.
PLAIDER une cause : Biện hộ một vụ án.
Cause ADMISTRATIVE : Vụ hành chánh.
Cause CIVILE : Vụ dân sự.
Cause COMMERCIALE : Vụ thương sự.
Cause CORRECTIONNELLE : Vụ tiểu hình.
Cause CRIMINELLE : Vụ đại hình.
Cause du DIVORCE : Lý do để (xin) ly hôn.
Cause EN ÉTAT : Hồ sơ vụ kiện đã hoàn bị.
Cause FONDAMENTALE : Lý do căn bản.
Cause GAGNÉE : Thắng kiện.
Cause IMMÉDIATE : Nguyên nhân trực tiếp.
Cause LOINTAINE : Nguyên nhân xa xôi.
Cause IMMORALE : Nguyên cớ bại luân.
Cause de NULLITÉ : Lý do vô hiệu.
Cause PRINCIPALE : Chính vụ.

CAUSER : *dgt* Gây ra. / Nguyên ủy. Nói chuyện.
Causer UN ENNUI : Gây phiền phức. Làm phiền hà.

CAUSERIE : *c* Buổi nói chuyện. Cuộc nói chuyện.

CAUTION : *c* Tiền bảo chứng. Tiền ký quỹ. / Người bảo chứng. Người bảo lãnh.
FOURNIR caution : Nạp tiền bảo chứng; ký quỹ.
LIBERTÉ sous caution : Tại ngoại hậu tra có thế chân.
PORTER caution : Đứng ra bảo lãnh.
SUJET à caution : Chưa tin được hẳn.
Caution *JUDICATUM SOLVI* : Ngoại kiều án quỹ.
Caution SOLIDAIRE : Liên đới bảo chứng.

CAUTIONNEMENT : *đ* Tiền thế chân. Tiền ký quỹ. / Tiền bảo chứng. Tiền đặt cọc.
DÉPOSER un cautionnement : Nạp thế chân. Ký quỹ.

CAUTIONNER : *dgt* Bảo chứng. Bảo lãnh.

CAVALERIE : *c* Kỵ binh.

CAVALIER : *đ* Kỵ mã. Kỵ binh. Kỵ sĩ.
FAIRE cavalier SEUL : Hành động riêng rẽ. Đơn thương độc mã.

CAVALIER : *tt* Sỗ sàng. Không nghiêm chỉnh.
RÉPONSE cavalière : Câu trả lời không nghiêm chỉnh.

CAVALIÈRE : Nữ kỵ sĩ. Gái nhẩy. Kỹ nữ.

CAVEAU : *đ* Sinh phần (cho cả) gia đình.

CÉANS : *pbht* Bản sở. Tại đây. Nơi đây.
TRIBUNAL de céans : Tòa đang xử. Đương đường.

CÉDANT : *đ* Kẻ nhượng dữ; nhượng quyền.

CÉDÉ : *tt* Kẻ thụ nhượng.

CÉDER : *dgt* Nhường, nhượng lại.

CÉLATION : *c* Việc giấu giếm. Sự ẩn nặc. Sự tàng nặc.

CÉLÉBRATION : *c* Sự làm lễ; hành lễ; cử lễ.
Célébration du MARIAGE Hôn lễ. Lễ cưới.

CÉLÈBRE : *tt* Danh tiếng. Nổi danh. Có tiếng tăm.
CHANTEUSE célèbre : Nữ danh ca. Ca kỹ tài danh.
FAMILLE célèbre : Danh gia.
MUSICIEN célèbre : Danh cầm.
PEINTRE célèbre : Danh họa.
VILLE clèbre : Danh đô.

CÉLER : *dgt* Giấu giếm.

CÉLIBAT : *đ* Tình trạng độc thân.
VOEU de célibat : Nguyện ước sống độc thân (*tôn*).

CÉLIBATAIRE : *c,đ* Người độc thân.

CELLULAIRE : *tt* Thuộc về xà lim, biệt giam. *đ* Điện thoại không giây. Điện thoại bộ đàm.

CELLULE : *c* Xà lim. Phòng biệt giam.

CENS : *đ* Sự kiểm tra nhân khẩu.
RÔLE du cens : Sổ dân đinh.

CENSEUR : *đ* Viên giám học.

CENSORAT : *đ* Quyền giám sát.

CENSURABLE : *tt* : Đáng chỉ trích. Đáng phê phán.

CENSURE : *c* Chế độ kiểm duyệt Sự chỉ trích. Sự phê phán. Sự kiểm duyệt.
MOTION de censure : Kiến nghị bất tín nhiệm.

CENSURER : *dgt* Kiểm duyệt. Thi hành kỷ luật. Chỉ trích. Phê phán.

CENT : *tt* Trăm.
FAIRE les cents COUPS : Sống bừa bãi.
FAIRE les cents PAS : Đi tản bộ. Đi bách bộ.

CENT : *đ* Tiền một xu (xưa).

CENTAINE : *c* Hàng trăm. Khoảng một trăm.
Une centaine de PERSONNES : Hàng trăm người.
DÉPASSER la centaine : Quá trăm tuổi.

CENTENAIRE : *tt* Một trăm tuổi. *đ* Lễ kỷ niệm một trăm năm.

CENTIÈME : *đ* Phần trăm. Bách phân.

CENTIME : *c* Tiền xu.

CENTRAL : *tt* : Chính giữa. Ở giữa. Trung tâm. Trung ương.
POINT central : Trung tâm điểm.

CENTRAL : *đ* Chính sở.

CENTRALE : *c* Trung ương.
Centrale ÉLECTRIQUE : Trung tâm phát điện.
MAISON centrale : Đề lao (Hà nội) cũ.

CENTRALISATEUR : *tt* Tập trung.

CENTRALISATION : *c* Sự tập trung.

CENTRALISER : *đgt* Tập trung. Tập quyền.

CENTRALISME : *đ* Chính thể tập quyền.

CENTRE : *đ* Trung tâm điểm. Khu. Sở. / Trường. / Trạm.
Centre COMMERCIAL : Trung tâm thương mại.
Centre d'AFFAIRES : Trung tâm doanh nghiệp.
Centre INDUSTRIEL : Trung tâm kỹ nghệ.

CENTRER : *đgt* Đưa vào giữa. Nhắm vào trung tâm.

CERCLE : *đ* Câu lạc bộ. / Hình tròn.

CÉRÉMONIAL : *tt* Lễ nghi. Nghi lễ xã giao.

CÉRÉMONIE : *c* Nghi lễ. Nghi thức. Nghi tiết.
MAITRE des cérémonies : Chủ tế. Trưởng ban nghi lễ.
Cérémonie COMMÉMORATIVE : Lễ tưởng niệm.
Cérémonie d'INAUGURATION : Lễ khai mạc.
Cérémonie d'INSTALLATION : Lễ an chức.
Cérémonie d'INVESTITURE : Lễ tấn phong.
Cérémonie de MARIAGE : Lễ cưới. Hôn lễ.

CERTAIN : *tt* Chắc chắn. Đích xác. Đích thực.
DATE certaine : Có ngày tháng chắc chắn.
DETTE certaine : Món nợ xác định.
FAIT certain : Việc xác thực. Việc chắc chắn.
JUSQU' À un certain POINT : Tới một mức độ nào đó.
Certains JOURNALISTES : Một vài ký giả.
D' UN certain ÂGE : Đã đứng tuổi.
UN certain M. DUPOND : Ông Dupond nào đó.

CERTIFICAT : *đ* Bằng cấp. / Giấy chứng chỉ. Tờ chứng minh.
Certificat d'APTITUDE : Tờ chứng minh khả năng.
Certificat de BONNE CONDUITE : Chứng chỉ hạnh kiểm tốt.
Certificat de BONNE VIE et MOEURS : Chứng chỉ sinh sống mẫu mực. Chứng chỉ hạnh kiểm tốt.
Certificat de CAPACITÉ : Chứng chỉ có năng lực.
Certificat de CARENCE : Tờ chứng minh thiếu sót, vô lực.
Certificat de COUTUME : Tờ chứng minh tục lệ.
Certificat de MALADIE : Tờ xác nhận đau ốm.
Certificat de MARIAGE : Giấy chứng minh hôn thú.
Certificat de NATIONALITÉ : Giấy chứng minh quốc tịch.
Certificat MÉDICAL : Giấy chứng thương.
Certificat de NON APPEL : Chứng thư không (có)kháng cáo.
Certificat de NON OPPOSITION : Chứng thư không (có) kháng tố.
Certificat de PROPRIÉTÉ : Tờ xác nhận chủ quyền.
Certificat de TRANSCRIPTION : Giấy xác nhận đã sao biên, đăng lục .
Certificat de TRAVAIL : Tờ xác nhận có đi làm việc.
Certificat PRÉNUPTIAL : Tờ chấp nhận cho kết hôn.

CERTIFICATEUR : *đ* Kẻ bảo lãnh cho người bảo lãnh. (*thượng bảo lãnh*). (bảo lãnh cho người bảo lãnh).

CERTIFICATIF : *tt* Chứng thực. Văn kiện chứng minh.

CERTIFICATION : *c* Sự chứng nhận. Sự bảo chứng.

CERTIFIER : *đgt* Chứng thực. Chứng nhận. Thị thực.

CERTITUDE : *c* Sự chắc chắn. Điều xác thực. Sự tin chắc.

CÉSARIEN : *tt :* Thuộc về César.

CÉSARIENNE : *c* Mổ tử cung lấy thai ra.

CÉSARISME : *đ* Chính sách võ đoán.

CESSANTE CAUSA, CESSAT ET EFFECTUS : Nhân tận, quả diệt.

CESSANTE CAUSA LEGIS CESSAT LEX: Luật vô nhân , vô pháp luật.

CESSANTE RATIONE LEGIS CESSAT IPSA DISPOSITIO : Luật vô căn, luật vô hiệu.

CESSATION : *c* Sự ngưng lại. Sự đình chỉ. Hưu chỉ.
Cessation de FONCTION : Hưu chức.
Cessation de PAIEMENT : Đình chỉ trả tiền.
Cessation des HOSTILITÉS : Ngưng chiến. Hưu chiến.
Cessation des POURSUITES : Hưu tố. Ngưng truy tố.
Cessation de TRAVAIL : Ngưng công việc.

CESSER : *đgt* Thôi. Đình. Dứt. Ngưng.

CESSEZ-LE-FEU : *đ* Sự hưu chiến. Sự tạm thời ngưng chiến.

CESSIBILITÉ : *c* Khả nhượng tính. Nhường lại được.

CESSIBLE : *tt* Có thể nhường lại được. Khả chuyển nhượng.

CESSION : *c* Sự nhượng dữ. Sự chuyển nhượng.

CESSIONNAIRE : *đ* Người hưởng thụ nhượng.

CHAH : *đ* Vua nước Ba-Tư.

CHAIRE : *c* Diễn đàn. / Giảng đài.
PROFESSEUR TITULAIRE de chaire : Giáo sư diễn giảng (*khác với danh vị Giáo sư*).

CHAISE : *c* Ghế có dựa lưng.
Chaise à BRAS : Ghế bành.
Chaise ÉLECTRIQUE : Ghế điện.
Chaise à PORTEUR : Kiệu.
ÊTRE ENTRE deux chaises : Chao đảo giữa hai phe.

CHALAND : *đ* Khách hàng quen. Sà lan. Giang thuyền chở hàng.
Chaland-CITERNE : Sà lan chở chất lỏng (dầu, săng).

CHALANDISE : *c* Sự đông khách hàng.
PERDRE sa chalandise : Mất khách hàng.

CHALOUPE : *c* Sà lúp.

CHALOUPER : *đgt* Đi giáng đong đưa.

CHALOUPIER : *đ* Thủy thủ trên sà lúp.

CHAM : *đ* Người xứ Chàm. Dân Chàm. Người Chàm.

CHAMAILLE : *c* Vụ cãi cọ. Vụ cãi nhau.

CHAMAILLER (SE) : *đgt* Cãi nhau. Đấu khẩu.

CHAMBELLAN : *đ* Quan thị thần.

CHAMBOULER : *đgt* Làm xáo trộn.

CHAMBRE : *c* Phòng. Buồng. Viện. Toà. Phòng xử.
GOUVERNEMENT à DEUX chambres : Chính thể lưỡng viện.
GOUVERNEMENT à chambre UNIQUE : Chính thể độc viện.
Chambre d'ACCUSATION : Phòng luận tội.
Chambre BASSE : Hạ nghị viện.
Chambre CIVILE : Phòng xử dân sự.
Chambre de COMMERCE : Phòng thương mại.
Chambre des COMPTES : Phòng kiểm toán.
Chambre CONSULTATIVE : Viện tư vấn.
Chambre de COMMERCE : Phòng thương mại.
Chambre COMMERCIALE : Phòng thương sự.
Chambre CORRECTIONNELLE : Phòng (xử) hình sự.
Chambre CRIMINELLE : Toà đại hình.
Chambre de DISCIPLINE : Phòng xử kỷ luật.
Chambre de DÉLIBÉRATION : Phòng nghị án.
Chambre des DÉPUTÉS : Hạ viện.
Chambre des MISES en ACCUSATION : Phòng luận tội.
Chambre LÉGISLATIVE : Quốc hội lập pháp.

CHAMP : *đ* Trường. Cánh đồng.
Champ d'ACTIVITÉ : Môi trường hoạt động.
Champ d'APPLICATION : Môi trường áp dụng.
Champ d'AVIATION : Trường bay.
Champ de BATAILLE : Bãi chiến trường. Sa trường.
Champ d'HONNEUR : Bãi chiến trường.
Champ MANGÉTIQUE ; Từ trường.
Champ du REPOS : Nghĩa trang.
METTRE aux champs : Làm bực mình. Làm nổi giận.

CHAMPÊTRE : *tt* Thuộc về đồng áng, nông thôn.

CHAMPION : *đ*: Quán quân. Vô địch. /Người bênh vực.
Champion de la LIBERTÉ : Người bênh vực tự do.

CHANCELIER : *đ* Thủ tướng (nước Đức, Áo)
Chancelier de l'ÉCHIQUIER : Bộ trưởng tài chánh (nước Anh).

CHANCELLERIE : *c* Bộ tư pháp. Trưởng ấn vụ.

CHANGE : *đ* Hối đoái. Đổi trác. Việc đổi tiền.
COTE des changes : Giá biểu đổi tiền; hối đoái.
COURS de change : Hối giá.
LETTRE de change : Hối phiếu.
PRENDRE le change : Bị lường gạt.

CHANGEMENT : *đ* Thay đổi.

CHANGER : *đgt* Đổi (tiền). / Thay đổi.

CHANGEUR : *đ* Kẻ đổi trác.

CHANT : *đ* Bài hát. Khúc ca.

CHANTAGE : *đ* Sự tống tiền. Sự làm tiền. / Sự doạ tố cáo.

CHANTER : *đgt* Tống tiền. Ca hát.
FAIRE chanter : Dọa tống tiền ai.

CHANTEUR : *đ* Ca sĩ. Người hát.

CHANTIER : *đ* Công trường.

CHANSON : *c* Bài hát. Bài ca

CHAPITRE : *đ* Chương hồi. Chương mục. Chương sách.
ROMAN à chapitres : Tiểu thuyết chương hồi.

CHAR : *đ* Chiến xa.

CHARGE : *c* Chức vụ. Chức nghiệp. / Nhiệm vụ. / Việc buộc tội. / Thuế.
À charge de REVANCHE : Buộc phải báo đáp (như hệt).
CAHIER des charges : Điều kiện sách.
EXAMINER les charges : Nghiên cứu tội chứng.
LOURDES charges : Trọng trách.
PERSONNE à charge : Kẻ mà mình phải cấp dưỡng.
TÉMOIN à charge : Nhân chứng buộc tội.
SE DÉMETTRE de sa charge : Từ nhiệm.
Charges INSUFFISANTES : Chứng cớ chưa đủ.
Charge de la PREUVE : Trách vụ phải dẫn chứng

CHARGÉ : *tt* Đặc nhiệm. Đặc phái. Có trọng trách.
Chargé de COURS : Giảng sư. :
Chargé de MISSION : Đặc phái viên. Công cán uỷ viên *(trong một bộ)*.

CHARGE : *c* Chuyến. Gánh. Vác. Chuyến hàng. Gánh nặng. / Trách vụ. / Sự buộc tội. Tội chứng.
CAHIER des charges : Điều kiện sách.
ETUDIER les charges : Nghiên cứu tội chứng.
LOURDE charge : Trọng trách. Trọng tải.
NAVIRE en charge : Tầu đang ăn hàng.
PERSONNE à charge : Người được nuôi dưỡng.
PRENDRE à sa charge : Bao che. Chịu trách nhiệm.
PREUVE à charge : Chứng cớ buộc tội.
TÉMOIN à charge : Chứng nhân buộc tội.
Charge de FAMILLE : Gánh nặng gia đình.
Charges NOUVELLES : Tội chứng mới.
Charge de la PREUVE : Trọng trách dẫn chứng.
Charge PUBLIQUE : Công vụ. Trách vụ.
Charge SUFFISANTE : Tội chứng đầy đủ.

CHARGEMENT : *đ* Việc chất hàng.
PERMIS de chargement : Giấy phép chất hàng.
Charge en PONTÉE : Chở hàng trên boong tầu.
Charge en VRAC : Sắp xếp xô bồ hàng hoá.

CHARGER : *đgt* Buộc tội. Kết tội. /Xếp, chất hàng. Nạp đạn. / Uỷ thác. Bắt gách vác. Đảm đương. / Tấn công.
Charger un PAQUEBOT : Chất hàng lên tầu.
Charger un FUSIL : Nạp đạn vào súng.
Charger un AVOCAT : Nhờ luật sư biện hộ.
Charger un DÉLINQUANT : Buộc tội tên du đãng.

CHARGEUR : *đ* Người chở hàng. / Hãng vận tải.

CHARITABLE : *tt* Từ thiện. Thương người.

CHARITÉ : *c* Lòng từ thiện. Tính thương người.

CHARTE : *c* Hiến chương.
Charte des O.N.U : Hiến chương L.H.Q.
ÉCOLE des Chartes : Trường Pháp điển.

CHARTISTE : *đ* Học viên trường Pháp điển.

CHASSE : *c* Sự săn bắn. Sự đuổi bắt.
DÉLIT de chasse : Tội săn bắn (*không đúng luật*).
PERMIS de chasse : Giấy phép được săn bắn.
Chasse GARDÉE : Khu cấm săn bắn. / Khu riêng biệt.

CHÂTEAU : *đ* Lâu đài.
Château d'EAU : Đài cung cấp nước.
Château en ESPAGNE : Ước vọng vẩn vơ. Ảo vọng.
VILLE PRISE, château RENDU : Được cái này, hưởng cái kia.

CHATIER : *đgt* Trừng phạt. Trừng trị.

CHATIMENT : *đ* Sự trừng phạt. Hình phạt.

CHEF : *đ* Lãnh tụ. Thủ lãnh. / Người chỉ huy.
Au PREMIER chef : Việc trước nhất.
DE CE chef : Về khoản đó.
DE SON chef : Tự ý.
RÉDACTEUR en chef : Chủ biên. Chủ bút.
Chef d'ACCUSATION : Chủ đề buộc tội.
Chef de BUREAU : Trưởng phòng. Chủ sự.
Chef de CABINET : Chánh văn phòng.
Chef d'EQUIPE : Trưởng toán. Đội trưởng.
Chef d' ETAT : Quốc trưởng. Nguyên thủ quốc gia.
Chef d'ÉTAT MAJOR : Tham mưu trưởng.
Chef de FAMILLE : Gia trưởng. Chủ gia đình.
Chef d'INCULPATION : Lập tội danh.
Chef d'OEUVRE : Tác phẩm. Kiệt tác.
Chef de l' OPPOSITION : Lãnh tụ đối lập.
Chef de PARTI : Đảng trưởng.
Chef de PROVINCE : Tỉnh trưởng.
Chef de QUARTIER : Khu trưởng. Phường trưởng.
Chef de RUE : Trưởng phố. Hộ phố.

CHEF-LIEU : *đ* Thủ phủ.

CHEMIN : *đ* Con đường. Con lộ. Đạo.
Chemin de REPLI : Đường rút quân.
Chemin PRIVÉ : Tư lộ.
Chemin RURAL : Đường làng. :
TOUS LES CHEMINS mènent à ROME : Đường nào cũng tới thành La Mã.

CHENAPAN : *đ* Đồ vô lại. Đồ hư hỏng.

CHEPTEL : *đ* Đàn súc vật (*của nông trại*).

CHÈQUE : *đ* Chi phiếu. Ngân phiếu. Séc.
COMPTE chèque : Trương mục chi phiếu.
ÉMISSION de chèque : Phát hành chi phiếu. Cho lưu hành chi phiếu.
TIRER un chèque : Phát hành chi phiếu. Ký séc.
Chèque à ORDRE : Chi phiếu lệnh danh.
Chèque au PORTEUR: Chi phiếu cho người cầm giữ.
Chèque BARRÉ : Chi phiếu với hai gạch song hành. (*séc gửi cho ngân hàng lãnh hộ*).
Chèque CERTIFIÉ : Chi phiếu (*được*) chứng thực.
Chèque en BOIS: Chi phiếu không tiền bảo chứng.
Chèque de VOYAGE : Chi phiếu du lịch.
Chèque en BLANC : Khoán trắng (*bóng*).
Chèque POSTAL : Chi phiếu bưu chính.
Chèque sans PROVISION : Chi phiếu ma,không tiền bảo chứng.

CHÉQUIER : *đ* Cuốn chi phiếu. Cuốn ngân phiếu. Cuốn séc.

CHER : *tt* Quý mến. Thân yêu. Đắt đỏ. Cao giá.

CHERCHER : *đgt* Tìm kiếm.
Chercher QUERELLE : Gây chuyện cãi nhau.
Chercher REMÈDE : Chạy chữa.

CHERCHEUR : *đ* Nhà nghiên cứu.
ESPRIT chercheur : Óc thích tìm tòi.

CHERETÉ : *c* Sự đắt đỏ. Giá cao.
Chèreté deVIE : Đời sống đắt đỏ.

CHÉTIF : *tt* Gầy gò. Ốm yếu.

CHEVALIER : *đ* Hiệp sĩ. Kỵ sĩ.
Chevalier de la PETITE ÉPÉE : Kẻ cắt túi ăn cắp.
Chevalier d'INDUSTRIE : Kẻ sảo trá.
Chevalier GRIMPANT : Tên trộm lẻn vào nhà.

CHEVRONNÉ : *tt* Có tay nghề. Thông thạo. / Từng trải.
AVOCAT chevronné : Luật sư lão luyện.

CHICANE : *c* Sự kiện cáo. / Mánh khoé luật sư.
AIMER la chicane : Thích kiện cáo.
CHERCHER chicane : Gây chuyện đôi co.

CHIFFRABLE : *tt* Có thể tính được.
Chiffrable en ARGENT : Đánh giá bằng tiền.
Une DOULEUR chiffrable : Sự đau đớn tính thành tiền.

CHIFFRAGE : *đ* Sự đánh số. / Sự đánh mật số.

CHIFFRE : *đ* Chữ số. Con số. Mật số. Ám số. Bí số.

CHIFFRÉ : *tt* Mật số. Mã số.
DOCUMENT chiffré : Tài liệu viết bằng mã số.

CHIFFREMENT : *đ* Sự đánh mật số.

CHIFFRER : *đgt* Đánh số. Viết bằng ám số.
DEMANDE chiffrée : Thỉnh cầu tính bằng hiện kim.

CHIFFREUR : *đ* Kẻ viết bằng ám số.

CHIROGRAPHAIRE : *tt* Tính chất nợ xuông (*không có thế vật*).

CHIROGRAPHIE : *đ* Món nợ không (*có đồ vật*) bảo đảm. / Nợ xuông.

CHOC : *đ* Sự va chạm mạnh.
Choc des VOITURES : Xe đụng nhau.

CHOIX : *đ* Sự lựa chọn. / Quyền chọn.
AU choix DE : Tùy ý của.
AVOIR le choix : Có thể lựa chọn.
DE choix : hảo hạng.
EMBARRAS du choix : Lúng túng vì quá nhiều lựa chọn.

CHOMAGE : *đ* Tình trạng thất nghiệp. Nạn thất nghiệp.

CHOMER : *đgt* Nghỉ việc. Thất nghiệp. Không có việc làm.

CHOMEUR : *đ*: Người thất nghiệp.

CHOSE : *c* Vật. Đồ vật. Sự vật. / Sự việc.
AUTORITÉ de la chose JUGÉE: Uy lực quyết tụng.
EXCEPTION de la chose JUGÉE : Khước biện quyết tụng.
FORCE de la chose JUGÉE : Quyết tụng lực.
Chose ABANDONNÉE : Vật phế thải.
Chose ACCESSOIRE : Phụ vật.
Chose ALIÉNABLE : Vật khả nhượng.
Chose d'AUTRUI : Vật của tha nhân.
Chose CERTAINE : Vật xác định.
Chose CONFISQUÉE : Vật tịch thu.
Chose CONSOMPTIBLE : Vật khả tiêu hủy.
Chose DIVIBLE : Vật khả phân.
Chose ENGAGÉE : Vật cầm cố.
Chose FONGIBLE : Vật thay thế được.
Chose INALIÉNABLE : Vật bất khả nhượng.
Chose INCERTAINE : Vật vô xác định.
Chose INDÉTERMINÉE : Vật bất đặc định.
Chose INDIVISIBLE : Vật trọn thể. Bất khả phân.
Chose JUGÉE : Vụ đã xử song. Vụ quyết tụng.
Chose NON CONSOMPTIBLE : Vật bất khả tiêu hủy.
Chose PUBLIQUE : Của công.
Chose SANS MAITRE : Vật vô chủ.
Chose VOLÉE : Của (vật) lấy trộm.

CHRÉTIEN : *tt* Thuộc về đạo Gia Tô; đạo Ky Tô; đạo Cơ Đốc. *đ* Người theo đạo Gia Tô (Ky Tô; Cơ Đốc). Con chiên.

CHRÉTIENNEMENT : Phù hợp với giáo lý Gia Tô.
VIVRE chrétiennement : Sống trong đạo lý Gia Tô.

CHRÉTIENETÉ : *c* Lòng từ bi.

CHRISTIANISME : *đ* Gia Tô giáo. Ky Tô giáo.

CHRONIQUE : *tt* Sử biên niên.
MALADIE chronique : Bệnh kinh niên.

CHRONIQUE : *c* Bài ký sự. Bài thời luận. / Biên niên sử.
Chronique JUDICIAIRE : Ký sự toà án.

CHRONIQUEUR : *đ* Ký sự gia. Thời luận gia. Biên niên sử gia.

CHRONOLOGIE : *c* Niên đại học. Khoa niên đại.

CHRONOLOGIQUE : *c* Theo thứ tự niên đại.

CHRONOLOGISTE : *đ* Niên đại học giả.

CHUCHOTER : *đgt* Nói thì thầm.
Les FEUILLES chuchotent : Lá rào rạc; sào sạc.
Les FEMMES chuchotent : Các bà thầm thì nói nhỏ.

CHUTE : *c* Sự ngã (B); té(N) . / Sự rơi rụng. Sự sụt giá. / Sự sụp đổ. Sự thất bại. Sự sa ngã. / Giấy vụn. Vải vụn.
La chute dans l'ESCALIER : Ngã cầu thang.
La chute des FEUILLES : Lá rụng.
La chute des PRIX : Sụt giá.
La chute de l'ANCIEN RÉGIME : Sự sụp đổ của chế độ cũ.

CI-APRÈS : Sau đây.

CI-CONTRE : Bên đây.

CI-DESSOUS : Dưới đây.

CI-DEVANT : Trên đây.

C.I.F. (Cost-Insurance-Freight): Giá bảo cước.

CI-INCLUS : Kèm theo đây. Trong này.

CI-JOINT : *tt.pht.* Đính kèm.

CIRCONSCRIPTION : *c* Địa hạt. Khu vực.
Circonscription ADMINISTRATIVE : Khu vực hành chánh.
Circonscription JUDICIAIRE : Quản hạt tư pháp.
Circonscr'ı tion MILITAIRE : Khu quân sự.

CIRCONSCRIRE : *đgt* Đặt ranh giới. Hạn chế phạm vi (hoạt động).

CIRCONSPECT : *tt* Dấn do. Thận trọng.

CIRCONSTANCES : *c snh* Hoàn cảnh. Tình tiết. Tình trạng.
Cirsconstances ABSOLUTOIRES : Tình trạng xá miễn.
Cirsconstances ATTÉNUANTES : Trường hợp giảm khinh.
Circonstances AGGRAVANTES : Trường hợp gia trọng.
MESURES de cirsconstances : Biện pháp vì hoàn cảnh.
SELON les cirsconstances : Tùy theo tình huống.

CIRCONSTANCIÉ : *tt* Rõ ràng tình tiết; chi tiết; tình trạng.
DÉPOSITION circonstanciée : Lời khai rõ ràng tình tiết.

CIRCONVENIR : *đgt* Lung lạc. Phỉnh phờ.

CIRCULAIRE : *đ* Thông tư. Chỉ thị nội bộ.

CIRCULATION : *c* Lưu thông. Lưu hành. Giao thông. / Sự tuần hoàn. / Sự truyền bá.
ACCIDENT de circulation : Tai nạn giao thông.
CODE de la circulation : Luật lưu thông.
TITRE de circulation : Giấy phép lưu thông.
Circulation MONÉTAIRE : Tiền tệ lưu thông.
Circulation des IDÉES : Truyền bá tư tưởng.

Circulation de la RICHESSE : Tài hoá lưu thông.
Circulation du SANG : Máu chảy tuần hoàn.
Circulation à SENS UNIQUE : Lưu thông một chiều.

CITADELLE : *c* Thành trì. Thành quách.

CITADIN : *đ:* Cư dân thành thị. Người tỉnh thành.

CITATION : *c* Trát gọi hầu toà. / Sự dẫn điển văn. / Sự tuyên dương công trạng.
DROIT de cité : Quyền công dân thành thị. Quyền dự sự.
Citation à COMPARAITRE : Trát gọi ra toà.
Citation DIRECTE : Trực tố.
Citation à DOMICILE : Trát tống đạt nơi cư trú.
Citation à PERSONNE : Trát giao tận tay.
Citationà PRÉVENU : Trát đòi can nhân.
Citation à TÉMOIN : Trát mời nhân chứng.
Citation DIRECTE : Trực tố. Công lý truy tố.

CITÉ : *tt* Bị triệu ra toà. *đ* Đô thị. Thị trấn. / Cư xá.
Cité UNIVERSITAIRE : Khu đại học. Cư xá sinh viên.

CITER : *dgt:* Triệu hoán. Gọi ra toà. Dẫn ra toà.
Citer en JUSTICE : Triệu hoán ra tào.

CITOYEN : *đ* Công dân.

CITOYENNETÉ : *c* Tư cách công dân. / Trạng thái công dân.
ACCÉDER à la citoyenneté américaine Nhập Mỹ tịch. Vào quốc tịch Mỹ.

CIVIL : *tt* Dân sự. / Lễ phép. Lịch sự. Thanh lịch.
ACTION civile : Tố quyền dân sự.
AFFAIRE civile : Hộ vụ.
ANNÉE civile : Năm thường.
AUTORITÉ civile : Nhà cầm quyền.
CAPCITÉ civile : Khả năng dân sự, dân chính.
CHAMBRE civile : Toà dân sự. Phòng (*xử việc*) dân sự.
DROIT civil : Dân luật.
ÉTAT civil Hộ tịch.
GUERRE civile : Nội chiến.
PARTIE civile : Dân sự nguyên cáo.
REQUÊTE civile : Thỉnh cầu nguyên vọng.
RESPONSBILITÉ civile : Trách nhiệm dân sự.
SALUT civil : Chào lịch sự, thanh lịch.

CIVIL *: đ* Thường dân. / Thường phục.
Le civil TIENT le PÉNAL EN ÉTAT : Hộ hoãn hình. *trong một vụ kiện, phải xử Hộ trước khi xét tới khiá cạnh Hình (tngl.).*

CIVILEMENT : *pht* Một cách lễ phép, thanh lịch.
Civilement RESPONSABLE : Chịu trách nhiệm dân sự.

CIVILISATEUR : *đ:* Kẻ khai hoá. Kẻ đem văn minh tới.

CIVILISATION : *c* Sự văn minh. Sự khai hoá.

CIVILISÉ : *tt* Văn minh. Có văn hoá.

CIVILITÉS : *s nh* Lời xã giao.

CIVILISTE : *đ* Người nghiên cứu dân luật. Luật gia chuyên về dân luật.

CIVIQUE : *tt* Thuộc về công dân.
INSTRUCTION civique : Công dân giáo dục.

CIVISME : *đ* Ý thức công dân. / Lòng yêu nước. / Tính tôn trọng phong tục, luật lệ.

CLAMER : *dgt* Kêu lên. La lên. Hét lên.
Clamer SON INNOCENCE : Kêu oan. Khiếu oan.

CLAIR : *tt* Sáng suả. Rõ ràng. Minh bạch.

CLAIREMENT : *pht* Một cách rõ ràng, minh bạch.

CLAMEUR : *c* Tiếng tri hô; hô hoán.

CLAN : *đ* Bè phái. Phe đảng. Phe phái. Phe nhóm. Lũ. / Thị tộc (xưa).

CLANDESTIN : *tt* Lén lút. Gian lậu. / Bí mật. / Giấu giếm. Ẩn nặc.
COMMERCE clandestin : Buôn lậu.
MARCHANDISES clandestines : Hàng lậu thuế.
POSSESSION clandestine : Chấp hữu ẩn nặc.

CLANDESTINITÉ : *c* Tính chất lén lút. Tính chất bí mật.

CLASSE : *c* Giai cấp. Hạng. Lớp học. Tầng lớp. Thành phần.
LUTTE des classes : Giai cấp đấu tranh.
Classe BOURGEOISE : Giai cấp tư sản.
Classe DIRIGEANTE : Gia cấp chỉ huy.
Classe DOMINANTE : Giai cấp thống trị.
Classe DOMINÉE : Giai cấp bị trị.
Classe OUVRIÈRE : Giai cấp công nhân.
Classe SOCIALE : Tầng lớp xã hội.

CLASSEMENT : *đ* Sự xếp hạng.
Classement SANS SUITE : Miễn tố. Miễn xét.

CLASSER : *dgt* Xếp hạng. Xếp loại. / Xếp lại. Đóng lại.
AFFAIRE classée : Hồ sơ không cứu xét.

CLASSIFICATION : *c* Sự xếp hạng. Sự xếp loại. Sự phân loại.

CLASSIFIER : *dgt* Phân loại.

CLASSIQUE : *tt* Cổ điển. / Dùng trong giáo khoa.
MUSIQUE classique : Nhạc cổ điển.
OEUVRE classique : Tác phẩm cổ điển.

CLAUSE : *c* Điều khoản.
Clause d'un CONTRAT : Điều khoản trong khế ước.
Clause ABROGATOIRE : Điều khoản phế chỉ.
Clause ABUSIVE : Điều khoản quá lạm.
Clause ADDITIONNELLE : Điều khoản bổ sung.
Clause COMPROMISSOIRE : Khoản trọng tài phân xử. (*trọng tài tài phán*).
Clause d'EXCLUSION : Điều khoản loại trừ.
Clause EXÉCUTOIRE : Điều khoản thi hành.
Clause EXORBITANTE : Điều khoản quá đáng.
Clause de JURIDICTION : Điều khoản (*ấn định trước cơ quan*) tài phán.

Clause de la NATION la PLUS FAVORISÉE : Điều khoản (*dành cho*) tối huệ quốc.
Clause de RÉGULARISATION : Điều khoản chỉnh lý.
Clause de RÉSILIATION : Điều khoản giải trừ.
Clause de RESPONSABILITÉ : Điều khoản ấn định trách nhiệm.
Clause de SAUVEGARDE : Điều khoản bảo lưu.

CLÉ (CLEF) : *c* Chìa khoá.
La clé d'un CODE : Chìa khoá mở mật mã.
METTRE la clef sous la PORTE : Trốn đi. Bỏ nhà đi.
La clé du PROBLÈME : Cách giải quyết vấn đề.
SOUS clef : Bị giam. Bị nhốt.

CLEPTOMANE : *đ* Người mắc bệnh ăn cắp vặt.

CLEPTOMANIE : *c* Bệnh ăn cắp vặt.

CLERC : *đ* Thư ký trưởng văn phòng luật sư. Giáo sĩ. Tăng lữ. Thầy tu. Học giả.
Un PAS de clerc : Một sự sai lầm.

CLERGÉ : *đ* Giới tăng lữ. Giáo đoàn (*tôn*).

CLÉRICAL : *tt* Thuộc về tăng lữ.

CLIENT : *đ* Khách hàng. Thân chủ. Bạn hàng.

CLIENTÈLE : *c* Toàn thể khách hàng. Mối hàng.

CLIGNOTANT : *tt* Nhấp nháy. *đ* Đèn đỏ nháy phải, trái xe hơi.

CLIGNOTER : *đgt* Nhấp nháy đèn xe hơi.

CLIMATISATION : *c* Sự điều hòa nhiệt độ.

CLIMATISÉ : *tt* Nhiệt độ điều hoà.

CLIMATISEUR : *đ* Máy điều hoà nhiệt độ. (*máy lạnh*).

CLINIQUE : *c* Bệnh viện tư.

CLIQUE : *c* Bọn vô lại. Bè lũ. Bè phái. Phe đảng.

CLIQUER : *đgt* Ấn nút chuyển (điện toán).

CLOISON : *c* Bức vách. Tường ngăn.

CLORE : *đgt* Kết thúc. / Đóng kín. Khoá lại.
Clore les DÉBATS : Kết thúc cuộc tranh luận.

CLOS : *tt* Đóng kín. Kết thúc.
HUIS clos : Đóng cửa. Phiên xử kín. :
MAISON close : Thanh lâu. Nhà thổ.

CLÔTURE : *c* Hàng rào. / Sự chấm rứt. / Sự kết thúc.

CLOTURER : *đgt* Chấm rứt. Kết thúc.
Cloturer le PROCÈS-VERBAL : Kết thúc biên bản.

CLUB : *đ* Câu lạc bộ. / Côn cầu (gôn). / Ghế bành.

COACCUSATION : *c* Việc đồng bị cáo. Việc liên cáo.

COACCUSÉ : *đ* Kẻ cùng bị cáo.

COACQUÉREUR : *đ* Người cùng mua. Đồng mại.

COACQUISITION : *c* Sự cùng mua.

COACTION : *c* Sự cưỡng chế.

COADJUVANT : *tt* Phụ trợ.
PREUVE coadjuvante : Phụ chứng.

COADMINISTRATEUR : *đ* Người cùng quản lý.

COALISÉ : *tt* Liên minh. Liên hiệp.
PAYS coalisés : Những nước liên minh.

COALISER : *đgt* Liên minh.

COALITION : *c* Việc liên minh.
GOUVERNEMENT de coalition : Chính phủ liên hiệp.
Coalition de la DROITE : Liên minh phe hữu.

COASSOCIÉ : *đ* Người đồng hội.

COAUTEUR : *đ* Đồng tác giả. Tòng phạm.

COCONTRACTANT : *đ* Người cùng ký kết hợp đồng.

COCHINCHINE : *đ* Nam kỳ (xưa). Nam bộ. Nam phần Việt Nam.

COCHINCHINOIS : *đ* Người miền Nam Việt nam (xưa).

CODE : *đ* Bộ luật. Luật. Quy tắc. / Đèn xe hơi. / Mật mã.
Code ADMINISTRATIF : Bộ luật hành chánh.
Code CIVIL : Bộ luật Dân sự. Dân luật.
Code du COMMERCE : Bộ luật Thương mại.
Code de l'ENREGISTREMENT : Luật Trước bạ.
Code de JUSTICE MILITAIRE : Bộ Quân luật.
Code de l'ORGANISATION de la JUSTICE : Luật Tổ chức Pháp chế.
Code de PROCÉDURE CIVILE : Bộ luật Dân sự Tố tụng.
Code de PROCÉDURE PÉNALE : Bộ luật Hình sự Tố tụng.
Code MARITIME : Bộ luật Hàng hải.
Code de la NATIONALITÉ : Bộ luật Quốc tịch.
Code PÉNAL : Bộ luật Hình sự.
Code de la ROUTE : Luật Lưu thông.
Code du TRAVAIL : Bộ luật Lao động.

CODÉBITEUR : *đ* Người cùng chung món nợ.

CODÉFENDEUR : *đ* Đồng bị đơn.

CODEMANDEUR : *đ* Đồng nguyên đơn.

CODÉTENTEUR : *đ* Người cùng giữ. Đồng trì thủ.

CODÉTENU : *đ* Người cùng bị giam.

CODICILLAIRE : *tt* Bổ túc chúc thư.

CODICILLE : *đ* Tờ bổ sung di chúc.

CODIFICATEUR : *đ* Nhà pháp điển.

CODIFICATION : *c* Việc điển chế pháp luật.

CODIFIER : *đgt* Điển chế pháp luật.

CODIRECTEUR : *đ* Đồng giám đốc.

CODIRECTION : *c* Sự đồng giám đốc.

CODONNATAIRE : *đ* Người đồng thụ tặng.

CODONATEUR : *đ* Người đồng tặng dữ.

COÉCHANGISTE : *đ* Người đồng giao hoán.

COEFFICIENT : *đ* Hệ số.

COEMPTION : *c* Sự đồng mãi.

COENTREPRISE : *c* Đồng xí nghiệp. Liên hiệp xí nghiệp.

COÉQUATION : *c* Sự phân bổ thuế.

COÉQUIPIER : *đ* Đồng đội.

COERCITIF : *tt* Cưỡng chế. Cưỡng bách. Ép buộc.

COERCITION : *c* Sự cưỡng chế; cưỡng bách; ép buộc.

COEXISTENCE : *c* Đồng sinh tồn. Chung sống.
Coexistence PACIFIQUE : Chung sống hoà bình.

COFFRE : *đ* Rương (N). Hòm (B).
COFFRE-FORT : *đ* Két sắt. Tủ sắt.

COFFRER : *đgt :* Bắt giam (lóng).

COFIDÉJUSSEUR : *đ* Người đồng bảo lãnh.

COFONDATEUR : *đ* Đồng sáng lập viên.

COGÉRANCE : *c* Việc đồng quản lý.

COGÉRANT : *đ* Đồng quản lý viên.

COGITATIONIS POENAM NEMO PATITUR : Định ý phi pháp chưa là có tội. *(mới có ý định, chưa là có tội) (th.ng.l.).*

COHABITATION : *c* Việc ở chung với nhau. Sự sống chung.

COHABITER : *đgt* Sống chung. Ở chung.

COHÉRENCE : *c* Sự liên kết. Sự mạch lạc. Sự gắn bó.

COHÉRENT : *tt* Mạch lạc.

COHÉRIE : *đ* Tập đoàn người hưởng thừa kế.

COHÉRITIER : *đ* Kẻ cùng hưởng thừa kế.

COHÉSION : *c* Sự cố kết. Sự cấu kết.

COHORTE : *c* Bọn. Đám.

COINCIDENCE : *c* Sự trùng hợp. Sự ăn khớp.

COINCIDENT : *tt* Ngẫu nhiên. Trùng hợp.

COINCIDER : *đgt* Khít với nhau. Ăn khớp với nhau.

COINCULPÉ : *đ* Đồng bị can. Đồng can.

COJOUISSANCE : *c* Đồng hưởng.

COJURATION : *c* Sự đồng thệ.

COLÉGATAIRE : *đ* Kẻ đồng nhận di tặng.

COLÈRE : *c* Sự giận dữ. Sự nổi giận. Sự phẫn nộ. Cơn thịnh nộ.

COLICITANT : *đ* Người đồng mãi di sản.

COLIQUIDATEUR : *đ* Người đồng thanh toán.

COLIS : *đ* Kiện hàng. Gói hàng.

COLITIGANT : *đ* Người đối tụng.

COLLABORATEUR : *đ* Cộng sự viên. Người hợp tác.

COLLABORATION : *c* Sự hợp tác. Sự cộng tác.
Collaboration avec l'ENNEMI : Hợp tác với quân thù.

COLLABORER : *đgt* Hợp tác. Cộng tác.

COLLATÉRAL : *tt* Bàng hệ.

COLLATION : *c* Sự trao chức vụ. / Sự ban phát.

COLLATION : *c* Bữa cơm thanh đạm. Bữa ăn nhẹ.

COLLATIONNER : *đgt* Đối chiếu. Kiểm chiếu.

COLLECTE : *c* Sự thâu tiền. Sự lạc quyên.

COLLECTEUR : *đ* Người thâu thuế. / Người lạc quyên.

COLLECTIF : *tt* Tập đoàn. Tập thể. Cộng đồng.
BIEN collectif : Tài sản cộng đồng.
CAPITAL collectif : Vốn cộng đồng.
CONFLIT collectif : Cộng đồng tranh chấp.
DÉLIT collectif : Tội phạm tập thể.
DIFFÉREND collectif : Cộng đồng phân tranh.
PROPRIÉTÉ collective : Cộng đồng sở hữu.
SOCIÉTÉ en NOM collectif : Công ty hợp danh.

COLLECTIF : *đ* Tập hợp tài khoản.

COLLECTION : *c* Sự sưu tầm. Sự thu thập.
Collection de TIMBRES : Sự süu tầm bưu hoa.

COLLECTIONNER : *đgt* Sưu tầm. Thu thập. Sưu tập.

COLLECTIONNEUR : *đ* Người sưu tầm.

COLLECTIVISME : *đ* Chủ nghiã tập sản. Chế độ tập sản.

COLLECTIVITÉ : *c* Tập đoàn. Tập thể.

COLLÈGE : *đ* Trường trung học. / Học viện. Tập đoàn.
Collège des CARDINAUX : Hồng Y giáo chủ đoàn.
Collège ÉLECTORAL : Cử tri đoàn.
Collège de FRANCE : Pháp quốc Học viện.
Collège des MAGISTRATS : Thẩm phán đoàn.

COLLÉGIAL : *tt* Thuộc về tập đoàn.
TRIBUNAL collégial : Phiên xử có nhiều thẩm phán.

COLLÉGIALITÉ : *c* Tập đoàn tính. / Chế độ tập đoàn tài phán.

COLLÈGUE : *d* Đồng sự. Đồng liêu. Đồng nghiệp.

COLLIGER : *dgt* Biên tập. Sưu tập thành sách.

COLLISION : *c* Sự đụng chạm, va chạm (xe cộ). Sự xung đột.
Collision des VOITURES : Xe đụng nhau.

COLLOQUER : *c* Sự xếp thứ tự trước sau các chủ nợ.

COLLUSION : *c* Sự thông lưng. Sự thông đồng. / Sự ăn ý.

COLLUSOIRE : *tt* Thông lưng. Thông đồng (*cờ bạc*).

COLOCATAIRE : *d* Người thuê (mướn) chung.

COLON : *d* Thực dân khẩn hoang. / Tá điền.

COLONAGE : *d* Việc khai khẩn. Việc khẩn hoang.

COLONAT : *d* Thân phận tá điền.

COLONEL : *d* Đại tá.

COLONIAL : *tt* Thuộc về thuộc địa.
PRODUITS coloniaux : Sản phẩm thuộc địa.
RÉGIME colonial : Chế độ thuộc địa.

COLONIALISME : *d* Chủ trương thuộc địa.

COLONIE : *c* Thuộc đĩa. / Tập đoàn trú kiều. / Khu di dân. / Trại.
Colonie de VACANCES : Trại hè.

COLONISATEUR : *d* Kẻ thực dân. Kẻ chiếm thuộc địa.

COLONISATION : *c* Việc thực dân. Thuộc địa hoá. / Việc khai thác thuộc đĩa. / Sự di dân.

COLONISER : *dgt* Chiếm làm thuộc địa.

COLONNE : *c* Cột. Cột trụ.
Colonne de l'État : Cột trụ nhà nước.
Colonne de FUMÉE : Cột khói.
Colonne du JOURNAL : Cột báo.
Colonne VERTÉBRALE : Cột xương sống. Cột sống.

COLOSSAL : *tt* Khổng lồ.

COLOSSALEMENT : *pht* Khổng lồ.
Colossalement RICHE : Giầu có quá đáng.

COLPORTAGE : *d* Sự bán rong; bán dạo. / Sự loan truyền.
Colportage de fausses NOUVELLES : Loan tin thất thiệt.

COLPORTER : *dgt* Bán rong. / Phao tin.

CO-MANAGEMENT : *d* Đồng quản lý.

COMANDANT : *d* Người cùng được ủy quyền. Đồng ủy.

COMBAT : *d* Cuộc chiến đấu; giao tranh. / Trận đấu.
Combat de BUFFLE : Trọi trâu.
Combat de COQ : Trọi gà.
Combat d'ESPRIT : Đấu trí.
Combat NAVAL : Trận thủy chiến.
Combat PERPÉTUEL : Tranh đấu liên tục.
MIS hors combat : Bị loại ra khỏi vòng chiến.
TUÉ au combat : Tử thương nơi sa trường. Trận vong.

COMBATIF : *tt* Phấn đấu. Chiến đấu.

COMBATIVITÉ : *c* Phấn đấu tính. / Tính hiếu chiến.

COMBATTANT : *d* Chiến sĩ. Chiến binh. / Người tranh đấu.
ANCIEN combattant : Cựu chiến binh.

COMBATTRE : *dgt* Chiến đấu. Tranh đãu. / Đánh đổ. Chống lại.

COMBINARD : *d* Kẻ mưu mô.

COMBINAT : *d* Liên hợp xí nghiệp.

COMÉDIATEUR : *d* Người cùng đứng ra hoà giải.

COMITÉ : *d* Ban. Uỷ ban. Hội đồng.
Comité d'ACCEUIL : Ban tiếp tân.
Comité CENTRAL : Uỷ ban trung ương.
Comité CONSULTATIF : Uỷ ban tư vấn.
Comité d'ENTREPRISE : Uỷ ban xí nghiệp.
Comité de LECTURE : Ban duyệt lại văn bản.
Comité d'ORGNISATION : Ban tổ chức.
Comité PERMANENT : Ban thường trực.
Comité RESTREINT : Uỷ ban thâu hẹp.
Comité de SALUT PUBLIC : Uỷ ban cứu quốc.
EN PETIT comité : Họp mặt giữa bạn bè với nhau.

COMMANDANT : *d* Thiếu tá. / Chỉ huy trưởng. / Tiểu đoàn trưởng. / Thuyền trưởng.
Commandant en CHEF : Vị tư lệnh.

COMMANDE : *c* Sự đặt mua hàng. Com măng.
BON de commande : Phiếu đặt hàng.

COMMANDEMENT : *d* Hiệu lệnh. Hiệu thúc trạng. / Sự chỉ huy. Quyền chỉ huy. / Bộ chỉ huy.
BATON de commandement : Cây côn (gây) chỉ huy.
Les DIX commandements : Mười điều giới luật (*tôn*).
Commandement de DÉGUERPIR : Hiệu thúc đuổi nhà.
Commandement à DOMICILE : Hiệu thúc tận trú sở.
Commandement en CHEF : Tổng tư lệnh.
Commandement de PAYER : Hiệu thúc trả tiền.
Commandement à PERSONNE : Hiệu thúc đích thân.
Commandement de RESTITUTION : Hiệu thúc hoàn động sản.

COMMANDER : *dgt* Đặt mua hàng.
Chỉ huy. Ra lệnh.

COMMANDEUR : *d* Người hưởng quân lộc.

COMMANDITAIRE : *d* Người ra vốn. / Hội viên xuất vốn. / Kẻ chủ mưu (trong bóng tối).

Commanditaire d'un ASSASSINAT : Kẻ chủ mưu vụ ám sát (không ra mặt).

COMMANDITÉ : *c* Hội buôn hùn vốn.

COMMANDITÉ : *c* Hội viên quản trị. Hội viên thụ tư.

COMMANDITER : *đgt* Ra vốn. Xuất vốn.

COMMANDO : *đ* Cảm tử quân. / Đặc công. / Biệt kích.

COMMÉMORATIF : *tt* Kỷ niệm. Truy niệm. Tưởng niệm.
FÊTE commémorative : Lễ truy niệm.
JOUR commémoratif : Ngày kỷ niệm.
STÈLE commémorative : Bia tưởng niệm. Mộ chí.

COMMÉMORISATION : *c* Lễ tưởng niệm. Lễ kỷ niệm.

COMMÉMORER : *đgt :* Làm lễ tưởng niệm; kỷ niệm.

COMMENCEMENT : *đ* Sự bắt đàu. / Sự khởi đầu; khởi công; khởi sự.
Commencement de PREUVE : Khởi điểm chứng cớ.
Commencement de PREUVE PAR ÉCRIT : Khởi điểm bút chứng.
Commencement d'EXÉCUTION du DÉLIT. Khởi sự tội phạm.

COMMENTAIRE : *đ* Lời chú giải. Lời bình giải.

COMMENTATEUR : *đ* Bình luận gia. Bình giải gia.
Commentateur d'un ARRÊT : Kẻ chú giải phúc nghị. Kẻ bình luận một án văn.

COMMENTER : *đgt* Bình luận. Chú giải. Bình giải.
Commenter un ARRÊT : Bình luận án phúc thẩm. (*khác với chỉ trích*).
Commenter un POÈME : Phê bình mộ bài thơ.

COMMERCANT : *đ* Thương gia. Doanh nhân. Nhà buôn. Thương nhân. Con buôn.

COMMERCE : *c* Thương mại. Sự buôn bán.

COMMERCIAL : *tt* Thuộc về thương mại.
AFFAIRE commerciale : Thượng vụ.
AGENCE commerciale : Thương cuộc.

COMMERCIALISATION : *c* Sự thương mại hoá.

COMMERCIALISER : *đgt* Thương mại hoá.

COMMERCIALISME : *đ* Chủ thuyết thương mại.

COMMERCIALITÉ : *c* Thương mại tính.

COMMETTANT : *đ* Người ủy thác.

COMMETTRE : *đgt* Phạm phải. Mắc phải. Làm. / Ủy thác. Uỷ nhiệm.
Commettre un AVOCAT : Uỷ nhiệm luật sư.
Commettre un CRIME : Phạm một trọng tội.
Commettre un DÉLIT : Phạm một khinh tội.
Commettre une FAUTE : Phạm lầm lỗi.
Commettre un HUISSIER : Nhờ một thừa phát lại.

COMMINATOIRE : *tt* Hăm doạ. Dọa nạt. Thị uy.
CLAUSE comminatoire : Ước khoản hăm dọa.
LETTRE comminatoire : Thư đe dọa(*trước khi kiện*).
MESURE comminatoire : Biện pháp thị uy.
TON comminatoire : Giọng hăm doạ.

COMMIS : *tt* Được ủy cử.
AVOCAT commis : Luật sư được ủy cử.
Commis d'OFFICE : Đương nhiên chỉ định.
Commis par la JUSTICE : Do toà ủy cử.
GRAND commis de l'État : Công chức cao cấp.

COMMIS : *đ* Tham tá. Tham sự. / Người được ủy thác.
Commis de l'ÉTAT : Đại diện chính quyền.
Commis GREFFIER : Viên lục sự
Commis INTERPRÈTE : Tham tá thông ngôn.
Commis VOYAGEUR : Người đi chào hàng các nơi.

COMMISE : *c* Sự tịch thu hàng lậu thuế.

COMMISSAIRE : *đ* Uỷ viên. Giám viên. / Cảnh sát trưởng. Ông cẩm (xư). Người điều khiển.
Commissaire du PEUPLE : Uỷ viên nhân dân.
Commissaire à la SURETÉ : Công an truởng.
Commissaire aux COMPTES : Uỷ viên kiểm toán.
Commissaire du GOUVERNEMENT : Uỷ viên chính phủ.
Commissaire RAPPORTEUR : Uỷ viên thuyết trình.

COMMISSAIRE-PRISEUR : *đ* Uỷ viên đấu giá. Hỗ giá viên.

COMMISSARIAT : *đ* Chức ủy viên. / Tập thể các ủy viên. / Sở cảnh sát. Đồn cảnh sát.
Commissariat de POLICE : Đồn cảnh sát.
Commissaire-PRISEUR : Ủy viên đấu giá.

COMMISSION : *c* Uỷ hội. Uỷ ban. Ban. / Tiền hoa hồng. / Thù lao.
Commission ARBITRALE : Ban trọng tài.
Commission de BANQUE : Hoa hồng ngân hàng.
Commission de CONCILIATION : Ban hoà giải.
Commission CONSULTATIVE : Ban tư vấn.
Commission CRIMINELLE : Hội đồng đề hình.
Commission des DROITS de l'HOMME : Uỷ hội nhân quyền.
Commission d'ENQUÊTE PARLEMENTAIRE : Uỷ ban điều tra quốc hội.
Commission INTERNATIONALE d'ENQUÊTE. Uỷ ban điều tra quốc tế.
Commission par OMISSION : Phạm tội vì không can thiệp.
Commission ROGATOIRE : Uỷ nhiệm điều tra.
Commission de VENTE : Hoa hồng khi bán.
SOUS commission : Tiểu ban.

COMMISSIONNAIRE : *đ* Mại bản. Người môi giới buôn bán. Người hưởng hoa hồng. Người thay mặt buôn bán hộ.

COMMISSIONNER : *đgt* Giao thác. Uỷ thác.

COMMISSOIRE : *tt :* Giải trừ. Miễn trừ.
PACTE commissoire : Ước điều giải trừ nghiã vụ.

COMMODANT : *đ* Tô dụng chủ. Kẻ thu (*hưởng*)tô.

COMMODAT : *đ* Tờ tô dụng. Giao kèo tô.

COMMODATAIRE : *đ* Tá dụng chủ. Người thuê tá điền.

COMMODE : *tt* Thuận tiện. Tiện lợi. / Dễ dùng. *c* Tủ có nhiều ngăn kéo đựng quần áo.

COMMODITÉ : *c* Sự thuận tiện.
Commodités (*snh) :* Tiện nghi. / Nhà xí, nhà cầu.

COMMODO ET INCOMMODO: Tiện và bất tiện.

CUJUS PERICULUM EST: Trong rủi có may.

COMMUABILITÉ : *c* Sự khả hoán tội. Việc giảm tội nặng (thành nhẹ).

COMMUABLE : *c* Có thể giảm tội.
PEINE commuable : Hình phạt khả hoán.

COMMUER : *đgt :* Hoán giảm.

COMMUN : *tt* Công cộng. Chung. / Thông thường, phổ thông. / Hạ cấp.
D'un commun ACCORD : Đồng thoả thuận.
AUTEUR commun : Cùng chung cha mẹ tổ tiên. Cùng phạm tội.
BIEN commun : Cộng đồng tài sản.
CHOSE commune : Cộng đồng tài vật.
CRÉANCE commune : Trái quyền cộng đồng.
DISPOSITIONS communes : Điều khoản tổng quát.
DROIT commun : Thường luật.
D'UN commun ACCORD : Đồng thoả thuận.
ÉPOUX commun en BIENS : Cộng đồng tài sản phu thê.
NTÉRET commun : Lợi ích chung.
MAISON commune : Đình. Nơi hội họp cuả làng.
PREUVE par commune RENOMMÉE. Chúng khẩu đồng từ. Ai cũng nói như vậy.
PROPRIÉTÉ commune : Cộng hữu. Sở hữu chung.
SENS commun : Nghiã thường.
USAGE commun : Thông dụng.
TERRE commune : Công sản. Công điền.

COMMUN : *đ :* Sự có chung (*với nhau*). Đồng hữu.

COMMUNAL : *tt* Thuộc về thôn làng.
BIENS communaux : Công sản. Tài sản thôn xã.

COMMUNAUTAIRE : *tt* Thuộc về cộng đồng.

COMMUNAUTÉ : *c* Sở hữu chung. / Khối cộng đồng.Bang.
Communauté de BIENS entre ÉPOUX : Cộng đồng tài sản phu thê.
Communauté de CHINOIS : Bang Hoa kiều.
Communauté EUROPÉENNE : Cộng đồng châu Âu.

COMMUNE : *c* Làng. Xã. Công xã.
Commune de PARIS : Công xã Ba lê (*sử*).

COMMUNICABILITÉ : *c* Tính khả thông tri.

COMMUNICABLE : *tt :* Khả thông tri. / Giao thông được.
PIÈCES communicable : Tài liệu khả thông tri.

COMMUNICATION : *c* Sự thông tri. Sự truyền thông. Sự giao thông. / Sự liên lạc.
EN communication AVEC l'ACCUSÉ : Tham với bị cáo.
VOIE de communication : Đường giao thông.
Communication au Ministère Public : Thông tri cho Công tố viện, cho Giám sát viện.
Communication des PIÈCES : Thông tri văn kiện.
Communication TERRESTRE : Giao thông đường bộ.
Communication INTERPLANÉTAIRE : Liên lạc không gian. Liên lạc liên hành tinh.

COMMUNIQUÉ : *đ* Thông cáo. Thông báo. Bản tin.
Communiqué OFFICIEL : Thông cáo chính thức.
Communiqué de PRESSE : Thông báo cho báo chí.
Communiqué de SANTÉ : Báo cáo tình hình sức khoẻ.
ORDONNANCE de SOIT communiqué : Án lệnh thông tri.
SOIT communiqué : Để thông tri.

COMMUNIQUER : *đgt* Thông báo. Thông tri.
INTERDICTION de communiquer : Cấm liên lạc.
PERMIS de communiquer : Giấy phép liên lạc với tù nhân. (*do toà cấp cho Luật sư*).

COMMUNISME : *đ* Chủ nghiã cộng sản. Chế độ cộng sản.

COMMUNISTE : *đ* Đảng viên cộng sản. Kẻ theo chủ thuyết cộng sản.
MANIFESTE du parti communiste : Bản tuyên ngôn cuả đảng cộng sản.
PARTI communiste : Đảng cộng sản.

COMMUTABLE : *tt* Khả hoán. Khả giảm.

COMMUTATIF : *tt* Giao hoán.

COMMUTATION : *c* Sự giao hoán.

COMOURANTS : *đ snh* Những người cùng chết (*tai nạn*).

COMPAGNE : *đ c* Người sống chung (*không hôn thú*).

COMPAGNIE : *c* Công ty. / Đại đội.
Compagnie d'ASSURANCE : Công ty bảo hiểm.
Compagnie d'INVESTISSEMENT : Công ty đầu tư.
VIVRE en compagnie : Sống chung (*không hôn thú*).

COMPAGNON : *đ* Bạn hữu. Chồng, vợ không hôn thú. / Thợ cấp trung. / Bạn đồng hội đồng thuyền. Hội viên Tam điểm cấp trung.
Compagnon d'ARMES : Chiến hữu.
Compagnon de ROUTE : Bạn đồng hành.

COMPAGNONNAGE : *đ* Ái hữu thợ cấp trung. / Cấp trung hội Tam điểm.

COMPARAITRE : *đ* Đi hầu tòa. Gọi ra toà.

Comparaître DEVANT LE TRIBUNAL : Trình diện trước tụng đình.

COMPARANT : *đ* Bị cáo hiện diện tại phiên xử.

COMPARÉ : *tt* So sánh. Đối chiếu.
DROIT comparé : Luật đối chiếu.

COMPARER : *đgt :* So sánh. Đối chiếu.
COMPAROIR : *đgt :* Ra hầu toà. Ra trước tụng đình.

COMPARTIMENT : *đ :* Căn nhà. Căn phố. / Ô. / Ngăn.
Compartiment de la FUSÉE : Căn phòng trong phi thuyền, hoả tiễn.

COMPARUTION : *c* Sự hiện diện tại phiên xử. Ra hầu toà.

COMPARUTION IMMÉDIATE : *c* Xử vụ quả tang. (*Flagrant délit* chữ cũ).
COMPATIBILITÉ : *c* Sự kiêm hợp. Sự tương hợp.
Compatibilité d'HUMEUR : Tính tình tương hợp.

COMPATIBLE : *tt* Khả hợp. Khả tương dung.

COMPATRIOTE : *đ* Đồng bào. Đồng hương. Cùng xứ.

COMPATRIOTISME : *đ* Tình đồng bào. Tình đồng hương.

COMPENDIEUX : *tt* Sơ lược tính. Giản lược tính.

COMPENDIUM : *đ* Bản sơ lược. Tờ giản lược.

COMPENSABLE : *tt* Có thể bù trừ.

COMPENSATOIRE : *tt* Bù trừ tính. Đền bù tính.

COMPENSATEUR : *tt* Bù trừ. Đền bù.
INDEMNITÉ compensateur : Tiền bồi thường đền bù.

COMPENSATION : *c* Sự bù trừ.
LOI de compensation : Luật bù trừ.
PRINCIPE de compensation : Nguyên tắc bù trừ.
Compensation d'une DETTE : Bù trừ trái khoản. / Trừ nợ.
Compensation JUDICIAIRE : Bù trừ tài phán.

COMPÉRAGE : *đ* Sự thông đồng, lường gạt.

COMPÈRE : *đ* Kẻ thông đồng. Tên cò mồi. Kẻ đồng mưu.
UN RUSÉ compère : Anh chàng giảo quyệt.

COMPÉTENCE : *c* Thẩm quyền. Biệt quyền. / Tài năng. Khả năng. Sự tinh thông.
ATTRIBUTION de compétence : Phó dữ thẩm quyền.
BÉNÉFICE de compétence : Biệt lợi thẩm quyền.
DÉCLINER la compétence : Bác khước thẩm quyền.
DÉTERMINER la compétence : Xác định thẩm quyền.
ERREUR de compétence : Lầm lẫn về thẩm quyền.
EXTENSION de compétence : Khuếch trương thẩm quyền.
PROROGATION de compétence : Khuếch sung thẩm quyền.
Compétence ABSOLUE : Thẩm quyền tuyệt đối. Thẩm quyền vô hạn.
Compétence ADMINISTRATIVE : Biệt quyền cuả toà Hành chánh.
Comptence CRIMINELLE : Biệt quyền toà Hình sự.
Compétence d'ATTRIBUTION : Biệt quyền vì được giao phó.
Compétence CIVILE : Thẩm quyền toà Dân sự.
Compétence COMMERCIALE : Biệt quyền cuả toà Thương mại.
Compétence CONVENTIONNELLE : Thẩm quyền do ước định.
Compétence PERSONNELLE : Tài riêng.
Compétence *RATIONE LOCI :* Thẩm quyền đối địa.
Compétence *RATIONE MATERIAE :* Thẩm quyền đối vật.
Compétence TERRITORIALE : Thẩm quyền quản hạt. Địa bàn thẩm quyền.
Compétence UNIVERSELLE : Thẩm quyền bao quát.

COMPÉTENT : *tt* Có thẩm quyền. Có tài năng. Có năng lực.
AVOCAT compétent : Luật sư lão luyện.
TRIBUNAL compétent : Toà có thẩm quyền.

COMPÉTER : *đgt* Thuộc thẩm quyền.

COMPÉTITEUR : *đ* Người đua tranh. Đấu thủ.

COMPÉTITION : *c* Sự đua tranh. Sự đua tài. Sự thi đua. Sự giao đấu.
ESPRIT de compétition : Óc tranh tài. Óc đua chen.
Compétition COMMERCIALE : Đua tranh thương mại.
Compétition INDUSTRIELLE : Đua tranh công nghiệp.
Compétition SPORTIVE : Giao đấu thể thao.

COMPÉTITIVITÉ : Óc đua tranh.

COMPILATEUR : *đ* Người sưu góp; sưu tập.

COMPILATION : *c* Sự góp nhặt. Sự sưu tập.

COMPILER : *đgt* Sưu tầm. Sưu tập.

COMPLAINTE : *c* Chấp hữu cáo tố. Thưa kiện để xác nhận quyền sở hữu.

COMPLAISANCE : *c* Tính hay chiều lòng bạn bè.
BILLET de complaisance : Khống phiếu. Khống thư.
CERTIFICAT de complaisance : Chứng thư thông đồng (*để chiều lòng bạn*).
SOURIRE de complaisance : Mỉm cười vì lịch sự.

COMPLAISANT : *tt* Tính hay chiều lòng.

COMPLÉMENT : *đ* Phần bổ sung. Phần bổ túc. Phần bù.
Complément d'INFORMATION : Điều tra bổ túc.

COMPLÉMENTAIRE : *tt* Bổ khuyết. Bổ sung. Bổ túc.
CLAUSE complémentaire : Ước khoản bổ túc.

ENQUÊTE complémentaire : Điều tra bổ túc. Phụ tra .

COMPLÉMENTALITÉ : *c* Bổ khuyết tính. Bổ túc tính.

COMPLET : *tt* : Toàn bộ. Trọn vẹn.
JUGEMENT complet : Án văn toàn bộ.

COMPLÉTER : *dgt* Bổ khuyết. Bổ sung. Bổ túc. / Điền khuyết. Điền vào (chỗ trống). Điền vào mẫu đơn đã in sẵn.

COMPLEXE : *tt* Phức tạp. Rắc rối.
CAS complexe : Trường hợp rắc rối.
DOSSIER complexe : Hồ sơ phức tạp.

COMPLEXITÉ : *c* Phức tạp tính. Sự rắc rối.

COMPLICATION : *c* Sự lôi thôi. Sự phiền phức.

COMPLICE : *đ* : Kẻ đồng loã. Tòng phạm. Kẻ a tòng.
Complice d'ADULTÈRE : Kẻ gian dâm.
Complice d'ESCROQUERIE : Kẻ đồng lõa lường gạt.
Complice de MEURTRE : Kẻ tòng phạm sát nhân.
Complicité de VOL : Kẻ tòng phạm trộm cắp.

COMPLICITÉ : *c* Sự đồng loã. Sự tòng phạm. Sự a tòng.
Complicité d'ADULTÊRE : Sự tòng phạm gian dâm.

COMPLIMENT : *đ* Lời ca ngợi. Lời khen.

COMPLIMENTER : *dgt* Ca ngợi. Khen ngợi.

COMPLIQUÉ : *tt* Phức tạp. Rắc rối.

COMPOSANT : *tt* Hợp thành. Cấu thành.

COMPOSÉ : *tt* Phức hợp.
ÉTAT composé : Phức hợp quốc.
INTÉRÊTS composés : Phức lợi.

COMPOSER : *dgt* Cấu thành. Tạo nên. Bao gồm. / Dàn xếp. / Sáng tác nhạc.
Composer un MORCEAU de MUSIQUE : Sáng tác một bản nhạc.

COMPOSITEUR : *đ* Người dàn xếp.

COMPOSITION : *c* Sự điều đình. Sự thoả hiệp. /Sự cấu thành. Sự bố cục. Sự sáng tác.

COMPRADORE : *đ* Mại bản.

COMPRÉHENSIBLE : *tt* Dễ hiểu.

COMPRÉHENSIF : *tt* Thông cảm. / Sáng ý. Tinh ý.

COMPRÉHENSION : *c* Sự thông cảm. / Sự hiểu rõ. Sự lĩnh hội. Sự lý hội.

COMPRENDRE : *dgt* Bao gồm. Gộp vào. / Hiểu. Lĩnh hội.
COMPRIS ? : Hiểu không ?
NON COMPRIS : Không kể.
Y COMPRIS : Kể cả.

COMPRESSIBLE : *tt* Có thể ép, nén được. Có thể đè nén, ép buộc được.

COMPRESSIF : *tt* Đè nén. Áp bức.

COMPRESSION : Sự đè nén. Sự áp bức. / *Sức nén. / Sự thâu giảm.*
Compression du BUDGET : Giảm kinh phí.

COMPRIMER : *dgt* Đè nén. Áp bức. Đóng viên (*thuốc*). / Thâu giảm.

COMPROMIS : *đ* Thoả hiệp. Sự dàn hoà. / Thoả ước.
ACCEPTER un compromis : Chấp nhận thoả hiệp.
Compromis de VENTE : Thoả hiệp phát mại.

COMPTABILITÉ : *c* Kế toán. Bút toán.
LIVRES comptables : Sổ sách kế toán.
REGISTRE comptable : Sổ bộ kế toán.

COMPTABLE : *tt* Thuộc về kế toán; về bút toán.
AGENT comptable : Kế toán viên.
EXPERT *comtable : Chuyên viên kế toán.*
CHEF comptable : Kế toán trưởng.
COMPTABLE agrée : Kế toán cao cấp.

COMPTABLE : *đ* Kế toán viên.

COMPTANT : *tt* Tiền mặt. Trả tiền ngay.
ACHAT comptant : Mua trả tiền ngay.
ARGENT comptant : Tiền mặt.
VENTE au comptant : Bán lấy tiền ngay.

COMPTE : *đ* Trương mục ngân hàng. / Việc tính sổ sách.
OUVRIR un compte : Mở tài khoản.
À BON compte : Rẻ tiền. Dễ dàng.
AU BOUT du compte : Kết cuộc.
AU COMPTE de : Làm việc cho (*ai*).
DE compte à DEMI : Chia lời.
DEMANDER compte : *Đòi giải thích.*
DEMANDER son compte : Đòi trả tiền lương *trước khi nghỉ việc.*
DONNER son compte à QUELQU'UN : Cho nghỉ việc.
ÊTRE loin du compte : Còn sai nhiều. Còn lo nhiều.
ETRE de BON compte : Thanh toán đầy đủ.
ÊTRE EN COMPTE : Thiếu nợ. Chưa trả tiền đầy đủ.
FAIRE BON compte : Bán giá rẻ.
FAIRE ENTRER EN LIGNE de compte : Lưu ý đến.
FAIRE son compte : Tính toán trước.
NE PAS TENIR compte : Không kể đến.
RENDRE compte : Báo cáo.
SE RENDRE compte : Nhận thấy.
SOLDE de TOUT compte : Thanh lý lương bổng.
TOUT compte FAIT : Đã tính toán rồi.
Compte COMMUN : Trương mục của *cả* vợ *lẫn* chồng.
Compte COURANT : Trương mục vãng lai.
Compte-CHÈQUE : Trương mục chi phiếu.
Compte d'ÉPARGNE : Trương mục tiết kiệm.
Compte JOINT : Trương mục của *cả* vợ *lẫn* chồng. :
Compte PERSONNEL : Trương mục cá nhân.
Compte des PROFITS et PERTES : Kết trương lời lỗ.
Compte de TUTELLE : Bản kết toán giám hộ.

COMPTE-RENDU : *đ* Bản báo cáo. Tờ trình.

COMPTOIR : *đ* Chi nhánh. Thương tiêu cục. / Quầy hàng.

COMPULSER : *đgt* Tra cứu.

COMPULSIF : *tt* Cưỡng chế.

COMPULSION : *c* Việc khảo tra.

COMPUTATION : *c* Phép tính. Cách tính.

COMPUTER : *đgt* Tính.

COMPUTEUR : *đ* Máy vi tính. / Toán cơ. Điện não cơ.

COMTE : *đ* Bá tước.

COMTESSE : *c* : Bá tước phu nhân.

CONCÉDER : *đgt* Nhượng. Nhượng bộ.

CONCENTRALISATION : *c* Sự tập trung.

CONCENTRATION : *c* Sự tập trung. Sự qui tập. Sự tụ hội. Sự tích tụ.
CAMP de concentration : Trại tập trung. Trại cải tạo.
Concentration COMMERCIALE : Tập trung thương mại.
Concentration des POUVOIRS : Tập trung quyền bính.
Concentration des FORCES : Tập trung lực lượng.
Concentration INDUSTRIELLE : Tập trung kỹ nghệ.

CONCEPT : *đ* Khái niệm.

CONCEPTION : *c* Quan niệm. / Sự thụ thai.

CONCERNER : *đgt* Liên quan. Quan hệ tới.
AFFAIRE vous concernant : Việc liên quan tới ông.

CONCERT : *đ* Sự đồng thanh. Sự đồng tấu. / Sự đồng hiệp. / Sự đồng lòng. Việc hiệp mưu. / Sự hòa tấu (*nhạc*). Sự đồng tấu.
AGIR de concert : Hiệp mưu hành động.
Concert FRAUDULEUX : Đồng tâm gian trá.

CONCERTER : *đgt* Đồng hàng động.

CONCESSION : *c* Sinh phần. / Nhượng địa. Tô giới. Đặc nhượng.
ACHETER une concession : Mua sinh phần.
Concession au CIMETIÈRE : Sinh phần (*tại nghĩa trang*).
Concession à PERPÉTUITÉ : Đặc nhượng vĩnh viễn.
Concession TOMBALE : Mộ phần. Sinh phần.
Concession RÉCIPROQUE : Nhượng bộ lẫn nhau.

CONCESSIONNAIRE : *đ* Kẻ thụ hưởng đặc nhượng. / Đại diện thương mại.

CONCEVABILITÉ : *c* Nhận thức tính.

CONCEVABLE : *tt* Khả nhận thức. Khả tri.

CONCEVOIR : *đgt* Thụ thai. / Nhận thức. Quan niệm.

CONCIERGE : *đ c* Người (gác) canh cửa (*chữ cũ) nay là gardien.*

CONCILE : *đ* Hội đồng Giám mục.

CONCILIABLE : *tt* Có thể dung hoà.

CONCILIANT : *tt* : Hoà hợp. Dung hoà.

CONCILIATEUR : *đ* Người (*đứng ra*) hoà giải.

CONCILIATION : *c* Sự hoà giải.

CONCILIER : *đgt* Hoà giải. / Nối lại nghiã xưa. / Chấm rứt tranh chấp.

CONCIS : *tt* Ngắn gọn. Gọn gàng.

CONCITOYEN : *đ* Công dân.

CONCLAVE : *đ* Hội đồng bầu Giáo hoàng.

CONCLUANT : *tt* Xác cứ. *đ* Luận giả. Kẻ làm biện minh trạng.

CONCLURE : *đgt* Kết luận. Kết thúc một thỉnh cầu. / Làm biện minh trạng. Làm lý đoán. Thỉnh cầu của luật sư khi biện hộ.

CONCLUSION : *c* Đoạn kết luận. Đoạn kết.

CONCLUSIONS : *c snh* Lý đoán (*hộ*). Biện minh trạng (*hình*). / Thỉnh cầu cuả luật sư.
DÉPOSER les conclusions : Nạp lý đoán (cho toà).
Conclusions ADDITIONNELLES : Phụ đoán.
Conclusions à la BARRE : Thỉnh cầu trước toà.
Conclusions du MINISTÈRE PUBLIC : Lời buộc tội cuả Công tố.
Conclusions ECRITES : Thỉnh cầu trạng.
Conclusions en DÉFENSE : Kháng biện.
Conclusions en RÉPONSE : Phúc biện.

CONCOMITTANCE : *c* Sự đồng thời. Sự xẩy ra cùng một lúc.

CONCOMITTANT : *tt* Đồng thời.

CONCORDANCE : *c* Sự phù hợp.
Concordance des témoignages : Chứng cớ phù hợp.

CONCORDANT *tt* Phù hợp. Ăn khớp.

CONCORDAT : *đ* Thoả ước. Thoả ước xử lý nợ (*thương*).

CONCORDATAIRE : *tt* Thuộc về hoà hài.

CONCORDE : *c* Sự hoà hợp nhân dân.

CONCOURIR : *đgt* Thi đua. Đua. Thi tuyển. / Cạnh tranh. Góp phần.

CONCOURS : *đ* Sự hiệp sức. Sự hiệp lực. / Sự cạnh tranh. / Việc thi tuyển.

CONCRET : *tt* Cụ thể.

CONCRÉTISER : *đgt* Cụ thể hoá.

CONÇU : *tt* Thụ thai.
Enfant conçu : Bào thai.
ENFANT conçu A POUR PÈRE LE MARI DE LA FEMME : Bào thai đã có cha là người chồng của bà mẹ (*tngh*).

CONCUBIN : *đ* Chồng không hôn thú.

CONCUBINAGE : *đ* Nam nữ sống chung (không hôn thú).

CONCUBINAIRE : *đ* Chồng không hôn thú.

CONCUBINAIRES : *đ* Cặp vợ chồng không hôn thú. Già nhân ngãi, non vợ chồng. / Trai gái sống chung không hôn thú.

CONCUBINE : *c* Vợ không hôn thú.

CONCURREMMENT : *pht* Đồng thời. Cùng một lúc.

CONCURRENCE : *c* Sự cạnh tranh. Sự đồng quy. Sự gặp nhau.
JUSQU À concurrence de : Tới số (*tiền*) là. Đến giới hạn là.

CONCURRENCER : *đgt* Cạnh tranh.

CONCURRENT : *tt* Cạnh tranh tính.

CONCURRENT : *đ* Đối thủ. Kẻ cạnh tranh. Tình địch.

CONCUSSION : *c* Sự nhận hối lộ. Tham nhũng.

CONCUSSIONNAIRE : *đ* Kẻ ăn hối lộ. Kẻ tham nhũng.

CONCUSSIONNER : *đgt* Hối lộ. Tham nhũng. Tham ô.

CONDAMNABLE : *tt* Đáng phạt.

CONDAMNATION : *c* Sự tuyên phạt. Sự tuyên án. Sự phê phán. / Án phạt.
PRONONCER une condamnation : Tuyên phạt.
Condamnation à l'AMENDE : Phạt vạ (*phạt tiền*).
Condamnation aux DÉPENS : Phạt tiền án phí.
Condamnation à la DÉTENTION : Phạt giam.
Condamnation aux FRAIS : Phạt tiền tụng lệ.
Condamnation PÉCUNIAIRE : Phạt tiền.
Condamnation à la PEINE CAPITALE : Án tử hình.
Condamnation aux TRAVAUX FORCÉS : Án khổ sai.

CONDAMNATOIRE : *tt* Kết tội. Đáng tội.

CONDAMNÉ : *tt* Bị án. Có can án. Có án tích. Kẻ bị xử phạt. Ke bị lên án. Kẻ đã bị án. Kẻ có án tích.
Condamné POLITIQUE : Chính trị phạm.
Condamné PRIMAIRE : Sơ phạm. Bị án lần đầu.

CONDAMNER : *đgt* Tuyên phạt. Tuyên án. / Chỉ trích.
Condamner une ACTION : Chỉ trích một hành vi.
Condamner uneATTITUDE : Chỉ trích một thái độ.
Condamner un COUPABLE : Tuyên phạt can phạm.
Condamner à MOURIR : Lên án tử hình. Vô phương cứu chữa (*y*).
Condamner un PRÉVENU : Tuyên phạt bị can.

CONDISCIPLE : *đ* Bạn đồng môn. Bạn học. Đồng nghiên. Đồng song.

CONDITION : *c* Điều kiện. / Địa vị. Thân phận. / Tình trạng. / Tình huống.
À condition DE : Với điều kiện là.
À condition QUE : Miễn là.
BASSE condition : Thân phận thấp kém.
DANS ces conditions : Trong tình huống ấy.
FAIRE ses conditions : Đặt điều kiện.
SANS condition : Vô điều kiện.
SE CONTENTER de sa condition : An phận.
SOUS condition : Với điều kiện rằng.
Condition ACTUELLE : Hiện trạng. Hiện tình.
Condition ANALOGUE : Điều kiện tương tự.
Condition ILLICITE : Điều kiện không hợp pháp.
Condition IMMORALE : Điều kiện vô luân.
Condition IMPOSSIBLE : Điều kiện không thực hiện nổi.
Condition NÉCESSAIRE : Điều kiện tất yếu.
Condition PRÉALABLE : Điều kiện tiên quyết.
Condition REQUISE : Điều kiện phải có.
Condition SUSPENSIVE : Điều làm đình chỉ (*thực thi giao kèo*).
Condition *SINE QUA NON* . Điều kiện không có không thành.
Condition VILE : Thân phận hạ tiện.

CONDITIONNEL : *tt* Có điều kiện.
PROMESSE conditionnelle : Lời hứa với điều kiện.

CONDUCTEUR : Người lái xe. Tài xế.
Conducteur de TRAVAUX : Đốc công.
FIL conducteur : Đầu manh mối. Giây dẫn điện.

CONDUIRE : *đgt* Lái xe. / Dẫn dắt. / Điều khiển. / Hướng dẫn. / Chỉ huy. Chỉ đạo.
Conduire une VOITURE : Lái xe.
PERMIS de conduire : Bằng lái xe hơi.

CONDUIRE (SE) : *đgt* Ăn ở. Cư xử. / Đi đứng.
BIEN se conduire : Cư xử đứng đắn. Nghiêm túc.
PERMIS de conduire : Chứng chỉ (bằng) lái xe hơi.

CONDUITE : *c* Việc lái xe. / Việc dẫn dắt. / Việc điều khiển. / Ống dẫn (*chất lỏng, chất khí*).
CERTFICAT de BONNE conduite : Chứng chỉ hạnh kiểm tốt.
Conduite à la FRONTIÈRE : Dẫn độ. Trục xuất.

CONFECTION : *c* Sự cấu tạo. Sự làm ra. / Sự hoàn thành. / Sự thiết lập. / Nghề may sẵn quần áo.
Confection d'un ACTE : Thiết lập một bản văn.
Confection des LOIS : Cấu tạo luật pháp.

CONFÉDÉRATIF : *tt* Thuộc về liên bang.
ÉTAT confédratif : Liên bang.

CONFÉDÉRATION : Liên đoàn. / Liên bang. Hợp bang.
Confédération GÉNÉRALE du TRAVAIL (C.G.T.). Tổng liên đoàn Lao Công.
Confédération HELVÉTIQUE : Liên bang Thuỵ sĩ.
Confédération des TAILLEURS : Liên đoàn thợ may.

CONFÉDÉRÉ : *đ* Quốc gia liên bang.

CONFÉRENCE : *c* Cuộc diễn thuyết. Bài diễn giảng. Buổi thuyết trình. Hội nghị.
Conférence de PRESSE : Họp báo.
Conférence au SOMMET : Hội nghị thượng đỉnh.
Conférence du STAGE : Thi tuyển hùng biện giữa các luật sư.
MAITRE de conférence : Phụ tá giáo sư đại học.

CONFÉRENCIER : *đ* Thuyết trình viên. Diễn giả. Giảng viên. Phụ tá giáo sư đại học.

CONFÉRER : *đgt* Tặng phong. / Đối chiếu.
Conférer un DOCUMENT : Chiếu theo bút lục.
Conférer le TITRE de PRINCE : Phong tước thế tử.
Conférer leTITRE DOCTEUR HONORIS CAUSA Tặng phong cấp Tiến sĩ Danh dự.

CONFESSER : *đgt* Thú tội. Thú nhận. Nhận lỗi. / Xưng tội. Xám hối (*tôn*).

CONFESSION : *c* Sự xưng tội (*tôn*). Sự thú nhận. / Tín ngưỡng.

CONFESSOIRE (ACTION) : *c* Tố quyền truy nhận.

CONFIANCE : *c* Lòng tin tưởng. Sự tín nhiệm.
ABUS de confiance : Bội tín.
HOMME de confiance : Người thân tín.
PARLER avec confiance : Nói một cách tin chắc.
MOTION de confiance : Kiến nghị tín nhiệm.
VOTE de confiance : Bầu phiếu tín nhiệm.

CONFIANT : *tt* Tin tưởng. Vững lòng tin. Tin chắc.

CONFIDENTIEL : *tt* Kín. Mật.
DOCUMENT confidentiel : Tài liệu mật.
LETTRE confidentielle : Mật thư.
RAPPORT confidentiel : Báo cáo mật.

CONFIER : *đgt :* Ký thác. Giao phó. Phó thác. Uỷ thác. / Thổ lộ. Tâm sự.
Confier une HARGE : Tin giao (trao) một nhiệm vụ.

CONFIGURATION : *c* Hình thế. Hình dáng.
Configuration du SOL : Địa thế. Địa hình.

CONFINER : *đgt* Tiếp giáp. Tiếp cận. Gần gũi. / Giam cầm. Giam giữ.

CONFINS : *đ* Biên giới. Bờ cõi. Biên cương. Nơi tận cùng của một lãnh thổ.

CONFIRMATIF : *tt* Xác nhận. Y án. (*toà Thượng thẩm y án Sơ thẩm*).
ARRÊT confirmatif : Phúc quyết y án.

CONFIRMATIO NIL DAT NOVI Xác định không đem thêm yếu tố mới.

CONFIRMATION : *c* Sự y án. Sự xác nhận, xác định.

CONFIRMER : *đgt* Xác nhận.
L'ARRÊT confirme un JUGEMENT : Phúc quyết thượng thẩm y án sơ thẩm.

CONFISCATION : *c* Việc tịch thu.
Confiscation les OBJETS du DÉLIT : Tịch thu tang vật.

CONFISQUER : *đgt* Tịch thâu. Tịch biên. Sung công.

CONFLIT : *đ* Vụ xung đột. Sự phân tranh.
ENTRER en conflit : Gia nhập phân tranh.
RÉGLER le conflit : Giải quyết phân tranh.
SOULEVER le conflit : Nêu ra phân tranh.
TRANCHER le conflit : Chấm dứt phân tranh.
Conflit ARMÉ : Phân tranh võ trang.
Conflit COLLECTIF : Cộng đồng phân tranh.
Conflit de COMPÉTENCE : Phân tranh thẩm quyền.
Conflit de DOCTRINE : Xung đột về học thuyết.
Conflit d'INTÉRÊTS : Phân tranh quyền lợi.
Conflit de JURIDICTION : Tranh thẩm.
Conflit des LOIS dans l'ESPACE : Tương tranh luật pháp vì địa bàn.
Conflits des LOIS dans le TEMPS : Tương tranh luật pháp vì thời gian (*giữa luật cũ và luật mới*).
Conflit de NATIONALITÉ : Quốc tịch bất minh.
Conflit de POUVOIRS : Tranh chấp quyền hành.
Conflit de PRÉSÉANCE : Tranh dành ngôi thứ.
Conflit d'OPINION : Chính kiến xung đột (mâu thuẫn).
Conflit du TRAVAIL : Phân tranh lao động.

CONFONDRE : *đgt* Trà trộn. Trộn lẫn. Hỗn hợp.

CONFORME : *tt* Đúng như. Y như.
Conforme à l'ORIGINAL : Đúng như bản chính.
POUR COPIE conforme : Sao y nguyên bản.

CONFORMÉMENT : *pht* Đúng như. Đúng theo.

CONFORMER (SE) : *đgt* Tuân theo.

CONFORMITÉ : *c* Phù hợp. Tình trạng giống nhau.
Conformité À lA LOI : Phù hợp với pháp luật.
DÉCLARATION de conformité : Tờ khai đã thoả mãn mọi yêu cầu của luật pháp (t.m.).

CONFORT : *đ* Tiện nghi.
Confort MODERNE : Tiện nghi hiện đại.

CONFRATERNEL : *tt* Thuộc về đồng nghiệp.

CONFRATERNITÉ : *tt* Tình đồng nghiệp.

CONFRÈRE : *đ* Bạn đồng nghiệp.

CONFRONTATION : *c* Sự đối chất. Sự đôi co. Sự đối thoại. / Sự đối chiếu.

CONFRONTER : *đgt* Đối chất. Đối đầu.
Confronter les ÉCRITURES : So sánh tự dạng.
Confronter les INCULPÉS : Đối chất can nhân.
Confronter les TÉMOINS : Đối chứng.

CONFUCÉEN : *tt* Theo về đạo Khổng. Môn đồ đức Khổng.

CONFUCIANISME : *đ* Đạo Khổng.

CONFUCIANISTE : *đ* Người theo thuyết Khổng tử. Môn đồ Khổng học.

CONFUS : *tt* Lộn xộn. Lẫn lộn. Không rõ ràng.

CONFUSION : *c* Sự hỗn độn. Sự lẫn lộn. Sự nhập chung.
Confusion des PEINES : Nhập chung nhiều hình phạt làm một (phải xin án toà).

CONGÉ : *đ* Nghỉ. Ngưng. Giải ước.
Cho thôi việc. Thôi không cho thuê.
Congé ANNUEL : Nghỉ thường niên.
Congé de CONVALESCENCE : Nghỉ dưỡng bệnh.
Congé de LONGUE DURÉE : Nghỉ giài hạn.
Congé de MATERNITÉ : Nghỉ hộ sản.

Congé PAYÉ : Nghỉ có lương. :
DEFAUT congé : Nguyên đơn khuyết tịch.
DEMANDER un congé : Xin phép nghỉ.
DONNER SON congé à UN EMPLOYÉ : Cho nghỉ việc.
DONNER congé à un LOCATAIRE : Thôi không cho thuê mướn nhà. Hủy khế ước thuê mướn.
ÊTRE en congé : Đang nghỉ phép.
NOTIFIER le congé : Tống đạt cho thôi, cho nghỉ.
PRENDRE congé : Chia tay. Từ giã.

CONGÉDIABLE : *đ* Giải ngũ. Phục viên. *tt* Có thể thải hồi. Có thể sa thải.

CONGÉDIEMENT : *đ* Sự thải hồi. Sự sa thải.

CONGÉDIER : *đgt* Đuổi đi. Thải hồi. Sa thải.

CONGÉNITAL : *tt* Bẩm sinh.

CONGO : *đ* Nước Công-gô.

CONGOLAIS : *đ* Người nước Công-gô.

CONGRÉGATION : *c* Hội đoàn. Giáo đoàn. Hiệp hội. Bang.
Congrégation CHINOISE : Bang Hoa kiều.
Congrégation MONASTIQUE : Liên tu viện.

CONGRÈS : *đ* Đại hội nghị.
Congrès : Đại hội đảng.

CONGRESSISTE : *đ* Thành viên hội nghị.

CONGRU : *tt* Thích đáng. Thích hợp. Thính nghi.

CONJECTURAL : *tt* Phỏng đoán. Ức đoán.

CONJECTURE : *c* Sự phỏng đoán. Sự suy chừng.

CONJECTURER : *đgt* Phỏng đoán. Đoán chừng.

CONJOINDRE : *đgt* Phối hiệp. Kết hợp.

CONJOINT : *tt* Kết hợp. Liên kết.

CONJOINT : *đ* Người phối ngẫu. / Người vợ. Người chồng.

CONJOINTEMENT : Cùng nhau.
DEMANDER conjointement : Đồng thỉnh.

CONJONCTURE : *c* Thời cơ. Thời vận. Cơ hội. Trạng huống.

CONJONCTUREL : *tt* Thuộc về trạng huống. Đúng lúc.

CONJUGAL : *tt* Thuộc về vợ chồng; phu phụ.
AMOUR conjugal : Mối tình phu phụ.

CONJURATEUR : *đ* Người mưu đồ. Người âm mưu.

CONJURATION : *c* Việc mưu đồ. Vụ âm mưu.

CONJURÉ : *đ* Kẻ mưu đồ. Kẻ âm mưu.

CONNAISSANCE : *c* Sự hiểu biết. Nhận thức.Tri thức. / Sự quen biết. Kiến thức.
À MA connaissance : Theo tôi được biết.
EN connaissance de CAUSE : Tri tình. Biết rõ nguồn cơn (*nguyên nhân*).

CONNAISSEMENT : *đ* Văn kiện chuyên chở. Tải hoá đơn.

CONNAISSEUR : *đ* Người sành sỏi.
Connaisseur en VIN : Kẻ sành rượu (biết thưởng thức).

CONNAITRE : *đgt* Biết. Quen biết. Hiểu. Thông đạt. / Có thẩm quyền xét xử.

CONNEXE : *tt* Liên hệ. Liên quan.

CONNEXITÉ : *c* Sự liên hệ. Sự liên quan.

CONNIVENCE : *c* Sự thông đồng. Sự ăn thông.

CONNU : *tt* Biết rồi. Nổi tiếng, nổi danh.
Un HOMME connu : Một người nổi tiếng.

CONQUÉRANT : *tt* Chinh phục tính. Xâm lăng tính. *đ* Kẻ chinh phục. Kẻ kiêu căng (*thân).*

CONQUÉRIR : *đgt* Chinh phục. Xâm chiếm.
Conquérir les COEURS : Chinh phục lòng người.
Conquérir un PAYS : Xâm chiếm lãnh thổ.

CONQUÊT : *đ* Tài sản chung do hai vợ hồng cùng tạo dựng *(thơng thời gian hôn phối)*.

CONQUÊTE : *c* Sự chinh phục. Sự xâm chiếm.

CONQUIS : *tt* Bị chinh phục. Bị xâm chiếm. Bị quyến rũ.

CONSACRER : *đgt* Công nhận. Thừa nhận. / Hy sinh. Dâng hiến.
Consacré par l'USAGE : Được tục lệ công nhận.

CONSACRER (SE) : *đgt* Chuyên tâm vào.
Se consacrer à la MÉDECINE : Chuyên tâm vào y học.

CONSANGUIN : *tt* Nội hệ. Đồng tộc. Huyết tộc. Thuộc dòng bên nội.
FRÈRES consanguins : Anh em cùng cha, cùng huyết thống.
MARIAGE consanguin : Hôn nhân đồng huyết tộc.

CONSANGUINITÉ : *c* Họ bên nội. Nội hệ. Nội thích. Họ đồng huyết tộc.

CONSCIENCE : *c* Ý thức. Lương tâm. Sự cẩn trọng. / Lòng tín ngưỡng.
AFFAIRE de conscience : Vấn đề lương tâm.
En mon ÂME et conscience : Theo lương tâm tôi.
AVOIR conscience des DIFFICULTÉS : Biết rõ khó khăn.
AVOIR la conscience TRANQUILLE : Lương tâm không cắn rứt.
PAR ACQUIT de conscience : Cho khỏi áy náy.
En BONNE conscience : Hết sức thành thật.
EXAMEN de conscience : Tự vấn lương tâm.
LIBERTÉ de conscience : Tự do tín ngưỡng.
La MAIN sur la conscience : Nói trước ngọn đèn.
TRAVAILLER avec conscience Làm việc tận tâm.
La conscience du DEVOIR : Ý thức được nghiã vụ.
Conscience PROFESSIONNELLE : Lương tâm nghề nghiệp.

CONSCIENT : *tt* Ý thức. Tự giác.

CONSCRIPTION : *c* Sự trưng binh.

CONSCRIT : *đ* Người nhập ngũ. Tân binh quân dịch.

CONSÉCRATION : *tt* Sự tôn phong. Sự công nhận.

CONSÉCUTIF : *tt* Liên tiếp. Liền theo.

CONSEILLER : *đ* Người cố vấn.
Conseiller d'AMBASSADE : Tham tán ngoại giao. Cố vấn ngoại giao.
Conseiller à la COUR d'ASSISES : Hội thẩm toà Đại Hình.
Conseiller à la COUR d'APPEL : Hội thẩm toà Thượng thẩm.
Conseiller à la COUR de CASSATION : Hội thẩm toà Phá án.
Conseiller d'ÉTAT : Cố vấn Tham Chánh viện.
Conseiller JURIDIQUE : Cố vấn pháp luật.
Conseiller MILITAIRE : Cố vấn quân sự.
Conseiller RÉFÉRENDAIRE : Cố vấn thuyết trình.

CONSEILLER : *đgt* Cố vấn. Chỉ dẫn. Khuyên bảo. Khuyên răn.

CONSENTEMENT : *đ* Sự đồng ý. Sự thuận tình. Sự ưng thuận.
DIVORCE par consentement mutuel : Thuận tình ly hôn.
Consentement au MARIAGE : Thuận tình kết hôn.
Consentement des PARENTS : Ưng thuận của cha mẹ
Consentement TACITE : Thuận tình mặc nhiên, ngầm.

CONSENTIR : *đgt* Đồng ý. Ưng thuận. Thuận tình.

CONSÉQUENCE : Hậu quả. Kết quả.
EN conséquence. Vì vậy. Vì lẽ đó mà.
SANS conséquence : Không ảnh hưởng gì.

CONSÉQUENTISME : *đ* Hậu quả luận.

CONSERVE : *c* Sự đi kèm nhau, đi song hàng.

CONSERVER : *đgt* Bảo quản. Bảo toàn. Bảo tồn. Lưu trữ. Lưu giữ.

CONSIDÉRABLE : *tt* Lớn lao. To tát. Nhiều lắm. / Đáng kính. Khả kính.
Un HOMME considérable : Quân tử.
Une SOMME considérable : Món tiền lớn lao.

CONSIDÉRANT : *đ* Lý do là. Xét rằng.
n ch VU QUE , ATTENDU QUE : Chiếu chi.

CONSIDÉRATION : *c* Sự quan sát. Sự xem xét. *s nh :* Sự kính nể.
Considération de DROIT : Xét theo pháp luật.
Considération de FAIT : Xét theo thực tế.
AVEC mes considérations : Với sự kính nể của tôi.
PRENDRE en considération : Lưu tâm tới.

CONSIDÉRER : *đgt* Quan sát. / Coi như. Cân nhắc kỹ càng. / Kính trọng, quý mến.

CONSIGNATAIRE : *đ* Người nhận đồ vật ký gửi.

CONSIGNATEUR : *đ* Người ký gửi.

CONSIGNATION : *c* Sự ký gửi. Sự ký thác.

CONSIGNE : *c* Mệnh lệnh. Huấn từ. Huấn thị. / Tiền cược bao bì.

CONSIGNÉ : *tt* Bị giữ lại. Bị ký thác.
UNE SOMME consignée : Món tiền ký thác.

CONSIGNER : *đgt* Giao thác. Ký thác. Ký gởi. Ghi chú. Ký chú.
Consigner les BAGAGES : Ký gởi hành trang.
Consigner par ÉCRIT : Ghi chú bằng bút lục.
Consigner au PROCÈS-VERBAL : Ghi trong biên bản.
Consigner une SOMME : Ký thác món tiền.

CONSILIUM FRAUDENDI : Gian ý. Gian tình.

CONSISTOIRE : *đ* Hồng y đại hội (*tôn*). Giáo chủ đại hội.

CONSOEUR : *c* Nữ đồng nghiệp.

CONSOLATION : *c* Sự an ủi. Sự úy lạo.

CONSOLIDATION : *c* Sự củng cố. / Việc làm cho vững trãi (*hơn*).
Consolidation de POUVOIR : Củng cố chính quyền.

CONSOLIDÉ : *tt* Được củng cố.

CONSOLIDER : *đgt* Củng cố.Làm cho vững trãi.
Consolider une POSITION : Củng cố một địa vị.

CONSOMMABLE : *tt* Có thể tiêu thụ được.

CONSOMMATEUR : *đ* Người tiêu thụ. Thực khách.

CONSOMMATION : *đ* Sự tiêu thụ. / Việc ăn uống, đánh chén. / Sự hoàn thành. Sự thành tựu; thành toại.
BIEN de consommation : Tài vật tiêu thụ được.
COOPÉRATIVE de consommation : Hợp tác xã tiêu thụ.
ÉCONOMIE de consommation : Nền kinh tế (*khuyến khích*) tiêu thụ.
PRÊT de consommation : Vay ứng để tiêu thụ.
RICHESSE de consommation : Tài nguyên để tiêu thụ.
SOCIÉTÉ de consommation : Xã hội (*cần*) tiêu thụ.
TAXE de consommation : Thuế tiêu thụ.
Consommation DIFFÉRÉE : Trì hoãn tiêu thụ.
Consommation du MARIAGE : Hôn nhân thực toại. Vợ chồng có ăn nằm với nhau thật sự.
Consommation PRODUCTIVE : Tiêu thụ (*để*) sản xuất nhiều.

CONSOMMÉ : *tt* Thành tựu. Thành toại.
DÉLIT consommé : Tội phạm thành tựu.
MARIAGE consommé : Hôn nhân thực toại.

CONSOMMER : *đgt* Tiêu thụ. Tiêu dùng. / Ăn. Uống.
Consommer un CRIME : Phạm một trọng tội.
Consommer de l'ESSENCE : Tiêu thụ xăng.
Consommer le MARIAGE : Có ăn nằm thật sự với vợ (*hoặc chồng*).

Consommer son OEUVRE : Hoàn thành sự nghiệp.

CONSOMPTIBILITÉ : *c* Sự tiêu dụng.

CONSOMPTIBLE : *tt* Khả tiêu dụng.

CONSORT : *đ* Chồng của Nữ hoàng.

CONSORTIAL : *tt* Thuộc về thương hội.

CONSORTIUM : Liên hợp. Tổ hợp.

CONSORTS : *đ snh* Đồng bọn.

CONSORTIUM : *đ* Liên hội. Liên kết. Liên doanh.

CONSPIRATEUR : *đ* Người mưu phản.

CONSPIRATION : *c* Sự mưu phản. Cuộc mưu phản.

CONSTANT : *tt* Kiên trì. Thủy chung. / Không thay đổi. Trước sau như một.
JURISPRUDENCE constante : Án lệ bất dịch.

CONSTAT : *đ* Công chứng. Vi bằng. Biên bản.
DRESSER constat : Lập vi bằng.
Constat d'ADULTÈRE : Biên bản ngoại tình.
Constat de POLICE : Biên bản cảnh sát.

CONSTATATION : *c* Sự nhận thấy, nhận xét. / Điều ghi nhận. Sự kiểm chứng.
Constatation de DÉCÈS : Chứng nhận tử vong.
Constatation de la FAUTE : Ghi nhận có lỗi.

CONSTATER : *đgt* Chứng nhận. Ghi nhận.

CONSTERNANT : *tt* Làm cho kinh ngạc. Làm rụng rời chân tay.
NOUVELLE consternante : Tin làm kinh ngạc.

CONSTERNATION : *c* Sự kinh ngạc. Sự kinh nghi.

CONSTITUANT : *tt* Cấu thành.Lập hiến.
ASSEMBLÉE constituante : Quốc hội lập hiến.

CONSTITUÉ : *tt* Cấu thành. Thiếp lập. Nhiệm cách.
AVOCAT constitué : Luật sư nhiệm cách.

CONSTITUER : *đgt* : Cấu thành. Thành lập.
SE constituer AVOCAT : Nhiệm cách luật sư.
SE constituer PARTIE CIVILE : Đứng dân sự nguyên cáo. Đứng đơn thưa.
SE constituer PRISONNIER : Đầu thú. Trình diện.
Constituer un AVOCAT : Nhiệm cách một luật sư.
Constituer une SOCIÉTÉ : Thành lập một công ty.

CONSTITUTIF : *tt* Cấu thành. Lập thành.
Les ÉLÉMENTS constitutifs du DÉLIT : Những yếu tố (*thành tố*) cấu thành tội trạng.

CONSTITUTION : *c* Hiến pháp. / Thành phần. Sự thành lập. / Thể chất. Thể tạng. / Sự tuyển nhiệm.
Constitution d'AVOCAT : Tuyển chọn luật sư.
Constitution de CABINET : Thành lập nội các.
Constitution de DOT : Thiết lập hồi môn.
Constitution de PARTIE CIVILE : Đứng nguyên cáo.
Constitution PROVISOIRE : Hiến pháp tạm thời.
Constitution d'une SOCIÉTÉ : Thành lập một công ty.

CONSTITUTIONNALISER : *đgt* Hiến pháp hoá.

CONSTITUTIONNISME : *đ* Thuyết lập hiến.

CONSTITUTIONNALITÉ : *c* Sự hợp hiến.

CONSTITUTIONNEL : *tt* Thuộc về hiến pháp. / Thuộc về thể tạng.
ASSEMBLÉE constitutionnelle : Quốc hội lập hiến.
FAIBLESSE constitutionnelle : Thể tạng suy yếu.
MONARCHIE constitutionnelle : Quân chủ lập hiến.

CONSTRUCTEUR : *đ* Người xây cất. Người xây dựng.
Constructeur de NAVIRES : Người đóng tầu.

CONSTRUCTION : *c* Ngôi nhà. / Sự xây cất. Sự kiến thiết. Sự thiết kế. Sự xây dựng.
Construction LÉGÈRE : Xây cất bằng vật liệu nhẹ.
Construction NAVALE : Đóng tầu.
Construction sur TERRAIN d'AUTRUI : Xây nhà trên đất tha nhân.

CONSTRUIRE : *đgt* Xây cất. Kiến thiết. Thiết kế. Xây dựng.

CONSUL : *đ* Viên Lãnh sự.
Consul GÉNÉRAL : Viên Tổng Lãnh sự.

CONSULAT : *đ* Lãnh sự quán.

CONTENTIEUX : *tt* Tranh chấp. Tố tụng. Bất đồng ý.
Contentieux ADMINISTRATIF : Tranh tụng với hành chánh.
Contentieux CIVIL : Tranh tụng về dân sự.
Contentieux COMMERCIAL : Tranh tụng về thương mại.
Contentieux FISCAL : Tranh tụng về thuế vụ.

CONTENTION : *c* : Sự tranh cãi. Sự căng thẳng. Sự gay go.

CONTENU : *đ* Nội dung.

CONTESTABLE : *tt* Còn tranh cãi được. Chưa chắn chắn.

CONTESTATION : *c* Sự tranh cãi. Sự tranh chấp. Sự tranh nghị.
SOURCE de contestation : Lý do tranh cãi.
Contestation SÉRIEUSE : Tranh chấp có căn nguyên.

CONTESTÉ : *tt* Tranh cãi. Tranh nghị. Kháng biện.
POINT de conteste : Điểm tranh nghị.
SANS conteste : Chắc chắn như vậy. Không chối cãi được.

CONTESTER : *đgt* Tranh cãi. Tranh luận. Phản kháng.
Contester un FAIT : Phản kháng một sự kiện.

CONTEXTE : *đ* Bối cảnh.
Contexte FAMILIAL : Bối cảnh gia đình.
Se METTRE DANS ce contexte : Đặt mình vào bối cảnh đó.

CONTIGU : *tt* Kế cận . Kế tiếp. Tiếp cận.
La PIÈCE contigue : Căn phòng kế cận.
Les IDÉES contigues : Ý kiến gần nhau.

CONTINENT : *d* Lục địa. Đại lục. Châu.
Continent AFRICAIN : Châu Phi.

CONTINENTAL : *tt* Thuộc về lục địa.
La CHINE continentale : Trung Quốc lục địa.

CONTINGENCE : *c* Tính ngẫu nhiên. *c snh* Không quan trọng.

CONTINGENT : *d* Hạn mức (*cho nhập cảnh*). Lứa quân dịch.
Contingent de CADRE : Đội ngũ cán bộ.

CONTINGENTEMENT : *d* Sự định ngạch, định mức.

CONTINGENTER : *dgt* Định ngạch. Định mức.

CONTINU : *tt* Liên tục. Không ngớt. Không ngưng.
JOURNÉE continue : Ngày làm việc liên tục (không nghỉ trưa).

CONTINUATEUR : *d* Người kế tục.

CONTINUATION : *c* Sự tiếp tục. Sự kéo dài.

CONTINUEL : *tt* Không ngừng. Liên tục.
Les BRUITS continuels : Tiếng động liên tục.

CONTINUELLEMENT : *pht* Không ngưng. Liên tục.

CONTINUER : *dgt* Tiếp tục. Liên tục. Không ngừng.
Il continue à PLEUVOIR : Trời mưa không ngớt.
Il continue à VOLER : Hắn tiếp tục ăn cắp.

CONTINUITÉ : *c* Sự liên tục. Sự tiếp tục (không gián đoạn).

CONTONDANT : *tt* Làm tím bầm.
OBJET contondant : Đồ vật (khí giới) làm bầm tím.

CONTRACTANT : *d* Người kết ước. Người giao kết.
PARTIE contractante : Phe kết ước. Phe ký khế ước.

CONTRACTER : *dgt* Giao ước. Kết ước. Kết lập.
Contracter une DETTE : Vay nợ. Kết trái.
Contracter un MARIAGE : Kết hôn.
Contracter une OBLIGATION : Kết ước một nghiã vụ.

CONTRACTUEL : *tt* Thuộc về khế ước.
OBLIGATION contractuel : Nghiã vụ do kết ước.
RESPONSABILITÉ contractuelle : Trách nhiệm do kết ước.
(une contractuelle) : Nữ cảnh sát phạt xe hơi ở Paris.

CONTRADICTEUR : *d* Luật sư đối khẩu. Luật sư đối phương. / Kẻ nói ngược lại (*với mình*).

CONTRADICTION : *c* Sự mâu thuẫn. Sự bất đồng. Sự trái ngược.
ESPRIT de contradiction : Tính nói ngược, nói bướng.

CONTRADICTOIRE : *tt* Mâu thuẫn.

CONTRAINDRE : *dgt* Cưỡng bức. Ép buộc. Cưỡng hành. Bắt phải (làm).

CONTRAINTE : *c* Sự gò bó. Sự ép buộc. Sự câu thúc. Sự cưỡng bức. Sự cưỡng chế.
Contrainte par CORPS : Câu thúc nhục thể (thân thể).
Contrainte MORALE : Cưỡng chế tinh thần.

CONTRAIRE : *tt* Trái ngược. Ngược lại. Đối lập. / Từ trái nghiã.
AU contraire : Trái lại. Ngược lại.
BIEN au contraire : Hoàn toàn trái lại.
Contraire à la LOI : Trái luật. Vi luật.
Contraire au DROIT : Trái pháp luật. Vi pháp.
PREUVE contraire : Phản chứng.

CONTRARIÉTÉ : *c* Sự trái ý. Sự phiền lòng.
Contrariété de JUGEMENTS : Án văn bất thuần.

CONTRARIO (A) : Ngược lại.
RAISONNEMENT *a contrario* : Phản luận.

CONTRASTE : *d* Sự tương phản. Sự trái ngược.

CONTRASTER : *dgt* Đối phản. Đối nghịch.

CONTRAT : *d* Giao kèo. Hợp đồng. Khế ước. / Hẹn ước.
Contrat ACCESSOIRE : Phụ ước.
Contrat d'ADHÉSION : Khế ước gia nhập.
Contrat d'ASSURANCE : Hợp đồng bảo hiểm.
Contrat ALÉATOIRE : Khế ước bấp bênh, bất trắc.
Contrat AUTHENTIQUE : Công chính khế ước.
Contrat BILATÉRAL : Khế ước song phương.
Contrat COLLECTIF : Khế ước cộng đồng, tập thể.
Contrat CONSENSUEL : Khế ước đồng thuận.
Contrat de TRAVAIL à DURÉE DÉTERMINÉE : Khế ước lao động có hạn định về thời gian.
Contrat de TRVAIL à DURÉE INDÉTERMINÉE : Khế ước lao động không hạn định về thời gian.
Contrat de GAGE : Giao kèo cầm thế, thế chấp.
Contrat de LOCATION : Giao kèo thuê mướn (nhà cửa).
Contrat de LOUAGE : Giao kèo thuê mướn (ruộng đất).
Contrat de LOUAGE de SERVICE : Giao kèo làm mướn.
Contrat SYNALLAGMATIQUE :Khế ước song phương.
Contrat à TITRE GRATUIT : Khế ước vô thường.
Contrat à TITRE ONÉREUX : Khế ước hữu thường.
Contrat de VENTE : Giao kèo mua bán.
Contrat VERBAL : Khẩu ước.

CONTRAVENTION : *c* Tội vi cảnh. Phạt vi cảnh. / Sự vi phạm.
Contravention à la LOI : Trái luật. Vi luật.
Contravention aux RÉGLEMENTS : Trái quy ước.
DRESSER une contravention : Lập biên bản vi cảnh.

CONTRAVENTIONNEL : *tt* Thuộc về tội vi cảnh.

CONTRAVIS : *đ :* Phản ý (*kiến*).

CONTRE : *gt* Chống lại. Phản lại. Ngược lại. Sát vào. Chạm vào.

CONTRE-ACCUSATION : Nghịch cáo.

CONTRE-ALLÉE : Con đường nhỏ song hành với đường chính.

CONTRE-APPEL : *c* Tái điểm danh.

CONTRE-ATTAQUE : *cc :* Vụ phản công. Vụ phản kích.

CONTRE AVEU : *đ* Phản cung.

CONTRE-AVIS : *đ* Phản ý (*kiến*).

CONTREBALANCER : *đgt* Làm cho cân bằng.

CONTREBANDE : *c* Sự buôn lậu. Hàng lậu. Hàng không thuế.
Contrebande des ARMES : Buôn khí giới lậu.
Contrebande à l'EXPORTATION : Xuất lậu.
Contrebande à l'IMPORTATION : Nhập lậu.

CONTREBANDIER : *đ* Kẻ buôn lậu.

CONTRE-BAS (EN) : *ph ng* Ở phía dưới.
CHEMIN en contre-bas : Đường phía dưới.

CONTRECARRER : *đgt* Cản trở. Án ngữ.
Contrecarrer un PROJET DE MARIAGE : Cản trở một dự tính hôn nhân.

CONTRE-CAUTION : *c* Người bảo lãnh cho người bảo lãnh. Thượng bảo lãnh.

CONTRE-CHANGER : *đgt* Vật đổi vật.

CONTRE-COALITION : *c* Phản liên minh.

CONTRE-CONSTITUTION : *c* Phản hiến.

CONTRECOEUR (À) : *lng :* Bất đắc dĩ. Miễn cưỡng.

CONTRE-DATE : *c* Nhật kỳ nghịch cải.

CONTRE-DÉCLARATION : *c* Phản tuyên ngôn.

CONTRE-DÉFENSE : *c* Phản kháng lý.

CONTRE-DÉNONCIATION : *c* Phản cáo tri.

CONTREDIRE : *đgt* Nói trái ngược lại (với ai).

CONTREDISANT : *đ* Kháng ngôn.

CONTREDIT : *đ* Kháng ngôn trạng. Bác luận trạng.

CONTRE-ENQUÊTE : *c* Tái điều tra. Điều tra lại.

CONTRE-ÉPREUVE : *c* Sự phản nghiệm.

CONTRE-ESPIONNAGE : *c* Phản gián.

CONTRE-EXPERTISE : *c* Tái giám định.

CONTRE-FAÇON : *c* Nguỵ tạo. Mạo hoá.
Contre-façon ARTISTIQUE : Mạo hoá nghệ phẩm.
Contre-façon LITTÉRAIRE : Mạo hoá văn phẩm.
Contre-façon de CLÉ : Đúc chìa khoá giả.
Contre-façon d'ÉCRITURE : Giả mạo bút tự.
Contre-façon de DESSINS et MODÈLES : Nguỵ tạo mẫu hình và mô hình.
Contre-façon de DOCUMENT : Nguỵ tạo tài liệu.
Contre-façon de MARQUE : Nguỵ tạo nhãn hiệu.
Contre-façon des BILLETS : Làm giấy bạc giả.
Contre-façon de SCEAUX : Đúc con dấu giả.
Contre-façon de SIGNATURE : Giả mạo chữ ký.

CONTREFACTEUR : *đ* Kẻ làm giả mạo.

CONTREFACTION : *c* Việc làm bạc giả.

CONTRE COEUR (À) : *lng :* Miễn cưỡng. Bất đắc dĩ.

CONTRE-GOUVERNEMENT : *đ* Chuẩn chính phủ.

CONTRE-LETTRE : *c* Mật thư cải ước.

CONTRE-LIGUE : *c* Chống liên minh.

CONTREMAITRE : *đ* Đốc công. Cai coi phu.

CONTREMARQUE : *c* Việc đóng dấu phụ thêm.

CONTREMANDEMENT : *đ* Sự hủy lệnh.

CONTREMANDER : *đgt* Hủy lệnh.

CONTRE-MISSION : *c* Phản sứ mệnh.

CONTRE-MOTIF : *đ* Lý do đối nghịch.

CONTRE-MUR : *c* Tường dựa, tựa.

CONTRE-OFFENSIVE : *c* Phản công.

CONTRE-OPÉRATION : *c* Phản dịch vụ.

CONTRE-ORDRE : *đ* Phản lệnh. Lệnh mới.

CONTREPARTIE : *c* Cái dùng để đền bù. Vật đền bù.

CONTRE-PARTISTE : *đ* Người đối địch.

CONTRE-PASSEMENT : *đ* Việc cải hoàn trương mục. Việc ghi sổ ngược lại.

CONTRE-PASSER : *đgt* Cải hoàn trương mục. Ghi sổ ngược lại.

CONTRE-PÉTITION : *c* Tờ phản thỉnh nguyện thư.

CONTREPÉTRIE : *c* Lời nói lái. Sự nói lái.

CONTRE-PIED : *đ* Sự trái giò. Thế không thuận chân.

CONTRE-PLAINTE : *c* Tờ phản tố.

CONTREPOIDS : *đ* Đối trọng. Vật làm cho cân bằng.

CONTRE-POINÇON : *đ* Con dấu nổi (*hoặc chìm*).

CONTREPOISON : *đ* Thuốc giải độc.

CONTREPROJET : *đ* Đối án.

CONTRE-PROPAGANDE : *c* Phản tuyên truyền.

CONTREPROPOSITION : *c* Phản đề nghị.

CONTRE-RÈGLEMENT : *đ* Phản nội qui.

CONTRE-RÉVOLUTION : *c*: Phản cách mạng.

CONTRE-RÉVOLUTIONNAIRE : *tt* Phản cách mạng.

CONTRE-SEING : *đ* Sự phó thự.

CONTRESIGNATAIRE : Người phó thự.

CONTRESIGNATURE : *c* Ký phó thự.

CONTRESIGNER : *đgt* Phó thự.

CONTRE-SIGNIFICATION : *c* Tờ phản tống đạt.

CONTRE-SIGNIFIER : *đgt* Phản tống đạt.

CONTRE-SOMMATION : *c* Tờ phản đốc thúc.

CONTRE-TITRÉ : *tt* Ghi gian tuổi vàng, bạc.

CONTRE-TORPILLEUR : *đ* Khu trục hạm. Ngư lôi đĩnh.

CONTRE-VALEUR : *c* Đối giá. Đối phiếu.

CONTREVENANT : *đ* Kẻ phạm luật. Kẻ vi phạm.

CONTREVENIR : *đgt* Vi phạm. Phạm luật.

CONTRE-VISITE : *c* Sự khám lại. Sự tái khám.

CONTRIBUABLE : *đ* Người đóng thuế, chịu thuế.

CONTRIBUANT : *đ* Người góp công, góp cuả.

CONTRIBUER : *đgt* Đóng góp. Góp phần.

CONTRIBUTIF : *tt* Góp phần. Thuộc về thuế khoá.

CONTRIBUTION : *c* Sự đảm phân, đảm phụ. / Sự đóng góp. Phần đóng góp. / Thuế. Thuế đảm phụ.
Contributions DIRECTES : Thuế trực thâu.
Contributions INDIRECTES : Thuế gián thâu.
Contibution au MARC LE FRANC : Góp phần theo tỷ lệ.
Contribution aux PERTES : Chịu một phần lỗ vốn.

CONTRITION : *c* Sự ăn năn. Sự hối lỗi.

CONTRÔLE : *đ* Sự kiểm sát. Sự Kiểm tra. Vụ khám xét.
Le contrôle de SOI-MÊME : Sự tự chủ. Sự tự kiềm chế.

CONTRÔLER : *đgt* Kiểm sát. Kiểm tra. Khám xét.

CONTRÔLEUR : *đ* Kiểm soát viên.
Contrôleur des BILLETS : Người xét vé.

CONTROUVÉ : *tt* Bịa đặt. Thất thiệt.
NOUVELLE controuvée : Tin thất thiệt.

CONTROVERSE : *c* Cuộc tranh luận. Việc bàn cãi.

CONTROVERSÉ : *tt* Tranh luận.

CONTUMACE : *c* Sự khuyết tịch. Sự vắng mặt trong phiên xử.
CONDAMNÉ par contumace : Bị án khuyết tịch.

CONTUMACIAL : *tt* Thuộc về khuyết tịch.
PROCÉDURE contumaciale : Thủ tục xử khuyết tịch.

CONTUS : *tt* Bị bầm tím.

CONTUSION : *c* Vết bầm tím. Thương tích.
Contusion INTERNE : Nội thương.

CONVAINCANT *tt* Có sức thuyết phục.
ARGUMENT convaincant : Lập luận thuyết phục.

CONVAINCU : *tt*: Bị thuyết phục. Tin chắc là.
JE SUIS convaincu de son INNOCENCE : Tôi đoan chắc hắn vô tội.

CONVALESCENCE : *c*: Sự dưỡng bệnh. Thời gian nghỉ dưỡng bệnh.

CONVALESCENT : *tt* Nghỉ lấy lại sức (*hậu bệnh*). Dưỡng bệnh.

CONVENABLE : *tt* Thích hợp.

CONVENANCE : *c* Sự tương hợp. Sự phù hợp. Sự vừa ý. Sự thích hợp. Sự thích nghi.
MARIAGE de convenance : Hôn nhân môn đăng hộ đối.
RESPECTER les convenances : Theo nghi thức.

CONVENANCES : *c snh* Tiết lễ. Nghi tiết.
Convenances SOCIALES : Xã giao.

CONVENIR : *đgt* Thoả thuận (cùng nhau). Nên làm.
IL convient de RELAXER : Nên tha bổng.

CONVENT : *đ* Đại hội hội Tam điểm.

CONVENTION : *c* Hợp ước. Thoả ước.Tung ước. / Hiệp định. Ước định.
Les conventions LIBREMENT CONSENTIES TIENNENT LIEU DE LOI ENTRE PARTIES : Thoả ước tương thuận là luật pháp cho cả các phe (*tngl*).
Convention COLLECTIVE de TRAVAIL : Cộng đồng lao công thỏa ước.
Convention COMMERCIALE Thương ước.
Convention d'EXTRADITION : Hiệp ước dẫn độ.
Convention DOUANIÈRE : Quan thuế ước.
Convention ÉCRITE : Văn ước. Trạng ước.
Convention PRÉLIMINAIRE : Ước định sơ bộ.
Convention SÉPARÉE : Phân ước. Phụ ước.
Convention VERBALE : Khẩu ước.

CONVENTIONALISME : *đ* Chủ thuyết ước pháp.

CONVENTIONNEL : Định ước. Hiệp ước.
INTERÊTS conventionnels : Lãi xuất ước định.
SIGNE conventionnel : Ước hiệu.

CONVERSATION : *c* Đàm thoại. Đối thoại. Sự chuyện trò.
Conversation TÉLÉPHONIQUE : Điện đàm.
Conversation à BÂTONS ROMPUS : Nói chuyện nhát gừng.

CONVERSIBLE : *tt* Cải hoán được. Thay đổi được. Chuyển đổi được.

CONVERSION : *c* Sự cải hoán. Sự thay đổi. Sự chuyển đổi. Sự chuyển hoán.
Conversion de l'OR en DOLLARS : Chuyển hoán vàng thành Mỹ kim.
Conversion de la SÉPARATION en DIVORCE : Cải hoán ly thân thành ly hôn.

CONVERTIBILITÉ : *c* Sự chuyển đổi. Sự khả hoán.

CONVERTIBLE : *tt* Chuyển đổi được. Chuyển hoán được.

CONVERTIR : *đgt* Chuyển đổi. Chuyển hoán.

CONVICTION : *c* Sự tin chắc. Sự tin tưởng. Niềm tin chắc.
Conviction du JUGE : Niềm tin chắc cuả thẩm phán (*hình sự*).
PIÈCE à conviction : Tang vật.
Conviction INTIME : Lương tâm tin tưởng.

CONVOCATION : *c* Sự triệu thỉnh. Trát đòi trình diện.
LETTRE de convocation : Trát gọi trình diện.
Convocation à TÉMOIN : Trát gọi nhân chứng.
Convocation devant le TRIBUNAL : Trát gọi hầu toà.

CONVOI : *đ* Đoàn xe (*tầu hoả, xe hơi, thuyền bè*).
Convoi de MARCHANDISES : Đoàn xe chở hàng.
Convoi de PRISONNIERS : Đoàn xe chở tù nhân.
Convoi de VOYAGEURS : Đoàn xe chở du khách.
Convoi FUNÈBRE : Đám tang. Đám ma.

CONVOITER : *đgt* Thèm khát. Thèm muốn.

CONVOITISE : *c* Sự thèm muốn. Sự khao khát.

CONVOL : *đ* Việc tái hôn. Việc tục hôn; tục huyền. Bước đi bước nữa.

CONVOLANT : *đ* Kẻ tục hôn. Kẻ tục huyền.

CONVOLER : *đgt* Tục hôn. Tái hôn.
Convoler en JUSTE NOCE : Chính thức tục hôn.
Convoler en SECONDES NOCES : Tục hôn lần thứ nhất.
Convoler en TROISIÈMES NOCES : Tục hôn lần thứ hai.

CONVOQUER : *đgt* Triệu thỉnh. Xuất trát. Đòi trình diện.

CONVOYAGE : *đ* Sự hộ tống. Sự áp tải tiền bạc.

CONVOYER : *đgt* Hộ tống. Áp tải tiền bạc.

CONVOYEUR : *đ* Người hộ tống. Kẻ áp tải.

CONVULSION : *c* Sự giao động. Tật co giật chân tay. Chứng động kinh. Sự uốn éo.
Convulsion de COLÈRE : Run lên vì giận dữ.
Convulsion POLITIQUE : Cơn sốt chính trị.

COOBLIGATION : *c* Đồng trái vụ. Đồng nghiã vụ.

COOBLIGÉ : *c* Đồng phụ trái. Cùng mắc nợ.

COOCCUPANT : *đ* Đồng chiếm lãnh. Đồng chiếm hữu.

COOPÉRATEUR : *đ* Hợp tác viên. Người cộng sự.

COOPÉRATIF : *tt* Hợp tác.

COOPÉRATION : *c* Sự hợp tác.

COOPÉRATISME : *đ* : Hợp tác xã thuyết.

COOPÉRATISTE : *đ* Người theo thuyết hợp tác xã.

COOPÉRATIVE : *c* Hợp tác xã.

COOPÉRER : *đgt* Hợp tác. Cộng sự.

COOPTATION : *c* Việc đồng tuyển. Việc tuyển lựa lẫn nhau (*nội bộ*).

COOPTER : *đgt* Tuyển lựa lẫn nhau (*trong nội bộ*).

COOPTATION : *c* Sự tuyển lựa lẫn nhau (*nội bộ*).

COORDINATION : *c* Sự phối hợp.

COORDONNER : *đgt* Phối hợp.

COPARTAGEANT : *tt* Cộng phân. *đ* Người cùng chia.
HÉRITIERS copartageants : Những người thừa kế cùng chia nhau.

COPARTICIPANT : *đ* Người đồng dự.

COPERMUTANT : *đ* Người cùng giao hoán, đổi trác.

COPERMUTATION : *c* Sự đồng giao hoán, cùng đổi trác.

COPIE : *c* Bản sao. Bản sao lục. Bản chép lại. Bản thứ. / Bài làm. / Bài báo. / Sự bắt chước.
Copie AUTHENTIQUE : Bản sao chính thức.
Copie BLANCHE : Bạch chỉ. Nộp bài không một chữ.
Copie de COPIE : Sao lục bản sao.
Copie de JUGEMENT : Phó bản án văn.
Copie de PIÈCES : Bản sao văn kiện.
Copie d'un TABLEAU : Phóng lại bức tranh.
EN MAL de copie Thiếu đề tài viết báo .
PHOTOCOPIE : Bản sao chụp ảnh.
POUR copie CONFORME : Sao y nguyên bản.

COPIER : *đgt* Sao lại. Chép lại. Bắt trước. Cóp (thân).
IL copie sur son CAMARADE : Nó cóp bài cuả bạn.
VOUS ME LA copierez : Chuyện lạ đời.

COPISTE : *đ* Người sao chép.

COPLAIDEUR : *đ* Người đồng tụng.

COPOSSÉDER : *đgt* Đồng chấp hữu. Cùng có.

COPOSSESSEUR : *đ* Kẻ đồng chấp hữu.

COPOSSESSION : *c* Sự đồng chấp hữu.

COPRENEUR : *đ* Người cùng thuê.

COPRÉVENU : *đ* Người cùng bị cáo.

COPROPRIÉTÉ : *c* Sự đồng hữu.

COPROPRIÉTAIRE : *đ* Người đồng hữu.

COPULATION : *c* Sự giao cấu. Sự giao hợp.

COPULER : Giao cấu. Giao hoan. Làm tình.

COPYRIGHT : Quyền trước tác. Tác quyền.

COQUE : *c* Vỏ bọc tầu. Vỏ trứng.

CORBEILLE : *c* Sọt rác. Giỏ.
Corbeille de MARIAGE : Đồ sính lễ.

CORDON : *đ* Dải. Dây. / Dây đeo huân chương. / Dây kéo chuông (*trước cửa*). Dây kéo màn cửa.
Cordon BLEU : Người nấu bếp giỏi.
Cordon OMBILICAL : Dây rốn. Dây chằng.
Cordon de POLICE : Hàng rào cảnh sát.
Cordon SANITAIRE : Hàng rào y tế.

CORÉE : Nước Cao Ly, Đại Hàn, Triều Tiên.

CORÉEN : *đ* Người Cao Ly; Đại Hàn; Triều tiên.

CORÉGENT : *đ* Người đồng nhiếp chính.

CORNARD : *đ* Người chồng bị vợ phụ. Kẻ mọc sừng (*tục*).

CORNE : *c* Sừng (*trâu*). Kèn xe hơi.
PRENDRE LES TAUREAUX par les cornes. Trực tiếp giải quyết khó khăn. Đương đầu với mọi khó khăn.

CORNER : *dgt* Hội tập buôn lậu. / Bấm còi, bóp còi(B). Bấm kèn (N). / Làm quăn góc trang giấy.
Corner aux OREILLES de quelqu'un : Thét vào tai ai.

CORNETTE : *c* Lính cầm cờ. Cờ đuôi nheo (*thuyền*). / Vợ có chồng ngoại tình.

COROLLAIRE : *tt* Hệ quả.

CORPORATIF : *tt* Tinh thần hiệp hội.

CORPORATION : *c* Hiệp hội. Nghiệp hội. / Phường. / Phe.

CORPORATISME : *đ* Chủ nghiã hiệp hội.

CORPOREL : *tt*: Thuộc về thể xác. Thuộc về vật thể.
BIEN corporel : Tài sản vật chất.
DROIT corporel : Quyền lợi vật chất.
PEINE corporelle : Hình phạt nhục thể.
PROPRIÉTÉ corporelle : Sản nghiệp vật chất.

CORPS : *đ*: Vật thể. / Thân thể. Thể xác. / Đạo quân. Tập đoàn.
ESPRIT de corps : Tinh thần đồng nghiệp; đồng nghệ.
GARDE du corps : Vệ sĩ. Cận vệ. Hộ vệ.
PRISE de corps : Câu thúc nhục thể.
Corps ADMINISTRATIF : Tập đoàn hành chánh.
Corps d'ARMÉE : Quân đoàn.
Corps et BIENS : Cả người lẫn cuả.
Corps CONSULAIRE : Lãnh sự đoàn.
Corps du DÉLIT : Tang vật.
Corps DIPLOMATIQUE : Ngoại giao đoàn.
Corps de l'ÉGLISE : Giáo hội đoàn.
Corps ENSEIGNANT : Giáo giới.
Corps ÉLECTORAL : Cử tri đoàn.
Corps FRANC : Nghiã quân.
Corps LÉGISLATIF : Lập pháp đoàn.
Corps MÉDICAL : Y giới đoàn.

CORREAL : *tt* Đồng kết.

CORRÉALITÉ : *c* Sự liên đới nợ. Món nợ liên đới.

CORRECT : *tt* Đúng. Nghiêm chỉnh. Đứng đắn.

CORRECTIF : *tt* Trừng phạt. Tu chính. Hiệu chính. Sửa sai. Cải chính.

CORRECTION : *c* Sự phạt. Việc trừng phạt.

CORRECTIONNNAIRE : *tt* Kẻ bị phạt.

CORRECTIONNALISATION : *c* Sự hoán cải thành khinh tội.

CORRECTIONNALISER : *dgt* Khinh tội hoá.

CORRECTIONNALITÉ : *c* Khinh tội tính.

CORREI STIPULANDI : Đồng thanh khế ước.

CORRÉLATIF : *tt* Tương quan. Tương liên.

CORRÉLATION : *c* Sự tương quan. Sự tương liên.

CORRESPONDANCE : *c* Thư tín. / Sự tương xứng. Sự cân xứng.
CAHIER de correspondance : Sổ giao lưu.
SECRET des correspondances : Bí mật thư tín.
Correspondance DIPLOMATIQUE. Công hàm ngoại giao.
Correspondance OFFICIELLE : Công hàm.
Correspondance PRIVÉE : Thư tín tư nhân.

CORRESPONDANCIER : *đ*: Thư tín viên.

CORRESPONDANT : *tt* Tương xứng. Cân xứng.

CORRESPONDANT : *đ* Người giao dịch bằng thư tín. Người đại diện.
Correspondant de GUERRE : Thông tín viên chiến tranh. Ký giả chiến trường.
Correspondant de BANQUE : Đại diện ngân hàng.
Correspondant SPÉCIAL : Đặc phái viên.

CORROBORATION : *c* Sự xác minh.

CORROBORER : *dgt* Xác minh.

CORROMPABLE : *tt* Có thể hủ hoá được. Có thể hối lộ được.

CORROMPRE : *dgt* Làm hư hỏng đi. / Hủ hoá. / Hối lộ.

CORROMPU : *tt* Hủ hoá. Hối lộ. Tham nhũng.

CORRUPTEUR : *đ* Kẻ đi hối lộ.

CORRUPTIBLE *tt* Có thể hối lộ được.

CORRUPTION : *c* Sự hư hỏng. / Sự hủ hoá. / Vụ hối lộ. Vụ tham nhũng. / Sự thối nát. Sự đút lót.

CORSAIRE : *đ* Hải tặc. Hải khấu. Giặc biển. Cướp biển.

CORTÈGE : *đ* Đoàn người đi theo. Đoàn người đi rước.

CORVÉABLE : *tt* Bị lao dịch. / Cỏ vê.

CORVÉE : *c* Lao dịch (không công). Cỏ vê.

COSIGNATAIRE : *đ* Người cùng ký. Người đồng thự.

COSMOGRAPHIE : *c* Vũ trụ học. Khoa vũ trụ.

COSMODROME : *đ* Bãi phóng phi thuyền không gian. Sân bay vũ trụ.

COSMONAUTE : *đ* Phi hành gia (không gian).

COSMOPOLITE : *tt* Tứ chiếng. Người của bốn phương. / Pha trộn tập quán nước khác. / Theo thế giới chủ nghĩa.

COTE : *c* Bờ biển.
GARDE cote : Tầu tuần tiễu ven biển.

COTÉ : *tt* Có ghi độ cao. / Được đánh giá cao. Được coi trọng.

COTÉ : *đ* Cạnh sườn. Phương diện. / Sườn tầu.

COTER : *dgt* Định giá. Cho điểm bài làm, câu trả lời. / Ghi giá. Ghi số. / Ghi độ cao cuả đồi núi.

COTERIE : *c* Phe đảng. Bè đảng.

COTIER : *tt* Theo ven biển.
PÊCHE côtière : Đánh cá theo ven biển.

COTISATION : *c* Sự đóng tiền. Liễm kim. Liễm phí. Việc đóng góp bằng tài vật (hoặc hiên kim.
Cotisation MENSUELLE : Nguyệt liễm.
Cotisation ANNUELLE : Niên liễm.

COTISER : *dgt* : Đóng góp tiền.

COTUTELLE : *c* Đồng giám hộ.

COTUTEUR : *đ* Người đồng giám hộ.

COUCHE : *c* Tầng lớp.
Couches SOCIALES : Tầng lớp xã hội.

COUCHER : *dgt* Đi nằm. Nằm xuống.

COULAGE : *đ* Sự đánh đắm tàu. / Sự lãng phí.

COULANT *tt* Trôi chảy.
STYLE coulant : Lời văn trôi chảy.

COULER : *dgt* Đánh đắm tàu địch.

COULEUR : *c* Mầu. Sắc.
Couleur POLITIQUE : Màu sắc chính tri.
STYLE SANS couleur : Văn chương tầm thường.

COULEURS : *c snh* Quốc kỳ. Cờ.
HISSER les couleurs : Thượng kỳ. :
SALUT aux couleurs : Lễ chào cờ.
DES GOUTS et des couleurs : Nhân tâm tùy thích.

COULISSE : *c* Hậu trường. Hành lang hý viện.
Les coulisses de la POLITIQUE : Hậu trường chính trị.
REGARD en coulisse : Liếc nhìn.
SE TENIR en coulisse : Ẩn diện. Không ra mặt.

COULOIR : *đ* Hành lang.
Couloir AÉRIEN : Hành lang hàng không.
Couloir de la MORT : Hành lang dẫn tới pháp trường.

COUP : *đ* Cái đánh. Cú đánh; đấm; đập; đá; đạp. Cú.
Coup BAS : Hành động lén lút.
Coups et BLESSURES : Đả thương.
Coups et BLESSURES INVOLONTAIRES : Ngộ thương.
Coups et BLESSURES MORTELS : Đả thương chí tử.
Coups et BLESSURES VOLONTAIRES : Cố ý đả thương.
Coups et BLESSURES VOLONTAIRES AYANT CAUSÉ LA MORT : Cố ý đả thương nhân thương chí mạng.
Coup sur COUP : Liên tiếp. Liên tục.
Coup de COUTEAU : Nhát đâm. Nhát dao.
Coup DOUBLE : Làm một hưởng hai.
Coup DUR : Việc tai hại. Tai ương.
Coup d'ÉTAT : Đảo chánh. Chính biến.
Coup de FILET : Mẻ lưới.
Coup de FORCE : Bạo lực.
Coup FOURRÉ : Việc bất thành.
Coup de GRÂCE : Phát súng ân huệ.
Coup de JARNAC : Hành vi bất chính.
Coup de LAPIN : Cú giết người.
Coup de MAIN : Việc đánh úp. Sự giúp đỡ.
Coup de MAIN SUR LA TABLE : Đập bàn.
Coup de MAITRE : Thành công bậc sư.
Coup MONTÉ : Cú hại người.
Coup d'OEIL : Thoáng nhìn. Liếc mắt.
Coup de PÈRE FRANÇOIS : Cú đánh vào gáy ót.
Coup de POMPE : Sự choáng váng. Kiệt sức.
Coup de TÊTE : Hành động vì cứng đầu.
Coup de THÉÂTRE : Chuyện bất ngờ.
Coup de TRAFALGAR : Tai biến bất ngờ.
Coup de VIEUX : Mệt vì tuổi già.
Coups réciproques : Ẩu đả. Đánh nhau. Đánh lộn.
DU PREMIER coup : Ngay lần thứ nhất.
EN METTRE un coup : Cố gắng. Ra sức.
ÊTRE DANS le coup : Có tham dự.
FAIRE les 400 coups : Sống bừa bãi, ẩu tả.
TOUT à coup : Bất thình lình.
TOUT d'UN coup : Bỗng đâu.
VALOIR le coup : Đáng công làm.

COUPABLE : *tt* Có tội. Phạm tội. Tội lỗi.
ACTE coupable : Hành vi tội lỗi.
PLAIDER coupable : Biện hộ nhận tội.

COUPABLE : *đ* Tội nhân. Can phạm. Phạm nhân. Kẻ phạm tội. Kẻ có tội.
Coupable d'HOMICIDE INVOLONTAIRE : Phạm tội ngộ sát.
Coupable d'HOMICIDE VOLONTAIRE : Phạm tội cố sát.

PRINCIPAL coupable : Chánh phạm.

COUPE : *c* Sự cắt đứt. Sự đốn cây. Sự dẫn cây.
Coupe de BOIS : Đốn cây trong rừng.

COUPLE : *đ* Cặp. Đôi. Đôi vợ chồng. Cặp trai gái.

COUPON : *đ* Phiếu lãnh hoá vật.

COUPURE : *c* Tiền giấy. Giấy bạc. / Sự cắt sén. Sự gián đoạn. / Chỗ đứt. Vết đứt.
Coupure au DOIGT : Đứt tay.
Coupure de PRESSE : Bài cắt ở báo.

COUR : *c* Triều đình. Toà cao cấp.
HAUTE cour de JUSTICE : Toà Tối cao (*xử đại phản*).
Cour d'APPEL : Toà thượng thẩm.
Cour d'ARBITRAGE : Toà trọng tài.
Cour d'ASSISES : Toà đại hình. :
Cour de CASSATION : Toà phá án.

COURANT : *tt* Chảy. / Thông thường. Thông dụng. Đương thời.
AFFAIRES courantes : Công việc dở dang
COMPTE courant : Trương mục vãng lai.
ESPÈCES courantes : Tiền bạc đương dụng. Thông bảo.
INTERÊTS courants : Lợi kim đương dụng.
MAIN courante : Sổ ghi chép thưa kiện (*ở cảnh sát*).

COURANT : *đ* Dòng. Trào lưu.
ANNÉE courante : Năm nay. Đương niên.
EAU courante : Nước thông chảy. Lưu thuỷ.
Le 10 courant : Ngày 10 tháng này.
MONNAIE courante : Tiền lưu hành. Thông bảo.
PRIX courant : Giá thông thường.

COURBE : *c* Đường cung. Đường cong.
Courbe de l'OFFRE et de la DEMANDE : Tuyến biểu cung cầu.
Courbe de PRIX : Tuyến biểu giá cả.

COURIR : *đgt* Khởi đầu. Khởi hạn. Chạy.
La PRESCRIPTION court : Thời tiêu khởi hạn từ...

COURONNE : *c* Vương miện. / Ngôi báu. Hoàng triều. /Vòng. Vănh. Vành tròn. / Phần thưởng. Vinh quang.
Couronne de FLEURS : Vòng hoa điếu phúng.
Couronne MORTUAIRE : Vòng hoa tang.
DOMAINE de la couronne : Hoàng triều cương thổ.
DROIT de la couronne : Vương quyền.

COURONNEMENT : *đ* Lễ đăng quang. Lễ tấn phong. Lễ phong vương.
COURONNÉ : Được tăng thưởng.
OUVRAGE couronné : Tác phẩm được tặng thưởng.
TÊTE couronnée : Vua. Chuá.

COURONNER : *đgt* Phong vua. Phong vương.

COURRIER : *đ* Thư tín. Thư từ. Văn thư. Chuyến xe chở thư. Mục (*báo*).
Courrier du COEUR : Mục tìm bạn tâm tình.

COURS : *đ* Lớp học. Bài giảng. Môn học. / Sự lưu hành. Hàng hải. / Hiện giá thị trường.

COURSE : *c* Việc chạy đua. Sự chạy.
A BOUT de course : Kiệt sức.
AU PLUS HAUT de SA course : Tột đỉnh vinh quang.
Course aux ARMEMENTS : Thi nhau vũ trang.
ETRE DANS LA course : Biết rõ. Trong bọn.
EN FIN DE course : Lúc tàn cuộc.

COURT : *đ* Sân quần vợt.

COURT : *tt* Ngắn.
COUPER court à une CONVERSATION : Ngắt lời câu chuyện.
TOURNER court : Rẽ đột ngột.

COURTAGE : *đ* Sự môi giới. Hoa hồng.

COURTIER *đ* Kẻ môi giới.

COURTISAN : *đ* Thị thần. Triều thần. / Nịnh thần. Kẻ xu nịnh.

COURTISANE : *c* Đàn bà lẳng lơ.

COUSIN : *c* Anh em thúc bá. Biểu huynh đệ. Anh em con chú, con bác.
Cousin GERMAIN : Con dì con dà.

COUSINAGE : *đ* Tình anh em họ.

COUSINE : *c* Chị em họ. Con chú con bác. Biểu điệt.
Cousine GERMAINE : Con dì con dà.

COUT : *đ* Giá tiền.

COUTER : *đgt* Giá. Đáng giá.

COUTEUX : *tt* Cao giá. Tốn kém.

COUTUME : *c* Tập quán. Thói quen. Phong tục. Tục lệ.
AVOIR coutume de : Thường hay.
CERTIFICAT de coutume : Tờ chứng minh tục lệ.
DE coutume : Theo lệ thường. Thói thường.
UNE FOIS N' EST PAS coutume : Một lần không thành thường lệ.
US et coutume : Tập quán và phong tục.
VIEILLE coutume : Cổ lệ. Cựu tục.
Coutume COMMERCIALE : Lệ thương mại.
Coutume FAMILIALE : Gia phong.
Coutume INTERNATIONLE : Lệ quốc tế.
Coutume NATIONALE : Phong tục quốc gia, bản địa.

COUTUMIER : *tt* Thuộc về tục lệ.
DROIT coutumier : Luật theo tục lệ.

COUTUMIER : *đ* Tục lệ.

COUVERT : *tt* Được che trở. Được bao yểm. *đ* Bộ dao, niã, thìa.
La NULLITÉ est couverte : Sự vô hiệu được bao yểm.
Il est couvert par son SUPÉRIEUR : Hắn được cấp trên bao che.

COUVERTURE : *c* Sự bao che. / Mái nhà. / Chăn mền. / Vỏ bọc.

COUVRE-FEU : *đ* Lệnh giới nghiêm. Lệnh tắt đèn.
HEURE de couvre-feu : Giờ giới nghiêm.

COUVRIR : *đgt* Đậy lên. Phủ lên. / Rắc đầy. Che đậy. / Bao yểm. Bao che. / Chịu hộ cho.
Couvrir un AMI : Bao che cho bạn.
Couvrir de BOUE : Chát tro bôi nhọ.
Couvrir la CASSEROLE : Đậy nắp cái xoong.
Couvrir un CRIME : Bao che cho một tội ác.
Couvrir de FLEURS : Phủ đầy hoa. Khen.
Couvrir les FRAIS : Lấy lại được các phí tổn.
Couvrir de HONTE : Làm cho nhục nhã.
Couvrir ses INTENTIONS : Che đậy ý đồ.
Couvrir quelqu'un d'OR : Cho ai nhiều tiền bạc.
Couvrir les RISQUES : Bao yểm cho các rủi ro.

COVENDEUR : *đ* : Người cùng bán.

CRAINTE: *c* Sự sợ hãi. Sự kinh hãi. Sự lo sợ.

CRAINTIF : *tt* Sợ hãi. Sợ sệt.

CRÉANCE : *c* Món nợ. Trái khoản. Giấy nợ. / Sự tin tưởng. Sự tín nhiệm.
ADMETTRE une créance : Chấp nhận trái quyền.
CESSION de créance : Nhượng độ trái quyền. Bán nợ.
CONTESTER une créance : Chối cãi một trái quyền.
DIGNE de créance : Đáng tín nhiệm.
LETTRE de créance : Quốc thư ủy nhiệm.
RECOUVRER une créance : Thu hoàn trái khoản. Đòi một món nợ.
TITRE de créance : Văn tự nợ.
Créance CERTAINE : Trái quyền rõ ràng.
Créance COMMERCIALE : Trái quyền thương mại. Nợ thương mại.
Créance EXIGIBLE : Trái quyền khả sách.
Créance LIQUIDE : Trái quyền minh số. (*số tiền ghi rõ ràng*).
Créance NOMINATIVE : Trái quyền đích danh.
Créance SOLIDAIRE : Trái quyền liên đới.

CRÉANCIER : *đ* Trái chủ. Chủ nợ.
Créancier GAGISTE : Trái chủ thế chấp (cầm đồ).
Créancier HYPOTHÈCAIRE : Trái chủ để đương.
Créancier INSCRIT : Trái chủ đã đăng ký.
Créancier POURSUIVANT : Trái chủ truy áp.
Créancier PRIVILIGIÉ : Trái chủ đặc đãi. Trái chủ ưu tiên.
Créancier SAISISSANT : Trái chủ sai áp.

CRÉATION : *c* Sự sáng tạo; sáng tác; sáng lập. Sự thiết lập vũ trụ. / Diễn xuất đầu tiên.
Création d'un DROIT : Sáng tạo quyền lợi.
Création d'une SOCIÉTÉ : Tạo lập một công ty.
Création d'un POSTE : Thiếp lập một nhiệm sở.

CRÉATEUR : *đ* Tạo hoá. Con tạo. / Người sáng tạo. Sáng lập. Sáng tác.

CRÉDIT : *đ* Tín dụng. Tiền cho thiếu (*cho nợ*). / Thời hạn cho thiếu nợ. Cho thiếu chịu. / Kinh phí. / Dự chi tiêu. / Uy tín. / Tồn khoản. / Ngân hàng. Băng.
ACHAT à crédit : Mua trả góp. Mua chịu.
ACCORDER un crédit : Cho mua chịu. Tín : nhiệm.
CONTRÔLE du crédit : Kiểm soát tín dụng.
DÉPASSER le crédit : Quá số dự chi.
ETABLISSEMENT de crédit : Ngân hàng tín dụng.
ÊTRE en crédit : Có uy tín. Có tín nhiệm.
LETTRE de crédit : Chứng nhận thải phương. Thư tín dụng (*thương*). Ủy nhiệm thư (*ngoại giao*).
VENTE à crédit : Bán hàng cho trả góp. Bán chịu.
Crédit AGRICOLE : Nông nghiệp ngân hàng.
Crédit BANCAIRE : Tín dụng ngân hàng.
Crédit COMMERCIAL : Thương tín ngân hàng.
Crédit FONCIER : Địa ốc ngân hàng.
Crédit PERSONNEL : Uy tín cá nhân.

CRÉDITER : *đgt* Ghi vào thải phương.

CRÉDITEUR : *tt* Dư. Có cuả cải.
COMPTE créditeur : Trương mục có tiền.
SOLDE créditeur : Kết số dư tiền.

CRÉDITEUR : *đ* Người có tiền của *(ký thác tại ngân hàng*). Chủ nợ.

CRÉER : *đgt* Sáng tạo. Sáng tác. Sáng lập.

CRÉMAILLÈRE : *c* Móc sắt treo nồi trong lò sưởi. *Đường rầy răng cưa cho tầu leo dốc.*
PENDRE la crémaillère : Ăn khao tân gia.

CRÉMATION : *c* Sự hỏa táng. Việc thiêu xác. Hỏa thiêu nhục thể. Hỏa táng.

CRÉPUSCULE : *đ* Hoàng hôn.
Crépuscule de la VIE : Tuổi già. Tuổi xế chiều.

CRI : *đ* Tiếng kêu, la.

CRIÉE : *c* Sự bán đấu giá. Phách mại.
AUDIENCE des criées : Phiên toà bán đấu giá.
VENTE à la criée : Bán đấu giá.

CRIER : *đgt* Hô hoán. Kêu la.
Crier à TUE TÊTE : Kêu thét. Gào thét lên.

CRIEUR : *đ* Người la kêu.
Crieur de JOURNAUX : Trẻ bán báo.

CRIME : *đ* Tội ác. Trọng tội. Tội đại hình.
Crime COLLECTIF : Tội ác tập thể, băng đảng.
Crime CONTRE LA SURETE de l'ETAT : Tội chống an ninh quốc gia.
Crime CONTRE LA SURETÉ EXTÉRIEURE de l'ÉTAT : Tội chống an ninh quốc ngoại.
Crime CONTRE LA SURETÉ INTÉRIEURE de l'ÉTAT : Tội chống an ninh quốc nội.
Crime CONTRE l'HUMANITÉ : Trọng tội chống nhân loại.
Crime contre les PERSONNES : Tội phạm nhân thân.
Crime de GUERRE : Tội ác chiến tranh.
Crime de HAUTE TRAHISON : Tội phản quốc.
Crime d'ÉTAT : Trọng tội quốc sự.

CRIMINALISABLE : *tt* Hoán chuyển thành hình sự được.

CRIMINALISATION : *c* Sự đại hình sự hoá. Sự trọng tội hoá.

CRIMINALISER : *đgt* Hình sự hoá.

CRIMINALISTE : *đ* Nhà hình sự học. Người nghiên cứu các trọng tội.

CRIMINALITÉ : *c* Tình trạng trọng tội. Sự phạm tội ác.

CRIMINEL : *tt* Thuộc về trọng tội. Thuộc về tội đại hình.
AFFAIRE criminelle : Vụ đại hình. Vụ đề hình.
COUR criminelle : Toà đại hình.
DROIT criminel : Hình luật học.
INSTRUCTION criminelle : Thẩm cứu trọng tội.
INTENTION criminelle : Ý đồ phạm trọng tội.
POLICE criminelle : Cảnh sát hình sự.
POURSUITE criminelle : Truy tố hình sự.
PROCÉDURE criminelle : Tố tụng hình sự.

CRIMINEL : *đ* Hung thủ. Kẻ sát nhân. Kẻ phạm trọng tội.

CRIMINALOGIE : *c* Khoa nghiên cứu về các trọng tội.

CRISE : *c* Sự khủng khoảng.
Crise ÉCONOMIQUE : Kinh tế khủng khoảng.

CRISTALLISER : *đgt* Kết tinh.
Cristalliser le SALAIRE : Lương bổng cố định.
Cristalliser la CONDITION OUVRIÈRE : Thân phận thợ thuyền vẫn nguyên trạng.

CRITÈRE : *c* Tiêu chuẩn.

CRITERIUM : Tiêu chuẩn.

CRITIQUE : *c* Sự bình phẩm. Sự phê bình. Sự chỉ trích.
ESPRIT critique : Tinh thần phê phán.
ESPRIT DE critique : Óc ưa chỉ trích.

CRITIQUER : *đgt* Bình phẩm. Phê bình. Chỉ trích.

CROISEUR : *đ* Tuần dương hạm.

CROISSANT : *tt* Tăng dần dần. *đ* Mảnh trăng lưỡi liềm.

CROIT : *đ* Sự tăng đàn súc vật. Sự tăng cân cuả súc vật.

CROIX : *c* Chữ thập. Thập tự. Thập giá. Dấu chéo chữ X.
CHACUN PORTE sa croix : Làm người ai cũng khổ.
Croix ROUGE : Hồng thập tự. Chữ thập đỏ.
FAIRE une croix à : Từ bỏ vĩnh viễn ai (hoặc việc gì) .

CROQUE-MITAINE : *đ* Ông ngáo ộp.

CROQUE-MORT : *đ:* Đô tuỳ. Phu đòn nhà đám.

CROSSE : *c* Báng súng.
CHERCHER des crosses à QUELQU'UN : Cà khịa. Kiếm chuyện.

CROUPIER : *đ* Hồ lỳ. / Người hùn vốn không ra mặt. / Người ủng hộ không ra mặt.

CRUCIAL : *tt* Mấu chốt.
QUESTION cruciale : Vấn đề then chốt.

CRUE : *c* Con nước. Nước lên.

CRYPTO-COMMUNISTE : *lng* Khuynh cộng. Thiên cộng.

CUEILLETTE : *c* Việc hái hoa quả. Vụ hái. Mùa hái.

CUIRASSÉ : *đ* Giáp bào. Thiết bào. Chiến bào.

CUIRASSÉ : *đ* Thiết giáp hạm.

CUIRASSIER : *đ* Giáp binh.

CULPA : Lỗi.
Mea CULPA : Lỗi tại tôi.

CULPABILITÉ : *c* Sự có tội.

CULTE : *đ* Việc thờ phụng, thờ cúng, tế tự. / Tôn giáo. / Lòng tín ngưỡng. / Sự tôn thờ.
EXERCICE du culte : Hành lễ.
LIBERTÉ des cultes : Tự do tín ngưỡng.
MAISON de culte : Từ đường.
MINISTRE de culte : Giáo sĩ.
OBJET de culte : Đồ thờ phụng.
Culte des ANCÊTRES : Thờ cúng ông bà ; tổ tiên.
Culte de l'ARGENT : Tôn quý kim tiền.
Culte des IDOLES : Tôn thờ thần tượng.
Culte de la PERSONNALITÉ : Sùng bái cá nhân.

CULTIVATEUR : *đ* Nhà nông. Nông dân. Người cấy ruộng. Nông hộ.

CULTIVÉ : *tt* Có kiến thức. Có trình độ cao.
Un HOMME très cultivé : Người có học.

CULTIVER : *đgt* Tu dưỡng. Bồi bổ kiến thức.

CULTUEL : *tt* Thuộc về hương hoả.
BIENS cultuels : Đát hương hỏa.
PARTS cultuelles : Phần hương hỏa.

CULTURAL : *tt* Thuộc về canh tác.

CULTUREL : *tt* Thuộc về văn hoá.

CULTURE : *c* Văn hoá. Văn học. Sự trau giồi. Sự rèn luyện. Việc trồng trọt. Viêc cầy cấy; canh tác.
ANCIENNE culture : Văn hoá truyền thống.
GRANDE culture : Đại canh.
PETITE culture : Tiểu canh.
VIEILLE culture : Văn học truyền thống.
Culture ALTERNANTE : Trồng trọt sen kẽ.
Culture ANCIENNE : Văn hoá cổ.
Culture EXTENSIVE : Đại canh.
Culture GRÉCO-LATINE : Văn hoá Hy lạp-La mã.
Culture MODERNE : Tân canh. Văn hoá tân thời.
Culture INTENSIVE : Thâm canh.
Culture des LETTRES : Trau giồi văn học.
Culture OCCIDENTALE : Văn hoá tây phương.
Culture ORIENTALE : Văn hoá đông phương.
Culture PHYSIQUE : Thể dục.

CULTUREL : *tt* Thuộc về văn hoá, văn học.
CENTRE culturel : Trung tâm văn hoá.
ÉCHANGES culturels : Trao đổi văn hoá.

CULTURISME : *đ* Chủ nghiã văn hoá. / Sự luyện tập cơ thể (*cho cường tráng*).

CUMUL : *đ* Sự kiêm nhiệm (*nhiều chức vụ*). Tổng hợp.
Cumul des DÉLITS : Tổng hợp khinh tội.
Cumul des PEINES : Tổng hợp các hình phạt.

Non-cumul des PEINES : Không tổng hợp các hình phạt.

CUMULARD : *đ* Người kiêm nhiệm.

CUMULATIF : *tt* Lũy tích.

CUMULER : *đgt* Kiêm lãnh. Kiêm nhiệm (*nhiều chức vụ*).

CURAGE : *đ* Việc nạo vét. Việc khơi kênh.

CURATELLE : *c* Việc quản lý tài sản.

CURATEUR : *đ* Người quản lý tài sản.

CURE : *c* Chức cha xứ.

CURÉ : *đ* Cha sở. Cha xứ.

CURIA (EX): Ngoại pháp đình.

CURIA (IN) : Nội pháp đình.

CURIE : *c* Viện nguyên lão.

CURICULUM VITAE: Lý lịch cá nhân.

CYCLE : *đ* Chu kỳ.

D

D'ABORD : Trước tiên. Đầu tiên. Thoạt vi thủy.

DACTYLOGRAPHE : *đ* Người đánh máy chữ.

DACTYLO : *đ* Người đánh máy chữ.

DACTYLOGRAPHIE : *c* Việc đánh máy chữ.

DACTYLOGRAPHIER : *đgt* Đánh máy chữ.

DACTYLOLOGIE : *c* Nói bằng ngón tay.

DACTYLOSCOPIE : *c* Điểm chỉ. /Việc lăn tay lấy dấu. / Sự nhận dạng vết tay.

DACTYLOSCOPIQUE : *tt* Thuật lăn tay lấy dấu.

DALAI-LAMA : Đức Đạt la-Lạt ma. (*Phật sống ; Hoạt Phật*).

DAMNER : *đgt* Cho xuống địa ngục.

DAMNUM EMERGENS : Khoản thiệt hại.

DAMNUM FACTUM : Thực sự thiệt hại.

DAMOISELLE : *c* Cô chiêu. Mợ ấm. Con gái thế gia.

DAMNUM INFACTUM : Thiệt hại tất thành.

DANGER : *đ* Sự nguy hiểm. Mối nguy, nguy biến.
Danger IMMINENT : Nguy tai kế cận.
Danger PUBLIC : Nguy hiểm cho mọi người.

DANGEREUX : *tt* Nguy hiểm. Nguy tai. Nguy biến.
CHEMIN dangereux : Con đường nguy hiểm.
FOU dandereux : Kẻ điên khùng nguy hiểm.

DANOIS : *đ* Người nước Đan Mạch. Tiếng Đan Mạch.

DANS : *gt* Ở trong. Trong khoảng.
Dans la CLASSE : Trong lớp học.
Dans la MISÈRE : Trong sự bần hàn.
La GARDIENNE revient dans UNE HEURE : Bà gác gian trở lại trong khoảng một tiếng.

DANTESQUE : *tt* Cao cả. Vĩ đại. (*thuộc về Dante*).

DATABLE : *tt* Định được ngày tháng.

DATAGE : *đ* Việc ghi ngày tháng.

DATATION : *c* Việc ghi ngày tháng năm. Nhật kỳ.

DATE : *c* Ngày. Ngày tháng năm. Nhật kỳ.
FAIRE date : Đáng ghi nhớ.

DATER : *đgt* Đề ngày tháng. Ghi ngày tháng vào.
À dater DE... : Kể từ ngày...

DATEUSE : *c* Nhật ấn. Con dấu ghi ngày tháng.

DATIF : *tt* Bị chỉ định. Bị tuyển định.
TUTEUR datif : Giám hộ viên chỉ định.

DATION : *c* Sự tặng trao.
Dation en PAIEMENT : Trả tiền bằng hàng hoá.

DAUPHIN : *đ* Thế tử (*khác với thái tử*). Người được chọn để thay thế (kế vị).

DAUPHINE : *c* Thế tử (nữ). Phụ nữ chọn để kế vị.

DAVANTAGE : *pht* Hơn nữa. Thêm hơn. Lâu hơn.

DE AUDITU : Nghe phong thanh. Nghe nói.

DÉBACLED : *c* Sự tan rã. Sự tán loạn.

DÉBALLÉ : *tt* Chán nản. Mất tinh thần.

DÉBALLAGE : *đ* Sự khui kiện hàng.

DÉBALLER : *đgt* Tháo dỡ kiện hàng.

DÉBANDADE : *c* Sự bỏ chạy toán loạn.

DÉBARQUEMENT : *đ* Sự đổ bộ. Sự lên bờ, bộ. Sự xuống xe, tầu, máy bay.

DÉBARQUER : *đgt* Lên hàng. Bốc hàng. Dỡ hàng.

DÉBARRASSER : *đgt* Thu dẹp, thu gọn.

DÉBAT : *đ* Cuộc tranh biện. Cuộc biện đàm. Cuộc tranh luận. Cuộc tranh đàm. Cuộc bàn cãi. Cuộc thảo luận.
Débat devant la BARRE : Tranh luận trước toà.
Débat JUDICIAIRE : Tranh luận pháp lý.
Débat devant le PRÉTOIRE : Tranh luận trước lụng đình.
Débat PUBLIC : Tranh luận công khai.
Débat sur la RÉFORME JUDICIAIRE : Bàn cãi về cải tổ tư pháp.

DÉBATS : *d snh* Tranh biện. Tranh luận.
CLOTURER les débats : Kết thúc vụ tranh luận.
PUBLICITÉ des débats : Công khai hoá vụ tranh luận.

DÉBATER : *đ* Người tranh luận tài ba.

DÉBATTRE : *đgt* Tranh luận. Tranh biện. Bàn.

DÉBAUCHAGE : *đ* Sự dãn công, sa thải nhân viên. / Sự hủ hoá. Sự truỵ lạc. Sự bê tha. Sự hư đốn.

DÉBAUCHE : *tt* Hủ hoá. Truỵ lạc. Bê tha. Hư đốn. Dâm đãng.

DÉBAUCHEMENT : *đ* Sự sa thải công nhân viên.

DÉBAUCHER : *đgt* Sa thải. / Hủ hoá. Làm hư hỏng.

DÉBAUCHEUR : *đ* Người (chủ) sa thải. / Kẻ hủ hoá người khác. / Kẻ cho công nhân viên nghỉ việc.

DÉBET : *đ* Nợ còn thiếu (sau khi kết toán).

DÉBI RENTIER : *đ* Người trả nợ từng năm. Người nợ niên kim.

DÉBIT : *đ* Tiệm bán lẻ. Hàng lẻ. Cửa hàng nhỏ. Quán. Tá phương.
Débit de BOISSON : Tửu quán.
Débit de DÉTAIL : Tiệm bán lẻ. Tiểu bài.
Débit de GROS : Tiệm bán sỉ, bán buôn. Đại bài.
Débit d'un COMPTE : Tá phương chương mục.

DÉBITANT : *đ* Người bán lẻ. Chủ tiệm rượu.

DÉBITER : *đgt* Bán lẻ. Ghi vào tá phương. Rút tiền ở trương mục ra.

DÉBITEUR : *tt* Thiếu. Hụt. Thiếu nợ.
COMPTE débiteur : Chương mục thiếu tiền.

DÉBITEUR : *đ* Người thiếu nợ. Con nợ.
Débiteur PRINCIPAL : Phụ trái chính.
Débiteur INSOLVABLE : Đãng hộ. (*con nợ không đủ khả năng trả*).

DÉBLATÉRER : *đgt* Việc đả kích ai.

DÉBLOCAGE : *đ* Sự giải toả.

DÉBLOCUS : *đ* Sự giải toả. Sự chấm dứt phong toả.

DÉBLOQUEMENT : *đ* Sự giải toả.

DÉBLOQUER : *đgt* Giải toả. Chấm dứt phong toả.

DÉBOIRE : *đ* Nỗi đắng cay. Nỗi thất vọng. Nỗi gian truân.

DÉBOISEMENT : *đ* Việc đốn gỗ rừng. Việc phá rừng.

DÉBOISER : *đgt* Phá rừng. Lấy cây trên rừng.

DÉBONNAIRE : *tt* Nhu nhược.

DÉBONNAIRETÉ : *c* Tính nhu nhược.

DÉBOSQUAGE : *đ* Sự đem gỗ cây ra khỏi rừng.

DÉBOUCHÉ : *đ* Thị trường tiêu thụ.

DÉBOURS : *đ* Việc ứng tiền ra.

DÉBOURSÉ : *đ* Tiền ứng ra.

DÉBOURSEMENT : *đ* Sự ứng tiền ra trả.

DEBOUT : *pht* Đứng. Đứng thẳng. Đứng lên!
MAGISTRATURE debout : Thẩm phán công tố.
PLAIDER debout : Đứng lên biện hộ.

DÉBOUTÉ : *đ* Quyết nghị bác đơn. / Kẻ thua kiện. Kẻ bị bác đơn.
JUGEMENT de débouté : Án văn bác thỉnh cầu.

DÉBOUTEMENT : *đ* Sự bác đơn kiện.

DÉBOUTER : *đgt* Bác thỉnh cầu (*của nguyên đơn*). Bác đơn kiện.
Débouter une DEMANDE NON FONDÉE : Bác thỉnh cầu vì không căn nguyên.

DÉBRAYAGE : *đ* Sự ngưng máy. Sự đình chỉ việc. / Sự đình công. Sự lãng công.

DÉBUT : *đ* Bước đầu. Khởi đầu. Phần đầu.

DÉBRAYER : *đgt* Cho ngưng máy. Không làm việc. Đình công. Lãng công.

DÉCACHETER : *đgt* Bóc thư. / Mở niêm. Gỡ niêm phong.

DÉCADE : *c* Tuần mười ngày.
PREMIÈRE décade : Thượng tuần. Sơ tuần.
SECONDE décade : Trung tuần.
DERNIÈRE décade : Hạ tuần.

DÉCADENCE : *c* Sự phế vong. Sự suy đồi.
GRANDEUR et décadence : Hưng vong.
Décadence des MOEURS : Phong hoá suy đồi.

DÉCAPITATION : *c* Sự chém đầu. Sự xử trảm. (xưa)

DÉCAPITER : *đgt* Chém đầu. Xử trảm.

DÉCÉDER : *đgt* Chết. Qua đời. Tạ thế. Mệnh chung. Từ trần. Băng hà. Quy tiên. Viên tịch. Mạng vong.
Le BONZE décède : Tăng lữ viên tịch.
Un BOUDDHISTE décède : Phật tử vĩnh du tiên cảnh.
Un CATHOLIQUE décède : Giáo dân được gọi về nước Chuá.
UN HOMME décède : Một người tạ thế; mệnh chung; qua đời; từ trần.
Un ROI décède : Vua, Hoàng đế băng hà.
Le SOLDAT décède : Quân nhân tử trận.
Un VEILLARD décède : Bô lão quy tiên.

DÉCELER : *đgt* Phát hiện. Phát giác. Khám phá.
Déceler un DELIT : Phát hiện tội phạm.

DÉCÉLÉRER : *đgt* Giảm tốc độ.

DÉCEMMENT : *pht* Một cách tề chỉnh. Đoan trang (nữ).

DÉCENCE : *c* Sự nghiêm túc. Sự tề chỉnh. Sự đoan trang (nữ).

DÉCENT : *tt* Nghiêm túc. Tề chỉnh.

DÉCENTRALISATION : *c* Việc phân quyền. Việc tản quyền. Sự phi tập trung. Sự phân trị.
Décentralisation ADMINISTRATIVE : Phân quyền hành chánh.

DÉCENTRALISER : *đgt* Phân quyền. Tản quyền.

DÉCENTRALISME : *đ* Thuyết tản quyền.

DÉCENTRALISTE : Người chủ trương phân quyền.

DÉCERNER : *đgt* Ban. Cấp. Hạ. Phát tặng.
Décerner un MANDAT D'ARRÊT : Hạ trát truy nã.
Décerner un MANDAT de DÉPÔT : Hạ trát câu lưu.
Décerner une MÉDAILLE : Ban một huân chương.
Décerner un PRIX : Tặng giải thưởng.

DÉCHERGE : *c* Sự giải nhiệm. Sự giải trừ. Tờ giải trừ.
DONNER décharge : Ký giấy giải trừ.
PREUVE à décharge : Chứng cớ giải tội.
TÉMOIN à décharge : Nhân chứng gỡ tội.
Décharge de CAUTION : Giải trừ bảo lãnh.
Décharge de RESPONSABILITÉ : Giải trừ trách nhiệm.
Décharge d'une OBLIGATION : Giải trừ nghĩa vụ.

DÉCHARGEMENT : *đ* Sự bốc hàng. Sự rỡ hàng.
Déchargement d'un NAVIRE : Rỡ hàng ở tầu.

DÉCHARGER : *đgt* Giải trừ. Gỡ tội. / Rỡ hàng.

DÉCHÉANCE : *c* Sự thất quyền. Sự mất quyền. Sự thất hiệu.
Déchéance de la PUISSANCE PATERNELLE : Mất quyền làm cha mẹ. Thất quyền phụ mẫu.

DÉCHET : *đ* Cặn bã. / Hao hụt.
Déchet de ROUTE : Hao hụt vì chuyên chở.
Déchet de la SOCIÉTÉ : Cặn bã xã hội.

DÉCHIFFRER : *đgt* Đọc mật mã. Đọc hiểu (ẩn ý).

DÉCHIFFREUR : *đ* Người dịch mật mã.

DÉCHOIR : *đgt* Thất quyền. Giảm quyền.

DÉCHU : *tt* Bị giáng chức. Bị mất ngôi. Bị truất phế.
Déchu du DROIT CIVIQUE : Mất quyền công dân.
ROI déchu : Phế đế. Phế vương.

DÉCIDER : *đgt* Quyết định. Quyết đoán. Định đoạt.

DÉCIMER : *đgt* Chém đầu. Mất đầu. Xử trảm (xưa).

DÉCISIF : *tt* Quyết định. Quả quyết.
BATAILLE décisive : Trận chiến quyết định.
TON décisif : Giọng quả quyết.

DÉCISION : *c* Quyết định. Nghị quyết. Phán quyết.
PRENDRE une décision : Lấy một quyết định.
Décision ARBITRAIRE : Quyết định tùy tiện. Võ đoán.
Décision ARBITRALE : Quyết định của trọng tài.
Décision EXÉCUTOIRE : Phán quyết chấp hành.
Décision au FOND : Phán quyết về nội dung.
Décision GRACIEUSE : Phán quyết phi tụng.
Décision JUDICIAIRE : Phán quyết tụng đình. Bản án.
Décision à la MAJORITÉ : Quyết định đa số.

DÉCISOIRE : *tt* Quyết định tính.

DÉCLANCHER : *đgt* Phát khởi. Phát động.

DÉCLARANT : *đ* Người đứng khai.

DÉCLARATIF : *tt* Khai nhận. Tuyên nhận.
ACTE déclaratif : Hành vi khai nhận.
JUGEMENT déclaratif : Án văn tuyên nhận.

DÉCLARATION : *c* Sự khai báo. Sự khai trình. Sự tuyên bố. Sự tuyên nhận. Tuyên ngôn. Tuyên cáo. Báo cáo.
Déclaration d'ABSENCE : Tuyên cáo thất tung.
Déclaration d'ASSOCIATION : Khai báo lập hội.
Déclaration d'AVARIE : Báo cáo tổn thất của tầu.
Déclaration de BIENS : Khai báo tài sản.
Déclaration de CANDIDATURE : Tuyên bố ứng cử.
Déclaration de CHANGEMENT de DOMICILE : Khai báo đổi địa chỉ, đổi cư sở.
Déclaration de CESSION de PAIEMENT : Khai báo vỡ nợ, khánh tận.
Déclaration du CITOYEN : Tuyên ngôn dân quyền.
Déclaration de CONFORMITÉ : Cam đoan khai đúng sự thật (*thương mại*).
Déclaration de DÉCÈS : Khai tử.
Déclaration de DOUANES : Khai quan thuế.
Déclaration en DOUANES : Khai với quan thuế.
Déclaration des DROITS de l'HOMME : Tuyên ngôn Nhân quyền.
Déclaration d'ÉTAT CIVIL : Khai hộ tịch.
Déclaration de FAILLITE : Khai báo khánh tận.
Déclaration de FRANC et QUITTE : Tuyên nhận miễn trái.
Déclaration du GOUVERNEMENT : Tuyên cáo của chíính phủ.
Déclaration de GUÊRRE : Tuyên chiến.
Déclaration de MARIAGE : Bố cáo kết hôn.
Déclaration MINISTÉRIELLE : Tuyên ngôn của bộ.
Déclaration d'INDÉPENDANCE : Tuyên ngôn độc lập.
Déclaration de MATERNITÉ : Khai báo thai nghén.
Déclaration de NAISSANCE : Khai sanh.
Déclaration de NEUTRALITÉ : Tuyên bố trung lập.
Déclaration de PATERNITÉ : Khai báo có con.
Déclaration de PERTE : Khai mất đồ vật. Khai động sản thất lạc.
Déclaration de RENONCIATION à une SUCCESSION : Tuyên bố khước từ di sản.
Déclaration UNIVERSELLE des DROITS de l'HOMME : Bản Tuyên ngôn Quốc tế Nhân quyền.
Déclaration de VALEUR : Khai trình hoá trị.

DÉCLARATOIRE : *tt* Tuyên bố tính.

DÉCLARER : *đgt* Khai báo. Biểu minh. Biểu thị. Tuyên cáo. Tuyên bố. Tuyên nhận.

DÉCLASSEMENT : *đ* Sự giáng hạng; xuống hạng.

DÉCLENCHER : *đgt* Phát động. Phát khởi.

DÉCLIN : *đ* Thời suy tàn.

DÉCLINANT : *tt* Suy tàn. Suy yếu.

DÉCLINATOIRE : *tt* Hồi ty.
EXCEPTION déclinatoire : Khước biện hồi ty.

DÉCLINATOIRE : *đ* Sự hồi ty. (Việc thỉnh cầu chánh án rút lui vì nghi ngờ chính đáng). (Việc chánh án tự ý khước từ xử án).

DÉCLINER : *đgt* Khước từ. Không chấp nhận.

DÉCODER : *đgt* Mở ẩn số (*của mật thư*). / Mở khoá điện.

DE COMMODO ET INCOMODO (enquête) : Điều tra tiện và bất tiện.

DÉCOMPOSER : *đgt* Phân tích. Phân tách.

DÉCOMPOSITION : *c* Sự phân tích. / Sự tan rã. Sự biến đổi. Sự rữa thối.
Décomposition d'un CADAVRE : Rữa thối của xác chết.

DÉCOMPTE : *đ* Sự phân tích. Sự tính từng khoản riêng rẽ.

DÉCONCENTRATION : *c* Sự phân quyền cho cơ quan địa phương. Sự tản quyền. Sự làm giảm đậm đặc.

DÉCONFITURE : *c* Sự vỡ nợ. Tình trạng không khả năng trả nợ.

DÉCONSEILLER : *đgt* Can ngăn.

DÉCONSIGNER : *đgt* Lãnh hàng ký gởi. Giải toả lệnh cấm xuất trại.
Déconsigner un PAQUET : Lãnh một gói hàng.

DÉCONSTITUTIONNALISER : *đgt* Tiêu huỷ hiến pháp tính.

DÉCORATIONS : *c snh* Huy chương. Huân chương. /Trang trí. Bố cảnh.

DÉCOUVERT : *đ* Sự hụt tiền. Sự thiếu tiền.
À DENIERS découverts : Thiếu tiền. Hụt tiền.
VENTE à découvert : Khống mại. Bán chưa có giá (ấn định).

DÉCOUVERTE : *c* Sự phát minh. Sự phát giác. Sự khám phá. Sự phát hiện. Việc tìm ra.
Découverte d'un CADAVRE : Phát giác một tử thi.
Découverte du NOUVEAU MONDE : Tìm ra Tân Thế Giới.

DÉCOUVRIR : *đgt* Phát minh. Phát giác. Phát hiện. Khám phá. Tìm ra.

DÉCRÉDITEMENT : *đ* Sự mất tín nhiệm. Sự mất danh uy.

DÉCRÉDITER : *đgt* Làm mất tín nhiệm. Phạm tín dụng. / Phạm danh uy.

DÉCRET : *đ* Sắc lệnh. Lệnh. Chỉ dụ. Nghị định. Quyết định.
Décret APOSTOLIQUE : Sắc lệnh Toà Thánh.
Décret d'EXÉCUTION : Sắc lệnh thi hành.
Décret de GRÂCE : Sắc lệnh ân xá.
Décret-LOI : Sắc luật.
Décret PONTIFICAL : Sắc lệnh Giáo Hoàng.
Décret PRÉSIDENTIEL : Sắc lệnh tổng thống.
Décret de PROMULGATION : Nghị định ban hành.
Décret ROYAL : Chỉ dụ. Thánh chỉ. Vương chỉ.

DÉCRÉTER : *đgt* Ban hành sắc lệnh.

DÉCRET-LOI : *đ* Sắc luật.

DÉCRI : *đ* Sự tuyên giảm. Sự tuyên cấm. Sự mất uy tín.

DÉCROISSANCE : *c* Sự giảm bớt dần.

DÉCROISSANT : *tt* Giảm bớt dần.
LUNE décroissante : Trăng lưỡi liềm.

DÉCROITRE : *đgt* Giảm bớt dần.

DÉCRUE : *c* Việc nước rút xuống. Nước hạ xuống.

DE CUJUS : Người quá cố. Kẻ quá vãng.

DÉDICACE : *c* Sự đề tặng. Lễ cung hiến(*tôn*).

DÉDICACER : *đgt* Đề tặng.
L'AUTEUR dédicace SON LIVRE : Tác giả đề tặng sách.

DÉDIER : *đgt* Cung hiến. Hiến tặng .

DÉDIT : *đ* Sự giải ước. Tiền nộp khi giải ước.

DÉDOMMAGEMENT : *đ* Sự bồi thường. Sự đền bù.

DÉDOMMAGER : *đgt* Bồi thường. Đền bù.

DÉDOTALISER : *đgt* Huỷ hồi môn.

DÉDOUANEMENT : *đ* Việc nộp thuế quan.

DÉDOUANER : *đgt* Đóng tiền thuế quan.

DÉDOUBLEMENT : *đ* Sự tách đôi. Sự phân đôi. Sự nhị trùng.

DE DROIT : *pht* Theo luật định. Theo pháp định.

DÉDUCTIF : *tt* Suy luận.

DÉDUCTIO : Sự khấu trừ.

DÉDUCTION : *c* Sự khấu trừ. Sự chiết khấu. Sự diễn dịch. Việc suy ra.

DÉDUIRE : *đgt* Hàm khứ. Khấu trừ.

DE FACTO : Công nhận vì thực tế. Trên thực tế.

DÉFAILLANCE : *c* Việc sai hẹn. Việc vi ước. / Sự vắng mặt (tại phiên xử). Sự khuyết tịch.

DÉFAILLANT : *tt* Sai hẹn. Vi ước. Vắng mặt.

DÉFAILLI : *tt* Bất thành.

DE FAIT : Trên thực tế. Theo thực tế.

DÉFAITE : *c* Sự thua trận. Sự bại trận. Sự thất trận. Sự thất bại.

DÉFAITISME : *đ* Sự chủ bại. Óc chủ bại

DÉFAITISTE : *đ* Người có óc chủ bại.

DÉFALCATION : *c* Sự khấu trừ.

DÉFALQUER : *đgt* Khấu trừ.

DÉFAUT : *đ* Sự khiếm khuyết. Sự thiếu hụt. Khuyết điểm.

DÉFAVEUR : *đ* Sự thất sủng.

DÉFAVORABLE : *tt* Bất thuận lợi. Bất ưng thuận. Chống lại.
AVIS défavorable : Ý kiến bất lợi.
BALANCE défavorable : Cán cân ngoại thương bất lợi.
CHANGE défavorable : Hối đoái bất lợi.
CIRCONSTANCES défavorables : Tình thế bất lợi.
RAPPORT défavorable : Báo cáo bất lợi.

DÉFECTIBLE : *tt* Bất toàn.

DÉFECTION : *c* Sự rút lui. Sự trốn bỏ đội ngũ.

DÉFECTIONNAIRE : Kẻ rút lui. Kẻ trốn bỏ đội ngũ.

DÉFECTIONNER : *đgt* Rút lui.

DÉFENSEUR : *đ* Bị đơn. Người bị thưa ra toà.

DÉFENDRE : *đgt* Bênh vực. Bào chữa. Bảo vệ. Phòng thủ.
Défendre un ACCUSÉ : Bào chữa cho bị cáo.
Défendre un CRIMINEL : Bào chữa cho tội phạm.
Défendre un DÉFENDEUR : Bênh vực cho bị đơn.
Défendre un DEMANDEUR : Biện vực nguyên đơn.

DÉFENDS : *đ* Rừng cấm.

DÉFENSE : *c* Việc bênh vực. Việc bảo vệ. Việc biện hộ. Việc bào chữa. Bên bị đơn (*hộ*). Bên bị cáo (*hình*); Việc phòng thủ. / Việc phòng vệ. / Sự cấm chỉ.
DROIT de la défense : Quyền bào chữa can nhân.
LÉGITIME défense : Quyền tự vệ chính đáng.
Défense AÉRIENNE : Phòng không.
Défense d'AFFICHER : Cấm dán giấy trên tường.
Défense d'un DROIT : Bảo vệ một quyền lợi.
Défense à EXÉCUTION PROVISOIRE : Chống thi hành tạm.
Défense FORMELLE : Nghiêm cấm. Cấm chỉ.
Défense NATIONALE : Quốc phòng.
Défense pASSIVE : Phòng thủ thụ động.

DÉFENSEUR : *đ* Người bảo vệ. Kẻ bênh vực. / Luật sư. Người biện hộ.
AVOCAT défenseur : Luật sư biện hộ.
Défenseur de l'ACCUSÉ : Người bênh vực cho bị cáo.
Luật sư biện hộc cho can nhân.
Défenseur de la CONSTITUTION : Người bảo vệ hiến pháp.
Défenseur de la VEUVE et de l'ORPHELIN : Người bảo vệ goá phụ con côi. Hội viên hội Tam Điểm.

DÉFENSIF : *tt* Bảo vệ tính. Phòng thủ tính.
ARME défensive : Khí giới phòng vệ.

DÉFENSIVE : *tt* Thế thủ. Thế phòng ngự.

DÉFÉRÉ : *tt* Chuyển sang tòa khác.

DÉFÉRENCE : *c* Sự cung kính. Sự tôn kính. Sự tôn trọng ý thích của người khác.

DÉFÉRENT : *tt* Cung kính. Tôn kính. Kính trọng.

DÉFÉRER : *đgt* Đưa ra toà. Kiện trước toà. Khởi tụng. / Ban cho. Giao cho.
Déférer en JUSTICE : Đưa ra toà. Thưa ra toà.
Déférer une CAUSE à UNE AUTRE COUR : Chuyển hồ sơ sang Tòa khác xử.
Déférer un SERMENT : Thách dám thề.

DÉFI : *đ* Sự thách đố. Sự thách thức.

DÉFIANCE : *c* Sự nghi ngờ.

DÉFICIENCE : *c* Sự thiếu kém. Sự suy yếu.
Déficience MORALE : Suy yếu tinh thần.

DÉFICIENT : *tt* Yếu. Yếu kém.

DEFICIT : *đ* Sự thiếu hụt. Sự thâm lỗ.
Déficit BUDGÉTAIRE : Ngân sách thiếu hụt.
Déficit d'EXPLOITATION : Kinh doanh thua lỗ.
Déficit FINANCIER : Tài chánh thâm lỗ.

DÉFILÉ : *đ* Diễn hành. Điểm binh. Trình bầy quần áo.
Défilé de MODE : Diễn hành quần áo thời trang.
Défilé MILITAIRE : Diễn binh.

DÉFINI : *tt* Xác định. Hạn định. Định rõ.

DÉFINITIF : *tt* Chung quyết. Cuối cùng.
DÉCISION définitive : Bản án chung thẩm. (*bản án trở thành nhất định*).
EN définitive : Rút cục. Sau chót.

DÉFINITION : *c* Định nghiã.

DÉFLATION : *c* Giảm phát. / Sự thu về tiền giấy (*tránh lạm phát*). Sự giải lạm phát.

DÉFLORER : *đgt* Phá trinh. Phá tân. Làm mất vẻ tươi.

DÉFORMATION : Sự biến dạng. Sự biến hình. Sự méo mó. Sự thiên lệch.
Déformation PROFESSIONNELLE : Méo mó nghề nghiệp.

DÉFRANCISATION : *c* Sự làm mất Pháp tính.

DÉFRANCISER : *đgt* Làm mất Pháp tính.

DÉFRICHEMENT : *đ* Việc khẩn hoang. Việc khai hoang.

DÉFRICHER : *đgt* Khẩn hoang. Khai hoang. Khai phá.
Défricher une FORÊT : Khai rừng.
Défricher un PROBLÈME : Khai phá một rắc rối.
Défricher un TERRAIN : Khẩn hoang.

DÉFUNT : *tt* Người đã khuất. Quá cố. Mệnh một. Từ giả.

DÉGAGEMENT : *đ* Sự gỡ ra. Sự khai thông.

DÉGAGER : *đgt* Gỡ ra. Tháo ra. Giải toả. Khai thông.

DÉGÂT : *đ* Sự tổn hại. Sự thiệt hại.
Dégat MATÉRIEL : Tổn hại vật chất.

DÉGÉNÉATION : *c* Sự thoái hoá. Sự suy đồi.

DÉGÉNÉRER : *đgt* Trở thành xấu hơn. Suy đồi

DÉGRADATION : *c* Sự huỷ hoại. Sự hư hại. Sự phá hại.
Dégradation d'IMMEUBLE : Phá hoại bất động sản.
Dégradation de MONUMENTS : Hủy hoại công trình xây cất.

DEGRÉ : *đ* Đẳng cấp. Mức. Cấp. / Trình độ. / Độ (*hàn thử biểu*).
DOUBLE degré de JURIDICTION : Lưỡng cấp tài phán.
Degré ALCOOLIQUE : Độ rượu.
Degré de CIVILISATION : Trình độ văn minh.
Degré de CONNAISSANCE : Trình độ hiểu biết.
Degré de DÉVELOPPEMENT : Mức phát triển.
Degré d'INSTRUCTION : Trình độ học vấn.
Degré de PARENTÉ : Đẳng cấp gia hệ.
Degré SUPÉRIEUR : Cấp độ trên.

DÉGRESSIF : *tt* Giảm dần. Lũy giảm.

DÉGRÈVEMENT : Sự giảm miễn.
Dégrèvement d'IMPÔT : Giảm thuế.

DÉGREVER : *đgt* Giảm. Giảm xuống.

DÉGRIFFER : *đgt* Gỡ nhãn hiệu (*bán đại hạ giá*).

DÉGUERPIR : *đgt* Trốn đi. Bỏ đi. Dời đi.
COMMANDEMENT de déguerpir : Triệu hoán tống xuất.

DÉGUERPISSEMENT : *đ* Sự bỏ đi. Sự tống xuất.
Déguerpissement d'une MAISON LOUÉE : Dời khỏi căn nhà đang thuê mướn.
Déguerpissement FORCÉ : Cưỡng bách dời đi. Đuổi nhà.
Déguerpissement VOLONTAIRE : Tự ý dọn đi.

DÉGUERPISSEUR : *đ* Kẻ bỏ đi.

DÉGUISÉ : *tt* Cải trang. Hoá trang. Ngụy trang. Trá hình. / Trang nam, phấn nữ.

DÉGUISEMENT : *đ* Sự cải trang. Việc ngụy trang.
Déguisement d'un ARTISTE : Nghệ sĩ cải trang.
Déguisement d'un SOLDAT : Quân nhân ngụy trang.
Déguisement d'un AGENT SECRET : Điệp viên trá hình.

DÉGUISER : *đgt* Cải trang. Hoá trang. Ngụy trang. Trang nam phấn nữ.

DÉGUISER (SE) : Cải trang. Trá hình. Hoá trang. Ngụy trang.
Une FÉE se déguise EN MENDIANTE : Bà tiên cải trang thành hành khất.
Déguiser sa VOIX : Giả giọng nói khác.

DÉISME : *đ* Hữu thần luận.

DE JURE : Luật định. Pháp định.

DÉLABREMENT : *đ* Sự hư nát. Sự tàn tệ.

DÉLAI : *đ* Thời hạn. Hạn định. Kỳ hạn. Hạn.
À BREF délai : Đoản hạn.
COMPUTATION des délais : Phép tính thời hạn.
DEMANDER un délai : Thỉnh cầu gia hạn.
EXPIRATION du délai : Hết hạn. Mãn hạn.
FIXER un délai : Định hạn.
INOBSERVATION du délai : Không tôn trọng thời hạn.
PROROGER le délai : Gia hạn. Triển hạn.
SANS délai : Vô hạn đình. Ngay lập tức. Tức khắc.
DÉLAI-CONGÉ : Hạn tiền bãi ước.
Délai d'AJOURNEMENT : Hoãn hạ
Délai d'APPEL : Thời hạn kháng tố.
Délai de CONGÉ : Thời hạn bãi tô.
Délai de DATE : Thời hạn nhật kỳ.
Délai de DELIBÉRATION : Thời gian nghị án.
Délai DÉTERMINÉ : Thời gian khẳng định.
Délai de DISTANCE : Kỳ hạn (tùy theo) xa gần.
Délai EXPIRÉ : Mãn hạn. Hết hạn.
Délai de FORCLUSION : Thất quyền vì quá hạn.
Délai FRANC : Thời hạn minh xác.
Délai de GRÂCE : Ân hạn.
Délai INCERTAIN : Kỳ hạn bất minh.
Délai INDÉTERMINÉ : Kỳ hạn bất định.
Délai LÉGAL : Thời hạn pháp định.
Délai d'OPPOSITION : Hạn kỳ kháng tố.
Délai PÉREMPTOIRE : Thời hạn nhất định, bất di bất dịch.
Délai de PRESCRIPTION : Thời hạn tiêu quyền.
Délai de VIGUEUR : Kỳ hạn chắc chắn.
Délai de VUIDITÉ : Thời hạn cư sương.

DÉLAISSEMENT : *đ* Sự bỏ rơi. Sự bỏ phế.
ACTION en délaissement : Tố quyền phế bỏ.
AVIS de délaissement : Cáo tri phế bỏ.
Délaissement d'ENFANT : Không nuôi dưỡng con.

DÉLATEUR : *đ* Kẻ tố giác. Kẻ mật báo. Kẻ chỉ điểm.

DÉLATION : *c* Sự tố giác.
Délation PUBLIQUE : Tố giác công khai.
Délation SECRÈTE : Tố giác mật báo.

DÉLÉGANT : *đ* Người ủy nhiệm. Người ủy phó.

DÉLÉGATAIRE : *đ* Người được ủy nhiệm. Người được uỷ phó.

DÉLÉGATION : *c* Phái đoàn. Phái bộ. Đoàn đại biểu. / Sự uỷ nhiệm. Sự ủy phó.
Délégation JUDICIAIRE : Uỷ nhiệm tư pháp. Phái đoàn tư pháp.
Délégation de POUVOIRS : Ủy quyền hành.
Délégation de VOTE : Uỷ quyền bỏ phiếu.

DÉLÉGATOIRE : *tt* Uỷ nhiệm. Uỷ phái. Uỷ phó.

DÉLÉGUÉ : *đ* Người ủy lĩnh. Người thụ ủy. Uỷ viên. Phái viên.
JUGE délégué : Thẩm phán ủy lĩnh.
Délégué ADMINISTRATIF : Uỷ viên hành chánh.
Délégué APOSTOLIQUE : Khâm sai của Toà Thánh (Va-Ti-Căng).
Délégué du GOUVERNEMENT : Đại diện nhà nước.
Délégué du PEUPLE : Uỷ viên nhân dân.
Délégué PLÉNIPOTENTIAIRE : Đặc uỷ toàn quyền.

DÉLÉGUER : *đgt* Phái đi. Uỷ nhiệm. Uỷ phái.
Déléguer ses POUVOIRS : Uỷ quyền.

DÉLIBÉRANT : *tt* Thảo luận. Khảo ý.

DÉLIBÉRATIF : *tt* Có quyền biểu quyết.

DÉLIBÉRATION : *c* Việc thảo luận. Sự bàn đĩnh. Sự cân nhắc. Sự hội ý. Sự hội thảo. Sự thương nghị. Quyết nghị thẩm tư.
Délibération du CONSEIL de FAMILLE : Họp hội đồng gia tộc.
Délibération du TRIBUNAL : Hội thảo cuả Toà.

DÉLIBÉRATOIRE : *tt* Thảo luận tính.

DÉLIBÉRER : *dgt* Hội thảo. / Cân nhắc. / Chước lượng. / Nghị án.

DÉLICTIF : *tt* Phạm tội.

DÉLICTUEL : *tt* Có phạm tội. Phạm pháp tính.
ACTE délictuel : Hành vi phạm pháp.

DÉLICTUEUX : *tt* Phạm tội. Phạm pháp.

DÉLIER (SE) : *dgt* Thoát giải. Gỡ ra. Tháo ra.
Se délier d'un SERMENT : Giải thệ.

DÉLIMITATEUR : *d* Người phân ranh giới. Trắc định viên.
POTEAU délimitateur : Cột phân ranh giới.

DÉLIMITATION : Việc phân ranh giới.
Délimitation des FRONTIÈRES : Minh phân biên cương.
Délimitation des POUVOIRS : Minh định phân quyền.

DÉLIMITER : *dgt* Minh định ranh giới, quyền hạn.

DÉLINQUANCE : *tt* Việc phạm tội. Việc phạm pháp.
Délinquance JUNÉVILE : Thiếu niên phạm pháp.

DÉLINQUANT : *d* Kẻ phạm tội. Kẻ phạm pháp.
Délinquant d'HABITUDE : Kẻ phạm tội vì thói quen.
Délinquant NÉ : Phạm tội bẩm sinh.
Délinquant OCCASIONNEL : Phạm tội nhất thời.
Délinquant PRIMAIRE : Sơ phạm.

DÉLIT : *d:* Khinh tội. Tội phạm. Phạm pháp. Tội tiểu hình.
ARBRE du délit : Cây đốn lậu.
COMMETTRE un délit : Vị phạm khinh tội.
CORPS du délit : Tang vật.
FRAGANT délit : Quả tang. (*chữ mới :* comparution immédiate).
NATURE du délit : Bản chất tội phạm.
QUASI délit : Chuẩn tội. Gần như tội.
QUALIFICATION du délit : Tội danh.
Délit d'ABSTENTION : Tội bất thi hành nghĩa vụ. Tội không hợp tác. Tội bất động.
Délit d'AUDIENCE : Đương đường phạm pháp.
Délit COLLECTIF : Phạm tội đông người.
Délit de COMMISSION : Tội vì có vi phạm.
Délit COMPLEXE : Tội phạm phức tạp.
Délit CONNEXE : Thông tội.
Délit CONSOMMÉ : Tội phạm đã thành tựu.
Délit CONTINU : Tội phạm liên tục.
Délit CONTRAVENTIONNEL : Khinh tội cảnh sát.
Délit CORRECTIONNEL : Tội tiểu hình.
Délit de DROIT COMMUN : Thường tội.
Délit IMPOSSIBLE : Tội bất thành. Vô tội.
Délit INTENTIONNEL : Cố ý phạm tội.
Délit INTERROMPU : Tội bất đạt.
Délit MANQUÉ : Tội bất thành.
Délit MATÉRIEL : Tội phạm vật chất.
Délit MIXTE : Tội phạm đa dạng.
Délit NON CONSOMMÉ : Tội chưa thành tựu.
Délit NON INTENTIONNEL : Vô ý phạm tội.
Délit PROFESSIONNEL : Phạm tội khi hành nghề.

DÉLIVRANCE : *c* Sự cấp phát. / Sự phóng thích. Sự cứu thoát. Sự giải thoát. Sự giao nạp. / Sự sinh đẻ. Việc sinh đẻ.
Délivrance d'un CERTIFICAT : Cấp giấy chứng nhận.
Délivrance d'un DÉTENU : Phóng thích tù nhân.
Délivrance d'une FACTURE : Cấp biên lai.
Délivrance d'une GROSSE : Cấp bản đại tự.
Délivrance d'un KIDNAPPÉ : Giải thoát người bị bắt cóc.
Délivrance d'un OTAGE : Giải cứu con tin.
Délivrance d'une STRESS : Giải thoát khỏi lo âu.
HÉMORRAGIE de la délivrance : Băng huyết khi sanh nở.

DÉLIVRER : *dgt* Giải thoát. Giải phóng. Phóng thích. Phát lệnh.
Délivrer une ORDONNANCE d'AMENER : Hạ trát dản giải.

DÈS LORS QUE... : *lgn* Từ lúc mà...

DÉLOYAL : *tt* Bất chính. Gian lận. Bất minh.
ACTE déloyal : Hành vi gian lận. Hành vi bất chính.
CONCURRENCE déloyale : Cạnh tranh bất chính.
PROCÉDÉ déloyal : Thủ đọan bất chính.

DÉLOYAUTÉ : *c* Sự bất chính.

DÉLURÉ : *tt* Nhanh nhẹn. Hoạt bát.

DÉLUSOIRE : *tt* Lừa dối. Huyễn hoặc.
ARGUMENT délusoire : Luận cứ huyễn hoặc.

DÉMAGOGER : *dgt* Mị dân. Phỉnh phờ dân chúng.

DÉMAGOGIE : *c* Chánh sách mị dân.

DÉMAGOGIQUE : *tt* Mị dân.
DISCOURS démagogique : Bài diễn văn mị dân.

DÉMAGOGISME : Thuyết mị dân.

DÉMAGOGUE : *d* Kẻ mị dân.

DEMANDE : *c* Sự thỉnh cầu. Điều yêu sách. Đơn kiện. Đơn xin. Tố quyền. Câu hỏi.
ADRESSER une demande : Đệ đơn thỉnh cầu.
FORMULER une demande : Trình bầy thỉnh cầu.
LOI de l'OFFRE et de la demande : Luật cung cầu.
STATUER au-DELÀ de la demande : Xử quá thỉnh.
x ch. ultra petita : quá thỉnh.
Demande ACCESSOIRE : Phụ thỉnh.
Demande ADDITIONNELLE : Gia thỉnh.
Demande d'ADMISSION : Xin gia nhập (*hội*).
Demande ALTERNATIVE : Luân thỉnh.
Demande d'AUTORISATION : Xin phép.
Demande CONJOINTE : Đồng thỉnh.
Demande CONNEXE : Liên thỉnh.
Demande en DISTRACTION : Xin trích xuất.
Demande en GARANTIE : Tố quyền đòi bảo đảm.

Demande INCIDENTE : Tố quyền phụ đới.
Demande INDÉTERMINÉE : Thỉnh cầu vô minh.
Demande en INTERDITION : Xin cấm điều hành gia sản.
Demande en INTERVENTION : Xin dự sự (*vào một*) vụ tranh tụng.
Demande INTRODUCTIVE d'INSTANCE : Đơn khởi tố.
Demande en JUSTICE : Đơn thỉnh cầu. Đơn kiện.
Demande LIMITE : Nhu cầu biên tế.
Demande en MARIAGE : Cầu hôn. Xin cưới.
Demande en MODÉRATION : Xin giảm thuế. Xin giảm tô.
Demande NOUVELLE : Thỉnh cầu mới. Thỉnh cầu thêm. Gia thỉnh.
Demande PRÉJUDICIELLE : Thỉnh cầu tiên quyết.
Demande PRINCIPALE : Thỉnh cầu chính yếu. Chính thỉnh.
Demande PROVISIONNELLE : Thỉnh cầu cấp trợ.
Demande PROVISOIRE : Tạm thỉnh.
Demande de RANçON : Đòi tiền chuộc con tin.
Demande RECONVENTIONNELLE : Phản tố.
Demande SUBSIDIAIRE : Thỉnh cầu dự sung.

DEMANDER : *đgt* Xin. Đòi hỏi. Thỉnh cầu. Yêu cầu. Yêu sách.

DEMANDER (SE) : *đgt* Tự vấn. Tự hỏi.

DEMANDEUR : *đ* Nguyên đơn. Bên nguyên. Nguyên cáo. Người đi thưa kiện.
Demandeur PRINCIPAL : Nguyên đơn khởi tố.
Demandeur RECONVENTIONNEL : Nguyên đơn phản tố.

DÉMARCATION : *c* Sự vạch ranh giới. Sự phân ranh.
Démarcation des ATTRIBUTIONS : Phân định quyền hạn.
LIGNE de démarcation : Đường phân giới tuyến.

DÉMARCHAGE : *đ* Việc chào hàng tận nhà.

DÉMARCHE : *c* Sự vận động cầu cạnh. Sự lo lót.

DÉMARCHEUR : *đ* Người đi chào hàng. Kẻ đi giới thiệu hàng mới.

DÉMARQUAGE : *đ* Sự khước từ nhãn hiệu. / Việc bán hạ giá. / Sự đánh cấp văn.

DÉMARQUE : *đ* Sự khước từ nhãn hiệu. Sự hạ giá hàng.

DÉMARQUEUR : *đ* Kẻ ăn cấp văn. Kẻ thuổng văn (*thân*).

DÉMARRAGE : *đ* Sự khởi động.

DÉMARRER : *đgt* Khởi động. Bắt đầu. Xúc tiến.

DÉMASQUER : *đgt* Lột mặt nạ. Lật tẩy (*thân*).

DÉMÊLÉ : *đ* Sự cãi cọ. Sự xích mích. Sự rắc rối.
Avoir des démélés avec la JUSTICE : Có rắc rối tới pháp luật. Đáo tụng đình.

DÉMÉNAGEMENT : *đ* Sự dọn nhà. Sự đổi địa chỉ.

DÉMÉNAGEUR : *đ* Người dọn nhà thuê.

DÉMEMBREMENT : *đ* Sự cát cứ. Sự phân qua.
Démembrement de la PROPRIÉTE : Phân chia quyền sở hữu.
Démembrement de la TERRE : Chia cắt đất.

DÉMEMBRER : *đgt* Chia cắt. Phân chia. Cát cứ.

DÉMENCE : *c* Sự điên rồ. Sự loạn óc. Sự mất trí tuệ.
Démence SÉNILE : Lão suy. Lẩm cẩm. Lẫn.

DÉMENT : *đ* Kẻ loạn óc. Kẻ điên. Kẻ khùng.

DÉMENTI : *đ* Việc cải chính. Việc đính chính. Lời phủ định.
Démenti OFFICIEL : Đính chính chính thức.

DÉMENTIEL : *tt* Điên khùng. Loạn óc.

DÉMENTIR : *đgt* Cải chính. Đính chính.
Démentir un TÉMOIN : Bác lời nhân chứng.

DÉMÉRITÉ : *đ* Điều đáng chê trách.

DÉMÉRITER : *đgt* Mất lòng mến. / Mất phẩm cách. / Có hành động đáng chê trách.

DÉMETTRE : *đgt* Bãi bỏ. Cách chức.
Démis de sa FONCTION : Bị bãi nhiệm.

DÉMETTRE (SE) : Từ chức. Thoái chức.
Se démettre de sa charge : Từ bỏ chức vụ. Treo ấn từ quan.
Se démettre ou SE SOUMETTRE : Thoái chức hay tuân hành.

DEMEURANT (AU) : *phng* Rút cục. Vả lại.

DEMEURE : *c* Sự trễ hạn trả nợ. / Nơi ở. Cư sở.
À demeure : Cố định.
DERNIÈRE demeure : Nơi yên nghỉ cuối cùng. Phần mộ.
MISE en demeure : Hối thúc.
PÉRIL en la demeure : Cấp bách. Chậm trễ thì nguy tai.
SE METTRE en demeure : Chuẩn bị.

DEMEURER : *đgt* Cư trú. Tồn tại.

DEMI-FRÈRE : *đ* Anh (hay) em cùng cha khác mẹ. Anh (hay) em cùng mẹ khác cha.

DÉMILITARISATION : *c* Sự phi quân sự hoá.

DÉMILITARISER : *đgt* Phi quân sự hoá.

DEMI-MESURE : *c* Biện pháp nửa vời. Không rứt khoát.

DÉMIS : *đ* Sự huỷ bác.
CONCLURE au démis de l'appel : Kết luận xin huỷ bác kháng án.

DEMI-SOEUR : *c* Chị (hay) em cùng cha khác mẹ. Chị (hay) em cùng mẹ khác cha.

DÉMISSION : *c* Sự từ chức. Sự từ nhiệm.
DONNER sa démission : Xin từ chức.
LETTRE de démission : Thư từ chức. Đơn từ chức.
JE démissionne : Tôi chịu thua (*hài hước*).

DÉMISSIONNAIRE : *đ* Người từ chức.

DÉMISSIONNER : *đgt* Từ chức. Từ nhiệm.

DÉMOBILISATION : *c* Sự giải ngũ. Sự phục viên.

DÉMOBILISER : *đt* Cho giải ngũ. Cho phục viên.

DÉMOCRATE : *đ* Người có óc dân chủ. Người chủ trương dân chủ. / Đảng viên đảng Dân chủ.

DÉMOCRATIE : *c* Chế độ dân chủ. Nền dân chủ. Quốc gia dân chủ.
Démocratie BOURGEOISE : Dân chủ tư sản.
Démocratie DIRECTE : Dân chủ trực tiếp.
Démocratie POPULAIRE : Dân chủ nhân dân.
Démocratie PLURALISTE : Dân chủ đa nguyên.

DÉMOCRATIQUE : *tt* Dân chủ tính.
PRINCIPE démocratique : Nguyên tắc dân chủ.
RÉGIME démocratique : Chế độ dân chủ.

DÉMOCRATISATION : *c* Việc dân chủ hoá.

DÉMOCRATISER : *đgt* Dân chủ hoá.

DEMOCRATISME : *đ* Dân chủ luận. Dân chủ thuyết. Chủ nghiả dân chủ.

DÉMOGRAPHE : *đ* Nhân khẩu học gia

DEMOGRAPHIE : *c* Nhân khẩu học. Dân số học.

DEMOGRAPHIQUE : *tt* Nhân khẩu học tính.

DEMOISELLE : *c* Cô gái.
Demoiselle d'HONNEUR : Cô phù dâu.

DÉMOLIR : *đgt* Hủy hoại. Phá hủy. Làm tan tành. Phá hỏng.
Démolir un ARGUMENT : Phá tan một lập luận.
Démolir un RÉGIME : Phá hủy một chế độ.

DÉMOLITION : *c* Sự phá huỷ.

DÉMONARCHISATION : Việc phế đế.

DÉMONARCHISER : *đgt* Phế đế. Phế vương. Giảo tỏa chế độ vương quyền.

DÉMONÉTISATION : *c* Sự thâu hồi tiền tệ.
Démonétisation des TIMBRES : Thâu hồi con tem (cũ).
Démonétisation des BILLETS : Thâu hồi tiền giấy.

DÉMONSTRATION : *c* Sự chứng minh. / Sự biểu diễn. / Sự giới thiệu hàng hoá mới. / Dương Đông kích Tây.
Démonstration par l'ABSURDE : Chứng minh bằng phản lý.

DÉMONTRER : *đgt* Chứng minh.

DÉMORALISANT : *tt* Làm mất nhuệ khí. Làm nản lòng. / Làm cho thương luân bại lý.

DÉMORALISATEUR : *đ,tt* Làm đồi bại đạo đùc. Làm mất tinh thần.

DÉMORALISATION : *tt* Sự làm cho đồi bại. Sự làm cho mất tinh thần.

DÉMORALISER : *đgt* Làm bại hoại đạo đùc. Làm mất tinh thần.
Démoraliser les COMBATTANTS : Làm nhụt nhuệ khí chiến sĩ.
Démoraliser les MEILLEURES VOLONTÉS : Làm nhụt thiện chí.

DÉMUNIR : *đgt* Lột hết đi.
ÊTRE démuni d'ARGENT : Thiếu tiền. Nghèo túng.

DÉNANTIR : *đgt* Giải toả sai áp.

DÉNATALITÉ : Sự giảm thiểu sinh sản.

DÉNATIONALISATION : *c* Sự giải toả quốc hữu hoá. / Sự từ bỏ quốc tịch.

DÉNATURALISER : *đgt* Làm mất quốc tịch. Từ bỏ quốc tịch. / Làm mất tinh chất.

DÉNATURATION : *c* Làm mất tinh chất. Làm mất chất năng. Làm mất bản chất

DÉNÉGATEUR : *đ* Người phủ nhận.

DÉNÉGATION : *c* Sự phủ nhận. Sự bác khước.
Dénégation d'ÉCRITURE : Phủ nhận văn tự. Phủ nhận tự dạng.

DÉNÉGATOIRE : *tt* Phủ nhận. Chối.
Exception dénégatoire : Khước biện phủ nhận.

DÉNI : *đ* Sự khước từ. Sự từ tuyệt. Không chấp thuận.
Déni d'ALIMENT : Khước từ cấp dưỡng.
Déni de JUSTICE : Không nhận ngồi xử.

DENIER : *đ* Đồng tiền thời La mã.
ACHETER de ses propres deniers : Mua bằng tiền túi.
PROPRES deniers : Tiền riêng.
Denier COMPTANT : Trả tiền mặt. Trả tiền ngay.
Deniers à DIEU : Tiền cho gác gian khi tới nhà mới.
Deniers DOTAUX : Tiền hồi môn. Của riêng tư. Đồ tế nhuyễn.
Deniers PERSONNELS : Tiền riêng tư.
Deniers PUBLICS : Tiền công quỹ.

DÉNIER : *đgt* Phủ nhận. Chối. Khước từ.
Dénier la JUSTICE : Không nhận xử. Thoái thẩm.
Dénier une DETTE : Chối nợ.
Dénier toute RESPONSABILITÉ : Phủ nhận mọi trách nhiệm.
Dénier une SIGNATURE : Phủ nhận chữ ký.

DÉNIGRER : *đgt* Bài bác. Chê bai. Gièm pha.

DÉNIGREUR : *đ* Người gièm pha. Người bài bác.

DÉNOMBREMENT : *đ* Sự liệt kê. / Sự đếm số.
Dénombrement de la POPULATION : Kiểm tra dân số.

DÉNOMINATION : *c* Sự đặt tên. Danh hiệu. Tên gọi.

DÉNOMMER : *đgt* Đặt tên. / Ghi tên.
LE dénommé X... : Kẻ tên là...

DÉNONCER : *đgt* Tố cáo. Bãi bỏ. Đòi huỷ.

Dénoncer un ACCORD : Huỷ bỏ đơn phương một thoả ước.
Dénoncer un VOLEUR : Tố cáo tên ăn cắp.

DÉNONCIATEUR : *tt* Tố cáo. Thủ cáo.
LETTRE dénonciatrice : Thư tố giác.

DÉNONCIATEUR : *đ* Kẻ tố cáo. Thủ cáo.

DÉNONCIATION : *c* Sự tố cáo. Sự tố giác. Sự đòi bãi bỏ.
Dénonciation ANONYME : Cáo giác nặc danh.
Dénonciation CALOMNIEUSE : Vu cáo.
Dénonciation de NOUVEL OEUVRE : Tố cáo tân tạo (*mới xây cất thêm*).
Dénonciation DIRECTE : Tố cáo trực tiếp.
Dénonciation INCIDENTE : Tố cáo phụ đới.

DÉNOUEMENT : *đ* Kết cục. Kết liễu. Chung

DÉNOUER : *đgt* Giải kết. Giải quyết. Gỡ rối. Cởi nút.
Dénouer une AFFAIRE : Giải quyết một vụ án.

DENRÉE : *c* Lương thực. Thực phẩm.
Denrée ALIMENTAIRE : Thực phẩm.
Denrée COURANTE : Thực phẩm thường dùng.
Denrée de PREMIÈRE NÉCESSITÉ : Nhu yếu phẩm.

DENSE : *tt* Đậm đặc. Đông đúc. Trù mật.
POPULATION dense : Dân cư đông đúc.

DENSITÉ : *c* Mật độ.
Densité de la POPULATION : Mật độ dân cư.

DENT : *c* Cái răng.
Dent POUR dent, OEIL POUR OEIL : Ân trả oán đền. Dĩ huyết tẩy huyết.

DÉNUÉ : *tt* Thiếu. Khiếm khuyết.
Dénué de TOUT FONDEMENT : Khiếm khuyết căn nguyên.

DÉNUEMENT : *đ* Sự kiệt sản.

DÉPART : *đ* Sự khởi hành. Sự xuất phát. Lên đường.
POINT de départ : Khởi điểm.

DÉPARTAGER : *đgt* Phân đình (*khi cả hai bên có số phiếu bằng nhau).*

DÉPARTEMENT : *đ* Ban. Bộ. Cục. Phủ.
Département COMMERCIAL : Ban thương mại.
Département d'ÉTAT : Bộ ngoại giao Hoa kỳ.
Département des FINANCES : Bộ tài chính.
Département de l'YONNE : Phủ Yonne (*Pháp*).

DÉPARTEMENTAL : *tt* Thuộc về hàng phủ.

DÉPARTIR : *đgt* Phân chia. Ban phát.

DÉPARTITEUR : *đ* Thẩm phán chung quyết.

DÉPASSEMENT : *đ* Sự vượt quá, quá độ.
Dépassement de VITESSE : Quá tốc độ cho phép.
Dépassement des autres VOITURES : Vượt qua các xe khác.

DÉPASSER : *đgt* Vượt qua.
Dépasser les AUTORISATIONS : Vượt qua giới hạn.

DÉPÊCHE : *c* Văn thư. Công thư. Công văn. / Tin khẩn.
Dépêche DIPLOMATIQUE : Công hàm ngoại giao.

DÉPÊCHER : *đgt* Phái đi gấp.
Dépêcher une DÉLÉGATION : Gửi gấp một phái đoàn.

DÉPENDANCE : *c* Sự phụ thuộc. Sự lệ thuộc. / Căn chái. Căn hồi. Căn nhà phụ.

DÉPENDRE : *đgt* Phụ thuộc. Lệ thuộc. Tuỳ thuộc.

DÉPENS : *đ* Án phí. Tụng lệ.
AU dépens DE : Kẻ chịu án phí là.
CONDAMNER aux dépens : Phạt chịu án phí.
DISTRACTION des dépens : Trích xuất án phí (*cho luật sư hưởng*).
FAIRE MASSE des dépens : Tính chung án phí.
LIQUIDATION des dépens : Thanh lý án phí.

DÉPENSES : *c snh* Sự chi tiêu. Khoản chi tiêu. Kinh phí.
Dépenses ANNUELLES : Chi phí hàng năm.
Dépenses d'ADMINISTRATION : Chi phí quản trị.
Dépenses de l'ÉTAT : Kinh phí quốc gia.
Dépenses ENGAGÉES : Chuẩn chi.
Dépenses EXTRAORDINAIRES : Kinh phí bất thường.
Dépenses INCOMPRESSIBLES : Kinh phí không thể giảm.
Dépenses NÉCESSAIRES : Chi phí tất yếu.
Dépenses OBLIGATOIRES : Chi phí bắt buộc.
Dépenses ORDINAIRES : Chi phí thông thường.
Dépenses PRÉVUES : Dự chi.
Dépenses PUBLIQUES : Công chi.
Dépenses UTILES : Chi phí hữu ích.
Dépenses SOMPTUAIRES : Chi phí vô bổ ích.

DÉPENSIER : Người phụ trách chi tiêu. / Người hoang phí.

DÉPÉRIR : *đgt* Thất tán. Tàn tạ. Héo hắt.
L'ENTREPRISE dépérit : Xí nghiệp lụi tàn.

DÉPÉTRER (SE) : *đgt* Giải hoá.
Dépétrer un PROCÈS : Yên được một vụ án.

DÉPEUPLER : *đgt* Làm thưa dân số.

DÉPEUPLEMENT : *đ* Sự làm giảm dân số.

DÉPLACEMENT : *đ* Sự chuyển dịch. Sự đổi rời. Sự di chuyển. Sự xê dịch. Sự đi lại.
FRAIS de déplacement : Phí tổn di chuyển.
INDEMNITÉ de déplacement : Phụ cấp di chuyển.
MOYENS de déplacement : Phương tiện di chuyển.
Déplacement des BORNES : Chuyển dịch trụ giới.
Déplacement de la POPULATION VERS LES VILLES : Dân quê bỏ làng ra tỉnh sinh sống.
Déplacement du Tribunal : Toà vi hành (*tới phạm trường*).

DE PLANO : Tức khắc. Tức thời.

DE PLEIN DROIT : *lng* Đương nhiên.

DÉPLOIEMENT : *đ* Sự biểu dương. Sự phô trương. Sự mở rộng ra.
Déploiement de FORCE : Biểu dương lực lượng.
Déploiement de TROUPE : Dàn quân.

DÉPOPULARISATION : *c* Sự thất nhân tâm.

DÉPORT : *đ* Tự hồi ty. Tự ý rút lui (không ngồi xử).

DÉPORTATION : *c* Sự lưu đầy.

DÉPORTÉ : *đ* Kẻ bị lưu đày. Kẻ bị giam biệt xứ.

DÉPORTER : *đgt* Lưu đầy. Phát vãng.

DÉPORTER (SE) : *đgt* Tự hồi ty. Tự ý rút lui.

DÉPOSANT : *đ* Người ký thác, người ký gửi. Người cung khai chứng từ. Người ký gửi tiền (*tại ngân hàng*).

DÉPOSÉ : *tt* Gửi. Ký thác. Khai trình . Truất phế.
CHOSE déposée : Vật ký thác.
MARQUE déposée : Nhãn hiệu trình toà.
ROI déposé : Vua bị truất phế.

DÉPOSER : *đgt* Đặt xuống. Hạ xuống thấp. / Gửi. Ký thác. / Khai trình. Triệt hồi. Huyền chức. Truất phế.
Déposer les ARMES : Đầu hàng.
Déposer sa CHARGE : Từ nhiệm. Từ quan.
Déposer son BILAN : Đệ nạp sổ sách kế toán.
Déposer une INVENTION : Khai trình phát minh.
Déposer en JUSTICE : Cung chứng trước toà.
Déposer un PROJET de LOI : Trình một dự án luật.
Déposer un MONARQUE : Truất phế quân vương.

DÉPOSITAIRE : *đ* Người giữ tài vật ký thác.
Dépositaire de l'AUTORITÉ : Người chấp chưởng quyền bính.

DEPOSITI (ACTION) : Tố quyền đòi lại vật ký thác.

DÉPOSITION : *c* Lời cung khai. Lời chứng khai. Sự truất phế. Sự cách chức.
Déposition SOUS SERMENT : Cung khai hữu thệ.
Déposition d'un ROI : Trất phế quân vương.

DÉPOSSÉDER : *đgt* Truất đoạt. Truất quyền sở hữu.
Mất mát tài vật.

DÉPOSSESSION : *c* Sự truất đoạt (quyền sở hữu). Sự mất mát tài vật.

DÉPÔT : *đ* Sự ký thác. Sự ký nạp. Sự đệ trình. / Sự cách chức. / Sự tống giam. Nhà tạm giam. / Kho hàng.
CERTIFICAT de dépôt : Chứng chỉ ký thác.
CONTRAT de dépôt : Khế ước ký thác.
BANQUE de dépôt : Ngân hàng ký thác tiền bạc.
MANDAT de dépôt : Trát tạm giam.
METTRE en dépôt : Ký thác.
Dépôt des ARCHIVES : Văn khố.
Dépôt d'ARGENT : Gửi tiền ngân hàng.
Dépôt d'ARMES : Kho vũ khí.
Dépôt BANCAIRE : Ký thác tiền tại nhân hàng.
Dépôt de BILAN : Khai trình kế toán (*khi vỡ nợ*).
Dépôt de CHÈQUES : Ký nạp chi phiếu.
Dépôt de CONCLUSIONS : Đệ trình lý đoán. Đệ trình biện minh trạng.
Dépôt de DESSIN de FABRIQUE : Nạp mẫu hình sáng chế.
Dépôt en ESPÈCES : Ký thác hiện kim.
Dépôt de GARANTIE : Nạp tiền ký quỹ.
Dépôt LÉGAL : Nạp bản báo chí.
Dépôt de MARQUE de FABRIQUE : Nạp nhãn hiệu.
Dépôt en NATURE : Ký thác tài vật, hiện vật.
Dépôt de PLAINTE : Nạp đơn thưa kiện (*hình*).
Dépôt PROVISOIRE : Ký thác tạm thời.
Dépôt de REQUÊTE : Nạp đơn thỉnh cầu.

DÉPOUILLE : *c* Sự lột xác (*rắn, thằn lằn*). / Di hài.
Dépouilles MORTELLES : Di hài. Xác chết.

DÉPOUILLES : *c snh* Chiến lợi phẩm.

DÉPOUILLEMENT : *đ* Sự tước đoạt hết tài vật. Sự kiểm tra, kiểm soát. Sự nghiên cứu hồ sơ.
Dépouillement du SCRUTIN : Kiểm phiếu.

DÉPOUILLER : *đgt* Lột hết (*tiền*). / Lột xác. / Tước bỏ.
Dépouiller un DOSSIER : Xem xét kỹ một hồ sơ.
Dépouiller quelqu'un de ses DROITS : Tước quyền ai.
STYLE dépouillé : Cách hành văn sơ sài.

DÉPOURVU : *tt* Thiếu sót. Không có. Thiếu thốn.

DÉPRAVATEUR : *đ* Kẻ làm đồi bại. Kẻ làm sa ngã.

DÉPRAVATION : *c* Sự đồi bại.
Dépravation des MOEURS : Đồi phong bại tục.

DÉPRAVÉ : *tt Đồi bại. đ* Kẻ đồi bại.

DÉPRAVER : *đgt* Làm hư hỏng đi.
Dépraver la JEUNESSE : Làm thanh niên hư hỏng.

DÉPRÉCIATION : *c* Làm mất giá. Làm giảm giá.
Dépréciation de la MONNAIE : Tiền mất giá.
Dépréciation de l'OR : Vàng mất giá.

DÉPRÉCIER : *đgt* Làm mất giá.

DÉPRÉDATEUR : *tt* Tham ô lãng phí. *đ* Kẻ tham ô lãng phí.

DÉPRÉDATION : *c* Sự cướp phá. Sự phá phách. Sự tham ô lãng phí.
Déprédation des DENIERS PUBLICS : Phung phí công quỹ.

DÉPRESSION : *c* Sự suy sút. Sự bần thần. Sự yếu kém. / Đất lõm sâu.
Dépression ÉCONOMIQUE : Kinh tế suy sút.
Dépression FINANCIÈRE : Tài chánh suy sút.
Dépression MENTALE : Tính bần thần.
Dépression NERVEUSE : Sự trầm uất.
GRANDE dépression : Đại suy.

DÉPRIMANT : *tt* Mất thần trí.

DÉPRIMÉ : *tt* Trầm uất. Ưu lo. Suy sút.

DÉPRISER : *đgt* Làm mất giá. Chê bai. Giềm pha.

DÉPROHIBER : *dgt* Giải toả cấm kỵ.

DÉPROMETTRE : *dgt* Giải toả hứa hẹn.

DÉPROUVER : *dgt* Giải tiêu chứng cứ.

DÉPUCELAGE : *đ* Sự phá trinh. Sự mất trinh.

DEPUIS : *gt* Từ khi. *pht* Kể từ ngày đó; chốn đó.
JE NE L'AI PAS VU depuis : Kể từ ngày đó tôi không gặp hắn.
Depuis LORS : Từ hồi đó.
Depuis PEU : Ít lâu nay.
Depuis QUAND ? : Từ bao giờ vậy?
Depuis QUE : Kể từ khi.
Depuis TOUJOURS : Từ xưa tới nay.

DÉPUTATION : *c* Việc đại biểu. Sự dân cử.

DÉPUTÉ : *đ* Đại biểu. Phái viên. Dân biểu. Nghị sĩ.

DÉPUTER : *dgt* : Cử đại biểu đi họp.

DÉQUALIFICATION : *c* Sự cải lại. Sự cải danh.
Déqualification d'une ACCUSATION : Cải tội danh.

DÉRACINÉ : *tt* Mất gốc. Mất gia phả (*thân*).

DÉRAISONNER : *dgt* Lập luận sai. Lý sự cùn.

DÉRANGEMENT : *c* Sự xáo trộn. Sự quấy rầy. Sự mất trật tự.

DERECHEF : *pht* Lại một nữa.

DÉRÈGLEMENT : *đ* Sự rối loạn, mất bình thường.
Dérèglement de l'ESPRIT : Tâm thần rối loạn.

DÉRÉGLER : *dgt* Làm mất bình thường.

DÉRISOIRE : *tt* Không đáng kể. Đáng bật cười.
PRIX dérisoire : Giá rẻ mạt.

DERNIER : *tt* Cuối cùng. Sau chót.
CE dernier : Người vừa nói tới.
Dernier CRI : Mốt mới nhất.
Dernier des HOMMES : Con người hèn hạ.
Dernier MOT : Nhượng bộ cuối cùng.
Dernier NÉ : Con út. (*xch puiné*).
Dernières NOUVELLES : Tin giờ chót.
Dernières RECOMMANDATIONS : Lời trối trăng.
Dernier RESSORT : Chung thẩm.
Dernier SOUPIR : Hơi thở cuối cùng.
Dernier SUPPLICE : Tội tử hình.
EN dernier LIEU : Sau chót. Cuối cùng.
ÊTRE en dernier BIEN : Tuyệt diệu. Hoàn hảo.
ÊTRE en DERNIER BIEN AVEC VOUS : Hết lòng tử tế với anh.

DÉROBER : *dgt* Ăn trộm. Lấy cắp. Lột hết.
Dérober un SECRET : Vớ được điều bí mật.

DÉROBER (SE) : Lẩn tránh. Tránh né.

DÉROGATION : *c* Sự phá lệ. Sự vi phạm.
Dérogation à la LOI : Vi phạm luật pháp.
Dérogation à la règle : Phá lệ. Biệt lệ. Ngoại lệ.

DÉROGATOIRE : *tt* Phá lệ. Phá cách.

DÉROGER : *dgt* Vi luật. Phá lệ. Phá cách. Mất giòng quý tộc.

DÉROULEMENT : *đ* Sự diễn biến. Việc triển khai.

DÉROUTE : *c* Sự thua chạy tán loạn. Sự hỗn loạn. Sự thất bại.
ARMÉE en déroute : Đoàn quân thất trận.

DÉROUTER : *dgt* Đánh lạc hướng. Đi đường khác.

DERRIÈRE : *tt* Hậu. Sau. Đằng sau.
DE derrière : Từ phiá sau.
LES derrières : Hậu quân.

DÉSACCOINTANCE : *dgt* Sự ngưng liên hệ.

DÉSACCORD : *đ* Sự bất hoà. Sự bất đồng. Sự mâu thuẫn.

DÉSASTRE : *đ* Tai ương. Tai họa. Thảm họa.

DÉSASTREUX : *tt* Tai hại. Thảm hại. Thảm họa.

DÉSAVANTAGE : *đ* Sự thua thiệt. Sự bất lợi.

DÉSAVANTAGER : *dgt* Làm thua thiệt. Làm thiệt thòi.

DÉSAVANTAGEUSEMENT : *pht* Một cách thiệt hại.

DÉSAVANTAGEUX : *tt* Bất lợi. Thua thiệt.
TRAITÉ désavantageux : Hiệp ước bất lợi.

DÉSAVEU : *đ* Sự phủ nhận. Sự không chấp nhận. Sự khước từ. Sự không thừa nhận. Sự phản cung.
ACTION en désaveu : Tố quyền khước từ.
Désaveu de PATERNITÉ : Khước từ phụ hệ. Không nhận là con.

DÉSAVOUER : *dgt* Khước từ. Phủ nhận. Không công nhận. Bất thừa nhận.
Désavouer un AMBASSADEUR : Khước từ (*khống từ*) một đại sứ.
Désavouer un ENFANT : Không nhận là con. Khước từ phụ hệ.
Désavouer sa SIGNATURE : Phủ nhận chữ ký.

DÉSAXÉ : *tt* Người mất thăng bằng. Kẻ không lý trí. Người không bình thường.

DÉSCELLER : *dgt* Gỡ niêm phong.

DÉSEMPARÉ : *tt* Lúng túng. Bối rối.

DESCENDANCE : *c* Hậu duệ. Dòng dõi. Dòng con, dòng cháu.

DESCENDANT : *đ* Con cháu. Hậu duệ.
LIGNE descendant : Dòng con cháu. Tử tôn hệ tuyến.
Descendant DIRECT : Trực hệ.
Descendant LÉGITIME : Chính hệ.

DÉSENCARTÉ : *tt* Trả lại thẻ hội viên, đảng viên.
FILLE désencartée : Gái (điếm) hoàn lương.

DÉSENCARTER : *đgt* Trả thẻ hội viên, đảng viên. Hoàn lương.

DÉSENGAGEMENT : *đ* Sự giải ước. Sự giải trừ nghiã vụ. Sự giải trừ một ràng buộc.

DÉSENGAGER : *đgt* Giải ước.

DÉSENSEVELIR : *đgt* Lột vải liệm tử thi. Khai quật (*tử thi*).

DÉSENSEVELISSEMENT : *đ* Sự khai quật (*tử thi*).

DÉSENSORCELER : *đgt* Giải bùa. Giải trừ ma quỷ.

DÉSENTERRER : *đgt* Đào lên.
Désenterrer un CADAVRE : Đào xác chết.
Désenterrer un TRÉSOR : Đào được kho tàng. (*xch inventer un trésor*).

DÉSERT : *tt* Hoang vắng. Không một bóng người. / Sa mạc.
PRÊCHER dans le désert : Nói chẳng ai nghe. Nước đổ đầu vịt.

DÉSERTER : *đgt* Đào ngũ. Bỏ đảng. Bỏ đoàn. Bỏ đi.
Déserter à l'ENNEMI : Đào ngũ theo địch quân.
Déserter un VILLAGE : Bỏ làng. Di trú nơi khác.

DÉSERTEUR : *đ* Đào binh. Lính đào ngũ. Đảng viên bỏ đảng.

DÉSERTION : *c* Sự đào ngũ. Sự bỏ đảng.
Désertion à l'ENNEMI : Đào ngũ theo địch.
Désertion DEVANT l'ENNEMI : Đào ngũ khi lâm chiến.
Désertion avec EMPORT d'ARMES et d'EFFETS : Đào ngũ với quân trang quân dụng.
Désertion d'un HÉRITAGE : Bỏ di sản.
Désertion d'un PARTI : Bỏ đảng.
Désertion EN TEMPS de GUERRE : Đào ngũ thời chiến.
Désertion EN TEMPS de PAIX : Đào ngũ thời bình.

DÉSERTIQUE : *tt* Hoang vắng. Không người.

DÉSESPÉRAMMENT : *pht* Tuyệt vọng. Vô vọng. / Thảm hại.

DESESPÉRANCE : *c* Sự tuyệt vọng. Sư vô vọng.

DESESPÉRANT : *tt* Tuyệt vọng. Nản chí.

DÉSESPÉRÉ : *tt* Tuyệt vọng. Vô vọng. *đ* Kẻ tuyệt vọng.
CAS désespéré : Trường hợp vô vọng.

DÉSESPÉRÉMENT : *pht* Một cách tuyệt vọng.

DÉSESPÉRER : *đgt* Mất mọi hy vọng.

DÉSESPOIR : *đ* Sự thất vọng. Sự tuyệt vọng.

DÉSHABILITATION : *c* Sự bãi trừ tư cách. / Sự bãi bỏ địa vị.

DÉSHABITER : *đgt* Bỏ trống; không ở (căn nhà).

DÉSHÉRENCE : *c* Sự vô tự. Sự vô hậu. / Vô thừa kế. Sự khuyết kế.

DÉSHÉRÉDITER : *đgt* Truất quyền thừa kế.

DÉSHONNÊTE : *tt* Bất nhã. / Dơ bẩn. Ô uế.

DÉSHONNEUR : *đ* Sự nhục nhã. Sự mất danh dự. Sự ô danh.

DÉSHONORANT : *tt* Ô danh. Điếm nhục.

DESIDERATA : Điều mong muốn.

DÉSIGNATION : *c* Sự chỉ định. Sự cất cử. Sự chỉ đích danh.
Désignation d'un SUCCESSEUR : Chỉ định người thừa kế.

DÉSIGNER : *đgt* Chỉ định. Cất cử.

DÉSINCULPATION : Sự giải can. Việc bỏ không buộc tội.

DÉSINCULPER : *đgt* Giải can. Giải tội. Miễn tội. Thôi không buộc tội.

DÉSINTÉRESSÉ : *tt* Bất vụ lợi. Vô tư. Bất quan tâm.

DÉSINTÉRESSEMENT : *đ* Sự trả nợ. Việc bồi thường song. / Tính bất vụ lợi.

DÉSINTÉRESSER : *đgt* Trả nợ. Trả hết nợ. Bồi thường.
Désintéresser un CRÉANCIER : Thanh thoả trái chủ.
Désintéresser une VICTIME : Bồi thường nạn nhân.

DÉSINTÉRESSER (SE) : *đgt* Không lưu tâm đến. Không quan tâm tới. Không thiết tha tới.

DÉSINVESTIR : *đgt* Bỏ việc đầu tư. Rút vốn. / Giải vây. / Tước quyền.

DÉSIR : *đ* Lòng thèm muốn. Dục vọng.

DÉSIRABILITÉ : *c* Tính thèm muốn.

DÉSIRABLE : *tt* Đáng chuộng. Đáng ao ước. Dễ thương. Dễ mến. Quyến rũ.
Une FEMME désirable : Người đàn bà nhan sắc.

DÉSISTEMENT : *đ* Sự từ bỏ quyền lợi. Sự rút đơn khởi tố. Sự bãi nại. Sự từ nhiệm. Sự thoái nhiệm.
Désistement d'AVOCAT : Thoái nhiệm cuả Luật sư.
Désistement d'INSTANCE : Bãi nại.

DÉSISTER (SE) : *đgt* Thoái nhiệm. Từ nhiệm.
Se désister de son ACTION : Bãi nại. Bỏ tố quyền.
Se désister de sa PLAINTE : Bãi đơn khởi tố.

DÉSOBÉIR : *đgt* Bất tuân. Bất phục tùng. Vi kháng.

DÉSOBÉISSANCE : *c* Sự bất tuân thượng lệnh. Sự không vâng lời.
Désobéissance d'un ENFANT : Không tuân lời giáo huấn.
Désobéissance aux LOIS : Bất tuân luật pháp.

DÉSOEUVRÉ : *tt* Vô công rồi nghề. Rỗi rãi. Ăn không ngồi rồi. Không công ăn việc làm.

DÉSORDONNÉ : *tt* Hỗn độn. Vô trật tự.

DÉSORDRE : *đ* Sự hỗn độn. Sự vô trật tự.

DÉSORGANISATION : *c* Sự vô tổ chức. Sự tiêu tan tổ chức.

DESORGANISER : *đgt* Làm tiêu tan tổ chức. Làm tan rã.
Désorganiser un COMPLOT : Phá vỡ một vụ mưu phản.

DÉSORIENTATION : *c* Sự làm lạc hướng.

DÉSORIENTER : *đgt* Làm lạc hướng. / Làm lúng túng.

DÉSORMAIS : *pht* Tự hậu. Kim hậu. Từ nay về sau.

DESPOTE : *đ* Vị vua chuyên chế. Bạo chuá.
Un MARI despote : Ông chồng chuyên chế. Chồng chuá vợ tôi.

DESPOTIE : *c* Chính thể chuyên chế.

DESPOTIQUE : *tt* Chuyên chế.
GOUVERNEMENT despotique : Chính quyền chuyên chế.

DESPOTISME : *đ* Chế độ chuyên chế.

DESSAISIE : *c* Việc thôi thụ lý. Sự thoái thẩm. Việc truất nhiệm. Sự từ nhiệm.

DESSAISINE : *c* Việc truất nhiệm. Sự thoái thẩm.

DESSAISIR : *đgt* Truất quyền. Thoái quyền.
Se déssaisir : Thoái quyền. Từ nhiệm.
Se déssaisir d'un BIEN : Bỏ chấp hữu tài vật.
Se déssaisir d'une AFFAIRE : Thoái thẩm.
Déssaisir un TRIBUNAL : Bác thẩm quyền cuả toà án.

DÉSSAISISSEMENT : *đ* Sự truất thẩm. Sự thoái thẩm.
ORDONNANCE de déssaisissement : Án lệnh thoái thẩm.

DESSEIN : *đ* Ý định. Ý đồ. Ý hướng. Dự định.
AVOIR de GRANDS desseins : Có ý đồ lớn lao.
À dessein : Cố ý. Có ý đồ. Có ý định.
À dessein DE : Với ý định là.
NOIR dessein : Ý đồ đen tối.

DESSERVIR : *đgt* Làm tổn thất cho ai.

DESTIN : *đ* Định mệnh. Số mệnh. Số phận.

DESTINATAIRE : *đ* Người nhận. Người lãnh. Thu tín nhân.

DESTINATION : *c* Nơi nhận. Nơi tiếp nhận. Nơi đến. / Mục đích.
CHANGER de destination : Thay đổi nơi đến.
IMMEUBLE par destination : Bất động sản vì mục đích.

DESTINÉE : *c* Định mệnh. Số mệnh. Số phận.

DESTINER : *đgt* Dành cho. Gửi cho. Gửi riêng cho.
Cette LETTRE est destinée au JUGE : Thư này gửi cho thẩm phán.

DESTITUABLE : *tt* Có thể tước bỏ. / Cách chức được.

DESTITUER : *đgt* Bãi chức. Cách chức. Hạ bệ. Truất phế. Triệt hồi. Huyền chức.

DESTITUTION : *c* Việc bãi chức, Việc cách chức. Sự hạ bệ. Sự truất phế. Sự triệt hồi. Sự huyền chức.
Destitution de la TUTELLE : Bãi quyền giám hộ.
Destitution d'un FONCTIONNAIRE : Huyền chức. Triệt hồi.
Destitution d'un ROI : Truất phế vua.

DÉSTOKAGE : *đ* Việc thôi không tích trữ

DETROYER : *đ* Khu trục hạm.

DESTRUCTEUR : *tt* Phá huỷ. Hủy hoại. *đ* Kẻ phá hoại.

DESTRUCTION : *c* Sự phá hủy. Sự phá hoại. Sự phá đổ.
DÉLIT de destruction : Tội phá hủy.
FORCE de destruction : Khả năng phá hoại.
Destruction du CORPS du DÉLIT : Hủy tội chứng.
Destruction d'un IMMEUBLE : Đập phá bất động sản.
Destruction d'une PREUVE : Phá hủy chứng cứ.

DÉSUET : *tt* Quá thời. Hết hiệu lực.

DÉSUÉTUDE : *c* Sự hết thời, hết hiệu lực.
TOMBER en désuétude : Thành ra vô hiệu.

DÉSUNI : *tt* Chia rẽ. Tan rã. Bất hoà. Cát cứ.

DÉSUNIFIER : *đgt* Chia cắt. Không thống nhất.

DÉSUNION : *c* Mối chia rẽ. Mối bất hoà.

DÉSUNIR : *đgt* Gây bất hoà. Gây chia rẽ.

DÉTACHÉ : *tt* Tách rời. / Biệt phái.
EMPLOYÉ détaché : Nhân viên biệt phái.

DÉTACHEMENT : *đ* Sự biệt phái. Sự tách ra. Chi đội (*binh*).

DÉTAIL : *đ* Sự bán lẻ. / Chi tiết. Tiểu tiết.
VENTE au détail : Bán lẻ.
Les détails de l'AFFAIRE : Chi tiết vụ kiện.

DÉTAILLANT : đ Người bán lẻ.

DÉTAILLÉ : *tt* Tỉ mỉ. Tường tận. Chi tiết.
RAPPORT détaillé : Biên bản tường tận, tỉ mỉ.

DÉTAILLER : *đgt* Bán lẻ. / Phân tách thành nhiều mảnh.

DÉTAXE : *c* Sự không phải đóng thuế. Sự giảm thuế.

DÉTAXER : *đgt* Miễn thuế. Giảm thuế.

DÉTECTION : *c* Sự dò tìm.

DÉTECTIVE : *đ* Viên trinh thám.

Détective PRIVÉ : Trinh thám tư.

DÉTENIR : *đgt* Nắm trong tay. Trì thủ. Giam giữ. Câu lưu.

DÉTENTE : *c* Sự bớt căng thẳng. Lúc nghỉ xả hơi. / Cò súng.

DÉTENTION : *c* Sự giam giữ. Sự câu áp. Sự nắm giữ (trong tay). Sự tàng trữ.
Détention ARBITRAIRE : Giam cầm phi pháp. Giam người tùy tiện.
Détention d'ARME : Tàng trữ vũ khí.
Détention d'un CHOSE : Trì thủ một vật.
Détention ILLÉGALE : Giam cầm phi pháp.
Détention MAJEURE : Trọng giam.
Détention MINEURE : Khinh giam.
Détention PRÉVENTIVE : Giam cứu.
Détention PROVISOIRE : Tạm giam (*trong lúc thẩm)* cứu.

DÉTENTIONNAIRE : *đ* Người bị giam cầm.

DÉTENU : *đ* Tù nhân. Người bị giam, bị câu áp.
Détenu de DROIT COMMUN : Tù thường phạm.
Détenu POLITIQUE : Tù chính trị.

DÉTÉRIORATION : *c* Sự làm hư hại. Tình trạng hư hại.
Détérioration de la SIUATION : Tình thế suy hỏng.

DÉTERMINABLE : *tt* Có thể xác định.

DÉTERMINANT : *tt* Xác định. Quyết định.
CAUSE déterminante : Nguyên do quyết định.
MOTIFS déterminants : Lý do quyết định.

DÉTERMINATION : *c* Sự quyết định. Sự xác định.
Détermination de la CAUSE : Xác định nguyên nhân.
Détermination de la COMPÉTENCE : Xác định thẩm quyền.
IMMEUBLE par détermination de la LOI : Bất động sản do pháp định.

DÉTERMINÉ : *tt* Xác định Quả quyết. Quả cảm.
ÂGE déterminé : Tuổi được xác định.
BUT déterminé : Mục đích xác định.
CONDITION déterminée : Điều kiện xác định.
HEURE déterminée : Giờ xác định.
HOMME déterminé : Người quả cảm.

DÉTERMINER : *đgt* Xác định.

DÉTERMINISME : *đ* Định mệnh thuyết. Quyết định thuyết.

DÉTERRER : *đgt* Khai quật. Đào lên. Tìm ra. Phát hiện.
Déterrer un CERCEUIL : Khai quật một quan tài.
Déterrer un TRÉSOR : Phát hiện một kho tàng.

DÉTESTER : *đgt* Khinh ghét. Ghét. Không ưa.
Détester les MENTEURS : Ghét kẻ nói dối.

DÉTONANT : *đ* Chất nổ.

DÉTONATEUR : *đ* Ngòi nổ. Mồi nổ. Kíp nổ.

DÉTONATION : *c* Sự nổ. Tiếng nổ.

DÉTOURNEMENT : *đ* Sự sang đoạt. Sự biển thủ. / Sự dụ dỗ. / Sự lầm đường, lạc lối.
Détournement d'AVION : Đánh cướp máy bay.
Détournement du BON CHEMIN : Bỏ chính đạo.
Détournement de FONDS : Biển thủ tiền bạc.
Détournement de FONDS PUBLICS : Biển thủ công quỹ.
Détournement de MINEUR : Dụ dỗ vị thành niên.
Détournement d'OBJET CONFIÉ : Sang đoạt tài vật ký thác.

DÉTRACTER : *đgt* Gièm pha.

DÉTRESSE : *c* Cảnh nguy biến. Tình cảnh khốn quẫn.
NAVIRE en détresse : Con tầu gặp nạn.

DÉTRIMENT : *đ* Thiệt hại.
AU détriment DE... : Thiệt hại cho...

DÉTRÔNER : *đgt* Truất ngôi. Phế truất.
Détrôner un CHAMPION : Truất chức vô địch.
Détrôner un ROI : Truất ngôi vua.

DÉTROUSSEMENT : *đ* Sự ăn cướp (*có bạo lực).* Sự lột của cải (*người khác*).

DÉTROUSSER : *đgt* Ăn cướp (*bạo lực*). Lột hết.

DÉTRUIRE *đgt* Huỷ hoại. Phá hủy.
Détruire un AVION : Phá hủy phi cơ.
Détruire un IMMEUBLE : Phá hủy bất động sản.
Détruire un RENOM : Phá hoại thanh danh.
Détruire une RÉCOLTE : Phá hoại mùa màng.

DETTE : *c* Món nợ. Trái khoản. Trái vụ.
ÊTRE PERDU de dettes : Khốn quẫn vì nợ nần.
ÊTRE LIBÉRÉ de sa dette : Trả hết nợ. Thanh lý nợ nần.
PAYER sa dette : Trả nợ. Báo ân.
PAYER sa dette à son PAYS : Đền nợ nước.
RECONNAISSANCE de dette : Văn tự nợ.
REMISE de dette : Hoãn kỳ trả nợ.
Dette CADUQUE : Món nợ thất hiệu.
Dette CERTAINE : Trái vụ xác định.
Dette de JEU : Nợ cờ bạc.
Dette EXIGIBLE : Trái vụ khả sách.
Dette GAGÉE : Nợ có cầm cố.
Dette LIQUIDE : Trái khoản thanh lý.
Dette MORALE : Món nợ tinh thần.
Dette PUBLIQUE : Công trái.
Dette QUÉRABLE : Có nợ phải lấy tại nhà con nợ.
Dette SIMULÉE : Trái khoản giả tạo.

DEUIL : *đ* Tang tóc. Tang.
AVIS de deuil : Cáo phó.
CONDUIRE le deuil : Độ dẫn đám tang.
EN deuil : Đang có tang. Cư tang.
GRAND deuil : Đại tang.
PRENDRE le deuil : Để tang.
VÊTEMENT de deuil : Tang phục.
Deuil NATIONAL : Quốc tang.

DÉVALISER : *đgt* Ăn trộm. Ăn cắp.

DÉVALORISER : *đgt* Mất giá. Hạ giá. Giảm giá. Giảm giá trị. Giảm uy tín.

DÉVALUATION : *c* Sự phá giá. Sự mất giá trị.
Dévaluation du MARK : Phá giá Đức kim.

DÉVALUER : *đgt* Phá giá tiền tệ.

DEVANT : *gt* Trước. Đằng trước.
Devant le TRIBUNAL : Trước toà.
Devant la LOI : Trước pháp luật.

DÉVASTER : *đgt* Tàn phá.

DÉVASTATION : *c* Sự tàn phá. Cảnh tàn phá.

DÉVELOPPEMENT : *đ* Sự mở mang. Sự phát triển. / Sự khuếch trương. Sự hưng phát. / Việc rửa phim ảnh.
Développement du COMMERCE : Khuếch trương thương mại.
Développement de l'INDUSTRIE : Khuếch trương kỹ nghệ.

DÉVELOPPER : *đgt* Mở mang. Phát triển. Hưng phát. / Rửa phim ảnh.

DEVENIR : *đgt* Trở nên. Trở thành. *đ* Sự tiến triển.

DEVERGONDAGE : *đ* Sự phóng đãng, phóng túng. / Sự dâm loạn.

DÉVIATION : *c* Sự lệch lạc. Sự đi sai đường hướng.

DÉVIATIONNISTE : *đ* Người theo tà hướng.

DÉVIÉ : *tt* Khuất khúc. Quanh co.

DÉVIER : *đgt* Đi đường hướng khác.

DEVIS : *đ* Tờ ước lượng giá cả.

DEVISE : *c* Khẩu hiệu. Ngoại hối.
Devise ÉTRANGÈRE : Ngoại tệ.

DEVOIR : *đgt* Thiếu nợ. / Có bổn phận.

DEVOIR : *đ* Nghiã vụ. Nhiệm vụ. Bổn phận. / Bài làm.
Devoir CONJUGAL : Nghiã vụ hôn nhân.
Devoir FILIAL : Bổn phận làm con.
Devoir PROFESSIONNEL : Bổn phận nghề nghiệp.

DÉVOLU : *tt* Chuyển cho. Dành cho.
La COURONNE est dévolue à son frère : Ngai vàng chuyển lại cho Hoàng đệ.
La SUCCESSION est dévolue à l'ÉTAT : Di sản chuyển cho nhà nước.

DÉVOLUTION : *c* Sự chuyển giao. Sự trao quyền, trao chức vụ.
Dévolution d'un HÉRITAGE : Truyền trao di sản.

DÉVOUÉ : *tt* Tận tuỵ. Tận tâm. Hết lòng.

DÉVOUEMENT : *đ* Lòng tận tuỵ. Hết lòng. Tình khuyển mã.

DÉVOYÉ : *tt* Lầm lạc. Sa đọa. *đ* Kẻ lầm lạc. Kẻ sa đọa.

DIABLE : *đ* Con quỷ. Quỷ.
ALLER au diable : Đi biệt tăm.
AVOIR le diable au CORPS : Hung hăng. Làm điều bất chính.
BEAUTÉ du diable : Vẻ đẹp thanh xuân.

DIABOLIQUE : *tt* Quỷ quái. Ác độc. Hiểm độc.

DIACRE : *đ* Vị phó tế. Vị trợ tế.

DIADÈME : *đ* Vương miện. Mũ miện.

DIAGNOSTIC : *đ* Sự chẩn đoán.

DIAGNOSTIQUER : *đgt* Chẩn bệnh.

DIALECTE : *đ* Tiếng địa phương. Thổ thoại. Thổ ngữ. Thổ ngôn.

DIALECTITIEN : *đ* Nhà biện chứng.

DIALECTIQUE : *tt* Biện chứng.
MATÉRIALISME dialectique : Duy vật biện chứng luận.

DIALECTIQUE : *đ* Biện chứng pháp.

DIAMANT : *đ* Kim cương (B). Hột soàn (N).

DIAMANTAIRE : *tt* Có ánh kim cương. *đ* Người buôn bán kim cương. Thợ mài kim cương.

DIAMANTÉ : *tt* Nạm kim cương.

DICTAPHONE : *đ* Máy ghi lời đọc.

DICTATEUR : *đ* Nhà độc tài.

DICTATORIAL : *tt* Độc tài tính.

DICTATURE : *c* Sự độc tài. Sự chuyên chính.
Dictature du PROLÉTARIAT : Chuyên chính vô sản.
Dictature MILITAIRE : Độc tài quân phiệt.

DICTION : *c* Cách thức phát âm. Nghệ thuật đọc, nói.

DICTIONNAIRE : *đ* Từ điển. Từ vựng. Từ vị.
Dictionnaire VIVANT : Người uyên bác.

DICTUM : *đ* Phần chủ văn (*của bản án*). Phần tuyên án.

DIDACTIQUE : *tt* Thuộc về dạy học, giáo khoa, giáo huấn.
MATÉRIEL didactique : Đồ dùng giáo khoa.
LIVRE didactique : Sách giáo khoa.

DIES : Ngày. Hạn (thời).
Dies A QUA : Ngày khởi hạn. Ngày bắt đầu.
Dies AD QUEM : Ngày đáo hạn.

DIEU : *đ* Thượng đế. Đấng tối cao. Chuá. Trời.

DIFFAMANT : *tt* Có tính cách phỉ báng; mạ lỵ, vu khống. / Bêu xấu.

DIFFAMATION : *cc* Sự phỉ báng. Sự mạ lỵ. Sự vu khống.
Diffamation PUBLIQUE : Mạ lỵ công khai.

DIFFAMATOIRE : *tt* Phỉ báng tính. Mạ lỵ tính. Vu khống tính.
ECRIT diffamatoire : Bài báo phỉ báng.
FAIT diffamatoire : Hành vi phỉ báng.

DIFFAMER : *đgt* Phỉ báng. Mạ lỵ. Vu khống. Nói xấu.

DIFFÉRÉ : *tt* Hoãn lại. Trì hoãn. Diên trì.

DIFFÉRENCE : *c* Sự dị biệt. Sự khác nhau.

DIFFÉRENCIATION : *c* Sự phân biệt. Sự phân dị.

DIFFÉRENCIER : *dgt* Phân biệt. Phân dị. / Nhìn thấy chỗ khác nhau.

DIFFÉREND : *đ* Vụ tranh chấp. Vụ phân tranh.
PARTAGER un différend : Giải hoà vụ phân tranh.
VIDER un différend : Giải quyết vụ phân tranh.
Différend COLLECTIF : Cộng đồng phân tranh.

DIFFÉRENTIEL : *tt* Sai biệt. Dị biệt.
DROIT différentiel : Thuế sai biệt.
TARIF différentiel : Thuế xuất sai biệt.

DIFFÉRER : *dgt* Hoãn lại. Lui lại. Diên trì.
Différer un MARIAGE : Hoãn hôn.

DIFFICILE : *tt* Khó khăn. Rắc tối. Khó tính. Nan giải.
BELLE MÈRE difficile : Mẹ chồng khó tính.
FAIRE le (la) DIFFICILE : Làm cao.
TEMPS difficile : Thời buổi khó khăn.
QUESTION difficile : Vấn đề rắc rối. Vấn đề nan giải. Câu hỏi khó khăn.

DIFFICILEMENT : *pht* Một cách khó khăn.
PARLER difficilement : Ngôn bất xuất khẩu.

DIFFICULTÉ : *c* Sự khó khăn. Sự rắc rối.

DIFFUSER : Truyền bá. Phổ biến.

DIFFUSION : *c* Sự phổ biến. Sự truyền bá.
Diffusion d'un JOURNAL : Phát hành nhật báo.
Diffusion LIMITÉE : Phổ biến hạn chế.

DIFFORME : *tt* Dị hình. Dị dạng.

DIGEST : *đ* Bài tóm lược.

DIGESTE : *đ* Bộ luật. Tập luật.

DIGITAL : *tt* Thuộc về ngón tay.
EMPREINTE digitale : Vết dấu ngón tay.
Điểm chỉ. Dấu lăn tay.

DIGNE : *tt* Trang nghiêm. Có phẩm cách. Xứng đáng.
Digne des LOUANGES : Xứng đáng lời ca ngợi.
UN MAGISTRAT digne : Thẩm phán nghiêm nghị.

DIGNEMENT : *pht* Có phẩm cách. Trang nghiêm.

DIGNITAIRE : *đ* Quan chức.
GRAND dignitaire : Đại thần.

DIGNITÉ : *c* Phẩm cách. Phẩm giá.
Dignité HUMAINE : Nhân phẩm. Nhân cách.

DIGUE : *c* Con đê. Đê điều. / Sự ngăn giữ.

DILAPIDATEUR : *tt* Phung phí. Lãng phí. *đ* Kẻ phung phí. Kẻ lãng phí.

DILPIDATION *c* Sự phung phí. Sự lãng phí.

DILAPIDER : *dgt* Phung phí. Lãng phí.
Dilapider les DENIERS PUBLICS : Lãng phí công quỹ.
Dilapider un HÉRITAGE : Phung phí di sản.

DILATION : *c* Sự hoãn lại. Việc trì hoãn.

DILATOIRE : *tt* Kéo dài. Trì hoãn. Diên trì.
EXCEPTION dilatoire : Khước biện trì hoãn.
MESURES dilatoires : Mánh khoé diên trì (vụ kiện).

DILEMME : *đ* Hoặc nọ hoặc kia. Lưỡng thế. (Thế) giữa hai cách lựa chọn.

DILIGENCE : *c* Sự mẫn cán. Sự mau chóng. Xe ngựa kéo. Xe thổ mộ.
À LA diligence DE : Do sự mẫn cán của. Do mẫn cán của.

DILIGENT : *tt* Chăm chỉ. Cẩn trọng. Mẫn cán.
PARTIE LA PLUS diligente : Đương tụng mẫn cán nhất.

DIMENSION : *c* Khuôn khổ. / Kích thước. / Tầm vóc.
Dimension de l'ENTREPRISE : Tầm vóc của xí nhiệp.

DIMINUTION : *c* Sự giảm thiểu. Sự bỏ bớt.
Diminution de la POPULATION : Giảm thiểu nhân khẩu.
Diminution de PRIX : Xuống giá. Hạ giá. Giảm giá.
Diminution de SALAIRE : Giảm lương bổng.

DIOCÈSE : *đ* Giáo phận. Giáo khu.

DIPLOMATE : *đ* Nhà ngoại giao. Người khéo nói. Sử sự khéo léo.

DIPLOMATIE : *c* Ngoại giao. Giới ngoại giao. / Cách sử sự khéo léo.

DIPLOMATIQUE : *tt* Thuộc về ngoại giao.
ACTE diplomatique : Hành vi ngoại giao.
AGENT diplomatique : Nhân viên ngoại giao.
CORPS diplomatique : Ngoại giao đoàn.
DOCUMENTS diplomatiques : Tài liệu ngoại giao.
LANGAGE diplomatique : Ngôn ngữ ngoại giao.
POSTE diplomatique : Nhiệm sở ngoại giao.
MALADIE diplomatique : Cáo bệnh khéo léo (*để vắng mặt*).
RELATIONS diplomatiques : Bang giao.
VALISES diplomatiques : Va li ngoại giao.
VOIE diplomatique : Đường tuyến ngoại giao.

DIPLÔME : *đ* Văn bằng. Bằng cấp.

DIPLÔMÉ : *tt* Có bằng cấp tốt nghiệp. *đ* Người có văn bằng.

DIRE : *dgt* Nói. Đọc. Ngâm. Phát ngôn. Tuyên bố. Thuyết đạo. Thuyết giảng.
À VRAI dire : Nói thực ra thì.
AUSSITÔT dit AUSSITÔT FAIT : Miệng nói tay làm.
C'EST TOUT dire : Nói thế hết rồi.
COMME dit LA PARTIE ADVERSE : Như đối phương nói.
DIRE un poème : Ngâm thơ.

DIRE (SE) : *dgt* Tự nhủ. Bụng bảo dạ.

DIRES : *đ snh* Ý kiến. Chú ngôn. Lời bình. Biểu minh.

DIRECT : *tt* Trực tiếp.
ACTION directe : Trực tố. Công tố truy tố..

CONTRIBUTIONS directes : Thuế trực thâu.
CONTRIBUTIONS indirectes : Thuế gián thâu.
HÉRITIERS directs : Di kế trực hệ.

DIRECTEUR : *tt* Chỉ đạo. Chỉ dẫn.
PRINCIPE directeur : Nguyên tắc chỉ đạo.

DIRECTEUR : *đ* Giám đốc.
Directeur ADJOINT : Phó giám đốc.
Directeur ADMINISTRATIF : Giám đốc hành chánh.
Directeur de CABINET : Đổng lý văn phòng (của bộ trưởng).
Directeur COMMERCIAL : Giám đốc thương mại.
Directeur d'ÉCOLE : Giám đốc học hiệu.
Directeur de l'ENREGISTREMENT : Giám đốc trước bạ.
Directeur GÉNÉRAL : Tổng giám đốc.
Directeur de PRISON : Quản đốc đề lao.
Directeur de PROTOCOLE : Giám đốc nghi lễ.
Directeur TECHNIQUE : Giám đốc kỹ thuật.
JUGE directeur : Thẩm phán chỉ đạo.

DIRECTION : *c* Ban giám đốc. Ban lãnh đạo. / Sự chỉ huy. Sự điều khiển. / Chiều hướng.

DIRECTIVES : *c snh* Chỉ thị.

DIRECTOIRE : *đ* Chấp chính đoàn (*sử Pháp*).

DIRECTORAT : *đ* Chức vụ giám đốc. Ban giám đốc.

DIRECTORIAL : *tt* Thuộc về giám đốc.

DIRIGÉ : *tt* Chỉ huy.
ÉCONOMIE dirigée : Kinh tế chỉ huy.

DIRIGEANT : *đ* Người lãnh đạo; chỉ huy, lãnh tụ.

DIRIGER : *đgt* Chỉ huy. Lãnh đạo.

DIRIGISME : *đ* Thuyết chỉ huy. Kinh tế chỉ huy.

DIRIGISTE : *đ* Người chủ trương kinh tế chỉ huy.

DIRIMANT : *tt* Cản trở. Hủy bỏ.

DIRIMER : *đgt* Cản trở.

DISCERNEMENT : *đ* Sự phân biệt. Sự phân định.

DISCERNER : *đgt* Phân biệt. Phân định.

DISCIPLE : *đ* Môn đồ. Đệ tử.
Disciple de CONFICIUS : Môn đồ đức Khổng.

DISCIPLINAIRE : *tt* Kỷ luật.
MESURE disciplinaire : Biện pháp kỷ luật.
PEINE disciplinaire : Hình phạt kỷ luật.

DISCIPLINAIRE : *đ* Quân nhân bị phạt kỷ luật.

DISCIPLINE : *c* Sự kỷ luật. / Môn học.
CONSEIL de discipline : Hội đồng kỷ luật.
Discipline MILITAIRE : Quân kỷ.
ESPRIT de discipline : Tinh thần trọng kỷ luật.

DISCIPLINÉ : *tt* Có kỷ luật. Có khuôn phép.

DISCIPLINER : *đgt* Bắt theo kỷ luật. Bắt vào khuôn phép.

DISCONTINU : *tt* Gián đoạn. Mất liên tục.
POSSESSION discontinue : Chấp hữu gián đoạn.
SERVITUDE discontinue : Dịch quyền gián đoạn.

DISCONTINUER : *đgt* Làm gián đoạn.

DISCONTINUITÉ : *c* Gián đoạn tính. Vô liên tục.

DISCONVENANCE : *c* Sự bất sứng. Sự không thích hợp.

DISCONVENIR : *đgt* Chối cãi. Phủ định.

DISCORDANCE : *c* Sự bất hoà. Sự bất đồng.

DISCOURIR : *đgt* Biện thuyết. Nói dông dài.

DISCOURS : *đ* Diễn văn. Bài diễn thuyết. Luận. Giảng thuyết. Giảng văn.
Discours d'OUVERTURE : Diễn văn khai mạc.
Discours de la MÉTHODE : Phương pháp luận.

DISCRÉDIT : *đ* Sự mất tín nhiệm. Sự mất uy tín.

DISCRÉDITER : *đgt* Làm mất tín nhiệm. Làm mất tiếng tăm.

DISCRET : *tt* Kín đáo. Thận trọng. / Khiêm nhường.
Un ACTE discret : Hành vi thận trọng.
Une CONVERSATION discrète : Câu chuyện kín đáo.
Un INVITÉ discret : Người khách khiêm nhường.

DISCRÉTION : *c* Sự kín đáo. Sự dè dặt.
BOIRE avec discrétion : Uống (rượu) tùy lực.
Se RETIRER avec discrétion : Khiêm tốn rút lui.

DISCRÉTIONNAIRE : *tt* Quyền tùy nghi quyết định.
DISCRIMINATION : *c* Sự kỳ thị. Sự phân biệt.
Discrimination RACIALE : Phân biệt chủng tộc.
Discrimination de TRAITEMENT : Phân biệt đối xử (*kỳ thị*).

DISCULPATION : *c* Sự giải tội. Sự minh oan.

DISCULPER : *đgt* Giải tội. Minh oan.

DISCUSSION : *c* Sự bàn cãi. Sự thảo luận. Sự tranh luận. Việc đối luận. Sự kiểm sách.
BÉNÉFICE de discusion : Đặc quyền kiểm sách. (*trước khi nhận di sản*).

DISCUTABLE : *tt* Còn phải bàn cãi. Chưa đúng. Còn phải tranh luận.

DISCUTER : *đgt* Tranh luận. Bàn cãi. Thảo luận.

DISGRÂCE : *c* Sự thất sủng. Sự mất lòng tin yêu. Sự mất trọng dụng.

DISGRÂCIÉ : *tt* Thất sủng. Hết được trọng dụng.

DISGRÂCIER : *đgt* Không tin yêu nữa. Không trọng dụng nữa. Cho thất sủng.

DISJOINDRE : *đgt* Tách ra. Phân tách.

Disjoindre EN DEUX CAUSES : Tách (một vụ) làm hai vụ kiện.

DISJONCTION : *c* Sự tách rời. Sự phân tách.

DISLOCATION : *c* Sự giải tán. Sự tan rã. Sự chia xẻ.

DISLOQUER : *đgt* Giải tán. Làm tan rã.

DISPARAITRE : *đgt* Mất tích. Biến mất. Lìa đời.

DISPARATE : *tt* Táp nham. Hỗn tạp.

DISPARU : *tt* Thất tung (*n. ch . absent).* Mất tích. Quá cố.

DISPENDIEUX : *tt* Hao tổn.

DISPENSAIRE : *đ* Trạm chữa bệnh miễn phí.

DISPENSATAIRE : *c, đ* Người được chia tiền. *tt* Được chia tiền.

DISPENSATION : *c* Sự phân phát. Sự phân cấp. Sự quản lý.

DISPENSE : *c* Sự miễn trừ. Giấy cho miễn. Sự được phép ngoại lệ.
Dispense d'ÂGE : Miễn hạn tuổi.
Dispense de DÉLAI DE PUBLICATION : Miễn hạn công bố.

DISPENSER : *đgt* Miễn trừ. Miễn. Phân phát.
Dispenser de TRAVAIL : Miễn lao động.
Dispenser des SECOURS : Phân phát cứu trợ.

DISPERSEMENT : *đ* Sự phân tán. Sự rải rắc.

DISPERSER : *đgt* Phân tán. Rải rắc.
Disperser un ATTROUPEMENT : Giải tán đám đông.
Disperser les ESPRITS : Chia trí. Phân trí.

DISPERSION : *c* Sự phân tán. Sự rải rác.

DISPONIBILITÉ : *c* Tìntrạng sẵn sàng. Sự không bị ràng buộc. *s nh* Tiền dư. Tiền xử dụng được. Tài sản khả dụng.

DISPONIBLE : *tt* Xử dụng ngay được. Không bị ràng buộc. Tiền có sẵn (khả dụng).

DISPOSANT : *đ* Người cho cuả cải.

DISPOSÉ : *tt* Sẵn lòng. Sẵn sàng. Sắp xếp. Trưng bầy.
IL EST disposé à AIDER : Hắn sẵn sàng giúp đỡ.

DISPOSER : *đgt :* Trang bị. Qui định. Định đoạt. Tùy nghi xử dụng.
L'ARTICLE 230 dispose que... : Điều luật 230 qui định là...

DISPOSITIF : *đ* Cách bố trí. Cách trang bị. Phần chủ văn (cuả bản án).
Le dispositif d'un JUGEMENT : Phần chủ văn (*cuả bản án*).

DISPOSITION : *c* Sự trang bị, bố trí, qui đính. Quyền sử dụng. Sự qui định.
ÊTRE à la disposition : Thuộc quyền sử dụng.
Disposition à CAUSE DE MORT : Sử dụng tử vì.
Disposition ADDITIONNELLE : Điều khoản gia phụ
Disposition À TTRE GRATUIT : Sự dụng vô thường.
Disposition À TITRE ONÉREUX : Sử dụng hữu thường.
Disposition COMMUNE : Điều khoản chung.
Disposition d'une LOI : Điều luật. Điều khoản luật.
Disposition d'un TESTAMENT : Ý chí cuả di chúc.

DISPROPORTION : *c* Sự thiếu cân đối. Sự chênh lệch.
Disproportion d'ÂGE : Chênh lệch tuổi tác.

DISPUTE : *c* Vụ tranh cãi. Vự tranh luận. Sự cãi cọ. Sự cãi vã.

DISPUTER : *đgt* Tranh đua. Tranh giành. Tranh nhau. / Cãi lộn. Cãi nhau.
Disputer un MATCH : Tranh phần đấu thắng.
Disputer un PRIX : Tranh giải.

DISQUALIFICATION : *c* Sự cải tội danh. Giảm tội danh. / Việc vô tư cách hoá. Sự loại khỏi cuộc tranh tài.

DISQUALIFIER : *đgt* Cải tội danh. Tuyên bố vô tư cách. Loại ra khỏi cuộc tranh tài.

DISQUE DUR : *đ* Điã cứng (*điện toán*).

DISQUE MOU : *đ* Điã mềm ; điã dẻo (*điện toán*).

DISQUETTE : *c* Điã thâu (*điện toán*).

DISSEMBLABLE : *tt* Dị biệt. Khác nhau. Không đồng dạng.

DISSENSION : *c* Mối bất hoà. Mối bất đồng. Tính khắc biệt. Mâu thuẫn.
Dissension INTERNE : Nội bộ mâu thuẫn.
Dissension POLITIQUE : Chính kiến bất đồng.

DISSENTIMENT : *đ* Sự bất đồng ý kiến.

DISSÉQUER : *dgt* Mổ xẻ. Phẫu tích.
Disséquer un CADAVRE : Giải phẫu tử thi.

DISSERTATION : *c* Sự bình luận. Sự nghị luận. Bài giảng văn.

DISSERTER : *đgt* Nghị luận.

DISSIDENCE : *c* Sự ly khai. Nhóm ly khai.

DISSIDENT : *tt* Ly khai. *đ* Kẻ ly khai.

DISSIMULATION : *c* Sự giấu giếm. Sự ẩn nặc. Sự che đậy. Sự giả vờ.
Dissimulation d'une PREUVE : Giấu giếm bng cớ.
Dissimulation de REVENUS : Giấu giếm lợi nhuận.

DISSIMULÉ : *tt* Giấu giếm. Che đậy. *đ* Kẻ giả vờ. Kẻ giả dối.

DISSIMULER : *đgt* Giấu giếm. Che đậy.

DISSIMULER (SE) : *đgt* Ở ẩn. Tạ khách.

DISSIPATEUR : *tt* Phung phí. *đ* Kẻ phung phí.

DISSIPATION : *c* Sự phung phí. Sự phóng đãng. Sự tiêu tan.
Dissipation de la FUMÉE : Khói tiêu tan.
Dissipation d'un PATRIMOINE : Phung phí gia sản.

DISSIPER : *dgt* Phung phí. Phóng tài hoá.
Dissiper la JEUNESSE : Phung phí tuổi xuân.
Dissiper la SANTÉ : Phí phạm sức khoẻ.

DISSOCIABILITÉ : *c* Phân tính.

DISSOCIABLE : *tt* Phân tách được.

DISSOCIATION : *c* Sự phân tách.

DISSOCIER : *dgt* Phân tách. Phân rời. Làm rời ra.

DISSOLUTION : *c* Sự giải tán. Làm tan (*trong nước*).
Dissolution de l'ASSEMBLÉE NATIONALE : Giải tán Quốc hội.
Dissolution d'une COMMUNAUTÉ de BIENS : Giải tán chế độ cộng đồng tài sản (*phu phụ*).
Dissolution du MARIAGE : Ly hôn. Giải hôn.
Dissolution d'une SOCIÉTÉ : Giải tán thương hội.
VIVRE dans la dissolution : Sống bê tha.

DISSONNANT : *tt* Nghịch nhĩ.

DISSOUDRE : *dgt* Giải tán. Làm cho tan ra (*trong nước*).
Dissoudre l'ASSEMBLÉE NATIONALE : Giải tán Quốc hội.

DISSUADER : *dgt* Can ngăn. Khuyên can. Can gián.

DISTANCE : *c* Khoảng cách.
DÉLAI de distance : Thời hạn tuỳ theo khoảng cách.

DISTILLATION : *c* Việc cất rượu. Việc nấu rượu. Sự chưng cất.

DISTINCT : *tt* Riêng biệt. Biệt lập. Rõ ràng.

DISTINCTIF : *tt* Đặc trưng. Khác nhau.

DISTINCTION : *c* Sự phân biệt. Sự sang trọng. / Huy chương. Huân chương.
Distinction de CLASSE : Phân biệt giai cấp.
Distinction HONORIFIQUE : Huân chương.

DISTINGUÉ : *tt* Cao quý. Lỗi lạc. Ưu tú. Tao nhã. Phong nhã. Lịch sự. Đặc biệt.
CONSIDÉRATIONS distinguées : Lòng tôn kính.
ÉCONOMISTE distingué : Kinh tế gia lỗi lạc.
FEMME distinguée : Người đàn bà cao sang.
HOMME distingué : Người đàn ông lịch sự.
SALUTATIONS distinguées : Trân trọng kính chào.

DISTINGUER : *dgt* Phân biệt. / Coi trọng.
Distinguer QUELQU'UN : Quý mến ai.

DISTINGUER (SE) : *dgt* Khác người. Xuất chúng.

DISTRACTION : *c* Phần trích xuất. Tính đãng trí. / Vụ giải trí. Việc tiêu khiển.
Distraction au PROFIT de (Maitre...) : Phần trích xuất cho (luật sư... hưởng).

DISTRAIRE : *dgt* Giải trí. / Làm cho (ai) phân tâm.

DISTRAIT : *tt* Phân tâm. Đãng trí. Không chú ý.
ÉNFANT distrait : Đứa nhỏ đãng trí.

DISTRIBUER : *dgt* Phân phát. Phân phối.

DISTRIBUTEUR : *đ* Người phân phát. Máy phân phát.
Distributeur de BILLETS : Máy phát tiền (*ngoài phố*).
Distributeur de BOISSON : Máy bán đồ uống (*nơi làm việc*).
Distributeur d'ESSENCE : Trạm bán xăng.

DISTRIBUTION : *c* Sự phân phát. Sự phân phối.
Distribution de l'ACTIF SOCIAL : Phân phối tích sản của công ty.
Distribution des BÉNÉFICES : Chia lời. Chia doanh lợi.
Distribution selon CONTRIBUTION : Chia theo phân ngạch.
Distribution des DIVIDENDES : Chia tiền lời cho mỗi cổ phần.
Distribution JUDICIAIRE : Phân phối tài phán
Distribution de la JUSTICE : Việc phân xử.
Distribution des PRIX : Phát thưởng.
Distribution de RICHESSE : Phân phát tài nguyên.
Distribution des TRACTS : Phát truyền đơn.

DISTRICT : *đ* Khu. Địa phận. Hạt.

DIT : *đ* Lời nói. / Di ngôn. / Bài vè.

DIT : *đ* Còn được gọi là. Hiểu là. Tức là. Bí danh là.
AUSSITÔT dit, AUSSITÔT FAIT : Miệng nói tay làm.
AUTREMENT dit : Nói khác đi. Nói một cách khác.
LEDIT : Kẻ đã nói (*tới ở*) trên.
LIEU dit : Khu đó được gọi là.
SOIT dit EN PASSANT : Nói qua loa thế thôi.
TOUT EST dit : Đã tranh luận xong rồi.

DIVA : *c* Danh ca (*nữ*).

DIVAGATION : *c* Lời nói vớ vẩn. Lời lăng nhăng. / Sự lang thang.

DIVERGENCE : *c* Sự dị đồng. Sự bất đồng.
Divergence des INTÉRÊTS : Quyền lợi tương phản.
Divergence d'OPINION : Ý kiến dị biệt.

DIVERS : *tt* Linh tinh. / Khác nhau. / Thay đổi.

DIVERSIFIER : *dgt* Làm cho khác nhau.

DIVERSITÉ : *c* Sự linh tinh. Sự khác nhau.

DIVERTI : *tt* Lạm thủ.
OBJET diverti : Vật lạm thủ.

DIVERTIR : *dgt* Biển thủ. Lạm thủ.

DIVERTISSEMENT : *đ* Sự lạm thủ. Sự giải trí. Sự mua vui.
Divertissement des OBJETS : Lạm thủ đồ vật.

DIVIDENDE : *đ* Lợi tức của mỗi cổ phần.

DIVIS : *tt* Chia của cải.

DIVIS : *đ* Sự chia của cải.
DEMANDER le divis : Đòi chia của cải.
PAR divis : Sau khia đã chia.

DIVISER : *dgt* Chia phân. Chia cắt. Chia rẽ. Cát cứ. Phân tán.
Diviser le HOMMES : Chia rẽ lòng người.
Diviser un TERRAIN : Chia đất.
Diviser le TRAVAIL : Chia việc. Phân công.

DIVISIBLE : *tt* Khả phân.
Une DETTE divisible : Món nợ khả phân.

DIVISION : *c* Sự phân chia. Sự phân tán. Sự chia rẽ. Toán chia.
Division ADMINISTRATIVE : Phân khu hành chánh.
Division des BIENS : Phân chia tài sản.
Division du TRAVAIL : Phân công lao động.
Division TERRITORIALE : Phân khu.

DIVORCE : *đ* Việc ly hôn. Sự ly dị.
CAUSE du divorce : Lý do ly hôn.
DEMANDE en divorce : Khởi tố ly hôn.
JUGEMENT de divorce : Án văn ly hôn.
REQUÊTE en divorce : Đơn xin ly hôn.
Divorce par CONSENTEMENT MUTUEL : Thuận tình song phương ly hôn.
Divorce par DÉFAUT : Ly hôn khiếm diện.
Divorce par FAUTE : Ly hôn có lỗi lầm. Ly hôn vì trách cứ.

DIVORCÉ : *c đ* Người đã ly hôn.
FEMME divorcée : Đàn bà đã ly hôn.

DIVORCER : *dgt* Ly hôn. Ly dị. Ly khai. Đoạn tuyệt. Cắt đứt.

DIVULGATEUR : *tt* Tiết lộ. *đ* Người tiết lộ.

DIVULGATION : *c* Sự tiết lộ.
Divulgation du SECRET d'ÉTAT : Tiết lộ bí mật nhà nước.
Divulagation d'un SECRET DÉFENSE : Tiết lộ bí mật quốc phòng.

DIX : *tt* Mười. Thập. / Nhiều lần (*bóng*). *đ* Số mười.

DIXI : Xin hết lời. Tôi đã nói xong.

DOCTEUR : *đ* Tiến sĩ. Bác sĩ.
Docteur en DROIT : Tiến sĩ luật.
Docteur en MÉDECINE : Bác sĩ y khoa.
Docteur ès LETTRE : Tiến sĩ văn chương.
Docteur en THÉOLOGIE : Tiến sĩ thần học.
Docteur ès SCIENCES : Tiến sĩ khoa học.

DOCTORAT : *đ* Học vị tiến sĩ.

DOCTRINAIRE : *đ* Nhà lý luận. Người theo một học phái. / Người cố chấp, khăng khăng. / Kẻ ra vẻ đạo mạo.

DOCTRINE : *c* Chủ nghiã. Chủ thuyết. Học thuyết.
Doctrine ECONOMIQUE : Học thuyết kinh tế.
Doctrine et JURISRUDENCE : Học thuyết và án lệ.
Doctrine NATIONALISTE : Chủ thuyết quốc gia.

DOCUMENT : *đ* Tài liệu. Tư liệu. Văn kiện. / Chứng từ.
Document de BASE : Tài liệu can bản.
Document CONFIDENTIEL : Tài liệu mật.
Document HISTORIQUE : Sử liệu.
Document SECRET : Tài liệu mật.

DOCUMENTAIRE : *tt* Thuộc về tài liệu. Để tham khảo. *đ* Phim tài liệu.

DOCUMENTALISTE : *đ* Người giữ tư liệu.

DOCUMENTARISTE : *đ* Người làm phim tài liệu.

DOCUMENTATION : *c* Sự tham khảo tài liệu. Tư liệu.

DOCUMENTER : *dgt* Sưu tầm tài liệu. Tham khảo tài liệu. Cung cấp tài liệu. Tra cứu tài liệu.

DOGMATIQUE : *tt* Thuộc về giáo điều. Võ đoán.
ÉCOLE dogmatique : Phái võ đoán.
ÉSPRIT dogmatique : Óc võ đoán.

DOGMATISME : *đ* Thuyết giáo điều. / Sự khẳng định độc đoán. Thói độc đoán.

DOGME : *đ* Giáo điều. Giáo lý.

DOIGTÉ : *tt* Khéo léo. Khôn khéo.

DOL : *đ* Sự lừa dối. Sự gian sảo; gian trá. Sự man trá.

DOLÉANCES : *c snh* Lời than vãn. Lời thỉnh nguyện.
CAHIER de doléances : Thỉnh nguyện sách.
LETTRE de doléances : Thỉnh nguyện thư.

DOLLAR : *đ* Tiền đô la. Đồng đô la.
Dollar CANADIEN : Gia nã đại tệ.
Dollar de HONG KONG : Hương Cảng tệ.
Dollar MEXICAIN : Mễ tệ.
U.S. Dollar : Mỹ kim.

DOLOSIF : *tt* Man trá. Trí trá. Gạt gẫm. Có tính cách lường gạt.

DOMAINE : *đ* Điạ phận. Địa hạt. Lãnh vực. Phạm vi. Công sản.
ADMINISTRATION des domaines : Sở quản trị công sản.
TOMBER dans le domaine PUBLIC : Biến thành công sản.
Domaine ÉCONOMIQUE : Lãnh vực kinh tế.
Domaine de l'ETAT : Công sản quốc gia.
Domaine MILITAIRE : Địa hạt quân đội.
Domaine de la LOI : Lãnh vực pháp luật.
Domaine du PARTICULIER : Lãnh vực tư nhân.
Domaine PUBLIC : Phạm vi công cộng. Tài sản công cộng.
Domaine ROYAL : Hoàng triều cương thổ.
Domaine SCIENTIFIQUE : Phạm vi khoa học.

DOMANIAL : *tt* Thuộc về công sản.
TERRE domaniale : Đất công sản.

DOMESTIQUE : *tt* Thuộc về gia trạch.
AFFAIRES domestiques : Gia sự. Việc nhà.
ANIMAL domestique : Gia súc.
USAGE domestique : Gia dụng.

DOMESTIQUE : *c đ* Gia thần. Gia nhân. Gia bộc. Kẻ giúp việc trong nhà.
DOMESTIQUER : *dgt* Thuần hoá (ác thú).
Domestiquer un PEUPLE : Nô lệ hoá một dân tộc.

DOMICILE : *đ* Nơi cư trú. Nơi cư ngụ. Cư sở. Nơi thường trú. Gia cư. Gia trạch.
À domicile : Tận nhà.
CHANGEMENT de domicile : Thay đổi cư sở.
DERNIER domicile connu : Cư sở cuối cùng được biết.
ELECTION de domicile : Tuyển trạch cư sở.
LIVRAISON à domicile : Trao (*hàng*) tận nhà.
SIGNIFICATION à domicile : Tống đạt nơi cư ngụ.
VIOLATION de domicile : Xâm phạm gia cư.
Domicile ACCIDENTEL : Cư sở nhất thời.
Domicile COMMERCIAL : Cư sở thương mại.
Domicile CONJUGAL : Cư sở hôn nhân.
Domicile CONVENTIONNEL : Cư sở ước định.
Domicile de DROIT : Cư sở pháp định.
Domicile de FAIT : Cư sở thực tế.
Domicile d'ÉLECTION : Cư sở tuyển trạch.
Domicile PARTICULIER : Tư thất.

DOMICILIAIRE : *tt* Thuộc về gia cư.
VISITE domiciliaire : Khám nhà.

DOMICILIATION : *c* Cư sở trọn tuyển.

DOMICILIÉ À : *tt* Cư trú tại.

DOMICILIER : *đgt* Cư trú. Xác định trú quán.

DOMINANT : *tt* Thống trị. Chủ yếu.

DOMINATEUR : *đ* Kẻ thống trị. Kẻ đô hộ. Kẻ áp bức. Kẻ áp chế.

DOMMAGE : *đ* Tổn hại. Tiền bồi thường.
Dommage COMPENSATOIRE : Bồi thường bù đắp.
Dommage CORPOREL : Tổn thương.
Dommage de GUERRE : Bồi thường chiến cuộc.
Dommages et INTÉRÊTS : Bồi thường thiệt hại.
Dommage MATÉRIEL : Tổn hại vật chất.
Dommage MORAL : Tổn hại tinh thần.

DOMMAGEABLE : *tt* Có thể tổn hại.

DON : *tt* Tặng giữ. Cho không. Tặng vật.
Dons et LEGS : Sinh tặng và di tặng.
Don de la MAIN à la MAIN : Tặng vật trao tay. Thủ trao thủ chấp.
Don MANUEL : Thủ tặng.

DONATAIRE : *đ* Người nhận tặng vật.

DONATEUR : *đ* Tặng chủ. Người trao tặng vật. Người cho.

DONATION : *c* Sự tặng dữ. Sự tặng biếu.
ACTE de donation : Chứng thư tặng dữ.
Donation à CAUSE DE MORT : Tặng dữ tử vì.
Donation à TITRE UNIVERSEL : Tặng dữ toàn bộ.
Donation avec CHARGES : Tặng dữ phụ đảm.
Donation des BIENS À VENIR : Tặng vật vị lai.
Donation des BIENS PRÉSENTS : Tặng dữ hiện vật.
Donation DÉGUISÉE : Tặng dữ trá hình.
Donation ENTRE ÉPOUX : Phu phụ tặng dữ.
Donation entre VIFS : Sinh thời tặng dữ.
Donation par CONTRAT DE MARIAGE : Tặng dữ bằng hôn khế.
Donation-PARTAGE : Tặng dữ phân chia.
Donation PURE ET SIMPLE : Tặng dữ đơn thuần.
Donation TESTAMENTAIRE : Tặng dữ do chúc thư.
Donation UNIVERSELLE : Tặng dữ toàn sản.

DONNÉES : *c snh* Cứ liệu. Dữ kiện.

DONNER : *đgt* Cho. Tặng. Phát.
OBLIGATION de donner : Trái vụ chuyển hữu.
Donner ACTE : Ghi nhận.
Donner CONGÉ : Bãi tô. Bãi ước.
Donner et RETENIR NE VAUT : Không thể vừa cho đi vừa giữ lại.
Donner son CONSENTEMENT : Ưng thuận.

DONNEUR : *đ* Người cho kẻ khác.
Donneur d'AVAL : Người bảo chứng.
DOPER : *đgt* Cho thuốc kích thích.
Doper un CHEVAL : Tiêm thuốc kích thích cho ngựa (đua).

DOSE : *c* Liều lượng.
Dose LIMITE : Liều lượng giới hạn.
Dose OPTIMA : Liều lượng tối đa.

DOSSIER : *đ* Hồ sơ.
ÉTABLIR un dossier : Thiết lập hồ sơ.
OUVRIR un dossier : Mở một hồ sơ mới.
Dossier d'une AFFAIRE : Hồ sơ vụ kiện.
Dossier de PLAIDOIRIE : Hồ sơ trình toà (*sau khi tranh luận*).

DOT : *c* Của hồi môn. Hồi môn. Tế nhuyễn (*của*) nữ tu khi nhập tu viện.
CONSTITUTION d'une DOT : Thiết lập hồi môn (cho con gái).
ÉPOUSER une dot : Cưới vợ giầu. Đào mỏ (*thân*).

DOTATION : *c* Tiền trợ cấp. Phụ cấp.

DOTER : *đgt* Cấp cuả hồi môn. Trang bị.

DOUAIRE : *đ* Tài sản để lại cho sương phụ.

DOUANE : *c* Quan thuế. Hải quan. Nhà đoan. Thuế thương chính.
CODE des douanes : Bộ luật quan thuế.
DROITS des douanes : Thuế đoan.

DOUANIER : *tt* Thuộc về quan thuế. *đ* Nhân viên quan thuế, hải quan.
BARRIÈRE douanière : Hàng rào quan thuế.
CONVENTION douanière : Thoả hiệp quan thuế.
RÉGIME douanière : Chế độ quan thuế.
TARIF douanière : Quan thuế suất.
UNION douanière : Liên hiệp quan thuế.

DOUANIER : *đ* Nhân viên quan thuế.

DOUBLE : *tt* Kép. Hai lần. Lưỡng. Song. Nhị trùng.
EN double : Hai bản.
Double degré de JURIDICTION : Lưỡng cấp tài phán.
Double LIEN : Lưỡng hệ.
Double NATIONALITÉ : Song tịch.

DOUBLE : *đ* Song bản. Bản thứ nhì.
AU double : Gấp đôi.
FAIRE double EMPLOI : Song dụng.
PAYER au double : Trả gấp đôi.

DOUBLÉ : *tt* Kiêm. Kẻ bị lừa lọc (thân).

DOULEUR : *c* Sự đau thương.
Douleur MORALE : Đau lòng.

Douleur PHYSIQUE : Đau đớn thể sác.

DOUTE : *c* Mối nghi ngờ. Do dự. Sự hồ nghi. Nghi vấn. Nghi hoặc.
ACQUITTER AU BÉNÉICE du doute : Tha bổng vì nghi vấn.
LE doute PROFITE À l'ACCUSÉ : Bị cáo phải được lợi hưởng nghi vấn.

DOUTEUX : *tt* Hồ nghi. Nghi hoặc. Không chắc chắn.
CREANCE douteuse : Món nợ đáng ngại (*không chắc thanh toán nổi*).

DOYEN : *đ* Vị niên trưởng.
Doyen d'ÂGE : Niên trưởng.
Doyen de la FACULTÉ DE DROIT : Niên trưởng phân khoa Luật.

DOYENNETÉ : *c* Tư cách niên trưởng. Địa vị niên trưởng.

DRACONIEN : *tt* Hà khắc. Khắt khe.
LOI draconienne : Luật hà khắc.
RÉGIME draconien : Chế độ khắt khe.

DRAGUEUR : *đ* Tầu vét lòng sông. Kẻ hay theo ghẹo gái (*thân*).

DRAINAGE : *đ* Sự làm thoát nước. Việc chống úng thuỷ.
SERVITUDE de drainage : Dịch quyền thoát nước.

DRAME : *đ* Thảm kịch.
Drame PASSIONNEL : Thảm kịch vì tình.

DRAPEAU : *đ* Cờ. Kỳ hiệu.
Drapeau NATIONAL : Quốc kỳ.
Drapeau BLANC : Cờ trắng . Cờ hàng.
Drapeau en BERNE : Cờ tang. Cờ rũ.
APPELÉ sous les drapeaux : Gọi đi quân dịch.

DROIT : *đ* Phát luật. Luật. / Quyền hành. Quyền. / Sắc thuế. Thuế. / Lệ phí.
À BON droit : Có quyền.
ANCIEN droit : Cổ luật.
BRANCHE du droit : Ngành pháp luật.
DE droit : Luật định.
DROITS de l'HOMME : Nhân quyền.
DÉCLARATION des droits de l'HOMME : Tuyên ngôn nhân quyền.
DÉCLARATION UNIVERSELLE des Droits de l'HOMME : Tuyên ngôn Quốc tế Nhân quyền.
DE PLEIN droit : Đương nhiên.
EN droit : Theo luật thì.
EXEMPTION de droit : Miễn thuế.
FAIRE droit à une DEMANDE : Chấp nhận thỉnh cầu.
NOTIONS de droit : Ý niệm về pháp luật.
POINT de droit : Điểm pháp lý.
SOURCE du droit : Nguồn gốc luật pháp.
Droit ABSOLU : Quyền tuyệt đối.
Droit ACQUIS : Quyền đã thủ đắc.
Droit ADMINISTRATIF : Luật hành chánh.
Droit d'ADMINISTRATION : Quyền quản trị.
Droit AD VALOREM : Thuế tùy theo giá trị.
Droit d'ASILE : Quyền cư trú. Quyền tỵ nạn.
Droit AÉRIEN : Luật hàng không.
Droit d'AFFLOUAGE : Quyền đốn cây trong rừng.
Droit AGRAIRE : Luật ruộng đất.
Droit AGRICOLE : Luật nông nghiệp.
Droit d'AINESSE : Quyền trưởng nam (*thừa kế*).
Droit ANCIEN : Cổ luật. Luật cổ.
Droit d'APPEL : Quyền kháng cáo.
Droit d'AUTEUR : Quyền tác giả.
Droit au BAIL : Quyền tiếp tục thuê mướn.
Droit CANON : Luật Giáo Hội.
Droit CANONIQUE : Luật giáo hội.
Droit de CHANCELLERIE : Lệ phí chưởng ấn.
Droit de CHASSE : Quyền săn bắn.
Droit de LIBRE CIRCULATION : Quyền tự do di chuyển.
Droit de CITÉ : Thuế thị dân.
Droit CIVIL : Dân luật. Luật dân sự. Luật hộ sự.
Droit CIVIQUE : Quyền công dân.
Droit COMMERCIAL : Thương luật. Luật thương mại.
Droit COMMUN : Thường luật. Luật phổ thông.
Droit de COMMUNICATION : Quyền (được) thông tri.
Droit COMPARÉ : Luật đối chiếu.
Droit COMPENSATEUR : Thuế bù trừ.
Droit de CONGÉ : Thuế rời bến.
Droit de CONSOMMATION : Thuế tiêu thụ.
Droit CONSTITUTIONNEL : Luật hiến pháp.
Droit de CONTRÔLE : Quyền kiểm soát.
Droit CONVENTIONNEL : Quyền ước định.
Droit CORPOREL : Quyền hữu hình.
Droit COUTUMIER : Luật (dựa theo) tục lệ.
Droit CORRECTIONNEL : Quyền trừng phạt.
Droit CRIMINEL : Hình luật.
Droit de la DÉFENSE : Quyền bào chữa.
Droit de DISPOSITION : Quyền xử dụng.
Droit de DISSOLUTION : Quyền giải tán.
Droit de DOUANES : Thuế thương chính.
Droit d'ENQUÊTE : Quyền điều tra.
Droit d'ENREGISTREMENT : Thuế trước bạ.
Droit FINANCIER : Luật tài chánh.
Droit FISCAL : Luật thuế vụ.
Droit des GENS : Quốc tế công pháp.
Droit de GRÂCE : Quyền ân xá.
Droit de GREFFE : Lệ phí lục sự.
Droit de l'HOMME : Nhân quyền.
Droit INCORPOREL : Quyền vô hình.
Droit INTERNATIONAL : Luật quốc tế.
Droit INTERNATIONAL PRIVÉ : Tư pháp quốc tế.
Droit INTERNATIONAL PUBLIC : Quốc tế công pháp.
Droit de JOUISSANCE : Quyền thụ hưởng.
Droit MARITIME : Luật hàng hải.
Droit MORAL : Quyền tinh thần.
Droit NATUREL : Quyền tự nhiên.
Droit de NAVIGATION : Thuế hàng hải.
Droit OBJECTIF : Luật khách quan.
Droit PATRIMONIAL : Quyền gia sản.
Droit PÉNAL : Luật hình sự.
Droit POSITIF : Luật thực tại.
Droit de PROPRIÉTÉ : Quyền sở hữu.
Droit PRIVÉ : Luật tư.
Droit PUBLIC : Công pháp.
Droit RÉEL : Quyền đối vật.
Droit à la RÉPARATION : Quyền đòi bồi thường thiệt hại.
Droit AU TRAVAIL : Quyền có công ăn việc làm.
Droit DU TRAVAIL : Luật lao động.
Droit SUBJECTIF : Quyền lợi chủ quan.
Droit d'USAGE : Quyền sử dụng.

DROITE : *c* Tay phải. Bên phải. Tay mặt. Phía hữu.
LA droite : Hữu phái (*chính trị*).

DROITURE : *tt* Thẳng thắn. Trực tính.

DU : *tt* Thiếu nợ. Còn thiếu. Hợp lệ. Hợp thức.
EN BONNE ET due FORME : Hợp lệ. Đúng cách.
PORT du : Tiền cước trả sau.
SOMME due : Số tiền còn thiếu.
RESTE du : Còn nợ là.

DUALISME : *đ* Chế độ lưỡng hợp. Nhị nguyên chế.

DUALISTE : *tt* Lưỡng hợp.

DUALITÉ : *c* Lưỡng diện tính. Song diện tính.

DUBITATIF : *tt* Hoài nghi. Nghi hoặc.

DUC : *đ* Công tước.

DUCE : *đ* Dấu hiệu lá (quân) bài gian. Thông đồng.
BALANCE le duce : Ra hiệu.

DUCHÉ : *đ* Lãnh địa công tước. Thái ấp công tước.

DUCHESSE : *c* Công tước phu nhân.

DUCROIRE : *đ* Giao kèo bảo đảm. Hoa hồng trả cho mại bản.

DUEL : *đ* Song đấu. Đọ sức tay đôi. Đấu kiếm để trả hận, rửa nhục.
PROVOQUER un duel : Thách thức đấu kiếm

DUELLISTE : *đ* Người song đấu.

DULCINÉE : *c* Người tình (*nữ*).

DUMPING : *đ* Xuất cảng phá giá. Bán phá giá.

DUPLICATA : *đ* Phó bản. Bản sao. Thứ bản. Bản phụ.

DUPLICITÉ : *c* Sự giả trá. Sự gian ngoan. Sự gian giảo.

DUR : *tt* Cứng rắn. Nghiêm ngặt. / Sắt đá.
EAU dure : Nước có phèn.
UN HOMME dur : Con người sắt đá.
RÉGIME dur : Chế độ hà khắc.

DURA LEX SED LEX: Luật pháp hà khắc nhưng là luật pháp. Pháp bất vị thân.

DURÉE : *c* Thời hạn. Kỳ hạn. Khoảng thời gian.
CONTRAT DE TRAVAIL À durée DÉTERMINÉE : *Khế ước lao động trong một thời hạn.*
CONTRAT DE TRAVAIL À DURÉE INDÉTERMINÉE : Khế ước lao động vĩnh viễn.
Durée de TRAVAIL : Thời gian làm việc.

DUREMENT : *phg* Khó khăn. Cứng rắn. Một cách cực khổ.
TRAITER durement un PRIDONNIER : Hành hạ tù nhân.

DURETÉ : *c* Sự hà khắc. Sự cứng. Sự thiếu tình cảm.

DYARCHIE : *c* Lưỡng đầu chế.

DYNAMIQUE : *tt* Hiếu động.
HOMME dynamique : Người năng động.

DYNASTIE : *c* Triều đại. Vương triều.
Dynastie ANTÉRIEURE : Tiên triều.
Dynastie DÉCLINANTE : Mạt triều.
Dynastie PRÉCÉDENTE : Tiền triều.
Dynastie RÉGNANTE : Đương triều.

E

EAU : *c* Nước. Thủy.
AVOIR de l'eau À LA BOUCHE : Thèm rỏ rãi.
COMME UN POISSON DANS l'eau : Như cá gặp nước.
COURS d'eau : Sông ngòi. Giòng nước.
ÊTRE TOUT EN eau : Đầm đìa mồ hôi. Vất vả.
FONDRE (SE) en eau : Ứa nước mắt.
TEMPÊTE dans un VERRE d'eau : Chuyện bé xé ra to.
TOMBER à l'eau : Dự định bất thành.
PORTER DE L'eau à LA MER : Trở củi về rừng.
QUESTION d'eau : Tra tấn bằng nước.
SERVICE des eaux et FORÊTS : Sở thủy lâm.
Eau CONTAMINÉE : Nước nhiễm độc.
Eau COURANTE : Nước. Nước thường dùng.
Eau BOUEUSE : Nước có bùn.
Eau DÉMINÉRALISÉE : Nước không khoáng chất.
Eau FILTRÉE : Nước lọc.
Eaux LITTORALES : Hải phận.
Eau de MER : Nước biển.
Eaux PLATES : Nước lạnh. Nước thường.
Eaux PLUVIALES : Nước mưa.
Eau POTABLE : Nước tốt. Nước uống được.
Eaux PUBLIQUES : Nước công cộng.
Eaux PRIVÉES : Nước tư nhân.
Eaux STAGNANTES : Nước tù, nước đọng.
Eaux de SOURCE : Nước suối.
Eau de VIE : Rượu mạnh.
Eaux VIVES : Nước suối.

ÉBAHIR : *đgt* Làm sửng sốt.

ÉBAHIR (S') : *đgt* Sửng sốt.

ÉBAUCHAGE : *đ* Sự phác họa. Sự phác thảo.

ÉBAUCHE : *c* Bản phác thảo.

ÉBAUCHER : *đgt* Phác thảo. Bắt đầu.

ÉBÉNISTE : *đ* Thợ đóng đồ gỗ (*bàn,ghế gỗ*).

ÉBERLUÉ : *tt* Sửng sốt.

ÉBERLUER : *đgt* Làm sửng sốt. Làm ngạc nhiên.

ÉBLOUIR : *đgt* Làm loá mắt. Loè bịp.
L'OR éblouit : Hoàng kim hắc thế tâm.

ÉBLOUISSANT : *tt* Chói lọi. Lộng lẫy. Rực rỡ.

ÉBRANCHAGE : *đ* Việc tỉa cây cắt cành.

ÉBRÉITÉ : *c* Trạng thái say rượu.

ÉBRIEUX : *tt* Chân nam đá chân siêu. Chệnh choạng.

ÉBRUITER : *đgt* Tiết lộ tin tức.

ÉCARTÈLEMENT : *đ* Xé xác. Phanh thây. Sự giằng co.

ÉCARTER : *đgt* Gạt bỏ. Gạt ra.
Écarté du POUVOIR : Gạt khỏi chính quyền.

ECCHYMOSE : *c* Vết thương bầm tím.

ECCLÉSIATIQUE : *tt* Thuộc về giáo hội, thầy tu.

ÉCERVELÉ : *tt* Ngớ ngẩn. Dở người. / Khờ dại.

ÉCHAFAUD : *đ* Đoạn đầu đài. Máy chém.

ÉCHANGE : *đ* Sự trao đổi. Sự hoán dịch. Sự giao dịch. Sự giao lưu. Sự giao hoán. Việc mậu dịch.
LIBRE échange : Tự do mậu dịch.
VALEUR d'échange : Hoá trị hoán dịch.
Échange avec SOULTE : Đổi trác với bù trừ (*các thêm*).
Échange des PRISONNIERS DE GUERRE : Trao đổi tù binh.
Échange de PRODUITS : Trao đổi sản vật, hoá vật.
Échange de VUES : Trao đổi quan điểm.
Échange d'IDÉES : Trao đổi ý kiến.
Échange INTÉRIEUR : Mậu dịch quốc nội.
Échange INTERNATIONAL : Mậu dịch quốc tế.

ÉCHANGER : *đgt* Trao đổi. Mậu dịch.

ÉCHANTILLON : *đ* Hàng mẫu.

ÉCHAPPATOIRE *c* Lối thoát.

ÉCHAPPER : *đgt* Thoát khỏi. Đào thoát. Đào tẩu.

ÉCHAPPER (S') : *đgt* Trốn thoát. Vượt ngục.

ÉCHAUFFOURÉE : *c* Vụ ẩu đả.

ÉCHÉANCE : *c* Kỳ hạn. Mãn kỳ. Đáo hạn. Mãn hạn.
Échéance de PAIEMENT : Kỳ hạn trả tiền.

ÉCHÉANCIER : *đ* Sổ ghi nhớ kỳ hạn.

ÉCHÉANT : *tt* Đáo hạn.Tới hạn.
LE CAS échéant : Nếu có dịp.

ÉCHEC : *đ* Sự thất bại. Sự thua thiệt.
Échec à l'EXAMEN : Sự thi hỏng.

ÉCHELAGE : *đ* Quyền dựng thang (*trên đất lối xóm để sửa nhà của mình*).

ÉCHELLE : *c* Thang. Giai tầng. Cấp bậc.

Échelle des VALEURS : Nấc thang hoá trị.
Échelle des SALAIRES : Cấp bậc lương bổng.

ÉCHELON : *đ* Bậc trật. Đẳng cấp. / Nấc thang. Bậc thang.
Échelon SUPÉRIEUR : Cao cấp.

ÉCHELONNER : *đgt* Chia từng chặng, từng kỳ. Phân kỳ.
Échelonner les PAIEMENTS : Trả làm nhiều kỳ.

ÉCHO : *đ* Tiếng vang. Tiếng dội. Hướng thanh. Tin đồn. Sự hưởng ứng.
Les échos du JOURNAL : Mục tin vặt của nhật báo.
FIER (SE) aux échos : Tin vào những lời đồn đại.
PROPOSITION sans écho : Đề nghị không tiếng vang.

ÉCHOIR : *đgt* Đáo hạn. Đến hạn.
LOYER à TERME échoir : Tiền nhà trả lúc *đầu tháng.*
LOYER à TERME échu : Tiền nhà trả lúc *cuối tháng.*

ÉCHOUEMENT : *đ* Việc tàu mắc cạn.

ÉCHOUER : *đgt* Thất bại.
Échouer à l'EXAMEN : Thi hỏng. Thi trượt. Thi rớt.

ÉCLAICIR : *đgt* Làm cho minh bạch. Làm cho rõ ràng.

ÉCLAIRCISSEMENT : *đ* Việc giải thích. Sự làm sáng tỏ.

ÉCLAIREUR : *đ* Hướng đạo sinh. Tiền thám.

ÉCLIPSE : *c* Thiên thực. Sự vắng mặt nhất thời.
Éclipse du SOLEIL : Nhật thực.
Éclipse de la LUNE : Nguyệt thực.

ÉCOLE : *c* Môn phái. Học phái. / Học hiệu. Trường học.
École CLASSIQUE : Học phái cổ điển.
École d'AGRICULTURE : Trường nông nghiệp.
École des HAUTES ÉTUDES COMMERCIALES : Trường Cao học Thương mại (H.E.C).
École NATIONALE d'ADMINISTRATION : Trường Quốc gia Hành chánh (E.N.A).
École des CHARTES : Trường Cổ thư.
École des PONTS et CHAUSSÉES : Trường Kiều lộ.
École MATERNELLE : Mẫu giáo.
École des MINES : Trường Hầm mỏ.
École NORMALE : Trường Sư phạm.
École NORMALE SUPÉRIEURE : Trường Cao đẳng Sư phạm.
École POLYTECHNIQUE : Trường Bách khoa.
École POSITIVE : Phái thực nghiệm.

ÉCOLOGIE : *c* Thái sinh học.

ÉCONDUIRE : *đgt* Đuổi khéo. Không tiếp.

ÉCONOMAT : *đ* Viên quản lý chi tiêu.

ÉCONOME : *đ* Quản lý viên.

ÉCONOME : *tt* Tiết kiệm.

ÉCONOMÉTRIE : *c* Toán kinh tế học.

ÉCONOMIE : *c* Kinh tế học. / Sự tiết kiệm. Sự dành dụm.
Économie de CONSOMMATION : Kinh tế tiêu thụ.
Économie de DESTRUCTION : Kinh tế dụng hủy.
Économie DIRIGÉE : Kinh tế chỉ huy.
Économie FIDUCIAIRE : Kinh tế tín dụng.
Économie INDUSTRIELLE : Kinh tế công nghiệp.
Économie POLITIQUE : Kinh tế học.
Économie de PRODUCTION : Kinh tế sản xuất.

ÉCONOMIQUE : *tt* Thuộc về kinh tế.
ACCROISSEMENT économique : Tăng trưởng kinh tế.
ACTIVITÉS économiques : Hoạt động kinh tế.
BIENS économiques : Tài sản kinh tế.
CHOIX économique : Lựa chọn kinh tế.
FLUCTUATIONS économiques : Thăng trầm kinh tế.
LOI économique : Định luật kinh tế.
MARASME économique : Kinh tế tì trệ.
PROBLÈME économique : Vấn đề kinh tế.

ÉCONOMISTE : *đ* Kinh tế gia. Chuyên viên kinh tế.

ÉCOPER : *đgt* Bị phạt.
Écoper 5 ans de PRISON : Bị 5 năm tù.

ÉCOSSAIS : *tt* Thuộc về xứ Ê Cốt. *đ* Người xứ Ê cốt.

ÉCOSSE : *c* Xứ Ê cốt.

ÉCOT : *đ* Tiền đóng góp dự tiệc.

ÉCOULEMENT : *đ* Sự thoát nước. / Sự đi hàng đoàn. / Sự bán mau lẹ. Sự tiêu thụ mau lẹ.
SERVITUDE d'écoulement d'eau : Dịch quyền cho nước thoát qua.

ÉCOULER : *đgt* Bán tống bán tháo. Bán nhanh cho xong.

ÉCOUTE *c* : Sự nghe. Sự nghe ngóng.
Écoute TÉLÉPHONIQUE : Nghe trộm điện thoại.

ÉCOUTER : *đgt* Nghe. Lắng nghe.
Écouter une plaidoierie : Lắng nghe lời biện hộ.

ÉCRIRE : *đgt* Viết. Viết sách.

ÉCRIT : *tt* Viết bằng giấy mực. Văn thư. Thành văn.
PAYS DE DROIT écrit : Các xứ mà luật pháp thành văn.
PAYS DE DROIT NON écrit : Các xứ mà luật pháp theo thông lệ, án lệ (*luật pháp bất thành văn*).

ÉCRIT : *n* Bản văn. Văn bản. Giấy tờ. Bút văn. Văn phẩm.
Écrit AUTHENTIQUE : Văn bản công chính.
LOCATION par écrit : Cho thuê mướn có giấy tờ.
PREUVE par écrit : Chứng cứ bằng bút văn.
Les ÉCRITS de GHANDI : Bút văn của Cam địa.

ÉCRITURE : *c* Chữ viết. / Tự dạng. / Văn tự.
DÉNÉGATION d'écriture : Phủ nhận tự dạng.
FAUX en écriture : Giả mạo chữ viết.
VÉRIFICATION d'écriture : Kiểm tra tự dạng.
Écriture SAINTE : Kinh Thánh.
Écriture de CHAT : Chữ như gà bới.

ÉCRITURES : *c snh* Sổ sách. Biện minh trạng.
DÉPOSER les écritures : Nộp biện minh trạng.
SELON les écritures de la PARTIE ADVERSE : Theo biện minh trạng (*bài cãi*) của đối phương thì.
TENIR les écritures : Giữ sổ sách.

ÉCRIVAIN : *đ* Nhà văn. Văn sĩ.
Écrivain PUBLIC : Người viết đơn, viết thư thuê.
Écrivain CONTEMPORAIN : Nhà văn đương thời.

ÉCROU : *đ* Sổ sách nhà tù. Đính bài.
LEVÉE d'écrou : Sự phóng thích.
NUMÉRO d'écrou : Đính bài. Số tù.

ÉCROUER : *đgt* Tống giam. Giam lại.

ÉCROULEMENT : *đ* Sự sụp đổ.
Écroulement de l'EMPIRE ROMAIN : Sự sụp đổ của đế quốc La mã.
Écroulement du MUR DE BERLIN : Sự sụp đổ của bức tường Bá linh.

ÉCU : *đ* Cái khiên. Cái mộc. Cái thuẫn. / Đồng tiền (*Pháp, xưa*).

ÉCURIE : *c* Chuồng ngựa. Tàu ngựa đua.
LANGAGE d'écurie : Ăn nói thô lỗ.
NETTOYER les écuries d'ANGIAS : Vãn hồi trật tự.

ÉCUSSON : *đ* Huy hiệu. Phù hiệu.

ÉDICTER : *đgt* Ban bố. Quyết định. Ra lệnh.
Édicter des LOIS : Ban hành luật pháp.

ÉDIFICE : *đ* Toà nhà. Dinh thự. Công trình xây cất.
Édifice PUBLIC : Công thự.

ÉDIFIER : *đgt* Xây dựng. Kiến tạo.

ÉDIT : *đ* Sắc dụ. Chỉ dụ. Chiếu chỉ.

ÉDITER : *đgt* Xuất bản.

ÉDITIONS : *c snh* Nhà xuất bản. Xuất bản cục.

ÉDITORIAL : *đ* Bài xã luận. Bài xã thuyết.

ÉDITORIALISTE : *đ* Người viết xã thuyết.

ÉDUCATEUR : *đ* Nhà giáo dục. Nhà mô phạm.

ÉDUCATION : *c* Việc giáo dục.
Éducation CIVIQUE : Công dân giáo dục.
Education PHYSIQUE : Thể thao Thể dục.

EFFECTIF : *tt* Thực sự. Thực tại. Thực tế.
Une COLLABORATION effective : Cộng tác thực sự.

EFFECTIF : *đ* Số người. Quân số.

EFFECTIVEMENT : *pht* Thực tế là.

EFFECTIVITÉ : *c* Sự hiện thực.

EFFECTUER : *đgt* Thực hiện. Thực thi. Thực hành.

EFFERVESCENCE : c Sự sôi động. Sự Sôi nổi. Sự sủi bọt (*dược*).

EFFET : *đ* Phiếu khoán. / Hiệu quả. Kết quả. Tác dụng. *s nh* Quần áo. Tư trang.
SANS effet : Vô hiệu quả. / Khoả thân. Trần truồng.
La CAUSE et l' effet : Nguyên nhân và hậu quả.
Effet de COMMERCE : Thương phiếu.
Effet de la LOI : Hiệu lực pháp lý.
Effets du MARIAGE : Hậu quả của hôn nhân.
Effets PERSONNELS : Quần áo, tư trang. / Đồ tế nhuyễn.
Effets RÉSOLUTOIRES : Hiệu lực tiêu giải.
Effet RÉTROACTIF : Hiệu lực hồi tố.
Effet NON RÉTROACTIF : Hiệu lực bất hồi tố.
Effet SUSPENSIF : Hiệu lực đình chỉ.
Effet TRANSITOIRE : Hiệu lực chuyển tiếp.

EFFICACE : *tt* Có hiệu lực. Công hiệu. Kiến hiệu. / Được việc. / Đắc lực.
Un AIDE efficace : Người phụ tá đắc lực.
Un MÉDICAMENT efficace : Liều thuốc công hiệu.
Une PLAIDOIERIE efficace : Bài cãi có hiệu lực.

EFFICACITÉ : *c* Hiệu lực.

EFFICIENCE : *c* Hiệu năng. / Hiệu quả.

EFFIGIE : *c* Hình nhân. Hình tượng.
Effigie en CIRE : Hình nhân bằng sáp.
EXÉCUTION en effigie : Hành hình người nộm.

EFFRONDEMENT : *đ* Sự sụp đổ.
Effrondement du PRIX de l'ESSENCE : Giá săng sụp đổ (*mất giá*), (*xuống quá thấp*).
Effrondement d'un RÉGIME : Việc sụp đổ, tan dã của một chế độ.

EFFORT : *đ* Sự cố gắng. Sự nỗ lực.

EFFRACTION : *c* Sự bẻ khoá ăn trộm. Sự đào tường khoét vách.
VOL avec effraction : Vụ trộm có bẻ khoá.

EFFUSION : *c* Sự tràn trề. Sự lênh láng. Sự chan hoà.
Effusion de TENDRESSE : Âu yếm chan hoà.
Effusion de SANG : Đổ máu.

ÉGAL : *tt* Bằng nhau. Ngang nhau. Đồng đều. / Bình đẳng. Đồng đẳng.

ÉGALISATION : *c* Việc làm cho bằng nhau.

ÉGALISER : *đgt* Làm cho đồng đều. Làm cho bằng nhau.

EGALITAIRE : *tt* Bình đẳng. Đồng đều.

ÉGALITÉ : *c* Sự bằng nhau.
Égalité devant LA LOI : Bình đẳng trước pháp luật.

ÉGARD : *đ* Sự tôn kính. Sự tôn trọng. Sự nể vì. / Sự quan tâm. / Sự chú ý.
À l'égard DE (*người*) : Đối với ông...
À CET égard : Về mặt đó.
À TOUS égards : Về cả mọi phương diện.
EU égard à : Thể theo.
SANS égard pour : Không kể đến. / Bất chấp.

ÉGARER : *đgt* Để thất lạc. Làm lạc đường. Làm lầm lạc.
Égarer un STYLO : Để thất lạc bút máy.
Égarer le JUGEMENT : Làm phán xử sai lầm.

ÉGARER (S') : *dgt* Đi lạc đường. Lầm đường lạc lối.

ÉGIDE : *c* Sự bảo trợ. Sự che chở.
SOUS l'égide de l'O.N.U. : Với sự bảo trợ của L.H.Q.

ÉGLISE : *c* Giáo đường. Nhà thờ. / Giáo hội.
Église CATHOLIQUE : Giáo hội Thiên chúa.
Église d'ORIENT : Đông phương giáo hội.
Église ORTHODOXE : Giáo hội chính thống.

ÉGOUT : *đ* Ống cống. Máng nước.
EAUX d'égout : Nước cống rãnh.
SERVITUDE d'égout : Dịch quyền cống rãnh. Dịch quyền tháo nước đọng.

ÉLABORATION : *c* Sự soạn thảo. Sự xây dựng.
Élaboration d'un ÉDIFICE : Xây dựng một công thự.
Élaboration d'une LOI : Thảo một đạo luật.
Élaboration d'un PROJET de LOI : Soạn thảo dự luật.

ÉLABORER : *dgt* Soạn thảo. / Xây dựng. / Chế tác. Chế tạo.

ÉLAGAGE : *đ* Sự tỉa cành cây. Sự xén bớt cành lá.

ÉLARGIR : *dgt* Phóng thích. Tha tù. / Làm cho rộng thêm. Nới rộng.

ÉLARGISSEMENT : *đ* Sự phóng thích. Sự thả ra. Sự làm cho rộng thêm.

ÉLASTICITÉ : *c* Sự co dãn. Đàn hồi. Sự mềm dẻo.
Élasticité de la DEMANDE : Đàn tính của thỉnh cầu.

ÉLECTEUR : *đ* Cử tri. Người đi bầu.

ÉLECTIF : *tt* Do bầu cử. Do dân cử.
AFFINITÉ élective : Tình thân cận chọn lựa.
PRÉSIDENT électif : Tổng thống do dân cử.

ÉLECTION : *c* Tuyển cử. Bầu cử. / Tuyển chọn. Tuyển trạch. Tuyển nhiệm. Lý tưởng.
TERRE d'élection : Miền đất lý tưởng.
Élection au SUFFRAGE UNIVERSEL : Phổ thông đầu phiếu.
Élection de DOMICILE : Tuyển chọn cư sở.
Élections GÉNÉRALES : Tổng tuyển cử.
Élection PRESIDENTIELLE : Bầu Tổng thống.

ÉLECTIVITÉ : *c* Việc tuyển cử. Việc bầu bán.

ÉLECTORAL : *tt* Thuộc về bầu cử.
CAMPAGNE électorale : Vận động bầu cử.
COLLÈGE électotal : Cử tri đoàn.
LISTE électorale : Danh sách cử tri.
LOI électorale : Luật bầu cử.
RÉUNION électorale : Gặp gỡ tuyên truyền tranh cử.

ÉLECTORAT : *đ* Năng cách cử tri. / Cử tri đoàn.

ÉLECTRIFICATION : *c* Việc điện khí hoá.
Électrification des TRAINS : Điện khí hoá tầu hoả.
Électrification des VILLAGES : Đem điện về làng xã.

ÉLECTROCUTION : *c* Hành quyết bằng điện (*ở Mỹ*). Sự bị điện giật chết.

ÉLECTRONIQUE : *tt* Điện tử tính. *đ* Điện tử học. / Kỹ thuật điện tử.

ÉLECTROPHONE : *c* Điện xướng cơ.

ÉLÉMENT : *đ* Phần tử. Thành phần. Yếu tố. Nguyên tố. Thành tố. Nhân tố. Cơ bản khái niệm.
BON élément : Phần tử tốt.
MAUVAIS élément : Phần tử xấu.
Élément CONSTITUTTF : Thành tố.
Éléments constitutifs du DÉLIT : Những yếu tố cấu thành tội trạng.
Élément CORPOREL : Yếu tố thể chất.
Élément INDÉSIRABLE : Thành phần bất khả dung.
Élément MORAL : Yếu tố tinh thần.
Élément PSYCHOLOGIQUE : Yếu tố tâm lý.

ÉLÉMENTAIRE : *tt* Sơ đẳng. Sơ cấp. / Cơ bản.
NOTIONS élémentaires : Khái niệm sơ đẳng.
PRINCIPES élémentaires : Nguyên tắc cơ bản.

ÉLEVAGE : *đ* Sự chăn nuôi (*gia súc*).

ÉLÈVE : *đ* Học sinh. Học trò.

ÉLEVER : *dgt* Nuôi dưỡng. Dưỡng dục. Cất lên. Dựng lên. / Nâng lên. / Chăn nuôi.
Élever un ENFANT : Nuôi dưỡng đứa nhỏ.
Élever le NIVEAU de VIE : Nâng cao mức sinh hoạt.
Élever un MONUMENT : Dựng lên một công trình.
Élever le MORAL : Nâng cao tinh thần.

ÉLIGIBILITÉ : *c* Tư cách ứng cử. Quyền ứng cử.

ÉLIGIBLE : *tt* Có tư cách ứng cử.

ÉLIMINATION : *c* Sự loại bỏ. Sự loại trừ.

ÉLIMINER : *dgt* Loại bỏ. Trừ khử.Đào thải.

ÉLIRE : *dgt* Bầu phiếu. Bầu cử. Tuyển chọn. Tuyển định.
Élire un DÉPUTÉ : Bầu một đại biểu.
Élire le MAIRE : Bầu xã trưởng.

ÉLITE : *c* Thành phần tinh hoa. Người ưu tú.
Élite de la SOCIÉTÉ : Tinh hoa của xã hội.
VIN d'élite : Rượu chát(N), rượu vang(B) hảo hạng.

ÉLOCUTION : *c* Cách ăn nói. Cách phát biểu.
Élocution FACILE : Ăn nói lưu loát.

ÉLOGE : *đ* Lời ca tụng. Lời khen ngợi. Tụng từ.
Éloge FUNÈBRE : Điếu văn.

ÉLOIGNÉ : *tt* Xa vời. Ngăn cách.
PARENT éloigné : Họ hàng xa.

ÉLOIGNER : *dgt* Đưa xa ra. Làm xa ra. Ngăn cách. Làm cho ly khai.
Éloigner un DANGEREUX : Biệt cư kẻ nguy hiểm.

ÉLOIGNEMENT : *đ* Sự cách ly. Sự ngăn cách.

ÉLOQUENCE : *c* Tài hùng biện. Sự phát biểu hùng hồn.

ÉLOQUENT : *tt* Hùng biện. Hùng hồn.
ORATEUR éloquent : Diễn giả có tài hùng biện.
Le SILENCE est éloquent : Im lặng là hùng biện.

ÉLU : *tt* Đắc cử. Trúng cử.
Élu du COEUR : Người được kén chọn (yêu).
BEAUCOUP d'APPELÉS et PEU d'élus : Mật ít ruồi nhiều.
DOMICILE élu : Cư sở tuyển chọn.

ÉLU : *đ* Người trúng cử. Người đắc cử. Người được tuyển chọn.

ÉLUCIDER : *đgt* Làm sáng tỏ.
Élucider une AFFAIRE : Làm sáng tỏ một vụ án.

ÉLUDER : *đgt* Né tránh. Lẩn tránh.
Éluder une QUESTION ÉPINEUSE : Né tránh một vấn đề gai góc.

ÉMANCIPATION : *c* Sự giải phóng.
Sự thoát quyền. Sự thoát kiềm tỏa.
Émancipation de la FEMME : Giải phóng phụ nữ.
Émancipation de l'AUTORITÉ PARENTALE : Thoát khỏi phụ quyền.
Émancipation d'un MINEUR : Sự giải phóng vị thành niên.
Émancipation JUDICIAIRE : Thoát quyền pháp định.
Émancipation d'un PEUPLE : Giải phóng dân tộc.

ÉMANCIPÉ : *đ* Kẻ thoát khỏi các cấm kỵ của luật pháp. / Kẻ được hưởng các quyền. Kẻ được giải thoát. / Kẻ được thoát quyền (*coi như thành niên*).

ÉMANCIPER : *đgt* Cho thoát quyền. Giải phóng.

ÉMANER : *đgt* Xuất phát. Xuất ra.

ÉMARGEMENT : *đ* Việc ký bên lề. Sự phát lương bổng.

ÉMARGER : *đgt* Ký bên lề.

EMBALLAGE : *đ* Sự đóng kiện hàng, thùng hàng.

EMBARCADÈRE : *đ* Bến nước.

EMBARGO : *đ* Cấm vận. Lệnh phong toả. Lệnh cấm vận.

EMBARQUEMENT : *đ* Sự xuống tầu, xuống thuyền. Sự lên máy bay. Sự lên toa xe lửa. Việc sắp hàng hoá xuống tầu.

EMBARRAS : *đ* Sự bối rối. Sự lúng túng. Sự cùng quẫn. / Sự túng thiếu.
Embarras du CHOIX : Bối rối vì chọn lựa.
ETRE dans l'embarras : Trong cảnh túng thiếu.

EMBAUCHAGE : *đ* Sự thâu tuyển công nhân.

EMBAUCHER : *đgt* Thu dụng nhân viên. Thuê mướn công nhân. Chiêu mộ. Nhận công nhân làm việc.

EMBAUCHEUR : *đ* Người thuê công nhân.

EMBAUMEMENT : *đ* Sự ướp thơm. Việc ướp xác chết.

EMBAUMER : *đgt* Ướp hương thơm. Ướp xác. Giữ lâu.

EMBELLISSSEMENT : *đ* Sự tô điểm. Sự làm cho đẹp. Sự chỉnh trang. Sự trang điểm.
Embellissement d'un QUARTIER : Chỉnh trang một khu phố.

EMBÊTER : *đgt* Làm khó chịu. Làm bực mình (kẻ khác).

EMBLÉE (D') : *ph ng* Tức khắc. Ngay lập tức.
RESOUDRE d'emblée le PROBLÈME : Giải quyết ngay vấn đề.

EMBLÈME : *đ* Huy hiệu. Biểu hiệu. Tượng trưng.
Le DRAGON est l'emblème de la ROYAUTÉ : Con Rồng là huy hiệu của triều đình.
Le V est l'emblème de la victoire : Chữ V tượng trưng cho chiến thắng.

EMBOBINER : *đgt* Phỉnh phờ. Quấn giây vào ống chỉ.

EMBOUCHURE : *c* Cửa sông (*ra biển*). Hà khẩu.

EMBRASEMENT : *đ* Đám lửa cháy. Đám cháy.

EMBROUILLER : *đgt* Làm rối ren. Làm cho rắc rối.

EMBRYON : *đ* Mầm mống. Mầm sơ thai. Phôi thai.

EMBUSCADE : *c* Sự mai phục. Sự phục kích. / Phục binh. / Quân phục kích.

ÉMENDER : *đgt* Hiệu chính. Sửa đổi. Sửa lại.
La COUR émende le JUGEMENT : Toà Thượng thẩm sửa lại bản án sơ thẩm.

ÉMERI : *đ* Giấp nhám. Giấy ráp. Giấy thủy tinh.

ÉMÉRITE : *tt* Trứ danh. Nổi danh. Ưu tú.

ÉMETTEUR : *đ* Người phát ra.

ÉMETTEUR : *tt* Phát hành. Được tung ra. *đ* Người phát ra. Người đưa ra. / Đài phát tin.

ÉMETTRE : *đgt* Phát hành. Phát biểu; đưa ra.
Émettre une IDÉE : Phát biểu một ý kiến.
La BANQUE NATIONALE émet les BILLETS : Ngân hàng Quốc gia phát hành giấy bạc.

ÉMEUTE : *c* Cuộc nổi dậy. Vụ bạo động.
Émeute MILITAIRE : Quân nhân bạo động.
Émeute POPULAIRE : Dân chúng nổi dậy.

ÉMEUTIER : *đ* Người bạo động. Người chủ xướng nổi dậy.

ÉMIGRANT : *tt* Di cư. Di trú. *đ* Người đi di trú. Người đi di cư.

ÉMIGRATION : *c* Sự di cư. Sự di trú. Sự di dân.

ÉMIGRÉ : *đ* Người di trú. Người lưu vong.

ÉMINENCE : *c* Tôn ông. Đức ông.
Éminence GRISE : Mưu sĩ. Quân sư ẩn diện.
SON éminence : Đức ngài.
VOTRE éminence : Thưa ngài.

ÉMISSAIRE : *đ* Người được mật phái.
BOUC-émissaire : Người làm bung xung. / Kẻ đứng mũi chịu sào.

ÉMISSION : *c* Việc phát hành.
Émission des ACTIONS : Phát hành cổ phần.
Émission des DESIRATA : Đưa ra thỉnh nguyện.
Émission des BILLETS de BANQUE : Phát hành tiền giấy.
Émission RADIOPHONIQUE : Phát thanh.
Émission de la TÉLÉVISION : Phát hình (*truyền hình*).

EMMAGASINAGE : *đ* Sự nhập kho. Sự tồn kho. Sự cất vào kho.
CERTIFICAT d'emmagasinage : Tờ chứng nhận nhập kho.
FRAIS d'emmagasinage : Chi phí (*phí tổn*) tồn kho.

EMMAGASINER : *đgt* Cất vào kho. Nhập kho.

EMMÉNAGEMENT : *đ* Dọn vào nhà (*mới*).

EMMÉNAGER : *đgt* Dọn tới nhà mới.

ÉMOI : *đ* Nỗi xúc động.

ÉMOLUMENTS : *đ s nh* Tiền được hưởng. Lệ kim.
Émoluments d'AVOCAT : Phần luật sư được hưởng.

ÉMOTIF : *tt* Dễ xúc cảm.

ÉMOUVANT : *tt* Cảm động. Động tình thương.
Une HISTOIRE émouvante : Câu chuyện cảm động.
Une PLAIDOIERIE émouvante : Lời biện hộ làm rơi nước mắt.

ÉMOUVOIR : *tt* Làm cho cảm động. Làm siêu lòng. Làm xúc động.
Émouvoir les JURÉS : Làm xúc động phụ thẩm nhân dân.

EMPARER (S') : *đgt* Chiếm đoạt. Chiếm lĩnh. Cướp đoạt. Khống chế. Chiêu thủ.

EMPAN : *đ* Một gang tay.

EMPÊCHÉ : *tt* Mắc bận.

EMPÊCHEMENT : *đ* Điều cản trở.

EMPÊCHER : *đgt* Cản trở. Ngăn chặn. Làm trắc trở. Chế tài.

EMPÊCHER (S') : *đgt* Tự chế. Tự cấm đoán.

EMPEREUR : *đ* Hoàng đế.

EMPHASE : *c* Giọng cường điệu. Giọng khoa trương. / Nói quá.

EMPHYTÉOSE : *c* Sự thuê mướn đất dài hạn.

EMPHYTÉOTE : *đ* Người thuê dài hạn.

EMPHYTÉOTIQUE : *tt* Thuộc về thuê mướn giài hạn.
BAIL emphytéotique : Hợp đồng dài hạn.

EMPIERRER : *đgt* Trải đá.
Un CHEMIN empierré : Con đường trải đá.

EMPIÈTEMENT : *đ* Việc lấn đất. Lấn từ từ.
Empiètement du POUVOIR : Lấn quyền.
Empiètement sur le TERRAIN DU VOISIN : Lấn đất lối xóm.

EMPIRE : *đ* Đế quốc. Đế chế. Bá quyền. Vương quyền. Vương quốc. / Thế lực.
Empire de la BEAUTÉ : Vương lực cuả diễm kiều.
Empire des DIEUX : Thiên đường.
Empire ROMAIN : Đế quốc La mã.
Empire des TÉNÈBRES : Địa ngục.

EMPIRIQUE : *tt* Theo kinh nghiệm.

EMPIRISME : *đ* Kinh nghiệm luận.

EMPLACEMENT : *đ* Địa điểm. Địa thế. Vị trí.
BON emplacement : Địa điểm tốt.

EMPLOI : *đ* Việc làm. Công việc. Sự dùng (*vào việc gì*).
CHERCHER un emploi : Kiếm việc làm.
DEMANDE d'emploi : Xin việc làm.
OFFRE d'emploi : Tìm người làm.
PLEIN emploi : Tận dụng nhân công (*chính sách*). Toàn dụng nhân công.
POLITIQUE de l'emploi : Chính sách lao động.
SOUS emploi : Vi dụng nhân công
Emploi TEMPORAIRE : Công việc nhất thời.
Emploi du TEMPS : Thời khoá biểu.

EMPLOYÉ : *đ* Nhân viên. Viên chức.

EMPLOYER : *đgt* Xử dụng. Dùng.

EMPLOYEUR : *đ* Chủ nhân.

EMPLOYEUR : *đ* Chủ nhân .

EMPOISONNEMENT : *đ* Sự đầu độc.

EMPOISONNER : *đgt* Đầu độc. Độc tử. Bỏ thuốc độc. Phóng độc.

EMPOISONNEUR : *đ* Kẻ đầu độc. Kẻ bỏ thuốc độc. Kẻ làm bực mình (*bóng*).

EMPORTEMENT : *đ* Sự nổi giận. Sự nổi nóng. Sự nổi cơn lôi đình.

EMPREINTE : *c* Ấn tích. Ấn ký. Dấu vết (*lồi lên hoặc lõm xuống*).
Empreinte DIGITALE : Hoa tay. Dấu tay. Chỉ ấn. Điểm chỉ.

EMPRESSÉ : *tt* Ân cần. Vồn vã.

EMPRISE : *c* Sự chi phối. / Uy thế. Ảnh hưởng. Việc sung công. Việc trưng thu.
AVOIR de l'emprise sur quelqu'un : Có ảnh hưởng với ai.

EMPRISONNEMENT : *đ* Sự câu lưu. Sự giam cầm. Sự phạt giam.
Emprisonnement ILLÉGAL : Sự giam cầm trái phép.

EMPRISONNER : *dgt* Bỏ tù. Giam. Câu lưu.

EMPRUNT : *đ* Sự vay mượn. Sự vay nợ. Món nợ. Tiền vay.
Emprunt d'ÉTAT : Quốc trái.
Emprunt À COURT TERME : Vay ngắn hạn.
Emprunt À LONG TERME : Vay dài hạn.

EMPRUNTER : *dgt* Vay mượn. Vay nợ.
Emprunter un STYLO : Mượn bút máy.
Emprunter une SOMME : Vay một món tiền.

EMPRUNTEUR : *đ* Người đi vay.

ÉMULATION : *c* Sự thi đua. Sự ganh đua.

ÉNAMOURÉ : *tt* Tính mê say đắm.

ÉNAMOURER (S') : *dgt* Mê say đắm.

ENCAISSEMENT : *đ* Sự thâu tiền. Việc thâu ngân.
REMISE à l'encaissement : Giảm giá lúc trả tiền.

EN BONNE ET DUE FORME : *lng* Đúng thể thức.

ENCAISSER : *dgt* Thâu tiền. Thâu ngân. / Chịu đựng (*bóng*).

ENCAISSEUR : *đ* Thâu ngân viên.

ENCAN : *đ* Việc bán đấu giá.
METTRE SA CONSCIENCE À l'encan : Bán rẻ lương tâm.
VENTE à l'encan : Bán đấu giá.

ENCANTEUR : *đ* Người bán đấu giá.

ENCEINTE : *tt* Có thai. Có bầu (N). Có chửa (B).
FEMME enceinte : Phụ nữ có thai.

ENCEINTE : *đ* Nội vực. Nội thành. Trong thành.

ENCELLULEMENT : *đ* Giam ở xà lim. Biệt giam.

ENCERCLÉ : *tt* Bị bao vây. Bị vây quanh. Bị vây tròn.

ENCERCLER : *dgt* Bao vây. Vây quanh. Vây tròn.

ENCHAINÉ : *tt* Bị trói buộc.

ENCHAINER : *dgt* Trói buộc.

ENCHANTÉ : *tt* Hân hoan. Vui mừng.

ENCHANTER : *dgt* Làm cho thích thú. Làm cho khoái trí.

ENCHÈRE : *c* Sự trả giá cao lên.
FOLLE enchère : Đấu giá liều lĩnh.
VENTE aux enchères : Bán đấu giá.
Enchère VOLONTAIRE : Tự ý bán đấu giá.

ENCHÉRISSEMENT : Sự lên giá.

ENCHÉRISSEUR : *đ* Người trả giá cao nhất.

ENCLAVE : *c* Mảnh đất lọt giữa khoảng đất khác. Mảnh đất không lối thoát ra đường.

ENCLAVER : *dgt* Để lọt vào giữa.

ENCLOS : *đ* Mảnh đất rào kín.

ECOMBRANT : *tt* Cồng kềnh. Kềnh càng.

ENCOMBREMENT : *đ* Sự chen chúc. Sự ngổn ngang.
Encombrement d'une ROUTE : Đường xá chen chúc.

ENCOURAGEMENT : *đ* Sự khuyến khích. Sự khích lệ. Sự cổ võ.

ENCOURAGER : *dgt* Khuyến khích. Khích lệ. Cổ võ.

ENCOURIR : *dgt* Chịu lấy. Chuốc lấy.
Encourir une PEINE : Chịu một hình phạt.

ENCRASSEMENT : *đ* Sự đóng dơ bẩn.

ENCRASSER : *dgt* Làm đóng dơ bẩn.

ENCRE : *c* Mực.
ÉCRIRE de sa MEILLEURE encre : Viết cho thật văn chương.
Encre de CHINE : Mực tầu.

ENCYCLIQUE : *c* Chỉ dụ (*của Giáo Hoàng*).

ENCYCLOPÉDIE : *c* Bách khoa toàn thư.

ENDETTÉ : *tt* Thiếu nợ. Mắc nợ. Người thiếu nợ.

ENDETTER (S') : *dgt* Thiếu nợ.

ENDETTEMENT : *đ* Sự thiếu nợ.

ENDIGAGE : *đ* Việc đắp đê.

ENDIGUEMENT : *đ* Việc đắp đê. Sự ngăn chặn.

ENDIMANCHÉ : *tt* Mặc đẹp. Chưng diện. Súng sính quần áo mới.

ENDOCTRINER : *dgt* Nhồi sọ một chủ thuyết. Tuyên truyền. Thuyết phục.

ENDOGAMIE : *c* Chế độ nội hôn. Đồng tộc hôn.

ENDOMMAGER : *dgt* Làm thiệt hại. Làm tổn hại. Làm hư hao.

ENDOS : *đ* Việc bối thự. Sự ký nhận sau hối phiếu, sau thương phiếu.

ENDOSSEMENT : *đ* Sự bối thự.
Endossement NOMINATIF : Bối thự ký danh.
Endossement d'une TRAITE : Bối thự hối phiếu.

ENDOSSER : *dgt* Bối thự. / Chịu nhận.
Endosser une RESPONSABILITÉ : Mang trách nhiệm.

ENDOSSEUR : *đ* Người bối thự.

ENDROIT : *đ* Chỗ. Chốn. Nơi.
Endroit de l'ACCIDENT : Nơi xẩy ra tai nạn.

Endroit et ENVERS : Mặt phải và mặt trái.

EN DROIT : *lng* Theo luật pháp.

ENDURANCE : *c* Sức chịu đựng. Sức chịu dựng.

ÉNERGIE : *c* Nghị lực. Lực.
Énergie ATOMIQUE : Nguyên tử lực.
Énergie HYDRAULIQUE : Thủy lực.
Énergie ÉLECTRIQUE : Điện lực.
Énergie NUCLÉAIRE : Hạt nhân lực.

ÉNERGIQUE : *tt* Cương nghị. Cương quyết. / Mạnh mẽ. / Quyết liệt.
CARACTÈRE énergique : Tính cương nghị.
MESURE énergique : Biện pháp quyết liệt.
PROTESTATION énergique : Phản đối quyết liệt.
REMÈDE énergique : Liều thuốc mạnh.

ÉNERVÉ : *tt* Bực mình. Cau có. Thần kinh căng thẳng.

EN ÉTAT : Hoàn bị.
AFFAIRE en état : Thủ tục đã hoàn bị (*để đăng đường*).

EN EXIL : Lưu vong.
VIVRE en exil : Sống lưu vong.

ENFANCE : *c* Thời thơ ấu. Thuở thơ ấu. Thiếu thời.

ENFANT : *d* Trẻ nhỏ. Nhi đồng.
Enfant ABANDONNÉ : Trẻ bị bỏ rơi.
Enfant ADOPTIF : Con nuôi. Nghĩa tử. Dưỡng tử.
Enfant ADULTÉRIN : Con ngoại hôn. Con hoang.
Enfant de CHOEUR : Trẻ đồng ca (*giáo*). Người ngây thơ, ngu dại.
Enfant de FAMILLE : Con nhà dòng dõi.
Enfant INCESTUEUX : Con loạn luân.
Enfant LÉGITIME : Con chính thức.
Enfant LÉGITIMÉ : Con được chính thức hoá.
Enfant MORT-NÉ : Sinh ra thì chết. Tử nhi.
Enfant de MARS : Chiến sĩ.
Enfant NATUREL : Con tư sinh.
Enfant NÉ VIABLE : Sơ sinh sống được.
Enfant POSTHUME : Con di phúc (*ra đời sau khi cha chết*).
Enfant du PREMIER LIT : Con riêng cuả vợ (*chồng*).
Enfant TROUVÉ : Trẻ vô thừa nhận.
ASSISTANCE à l'enfant : Trợ giúp thiếu nhi.
BON enfant : Con người hiền lành.
FEMME enfant : Phụ nữ ấu trĩ (*tính nết trẻ con*).
TRIBUNAL pour enfants : Toà thiếu nhi.

ENFANTER : *dgt* Sinh đẻ. Sinh con. Đẻ con.

ENFANTIN : *tt* Ấu trĩ. Đồng ấu. Con nít.
C'est un PROBLÈME enfantin : Bài toán dễ dàng.
RAISONNEMENT enfantin : Lập luận ấu trĩ.

ENFREINDRE : *dgt* Vi phạm.
Enfreindre À LA LOI : Vi phạm luật pháp.

ENFUIR (S') : *dgt* Đào tẩu. Tẩu thoát. Chạy trốn. / Vụt qua. / Tiêu tan.
Le COUPABLE s'enfuit : Tội phạm tẩu thoát.
Le TEMPS s'enfuit : Thời gian vụt qua. Bóng câu qua cửa.

ENGAGÉ : *tt* Cam kết. Tự nguyện. / Tòng ngũ. Đăng lính.

ENGAGEMENT : *d* Lời cam kết. Sự cầm cố. Sự thâu tuyển. Sự tòng quân. / Cuộc giao tranh.
IL TIENT ses engagements : Hắn thực thi lời cam kết.
Engagement dans l'ARMÉE : Tòng quân. Đăng lính.
Engagement d'une BAGUE : Cầm cố một cái nhẫn.
Engagement d'un OUVRIER : Mướn một người thợ.
Engagement ENSANGLANTÉ : Giao tranh đẫm máu.

ENGAGER : *dgt* Cầm cố. / Thâu tuyển người giúp việc.

ENGAGER (S') : *dgt* Tòng quân. Cam kết.

ENGAINER : *dgt* Cho vào bao.
Engainer un PISTOLET : Đút súng vào bao.

ENGEANCE : *c* Nòi. Giống. / Một bọn người.
QUELLE engeance! : Giống gì đâu!

ENGEIGNER : *dgt* Đánh lừa. Lừa lọc.

ENGENDRER : *dgt* Sinh ra.
La DROGUE engendre toutes les fautes : Ma tuý sinh ra nhiều tội lỗi.

ENGIN : *d* Dụng cụ.
Engin BLINDÉ : Xe thiết giáp.
Engin de GUERRE : Chiến cụ. Khí cụ.

ENGLOBER : *dgt* Bao gồm.

ENGORGEMENT : *dgt* Làm ứ đọng. Sự bế tắc.

ENJEU : *d* Tiền đặt bạc.

ENJOINDRE : *dgt* Ra lệnh. Truyền lệnh.

ENLÈVEMENT : *d* Bắt cóc. / Lược đoạt. Mang đi. Đem đi.
Enlèvement des MARCHANDISES : Lấy hàng hoá đi.
Enlèvement de MINEUR : Bắt cóc vị thành niên.
Enlèvement avec DEMANDE DE RANÇON : Bắt cóc để đòi tiền chuộc.
Enlèvement avec SÉVICES : Bắt cóc với bạo hành.
Enlèvement avec VIOL : Bắt cóc rồi hiếp dâm.

ENNEMI : *tt* Tính cách thù nghịch.
ARMÉE ennemie : Quân thù. Địch quân.
FRÈRES ennemis : Anh em chống đối nhau. Cốt nhục tương tàn.
ENNEMI extérieur : Ngoại địch.

ENNEMI : *d* Kẻ thù. Kẻ địch. Cừu địch.
COMBATTRE l'ennemi : Chống địch.
PASSER à l'ennemi : Bội phản. Chạy theo địch.
DIEU PROTÉGEZ - MOI DE MES AMIS; MES ENNEMIS je m'en charge : *Lạy chúa giúp con đề phòng bạn bè, còn kẻ thù con xin tự cáng đáng.*
Ennemi EXTÉRIEUR : Giặc ngoài. Ngoại địch.
Ennemi INTÉRIEUR : Thù trong. Nội thù.
Ennemi JURÉ : Kẻ thù bất cộng đới thiên.
Ennemi MORTEL : Kẻ tử thù.
Ennemi PERSONNEL : Tư thù.

Ennemi POLITIQUE : Đối thủ chính trị.

ÉNONCÉ : *d* Lời phát biểu. Lời trần thuật.
Énoncé d'un JUGEMENT : Trần thuật vụ án.
Énoncé d'un PROBLÈME : Đầu bài toán.

ÉNONCER : *dgt* Trần thuật.

ÉNONCIATION : *c* Việc kể lại. Việc trần thuật.
Énoncer d'un fait : Trần thuật sự kiện.

ENQUÊTE : *c* Cuộc điều tra.
CLORE une enquête : Kết thúc cuộc điều tra.
COMMISSION d'enquête : Ủy ban điều tra.
ORDONNER une enquête : Ra lệnh điều tra.
OUVRIR une enquête : Mở cuộc điều tra.
PROCÈS-VERBAL d'enquête : Biên bản điều tra.
Enquête à l'AUDIENCE : Cho điều tra ngay tại phiên toà.
Enquête à FUTUR : Điều tra dự phòng.
Enquête du *commodo et incommodo* : Điều tra tiện và bất tiện.
Enquête *IN FUTURUM* : Điều tra dự phòng.

ENQUÊTER : *dgt* Điều tra.
Enquêter sur un ASSASSINAT : Điều tra vụ mưu sát.

ENQUÊTEUR : *d* Điều tra viên.

ENREGISTREMENT : *d* Sự đăng lục. Sự đăng bạ. Sự đăng ký. Sự ghi ký (*điện toán*).
DROIT d'enregistrement : Thuế trước bạ.
EXEMPTION d'enregistrement : Miễn thuế trước bạ.
Enregistrement d'un ACTE : Trước bạ chứng thư.
Enregistrement des BAGAGES : Đăng ký hành trang.
Enregistrement d'un BATEAU : Đăng bạ một chiếc tầu.
Enregistrement d'un BREVET d'INVENTION : Đăng bạ bằng sáng chế.
Enregistrement d'une MARQUE de FABRIQUE : Đăng bạ nhãn hiệu chế tạo.

ENREGISTRER : *dgt* Đăng ký. Chú sách. Thâu lại, thu vào.

ENRICHI : *tt* Đắc lợi. Giầu thêm. Phong phú thêm.

ENRICHISSEMENT : *d* Sự đắc lợi. Sự giầu thêm.
Enrechissement SANS CAUSE : Thủ lợi vô nguyên cớ.

ENRÔLEMENT : *d* Việc mộ lính. Sự trưng binh. Sự tập hợp vào một đoàn thể. / Sự ghi hồ sơ vào sổ đăng đường. / Sự gia nhập một đoàn thể.
Enrôlement d'une AFFAIRE : Ghi danh vụ kiện. (*vào sổ đăng đường*).

ENRÔLER : *dgt* Ghi sổ đăng đường. Tuyển mộ lính. Sự đăng lính.

ENRÔLER (S') : *dgt* Ghi tên vào một tổ chức.

ENSEIGNANT : *tt* Thuộc về giáo dục; giảng dạy.
CORPS enseignant : Giáo giới.
PERSONNEL enseignant : Nhân viên giảng huấn.

ENSEIGNANT : *d* Thầy giáo. Giáo sư.

ENSEIGNE : *c* Bảng hiệu (*tên*). Biển hàng. Tên cửa hiệu. *d* Lính cầm cờ.
Enseigne COMMERCIALE : Thương hiệu.
À TELLE enseigne QUE : Đến mức độ là.
ÊTRE LOGÉ à la MÊME enseigne : Cùng chung cảnh ngộ.

ENSEIGNEMENT : *d* Sự giáo dục; giáo huấn. / Ngành giáo dục.
Enseignement PRIMAIRE : Tiểu học.
Enseignement PRIVÉ : Tư thục.
Enseignement SECONDAIRE : Trung học.
Enseignement SUPÉRIEUR : Đại học.
Enseignement TECHNIQUE : Học chuyên nghiệp.

ENSEIGNER : *dgt* Giảng dạy. Giáo huấn. Chỉ bảo. Chỉ dẫn.

ENSEMBLE : *pht* Cùng nhau. *tt* Đồng thời. *d* Toàn thể. / Bộ quần áo phụ nữ.
MANGER ensemble : Cùng nhau ăn.
L'ensemble de la POPULATION : Toàn dân.
SON ensemble coute CHER : Bộ quần áo (*đàn bà*) đắt tiền.

ENSEVELIR : *dgt* Liệm tử thi. Chôn cất. Mai táng.

ENSEVELISSEMENT : *d* Sự tẩm liệm. Việc mai táng. Việc chôn cất.

ENSOMMEILLER : *dgt* Làm cho buồn ngủ.

ENSORCELER : *dgt* Yểm tà ma. Quyến rũ.

ENSUITE : *pht* Thế rồi. Sau đó. Tiếp theo đó.

ENTACHÉ : *tt* Bị hoen ố. Bị dơ bẩn. Tỳ ố. Hà tỳ.
CONTRAT entaché de VICES : Khế ước có tỳ ố, có hà tỳ.
Entaché d'ERREURS : Nhiều nhầm lẫn.

ENTACHER : *dgt* Làm hoen ố.

ENTENDRE : *dgt* Nghe. Nghe cung. Thẩm vấn.
Entendre CONTRADICTOIREMENT : Đối chứng.
Entendre un TÉMOIN : Nghe nhân chứng cung khai.
Entendre RAISON : Thấu tình đạt lý.
N'entendre NI RIME NI RAISON : Cá không ăn muối cá ươn. Không nghe lời khuyên.

ENTENDU : *tt* Đã quyết đĩnh. Đồng ý.
La CAUSE est entendue : Đã nghe xong lời biện hộ.
Le MINISTÈRE PUBLIC entendu : Đã nghe công tố buộc tội.
Les PARTIES entendues : Đã nghe nguyên và bị đơn.

ENTENTE : *c* Sự thoả thuận. Sự đồng lòng. Sự liên minh. Sự hoà hợp. Sự a tòng. Sự ăn ý.
Entente COMMERCIALE : Thoả thuận thương mại.
Entente CORDIALE : Liên minh thân hữu.
Entente DOUANIÈRE : Liên minh thuế quan.
Entente FRAUDULEUSE : A tòng lường gạt.
Entente MILITAIRE : Liên minh quân sự.

ENTER : Ghi vào máy vi tính.

ENTÉRINEMENT : *đ* Sự duyệt y. Sự chuẩn nhận.

ENTÉRINER : *đgt* Duyệt.

ENTERREMENT : *đ* Sự chôn cất. Sự mai táng. Đám ma. Đám táng. Chôn đi. Chôn vùi đi.
Enterrement d'une LOI : Chôn vùi đi một đạo luật.

EN-TÊTE : Thượng đề. Tiêu đề.
Papier à en-tête d'AVOCAT : Giấy có tiêu đề luật sư.

ENTÊTÉ : *tt* Bướng bỉnh. Ngoan cố. Cứng đầu.

ENTÊTEMENT : *đ* Sự bướng bỉnh. Sự cứng đầu.

ENTIER : *tt* Đầy đủ. Vẹn toàn.

ENTITÉ : *c* Thực thể.

ENTÔLER : *dgt* Lường đảo lấy tiền của khách.

ENTÔLAGE : *đ* Sự lường đảo lấy tiền của khách.

ENTORSE : *c* Sự bong gân. Sự sái gân. Sự vi phạm.
FAIRE UNE entorse à la LOI : Vi phạm pháp luật. Làm sái *(trái)* luật.

ENTOURAGE : *đ* Giới thân cận.

ENTOURÉ : *tt* Được nhiều người săn đón.

ENTRAINEMENT : *đ* Sự huấn luyện. Sự luyện tập. / Sự lôi cuốn. Sự lôi kéo.

ENTRAINER : *đgt* Lôi kéo. Lôi cuốn.

ENTRAINER (S') : *dgt* Luyện tập. Huấn luyện. Dẫn khởi.

ENTRAINEUR : *đ* Huấn luyện viên. Kẻ đứng đầu thúc đẩy mọi người. Thủ lĩnh.

ENTRANT : *tt* Vào. *đ snh* Người vào.
Les Entrants et les SORTANTS : Người vào, người ra.

ENTR'APERCEVOIR : *dgt* Thoáng thấy.
Entr'apecevoir UN OISEAU : Thoáng thấy một con chim.

ENTRAVE : *c* Sự ngăn trở. Sự làm khó. Sự gây khó khăn. Xiềng xích. Gông cùm.
Entrave à une ENQUÊTE : Ngăn trở (*cản*) cuộc điều tra.

ENTRAVEMENT : *đ* Hình phạt gông cùm.

ENTRAVER : *dgt* Ngăn trở. Làm khó dễ. Gây khó khăn.
Entraver la JUSTICE : Gây trở ngại cho Công lý.
Entraver le DÉROULEMENT de la JUSTICE : Làm cho Công lý không diễn tiến được.

ENTRÉE : *c* Sự vào. Sự thu vào. Sự bắt đầu.
DROIT d'entrée : Tiền vào cửa. Thuế nhập cảng.
Entrée en FONCTION : Sự nhiệm chức.
Entrée en JOUISSANCE : Bắt đầu được hưởng thụ.
Entrée en POSSESSION : Bắt đầu được làm chủ.
Entrée en VIGUEUR : Bắt đầu hiệu lực.

ENTREFILET : *đ* Bài báo ngắn gọn.

ENTRELACÉ : *tt* Quấn vào nhau.

ENTRELACER (S') : Quấn vào nhau.

ENTRE-LIGNE : *đ* Khoảng cách giữa hai giòng chữ.
LIRE les entre-lignes : Hiểu ngầm. Đọc giữa hai giòng chữ.

ENTREMETTEUR : *đ* Kẻ môi giới. Kẻ mai mối. Kẻ trung gian.
SANS entremetteur : Không cần trung gian.

ENTREMISE : *c* Sự môi giới. Sự mai mối. Sự trung gian.

ENTREPOSER : *đgt* Gửi tạm vào kho.

ENTREPOSITAIRE : *đ* Người gửi vào kho.

ENTREPÔT : *đ* Kho hàng.

ENTREPRENDRE : *đgt* Thực hiện. Thầu. Lời ăn lỗ chịu. Quyến rũ.

ENTREPRENEUR : *đ* Kẻ kinh doanh. Thương nhân. Thầu khoán.

ENTREPRISE : *c* Xí nghiệp. Cơ sở kinh doanh. Sự kinh doanh. Sự quyến rũ.

ENTRE-RAIL : *đ* Bề ngang đường rầy (*xe lửa, tầu điện*).

ENTRESOL : *đ* Gác lửng.

ENTRE-TEMPS : *pht* Giữa khoảng thời gian đó. Giữa lúc đó.

ENTRETENIR : *dgt* Bảo dưỡng. Bảo trì. Nuôi dưỡng. Gìn giữ.
Entretenir un ESPOIR : Nuôi hy vọng.
Entretenir une FEMME : Bao gái.
Entretenir une MACHINE : Bảo trì máy móc.

ENTRETIEN : *đ* Sự bảo trì. Cuộc nói chuyện. Cuộc đối thoại.
Entretien AVANT RECRUTEMENT : Đối thoại thử sức trước khi làm việc.

ENTRE-TUER (S') : *dgt* Giết lẫn nhau.

ENTREVOIR : *dgt* Thoáng nhìn thấy.
Entrevoir une OMBRE : Thoáng thấy bóng người.
Entrevoir la VÉRITÉ : Đoán thấy chân lý.

ENTREVUE : *c* Cuộc tiếp xúc. Cuộc hội kiến. Cuộc hội ngộ. Buổi diện kiến. Buổi tọa đàm.

ÉNUMÉRATION : *c* Sự liệt kê. Sự kê khai. Sự đánh số trên giấy tờ, tài liệu. / Lương bổng.

ENUMÉRER : *dgt* Trả công.

ENVAHIR : *dgt* Xâm chiếm. Xâm nhập. Xâm lược. Chiếm mãn.
Envahir le PAYS VOISIN : Xâm chiến lân bang.

ENVAHISSEMENT : *đ* Sự xâm chiếm. Sự xâm lăng. Sự xâm lược.

ENVAHISSEUR : *đ* Quân xâm lăng. Quân xâm lược.

ENVAHISSANT : *tt* Tính cách xâm lược.

ENVELOPPE : *c* Bao thư. Phong thư. Phong bì.

ENVENIMER : *đgt* Nhiễm nọc độc.
Envenimer une QUERELLE : Khích động một vụ xích mích. Đổ dầu vào lửa.

ENVERGURE : *c* Sải tay.
Envergure d'un AVION : Chiều ngang hai đầu cánh máy bay.
Un HOMME sans envergure : Người không khả năng. Kẻ bất tài.

ENVERS : *gt* Đối với. Diện đối diện.
Envers et CONTRE TOUS : Đối phó với mọi người. Đứng trước phong ba.
Envers les PARENTS : Đối với cha mẹ.

ENVERS : *đ* Mặt trái. Mặt sau. Ngược.
À l'envers : Trái ngược. Đảo lộn.
L'envers de la MÉDAILLE : Mặt trái cuộc đời.

ENVIE : *c* Thèm muốn. Khát vọng. Điều ước ao.

ENVIEILLI : *tt* Cố hữu. Từ xưa.
HAINE envieilli : Mối thù truyền kiếp.

ENVIER : *đgt* Khao khát. Thèm muốn.

ENVIEUX : *tt* Đố kỵ. Ghen ghét. Thèm địa vị người khác.

ENVIRON : *pht* Khoảng chừng. *đ snh* Chung quanh.
Les environs de PARIS : Ngoại thành Paris.

ENVIRONNEMENT : *đ* Môi trường. Khu vực chung quanh. / Điều kiện vệ sinh (*chung quanh nơi sống*).

ENVOI : *đ* Sự gửi đi.
BORDERAU d'envoi : Phiếu gửi có liệt kê.
Envoi d'une LETTRE : Việc gửi thư đi.

EN VOULOIR À : *đgt* Giận ai.

ENVOYÉ : *đ* Phái viên.
Envoyé PERMANENT : Phái viên thường trực.
Envoyé SPÉCIAL : Đặc phái viên.

ÉPALEMENT : *đ* Việc kiểm tra sự đong lường.

ÉPANCHER : *đgt* Thổ lộ. Đổ tuôn ra.

ÉPARGNE : *c* Sự tiết kiệm. Sự để dành. Sự dành dụm. / Số tiền dành dụm.

ÉPARS : *tt* Tản mác. Rải rác.

ÉPATANT : *tt* Cừ khôi. Tuyệt vời.

ÉPAVE : *c* Vật trôi dạt trên mặt nước. / Vật vô chủ. / Kẻ thân tàn ma dại. *c snh* Xác thuyền (tầu) đắm.

ÉPÉE : *c* Thanh kiếm. Thanh gươm.
POSER l'épée : Ngưng chiến.
RENDRE son épée : Đầu hàng.
ROMAN de CAPE et d'épée : Chuyện kiếm hiệp.

ÉPERDUMENT : *pht* Cuống cuồng. Say mê. Tha thiết.
AIMER éperdument : Yêu tha thiết.

ÉPIDÉMIE : *c* Bệnh thời khí. Bệnh truyền nhiễm.

ÉPICE : *c* Hương liệu. Gia vị. *c snh* Lễ vật cho quan toà.

ÉPICER : *đgt* Tra thêm gia vị.
Épicer une HISTOIRE : Thêm thắt câu chuyện.

ÉPIER *đgt* Thóc mách. Dò rình.
Épier des yeux : Liếc mắt dò la.

ÉPISCOPAT : *đ* Giám mục đoàn.

ÉPOQUE : *c* Thời đại.
Époque MODERNE : Thời đại mới.
Époque de la PUBERTÉ : Thuở dậy thì.
À PAREILLE époque : Vào thời này năm trước.

ÉPOUMONER (S') : Hò hét hết hơi.

ÉPOUSE : *c* Vợ. Phụ. Thê. Chính thê.

ÉPOUSER : *đgt* Kết hôn. Dựng vợ gả chồng. Kết giá thú.

ÉPOUX : *đ* Chồng. Phu quân.

ÉPOUX : *đ snh* Cặp vợ chồng. Phu phụ. Phu thê.

ÉPREUVE : *c* Sự thử thách. / Bài thi. Môn thi.

ÉPUISEMENT : *đ* Sự kiệt sức. Sự kiệt lực.
Épuisement des RESSOURCES : Tài nguyên kiệt quệ.
Épuisement du TRÉSOR : Ngân khố kiệt quệ.

ÉPURATION : *c* Sự làm cho thanh khiết. Sự thanh trừng.

ÉQUILIBRE : *đ* Sự thăng bằng. Sự quân bình.
RUPTURE d'équlibre : Mất thăng bằng.
L'équilibre du BUDGET : Ngân sách thăng bằng.

ÉQUIPAGE : *đ* Thủy thủ đoàn. Phi hành đoàn.

ÉQUIPE : *c* Toán đội. Tốp. Nhóm người.
Équipe de FOOTBALLEURS : Đoàn cầu thủ.
Équipe de NUIT : Tốp (toán) làm đêm.
Équipe d'OUVRIERS : Toán thợ.
ESPRIT d'équipe : Tinh thần đồng đội.

ÉQUIPEMENT : *đ* Sự trang bị. Đồ trang bị.
Équipement MILITAIRE : Quân trang.

ÉQUIPER : *đgt* Trang bị cho.

ÉQUITABLE : *tt* Công minh. Công bình.
JUGE équitable : Thẩm phán công minh.
PARTAGE équitable : Phân chia đồng đều.

ÉQUITÉ : c Sự công minh. Sự công bình.

ÉQUIVALENCE : *c* Sự tương đương. Sự đồng đẳng. Sự tương đồng.

Équivalence des DIPLOMES : Bằng cấp tương đương.

ÉQUIVALENT : *tt* Tương đương. Đồng đẳng.

ÉQUIVOQUE : *tt* Bất minh. Mập mờ. Nước đôi.
ATTITUDE équivoque : Thái độ mập mờ.
PASSÉ équivoque : Quá khứ bất minh.
TERME équivoque : Từ có nhiều nghĩa.
PROPOS équivoque : Lời phát biểu mập mờ.

ÈRE : *c* Kỷ nguyên. Thời đại. Thời kỳ.
Ère CHRÉTIENNE : Kỷ nguyên công giáo. Công nguyên.
Ère NOUVELLE : Kỷ nguyên mới.

ÉRECTION : *c* Sự cương cứng (*nam tính*). / Sự thiết lập.
Érection d'un TRIBUNAL : Sự thiết lập một tòa án.
Érection d'une PAGODE : Sự xây chùa.

ERGA OMNES: Đối với tất cả mọi người.

ÉRIGER : *đgt* Thiết lập. Xây dựng. Cấu tạo. Nâng lên.
Ériger en PRINCIPE : Nâng lên thành nguyên tắc.
Ériger en VILLE : Nâng lên hàng thành phố.

ERMITAGE : *đ* Chốn lâm tuyền. Nơi ở ẩn. Chỗ hẻo lánh. Nơi bế môn tạ khách.

ÉROSION : *c* Sự xói mòn.
Érosion MONÉTAIRE : Tiền bạc sói mòn. Tiền bạc mất giá.

ÉROTIQUE : *tt* Khiêu dâm.

EROTISME : *đ* Thói dâm tà.

ERRANT : *đ* Kẻ lang thang. Kẻ không gia cư.

ERRATA (ERRATUM): Bảng đính chính sai lầm.

ERREMENT : *đ* Đi sai đường lối.

ERRER : *đgt* Đi lang thang. Đi không chủ đích.

ERREUR : *c* Điều lầm lẫn. Điều sai lầm.

ERRONNÉ : *tt* Sai lầm.
CALCUL erroné : Con tính sai lầm.
POLITIQUE erronée : Chính trị sai lầm.

ERSATZ : *đ* Thế phẩm. Thế chất. Thế vật. Đồ thay thế vật liệu khan hiếm. (*x ch* succédané).

ÉRUDIT : *tt* Bác học. Nhà uyên bác. Nhà thông thái.

ÉRUDITION : *c* Học vấn uyên bác.

ESBROUFE : *c* Sự loè bịp.

ESBROUFER : *đgt* Loè bịp.

ESCADRILLE : *c* Hạm đội. Phi đội.

ESCALDE : *đ* Sự leo thang (*chiến tranh*). Sự leo trèo.

ESCALADER : *đgt* Leo trèo. Leo thang.

ESCALATOR : *đ* Thang cuốn. Thang máy cuốn.

ESCALE : *c* Bến lấy khách (*tàu; máy bay*).

ESCAMOTAGE : *đ* Ăn cắp nhẹ nhàng. Việc làm biến đi.

ESCALIER : *đ* Cầu thang.

ESCAMOTER : *đgt* Giấu đi.
Escamoter une CARTE : Giấu một quân bài.

ESCAPADE : *c* Trốn. Lẩn trốn.

ESCLAVAGE : Sự nô lệ.

ESCLAVE : *c* Người nô lệ.

ESCOMPTABLE : *tt* Có thể chiết khấu.

ESCOMPTE : *đ* Sự chiết khấu.

ESCORTE : *c* Đoàn hộ tống.
AMENER SOUS escorte : Áp giải.

ESCROC : *đ* Kẻ lừa đảo. Kẻ lường gạt.

ESCROQUER : *đgt* Lừa đảo. Lường gạt.

ESCROQUERIE : *c* Sự lừa đảo. Sự lường gạt.

ÉSOTÉRIQUE : *tt* Bí truyền.

ÉSOTÉRISME : *đ* Thuyết bí truyền.

ESPACE : *đ* Không gian.
AVENTURE dans l'espace : Thám hiểm không gian.
VAISSEAU de l'espace : Phi thuyền không gian.
Espace AÉRIEN : Không phận.

ESPAGNE : *c* Nước Tây Ban Nha.

ESPAGNOL : *đ* Người Tây Ban Nha. Tiếng Tây Ban Nha.

ESPÈCE : *c* Loài. Loại. Giống. Phường. Đồ.
CAS d'espèce : Trường hợp đặc biệt.
Espèce ANALOGUE : Loại tương tự.

ESPÈCES : *c snh* Tiền mặt. Giấy bạc.
PAIEMENT en espèces : Trả bằng tiền mặt.

ESPÉRER : *đgt* Hy vọng. Trông chờ. Kỳ vọng. Chúc vọng.

ESPION : *đ* Điệp viên. Gián điệp. Kẻ dò la.

ESPIONNAGE : *đ* Việc gián điệp.
SERVICE d'espionnage : Ban gián điệp.
ORGANISATION d'espionnage : Tổ chức gián điệp.

ESPIONNER : *đgt* Làm gián điệp.

ESPOIR : *đ* Điều hy vọng. Điều kỳ vọng. Sự mong ước.
DANS l'espoir QUE : Hy vọng rằng. Ước ao rằng.

ESPRIT : *đ* Tinh thần. Trí óc. Hóm hỉnh.
Esprit CONSERVATEUR : Óc bảo thủ.
Esprit CRITIQUE : Óc phê bình.
Esprit DE CRITIQUE : Óc thích chỉ trích.
Esprit de CLAN : Óc phe đảng.
Esprit de CORPS : Tinh thần tập thể.
Esprit d'ENTREPRISE : Óc kinh doanh.
Esprit de FAMILLE : Tinh thần gia tộc.

Esprit FAUX : Óc sai lệch.
Esprit FORT : Đầu óc phóng túng.
Esprit HUMAIN : Tinh thần nhân đạo.
Esprit de la LOI : Chân y của đạo luật.
Esprit des LOIS : Vạn phap tinh hoa.
Esprit d'OPPOSITION : Óc phản kháng.
Esprit de PARTI : Đầu óc đảng phái.
ENTRER dans l'esprit de : Theo đúng tinh thần của.
FAIRE de l'esprit : Làm ra hóm hỉnh.
MAUVAIS esprit : Tính xảo trá. Tính bướng bỉnh.
PRÉSENCE d'esprit : Sự nhanh trí.
REPRENDRE ses esprits : Hồi tỉnh lại.
TRAIT d'esprit : Dí dỏm. Hóm hỉnh.
VUE de l'esprit : Mộng tưởng.

ESQUIF : *đ* Chiếc thuyền con.

ESQUIMAU : *đ* Dân miền Bắc cực. Người Ét ki mô.

ESQUISSE : *c* Bản phác hoạ. Tờ phác thảo. Nét tổng quát.

ESQUISSER : *dgt* Phác họa. Phác thảo.
Esquisser un PROJET : Sơ thảo dự án.

ESQUIVER : *dgt* Lưu tẩu. Lẩn tránh.

ESTHÉTIQUE : *tt* Thẩm mỹ. *đ* Mỹ học.

ESSAI : *đ* Sự thử. Sự thử nghiệm. Việc khảo nghiệm. / Tùy bút. Đoản luận.
COUP d'essai : Bước đầu thử thách.
METTRE à l'essai : Thử thách.
VENTE à l'essai : Bán cho dùng thử.
Essai LITTÉRAIRE : Tiểu luận văn.
Essai de RÉCONCILIATION : Thử hoà giải (*ly hôn*).
Esais d'un AUTEUR : Tác phẩm đầu tay.

ESSAYAGE : *đ* Việc thử quần áo mới.

ESSAYER : *dgt* Thử.
Essayer les SOULIERS : Thử giầy.

ESSAYISTE : *đ* Tiểu luận gia.

ESSENCE : *c* Tinh chất. Bản thể. Nguyên thể. Điều chủ yếu. / Tinh dầu. Săng. Ét săng.
Essence de PARFUM : Nguyên chất hương liệu.

ESSENTIEL : *tt* Chủ yếu. Chính yếu. Cần thiết.
CARACTÈRE essentiel : Tính chủ yếu.
CONDITION essentielle : Điều kiện cần thiết
POINT essentiel : Yếu điểm. Điểm quan trọng.

ESTAMPILLE : *c* Ấn dấu (*trên thoi vàng, bạc*).

ESTER : *dgt* Kiện thưa. Kiện cáo. Kiện tụng.
Ester en JUSTICE : Thưa ra trước toà.

ESTIMATEUR : *đ* Định giá viên.

ESTIMATIF : *tt* Ước giá. Định giá.

ESTIMATION : *c* Sự định giá. Sự ước giá.
Estimation des DÉGATS : Ước định tổn thất.

ESTIME : *c* Lòng quý mến. Lòng tôn trọng.
À l'estime : Theo ước lượng.

ESTIMER : *dgt* Đánh giá. Bình giá. Ước lượng. Áng chừng.

ÉTABLI : *tt* Được xác định.

ÉTABLIR : *dgt* Tạo lập. Thiết lập. Gây dựng. / Xác định. Thiết định.
Établir un FAIT : Tạo một sự kiện.
Établir une LISTE : Lập một danh sách.
Établir la MONARCHIE : Thiết lập nền quân chủ.
Établir une PREUVE : Thiết định chứng cớ.
Établir un PRINCIPE : Đặt nguyên tắc.
Établir sa RÉSIDENCE : Đặt trú quán.

ÉTABLIR (S') : *dgt* Định cư. An trú.

ÉTABLISSEMENT : *đ snh (tắt Éts)* Cơ sở. Doanh sở.
FRAIS de premier établissement : Kinh phí khai lập.
PRINCIPAL établissement : Cơ sở chính.
Établissement COMMERCIAL : Thương cục.
Établissement de CRÉDIT : Cơ quan tín dụng.
Établissement d'ENSEIGNEMENT : Học hiệu.
Établissement INDUSTRIEL : Cơ quan kỹ nghệ.
Établisement PUBLIC : Công sở.

ÉTALAGE : *đ* Chỗ trưng bầy hàng hoá. Sự phô bầy. / Gian hàng. Phô trương.
FAIRE étalage de sa CONNAISSANCE : Phô trương kiến thức.
VOL à l'étalage : Ăn cắp ở quầy hàng.

ÉTALON : *đ* Bản vị tiền tệ. Mức chuẩn. Mạu. Ngựa đực (*làm giống*).
Étalon-or : Kim bản vị.

ÉTAPE : *c* Đoạn đường. Chặng đường. Giai đoạn.

ÉTAT : *đ* Trạng thái. Tình trạng. Trạng huống. Thân trạng. Thân phận. / Quốc gia. Tiểu bang. Chính thể. / Bản kê khai.
ACTION d'état : Tố quyền thân trạng.
AFFAIRE d'État : Quốc sự.
CHEF d'État : Quốc trưởng.
CHEF d'État-Major : Tham mưu trưởng.
CONFÉDÉRATION d'états : Liên bang.
CONSEIL d' État : Tham Chánh viện.
CONTESTATION d'état : Phản đối thân trạng.
COUP d'état : Đảo chánh.
CRIME d'état : Tội đại phản nghịch.
EN état : (*hồ sơ*) Hoàn bị.
EN TOUT état de CAUSE : Bất luận trường hợp nào.
HOMME d'État : Chánh khách.
MINISTRE d'État : Quốc vụ khanh.
OFFICIER de l'état civil : Ủy viên hộ tịch.
RAISON d'État : Lý do quốc sự.
RÉCLAMATION d'état : Khiếu nại về thân trạng.
REGISTRE d'état civil : Sổ hộ tịch.
RELIGION d'État : Quốc giáo.
SECRET d'État : Bí mật quốc phòng.
SECRÉTAIRE d'État : Bộ trưởng.
SOUS-SECRÉTAIRE d'État : Thứ trưởng.
SUPPRESSION d'état :Hủy bỏ thân trạng (*hiện hữu*).
État ACTIF : Thải mục.
État ACTUEL : Tình trạng hiện thời.
État ANTÉRIEUR : Tiền trạng.
État AUTOCRATIQUE : Quốc gia chuyên chính.
État CONFÉDÉRÉ : Liên bang quốc.

État de BELLIGÉRENCE : Tình trạng tham chiến.
État ESTIMATIF : Tờ phỏng đoán giá cả.
État de FRAIS : Liệt kê lệ phí.
État de GUERRE : Tình trạng chiến tranh.
État des INSCRIPTIONS HYPOTHÉCAIRES : Tờ kê khai tình trạng để đương.
État des LIEUX : Tình trạng nhà cửa.
État-MAJOR : Bộ Tham mưu.
État MONARCHIQUE : Quốc gia quân chủ.
État de PERSONNE : Thân trạng.
État RÉCAPITULATIF : Tờ tổng kê.
État TAMPON : Quốc gia (*dùng làm*) trái độn.

ÉTAT d'ÂME : *đ* Tâm trạng.

ÉTATISER : *đgt* Quốc hoá.

ETEINDRE : *đgt* Tiêu diệt. Làm tắt đi.
Eteindre une DETTE : Trả hết nợ.

ÉTEINT : *tt* Tắt đi. Tiêu hủy.
ACTION PUBLIQUE éteinte : Công tố quyền tiêu diệt.
OBLIGATION éteinte : Nghĩa vụ hoàn tất.

ÉTENDARD : *đ* Cờ xí.

ÉTENDRE : *đgt* Mở rộng. Khuếch trương.

ÉTENDUE : *c* Phạm vi.

ÉTERNEL : *tt* Vĩnh viễn. Vĩnh cửu. Bất diệt. Trường cửu. Muôn đời.
REGRETS éternels : Đời đời nhớ tiếc.
SOMMEIL éternel : Giấc ngủ ngàn thu.
VÉRITÉ éternelle : Chân lý muôn đời.

ÉTHIQUE : *tt* Đạo đức.

ÉTHIQUE : *đ* Đạo đức học.

ETHNIQUE : *tt* Thuộc về chủng tộc; nhân chủng.

ETHNIE : *c* Tộc. Tộc người.

ETHNOLOGIE : *c* Nhân chủng học.

ETHNOLOGISTE : Nhân chủng học giả.

ETHNOLOGUE : *đ* Nhân chủng học giả.

ETHOCRATE : *đ* Người chủ trương đức trị.

ETHOCRATIE : *c* Nền đức trị.

ETHOCRATIQUE : *tt* Đức trị. Dĩ đức vi trị.

ETIQUETTE : *c* Lễ nghi. Nghi tiết. Nghi lễ.
Étiquette diplomatique : Nghi tiết ngoại giao.

ÉTIQUETTE : *c* Nhãn hiệu.

ÉTRANGER : *tt* Ngoại. Ngoài. Ngoại kiều. Ngoại nhân. Thuộc về ngoại quốc; ngoại bang.
AFFAIRES étrangères : Ngoại giao.
LOI étrangère : Luật ngoại quốc.
PAYS étranger : Ngoại quốc. Nước ngoài. Ngoại bang.

ÉTRANGER : *tt* Người ngoại quốc. Người nước ngoài. Dị bang. Ngoại bang. Người ngoài. Ngoại nhân. Ngoại kiều. Trú khách.
STATUTS des étrangers : Qui chế ngoại kiều.
ÉTRANGER demandeur : Ngoại kiều nguyên đơn.

ÉTRANGLER : *đgt* Xiết cổ (*cho đến chết*). Giảo tử (*tội chết treo*).

ÉTROIT : *tt* Chập hẹp. Hẹp hòi. Mật thiết. Thân mật. Nghiêm ngặt.
OBLIGATION étroite : Nghĩa vụ nghiêm ngặt.
RAPPORTS étroits : Liên hệ mật thiết.
RELATIONS étroites : Quan hệ mật thiết.
SENS étroit : Nghĩa hẹp. Nghĩa đen.

ÉTROITESSE : *c* Hẹp hòi. Nhỏ nhen.

ÉTUDE : *c* Sự nghiên cứu. Việc khảo cứu. Văn phòng (*luật sư, chưởng khế*).
Étude CRITIQUE : Khảo cứu phê bình.
Étude JURIDIQUE : Khảo cứu pháp luật.

ÉTUDES : *c snh* Sự học.
IL FAIT SES études À PARIS : Hắn học ở Paris.

ÉTUDIANT : *đ* Sinh viên.
Étudiant en ARCHITECTURE : Sinh viên kiến trúc.
Étudiant en DROIT : Sinh viên luật khoa.
Étudiant en MÉDECINE : Sinh viên y khoa.
Étudiant en SCIENCES : Sinh viên khoa học.

EU ÉGARD À : *lng* Vì tính đến. Theo.

EUNUQUE : *đ* Người bị thiến. / Hoạn quan. Thái giám.

EURO : *đ* Đơn vị tiền tệ liên hiệp Âu châu (*từ năm 2002*).

EUROPÉANISATION : *c* Sự Âu hoá. Chuẩn bị theo khối Âu châu.

EUROPÉANISER : *đgt* Âu châu hóa.

EUROPÉEN : *tt* Người Âu.

EUROPE : *c* Âu châu.

EUTHANASIE : *c* Làm chết không đau đớn. Làm người già chết theo ý nguyện. Giúp người trọng bệnh chết theo ý nguyện.

EUX : *đt snh* Những người ấy. Bọn hắn. Bọn họ.
Eux-MÊMES : Chính bọn người ấy.

ÉVACUATION : *c* Sự tản cư. Sự rút khỏi. Sự sơ tán. Sự triệt tháo. / Sự bài xuất.

ÉVACUÉ : *đ* Người tản cư. Người sơ tán.

ÉVACUER : *đgt* Triệt thoái.

ÉVADÉ : *tt* Vượt ngục. Trốn khỏi. Đào tẩu. *đ* Tù vượt ngục.

ÉVADER (S') : Vượt ngục. Trốn khỏi. Đào tẩu.

ÉVALUATION : *c* Sự đánh giá. Sự ước lượng giá trị.
Évaluation du BUDGET : Ước lượng ngân sách.
Évaluation d'une DISTANCE : Ước lượng khoảng cách.
Évaluation les DOMMAGES : Ước lượng khoản thiệt-hại.
Évaluation d'un OBJET : Đánh giá một tài vật.

ÉVALUER : *đgt* Đánh giá. Định giá. Ước lượng giá.

ÉVANGELISATION : *c* Sự truyền bá Phúc âm (*Tin Lành*).

ÉVANGILE : *đ* Kinh sách. Phúc âm. / Sánh căn bản của một học thuyết.

ÉVANGÉLISTE : *đ* Mục sư truyền bá (*phổ biến*) Phúc âm.

ÉVASIF : *tt* Không rõ ràng. Không rứt khoát. Nước đôi.
RÉPONSE évasive : Câu trả lời nước đôi.

ÉVASION : *c* Sự vượt ngục. Sự trốn thoát. Sự đào tẩu. / Sự thay đổi môi trường. Sự tán tâm (giải trí). Sự thoát cảnh.
BESOIN d'évasion : Cần phải đi xa giải trí.
Évasion par BRIS de PRISON : Phá ngục trốn.
Évasion avec VIOLENCE : Hành hung vượt ngục.

ÉVÊCHÉ : *đ* Toà Giám mục. Chức phận Giám mục. Địa hạt Giám mục.

ÉVEIL : *đ* Sự thức tỉnh. Sự cảnh tỉnh.
Éveil de la NATURE : Cảnh vật, thiên nhiên bừng dậy.

ÉVÈNEMENT : *đ* Cuộc biến động, biến cố.
Évènement HEUREUX : Cát sự. Hỷ tín.
Évènement HISTORIQUE : Biến cố trọng đại.
FAIRE l'évènement : Lập công. Gây sự chú ý.

ÉVENTAIL : *đ* Cái quạt xếp. / Hình quạt.
Éventail de PRODUITS : Các loại hàng (*trình bầy*).
Éventail de SALAIRES : Các cấp thang lương bổng.
DIRE DERRIÈRE l'éventail : Thầm thì (*với ai*). Tiểu di.

ÉVENTUALITÉ : *c* Sự bất trắc. Sự ngẫu nhiên. Tình huống bất ngờ.

ÉVENTUEL : *tt* Có thể có được. Bất xác. Bất định.
BÉNÉFICES éventuels : Hoa lợi bất xác.

ÉVENTUELLEMENT : *pht* Có thể xảy ra được. Bất định.

ÉVÊQUE : *đ* Đức Giám mục.

ÉVICTION : *c* Sự trục xuất. Sự loại khỏi.

ÉVIDENCE : *c* Sự hiển nhiên. Điều hiển nhiên.
DE TOUTE évidence : Chắc chắn. Hiển nhiên.
METTRE en évidence : Làm nổi bật.
SE RENDRE à l'évidence : Chấp nhận là đúng.

ÉVIDENT : *tt* Hiển nhiên. Rõ ràng.

ÉVINCEMENT : *đ* Sự gạt bỏ. Sự loại ra.

ÉVINCER : *dgt* Gạt bỏ. Loại ra.
Évincer du POUVOIR : Loại khỏi chính quyền.

ÉVIDENT : *tt* Hiển nhiên.

ÉVITER : *dgt* Tránh né. Tránh thoát.
Éviter un DANGER : Thoát nguy. Thoát nạn.
Éviter une CONNAISSANCE : Tránh né người quen.

ÉVOCATION : *c* Đòi quyền xét xử. Đòi di thẩm.

ÉVOCATOIRE : *tt* Thuộc về di thẩm.

ÉVOLUER : *dgt* Tiến triển. Tiến hoá. Thao diễn.

ÉVOLUTION : *c* Sự tiến triển. Sự tiến hoá. Sự đổi thay.
Évolution d'une MENTALITÉ : Tâm tính đổi thay.
Évolution de l'HOMME : Sự tiến triển của con người.
PROCESSUS de l'évolution : Lịch trình tiến hoá.

ÉVOQUER : *dgt* Đề khởi. Đề cập.

EXACT : *tt* Đích xác. Đúng. Thật. Chân thực. Như thực. / Đúng giờ.
HEURE exacte : Giờ đúng.
CALCUL exact : Con tính đúng.

EXACTEMENT : *pht* Đúng. Chính xác. Hoàn toàn. / Quả vậy! Đúng vậy!

EXACTEUR : *đ* Kẻ sách nhiễu tiền bạc. Kẻ lạm thâu.

EXACTION : *c* Sự sách nhiễu tiền bạc.

EXACTITUDE : *c* Sự chính xác. Sự đúng giờ. Sự đúng hẹn.
L'exactitude est la POLITESSE des ROIS : Đúng giờ là lễ độ quân vương.

EX AEQUO : Ngang hàng. Bằng hàng. / Phó Bảng. Hai thí sinh đồng hạng, ngang điểm.

EX AEQUO ET BONO : Cứ công bằng mà xét. Theo lẽ công bằng.

EXAMEN : *đ* Việc thi cử. Sự khảo thí. / Sự cứu sát. Sự thẩm sát. Sự nghiên cứu. Sự khám nghiệm.
COMMISION d'examen : Hội đồng khảo thí. Hội đồng chấm thi.
PASSER un examen : Dự thí. Đi thi.
PASSER un examen MÉDICAL : Đi khám bệnh.
REÇU à l'examen : Trúng tuyển. Thi đỗ. Thi đậu.
Examen de CONSCIENCE : Tự vấn lương tâm.
Examen d'un DOSSIER : Nghiên cứu hồ sơ.
Examen d'un CADAVRE : Khám nghiệm tử thi.

EXAMINATEUR : *đ* Giám khảo.

EXAMINER : *dgt* Khám nghiệm. Cứu sát. Thẩm sát. Khảo sát. Sát hạch.

EXASPÉRER : *dgt* Làm cho phẫn nộ.

EX CATHEDRA : Dõng dạc.

EXCÉDENT : *tt* Dư thừa. Nại trừ.
Excédent de RIZ : Gạo dư thừa.

EXCÉDENTAIRE : *tt* Sự dư thừa.

EXCÉDER : *dgt* Vượt quá. Làm bực bội.

EXCELLENCE : *c* Sự cao sang. Sự ưu tú
SON Excellence Le Président : Ngài Chủ tịch.
PAR excellence : Đúng nhất. Cao nhất.
PRIX d'excellence : Phần thưởng tối ưu.

VOTRE excellence : Thưa ngài, (*dùng trong văn thư*).

EXCELLENT : *tt* Cực hảo. Toàn hảo. / Thiên lương.

EXCEPTIO : Khước biện.
Exceptio doli mali : Khước biện trá ngụy.
Exceptio hypothecaria : Khước biện để đương.
Exceptio jurisjurandi : Khước biện tuyên thệ.
Exceptio non adimpleti contractus : Khước biện đồng bất thi hành.
Exceptio rei judicatae : Khước biện quyết tụng.
Exceptio temporaria : Khước biện tạm thời.

EXCEPTION : *c* Sự ngoại lệ. Sự ngoại trừ. Sự đặc cách. Khước biện.
TRIBUNAL d'exception : Toà đặc thẩm.
Exception *de cautio judicatum solvi* : Khước biện ngoại kiều án quỹ.
Exception de CHOSE JUGÉE : Khước biện quyết tụng.
Exception DÉCLINATOIRE : Khước biện bác thỉnh.
Exception de COMMUNICATION DE PIÈCES : Khước biện thông tri văn kiện.
Exception DILATOIRE : Khước biên diên trì.
Exception de DISCUSSION : Khước biện kiểm sách.
Exception d'EXTRANÉITÉ : Khước biện ngoại tịch.
Exception d'INCOMPÉTENCE : Khước biện vô thẩm quyền.
Exception de JEU : Khước biện đổ bác.
Exception de *LITISPENDANCE* : Khước biện trùng tố.
Exception de NULLITÉ : Khước biện vô hiệu.
Exception de NULLITÉ DE PROCÉDURE : Khước biện thủ tục vô hiệu.
Exception de PRESCRIPTION : Khước biện thời tiêu.
Exception PRÉJUDITIELLE : Khước biện tiên quyết.

EXCEPTIONNEL : *tt* Đặc cách. Đặc biệt.
À TITRE exceptionnel : Vì đặc cách.
CIRCONSTANCE exceptionelle : Trường hợp đặc biệt.
FAVEUR exceptionnelle : Đặc ân.

EXCÈS : *đ* Sự quá mức, Sự quá đáng; thái quá; quá lạm. Sự quá độ.
Excès de PAROLE : Nói quá lời.
Excès de POUVOIR : Lạm quyền.
Excès de PRÉCAUTION : Thận trọng thái quá.
Excès de VITESSE : Chạy xe quá tốc độ (hạn định).

EXCÈS : *đ snh* Sự bạo tàn.

EXCIPER : *đgt* Viện dẫn.

EXCITATION : *c* Sự xúi giục. Sự khích động.
Excitation à la DÉBAUCHE : Xúi dục dâm hành.
Excitation au CRIME : Xúi dục phạm tội ác.

EXCITER : *đgt* Kích thích. Khích động.

EXCLURE : *đgt* Khai trừ. Bài trừ. Đuổi đi.

EXCLUSIF : *tt* Độc quyền. Độc chiếm. Độc chuyên.

EXCLUSION : *c* Việc khai trừ. Sự sa thải. Sự đuổi đi. / Sự không tính đến. / Sự không đếm xỉa.
À l'exclusion DE : Ngoại trừ.
Exclusion d'un ÉLÈVE : Đuổi một học sinh.

EXCLUSIVEMENT : *pht* Chuyên về.

EXCLUSIVITÉ : *c* Độc quyền.
EN exclusivité : Đặc biệt.

EX COMMODO : Tùy tiện.

EXCOMMUNICATION : *c* Sự trục xuất khỏi giáo hội.

EXCUSABILITÉ : *c* Sự khoan lượng. Sự khoan miễn.

EXCUSABLE : *tt* Khoan lượng được. Tha thứ được.

EXCUSE : *c* Sự khoan lượng. Sự tha thứ. Sự dung tha.
Excuse de la PROVOCATION : Được dung tha vì bị khiêu khích.

EXÉCUTER : *đgt* Thi hành. Chấp hành. / Hành quyết. Hành hình.
Exécuter un CONDAMNÉ à MORT : Hành quyết tử tội.
Exécuter un DÉBITEUR : Tịch thu tài sản con nợ.
Exécuter un JUGEMENT : Thi hành bản án.
Exécuter un TESTAMENT : Chấp hành di chúc.

EXÉCUTEUR : *đ* Kẻ chấp hành. Người thi hành. / Đao phủ thủ.

EXECUTIF : *tt* Thi hành. Chấp hành.

EXÉCUTIF : *đ* Hành pháp.

EXÉCUTION : *c* Thi hành. Chấp hành. Thực thi. / Hành hình. Hành quyết.
AGENT d'exécution : Viên chức chấp hành.
COMMENCEMENT d'exécution : Khởi sự thi hành.
DIFFICULTÉ d'exécution : Chấp hành khó khăn.
En exécution de : Thừa lệnh.
LIEU d'exécution : Pháp trường.
POUR exécution : Để thi hành.
Exécution sur les BIENS : Phát mại tài vật (*của con nợ*).
Exécution CAPITALE : Xử tử hình. Xử trảm.
Exécution par CONTRAINTE : Cưỡng chế thi hành.
Exécution sur MINUTE : Thi hành trên nguyên bản (*án*).
Exécution d'une OBLIGATION : Thi hành nghĩa vụ.
Exécution d'une PEINE : Thi hành hình phạt.
Exécution PROVISOIRE : Thi hành tạm.
Exécution SOMMAIRE : Hành quyết ẩu tả. (*chưa xử đã hành quyết*).
Exécution contre les TIERS : Thi hành bản án với đệ tam nhân.
Exécution VOLONTAIRE : Tự ý thi hành.

EXÉCUTOIRE : *tt* Chấp hành. Thi hành.
FORMULE exécutoire : Lệnh thi hành bản án.
JUGEMENT exécutoire : Án văn chấp hành.
Exécutoire sur MINUTE : Thi hành trên nguyên bản (*án*).

EXÉCUTOIRE : *đ* Lệnh chấp hành.
DÉLIVRER un exécutoire : Cấp phát lệnh chấp hành.

EXEMPLAIRE : *đ* Bản. Bổn. Gương mẫu.
CONDUITE exemplaire : Cư xử mẫu mực.

EXEMPTÉ : *tt* Được miễn.
Exempté du SERVICE NATIONAL : Miễn dịch.

EXEMPTER : *đgt* Miễn trừ.

EXEMPTION : *c* Sự miễn trừ. Sự miễn tha.
Exemption de PEINE : Miễn phạt.

EXEQUATUR : Thi hành bản án ngoại bang. Chuẩn hành .

EXERCER : *đgt* Thao luyện. Tập luyện. Thi hành. Thừa hành. Hành sử.

EXERCICE : *đ* Sự thao luyện. Sự tập luyện. Niên khoá.Tài khoá.
CLOTURER un exercice : Kết thúc tài khoá.
DANS l'exercice de ses FONCTIONS : Đang khi thừa hành chức vụ.
EN exercice : Đương hành nhiệm.
Exercice de l'ACTION CIVILE : Xử dụng quyền khởi tố dân sự.
Exercice de l'ACTION PUBLIQUE : Xử dụng quyền trực tố.
Exercice FISCAL : Niên khoá thuế vụ.
Exercice ILLÉGAL de la MÉDECINE : Hành nghề y khoa trái phép.
Exercice PRÉCÉDENT : Niên khoá trước.
Exercice SUIVANT : Niên khoá sắp tới.

EXHAUSSER : *đgt* Nâng cao lên.
Exhausser UNE ÂME : Nâng cao tâm hồn.

EXHAUSTIF : *tt* Cùng kiệt. Xét hết mọi phương diện.

EXHÉRÉDER : *đgt* Truất quyền di kế.

EXHIBER : *đgt* Xuất trình. Trưng ra. Phô ra. Khoe ra.
Exhiber ses MÉDAILLES : Khoe huân chương.
Exhiber ses RICHESSES : Phô trương tài sản.

EXHIBITION : *c* Sự xuất trình. Sự phô trương. Sự thao diễn (*thể dục, quân lực*).
Exhibition d'un PASSEPORT : Xuất trình hộ chiếu.

EXHIBITIONNISTE : *đ* Người hay phô bầy.

EXHILARANT : *tt* Đáng nực cười.

EXHORTATION : *c* Lời cổ võ. Lời khuyến khích. Lời xúi biểu.
Exhortation au CRIME : Xúi biểu phạm tội ác.

EXHORTER : *đgt* Cổ võ. Xúi biểu. Khuyến khích. Xúi dục.

EXHUMATION : *c* Việc cải táng. Sự khai quật (*tử thi*). Sự đào mả.
PERMIS d'exhumation : Giấy phép cải táng.

EXHUMER : *đgt* Cải táng. Khai quật. Đào mả.
Exhumer de vieilles RANCUNES : Gợi lại thù xưa.

EXIGEANT : *tt* Hay đòi hỏi. Khó tính. Hạch họe.
Une BELLE MÈRE exigeante : Bà mẹ chồng khó tính.

EXIGENCE : *c* Sự đòi hỏi. Sự yêu cầu. Sự khó tính.

EXIGER : *đgt* Đòi hỏi. Yêu cầu. Yêu sách.

EXIGIBILITÉ : *c* Khả sách tính. Sự có quyền đòi (*nợ*).

EXIGIBLE : *tt* Khả sách. Đòi được.
DETTE exigible : Trái khoản khả sách.

EXIGU : *tt* Chật hẹp. Nhỏ bé.
Une CHAMBRE exigue : Căn phòng chật hẹp.
Un LOGEMENT exigu : Nơi ở chật hẹp.

EXIGUITÉ : *c* Sự chật hẹp. Sự nhỏ bé.
Exiguité du SALAIRE : Đồng lương ít ỏi.

EXIL : *đ* Sự lưu đầy. Sự lưu vong.
Un POLITICIEN en exil : Chính trị gia lưu vong.

EXILÉ : *đ* Tù biệt xứ. / Kẻ lưu vong.

EXISTANT : *tt* Hiện hữu. Hiện có. Hiện hành.
LOIS existantes : Luật hiện có, hiện hành.

EXISTENCE : *c* Đời sống. Sinh hoạt. Sự hiện hữu.
MOYENS d'existence : Sinh kế. Kế mưu sinh.

EXISTENTIALISME : *đ* Thuyết hiện sinh.

EXISTER : *đgt* Sinh tồn. Sống.

EX-LIBRIS : *đ* Dấu sở hữu (*trên sách cuả mình*).

EXODE : *c* Cuộc di tản (trước một hiểm họa). Cuộc di dân.
Exode de l'OR : Tẩu tán vàng ra ngoại quốc.
Exode de la MATIÈRE GRISE : Chất xám bỏ nước ra đi. Nhân tài bỏ đi hết.

EXOGAMIE : *c* Chế độ kết hôn dị tộc.

EXONÉRATION : *c* Sự miễn trừ.

EXONÉRER : *đgt* Miễn cho.
Exonérer les IMPÔTS : Miễn thuế.

EXORBITANT : *tt* Thái quá. Quá đáng. Quá độ.
Les PRIX exorbitants : Giá quá cao.

EXORCISME : *đ* Phép trừ tà ma.

EXORCISER : *đgt* Phù phép trừ tà ma.

EXORCISTE : *đ* Phù thủy trừ tà ma.

EXOTIQUE : *tt* Chuộng vật ngoại lai; vật hiếm.

EXOTISME : *đ* Tính chuộng ngoại lai.

EXPANSION : *c* Sự bành trướng.

EXPANSIONNISME : *đ* Chủ nghĩa bành trướng.

EXPATRIER : *đgt* Gửi ra ngoại quốc.

EXPATRIER (S') : *dgt* Xuất ngoại. Sống ở ngoại quốc.

EXPECTANT : *tt* Thái độ mong chờ, chờ đợi. Kỳ vọng.

EXPECTATION : *c* Sự mong chờ. Sự chờ đợi. Sự kỳ vọng.

EXPECTATIVE : *c* Sự mong chờ. Sự chờ đợi. Sự kỳ vọng.
ÊTRE dans l'expectative : Đang chờ đợi.
RESTER dans l'expectative : Hãy còn chờ.

EXPÉDIENT : *đ* Mưu mẹo. Phương kế. Xoay xở.
VIVRE d'expédients : Sống bằng cách xoay xở.

EXPÉDIER : *dgt* Gửi đi. / Giải quyết nhanh. / Cấp bản sao.

EXPÉDITEUR : *đ* Người gửi.
Expéditeur d'une LETTRE : Kẻ gửi thư. Người gửi.

EXPÉDTION : *c* Sự gửi đi. Hàng hoá gửi đi. / Cuộc viễn chinh. Toàn sao án văn.
Expédition d'un JUGEMENT : Bản toàn sao án văn.
Expédition MILITAIRE : Viễn chinh.

EXPÉDITIF : *tt* Nhanh nhẹn. Giải quyết nhanh gọn.

EXPÉRIENCE : *c* Kinh nghiệm. Thí nghiệm. Thử nghiệm.

EXPÉRIMENTAL : *tt* Thực nghiệm.
FUSÉE expérimentale : Hoả tiễn thực nghiệm.

EXPÉRIMENTER : *dgt* Thí nghiệm.
Expérimenter une nouvelle ARME : Thử khí giới mới.

EXPERT : *tt* Thành thạo. Lão luyện. Có kinh nghiệm.

EXPERT : *đ* Giám định viên. Chuyên gia.
Expert COMPTABLE : Kế toán giám định viên.
JUGEMENT désignant un expert : Án văn đề cử giám định viên.

EXPERTISE : *c* Sự giám định. Sự giảo nghiệm.
FRAIS d'expertise : Phí tổn giám định.
ORDONNER une expertise : Hạ lệnh cho giám dịnh.
RAPPORT d'expertise : Biên bản giám định. Giám định thư.

EXPERTISER : *dgt* Giám định. Giảo nghiệm.
Expertiser une ARME : Giảo nghiệm vũ khí .
Expertiser un OBJET ANCIEN : Giám định đồ cổ.
Expertiser les ALIMENTS : Giám định thực phẩm.

EXPERTO (AB) : Theo kinh nghiệm.

EXPIATION : *c* Sự đền tội.

EXPIATOIRE : *tt* Chuộc tội. Đền tội.

EXPIER : *dgt* Chuộc tội. Đền tội. Gánh hậu quả của tội lỗi. Đáo kỳ. Kỳ mãn. Hết hạn.

EXPIRANT : *tt* Thở hất ra. Sắp chết. Ngắc ngoải. Sắp tàn. Thở hất ra.

EXPIRATION : *c* Sự hết hạn. Sự mãn hạn. Sự kỳ hạn. Hơi thở hất ra. Hơi thở cuối cùng (*lúc lâm chung*).
Expiration d'un BAIL : Mãn hạn khế ước thuê mướn.
Expiration d'un CONGÉ : Hết hạn nghỉ.
Expiration du DÉLAI : Đáo hạn.
Expiration d'un MANDAT : Mãn nhiệm kỳ.
Expiration d'un PASSEPORT : Hộ chiếu hết hạn.
Expiration d'une PEINE : Hết hạn tù.

EXPIRER : *dgt* Thở hất ra. Tắt thở. / Hết hạn. Mãn hạn. Mãn kỳ.
La LOCATION expire le 30 : Thuê mướn hết hạn ngày 30.

EXPLICATION : *c* Lời giải thích. Lời cắt nghĩa.

EXPLICITE : *tt* Minh thị. Rành rõ.
CLAUSE explicite : Điều khoản rõ ràng.
DEMANDE explicite : Thỉnh cầu rõ ràng.

EXPLIQUER : *dgt* Giải thích. Cắt nghĩa. Giảng giải.

EXPLIQUER (S') : Tỏ bầy ý kiến. Giảng cho rõ lời mình phát biểu.

EXPLOIT : *đ* Thừa phát trạng. Kỳ công. / Huân công.
Exploit MILITAIRE : Chiến công.
Exploit d'HUISSIER : Thừa phát trạng.
Exploit de SAISIE-ARRÊT : Sai áp lương bổng.
Exploit d'ECOLIER : Tinh nghịch học trò.

EXPLOITANT : *tt* Khai thác. Được khai thác. Lợi dụng. Trục lợi.

EXPLOITANT : *đ* Doanh nhân. Người khai thác. Người lợi dụng. / Kẻ bóc lột.

EXPLOITATION : *c* Sự khai thác. Sự khai khẩn. Sự kinh doanh. Doanh nghiệp. Sự trục lợi. Sự lợi dụng. Sự bóc lột.
SOCIÉTÉ d'exploitation : Công ty khai thác.
Exploitation AGRICOLE : Nông sản doanh nghiệp.
Exploitation COMMERCIALE : Thương cục.
Exploitation de l'HOMME par l'HOMME : Người bóc lột người.
Exploitation d'ÉTAT : Quốc gia doanh nghiệp. Nhà nước khai thác.

EXPLOITÉ : *tt* Bị lợi dụng. Bị bóc lột. Được khai thác.
Les MINES sont exploitées par l'État : Hầm mỏ được nhà nước khai thác.

EXPLOITÉ : *đ* Kẻ bị lợi dụng. Kẻ bị bóc lột.

EXPLOITER : *dgt* Khai thác. Khai khẩn. Khai hoang. / Bóc lột. Lợi dụng.
Exploiter un FORÊT : Khai hoang khu rừng.
Exploiter un TALENT : Khai thác một tài năng.
Exploiter un JEUNE TALENT : Bóc lột một tài năng trẻ.

EXPLORATEUR : *đ* Nhà thám hiểm.

Explorateur de la LUNE : Nhà thám hiểm mặt trăng.

EXPLORATION : *c* Sự thám hiểm. Sự mạo hiểm. Sự thăm dò. Sự nghiên cứu. Sự khảo sát.
Exploration du COEUR : Thăm dò trái tim.

EXPLORER : *đgt* Thám hiểm. Thăm dò.
Explorer une QUESTION : Đào sâu một vấn đề.

EXPLOSIF : *tt* Nổ. Thuốc nổ.
ENGIN explosif : Khí cụ có chất nổ.

EXPLOSION : Sự nổ.
Explosion de la COLÈRE : Nổi cơn thịnh nộ.
Explosion d'une MINE : Nổ mìn.
MOTEUR à explosion : Máy nổ.

EXPORTATEUR : *đ* Nhà xuất cảng. Nhà xuất khẩu. / Cơ sở xuất cảng.

EXPORTATION : *c* Việc xuất cảng. Việc xuất khẩu.

EXPORTER : *đgt* Xuất cảng. Xuất khẩu.
Exporter les MARCHANDISES : Xuất khẩu hàng hoá.
Exporter des MATIÈRES PREMIÈRES : Xuất khẩu nguyên liệu.
Exporter les PRODUITS ALIMENTAIRES : Xuất khẩu lương thực.
Exporter des MATIÈRES GRISES : Xuất khẩu chất xám.
Exporter les PRODUITS FINIS : Xuất khẩu dụng hoá.
Exporter les TALENTS : Xuất khẩu các tài năng.
Exporter les TRAVAILLEURS : Xuất khẩu lao độn.

EXPOSANT : *đ* Trình giả. Kẻ trình bầy sự kiện (trong đơn kiện).

EXPOSÉ : *đ* Bài trình bầy. Bài trần thuật. / Luận trình. Bài thuyết trình. Bản trần thuật.
Exposé des FAITS : Trần thuật sự kiện.
Exposé des MOTIFS : Trình bầy các lý do.
Exposé des DOCTRINES : Dẫn trình lý thuyết.
Exposé au SOLEIL : Có nắng (*chiếu*) vào (*nhà*).

EXPOSER : *đgt* Trình bầy. Trưng bầy. Diễn giải.
Exposer un PROBLÈME : Trình bầy một vấn đề.

EXPOSITION : *c* Sự trưng bầy. Cuộc triển lãm. Đấu sảo.

EXPRÈS : *tt* Minh thị. Rõ ràng. Cố ý.
DÉFENSE expresse : Nghiêm cấm.
DISPOSITIONS expresses : Điều khoản minh thị.
ORDRE exprès : Nghiêm lệnh.

EXPRESS : *tt* Nhanh. Tốc hành.
TRAIN express : Chuyến xe hỏa tốc hành.

EXPRIMER : *đgt* Biểu lộ. Phát biểu. Diễn đạt. Nói ra.

EX PROFESSO : Giọng dậy đời. Giọng kẻ cả. / Ra giọng thông thạo.

EXPROPRIATION : *c* Sự truất quyền tư hữu. Sự truất hữu. Việc trưng thu; trưng dụng.

EXPROPRIÉ : *tt* Bị trưng thu; trưng dụng. Bị truất hữu. *đ* Người (*có của cải*) bị trưng thu.

EXPROPRIER : *đgt* Truất hữu. Trưng thu.

EXPULSER : *đgt* Trục xuất. Đuổi ra khỏi (*nhà*).

EXPULSION : *c* Sự trục xuất. Sự đuổi ra khỏi (*nhà*).
Expulsion d'un ÉLÈVE : Đuổi học sinh khỏi trường.
Expulsion d'un ÉTRANGER : Trục xuất ngoại kiều.
Expulsion d'un LOCATAIRE : Trục xuất người thuê mướn.

EXTENSIF : *tt* Mở rộng. Quảng trường.
CULTURE extensive : Quảng canh.

EXTENSION : *c* Sự mở rộng. Sự nới rộng. Sự bành trướng. Sự khuếch trương.
Extension d'un JARDIN : Mở rộng khu vườn.
Extension du POUVOIR : Bành trướng quyền hành.

EXTENSO (IN) : Toàn bộ.
TRAITÉ *in extenso* : Toàn bộ hiệp ước.

EXTÉRIEUR : *tt* Ngoài. Ngoại. Bề ngoài. Thuộc về ngoại quốc.
AFFAIRES extérieures : Ngoại giao vụ.
COMMERCE extérieur : Ngoại thương.
POLITIQUE extérieure : Chính trị đối ngoại.
RELATIONS extérieures : Liên hệ ngoại giao.
SURETÉ extérieure : An ninh đối ngoại.

EXTÉRIEUR : *đ* Bề mặt. Bề ngoài. Mặt ngoài.

EXTERMINATION : *c* Sự hủy diệt. Sự tiêu diệt.
Extermination d'une RACE : Diệt chủng.
GUERRE d'extermination : Chiến tranh tiêu diệt.

EXTERMINER : *đgt* Hủy diệt. Tiêu diệt. Tận diệt. Diệt tuyệt. Triệt tiêu.
Exterminer une RACE : Diệt chủng.

EXTERRITORIALITÉ : *c* Trị ngoại pháp quyền (*nhân viên ngoại giao*).

EXTINCTIF : *tt* Tiêu diệt.

EXTINCTION : *c* Sự tiêu diệt. Sự tắt (*tắt lửa*).
Extinction d'une DETTE : Trái vụ tiêu diệt.
Extinction des OBLIGATIONS : Nghĩa vụ tiêu diệt.
Extinction d'une RACE : Chủng tộc tiêu diệt. Diệt chủng.

EXTIRPATION : *c* Sự diệt trừ.

EXTIRPER : *đgt* Trừ tận gốc. Diệt trừ.
Extirper la CORRUPTION : Diệt trừ nạn tham nhũng.
Extirper une ÉPINE : Lấy (gỡ) một cái gai.
Extirper de la PRISON : Trích xuất khỏi nơi giam.

EXTORSION : *c* Sự sách thủ. Sự cưỡng đoạt.
Extorsion d'un AVEU : Cưỡng bách thú tội.
Extorsion d'une DÉPOSITION : Cưỡng bách cung khai.
Extorsion de FONDS : Sách thủ tiền tài.
Extorsion d'une SIGNATURE : Cưỡng bách phải ký.

EXTRA-BUDGÉTAIRE : *tt* Ngoại ngân sách.
DÉPENSE extra-budgétaire : Chi tiêu ngoài ngân sách.
RECETTE extra-budgétaire : Thâu nhập ngoài ngân sách.

EXTRA-CONJUGAL : *tt* Ngoại hôn phối. Ngoài vòng hôn thú.
RELATIONS extra-conjugales : Ngoại tình.

EXTRADER : *đgt* Trục xuất ngoại kiều. Dẫn độ (*về nước*).
ORDRE d'extrader : Lệnh dẫn độ.
Extrader un CRIMINEL : Dẫn độ phạm nhân.

EXTRADER : *đgt* Dẫn độ (ngoại kiều).

EXTRADITION : *c* Dẫn độ. Trục xuất ngoại kiều (phạm pháp).
ORDRE d'extradition : Lệnh dẫn độ.

EXTRAGAMIE : *c* Ngoại hôn chế.

EXTRAIT : *đ* Bản trích lục.
Extrait d'acte de DÉCÈS : Trích lục khai tử.
Extrait d'acte de MARIAGE : Trích lục hôn thú.
Extrait d'acte de NAISSANCE : Trích lục khai sinh.
Extrait d'UN JUGEMENT : Trích lục án văn.
Extrait de TRANSCRIPTION : Trích lục tờ sao biên.

EXTRA-JUDICIAIRE : *tt* Ngoại tư pháp. Ngoại tụng.
AVEU extra-judiciaire : Thú nhận ngoại tụng.

EXTRA-LÉGAL : *tt* Ngoại pháp luật.

EXTRA MUROS : Ngoại thành.
HABITER *extra muros* : Cư trú ngoại ô.
TRAVAILLER *extra muros* : Làm việc ngoài thành phố.

EXTRANÉITÉ : *c* Ngoại tịch.
EXCEPTION d'extranéité : Khước biện ngoại tịch.

EXTRAORDINAIRE : *tt* Bất thường. Dị thường. Khác thường. Phi thường.
AMBASSADEUR extraordinaire : Đại sứ đặc phái.
ASSEMBLÉE extraordinaire : Đại hội bất thường.
DÉPENSES extraordinaires : Chi tiêu bất thường.
ENVOYÉ extraordinaire : Đặc phái viên.

EXTRAPARLEMENTAIRE : *tt* Ngoại nghị viện.

EXTRA-RÉGLEMENTAIRE : *tt* Ngoại quy

EXTRATERRESTRE : *đ* Sinh vật ngoại địa cầu.

EXTRÊME : *tt* Cực đoan. Quá khích.

EXTRÊME : *đ* Thái cực. Xa xôi.
DEUX extrêmes : Hai thái cực. Lưỡng cực.

EXTRÊME-ORIENT : *tt* Viễn đông.

EXTRÊMEMENT : *pht* Vô cùng.

EXTREMIS (IN) : Phút chót. Giờ chót.

EXTRÊMISME : *đ* Thuyết cực đoan.

EXTRÉMITÉ : *c* Cực điểm. *c snh* Chân, tay. Tứ chi.

EXTRINSÈQUE : *tt* Bề ngoài.

EXUBÉRANT : *tt* Bồng bột.

F

FABLE : *c* Chuyện hoang đường. Chuyện bịa đặt. / Thơ ngụ ngôn.

FABRICANT : *đ* Người chế tạo sản phẩm. Chủ xưởng tiểu công nghiệp.

FABRICATION : *c* Sự chế tạo.
Fabrication des FAUSSES MONNAIES : Làm tiền giả.
Fabrication en SÉRIE : Chế tạo hàng loạt.
Fabrication UNITAIRE : Chế tạo từng đơn vị.

FABRIQUE : *c* Nơi chế tạo. Xưởng nhỏ.
CANCAN de fabrique : Chuyện đồn đại vô căn cứ.
PRIX de fabrique : Giá thành.

FABRIQUER : *đgt* Chế tạo. Làm ra. Biến chế.

FABULEUX : *tt* Hoang đường. Phi thường. Quá lớn. Quá mức.
BÉNÉFICES fabuleux : Lời quá nhiều.
COURAGE fabuleux : Dũng cảm phi thường.
TRAVAIL fabuleux : Công việc quá lớn.
PRIX fabuleux : Giá quá cao.

FAÇADE : *c* Chính diện. Mặt tiền căn nhà.
LUXE de facade : Phú qúy bề ngoài.

FACE : *c* Mặt. Mặt ngoài. Diện.
PERDRE la face : Mất thể diện.
SAUVER la face : Cứu vãn thể diện.
SOUS TOUTES les faces : Dưới mọi khiá cạnh.

FACE À FACE : *đ* Đối diện. Đối mặt.

FACÉTIE : *c* Câu nói đùa vô duyên.

FÂCHER : *đgt* Làm (*cho ai*) cho tức giận.

FACILE : *tt* Dễ dàng. Cởi mở.
CARACTÈRE facile : Tính nết cởi mở.

FACILITÉ : *c* Sự dễ dàng. Sự cởi mở.

FACILITER : *đgt* Làm cho dễ dàng.
Faciliter un TRAVAIL : Giúp cho dễ dàng công việc.

FAÇON : *c* Dùng nguyên liệu của khách hàng chế tạo. Làm việc ăn công.
DE TOUTE façon : Dẫu sao cũng vậy.
EN AUCUNE façon : Chẳng bao giờ.
TRAVAIL à façon : Làm ăn công.

FAC-SIMILÉ : *đ* Bản sao phóng. Bản chụp lại.

FACTEUR : *đ* Nhân tố. Phân tố. Cấu tố. / Bưu tá. Người đưa thư.
Facteur de DIVISION : Nhân tố chia rẽ.
Facteur de PRODUCTION : Nhân tố sản xuất.

FACTICE : *tt* Nhân tạo. Giả tạo. *đ* Đồ giả.

FACTIEUX : *tt* Thuộc về nổi loạn. *đ* Kẻ nổi loạn.

FACTION : *c* Bọn phiến loạn. Bè đảng. / Sự chầu chực. Sự chờ đợi. Việc canh gác.

FACTIONNAIRE : *đ* Lính gác.

FACTO (DE) : Thực tế. Thực tại. Có thực.
GOUVERNEMENT *de facto* : Chính phủ thực tại.

FACTUM : *đ* Cuộc bút chiến. Bài chỉ trích.

FACTURE : *c* Hoá đơn. Biên lai. Biên nhận.
CARNET de facture : Sổ hoá đơn.
Facture ACQUITTÉE : Hoá đơn đã thanh toán.

FACTURER : *đgt* Tính tiền. Làm hoá đơn.

FACTURIER : *đ* Quyển sổ hoá đôn. Người làm hoá đơn.

FACULTATIF : *tt* Tuỳ sở thích. Tuỳ tâm. Tuỳ ý. Không bắt buộc. Tính chất.

FACULTÉ : *c* Sự tuỳ ý. Năng lực. Khả năng. Phân khoa đại học.
Faculté de DROIT : Phân khoa Luật.
Faculté de MÉDECINE : Phân khoa Y (học).

FACULTÉS : *c snh* Khả năng trí thức.
ALLER AU DELÀ de ses facultés : Vượt quá khả năng.

FADA : *đ* Người khùng khùng (N). Kẻ ẫm ờ, hơi điên.

FADE : *tt* Nhạt nhẽo, lạt lẽo.
BEAUTÉ fade : Vẻ đẹp tẻ nhạt.

FAIBLE : *tt* Yếu nhược. Yếu ớt. / Thiếu sinh lực. / Nhu nhược.
CARACTÈRE faible : Tính nhu nhược.
POINT faible : Nhược điểm.
RAISONNEMENT faible : Lập luận yếu kém.
REVENUS faibles : Lợi tức ít ỏi.
Faible d'ESPRIT : Kẻ có bệnh tâm thần.
Faible en MATH : Người yếu về môn toán.

FAIBLESSE : *c* Sự yếu ớt. Sự yếu kém.

FAIBLIR : *đgt* Làm yếu đi.

FAILLE : *c* Kẽ hở. Kẽ nứt. Chỗ rạn.

FAILLI : *đ* Kẻ bị (tuyên án) vỡ nợ. Kẻ vỗ nợ (vỡ).

FAILLITE : *c* Sự vỡ (vỗ) nợ.
Faillite d'une POLITIQUE : Một chính sách thất bại.

FAILLIBILITÉ : *c* Sự lầm lẫn; nhầm lẫn.
Faillibilité d'un JUGE : Lầm lẫn của thẩm phán.

FAIM : *c* Đói. Thiếu dinh dưỡng. / Ước vọng. / Thèm khát.
Faim de S' INSTRUIRE : Hiếu học. Khao khát trau dồi kiến thức.
Faim de LOUP : Đói quá rồi.

FAINÉANT : *đ* Kẻ lười biếng.

FAINEANTISE : *c* Sự lười biếng.

FAIRE : *đgt* Làm. Hành động.
Faire BIEN DE : Cần phải.
Faire son CHEMIN : Dần dà khá lên.
Faire du DROIT : Học luật.
Faire un INJURE À QUELQU'UN : Mạ lỵ. Lăng mạ.
Faire le MORT : Giả vờ chết.
Faire d'une MOUCHE UN ÉLÉPHANT : Bé xé ra to.
Faire la PAIX : Làm lành. Giảng hoà.
Faire PLAY : Chơi đàng hoàng (N); ngay thẳng.
Faire PRÉVENIR QUELQU'UN : Nhờ báo tin cho ai.
Faire VALOIR SON DROIT : Đòi quyền cuả mình.
AVOIR FORT à faire : Còn phải cố gắng nữa.
C'EST BIEN fait : Đáng kiếp.
CE QUI EST fait EST fait : Chuyện đã rồi.
DU DIRE AU faire : Từ lời nói tới việc làm.
SAVOIR y faire : Tháo vát. xoay xở.
SE LAISSER faire : Để người ta ăn hiếp, bắt nạt.

FAIRE : *đ* Phong độ.

FAIRE (SE) : *đgt* Làm ra vẻ.
Se faire AVOCAT : Đang học luật sư.
Se faire de la BILE : Băn khoăn. Lo sợ.
Se faire VIEUX : Già đi.
S'EN faire : Lo ngại.

FAIRE-PART : *đ* Thiếp báo tin. Ai tín.
Faire-part de DÉCÈS : Cáo phó. Báo tang.
Faire-part de NAISSANCE : Báo tin sinh con.
Faire-part de MARIAGE : Báo hỷ tín.

FAIT : *tt* Đã thành niên. Đến thì, thời (N). Thành hình.
Une JEUNE FILLE faite : Cô gái tới tuần cập kê.
Un HOMME bien fait : Người có thân hình nở nang.
Une TÊTE bien faite : Kẻ có học vấn, có kiến thức.
FAIT main : Mỹ nghệ. Thủ công. Làm bằng tay.
TOUT À fait : Hoàn toàn như vậy.
TOUT fait : Làm sẵn.

FAIT : *đ* Sự kiện. Sự việc.
ALLER au fait : Vào chuyện chính.
AU fait : Về việc đó.
C'EST un fait : Đó là việc hiển nhiên.
DE fait : Thực ra. Thực tế là.
DU fait DE : Vì. Do đó.
DU fait QUE : Vì rằng.
EN fait : Thực ra.
EN fait DE : Về mặt. Về vấn đề.
ÉTAT de fait : Sự thực. Trạng thái thực tế.
ETRE SUR de son fait : Tin chắc sẽ thành công.
Faits d'ARMES : Chiến tích. Chiến công.
Faits DIVERS : Tin lượm lặt. Tin vặt.
Faits et GESTES : Hành vi và hành động;
HAUTS faits : Kỳ công. Chiến công.
NIER un fait : Phủ nhận một sự việc.
METTRE au fait : Dậy dỗ. Cho biết rằng.
PAR le fait : Vì sự kiện đó.
PRENDRE fait et CAUSE pour quelqu'un : Bênh vực hết lòng. / Đứng về phe ai.
PRENDRE sur le fait : Bắt quả tang. Bắt tại trận.
Un fait SINGULIER : Sự kiện lạ lùng.

FALLACIEUSEMENT : *pht* Một cách xảo quyệt.

FALLACIEUX : *tt* Gian giảo. Xảo quyệt. Giả trá.
ARGUMENTS fallacieux : Lập luận giả trá.

FALLOIR : *đgt* Cần phải.
COMME il faut : Đàng hoàng. Mẫu mực.
DES GENS comme il faut : Những người đàng hoàng.
S'EN falloir : Còn thiếu.

FALSIFIABLE : *tt* Dễ làm giả.

FALSIFICATEUR : *đ* Kẻ làm đồ giả.

FALSIFICATION : *c* Sự giả mạo. Sự làm đồ giả.

FAMEUSEMENT : *pht* Một cách phi thường.

FAMEUX : *tt* Phi thường. Rất tốt. Rất hay.

FAMILIAL : *tt* Thuộc về gia đình; gia tộc. / Thân thuộc. Quyến thuộc.
ALLOCATION familiale : Trợ cấp gia đình.
ÉDUCATION familiale : Giáo dục gia đình.
JUGE AUX AFFAIRES familiales (tắt J.A.F.) : Thẩm phán chuyên xử những vụ liên quan tới gia đình, ly hôn, giữ con v.v... (*chữ mới*). Chữ cũ *juge au divorce, juge aux affaires matrimoniales.*

FAMILIALE : *c* Xe hơi chở cả gia đình. Xe nhiều chỗ.

FAMILIARISER : *đgt* Làm cho quen đi.
Familiariser avec l'ORDINATEUR : Làm quen với máy vi tính. Xử dụng máy vi tính cho quen.

FAMILIARITÉ : *c* Sự quen thuộc. Sự thân mật. / Sự sỗ sàng. Sự suồng sã.

FAMILIÈREMENT : *pht* Một cách thân mật.

FAMILLE : *c* Gia đình. Gia quyến. Gia tộc.
AIR de famille : Có chút gì giống nhau.
CHARGE de famille : Gánh nặng gia đình.
CHEF de famille : Gia trưởng.
CONSEIL de famille : Hội đồng gia tộc.
DROIT de la famille : Luật gia đình.
FILS de famille : Con nhà danh gia thế phiệt. Con ông cháu cha.
GRANDE famille : Đại gia. Gia đình lễ giáo.
LIEN de famille : Có họ có hàng.
NOM de famille : Danh. Tên họ.
RAPPORT de famille : Liên hệ gia tộc.
SOUTIEN de famille : Cột trụ gia đình.
Famille MONOPARENTALE : Gia đình (chỉ có) một bố hay một mẹ.

FANATIQUE : *tt* Cuồng tín. Cuồng nhiệt. *đ* Kẻ cuồng tín.

FANATISME : *đ* Lòng cuồng tín.
FANTASSIN : *đ* Lính. Binh. Bộ binh .

FARDEAU : *đ* Gánh nặng.
Fardeau des ANS : Tuổi hạc càng cao.
Fardeau de la FAMILLE : Gánh nặng gia đình.
Fardeau des IMPÔTS : Sưu cao thuế nặng.
Fardeau de la PREUVE : Gánh nặng (*vì*) dẫn chứng.

FASCICULE : *đ* Tập sách nhỏ.
Le ROMAN de cape et d'épée est PUBLIÉ en fascicules : Kiếm hiệp tiểu thuyết ấn hành thành tường tập nhỏ.

FASCINANT : *tt* Mê hồn. Quyến rũ.
Une BEAUTÉ fascinante : Vẻ đẹp quyến rũ.

FASCINER : *đgt* Mê hoặc. Thôi miên. Quyến rũ.

FASCISME : *đ* Chủ nghĩa phát xít.

FASCISTE : *tt* Thuộc về phát xít. *đ* Phát xít. Kẻ theo chủ nghĩa phát xít.

FASTE : *tt* Tráng lệ. Huy hoàng. Tốt đẹp.
JOUR faste : Ngày tốt (*may mắn*). Ngày hên (N). Cát nhật.
FASTE : *đ* Vẻ tráng lệ. Sự huy hoàng.
FASTES : *đ snh* Kỷ yếu. Niên biểu.

FATAL : *tt* Tiền định. Số mạng. Nguy cơ chí mạng. Làm khổ con người.
Une BEAUTÉ fatale : Vẻ đẹp giết người.

FATALEMENT : *pht* Tất nhiên. Không tránh nổi. Thiên dịnh. Số mệnh.

FATALITÉ : *c* Định mệnh. Số mệnh. Việc không tránh nổi.

FASTES : *đ snh* Kỷ yếu.

FATIDIQUE : *tt* Tiền định.

FATIGANT : *tt* Làm mệt nhọc. Làm chán ngán. Làm bực mình.
IL EST fatigant : Hắn làm (*cho người ta*) bực mình.

FATIGUÉ : *tt* Mệt nhọc. Mệt mỏi. Cũ kỹ. Sơ sác.
COSTUME fatigué : Quần áo sờn rách.

FATIGUER : *đgt* Làm cho mệt mỏi.
Fatiguer une SALADE : Trộn mềm rau sống.
Fatiguer la TERRE : Làm cho đất hết hoa mầu.

FATIGUER (SE) : *đgt* Mệt mỏi. Chán.
Se fatiguer de le DIRE : Nhắc đi nhắc lại mà vô ích. Nước đổ lá môn. Nước đổ đầu vịt.

FATUITÉ : *c* Tính hợm mình.

FAUBOURG : *đ* Ngoại ô. Ngoại thành.

FAUBOURGS : *đ snh* Dân lao động.

FAUSSETÉ : *c* Sự giả trá. Sự giả mạo. Việc xảo quyệt.

FAUTEUIL : *đ* Ghế bành.
Fauteuil ACADÉMIQUE : Có chân trong Hàn Lâm viện.

FAUTEUR : *đ* Kẻ gây tội.
Fauteur de GUERRE : Kẻ gây chiến tranh.
Fauteur de TROUBLES : Kẻ gây xáo trộn.

FAUX : *tt* Giả. Giả dối. Dối trá.
Fausses COUCHES : Bị hư thai (*khác ch avorter).*
Faux BIJOUX : Đồ trang sức giả hiệu.
Faux BILLETS : Giấy bạc giả.
Faux en ÉCRITURE : Giả mạo tự dạng.
Faux MONNAYEUR : Kẻ làm (*đồng*) tiền giả.
Fausse MONNAIE : Tiền giả.
ACCUSER à faux : Buộc tội sai.

FAVEUR : *c* Đặc ân. Sự biệt đãi.

FAVORABLE : *tt* Thuận lợi. Chấp thuận. Ưng thuận.
AVIS favorable : Ý kiến ưng thuận.
CIRCONSTANCES favorables : Hoàn cảnh thuận tiện.
VOTE favorable : Biểu quyết tán thành.

FAVORISÉ : *tt* Được biệt đãi.
CLAUSE DE LA NATION la plus favorisée : Tối huệ quốc.

FAX : đ Điện thư. Viễn thư (x chữ télécopie). (văn thư gửi bằng điện thoại).

FÉDÉRAL : *tt* Thuộc về liên bang.
GOUVERNEMENT fédéral : Chính phủ liên bang.
RÉPUBLIQUE fédérale : Cộng hoà liên bang.

FÉDÉRALISER : *đgt* Tổ chức thành liên bang.

FÉDÉRALISME : *đ* Chế độ liên bang. Thuyết liên bang.

FÉDÉRALISTE : *tt* Xu hướng liên bang. *đ* Kẻ chủ trương liên bang.

FÉDÉRER : *đgt* Hợp thành liên bang.

FÉDÉRATION : *c* Liên đoàn. Liên minh. Liên hiệp.
Fédération des TAILLEURS : Liên đoàn thợ may.
Fédération des FEMMES : Liên hiệp phụ nữ.

FÉLÉCITATION : *c* Sự khen ngợi. Sự ca ngợi. Lời khen.

FÉLICITER : *đgt* Khen ngợi. Chúc mừng. Chúc hạ.

FÉMINISME : *c* Thuyết nữ quyền. Phong trào bênh vực nữ phái.

FÉMINISTE : *đ* Kẻ bênh vực nữ quyền.

FEMME : *c* Phụ nữ. Đàn bà. Vợ. Thê thiếp.
Femme ADULTÈRE : Người vợ có tình nhân.
Femme LÉGITIME : Chính thất. Nguyên phối. Vợ chính thức.
Femme LIBERTINE : Đãng phụ.
Femme DIVORCÉE puis REMARIÉE : Đào giá.
DEUXIÈME femme : Kế phối. Vợ sau.

FÉODAL : *tt* Phong kiến.

FÉODALISATON : *c* Phong kiến hóa.

FÉRIÉ : *tt* Ngày lễ.

FERMAGE : *đ* Sự cho lãnh canh. Tiền lãnh canh.

FERME : *tt* Chắc chắn. Rắn chắc. Quả quyết. Cương quyết. Dứt khoát.

ACHAT ferme : Mua chắc. Đoạn mãi.
ATTITUDE ferme : Thái độ cương quyết.
DÉLAI ferme : Hạn kỳ chắc chắn.
RÉPONSE ferme : Trả lời dứt khoát.

FERME : *c* Nông trại. Gia trang. Trang gia.

FERMENTATION : c Sự nôn nao. Sự xao xuyến. Sự sôi nổi. / Sự lên men.

FERMIER : *đ* Tá điền. Người lãnh canh. Nông hộ.

FERVENT : *tt* Nhiệt thành. Nhiệt tâm.

FESTIN : *đ* Tiệc. Yến tiệc. Cỗ bàn.

FÊTE : *c* Ngày hội. Ngày khánh tiết.
Fête LÉGALE : Ngày lễ pháp định.
Fête NATIONALE : Quốc khánh.
Fête du VILLAGE : Hội làng.

FÊTER : *đgt* Ăn mừng. Ăn khao.

FEU : *đ* Lửa. Đám cháy. / Sự nổ súng. Bắn ! (*lệnh nổ súng*). / Tinh tú.
ADJUGÉ au 3e feu : Được đấu giá khi ngọn nến thứ 3 tắt.
ARME à feu : Súng.
BAPTÊME de feu : Lần đầu ra trận.
CESSEZ-LE-feu : Tạm ngưng chiến.
FEU et EAU : Nước với lửa. Sung khắc.
EMPLOYER le FER ET le feu : Dùng biện pháp cứng rắn.
FAIRE feu DE TOUT BOIS : Dùng mọi phương tiện.
FAIRE MOURIR À PETIT feu : Làm chết dần chết mòn.
Il N'Y A PAS le feu : Làm gì mà vội (*thân*).
METTRE À feu ET À SANG : Đốt và giết sạch.
METTRE SA MAIN À feu : Khẳng định.
Feu ROUGE : Đèn đỏ (*lưu thông*). Đèn hậu (*xe cộ*).
Feu SACRÉ : Lửa thiêng.
Feu des PASSIONS : Tình nồng nàn.
Feu de POSITION : Đèn hiệu (*xe đậu ban đêm*).

FEU : *tt* Quá cố. Người quá cố. Qua đời.
Feue Mme X. : Bà X. đã qua đời

FIANÇAILLES : *c snh* Lễ ăn hỏi. Lễ đính hôn.
RUPTURE de fiançailles : Thoái hôn. Từ hôn.

FIANCÉ : *đ* Vị hôn phu. Chồng chưa cưới.

FIANCÉE : *c* Vị hôn thê. Vợ sắp cưới.

FINANCER (SE) : Đính hôn. Hứa hôn.

FIASCO : *đ* Sự đại thất bại.

FICHE : *c* Tấm giấy bìa cứng (*khổ nhỏ*).

FICHÉ : *tt* Kẻ bị công an lưu ý tới.

FICHIER : *đ* Hộp đựng giấy bìa. Sổ đen ghi tên những người bất hảo.

FICTIF : *tt* Giả tưởng. Tưởng tượng. Giả định.
FILM fictif : Phim giả tưởng.

FICTION : *c* Sự giả tưởng. Sự tưởng tượng.
SCIENCE fiction : Khoa học giả tưởng.

FIDÈLE : *tt* Chung thủy. Trung thành. Đúng. Chính xác. Trung thực. Khuyển mã.
TRADUCTION fidèle : Phiên dịch trung thực.

FIDÉLITÉ : *c* Lòng chung thủy. Lòng trung thành.

FIEF : *đ* Thái ấp. Đất vua phong.

FIEFAL : *tt* Thuộc về thái ấp.

FIEFATAIRE : *đ* Người thụ hưởng thái ấp. Thái ấp trưởng.

FIER : *tt* Kiêu kỳ. Tự mãn. Tự cao tự đại. Phách lối. Cao ngạo. *đ* Kẻ tự mãn. Kẻ kiêu căng.

FIGUE : *c* Quả hồng khô (*bắc Phi*).
MI-figue, MI-RAISIN : Nửa nạc nửa mỡ. Không rứt khoát.

FIGURATIF *tt* Tượng hình.

FIGURÉ : *tt* Bóng gió.
SENS figuré : Nghĩa bóng.

FILE : *c* Hàng. Hàng dọc.
À la file INDIENNE : Đi hàng một..
Une file de VOITURES : Một dãy xe. Một hàng xe.
CHEF de file : Kẻ đi đầu một hàng dọc. / Kẻ chủ mưu. Kẻ dẫn đầu.

FILER : *đgt* Theo dõi. Theo dò. Kéo sợi.
Filer un VOLEUR : Theo dõi kẻ gian.

FILIATION : *c* Tử hệ. Quan hệ tử tức.
ÉTABLIR la filiation : Thiết lập tử hệ.
PROUVER la filiation : Chứng minh tử hệ.
Filiation ADOPTIVE : Nghĩa dưỡng tử hệ.
Filiation ADULTÉRINE : Gian sinh tử hệ.
Filiation DIRECTE : Trực tiếp tử hệ.
Filiation INCESTUEUSE : Loạn sinh tử hệ.
Filiation LÉGITIME : Chính thống tử hệ.
Filiation NATURELLE : Tư sinh tử hệ.

FILLE : *c* Con gái. Nữ tử. Nữ nhi. / Cô gái. Thiếu nữ. / Gái điếm (*tục*).
ARRIÈRE PETITE fille : Chắt gái.
BELLE fille : Con dâu (*như chữ Bru*). Con gái riêng của vợ (của chồng).
NOM de JEUNE fille : Nhũ danh. Tên thời con gái.
PETITE fille : Cháu gái.
Fille ADOPTIVE : Con gái nuôi. Dưỡng nữ.
Fille ADULTÉRINE : Con gái gian sinh.
Fille INCESTUEUSE : Con gái loạn sinh.
Fille LÉGITIME : Con gái chính thức.
Fille LÉGITIMÉE : Gái tư sinh được chính thức hoá.
Fille MÈRE : Gái có con hoang (*xưa*). (*nay là MÈRE CÉLIBATAIRE*).
Fille PUBLIQUE : Gái điếm.
Fille REPENTIE : Gái (*điếm*) hoàn lương.

FILLETTE : *c* Con gái nhỏ tuổi. Nữ nhi.

FILLEUL : *đ* Con đỡ đầu (*trai*).

FILLEULE : *c* Con đỡ đầu (*gái*).

FILOU : *đ* Kẻ cắp. Thằng bạc bịp.

FILOUTER : *đgt* Đánh cắp. Cờ bạc bịp. Cờ gian bạc lận.

FILS : *đ* Con trai. Nam tử. Nhi.
ARRIÈRE PETIT fils : Chắt trai.
BEAU fils : Con rể. Tế tử. Con trai riêng của vợ (chồng).
DE PÈRE EN fils : Từ cha tới con. Cha chuyền con nối. Truyền tử lưu tôn.
PETIT fils : Cháu nội, cháu ngoại.
TEL PÈRE TEL fils : Cha nào con ấy.
Fils ADOPTIF : Con nuôi trai. Nghĩa tử.
Fils ADULTÉRIN : Con trai gian sinh.
Fils d'APOLLON : Thi sĩ.
Fils de l'HOMME : Chúa Jésus (Giê su).
Fils INCESTUEUX : Con trai loạn sinh.
Fils LÉGITIME : Con trai chính thức.
Fils LÉGITIMÉ : Con trai được chính thức hoá.
Fils NATUREL : Con trai tư sinh.
Fils de la NUIT : Kẻ ác độc.
Fils à PAPA : Cậu ấm. Con nhà giầu, quyền quý.
Fils RECONNU : Con trai được (*cha*) công nhận.

FIN : *tt* Tinh xảo. Tinh vi. Nguyên chất. Ròng. Nhỏ. Mịn. Mảnh. Thanh. Nhẹ.
ÉCRITURE fine : Chữ nhỏ.
HOMME fin : Người tế nhị.
OBSERVATION fine : Nhận xét tinh vi.
OR fin : Vàng nguyên chất. Vàng ròng.
PIERRE fine : Ngọc. Đá quý.
SABLE fin : Cát mịn.
VIN fin : Rượu vang, chát hảo hạng.
Fine MAIN : Người câu cá xuất xắc.
Fine MOUCHE : Kẻ xảo quyệt.

FIN : *c* Lúc kết thúc. Lúc hết. Lúc cuối cùng. Lúc lâm chung. Mục đích. Cứu cánh.
À fin : Để mà.
À BONNE fin : Với kết quả tốt.
À CETTE fin : Với mục đích đó.
À LA fin : Sau chót (N). Sau hết (B).
À TOUTES fins UTILES : Dùng trong mọi trường hợp.
AUX fins DE : Với mục đích là.
Fin d'un HOMME : Kết thúc một đời người.
Fin de l'HOMME : Cứu cánh của con người.
Fin du MONDE : Ngày tận thế.
Fin de NON RECEVOIR : Bác đơn. Bất khả xét (*đơn*). Không xét tới.
Fin de non recevoir POUR ... : Không xét đơn vì... (*đọc theo hàng dưới*)
- ...DÉFAUT de QUALITÉ : ... vì không tư cách.
- ...DÉFAUT d'INTÉRÊT : ... vì không có lợi ích.
- ...EXPIRATION de DÉLAI : ...vì quá hạn.
Fins et CONCLUSIONS (Rejeter) : Bác toàn bộ thỉnh cầu.
MENER à BONNE fin : Tới nơi tới chốn.
MOT de la fin : Lời kết thúc.
PRENDRE fin : Hết. Chung cuộc.
SANS fin : Vô tận.

FINAL : *tt* Sau chót. Cuối cùng.

FINALE : *c* Trận chung kết.

FINALITÉ : *c* Mục đích.

FINANCES : *c snh* Tài chính.
Le MONDE de la finance : Giới tài chính.
MOYENNANT finance : Bỏ tiền ra thì được.

FINANCEMENT : *đ* Sự giúp vốn. Sự tài trợ.

FINANCIER : *đ* Tài phiệt gia.

FIRME : *c* Hãng buôn. Công ty.

FISC : *đ* Sở thuế vụ.
AGENT du fisc : Nhân viên thuế vụ.

FISCAL : *tt* Thuộc về thuế vụ.
DROIT fiscal : Luật thuế vụ.
POLITIQUE fiscale : Chính sách thuế vụ.

FISCALITÉ : *c* Chế độ thuế vụ.

FIXATION : *c* Sự định chắc. Ấn định ngày đăng đường.
Fixation d'une DATE : Định phiên xử.

FIXE : *tt* Chắc. Nhất định. Bất dịch.
CAPITAL fixe : Vốn cố định.
DATE fixe : Ngày nhất định.
PRIX fixe : Giá nhất định (*không mà cả*).

FLAGRANCE : *c* Sự hiển nhiên. Quả tang. Tại trận.

FLAGRANT-DÉLIT : *c* Tội quả tang. (*chữ mới COMPARUTION IMMÉDIATE*).
INJUSTICE flagrante : Bất công hiển nhiên.

FLAMME : *c* Ngọn lửa.
CONDAMNÉ aux flammes : Tội bị thiêu sống.
DÉCLARER sa flamme : Thổ lộ mối tình say đắm.
ÊTRE TOUT FEU TOUT flamme : Hăng hái.
Flammes ÉTERNELLES : Hoả tội ở địa ngục.
Flamme SACRÉE : Lửa thiêng.

FLÉCHISSEMENT : *đ* Sự sụp xuống. Sự suy sụp.
Fléchissement des PRIX : Giá tụt xuống.
Fléchissement du POIDS : Xuống cân (*vì đau ốm*).

FLIBUSTE : *đ* Vụ hải tặc. Vụ hải khấu. Sự cướp biển.

FLIBUSTIER : *đ* Quân cướp biển.

FLOTTE : *c* Hạm đội. Đoàn tầu. Đoàn máy bay.
Flotte AÉRIENNE : Không đội. Không quân.
Flotte BRITANIQUE : Hải quân vương quốc Anh.
Flotte MARCHANDE : Đội thương thuyền.
Flotte de PÊCHE : Đoàn tầu đánh cá.
SEPTIÈME flotte : Đệ thất hạm đội (*Hoa kỳ*).

FLOTTE : *c* Nước (*thân*).
DONNEZ-MOI de la flotte : Cho xin hớp nước (*thân*).
IL flotte : Trời mưa (*thân*).

FLOTTILLE : *c* Đội tàu nhỏ. Phi đội của hải quân.

FLOU : *tt* Lờ mờ. Không rõ.

FLUCTUATION : *c* Sự lên xuống. Sự thăng trầm. Sự tròng trành. Sự dao động. Sự nghiêng ngửa.
Fluctuations ÉCONOMIQUES : Kinh tế thăng trầm.
Fluctuation de l'OPINION PUBLIQUE : Dư luận đổi thay.
Fluctuation des PRIX : Giá cả lên xuống.
Fluctuation de la VIE : Thăng trầm trong đời.

FLUVIAL : *tt* Thuộc về sông ngòi.

FLUX : *đ* Nước triều lên.
Flux de PAROLES : Nói tràng giang đại hải.

F.O.B (FREE ON BORD) : Vente F.O.B. : Bán hàng từ dưới tầu.

FOI : *c* Đức tin (*tôn*). Lòng tin. Sự tin tưởng. Lòng tín ngưỡng.
ACTE de foi : Tỏ lòng tin.
AJOUTER foi À : Tin vào.
AVOIR foi : T n tưởng.
BONNE foi : Ngay tình. Thực tâm.
La BONNE FOI est toujours PRÉSUMÉE : (*Bao giờ cũng*) được coi như là ngay tình.
EN foi DE QUOI : Vì tin như vậy.
FAIRE foi : Có tín lực.
FAIRE foi JUSQÚÀ INSCRIPTION DE FAUX : Có tín lực tới khi bị chứng minh giả mạo.
FAIRE FOI jusqu'à PREUVE CONTRAIRE : Có tín lực tới khi phản chứng.
HOMME de foi : Người đáng tin. Thầy tu.
MAUVAISE foi : Ngoan cố. Ác ý. Gian ý.
OCCUPANT de bonne foi : Kẻ chiếm ngụ ngay tình.
POSSESSEUR de bonne foi : Kẻ chấp hữu ngay tình.
EN FAIT de MEUBLE, LA POSSESSION DE BONNE
FOI VAUT TITRE DE PROPRIÉRÉ : (*tngl*) Về bất động sản, sự chấp hữu ngay tình đã là (một thứ) bằng khoán.

FOIRE : *c* Phiên chợ. Hội chợ.
Foire d'EXPOSITION : Hội chợ triển lãm.

FOL , FOLLE : *tt* Điên rồ. Cuồng dại.

FOLIE : *c* Chứng điên dại. Sự điên cuồng. Sự ngông cuồng. Sự ham mê.
Folie de JEUNESSE : Ngông cuồng tuổi trẻ.
Folie FURIEUSE : Chứng điên dữ tợn.
AIMER À LA folie : Yêu điên cuồng. Yêu say đắm.
ACCÈS de folie : Cơn điên.

FOMENTATEUR : *đ* Kẻ khích động. Kẻ xúi dục. Kẻ chủ mưu.

FOMENTER : *đgt* Khích đông. Xúi dục.
Fomenter une RÉVOLTE : Xúi dục nổi loạn.

FONCIER : *tt* Thuộc về ruộng, đất, bất động sản. Thổ trạch.
IMPÔT foncier : Thuế thổ trạch.
PROPRIÉTAIRE foncier : Địa chủ.
PROPRIÉTÉ foncière : Sở hữu ruộng đất, nhà cửa.
REVENU foncier : Lợi tức thổ trạch.

FONCIER : *đ* Thuế thổ trạch.

FONCIÈREMENT : *pht* Bản chất. Bản thể. Căn nguyên.
Foncièrement BON : Bản chất tốt. Thiện căn. Thiện tính.
Foncièrement MÉCHANT : Bản chất ác ôn. Ác tính.

FONCTION : *c* Chức vụ. Cơ năng.
ENTRER en fonction : Nhiệm chức. Nhận việc.
FAIRE fonction DE : Tạm thời giữ chức vụ.

FONCTIONNAIRE : *đ* Công chức.
NOMINATION d'un fonctionnaire : Bổ nhiệm công chức.

FONCTIONNARISME : *đ* Chế độ quan liêu.

FONCTIONNEL : *tt* Thực dụng.
MEUBLE fonctionnel : Đồ vật thực dụng.

FONCTIONNEMENT : *đ* Sự điều hành. Sự vận hành.

FONCTIONNER : *đgt* Điều hành. Vận hành.

FOND : *đ* Nội dung. Bản chất.
À fond : Đến cùng.
ARTICLE de fond : Bài (*báo*) xã luận.
CONDITION de fond : Điều kiện nội dung.
DANS le fond : Thực ra.
DE fond EN COMBLE : Toàn bộ.
JUGER au fond : Xử về nội dung.
PLAIDER au fond : Biện hộ về nội dung.
STATUER sur le fond : Phán xét về nội dung.
Le fond de l'HOMME : Bản chất con người.

FONDAMENTAL : *tt* Cơ bản. Chủ yếu.
LOI fondamentale : Luật cơ bản.
PRINCIPE fondamental : Nguyên tắc cơ bản.
RAISON fondamentale : Lý do chủ yếu.

FONDATEUR : *đ* Người sáng lập. Sáng lập viên.
Fondateur d'une SOCIÉTÉ : Sáng lập viên một công ty.
Fondateurs de ROME : Những người tạo lập thành La Mã.

FONDATION : *c* Sự sáng lập. Sự thiết lập. Cái nền tảng. Sự tặng biếu.
Fondation d'un HOPITAL : Sự tặng biếu một bệnh viện.
Fondation d'une MAISON : Nền móng một căn nhà.
Fondation d'un PRIX : Thiết lập một giải thưởng.

FONDÉ : *tt* Có căn bản. Có lý do. Có căn nguyên. Hữu lý.
ACCUSATION fondée : Kết tội có căn nguyên.
DEMANDE bien fondée : Thỉnh cầu hữu lý.

FONDÉ DE POUVOIRS : *đ* Người thế quyền vạn năng. Người có đại quyền.

FONDEMENT : *đ* Cơ sở. Nền tảng. Căn nguyên.
AVEC fondement : Có căn nguyên. Có lý do.
Fondement JURIDIQUE : Nền tảng pháp lý.
SANS fondement : Vô căn nguyên.
BRUITS sans fondement : Tin đồn vô căn cứ. Huyên truyền.

FONDER : *đgt* Kiến lập. Xây dựng. Hữu căn. Lập căn.

FONDERIE : *c* Lò luyện kim. Xưởng đúc kim loại.

FONDRE : *đgt* Nấu chảy kim loại.

FONDS : *đ* Đất đai. Ruộng nương. Vốn liếng. Quỹ. Tiền bạc. Tài sản.
Fonds d'AMORTISSEMENT : Quỹ chiết cựu.

Fonds DOTAL : Cuả hồi môn.
Fonds de COMMERCE : Cửa hàng thương mại.
Fonds COMMUN : Quỹ chung. Tiền chung.
Fonds de RESERVE : Quỹ trừ bị. Quỹ an toàn.
Fonds de ROULEMENT : Quỹ lưu chuyển
Fonds de SOCIÉTÉ : Quỹ cuả công ty.

FONDS MONÉTAIRE INTERNATIONAL : F.M.I. (*tắt*) : *đ* Quỹ tiền tệ quốc tế (L.H.Q.).

FONGIBILITÉ : *c* Sự tiêu hao. Sự hao mòn.

FONGIBLE : *tt* Tiêu hao. Hao mòn.
Le SAVON est une chose FONGIBLE : Sà phòng, sà bông là một vật tiêu hao (*khi dùng*)

FOR : *đ* Thâm tâm. Phong tục. Đặc quyền.
En son for INTÉRIEUR : Trong thâm tâm.
LOI du for : Luật sở tại.
PRIVILÈGE du for : Đặc quyền tài phán cuả tu sĩ.

FORAGE : *đ* Việc khoan. Khoan giếng dầu.

FORAIN : *tt* Thuộc về phiên chợ. Ngoại pháp đình.
AUDIENCE foraine : Phiên toà lưu động.
MARCHAND forain : Kẻ bán hàng từng phiên chợ.

FORÇAT : *đ* Tù khổ sai.
MENER une vie de forçat : Sống cực khổ.

FORCE : *tt* Lực lượng. Sức mạnh.

FORCÉ : *tt* Bị bắt buộc. Ép uổng. Cưỡng chế. Cưỡng bách.
ARRÊTS forcés : Trọng cấm.
CONSENTEMENTS forcés : Ưng thuận (*vì bị*) cưỡng bách.
EXÉCUTION forcée : Thi hành cưỡng bách.
EXPROPRIATION forcée : Mất quyền sở hữu (*vì bị*) cưỡng bách.
TRAVAUX forcés : Khổ sai.

FORCÉMENT : *pht* Tất nhiên. Không tránh khỏi.

FORCENÉ : *tt* Giận dữ. Điên cuồng. *đ* Kẻ điên khùng.

FORCER : *dgt* Cưỡng ép. Bức bách. Tăng lên. Phá gãy. Bẻ gẫy.

FORCLORE : *dgt* Mất quyền vì quá hạn. Quá hạn tiêu quyền.

FORCLOS : *tt* Tiêu quyền. Khoá sổ. / Hết hạn.

FORCLUSION : *c* Sự tiêu quyền. Sự mất quyền.

FORESTIER : *đ* Viên kiểm lâm.

FORÊT : *c* Rừng. Rừng rậm.
EAUX et FORÊTS : *lng* Thủy lâm.
SERVICE des EAUX et forêts : Sở thủy lâm.
Frêt VIERGE : Rừng hoang. Rừng chưa khai thác.

FORFAIRE : *dgt* Vi bội. Vi phạm.
Forfaire à ses ENGAGMENTS : Nuốt lời.
Forfaire à la LOI : Vi phạm luật pháp.

FORFAIT : *đ* Tội ác. Trọng tội. / Hợp đồng khoán công việc. / Tiền phạt vì bỏ cuộc.
À forfait : Bao khoán.
CONTRAT à forfait : Khế ước bao khoán.
DÉCLARER forfait : Tuyên bố bỏ cuộc.
TRAVAIL à forfait : Công việc bao khoán.
VENTE à forfait : Bán khoán.

FORFAITAIRE : *tt* Khoán.
PRIX forfaitaire : Giá khoán.

FORFAITURE : *c* Tội phản nghịch. Trọng tội.

FORI (LEX) : Lệ làng (B). Luật địa phương.

FORMALISME : *đ* Thuyết hình thức (*là quan hệ*).

FORMALISTE : *đ* Kẻ trọng hình thức. Óc thủ tục.

FORMALITÉ : *c* Thể thức. Thủ tục.

FORMATION : *c* Sự huấn luyện. Sự hình thành. Sự cấu tạo. Sự đào tạo. Toán. Đội.
Formation des CADRES : Đào tạo cán bộ.
Formation du GOUVERNEMENT : Thành lập nội các, chính phủ.
Formation PROFESSIONNELLE : Đào tạo nghiệp vụ.
Formation SPORTIVE : Đội thể thao.

FORME : *c* Hình thức. Hình thể. Hình.
CONDITION de forme : Điều kiện về hình thức.
EN BONNE et DUE forme : Hình thức hoàn hảo.
EN la forme : Về hình thức.
LE FOND et la forme : Nội dung và hình thức.
NUL en la forme : Vô hiệu về hình thức.
POUR la forme : (*làm*) Chiếu lệ.
VICE de forme : Khiếm khuyết về hình thức.

FORMEL : *tt* Thuộc về hình thức. Bề ngoài. Dứt khoát.
DÉMENTI formel : Đính chính hoàn toàn.
ORDRE formel : Mệnh lệnh dứt khoát.

FORMER : *dgt* Thành lập. Hình thành. Cấu tạo. Tạo lập. Đào tạo.
Former un RECOURS : Xin kháng tố, kháng cáo.

FORMULAIRE : *đ* Mẫu khai đã in sẵn.

FORMULE : *c* Thể thức. Công thức. Biểu trạng.
Formule EXÉCUTOIRE : Công thức cho thi hành ngay(*án văn*).

FORMULER : *dgt* Bầy tỏ. Trình bầy.
Formuler les DEMANDES : Làm đơn thỉnh cầu.
Formuler les GRIEFS : Trình bầy điều trách cứ.
Formuler des VOEUX : Bầy tỏ thỉnh nguyện.

FORNICATEUR : *đ* Kẻ thông dâm. Kẻ gian dâm.

FORNICATION : *c* Tội thông dâm. Tội gian dâm.

FORNIQUER : *dgt* Thông dâm. Gian dâm.

FORS : *tt* Ngoại trừ. Không kể.
TOUT EST PERDU fors l'HONNEUR : Mất tất cả, chỉ còn danh dự.

FORT : *tt* Mạnh. Khoẻ. Hùng cường. Lớn. To.
Une forte SOMME : Món tiền lớn.

FORT de : Ý vào.
FORTE tête : Kẻ bướng bỉnh. Kẻ cứng đầu.
SE FAIRE fort de QUELQU'UN : Bảo đảm cho ai.

FORT : *pht* Mạnh. To. Quá. Lắm.
ALLER fort : Làm quá lố.
TAPER fort : Đập mạnh.

FORT : *đ* Đồn quân. Pháo đài. Kẻ giỏi. Kẻ mạnh.
AU fort de l'HIVER : Giữa mùa đông. Trọng đông.
ARGUMENT fort : Luận cứ xác đáng.
PORTER fort : Bảo đảm.

FORTERESSE : *c* Pháo đài. Trại giam.
Forteresse VOLANTE : Pháo đài bay.

FORTIFICATION : *c* Sự bố phòng. Đồn quân bố phòng.

FORTIFIER : *đgt* Củng cố. Làm cho thêm mạnh.

FORTIN : *đ* Lô cốt.

FORTIORI (A) : Cố nhiên.

FORTUIT : *tt* Ngẫu nhiên. Tình cờ. Bất chợt.
CAS fortuit : Trường hợp tình cờ.

FORTUNE : *c* Của cải. Sản nghiệp. / Sự giầu có. Sự sung túc. Sự may mắn. Vận mệnh. Số mệnh.

FOU : *đ* Người điên. Người khùng.
Fou à LIER : Điên quá phải trói lại.
Fol APPEL : Kháng cáo vô căn. Kháng cáo liều lĩnh.
Folle ENCHÈRE : Đấu giá bừa bãi.
Fou à LIER : Điên quá mức (*phải trói lại*).

FOULE : *c* Đám đông. Quần chúng.

FOURNIR : *đgt* Cung cấp. Cung ứng. Cấp cho.
Fournir CAUTION : Cung ứng bảo lãnh.

FOURNISSEMENT : *đ* Phần hùn. Phần góp. Sự chia phần.

FOURNISSEUR : *đ* Kẻ giao hàng. Kẻ bán hàng.
Fournisseur HABITUEL : Kẻ bán hàng quen thuộc.

FOURNITURE : *c* Sự cung cấp. Sự cung ứng. Đồ dùng cung ứng.
Fourniture de BUREAU : Văn phòng phẩm.

FOURRAGÈRE : *c* Dây quân công. Ruộng trồng cỏ cho bò ăn.

FOURRIÈRE : *c* Nơi giữ súc vật vô chủ. Nơi giam xe cộ.

FOURVOIEMENT : *đ* Việc đi lạc đường. Sự lầm lạc.

FOYER : *đ* Lò sưởi. Lò than. Lò lửa. Căn nhà. Căn hộ. Gia đình. Trung tâm. Hội quán. Cư xá.
FONDER un foyer : Lập gia đình.
RENTRER dans ses foyers : Về thăm quê cũ.
Foyer des ÉTUDIANTS : Hội quán sinh viên.
Foyer de la RÉBELLON : Trung tâm phiến loạn.

FRACTIONNEL : *tt* Chia năm xé bảy. Chia rẽ.

FRACTIONNISME : *đ* Hành động bè phái.

FRACTURE : *c* Sự gẫy.
Fracture du CRÂNE : Vỡ xương sọ.
Fracture du TIBIA : Gẫy xương ống chân.

FRAIS : *đ snh* Phí tổn. Tổn phí. Tiền tiêu pha. Lệ phí. Sở phí.
À frais COMMUN : Cộng đồng án phí.
FAIRE des frais : Chi tiêu. Phải chi tiêu.
FAIRE ses frais : Hoà vốn.
FAUX frais : Tiền tiêu không ra món.
RENTRER dans ses frais : Thu lại tiền đã chi.
GRANDS frais : Quá tốn kém.
Frais d'ÉTUDES : Học phí.
Frais d'EXÉCUTION : Thi hành phí.
Frais FUNÉRAIRES : Tang phí. Táng phí.
Frais d'INSTANCE : Sở phí tố tụng.
Frais de JUSTICE : Án phí tụng lệ.
Frais de MALADIE : Bệnh phí.
Frais de NOURRITURE : Dưỡng phí.

FRANC : *tt* Miễn thuế. Miễn phí. Thẳng thắn. Đủ. Minh bạch.
Franc DE TOUT DROIT : Miễn mọi thứ thuế.
Franc de PORT : Miễn cước phí; vận phí.
Franc JEU : Thẳng thắn. Lương thiện.
PARLER franc : Trực ngôn. Nói thẳng.
ZONE franche : Khu miễn quan thuế.

FRANC : *đ* Pháp tệ. Đơn vị tiền của Pháp.
AU MARC LE franc : Theo tỷ lệ.

FRANC-MAÇON : *đ* Hội viên hội Tam Điểm.

FRANC-MAÇONNERIE : *c* Hội Tam Điểm.

FRANÇAIS : *tt* Thuộc về nước Pháp. *đ* Người Pháp.

FRANC-ALLEU : *đ* Thái ấp miễn thuế.

FRANCHISE : *c* Sự miễn phí. Sự miễn thuế.
Franchise MILITAIRE : Miễn phí cho quân nhân.
Franchise POSTALE : Miễn bưu phí.
Franchise de PORT : Miễn vận phí. Miễn cước phí.

FRANCISATION : *c* Pháp hoá.

FRANCISER : *đgt* Pháp hoá.
Franciser les NOMS : Pháp hoá danh tính.

FRANCO DE PORT : *đ* Miễn vận phí tới tầu

FRANCOPHILE : *tt* Thân Pháp. *đ* Kẻ thân Pháp.

FRANCOPHILIE : *c* Tính thân Pháp.

FRANCOPHOBE : *tt* Bài Pháp. *đ* Kẻ bài Pháp.

FRANCOPHOBIE : *c* Tính bài Pháp.

FRANCOPHONE : *tt* Nói tiếng Pháp. *đ* Pháp thoại.

FRANCOPHONIE : *c* Sự xử dụng tiếng Pháp. Pháp thoại.

FRANC-TIREUR : *đ* Du kích quân (*Pháp*). Kẻ hoạt động đơn độc.

FRAPPE : *c* Sự đúc. Sự khắc. Việc đánh máy. Khuôn đúc chữ.
Frappe de la MONNAIE : Việc đúc tiền.
Frappe d'une LETTRE : Việc đánh máy bức thư.

FRAPPER : *đgt* Đánh. Đánh đập.
Frapper d'un COUP de POIGNARD : Đâm bằng dao găm.
Frapper les IMPÔTS : Đánh thuế.
Frapper à MORT : Đánh đến chết.
La LOI frappe : Luật pháp trừng trị.

FRATERNEL : *tt* Thuộc về anh em.
AMOUR fraternel : Tình huynh đệ.

FRATERNELLE : *c* Ái hữu.

FRATERNISATION : *c* Việc kết nghĩa.

FRATERNISER : *đgt* Kết thân. Kết nghĩa.

FRATICIDE : *tt* Giết anh, chị, em. Sát huynh, sát đệ.
GUERRE fraticide : Huynh đệ tương tàn.

FRATICIDE : *đ* Kẻ giết anh, chị, em. *đ* Tội giết anh, chị em.

FRAUDATOIRE : *tt* Gian lậu. Gian lận. Lậu thuế.

FRAUDE : *c* Việc gian lậu. Việc gian lận.

FRAYEUR : *c* Sự khiếp đảm. Sự khiếp sợ. Sự hãi hùng.

FRAUDER : *đgt* Gian lậu. Gian lận.
Frauder la DOUANE : Lậu thuế nhập cảng.
Frauder aux EXAMENS : Thi cử gian lận.

FRÉQUENTABLE : *tt* Giao du được.

FRÉQUENTER : *đgt* Năng lui tới. Lai vãng. Giao du.
Il fréquente les VOLEURS : Hắn giao du với bọn trộm cướp.

FRÈRE : *c* Anh, em. Sư huynh. Thầy dòng (*tôn*). Bạn cùng trong Tam Điểm hội.
BEAU frère : Anh, em rể. Anh em cùng khác cha, khác mẹ.
DEMI-frère : Anh em cùng cha khác mẹ. Anh em cùng mẹ khác cha.
FAUX frère : Người bạn xấu chơi.
VIEUX frères : Người anh em. Bạn tốt.
Frère AINÉ : Anh cả (B). Anh hai (N). Anh trưởng.
Frère d'ARMES : Bạn đồng đội.
Frère CADET : Em út.
Frères CONSANGUINS : Anh em cùng cha khác mẹ.
Frères GERMAINS : Anh em ruột.
Frère PUINÉ : Em sinh sau (*x ch puiné*).
Frères UTÉRINS : Anh em cùng mẹ.
FAUX frère : Kẻ hại mình.

FRÊT : *đ* Tiền chuyên chở (*bằng tầu*). Tiền thủy vận. Tiền thuê tầu. Khế ước thuê mướn tầu.

FRICHE : *c* Sự bỏ hoang.
TERRE en friche : Đất bỏ hoang.

FROC : *đ* Áo thầy tu.
PRENDRE le froc : Đi tu.
QUITTER le froc : Thôi không tu. Tu xuất.

FRONDE : *c* Sự chống đối. / Ná (*súng*) cao su.

FRONDER : *đgt* Chống đối chính quyền.

FRONDEUR : *đ* Kẻ chống đối. Kẻ hay công kích.

FRONT : *đ* Mặt trận. Chiến tuyến. Trận tuyến. / Trán.
ATTAQUER de front : Đánh trực diện địch quân.
COURBER le front : Cúi đầu chịu nhục. Để đầu ẩm hận.
FAIRE front : Đương đầu.

FRONTALIER : *đ* Dân cư ngụ miền biên giới. Dân vùng biên giới.

FRONTIÈRE : *c* Biên giới. Biên cương. Biên thùy. Ranh giới.

FRUCTUEUX : *tt* Có lợi. Có kết quả tốt.

FRUIT : *đ* Trái. Quả.

FRUITS : *đ snh* Hoa lợi.
Fruits CIVILS : Hoa lợi dân sự.
Fruits COMMERCIAUX : Hoa lợi thương vụ.
Fruits INDUSTRIELS : Hoa lợi kỹ nghệ.

FRUSTRER : *đgt* Tước đoạt. Lạm hành. Làm hại. Làm thất vọng.

FUIR : *đgt* Chạy trốn. Lánh xa.
Fuir un DANGER : Trốn nạn. Lánh nạn.
Fuir le MONDE : Lánh xa cõi tục.
Fuir les RESPONABILITÉS : Trốn tránh trách nhiệm.

FUITE : *c* Sự bỏ trốn.
DELIT de fuite : Tội bỏ trốn. (*sau khi gây tai nạn lưu thông*).
EN fuite : Tại đào. Đào tẩu.

FUNÉRAILLES : *s snh* Đám tang. Tang lễ.
Funérailles MILITAIRES : Quân táng.
Funérailles NATIONALES : Quốc táng.
Funérailles ! : Trời đất ơi !

FUSÉE : *c* Hoả tiễn. Pháo hoa. Pháo bông. Pháo sáng.
Fusée AIR-AIR : Hoả tiễn không-không.
Fusée AIR-SOL : Hoả tiễn không-địa.
Fusée SOL-AIR : Hoả tiễn địa-không.
Fusée SOL-SOL : Hoả tiễn địa-địa.
Fusée INTERCONTINENTALE : Hoả tiễn liên lục địa.

FUSIL : *đ* Súng. Súng trường.
Fusil de CHASSE : Súng săn.

FUSILLER : *đgt* Bắn. Xử bắn. Bắn chết.

FUSION : *c* Sự hợp nhất (*nhiều xí nghiệp*). Liên hợp
Fusion des ENTREPRISES : Hợp nhất nhiều xí nghiệp.

FUSIONNER : *đgt* Hợp nhất.

FUTAIE : *c* Rừng cây lớn. Đại lâm mộc.

FUTILE : *tt* Phù phiếm.

FUTUR : *tt* Vị lai. Tương lai.

FUTUR : *đ* Sự vị lai. Sự tương lai. Sau này.

FUTURISME : *đ* Phái vị lai. / Vị hôn phu.

FUYANT : *tt* Chạy trốn. Thoảng qua. Khó bắt (*nắm*) được.

FUYARD : *tt* Chạy trốn. Đào ngũ. Nhát gan. *đ* Kẻ đào ngũ. Kẻ chạy trốn. Kẻ trốn trách nhiệm.

G

GABEGIE : *c* Sự lãng phí. Sự tệ lạm. Sự quản lý luộm thuộm.

GABELLE : *c* Thuế diêm, thuế muối (*xưa*).

GABON : *đ* Nước Ga-bông (*Phi châu*).

GABONNAIS : *đ* Người xứ Ga-bông (*Phi châu*).

GACHER : *đgt* Phí phạm. Lãng phí. Phung phí. Làm hư hỏng. Làm hỏng.
Gacher le MÉTIER : Nhận tiền công rẻ.
Gacher la JEUNESSE : Lãng phí thanh xuân.

GACHIS : *đ* Tình trạng rối ren. Lãng phí.
Gachis POLITIQUE : Rối ren chính trị.

GADGET : *đ* Đồ chơi lạ mắt.

GAFFE : *c* Lời nói sơ ý. Lời nói vụng về.

GAFFER : *đgt* Phạm lỗi (nhỏ) vì vụng về.

GAGE : *đ* Sự cầm đồ (*để vay tiền*). Sự thế chấp. Vật thế chấp.
EMPRUNTER sur gage : Vay tiền có thế chấp.
METTRE en gage : Cầm đồ.
PRÊTER sur gage : Cho vay với đồ thế chấp.
ÊTRE à gages DE QUELQU'UN : Làm công cho ai.
À gages : Tiền công.

GAGER : *đgt* Thế chấp tài vật. Đánh cuộc.
Gager des VALEURS : Thế chấp giá khoán.

GAGERIE : *c* Hàng hoá thế chấp (*bảo đảm*).

GAGERIE (SAISIE) : *c* Sai áp vật thế chấp.

GAGISTE : *tt* Cầm đồ. Thế chấp. *đ* Kẻ giữ vật thế chấp.
CRÉANCIER gagiste : Chủ nợ cầm đồ.

GAGNANT : *tt* Thắng giải. Trúng số. Kẻ thắng cuộc.
BILLET gagnant : Vé số trúng.
PARTIE gagnante : Phe thắng kiện.

GAGNANT : *đ* Kẻ thắng cuộc. / Kẻ thắng. Kẻ trúng số.

GAGNER : *đgt* Thu được. Kiếm được. Thắng cuộc. Chinh phục được.
Gagner les COEURS : Chinh phục được lòng người.
Gagner une GUERRE : Thắng trận.
Gagner un PROCÈS : Thắng kiện.
Gagner les TÉMOINS : Mua chuộc nhân chứng.
Gagner du TEMPS : Diên trì.

GAIN : *đ* Sự được. Sự thắng. Lợi tức kiếm được. Lợi nhuận.
AVOIR gain de CAUSE : Thắng kiện.

GALA : *đ* Hội lớn.
SOIRÉE de gala : Đại dạ hội.
TENUE de gala : Y phục đại hội.

GALANT : *đ* Kẻ lịch sự. Kẻ hào hoa phong nhã.
FEMME galante : Đàn bà dễ dãi, lẳng lơ.
VERT galant : Khách đa tình.

GALAPIA : *đ* Kẽ lêu lổng. Kẻ rong chơi.

GALAXIE : *c* Thái dương hệ. Thiên hà. Tinh đoàn.

GALÈRE : *c* Cảnh khổ cực.
VOGUE la galère : Tới đâu hay tới đó.

GALON : *đ* Quân hàm. Lon. Cấp bậc quân nhân.

GALOP : *đ* Phi nước đại (*ngựa*).
Galop d'ESSAI : Thi thử trong lớp.

GALOPANT : *tt* Nước đại.
INFLATION galopante : Lạm phát phi mã.

GALVAUDER : *đgt* Làm tổn hại.
Galvauder une réputation : Làm tổn hại thanh danh.

GANG : *đ* Đảng cướp. Băng du đãng. Hiệp đảng ăn cướp.

GANGSTER : *đ* Đảng viên bọn cướp.

GARANT : *đ* Người bảo đảm.

GARANTI : *tt* Được bảo đảm. *đ* Người được bảo đảm.
CRÉANCE garantie : Trái quyền được bảo đảm.

GARANTIE : *c* Sự bảo đảm. Sự bảo chứng.
ACTION en garantie : Tố quyền đòi bảo đảm.
APPELER en garantie : Gọi vào dự sự (vụ án).
DONNER des garanties : Cho bảo đảm.
EXCEPTION de garantie : Khước biện bảo đảm.
EXIGER une garantie : Đòi có bảo đảm.
LETTRE de garantie : Bảo đảm thư.
TRANSFERT de garantie : Chuyển di bảo đảm.
VENTE avec garantie : Hàng bán có bảo đảm.

GARANTIR : *đgt* Bảo đảm. Đảm bảo.

GARANTISSEMENT : *đ* Sự bảo đảm.

GARDE : *c* Sự canh giữ. Sự canh gác. Sự canh phòng. Sự phòng vệ. Sự giám thủ. Sự khán thủ. / Đội vệ binh.
ARRIÈRE garde : Hậu vệ.
AVANT garde : Tiền vệ.
DROIT de garde : Quyền (bổn phận) dưỡng dục (*con, khi ly hôn*).
ETRE de garde : Trực.
MONTE la garde : Canh gác.
PRENDRE garde : Coi chừng. Đề phòng.
Garde IMPÉRIALE : Ngự lâm quân.
Garde RÉPUBLICAINE : Hiến binh cộng hoà (Pháp).
Garde à VOUS ! : Nghiêm !

GARDE : *đ* Lính gác. Viên khán thủ. Viên giám thủ.
Garde du CORPS : Vệ sĩ. Hộ vệ. Thân binh.
Garde RAPPROCHÉE : Cận vệ.
Garde ROYALE : Ngự tiền thị vệ.
Garde des SCEAUX : Vị chưởng ấn. Bộ trưởng Tư pháp.
Garde à VUE : Tạm giam (*chưa có án tòa*).

GARDER : *đgt* Canh giữ. Canh gác.
Garder son CHAPEAU : Không ngả mũ. Tỏ ra vô lễ.
Garder la COPIE : Giữ bản sao.
Garder son RANG : Giữ đúng cương vị.
Garder un SECRET : Giữ kín điều bí mật.
Garder le SILENCE : Giữ im lặng. Không tuyên bố.
Garder à VUE : Tạm giam trong thời gian điều tra.

GARDIEN : *đ* Người canh phòng. Gác gian. Thủ kho.
ANGE gardien : Thần bản mệnh.
Gardien de la CHOSE : Kẻ giám thủ đồ vật.

GARDIENNAGE : *đ* Việc canh gác. Việc canh phòng.

GARE : *c* Nhà ga.
Gare TERMINUS : Trạm cuối.
À la gare : Cút đi.
SANS CRIER gare : Bất chợt.

GARENNE : *c* Đồng hoang nhiều thỏ. Khu cấm săn bắn.

GARER : *đgt* Đậu xe vào một chỗ.

GARNI : *tt* Có đồ đạc. Có đồ dùng kê sẵn.
CHAMBRE garnie : Phòng cho thuê với đồ đạc.
MAISON garnie : Nhà cho mướn có đồ đạc.

GARNISAIRE : *c* Gái nặc nô.

GARNISON : *c* Trại quân. Trại lính. Đồn trú.

GASPILLAGE : *đ* Sự phung phí.

GASPILLER : *đgt* Phung phí.
Gaspiller la JEUNESSE : Phí hoang thời trẻ dại.
Gaspiller son TALENT : Bỏ phí tài hoa.

GASPILLEUR : *đ* Kẻ hoang phí.

GAUCHE : *đ* Phía tay trái. Tay trái. Phía tả.

GAVAGE : *đ* Nhồi thức ăn (*cho súc vật mau lớn*).

GAVER : *đgt* Nhồi. Tọng. Nhét.

GAZER : *đgt* Giết bằng hơi độc. / Che giấu. Ngụy trang.

GAZETTE : *c* Tờ báo. Sự mách lẻo.
LIRE la gazette : Ngồi chầu mồm.
VIEILLE gazette : Chuyện không quan trọng.

GELÉ : *tt* Đóng băng. / Không nhúc nhích.
SALAIRE gelé : Lương bổng không nhúc nhích.

GELER : *đgt* Làm cho đông lại.
Geler l'IMPORTATION : Cấm nhập cảng thêm.
Geler les PRIX : Không cho thay đổi giá thị trường.

GENDARME : *đ* Lính hiến binh. Sen đầm.

GENDARMERIE : *c* Trại hiến binh. Đội hiến binh.

GENDRE : *đ* Con rể. Tế tử. Nữ tế.

GÈNE : *đ* Gien. Chủng tử. Giòng di truyền.

GÊNE : *c* Sự gò bó. Sự ngượng nghịu. Sự túng thiếu.
ÊTRE dans le gêne : Đang túng thiếu.

GÊNÉ : *tt* Bị gò bó. Bị ngương nghịu. / Thiếu tiền.

GÊNER : *đgt* Làm vướng víu. Làm cản trở.
Gêner la CIRCULATION : Cản trở lưu thông.

GÉNÉRAL : *tt* Tổng quát. Toàn bộ. Toàn thể. Đại cương. Phổ thông.
ASSEMBLÉE générale : Đại hội đồng.
AVOCAT général : Phó Chưởng lý.
CONSENTEMENT général : Toàn thể đồng ề.
CULTURE générale : Kiến thức.
DIRECTEUR général : Tổng giám đốc.
EN RÈGLE générale : Theo thông lệ.
EN général : Thông thường thì. Nói chung thì.
INTÉRÊT général : Lợi ích công cộng. Công ích.
MOBILISATION générale : Tổng động viên.
PROCUREUR général : Chưởng lý.
QUARTIER général : Tổng hành dinh.
SÉCRÉTAIRE général : Tổng thư kề.

GÉNÉRAL : *đ* Tướng lãnh.

GÉNÉRALISER : *đgt* Phổ cập. Đại chúng hoá. Lan rộng.
CANCER généralisé : Ung thư lan rộng.

GÉNÉRALISSIME : *đ* Thống soái. Nguyên soái.

GÉNÉRATION : *c* Sự sinh sản. Sự hình thành. Thế hệ.
Génération ACTUELLE : Thế hệ đương thời (này).
JEUNE génération : Thế hệ trẻ.

GENÈSE : *c* Sự khởi tạo. Sự khởi thuỷ. Sự hình thành.
La genèse du MONDE : Sự khởi sinh nhân loại.

GÉNÉTIQUE : *c* Khoa di truyền. Di truyền học.

GÊNEUR : *đ* Người quấy rầy. Kẻ làm phiền lòng.

GÉNIAL : *tt* Tài giỏi. Tài tình. Thiên tài.

GÉNIE : *đ* Thần thánh. / Công binh. Thuật kiến tạo.
Génie des EAUX : Thủy thần. Hà bá.

GÉNITAL : *tt* Sinh dục.
ORGANE génital : Bộ phận sinh dục.

GÉNITEUR : *đ* Sinh vật làm giống. Cha mẹ.

GÉNOCIDE : *đ* Họa diệt chủng.

GENRE : *đ* Giống. Loại. Loài. Lối. Kiểu.
Genre HUMAIN : Loài người.
Genre de LITTÉRATURE : Loại văn.
Genre MASCULIN : Giống đực.
Genre de VIE : Kiểu sống. Cách sống.

GENS : *đ* Người.
Gens d'ÉGLISE : Thầy tu. Tu sĩ.
Gens de LETTRES : Tao nhân. Mạc Khách.
Gens de MAISON : Người hầu. Gia nhân.
Gens de MER : Thuỷ thủ.
Gens de ROBE : Luật gia. Phe quí phái.
BIEN des gens : Rất nhiều người.
DROIT des gens : Luật nhân quần.
JEUNES gens : *snh* Thanh niên.

GENTIL : *tt* Dễ thương. Xinh xinh.

GENTILHOMME : *đ* Nhà quí tộc. Người quí phái.

GENTILHOMMERIE : *c* Hàng ngũ quí tộc. Tư cách quí tộc.

GENTILHOMMIÈRE : *c* Doanh trại cuả nhà quí tộc.

GENTILLESSE : *c* Lòng tử tế. Lời nói dễ thương.

GENTLEMAN : *đ* Người hào hoa. Kẻ phong nhã.

GENTLEMAN-FARMER : *đ* Địa chủ tự canh tác.

GENTLEMAN-RIDER : *đ* Kỵ sĩ quí tộc.

GÉOGRAPHIE : *c* Địa dư học. Địa chất học.

GEÔLE : *c* Trại trừng giới. Nhà tù. Trại giam.

GEÔLIER : *đ* Kẻ coi trại trừng giới.

GÉOGRAPHE : *đ* Nhà địa chất học.

GÉOMANCIEN : *đ* Thầy địa lý.

GÉOMÈTRE : *đ* Trắc địa sư. Trắc đạc sư.

GÉOMÉTRIE : *c* Hình học.
Géomètrie dans l'ESPACE : Hình học không gian.

GÉRANCE : *c* Sự quản lý. Sự quản trị. Nhiệm kỳ quản lý.

GÉRANT : *đ* Người quản lý. Quản trị viên.

GÉRER : *đgt* Quản lý. Quản trị.

GERMAIN : *tt* Ruột (*anh, em*).
COUSIN germain : Anh em họ *con chú, con bác; con dì, con dà; con cô, con cậu.* Chí huynh đệ.
COUSIN ISSU de germain: Anh em họ *cháu chú, cháu bác; cháu dì, cháu dà; cháu cô, cháu cậu.* Tái tòng huynh đệ.
FRÈRE germain : Anh em ruột. Huynh đệ.

GERMANOPHILE : *tt* Thân Đức.

GERMANOPHOBE : *tt* Bài Đức.

GESTAPO : *c* Công an cuả Đức quốc xã (*xưa*).

GESTATION : *c* Sự kết thai. Sự có chửa. Sự mang bầu. Thời kỳ thai nghén. Sự ấp ủ.

GESTE : *đ* Cử chỉ. Cử động tay, chân.

GESTICULATION : *c* Khoa chân, muá tay.

GESTION : *c* Sự quản lý. Sự quản trị.
ACTE de gestion : Hành vi quản lý.
RISQUE de gestion : Rủi ro quản lý.
Gestion INTERSECTORIELLE : Quản lý liên ngành.
Gestion OCCULTE : Quản lý ẩn tích.
Gestion PRIVÉE : Tư nhân quản lý.
Gestion PUBLIQUE : Công quản.
Gestion SECTORIELLE : Quản lý từng ngành.
Gestion TERRITORIALE : Quản lý theo lãnh thổ.

GESTIONNAIRE : *đ* Quản lý viên. Quản trị viên

GHETTO : *đ* Khu tập trung người Do thái.

GIBET : *đ* Nơi treo cổ, pháp trường (*xưa*)..

GIBIER : *đ* Người bị truy lùng.
Gibier de POTENCE : Kẻ đáng treo cổ.

GIGOLETTE : *c* Con gái nhí nhảnh.

GIGOLOT : *đ* Đĩ đực.

GITAN : *đ* Kẻ du mục. Người Di-tăng.

GITE : *đ* Nơi tạm trú. Hang (hố) thỏ.

GLAISE : *c* Đất sét (*làm gạch, ngói*).

GLANER : *đgt* Mót luá ngày mùa. Nhặt nhạnh. Lượm lặt.
Glaner les ANECDOTES : Lượm lặt giai thoại.

GLOBAL : *tt* Tổng quát. Toàn bộ. Toàn thể.

GLOBE : Quả cầu.
Globe TERRESTRE : Địa cầu.

GLOIRE : *c* Sự vinh quang. Sự vẻ vang.

GOUVERNANT : *đ* Nhà cầm quyền. Kẻ cai trị
PARTI gouvernant : Đảng cầm quyền.

GOUVERNANTE : *c* Bà quản gia.

GOUVERNÉ : *đ* Kẻ dưới quyền cai trị.

GOUVERNEMENT : *đ* Chính phủ. Chức tổng trấn. Chức thủ hiến. Giới cầm quyền. Sự cai trị. Chính thể.
ACTE de gouvernement : Hành vi cai trị.
RENVERSER le gouvernement : Lật đổ chính phủ.
Gouvernement DE FAIT : Chính phủ thực tại.
Gouvernement *DE FACTO* : Chính phủ thực tại.
Gouvernement *DE JURE* : Chính phủ hợp pháp.
Gouvernement EN EXIL : Chính phủ lưu vong.

Gouvernement MILITAIRE : Tổng trấn. Quân quản.
Gouvernement PROVISOIRE : Chính phủ lâm thời.

GOUVERNER : *đgt* Cai trị. Cầm quyền. Lèo lái con thuyền.

GOUVERNEUR : *đ* Thống đốc. Tổng trấn. Thủ hiến. Toàn quyền (*xưa*).
Gouverneur de la BANQUE NATIONALE : Thống đốc ngân hàng quốc gia.
Gouverneur CIVIL : Vị Thủ hiến.
Gouverneur GÉNÉRAL : Vị Toàn quyền (xưa).
Gouverneur MILITAIRE : Vị Tổng trấn.
Gouverneur d'une PROVINCE : Vị Tổng đốc (*xưa*).

GRÂCE : *c* Ân xá. Đặc xá.
DÉLAI de grâce : Ân hạn.
DROIT de grâce : Đặc quyền ân xá.
RECOURS en grâce : Thỉnh cầu đặc xá.
Grâce AMNISTIANTE : Đại xá (*áp dụng cho tất cả tội phạm*).
Grâce PRÉSIDENTIELLE : Ân xá của Tổng thống.

GRACIEUX : *tt* Phi tố tụng. Ngoại tụng.
DÉCISION gracieuse : Quyết định ngoại tụng.
JURIDICTION gracieuse : Tài phán phi tụng.

GRADE : *c* Cấp bậc. Trật hạng.
AVANCEMENT en grade. Thăng cấp.
Grade UNIVERSITAIRE : Học vị đại học.

GRAIN : *đ* Hạt. Hột.
AVOIR un grain : Hơi điên một chút.
METTRE son grain de SEL : Xía vào việc người khác.
VEILLER au grain : Thận trọng.
VOIR VENIR le grain : Sắp nguy.

GRAINE : *c* Hạt. Hột.
MAUVAISE graine : Trẻ con hư.
PRENDRE de la graine : Rút kinh nghiệm.

GRAND : *tt* To. Lớn. Vĩ đại. Đồ sộ.
Grand ÂGE : Tuổi già.
Grand AIR : Ngoài trời. Lộ thiên.
Grande ARMÉE : Đại quân *(của Nã phá Luân)*.
Grande DISTANCE : Xa xôi.
Grand JOUR : Ngày trọng đại. Ngày đáng ghi nhớ.
Grand LIVRE : Sổ cái. Sổ chính.
Grande GUERRE : Đại chiến I. Thế chiến I.
Grand HOMME : Vĩ nhân.
Grand-MÈRE : Bà nội, ngoại.
Grand MONDE : Nhiều người. Đông người.
Grand ONCLE : Ông chú. Ông bác.
Grand PAS : Bước dài. Tiến xa (*bóng*).
Grands PARENTS : Ông bà (*nội, ngoại*).
Grand PÈRE : Ông nội, ngoại.
Grande TANTE : Bà dì. Bà thím. Bà bác. Bà mợ.
Grande VILLE : Thành phố lớn.
Un HOMME grand : Người cao lớn.

GRAND : (*đ*) Sự cao xa. Sự cường mạnh.
LES grands : Các cường quốc.

GRANDIOSE : *tt* Hùng vĩ. Vĩ đại.

GRAPHIQUE : *đ* Biểu đồ. Đồ thị.

GRAPHOLOGIE : *c* Khoa chiết tự. Thuật đoán tâm tính bằng tự dạng. Bói toán bằng chữ ký.

GRAPHOLOGUE : *đ* Chiết tự gia.

GRATIFICATION : *c* Tiền thưởng. Tặng kim.

GRATIFIER : *đgt* Tưởng thưởng. Tưởng lệ.

GRATIS : *pht* Miễn phí. Không phải trả tiền.

GRATITUDE : *c* Lòng tri ân.

GRATUIT : *tt* Vô cớ. Vô bằng. Vô căn. / Miễn trả tiền. Không phải trả tiền.
AFFIRMATION gratuite : Khẩu quyết vô bằng.
SUPPOSITION gratuite : Giả thuyết vô căn.

GRAVE : *tt* Trầm trọng. Quan trọng. Hệ trọng. Trang nghiêm.
ACCENT grave : Dấu huyền.
AFFAIRE grave : Việc hệ trọng.
BLESSURES graves : Vết thương trầm trọng.
FAUTE grave : Lỗi nặng.
MALADIE grave : Bệnh trầm trọng.
SITUATION grave : Tình hình nghiêm trọng.
TON grave : Giọng quan trọng. Giọng trầm.

GRÉ : *đ* Sở thích.
AU gré de : Tùy theo.
DE gré à gré : Thoả thuận song phương.
DE gré ou DE FORCE : Thuận tình hay miễn cưỡng.
DE SON PLEIN gré : Hoàn toàn thuận tình.
SAVOIR gré : Biết ơn. Tri ân.
SAVOIR MAUVAIS gré : Không bằng lòng.

GREFFE : *đ* Phòng lục sự.
SÉCRÉTARIAT greffe : Ban thư ký lục sự.

GREFFIER : *đ* Viên lục sự.
Greffier AUDIENCIER : Lục sự đương đường.
Greffier en CHEF : Chánh lục sự.

GRENIER : *đ* Vựa thóc.

GRÈVE : *c* Sự đình công. Sự làm reo. Sự bãi công.
Grève de la FAIM : Tuyệt thực.
Grève GÉNÉRALE : Tổng đình công.
Grève PERLÉE : Đình công loáng thoáng.
Grève de SOLIDARITÉ : Đình công yểm trợ.
Grève TOURNANTE : Đình công luân phiên.
Grève SCOLAIRE : Bãi khoá.
Grève SUR LE TAS : Đình công tại chỗ.
Grève ZELÉE : Đình công sốt sắng. (*Cảnh sát phạt nhiều hơn*).
PRÉAVIS de grève : Báo trước đình công.
FIN de grève : Chấm dứt đình công.

GRÉVISTE : *đ* Kẻ đình công. Kẻ làm reo. Kẻ bãi công.

GRIEF : *đ* Lời trách cứ. Lời than phiền. Điều cáo trách.

GRIFFE : *c* Móng vuốt. Nhãn hiệu. Dấu ấn.

GRIFFONNER : *đgt* Viết tháu. Viết thảo. Viết nguệch ngoạc.
Griffonner une LETTRE : Viết vội vài hàng (*thư*).

GRIVELER : *đgt* Ăn quỵt. Ăn không trả tiền.

GRIVÈLERIE : *c* Sự ăn quỵt.

GRIVELEUR : *đ* Kẻ ăn quỵt.

GROS : *tt* To. Bự. Mập.
Gros BÉTAIL : Gia súc lớn (*trâu bò*).
Gros LOT : Lô độc đắc.
Grosse RÉPARATION : Đại trùng tu. Đại tu bổ.

GROS : *d* Phần chủ yếu.
COMMERCE en gros : Buôn bán sỉ.
PRIX de gros : Giá sỉ.
VENTE en gros : Bán sỉ.

GROSSE : *tt* Có chửa; có bầu; có mang; có thai.

GROSSE : *d* Bản đại tự (*bản án viết tay*).
Grosse d'un ARRÊT : Phúc nghị đại tự.
Grosse d'un JUGEMENT : Án văn đại tự.

GROSSESSE : *c* Sự mang thai. Sự có chửa. Sự có bầu.
ETAT de grossesse : Trạng thái mang thai.
RECEL de grossesse : Mang thai dấu giếm.

GROSSIER : *tt* Thô lỗ. Không thanh tao.
ERREUR grossière : Lỗi lầm quá rõ ràng.
PROPOS grossiers : Lời nói thô tục.

GROSSISTE : *d* Người mua, bán sỉ.

GROSSO MODO: Đại cương. Đại thể. Tổng lược.

GROSSOYER : *dgt* Thảo bản đại tự (bản án).

GROUPE : *d* Nhóm. Toán.
Groupe de DÉLÉGUÉS : Nhóm đại biểu.
Groupe de PARLEMNTAIRE : Nhóm nghị sĩ.
Groupe de PERSONNES : Một nhóm người.
Groupe PROFESSIONNEL : Nhóm đồng nghiệp.

GROUPEMENT : *d* Sự tập hợp. Sự kết hợp thành một nhóm.

GROUPER : *dgt* Nhóm lại. Xắp xếp thành nhóm.

GROUPER (SE) : *dgt* Kết nhóm. Kết đội. Kết đoàn.

GUELTE : *c* Hoa hồng. Tiền thưởng cho người bán nhiều hàng.

GUÉRILLA : *c* Quân du kích. Đội du kích. Du kích.

GUÉRILLERO : *d* Du kích ân.

GUERRE : *c* Chiến tranh.
DÉCLARATION de guerre : Tuyên chiến.
ÉTAT de guerre : Tình trạng chiến tranh.
FOUDRE de guerre : Dũng tướng.
GENRE de guerre : Quân nhân.
NOM de guerre : Bí danh.
TEMPS de guerre : Thời chiến.
TRIBUNAL de guerre : Toà quân sự.
Guerre AÉRIENNE : Không chiến.
Guerre ATOMIQUE : Chiến tranh nguyên tử.
Guerre CIVILE : Nội chiến.
Guerre de CONQUÊTE : Chiến tranh xâm lược.
Guerre ÉCLAIRE : Chiến tranh chớp nhoáng.
Guerre d'EMBUSCADE : Đánh phục kích.
Guerre des ÉTOILES : Chiến tranh không gian.
Guerre FROIDE : Chiến tranh lạnh (*xưa*).
Guerre INTESTINE : Nội chiến. Nồi da nấu thịt.
Guerre de LIBÉRATION : Chiến tranh giải phóng.
Guerre LOCALE : Chiến tranh cục bộ.
Guerre à MORT : Tử chiến.
Guerre des NERFS : Chiến tranh cân não.
Guerre d'OPIUM : Nha phiến chiến tranh (*sử*).
Guerre à OUTRANCE : Kịch chiến. Quyết chiến.
Guerre PSYCHOLOGIQUE : Chiến tranh tâm lý.
Guerre de RELIGION : Chiến tranh tôn giáo.
Guerre SAINTE : Thánh chiến.
Guerre TOTALE : Chiến tranh toàn diện.
Guerre d' USURE : Chiến tranh tiêu hao.

GUERRIER : *tt* Hiếu chiến.
EXPLOIT guerrier : Chiến công.

GUERRIER : *d* Chiến sĩ. Chiến binh. Quân nhân.

GUET : *d* Sự rình mò địch. Việc trông chừng.

GUET-APENS : *d* Vụ mai phục.

GUIDE : *d* Kẻ dẫn đường. Kẻ dẫn lối. Kẻ hướng dẫn. Hướng đạo.
Guide TOURISTIQUE : Kẻ hướng dẫn du lịch.

GUIDER : *dgt* Dẫn đường. Chỉ đạo. Hướng đạo.

GUILLOTINE : *c* Máy chém. Đoạn đầu đài. Cửa sổ cánh lên xuống (kiểu Pháp).

GUILLOTINÉ : *d* Người bị xử chém. Người lên đoạn đầu đài.

GUILLOTINER : *dgt* Chặt đầu. Xử trảm.

GUILLOTINEUR : *d* Đao phủ thủ. Người điều khiển máy chém

H

HABEAS CORPUS : Luật bảo vệ cơ thể con người.

HABILE : *tt* Khôn khéo. Khôn ngoan. Khéo léo chân tay.
ARTISAN habile : Thợ khéo tay.
AVOCAT habile : Luật sư khôn khéo.

HABILEMENT : *pht* Một cách khôn ngoan, khôn khéo.
NÉGOCIER habilement : Điều đình khôn ngoan.

HABILITANT : *tt* Làm cho có đủ tư cách.

HABILITATION : *c* Sự có đủ tư cách.

HABILITÉ : *c* (*có*) Tư cách (*để làm việc gì*). Khả năng. Thẩm quyền.
Habilité de REPRÉSENTER : Có tư cách đại diện.

HABILITER : *đgt* Phục chức. Cho tư cách. Cho thẩm quyền. Làm cho có đủ tư cách.

HABILLEMENT : *đ* Quần áo. Sự cung cấp quần áo. Nghề may quần áo.
Habillement des HINDOUS : Quần áo người Ấn.
INDUSTRIE d'habillement : Kỹ nghệ may mặc.

HABIT : *đ* Lễ phục (nam).

HABITABILITÉ : *c* Việc *ở* được. Cư ngụ được. Trú chân được.

HABITABLE : *tt* Có thể ở được. Có thể cư ngụ được.

HABITACLE : *đ* Nơi ở được. / Phòng nhỏ trong phi thuyền không gian.
Habitacle du TRÈS HAUT : Thiên đình.

HABITANT : *tt* Cư ngụ. Ở.
Habitant À PARIS : Cư ngự ở Paris.

HABITANT : *đ* Dân. Người cư ngụ. Người cư trú.
Habitants D'UN PAYS : Dân một nước.
PARIS A 14 MILLIONS d'habitants : Paris có 14 triệu dân.

HABITAT : *đ* Điều kiện (*tốt, xấu)* cư ngụ. Mức độ cư ngụ (*cao, thấp v.v...*).

HABITATION : *c* Nhà cửa. Chỗ ở. Nơi trú ngụ.
À USAGE d'habitation : Dùng để ở.
CHANGER d'habitation : Đổi nhà. Đổi nơi cư trú.
LOCAL d'habitation : Trụ sở dùng làm nơi cư trú.
HABITATION privée : Tư gia. Tư thất. Nhà riêng.

HABITER : *đgt* Cư ngụ. Cư trú. Ở.

HABITUDE : *c* Tập quán. Tập tục. Thói quen. Thường thường.
D'habitude : Thói thường. Chiếu lệ.
PAR habitude : Do thói quen.
AVOIR de MAUVAISES habitudes : Có những thói xấu
BONNE habitude : Thói tốt.
MAUVAISE habitude : Thói xấu.

HABITUÉ : *đ* Khách quen. Khách hàng thường xuyên.
Habitué d'un RESTAURANT : Thực khách quen thuộc.

HABITUER : *đgt* Làm cho có thói quen. Tập cho quen.

HABITUER (S') : *đgt* Làm quen với (*sự kiện gì*).

HABLER : *đgt* Nói khoác. Khoác lác.
Trăm voi không được bát nước sáo.

HABLEUR : *đgt* Kẻ đại ngôn. Kẻ khoác lác. Kẻ nói một tấc tới trời

HACHISCH : *đ* Cần sa.

HACHURER : *đgt* Tô đen bằng nhiều gạch chéo.

HAGARD : *tt* Hoảng hốt. Nhớn nhác.

HAIE : *c* Hàng rào. Hàng giậu bằng cây.
Haie d'HONNEUR : Hàng rào danh dự.

HAINE : *c* Lòng oán. Lòng căm thù. Lòng thù ghét.

HAINEUSEMENT : *pht* Một cách thù ghét.

HAINEUX : *tt* Thù oán. Hằn học.

HAIR : *đgt* Thù ghét. Không ưa.
Hair à MORT: Ghét cay ghét đắng.

HAISSABLE : *tt* Đáng ghét. Khó thương.

HALAGE : *đ* Sự kéo thuyền bằng dây. Sự dong thuyền.
CHEMIN de halage : Đường dong thuyền.
SERVITUDE de halage : Dịch quyền dong thuyền.

HALEINE : *c* Hơi miệng thở ra.
FORTE haleine : Miệng hôi.
MAUVAISE haleine : Hôi miệng.
PERDRE haleine : Mệt đứt hơi.
REPRENDRE haleine : Lấy lại hơi sức.
TOUT d'une haleine : (*làm*) Một mạch. Một hơi.
TRAVAIL de longue haleine : Việc mất lâu công.

HALENER : *đgt* Đánh hơi.

HALETANT : *tt* (thở) Hổn hển.

HALETER : *đgt* Thở hổn hển.

HALL : *đ* Phòng rộng rãi. Sảnh đường.

HALLAGE : *đ* Thuế chợ.

HALLE : *c* Chợ. Chỗ họp chợ.

HALLUCINANT : *tt* Gây ảo giác. Gây mê.

HALLUCINOGÈNE : *tt* Sinh ra ảo giác.

HALTE : *c* Đứng lại (*ra lệnh*).

HAMEAU : *đ* Xóm. Thôn.

HANDICAPÉ : *đ* Người có tật.

HANTÉ : *tt* Có ma.
MAISON hantée : Căn nhà có ma.

HANTER : *đgt* Ám ảnh.

HANTISE : *c* Sự ám ảnh.

HARANGUER : *đgt* Diễn thuyết kêu gọi.
Haranguer le PEUPLE : Kêu gọi dân chúng.

HARDWARE : Cương thể (điện toán).

HAREM : *đ* Chỗ nuôi cung phi (Ả rập).

HARMONIE : *c* Sự hoà hợp. Sự hài hoà. Việc hoà âm (*nhạc*).

HASARD : *đ* Sự may rủi. Sự đỏ đen. Sự ngẫu nhiên. Sự tình cờ.
À TOUT hasard : Để phòng xa. May ra thì.
CORRIGER le hasard : Cờ bạc gian lận.
JEU de hasard : Cờ bạc đỏ đen.

HASARDER : *đgt* Liều. Mạo hiểm. Thử thời vận.

HASARDEUX : *tt* Mạo hiểm. Phiêu liêu. Không chắc chắn.

HÂTE : *c* Sự vội vàng. Sự hối hả.

HÂTER : *đgt* Làm cho nhanh.
Hâtez-vous LENTEMENT : Nhanh lên nhưng cẩn thận.

HÂTIF : *tt* Nhanh. Vội vã.
JUGEMENT hâtif : Phán xét quá vội vàng.
HÂTIVEMENT : *pht* Một cách vội vàng.

HAUSSE : *c* Sự tăng giá. Sự lên giá.
JOUER à la hausse : Đầu cơ (*chờ giá cao*).
Hausse du COUT de la VIE : Đời sống đắt đỏ.
Hausse des CRUES : Mức nước dâng cao.
Hausse des PRIX : Sự tăng giá (*hàng hoá*).

HAUT : *tt* Cao. Thượng.
Haute ANTIQUITÉ : Thời thượng cổ.
Haute BOURGEOISIE : Giai cấp tư sản giầu có.
Haut CONSEIL : Thượng hội đồng.
Haut en COULEUR : Mầu chói gắt.
Haute COUR de JUSTICE : Toà tối cao.
Hautes FONCTIONS : Chức vụ cao.
Haut LIEU : Cấp chỉ huy. Thượng cấp.
Haute MAIN : Có quyền hành.
Haute MARÉE : Thuỷ triều dâng cao.
Haute MER : Biển khơi.
Haute PAIE (PAYE) : Lương bổng nhiều.
Haute PERSONNALITÉ : Nhân sĩ.
Haute RÉGION : Miền thượng du.
Haute TRAHISON : Đại phản nghịch. Tội phản quốc.
Hautes VERTUS: Đức hạnh cao cả.
CRIME de haute TRAHISION : Tội phản quốc.

HAUT : *pht* Một cách cao.
Haut LES MAINS ! : Giơ tay lên ! Đầu hàng đi !
MONTER haut : Lên cấp. Lên cao.
PARLER haut : Nói to. Nói lớn
PORTER haut LA TÊTE : Vênh mặt.
REGARDER de haut : Nhìn khinh mạn. Nhìn tổng quát
TOMBER de haut : Ngạc nhiên.

HAUT : *đ* Chiều cao. Bề cao. Đỉnh. Ngọn.
Le haut d'un ARBRE : Ngọn cây.
Des hauts et des BAS : Sự thăng trầm.
LE TRÈS HAUT : Thượng đế.
TENIR le haut du PAVÉ : Có địa vị cao (*trong xã hội*).

HAUTAIN : *tt* Kiêu kỳ. Cao cả.
ÂME hautaine : Tâm hồn cao thượng.
HAUTEUR : *c* Chiều cao. Bề cao.
Hauteur d'ÂME : Tính cao thượng.
Hauteur de VUE : Cái nhìn cao siêu.

HAUT-LE-COEUR : *đ* Sự buồn nôn; lợm giọng. Sự ghê tởm.

HAUT-LE-CORP : *đ* Sự giật mình.

HAUT-LE-PIED : *đ* Người không nhiệm vụ.

HAUT-PARLEUR : *đ* Cái loa điện.

HAUTURIER : *tt* Xa khơi. Ngoài khơi. Biển khơi.
PÊCHE hauturière : Đánh cá ngoài khơi.

HEBDOMADAIRE : *tt* Hàng tuần. Mỗi tuần một lần.
REVUE hebdomadaire : Tuần báo.
VISITE hebdomadaire : Mỗi tuần thăm viếng một lần.

HEBDOMADAIRE : *đ* Tuần báo. Báo xuất bản hàng tuần.

HÉBERGÉ : *đ* Người tá túc. Kẻ ở đậu. Kẻ tạm trú.

HÉBERGEMENT : *đ* Sự cho tạm trú; cho ở nhờ.
CERTIFICAT d'hébergement : Tờ chứng nhận cho tạm trú.

HÉCATOMBE : *c* Vụ tàn sát.

HÉDONISME : *đ* Lợi kỷ chủ thuyết.

HÉGÉMONIE : *c* Bá quyền. Quyền bá chủ.

HÉLER : *đgt* Gọi lại.
Héler une BARQUE : Gọi đò.
Héler un TAXI : Gọi tắc xi.

HÉLIPORT : Phi trường của trực thăng.

HÉLIPORTÉ : *tt* Vận chuyển bằng trực thăng. Trực thăng vận.
TROUPE héliportée : Quân trực thăng vận.

HELLÈNE : *tt* Thuộc về Hy Lạp.

HELLÉNIQUE : *tt* Thuộc về cổ Hy Lạp.
CIVILISATION hellénique : Văn minh Hy Lạp.

HELVÉTIQUE : *tt* Thuộc về Thuỵ sĩ.
CONFÉDÉRATION helvétique : Liên bang Thuỵy sĩ.

HÉMISPHÈRE : *đ* Bán cầu.
Hémisphère BORÉAL : Bắc bán cầu.
Hémisphère SUD : Nam bán cầu.

HÉMISPHÉROIDE : *tt* Dạng bán cầu.

HÉMORRAGIE : *c* Sự chảy máu. Băng huyết.

HÉMORRAGIQUE : *tt* Chảy máu. Đổ máu.
BLESSURE hémorragique : Vết thương chảy máu.

HÈRE : *đ* Người cùng khổ.

HÉRÉDITAIRE : *tt* Thế tập. / Thừa kế. Truyền thống. Di truyền. / Cha truyền con nối. Thuộc về di sản; di kế.
BIENS héréditaires : Tài vật di kế.
CARACTÈRE héréditaire : Tính di truyền.
CRÉANCIER héréditaire : Trái chủ di kế.
MALADIE héréditaire : Bệnh di truyền.

HÉRÉDITÉ : *c* Sự thừa kế. Sự di truyền.
PÉTITION d'hérédité : Đòi quyền thừa kế.

HÉRÉSIE : *c* Tà giáo. Tà thuyết.

HÉRITAGE : *đ* Gia tài. Di sản. Của thừa kế.
ACCEPTATION d'un héritage : Chấp nhận của thừa kế.
Héritage *ab intestat* : Thừa kế vô di chúc.
FAIRE un héritage : Được của thừa kế.
LOI d'héritage : Luật thừa kế.

HÉRITER : *đgt* Thừa kế. Được hưởng gia tài. / Thừa hưởng.

HÉRITIER : *đ* Người thừa kế. Người kế nghiệp. / Hậu tự.
INSTITUER un héritier : Lập tự.
SANS héritier : Vô tự. Vô hậu.
Héritier d'une CHARGE : Kế nhiệm.
Héritier COLLATÉRAL : Người thừa kế theo bàng hệ.
Héritier *ex asse* : Người di kế toàn sản.
Héritier LÉGITIME : Người di kế chính hệ.
Héritier du SANG : Người thừa kế vì huyết thống.
Héritier TESTAMENTAIRE : Người di kế vì chúc thư.
HERMAPHRODITE : *đ* Người ái nam ái nữ. Kẻ hai giống (nam, nữ).

HÉROIQUE : *tt* Anh hùng. Anh dũng.
Action héroique : Hành vi anh dũng.
TEMPS héroiques : Thời xa xưa.

HÉROISME : *đ* Tính anh hùng. Tính anh hào.

HÉROS : *đ* Người anh hùng.
Héros du JOUR : Người đang được dư luận chú ý.
Héros NATIONAL : Anh hùng dân tộc.

HÉSITER : *đgt* Ngập ngừng. Do dự. Chần chừ.

HÉTÉROGÈNE : *tt* Tạp hợp. Không đồng nhất.

HEURE : *c* Giờ.
Heure AVANCÉE : Khuya, muộn.
Heure du BERGER : Giờ trai gái hẹn hò.
Heure de BUREAU : Giờ làm việc.
Heure LÉGALE du TRAVAIL : Giờ làm việc pháp định.
Heure d'OUVERTURE : Giờ mở cửa (*hàng, tiệm*).
À la BONNE heure : May quá.Tốt quá. Giỏi quá.
À l'heure : Đúng giờ.
DE BONNE heure : Sớm. Từ sớm. Sớm tinh sương.
DERNIÈRE heure : Lúc lâm chung.
SUR l'heure : Ngay lập tức.
TOUT à l'heure : Vừa rồi. Lát nữa.

HEXAGONE : *tt* Lục lăng. Sáu cạnh. *đ* Nước Pháp (*bóng*).

HIBERNATION : *c* Sự đông miên. Sự ngủ trọn mùa đông.

HIÉRARCHIE : *c* Tôn ti. Đẳng cấp. / Hệ thống.
Hiérarchie MILITAIRE : Đẳng cấp quân giai.
Hiérarchie des POUVOIRS : Đẳng cấp công quyền.

HI-FI (high fidelity) : đ Siêu chân.

HIGH-JACK : Không tặc. Kẻ cướp máy bay.

HILARANT : *tt* Buồn cười. Tức cười.

HISTOIRE : *c* Sử học. Sử ký. Lịch sử. / Chuyện. Câu chuyện.
Histoire ANCIENNE : Cổ sử.
Histoire CONTEMPORAINE : Sử hiện đại.
Histoire du DROIT : Pháp sử.
FALSIFIER l'histoire : Bóp méo lịch sử. Làm sai lịch sử.
VÉRITÉ historique : Trung thực sử liệu.

HISTORIEN : *đ* Sử gia. Sử quan (*xưa*). / Thái sử lệnh. / Nhà sử học. / Người viết sử. Người chép sử.
L'HONNÊTETÉ de l'historien : Sử gia trung trực.
Historien de la DYNASTIE : Sử quan của triều đình.
Historien du RÉGIME : Sử gia của chế độ.
HONNETETÉ de l'historien : Trung trực của người chép sử.

HISTORIQUE : *tt* Thuộc về lịch sử. *đ* Quá trình.
ÉTUDES historiques : Sử học.
FAIT historique : Sự kiện lịch sử.
MATÉRIALISME historique : Duy vật sử quan.
MONUMENT historique : Công thự lịch sử.
PERSONNAGE historique : Nhân vật lịch sử.

HOLDING : Tổ hợp tài chánh.

HOLD-UP : *đ* Cướp. Cướp ngân hàng.

HOLLANDAIS : *đ* Người nước Hoà lan.

HOLLANDE : *c* Nước Hoà lan. (*x ch PAYS BAS*).

HOLLYWOOD : *đ* Hồ ly vọng.

HOLOCAUSTE : *đ* Lễ thiêu sinh. Tự thiêu.

HOMICIDE : *tt* Tội giết người. Tội sát nhân. *đ* Vụ sát nhân.
COMPLICE d'homicide : Tòng phạm sát nhân.
Homicide par IMPRUDENCE : Bất cẩn sát nhân.
Homicide INVOLONTAIRE : Vô ý sát nhân. Ngộ sát.
Homicide VOLONTAIRE : Cố ý sát nhân. Cố sát.
Homicide VOLONTAIRE avec PRÉMÉDITATION : Cố sát có dự mưu.

HOMINEM (AD) : Đối nhân.
ARGUMENT *ad hominem* : Luận cứ dối nhân.

HOMMAGE : *đ* Việc tỏ lòng cảm phục, kính trọng , quý mến.
MES hommages : *snh* Xin bà nhận lòng tôn kính cuả tôi. (*chỉ dùng với thiếu phụ*).

HOMME : *đ* Người. Người đàn ông. Nhân. Nam tử. / Nam nhi.
Homme d'AFFAIRE : Thương gia. Nhà kinh doanh.
Homme de BIEN : Người đức hạnh.
Homme d'ÉGLISE : Nhà tu hành.
Homme d'ESPRIT : Người tài trí.
Homme d'ÉTAT : Chính khách.
Homme de GUERRE : Quân nhân.
Homme de LETTRES : Văn nhân. Tao nhân mạc khách.
Homme de LOI : Luật gia.
Homme de PEINE : Phu phen.
Homme PUBLIC : Nhân vật quan trọng.
Homme de RIEN : Người chẳng ra gì.
Homme de ROBE : Kẻ sĩ. Nhà tu hành. Dòng quý tộc.
Homme de TÊTE : Người có nghị lực.
Homme de SCIENCES: Khoa học gia.
COMME UN SEUL homme: Trăm người như một.

HOMME-GRENOUILLE : *đ* Người nhái.

HOMOLOGUE : *đ* Người cùng đẳng cấp. Người ngang hàng chức vụ.

HOMOLOGUER : *đgt* Xác nhận. Chuẩn y. Phê chuẩn. / Chính thức công nhận. / Duyệt.

HOMONYME : *tt* Đồng âm. *đ* Người trùng tên. Đồng danh đồng tính.

HOMOSEXUALITÉ : *c* Sự đồng giống luyến ái.

HOMOSEXUEL : *đ* Kẻ đồng giống luyến ái.

HONGKONG : Hương cảng. Hồng Công.

HONGRIE : *c* Nước Hung gia lợi. Hung ga ri.

HONGROIS : *đ* Người nước Hung gia lợi.

HONNÊTE : *tt* Lương thiện. Thực thà. Điều lương thiện.
Une FEMME honnête : Phụ nữ đức hạnh.
UN HOMME honnête : Người lương thiện.
UN *honnête HOMME* : Quân tử. Người phong nhã.

HONNÊTEMENT : *pht* Một cách lương thiện. Một cách thực thà.
Honnêtement, IL N'EST PAS MÉCHANT : Thật ra thì hắn cũng chẳng ác.

HONNÊTETÉ : *c* Tính lương thiện. Tính thật thà. / Tính lịch sự.

HONNEUR : *đ* Vinh dự. Vinh hạnh. Danh dự.
AFFAIRE d'honneur : Vấn đề danh dự.
CHAMPS d'honneur : Sa trường. Chiến trường.
DEMOISELLE d'honneur : Cô phù dâu.
ÊTRE l'honneur de la FAMILLE : Dương thanh danh.
DAME d'honneur : Thị nữ. Thị tỳ.
FAIRE honneur à son NOM : Dương thanh danh.
FAIRE honneur AUX PARENTS : Hiển phụ mẫu.
FAIRE honneur à sa SIGNATURE : Giữ đúng cam kết.
FAUX honneur : Hư danh. Hư vinh.
HOMME d'honneur : Người giữ lời hứa.
GARÇON d'honneur : Cậu phù rể.
GARDE d'honneur : Đội danh dự.
PAROLE d'honneur : Lời hứa danh dự.
POUR l'honneur : Vì danh dự.
PRIX d'honneur : Phần thưởng danh dự.
RENDRE les honneurs : Bồng súng kính chào.
SUR l'honneur : Xin lấy danh dự mà nói.

HONNEUR : *c* Danh dự. Vinh dự.
CHAMP d'Honneur : Chiến trường.
COUR d'Honneur : Sân Danh dự (cuả trường học).
DAME d'Honneur : Thị nữ.
DEMOISELLE d'Honneur : Cô phù dâu.
JURER sur son honneur : Lấy danh dự mà thề.
FAIRE honneur à un FESTIN : Chiếu cố tới bữa tiệc.
FAIRE honneur à sa PATRIE : Làm vinh dự cho Tổ quốc.
FAIRE honneur à SA SIGNATURE : Tôn trọng lời cam kết (chữ ký). Tôn trọng chữ ký.
FAUX honneur : Hư vinh.
PAROLE d'Honneur : Lời nói danh dự. Tín ngôn.
PLACE d'Honneur : Chỗ danh dự.
SAUF votre Honneur : Xin thành thật nói.
HONNEURS : *đ snh* Nghi lễ long trọng.
Honneurs CIVILS : Tang nghi dân sự.
DERNIERS honneurs : Lễ vĩnh biệt.
Honneurs MILITAIRES : Tang nghi quân sự.

HONORABILITÉ : *c* Sự tôn kính. Sự danh tiếng. Phẩm giá.
ATTEINTE à l'honorabilité : Xúc phạm tới phẩm giá.

HONORABLE : *tt* Đáng kính. Khả tôn. Vẻ vang.
FAIRE AMENDE honorable : Tạ lỗi.

HONORABLEMENT : *pht* Một cách đáng kính.

HONORAIRE : *tt* Hàm. Danh hàm. Danh dự.
AVOCAT honoraire : Luật sư danh dự.
PRÉSIDENT honoraire : Chủ tịch danh dự.
PROFESSEUR honoraire : Hàm giáo sư.

HONORAIRES : *đ snh* Thù kim. Thù lao. Tiền trả cho bác sĩ, luật sư.

HONORARIAT : *đ* Chức vị danh dự.

HONORER : *đgt* Tôn kính. Tôn trọng. Làm vẻ vang. Làm tăng vinh dự.
Honorer SES PARENTS : Tôn kính cha mẹ. Hiển phụ mẫu.
Ce SAVANT honore son PAYS : Nhà thông thái này làm rạng danh đất nước.

HONORIFIQUE : *tt* Vinh dự. Danh dự.
À TITRE honorifique : Với hàm danh dự.

HONORIS CAUSA : Hàm (vì) danh dự.
DOCTEUR *honoris causa* : Tiến sĩ danh dự.

HONTE : *c* Sự xấu hổ. Sự hổ thẹn.
FAIRE honte de : Làm xấu hổ.
PERDRE TOUTE honte : Vô liêm sỉ.

HÔPITAL : *đ* Bệnh viện. Y viện. Nhà thương.
Hôpital AMBULANT : Bệnh viện dã chiến.
Hôpital pour ENFANTS : Bệnh viên nhi đồng.
Hôpital MILITAIRE : Quân y viện.

HORAIRE : *tt* Thuộc về giờ giấc. *đ* Bảng giờ giấc (*giờ tầu, xe*).
SALAIRE horaire : Lương tính theo giờ (*làm việc*).

HOROSCOPE : *đ* Tử vi Âu tây.

HORREUR : *c* Sự kinh khủng. Sự khiếp sợ. Sự ghê tởm.
FILM d'horreur : Phim khiếp đảm.

HORIZON : *đ* Chân trời.

HORS : *gt* Ngoài. Ngoại.
Hors CADRE : Ngoại ngạch.
Hors CATÉGORIE : Ngoại loại. Ngoại ngach.
Hors de CAUSE : Miễn tố. Không liên can.
Hors CLASSE : Ngoại hạng.
Hors d'HALEINE : Hết hơi.
Hors la LOI : Ngoài vòng pháp luật. Quân ăn cướp.
Hors de SENS : Vô lý.
Hors SUJET : Lạc đề. Ngoại đề.
Hors de SOI : Nổi lôi đình.
Hors STATUTS : Ngoại quy chế.
Hors d'USAGE : Không dùng được nữa. Hư cũ.

HOSPICE : *c* Nhà cứu tế. Nhà tế bần. Nhà đón tiếp tín đồ.

HOSPITALIER : *tt* Tính hiếu khách.

HOSPITALISATION : *c* Việc nhập viện. Sự cho nằm tại bệnh viện.

HOSPITALITÉ : *c* Sự tiếp đón nồng hậu. Sự cho cư trú.

HOSTILE : *tt* Thù địch. Thù nghịch.
ATTITUDE hostile : Thái độ thù nghịch.

HOSTILITÉ : *c* Sự thù địch. Sự chống đối. Sự gây chiến.
CESSATION des hostilités : Tái lập hoà bình. Chấm dứt cuộc chiến.
OUVERTURE des hostilités : Việc khởi chiến.

HÔTE : *đ* Chủ nhà. Gia chủ. Chủ quán. / Khách. Tân khách. / Lữ khách.
Hôte d'ÉTAT : Quốc khách.
PAYER son hôte : Trả tiền ở trọ.

HÔTEL : *đ* Đại sảnh. Sảnh đường. Khách sạn.
Hôtel de VILLE : Toà đô chính.

HOTELIER : *đ* Chủ khách sạn. Chủ lữ điếm.

HOTESSE : *c* Chiêu đãi viên.
Hotesse d'ACCEUIL : Nữ tiếp viên.
Hotesse de l'AIR : Nữ chiêu đãi hàng không.

HOUBLOT : *đ* Cửa sổ tròn của tầu biển.

HOUILLE : *c* Than đá.
Houille BLANCHE : Năng lượng thác nước.
Houille BLEUE : Năng lượng thuỷ triều.
Houille d'OR : Năng lượng mặt trời.
Houille ROUGE : Năng lượng trong trái đất.

HOURRA : *đ* Hoan hô. Tiếng hoan hô.

HUILE : *c* Dầu.
Huile d'ARACHIDE : Dầu lạc.
JETER de l'huile SUR LE FEU : Tưới dầu vào lửa. Chọc cho giận thêm.
NAGER DANS LES huiles : Quen người có thế lực.

HUMAIN : *tt* Thuộc về loài người; về nhân loại. Nhân đạo.
SCIENCES humaines : Khoa học nhân văn.

HUMANITAIRE : *tt* Nhân đạo.
AIDE humanitaire : Viện trợ nhân đạo.

HUMBLE : *tt* Khiêm nhường. Nhún nhường. Kính cẩn.
SALUER humblement : Trân trọng kính chào.

HUMILIANT : *tt* Nhục nhã.

HUMILIATION : *c* Làm nhục, làm mất phẩm giá.

HUIS : *đ* Cửa gỗ lớn.

HUIS-CLOS : *đ* Sự đóng cửa.
AUDIENCE à huis-clos : Phiên xử kín.

HUISSIER : *đ* Thừa phát lại.
EXPLOIT d'huissier : Thừa phát trạng.
SIGNIFICATION d'huissier : Cáo tri của thừa phát lại.
Huissier AUDIENCIER : Thừa phát lại đương đường.

HUITAINE : *c* Khoảng tám ngày. Một tuần.
RENVOI à huitaine : Đình hoãn lại một tuần.

HYDRAVION : *đ* Thuỷ phi cơ.

HYGÈNE : *c* Vệ sinh.

HYMEN : *đ* Màng trinh.

HYMNE : *đ* Bài ca chính thức.
Hymne NATIONAL : Quốc ca.
Hymne de l'AMOUR : Bài ca tình ái.

HYPNOSE : *c* Giấc ngủ (*vì bị*) thôi miên.

HYPNOTISER : *đgt* Thôi miên.

HYPNOTISEUR : *đ* Người thôi miên.

HYPNOTISME : *đ* Thôi miên thuật.

HYPOCRISIE : *c* Việc giả làm đạo đức.

HYPOCRITE : *d* Nguỵ quân tử. / Kẻ giả đạo đức. Đạo đức giả (*vờ*).

HYPOTHÉCABLE : *tt* Để đương được. Thế chấp được.

HYPOTHÉCAIRE : *tt* Thuộc về để đương, thế chấp.
CRÉANCIER hypothécaire : Trái chủ để đương.
INSCRIPTION hypothécaire : Ghi chú để đương.

HYPOTHÈQUE : *c* Quyền để đương.
ASSIETTE de l'hypothèque : Phần hạn để đương.
CANTONNEMENT de l'hypothèque : Giới hạn để đương.
CONSERVATION des hypothèques : Sở quản thủ để đương.
PUBLICITÉ des hypothèques : Công bố để đương.
Hypothèque CONVENTIONNELLE : Thế chấp do hợp đồng.
Hypothèque JUDICIAIRE : Thế chấp do án toà.
Hypothèqye LÉGALE : Thế chấp theo luật định.

HYPOTHÉQUER : *c* Để đương. Cầm cố (*bất động sản*). Thế chấp.

HYPOTHÈSE : *c* Giả thuyết.

HYPOTHÉTIQUE : *tt* Chỉ là giả thuyết. Không chắc chắn.

HYSTÉRIE : *c* Sự cuồng điên. Chứng điên loạn. Động cỡn *(thân)*.

HYSTÉRIQUE : *tt* Cuồng loạn.
PLEURS hystériques : Vừa kêu khóc lóc vừa rên la. Gào khóc thảm thiết.

I

IBIDEM : Cùng chỗ ấy.

ICELUI : *đ* Y. Hắn. Người này. Tên này (*đàn ông*).

ICELLE : *c* Thị. Người đàn bà này (*chỉ đàn bà*).

ICI : *pht* Ở đây.
D'ici : Từ nay. Từ nơi đây. Tự hậu.
D'ici PEU : Chẳng bao lâu nữa. Một lát.
JUSQU'ICI : Cho đến nay.

ICI-BAS : *ph ng* Dưới thế gian này.

ICÔNE : *c* Bức tranh thánh *(tôn)*. Tượng hình (*trên vi tính*).

IDÉAL : *tt* Lý tưởng.
MAISON idéale : Ngôi nhà lý tưởng.

IDÉE : *c* Khái niệm. Ý kiến.
AVOIR une idée sur le PROCÈS : Có khái niệm về vụ án.
AVOIR des BONNES IDÉES : Có nhiều ý kiến hay.
AVOIR une SEULE idée en TÊTE : Chỉ có một chủ ý.

IDÉALISER : *dgt* Lý tưởng hoá.

IDÉALISME : *đ* Duy tâm thuyết.

IDÉALISTE : *tt* Duy tâm. Lý tưởng. *đ* Người duy tâm.

IDÉE : *c* Ý niệm. Ý nghĩ. Ý kiến. Ý định. Tư tưởng.
BONNE idée : Ý kiến hay.
MÊME idée : Ý kiến giống nhau.
Idée ARRÊTÉE : Định kiến.
Idée FIXE : Thiên kiến.
Idée POLITIQUE : Tư tưởng chính trị.
LES GRANDES idées SE RENCONTRENT : Những tư tưởng vĩ đại thường giống nhau. Đồng thanh tương ứng, đồng khí tương cầu.

IDEM : *pht* Cũng thế. Cũng vậy. Như trên.

IDENTIFIABLE : *tt* Có thể nhận ra được. Có thể đồng nhất được.

IDENTIFIER : *dgt* Đồng nhất hóa. Nhận diện. Truy tìm.
Identifier un CRIMINEL : Nhận diện kẻ sát nhân.
La police identifie un VOLEUR : Cảnh sát truy ra kẻ cắp.

IDENTIQUE : *tt* Giống như đúc. Giống hệt.
Deux pièces de MONNAIE IDENTIQUES : Hai đồng tiền giống hệt nhau.

IDENTITÉ : *c* Sự giống nhau như một. Sự đồng nhất.
CARTE d'identité : Thẻ căn cước. Giấy chứng minh.
ÉTABLIR l'identité : Lập tờ nhận dạng.

IDÉOLOGIE : *c* Tư tưởng học. Thuyết không tưởng.

IDÉOLOGIQUE : *tt* Thuộc về tư tưởng.
CONFLIT idéologique : Xung đột tư tưởng.

IDÉOLOGISTE : *đ* Kẻ hướng về tư tưởng.

IDÉOLOGUE : *đ* Người nghiên cứ về tư tưởng.

IDIOME : *đ* Tiếng nói. Ngôn ngữ một miền, một vùng. Thổ ngữ. Địa ngữ. Hương ngữ.
Le FRANÇAIS est un idiome : Tiếng Pháp là một thổ ngữ.

IDIOT : *tt* Xuẩn ngốc. Ngu ngốc. Ngu muội..

IDIOTIE : *c* Sự xuẩn ngốc. Sự ngu ngốc. / Hành vi thiếu khôn ngoan. / Lời nói dại dột.

IDOLÂTRE : *tt* Tôn sùng thần tượng. Sùng bái.

IDOLATRER : *dgt* Tôn sùng.

IDOLE : *đ* Thần tượng. Người được tôn sùng.
Idole de la JEUNESSE : *Thần tượng của giới trẻ.*

IDYLLE : *c* Mối diễm tình. Mối tình cao thượng.

IDYLLIQUE : *tt* Tình tứ.

IGNARE : *tt* Dốt đặc. Dốt đặc cán mai.

IGNOBLE : *tt* Đê tiện. Hèn mạt. Gớm ghê. Ghê tởm.
ATTITUDE ignoble : Thái độ đê tiện.
CRIME ignoble : Tội ác ghê tởm.

IGNOMINIE : *c* Sự ô nhục. Điều nhục nhã.

IGNORANCE : *c* Sự dốt nát. Sự vô học. Sự không biết.

IGNORANT : *đ* Kẻ dốt nát. Kể vô học. Kẻ thiếu hiểu biết.

IGNORANTISME : *đ* Chủ thuyết ngu dân.

IGNORER : *dgt* Bất tri. Bất tường. Không biết.
NUL N'EST CENSÉ d'ignorer la LOI : *Ai ai cũng phải biết pháp luật* (*tngl*).
AFIN QUE NUL N'EN ignore : *Để cho người người đều biết* (*tngl*).

ILLÉGAL : *tt* Bất hợp pháp. Phi pháp. Trái luật.
ACTE illégal : Hành vi phi pháp.
ACTIVITÉS illégales : Hoạt động phi pháp.
ARRESTATION illégale : Bắt người phi pháp.
DÉCRET illégal : Sắc lệnh bất hợp pháp.
DÉTENTION illégale : Giam cầm bất hợp pháp.
EMPRISONNEMENT illégal : Giam cầm trái phép.
La TORTURE est illégale : Tra tấn là phi pháp.

ILLÉGALITÉ : *c* Sự phi pháp. Sự bất hợp pháp. Sự trái phép.

ILLÉGITIME : *tt* Không hợp lý. Không chính thức.
ENFANT illégitime : Con không chính thức. Con ngoại hôn. Con tư sinh.
MARIAGE illégitime : Hôn phối bất chính.
MOYEN illégitime : Phương cách không chính đáng.
POSSESSION illégitime : Chấp hữu không chính đáng.

ILLÉGITIMITÉ : *c* Tính không chính đáng. Tính không hợp pháp.

ILLICITE : *tt* Trái phép. Bất chính. Vô minh. Ngoại luật pháp. Vi pháp.
CAUSE illicite : Lề do bất chính.
COMMERCE illicite : Tư thông bất chính.
FAIT illicite : Sự kiện vô minh.
GAIN illicite : Thu hoạch bất chính.
PROFIT illicite : Lợi tức vô minh.

ILLIMITATION : *c* Không giới hạn. Sự vô hạn kỳ.

ILLIMITÉ : *tt* Vô hạn. Vô biên. Không giới hạn.
CRÉDIT illimité : Tín dụng không giới hạn (về lượng)
DURÉE illimitée : Thời gian vô hạn định.

ILLISIBILITÉ : *c* Sự không đọc nổi.

ILLISIBLE : *tt* Không thể đọc nổi.
ÉCRITURE illisible : Chữ viết không đọc nổi. Chữ như gà bới (*thân*).
Un ROMAN illisible : Cuốn tiểu thuyết dở quá.
SIGNATURE illisible : Chữ ký không rõ.

ILLISIBLEMENT : *pht* Một cách không đọc nổi. Khó đọc. Đọc không ra chữ.

ILLOGIQUE : *tt* Phi lý.

ILLUMINÉ : *tt* Được chiếu sáng rực rỡ. *đ* Người khùng cuồng.

ILLUMINER : *đgt* Rọi sáng bằng đèn. Làm cho sáng rực lên.

ILLUSION : *c* Ảo tưởng. Ảo ảnh.
Illusions de la VIE : Ảo ảnh cuộc đời.
SE NOURRIR d'illusion : Sống bằng ảo mộng.

ILLUSOIRE : *tt* Hão huyền.
PROMESSE illusoire : Hứa hão, hứa huyền.

ILLUSTRATION : *c* Sự làm vinh hiển. Sự làm rạng rỡ. Danh nhân. Người nổi tiếng. / Tranh ảnh. Minh họa.

ILLUSTRE : *tt* Lừng danh. Nổi tiếng.
FAMILLE illustre : Danh gia.
PERSONNAGE illustre : Danh nhân.

ILLUSTRER : *đgt* Làm nổi danh. Làm lừng danh. / Minh họa.
Illustrer un ROMAN : Minh họa một cuốn tiểu thuyết.

ILOT : *đ* Đảo nhỏ. / Khu vực.
Ilot d'HABITATIONS : Khu nhà. Khu gia cư. Xóm.

IMAGE : *c* Ảnh. Hình.

IMAGINABLE : *tt* Có thể tưởng tượng được. Có thể hình dung được.

IMAGINAIRE : *tt* Tưởng tượng. Hư ảo. Không thực.
MALADIE imaginaire : Bệnh tưởng.

IMAGINAIRE : *đ* Điều tưởng tượng.

IMAGINATIF : *tt* Nhiều tưởng tượng. Giầu tưởng tượng. Dễ dàng tưởng tượng.

IMAGINER : *đgt* Tưởng tượng.

IMAGINER(S') : *đgt* Tưởng. Mơ.
Il s'imagine être BEAU : Hắn tưởng hắn đẹp.

IMBÉCILE : *tt* Ngu đần. Ngu xuẩn. Đần độn. *đ* Người đần độn. Kẻ xuẩn ngốc.
Imbécile ! : Đồ điên !

IMBRIQUÉ : *tt* Có liên hệ mật thiết với nhau. Chồng chéo như gạch, ngói.

IMBROGLIO : *đ* Tình trạng hỗn độn, rối ren.
Imbroglio POLITIQUE : Chính trị rối ren.

IMITABLE : *tt* Có thể bắt chước. Có thể mô phỏng theo.

IMITATEUR : *đ* Người bắt chước. Anh hề bắt chước.

IMITER : *đgt* Bắt chước. Mô phỏng.
PRODUITS imités : Đồ mạo hoá.

IMMACULÉ : *tt* Trong trắng. Không một vết nhơ.
NOTRE DAME immaculée : Đức Mẹ vô nhiễm (*tôn*).

IMMANENT : *tt* Nội tại.
CAUSE immanent : Nguyên nhân nội tại.
JUSTICE immanente : Công lý nội tại.

IMMANGEABLE : *tt* Không ăn được.

IMMANQUABLE : *tt* Tất yếu. Nhất thiết. Không trật được.
Un BUT immanquable : Mục tiêu không trật được.

IMMARIABLE : *tt* Khó có vợ; khó có chồng. Không dung hoà nổi (*với kẻ khác*).
Une MÉGÈRE immariable : Bà chằng khó có chồng.
COULEURS immariables : Các mầu sắc khó đồng hoà.

IMMATÉRIALISER : *đgt* Phi vật chất hoá.

IMMATÉRIALISME : *đ* Phi vật chất luận.

IMMATÉRIALITÉ : *c* Phi vật chất tính.

IMMATÉRIEL : *tt* Phi vật chất.

IMMATRICULATION : *c* Sự đăng ký. Sự ghi danh. / Sự đăng bạ. Sự đăng tịch. Sự trước tịch.
NUMÉRO d'immatriculation : Số đăng tịch (*xe hơi*). Số xe.
Immatriculation CADASTRALE : Đăng bạ điền thổ.
Immatriculation d'un MILITAIRE : Trước tịch quân nhân. Số lính.
Immatriculation d'un PRISONNIER : Trước tịch tù nhân. Số tù.

IMMATRICULER : *dgt* Đăng ký. Đăng tịch.
Immatriculer une AUTO : Đăng tịch xe hơi. Xin số xe hơi.
Immatriculer un COMMERCE : Đăng ký buôn bán.

IMMATURITÉ : *c* Sự chưa chín chắn. Sự còn non nớt.

IMMATURE : *tt* Chưa chín chắn. Còn non nớt. Chưa già giặn.
Une JEUNE FILLE immature : Cô gái thơ ngây.

IMMÉDIAT : *tt* Tức khắc. Tức thì. Ngay lập tức. Trực tiếp. Liền ngay.
CAUSE immédiate : Nguyên nhân trực tiếp.
CONSÉQUENCE immédiate : Hậu quả tức thời.
GUÉRISON immédiate : Khỏi (*bệnh*) tức khắc.
VOISIN immédiat : Láng giềng sát vách.

IMMÉDIATEMENT : *pht* Một cách trực tiếp.
LIBÉRER immédiatement : Tha ngay lập tức (*tại phiên xử*).
PUNIR immédiatement : Trừng phạt ngay.
SECOURIR immédiatement : Cứu nguy tức thì.

IMMÉMORABLE : *tt* Không nhớ nổi nữa. Lâu quá rồi (*bóng*). Lâu đời.
Les TEMPS immémorables : Thời tiền sử.

IMMÉMORÉ : *tt* Không nhớ nổi nữa. Quá lâu.

IMMÉMORIAL : *tt* Xa xưa.
TEMPS immémorial : Thời ông Bành tổ (*hài hước*).

IMMENSE : *tt* Mênh mông. Bao la. Vĩ đại. Đồ sộ. / Vô cùng. Vô tận.
BONTÉ immense : Lòng từ bi bao la.
CLÉMENCE immense : Lòng khoan hồng vĩ đại.
FORTUNE immense : Gia tài đồ sộ.
MER immense : Biển cả bao la.
RÉSIDENCE immense : Căn nhà quá rộng.
OCÉAN immense : Đại dương mênh mông.

IMMENSÉMENT : *pht* Vô cùng tận. Vô cùng.
Immensément RICHE : Giầu có vô cùng.

IMMENSITÉ : *c* Sự mênh mông. Sự vô tận. Tính bao la.
Immensité de l'ESPACE : Không gian bao la.
Immensité du SAVOIR : Sự mênh mông của kiến thức.

IMMÉRITÉ : *tt* Không xứng đáng. Oan uổng.
HONNEURS immérités : Vinh dự không đáng được hưởng.
PUNITIONS imméritées : Trừng phạt oan uổng.
RECOMPENSE imméritée : Phần thưởng không xứng.
REPROCHE immérité : Trách mắng oan.

IMMEUBLE : *đ* Bất động sản. Nhà cửa. Ruộng nương. Đất cát.
Immeuble PAR DESTINATION: Bất động sản vì dụng ích.
Immeuble PAR L' OBJET: Bất động sản vì chủ đích.
Immeuble PAR NATURE: Bất động sản vì bản chất.

IMMIGRANT: *đ* Người di trú. Dân nhập cư.

IMMIGRATION : *c* Sự di trú. Sự nhập cư.

IMMIGRÉ : *tt* Nhập cư. *đ* Dân nhập cư. Kẻ di trú.

IMMINENCE : *c* Sự cấp bách. Việc sẽ xảy ra ngay.
Imminence du DANGER: Nguy hiểm tới nơi.

IMMINENT: *tt* Nhãn tiền. Mục tiền. Lập tức.
PÉRIL imminent: Tai họa mục tiền.
IMMISCER (S') : *dgt* Can dự. Xen vào. Xiá vào.
S'immiscer dans les AFFAIRES INTÉRIEURES d'un ÉTAT: Xen vào nội bộ của một quốc gia.
S'immiscer dans une AFFAIRE FAMILIALE d'autrui : Xiá vào chuyện gia đình người khác.

IMMIXTION : *c* Sự can dự. Sự can thiệp.
Immixtion de l'HÉRITIER: Can dự cuả người thừa kế.
Immixtion du GOUVERNEMENT: Can dự cuả chính phủ.
Immixtion dans les AFFAIRES D'AUTRUI : Xiá vô chuyện thiên hạ.

IMMOBILE : *tt* Bất động.

IMMOBILIER : *tt* Thuộc về bất động sản.
ACTION immobilière : Tố quyền bất động sản.
AGENCE immobilière : Văn phòng cho thuê và buôn bán bất động sản.
BIENS immobiliers : Tài vật bất động sản.
PROPRIÉTÉ immobilière : Sở hữu bất động sản.
VENTE immobilière : Phát mãi bất động sản.
SUCCESSION immobilière : Thừa kế bất động sản.
Immobilier d'une SUCCESSION : Phần bất động sản trong di sản.

IMMOBILISATION : *c* Sự làm cho bất động. Việc bất động sản hoá.

IMMOBILISER : *dgt* Làm cho bất động. Làm cho không nhúc nhích được.

IMMOBILITÉ : *c* Bất động tính.

IMMODÉRATION : *c* Sự vô điều độ. Sự vô độ. Sự quá lạm.
Immodération de la CONSOMMATION : Ăn uống vô điều độ.

IMMODÉRÉ : *tt* Vô độ. Không chừng mực. / Thái quá Không mực thước.

IMMODESTE : *tt* Khiếm nhã.

IMMOLATEUR : *đ* Người hy sinh (*tôn*).

IMMOLATEUR : *đ* Người hy sinh (*tôn*).

IMMOLATION : *c* Hiến sinh (*để tế lễ*). Giết súc sinh làm lễ.

IMMOLER : *đgt* Giết súc sinh để tế lễ.

IMMOLER (S') : *đgt* Tự hy sinh thân mình (*tôn*).

IMMONDE : *tt* Nhớp nhúa. Bẩn thỉu.
Un TAUDIS immonde : Túp lều nhớp nhúa.
TRAFIC immonde : Buôn lậu bẩn thỉu.

IMMONDICE : *c* Rác rưởi nhơ nhớp. Vật uế tạp.
Une POUBELLE pleine d'immondices : Thùng rác đầy vật uế tạp.

IMMORAL : *tt* Vô luân. Phi đạo đức. Vô cương thường.
CONDUITE immorale : Cư xử vô luân.

IMMORALITÉ : *c* Sự vô luân. Sự vô đạo đức.

IMMORTALISATION : *c* Sự làm thành bất tử. Việc lưu danh muôn thủa. Sự trở thành bất diệt.

IMMORTALISER : *đgt* Làm thành bất tử.
Immortaliser un NOM : Lưu danh muôn thuở.

IMMORTEL : *tt* Bất tử. Bất diệt.
CHEF d'OEUVRE immortel : Kiệt tác để đời.

IMMOTIVÉ : *tt* Vô lý do. Vô căn nguyên. Vô cớ.

IMMUABILITÉ : *c* Sự không thay đổi. Sự bất di bất dịch. Sự bất biến.

IMMUNITÉ : *c* Sự miễn trừ. Sự đặc miễn. Sự bất khả xâm phạm.
Immunité d'IMPÔT : Đặc miễn thuế khoá.
Immunité DIPLOMATIQUE : Đặc miễn ngoại giao.
Immunité DOUANIÈRE : Đặc miễn quan thuế.
Immunité PARLEMENTAIRE : Đặc miễn dân biểu.

IMMURATION : *c* Sự biệt giam. Sự giam trong phòng kín.

IMMUTABILITÉ : *c* Sự bất khả cải hoán. Sự bất dịch. Sự cố định.

IMMUTABLE : *tt* Bất khả chuyển dịch.

IMPACT : *đ* Sự đụng chạm. Sự va chạm. Sự tác động; ảnh hưởng (bóng).

IMPARABLE : *tt* Không tránh thoát. Không đỡ nổi.
COUP imparable : Trái đấm khó tránh được.

IMPARDONNÉ : *tt* Không được tha thứ.

IMPARFAIT : *tt* Bất toàn. Không đầy đủ. Không hoàn bị.

IMPARTIAL : *tt* Vô tư. Công minh. Không thiên vị.
ATTITUDE impartiale : Thái độ vô tư, không thiên vị.
JUGE impartial : Thẩm phán công minh.

IMPARTIALITÉ : *c* Tính vô tư. Tính công minh. Sự không thiên vị.

IMPARTIR : *đgt* Thuận cho. Chấp thuận.
Impartir un DÉLAI : Thuận cho gia hạn.
Impartir une FAVEUR : Ban cho ân huệ.

IMPASSE : *c* Thế bí. Chỗ bế tắc. Ngõ cụt.

IMPATIENT : *tt* Nóng lòng. Sốt ruột. Thiếu kiên nhẫn. Không nhẫn nại.
Impatient de sortir de PRISON : Nóng lòng ra khỏi ngục tù.

IMPAVIDE : *tt* Không nao núng.

IMPAYÉ : *tt* Không trả tiền. Chưa trả tiền. Chưa thanh toán. Còn thiếu (*tiền*).

IMPEACHMENT : Đàn hặc quan chức. Tố giác tội lỗi. Gạn hỏi gắt gao.*(Thủ tục vạch tội một nhân viên cao cấp, nếu có tội thì trình lên cơ quan cao cấp nhất và yêu cầu cơ quan này triệt hồi).*

IMPEACHMENT : *đ* Hạch tội thành viên hành pháp (*Anh, Mỹ*).

IMPECCABLE : *tt* Hoàn hảo. Hoàn toàn. Tuyệt hảo.

IMPENSES : *c snh* Chi phí bảo quản. Chi quản.
Impenses NÉCESSAIRES : Chi quản cần thiết.
Impenses UTILES : Chi quản hữu ích.
Impenses VOLUPTUAIRES : Chi quản phung phí.

IMPÉRATIF : *tt* Tính cách cưỡng hành, bắt buộc. Tính cách mệnh lệnh, cần thiết.
Impératifs ÉCONOMIQUES : Đòi hỏi của kinh tế.

IMPERCEPTIBILITÉ : *c* Không thể nhận ra, nhận thấy.

IMPERFECTION : *c* Sự không hoàn hảo.

IMPÉRIAL : *tt* Thuộc về Hoàng đế.
COURONNE impériale : Đế miện. Vương miện.
FAMILLE impériale : Hoàng tộc. Hoàng gia. Hoàng phái. / Tôn nhân phủ (*nghĩa rộng*).

IMPERIALEMENT : *pht* Như vua. Như ông Hoàng. Một cách đế vương.

IMPÉRIALISME : *đ* Chế độ đế quốc. Đế chế.

IMPÉRIATRICE : *c* Hoàng hậu.

IMPÉRIEUSEMENT : *pht* Một cách hống hách.

IMPÉRIEUX : *tt* Hống hách. Cửa quyền. Cấp bách. Thúc bách.
BESOIN impérieux : Nhu cầu cấp bách.

IMPÉRISSABLE : *tt* Không hư thối được. Không hết được. Bất diệt. Bất hủ.

IMPÉRITIE : *tt* Bất tài, bất lực.
Impéritie d'un MÉDECIN : Thầy thuốc bất tài.

IMPERTINENCE : *c* Sự hỗn láo. Sự hỗn xược. / Lời nói ngu xuẩn.

IMPERTINENT : *tt* Hỗn láo. Hỗn xược. *đ* Kẻ hỗn láo. Kẻ hỗn xược.

IMPERTURBABLE : *tt* Không thể lay chuyển được. Không làm xao xuyến được.

IMPÉTRANT : *d* Người nhận được chức vị.

IMPÉTRATION : *c* Sự nhận. Sự được.

IMPÉTRER : *dgt* Nhận được.
Impétrer une GRÂCE : Thụ hưởng ân xá.

IMPIÉTÉ : *c* Sự báng bổ. Việc nghịch đạo. Lời báng bổ.
Impiété FILIALE: Bất hiếu.

IMPITOYABLE : *tt* Tàn nhẫn. Nhẫn tâm. Không chút lòng thương.
CRITIQUE impitoyable : Phê bình tàn nhẫn.

IMPLACABLE : *tt* Không thể nguôi dịu. Sự khắt khe.
HAINE implacable : Mối thù không quên nổi.

IMPLANTATION : *c* Sự gia nhập. Sự hội nhập.
Implantation des RÉFUGIÉS : Sự định cư người tị nạn.

IMPLANTER : *dgt* Du nhập. Định cư.

IMPLICATION : *c* Sự liên lụy. Sự liên can.

IMPLICITE : *tt* Hàm xúc. Ngụ ý.

IMPLIQUÉ : *tt* Bị liên lụy.
Impliqué dans un VOL : Liên lụy tới vụ trộm.

IMPLIQUER : *dgt* Làm liên lụy. Bao hàm.
Impliquer quelqu'un : Làm liên lụy người khác.

IMPLORATION : *c* Sự khẩn nài.

IMPLORER : *dgt* Khẩn nài. Cầu xin.
Implorer la CLÉMENCE : Khẩn nài khoan hồng, khoan dung.

IMPLORATEUR : *d* Kẻ cầu xin. Kẻ khẩn nài.

IMPOLI : *tt* Vô lễ. *d* Kẻ vô lễ.
IMPONDÉRABLE : *tt* Bất khả tiên lường.
Un PROCÈS impondérable : Vụ án bất khả tiên lường.

IMPOPULAIRE : *tt* Thất nhân tâm. Không được lòng dân.
GOUVERNEMENT impopulaire : Chính phủ không được lòng dân; thất nhân tâm.
LOI impopulaire : Đạo luật thất nhân tâm.

IMPOPULARISER : *dgt* Làm thất nhân tâm.

IMPOPULARITÉ : *c* Sự không được lòng dân. Sự thất nhân tâm.

IMPORTABLE : *tt* Nhập cảng được.
MARCHANDISES importables : Hàng được nhập cảng.

IMPORTANCE : *c* Sự quan trọng. Sự hệ trọng. Sự trọng yếu.

IMPORTANT : *tt* Quan trọng. Hệ trọng. Trọng yếu.
DOSSIER important : Hồ sơ quan trọng.
PERSONNAGE important : Yếu nhân.
SOMME importante : Món tiền lớn.

IMPORTATEUR : *d* Người nhập cảng.
Importateur des IDÉES NOUVELLES : Người nhập nội những tư tưởng mới.

IMPORTATION : *c* Sự nhập cảng. Sự nhập nội (hàng hoá, tư tưởng).

IMPORTER : *dgt* Nhập cảng. Nhập nội.

IMPOSABLE : *tt* Có thể đánh thuế được.

IMPOSÉ : *tt* Phải chịu thuế.

IMPOSER : *dgt* Đánh thuế. / Áp đặt.
Imposer une DISCIPLINE : Áp đặt kỷ luật.
EN imposer : Bắt phải tùng thuận.
UNE ÉTUDE s'impose : Cần phải nghiên cứu (*một việc*).

IMPOSITION : *c* Việc đánh thuế.

IMPOSSIBILITÉ : *c* Sự không thể được.
Impossibilité de RELAXER : Không thể tha được.

IMPOSSIBLE : *tt* Không thể được. Không thể có.

IMPOSSIBLE : *d* Cái điều không thể làm được.
À l'impossible, NUL N'EST TENU : Không thể bắt làm những việc không làm nổi.
PAR impossible : Vạn nhất. Một trong muôn vàn.

IMPOSTEUR : *d* Kẻ bịp bợm. Kẻ nguỵ mạo.

IMPOSTURE : *c* Sự bịp bợm. Điều phỉnh phờ.
Les impostures POLITIQUES : Phỉnh phờ chính trị.

IMPÔTS : *d snh* Thuế má.
Impôts DIRECTS : Thuế trực thâu.
Impôts FONCIERS : Thế thổ trạch.
Impôts FORFAITAIRES : Thuế bao khoán.
Impôts sur l'HÉRITAGE : Di sản thuế.
Impôts INDIRECTS : Thuế gián thâu.
Impôts PERSONNELS : Thuế thân.
Impôts PROPORTIONNELS : Thuế theo tỷ lệ.
Impôts sur LES REVENUS : Thuế lợi tức.

IMPRATICABLE : *tt* Không thể dùng được.
ROUTE impraticable : Đường không qua lại được.

IMPRÉCATEUR : *tt* Lời nguyền rủa. Lời chửi rủa.

IMPRÉCIS : *tt* Không rõ ràng. Không chính xác. Mập mờ.
CONTRAT imprécis : Khế ước thiếu chính xác.

IMPRÉCISION : *c* Sự không rõ ràng. Sự thiếu chính xác.

IMPRÉPARATION : *c* Sự thiếu chuẩn bị. Sự thiếu trù liệu.

IMPRÉPARÉ : *tt* Không chuẩn bị.

IMPRESCRIPTIBILITÉ : *c* Sự không có thời tiêu.
L'imprescriptibilité des CRIMES CONTRE L'HUMANITÉ : Không có thời tiêu đối với tội ác chống nhân loại.

IMPRÉVISIBILITÉ : *c* Sự bất khả tiên liệu. Sự bất khả dự kiến.

IMPRÉVISIBLE : *tt* Bất khả tiên liệu. Không đoán trước nổi.

IMPRÉVISION : *c* Sự bất tiên liệu.

IMPRÉVOYANT : *tt* Không lo xa.

IMPRÉVU : *tt* Bất ngờ. Bất tiên liệu. Ý ngoại. Không dự trù trước.
DÉPENSE imprévue : Chi tiêu bất thường. Chi tiêu không dự trù.

IMPROBATION : *c* Sự không tán thành.

IMPROBITÉ : *c* Điều không trung thực. Điều gian dối.

IMPROBE : *tt* Không trung thực. Không thành thực. Gian dối.

IMPRODUCTIBLE : *tt* Không sinh sản. Không sinh lợi.

IMPRODUCTIF : *tt* Phi sinh sản. Không sinh lợi. Vô ích. Vô bổ.
TRAVAIL improductif : Công việc vô ích.

IMPRODUCTIVITÉ : *c* Sự phi sinh sản. Sự phi sinh lợi. / Sự vô hậu (*không con*).

IMPROUVABLE : *tt* Không thể dẫn chứng.

IMPROUVÉ : *tt* Vô bằng cớ. Bất tán thành.

IMPROVISATION : *c* Sự ứng khẩu.

IMPROVISER : *đgt* Ứng khẩu. Xuất khẩu. Ứng biến.
Improviser un DISCOURS : Ứng khẩu bài diễn văn.
Improviser une PLAIDOIRIE : Ứng khẩu bài cãi.
Improviser un POÈME : Xuất khẩu thành thi.

IMPRUDENCE : *c* Sự bất cẩn. Sự thiếu thận trọng.
BLESSURE par imprudence: Bất cẩn gây thương tích.
HOMICIDE par imprudence: Ngộ sát.

IMPRUDENT : *tt* Bất cẩn. Thiếu thận trọng.
PAROLE imprudente : Lời nói thiếu thận trọng.

IMPUBÈRE : *tt* Chưa tới thời dậy thì

IMPUBERTÉ : *c* Thời chưa tới lúc dậy thì.

IMPUDENCE : *c* Sự xấc xược. Sự trâng tráo. Điều ngang ngược.

IMPUDENT : *tt* Xấc xược. Trâng tráo. Ngang ngược.

IMPUISSANCE : *c* Sự bất lực. Không khả năng. Sự bất tài (*bóng*).
Impuissance d'un GOUVERNEMENT : Chính phủ bất lực.

IMPUISSANT : *đ* Người đàn ông bất lực (liệt dương). Kẻ bất tài.

IMPULSER : *đgt* Thúc đẩy.

IMPULSIF : *tt* Bị thúc đẩy. *đ* Kẻ có tính bốc đồng. Kẻ hành động thiếu suy nghĩ.

IMPULSION : *c* Sự thúc đẩy.

IMPUNÉMENT : *pht* Tình trạng thoát tội, thoát phạt.
TUER impunément : Giết người mà không bị trừng phạt.

IMPUNI : *tt* Thoát tội. Không bị trừng phạt.

IMPUNISSABLE : *tt* Không thể trừng phạt được.
Le CRIME d'un FOU est impunissable : Tội ác của kẻ điên không thể trừng phạt được.

IMPUTABILITÉ : *c* Việc quy tội; quy lỗi; quy trách nhiệm.

IMPUTABLE :*tt* Quy tội. Quy lỗi. Quy trách.
L'ACCIDENT est imputable au CONDUCTEUR : Tai nạn quy cho người lái xe.

IMPUTATION : *c* Sự quy tội; quy lỗi; quy trách nhiệm. Sự khấu trừ.
Imputation NON FONDÉE : Quy tội vô bằng.

IMPUTER : *đgt* Quy tội. Quy lỗi. Quy trách cho. Đổ tội cho. Đổ trách nhiệm cho.
Khấu trừ cho.

INABORDABLE : *tt* Không tới gần được. Không đạt tới được.
Le GOELIER est inabordable : Viên quản ngục khó tới gần được.
PRIX inabordable : Giá quá cao, không đủ tiền mua.

INABROGÉ : *tt* Chưa hủy bỏ. Đương dụng.
LOI inabrogée : Đạo luật chưa(*không)* bãi bỏ. Luật hiện hành.

IN ABSTRACTO : Về phương diện trừu tượng.

INACCEPTABLE : *tt* Không thể chấp nhận được.
CARACTÈRE inacceptable : Tính nết không chịu được.
CONDITION inacceptable : Điều kiện bất khả chấp.
RÉSULTAT inacceptable : Kết quả khó chấp nhận.

INACCEPTATION : *c* Sự không nhận; bất thụ nhận. Sự khước từ.

INACCESSIBILITÉ : *c* Tình trạng không đạt tới được. Tình trạng không lối vào.

INACCESSIBLE : *tt* Không đạt tới được. Không vào được. Khó tiếp xúc.
Le CAMP MILITAIRE est inaccessible : Trại quân không vào được.

INACCOMMODABLE : *tt* Không hoà giải được.
Les ÉPOUX inaccommodables : Cặp vợ chồng không hoà giải được.

INACCOMPLISSEMENT : *đ* Sự chưa hoàn tất.

INACCORDABLE : *tt* Bất khả chấp thuận.
REQUÊTE inaccordable : Thỉnh cầu bất khả chấp.

INACCOUTUMÉ :*tt* Bất thường. Bất ngờ.

INACCUSABLE : *tt* Không thể buộc tội được.

INACHEVÉ : *tt* Bất tận. Chưa xong. Bỏ giở.

INACQUÉRABLE : *tt* Bất khả thủ đắc.
Les RIZIÈRES COMMUNALES sont inacquérables : Công điền bất khả thủ đắc.

INACQUITTÉ : *tt* Không thể tha bổng.

INACTIF : *tt* Bất động. Thụ động. *đ* Kẻ vô công rồi nghề.

INACTION : *c* Sự bất động. Sự thụ động. Sự bất dụng tố quyền.

INACTIVITÉ : *c* Sự không hoạt động. Sự ngồi chơi xơi nước (*đùa*).
MIS en inactivité : Sự triệt hồi.

INACTUEL : *tt* Không hiện đại. Lạc hậu. Không cập nhật.

INADAPTATION : *c* Sự không thích nghi. Sự không thích ứng.

INADÉQUAT : *tt* Không thích nghi; thích ứng; thích hợp.

INADMISSIBILITÉ : *c* Sự bất khả chấp nhận.

INADMISSIBLE : *tt* Bất khả chấp nhận. Quá lố.
INJURES inadmissibles : Mạ lỵ bất khả chấp.
FAITS inadmissibles : Hành vi quá lố.
PAROLES inadmissibles : Lời lẽ bất khả chấp nhận.

INADMISSION : *c* Sự không chấp nhận. Sự bác khước.

INADVERTANCE : *c* Sự vô ý.

INAGUERRI : *tt* Bất thiện chiến. Không quen chiến trận.

INAJOURNABLE : *tt* Không thể đình hoãn.
PROCÈS inajournable : Vụ án không thể đình hoãn.

INALIÉNABILITÉ : *c* Tính bất khả chuyển nhượng.

INALIÉNABLE : *tt* Bất khả chuyển nhượng. Cấm chuyển nhượng.
TERRE COMMUNALE est inaliénable : Công điền bất khả chuyển nhượng.

INALIÉNATION : *c* Sự cấm chuyển nhượng.

INALIÉNÉ : *tt* Cấm chuyển nhượng.

INALTÉRABLE : *tt* Bất di bất dịch. Bền vững.

INAMENDABLE : *tt* Bất khả cải thiện. Bất khả giáo dục.

INAMICALEMENT : *pht* Không thân thiện.

INAMICAL : *tt* Bất thân thiện. Thù nghịch. Bất hữu nghị. Đố kỵ.
GESTE inamical: Chơi xấu anh em.

INAMISSIBLE: *tt* Bất khả chấp thuận.

INAMOVIBILITÉ: *c* Sự không thể bãi miễn.

INAMOVIBLE : *tt* Bất khả bãi miễn.
MAGISTRAT inamovible : Thẩm phán bất khả bãi miễn.
POSITION inamovible : Chức vị trọn đời.

INANIMÉ : *tt* Vô tri. Vô sinh. Bất tỉnh.
CORPS inanimé : Thể xác vô tri.
TOMBER inanimé : Ngã (té) bất tỉnh.

INANITÉ : *c* Sự hão huyền.

INAPPARENT : *tt* Không biểu lộ.
SERVITUDE inapparente : Địa dịch không trông thấy.

INAPAISÉ : *tt* Không nguôi. Chưa dịu đi. Chưa thoả.
FAIM inapaisée: Hãy còn đói.
TRITESSE inapaisée: Nỗi buồn khôn nguôi.

INAPPLICABILITÉ : *c* Sự không áp dụng. Sự không thi hành.
Inapplicabilité de la LOI dans LE PASSÉ : Không áp dụng luật pháp trong quá khứ. (*x ch Non rétroactivité và Rétroactivité*).

INAPPLICABLE: *tt* Không thể áp dụng. Không thể thi hành.

INAPPLIQUÉ : *tt* Không chuyên cần. Thiếu mẫn cán.

INAPPRÉCIABLE : Không đáng kể. Không đánh giá. Vô giá.

INAPTE : *tt* Không khả năng. Không tư cách. *đ* Kẻ thiếu khả năng bình thường.

INAPTITUDE : *c* Sự thiếu khả năng.

INASSERMENTÉ : *tt* Không tuyên thệ.

INASSIMILABLE : *tt* Bất khả đồng hóa.

INASSOUVI : *tt* Chưa được thoả mãn.

INASSUJETTI : *tt* Không bị lệ thuộc. Không bị áp chế.

INATTAQUABLE : *tt* Không thể đả kích. Không thể công kích; đánh phá.
JUGEMENT inattaquable : Án văn không thể đả kích.

INATTENDU : *tt* Bất ngờ.

INATTENTION : *c* Sự sơ ý. Sự lơ đãng. Sự thiếu chú ý.

INAUGURAL : *tt* Thuộc về khai mạc; khánh thành.
CÉRÉMONIE inaugurale : Lễ khánh thành.
DISCOURS inaugural : Diễn văn khai mạc.
SÉANCE inaugurale : Phiên khai mạc.

INAUGURATION : *c* Việc khai mạc. Việc khánh thành. Sự mở đầu.
Inauguration d'une ÈRE NOUVELLE : Bắt đầu kỷ một nguyên mới.

INAUGURER : *đgt* Khánh thành. Khai mạc. Bất ðồu. Khởi thuỷ.

INAUTHENTICITÉ : *c* Sự không chính thức. Sự không xác thực.

INAUTHENTICITÉ : *c* Tính không chính thực. Tính không xác thực.

INAUTHENTIQUE : *tt* Không chính thực. Không xác thực.

INAVERTI : *tt* Không được thông báo. Không được báo trước. Không kinh nghiệm.

INAUTORISÉ : *tt* Không được phép. Thiếu uy thế.

INAVOUABLE : *tt* Không thể thú nhận được. Không dám thổ lộ. Không hay ho. Xấu xa.
ERREUR inavouable : Lầm lẫn không dám thổ lộ.
FAIT inavouable : Hành động không hay ho.

INAVOUÉ : *tt* Không thú nhận.
CRIME inavoué : Tội ác không thú nhận.

INCALCULABLE :*tt* Không tính được. Vô lường. Không đếm xuể. Vô tận. Không ước lượng nổi.
CONSÉQUENCES incalculables : Hậu quả vô lường.
RICHESSE incalculable : Tài nguyên vô tận.

INCANTATION : *c* Sự niệm thần chú.

INCAPABLE : *tt* Vô khả năng. Vô năng lực. Kém cỏi. Bất tài.
HOMME incapable : Người bất tài, kém cỏi.
MAJEUR incapable : Thành niên (mà) vô năng trước pháp luật.
MINEUR est incapable : Vị thành niên là vô năng lực.
Incapable de RÉSISTER : Không thể kháng cự.

INCAPACITÉ : *c* Sự không có khả năng. Sự vô năng lực. Sự mất năng lực. Sự bất tài.
Incapacité ABSOLUE : Vô năng tuyệt đối.
Incapacité de DISPOSER À TITRE GRATUIT: Vô năng xử dụng vô thường.
Incapacité d'EXERCICE : Vô năng hành xử.
Incapacité de JOUISSANCE : Vô năng hưởng dụng.
Incapacité JURIDIQUE : Vô năng trước pháp luật.
Incapacité PARTIELLE : Vô năng nhất phần.
Incapacité PERMANENTE : Vô năng thường xuyên.
Incapacité PROFESSIONNELLE : Bất tài bất lực.
Incapacité TEMPORAIRE : Vô năng nhất thời.
Incapacité TOTALE : Vô năng toàn bộ.

INCARCÉRATION : *c* Sự giam cầm. Sự bỏ tù. / Việc ở tù. / Sự bị tù.

INCARCÉRER : *dgt* Tống giam. Giam cầm.

INCARCÉRAL : *tt* Thuộc về việc giam cầm.
POPULATION incarcérale : Bọn người bị giam cầm.

INCENDIAIRE : *tt* Nẩy lửa. Gây hỏa hoạn. Gây cháy. Gây đám cháy.
BOMBE incendiaire : Bom gây cháy.
FUSÉE incendiaire : Hoả tiễn gây cháy.
PROBLÈME incendiaire : Vấn đề nẩy lửa (*nóng bỏng*).

INCENDIAIRE : *d* Kẻ (*cố ý*) gây hoả hoạn. Kẻ đi đốt nhà. Kẻ phóng hỏa.

INCENDIE : *c* Hoả hoạn. Đám cháy.
Incendie de FORÊT : Cháy rừng.
Incendie par INATTENTION : Cháy vì bất cẩn.
Incendie par VENGEANCE : Đốt nhà để trả thù.
CRIME d'incendie : Trọng tội phóng hoả (*đốt rừng,nhà*).

INCENDIÉ : *tt* Bị đốt cháy. Bị hỏa hoạn. *d* Nạn nhân hỏa hoạn.

INCENDIER : *dgt* Phóng hoả. Thiêu hủy. Đốt cháy.

INCERTAIN : *tt* Không chắc chắn. Không rõ ràng. Không minh xác. Bấp bênh.
DATE incertaine : Ngày tháng không được minh xác. (*áp dụng trong kỳ hạn khế ước*).
NOUVELLE incertaine : Tin tức không chắc đúng.
OBLIGATION incertaine : Nghiã vụ bất định.
TEMPS incertain : Thời tiết thất thường.

INCERTITUDE : *c* Sự không chắc chắn. Sự lưỡng lự.
ÊTRE DANS l'incertitude : Còn đang lưỡng lự.

INCESSIBILITÉ : *c* Tính bất khả chuyển nhượng. (*không có quyền nhường bán*).

INCESSIBLE : *tt* Bất khả nhượng dữ. Không được bán.
BIENS CULTUELS sont incessible : Của hương hoa bất khả chuyển nhượng.

INCESTE : *d* Sự loạn luân. Kẻ loạn luân.

INCESTUEUX : *tt* Loạn luân. *d* Kẻ loạn luân.
ENFANT incestueux : Đứa con loạn sinh.
MARIAGE incestueux : Loạn hôn.

INCESTUEUX : *tt* Tính cách loạn luân.

INCHÂTIÉ : *tt* Không bị trừng phạt.

INCIDEMMENT : *pht* Một cách phụ đới. Nhân thể. Nhân tiện.

INCIDENCE : *c* Hậu quả.

INCIDENT : *tt* Phụ đới. Rắc rối. Lôi thôi.
DEMANDE incidente : Thỉnh cầu phụ đới.
JUGEMENT sur incident : Án văn phụ đới.
Incident d'AUDIENCE : Rắc rối tại tụng đình.
Incident de FRONTIIÈRE : Lôi thôi nơi biên giới.
Incident de PROCÉDURE : Đối tranh vì thủ tục tố tụng.

INCIDENT : *d* Vụ rắc rối. Vụ tranh chấp phụ. Phụ đới.
APPEL incident : Kháng cáo phụ đới.
DEMANDE incidente : Thỉnh cầu phụ đới.
FAUX incident CIVIL : Giả mạo dân sự phụ đới.

INCIDENTER : *dgt* Nêu ra tranh chấp phụ đới.

INCINÉRER : *dgt* Hoả táng. Hoả thiêu (*nhục thể*). Đốt thành tro.

INCINÉRATION : *c* Việc hoả táng; hoả thiêu.

INCITATEUR : *đ* Kẻ xúi biểu, xúi giục.

INCITATION : *c* Sự xúi biểu, xúi giục.

INCITER : *dgt* Xui khiến. Xúi giục. Xúi biểu.
Inciter au CRIME : Xúi biểu làm tội ác.
Inciter à la DÉBAUCHE : Xúi làm điều dâm đãng.
Inciter les MINEURS à la DÉBAUCHE : Xúi dục vị thành niên vào đường dâm đãng.

INCIVIL : *tt* Thiếu lịch sự. Bất lịch sự.

INCIVILISÉ : *tt* Chưa khai hoá. Chưa văn minh. Chưa tiến bộ.

INCIVILITÉ : *c* Sự thiếu lịch sự. Điều vô lễ.

INCIVISME : *đ* Sự thiếu ý thức công dân.

INCLAIRVOYANT : *tt* Thiếu sáng suốt.

INCLASSABLE : *tt* Không thể xếp hạng.
DOSSIER inclassable : Hồ sơ chưa cất xếp được.

INCLÉMENT : *tt* Sự khất khe. Sự khắc nghiệt.

INCLÉMENT : *tt* Khất khe. Khắc nghiệt. Không khoan hồng.

INCLINAISON : *c* Sự nghiêng về. Sự thiên về.

INCLINATION : *c* Xu hướng. Khuynh hướng.

INCLUS : *tt* Bao gồm. Đính kèm.
Cl-inclus : Kèm theo đây. Đính theo đây.

INCOERCIBLE : *tt* Bất khả cưỡng bách. Không thể nén được.

INCOGNITO : *pht* Dấu tên, dấu tuổi.
VOYAGER incognito : Bí mật vi hành.

INCOHÉRENCE : *c* Sự rời rạc. Sự không mạch lạc.

INCOHÉRENT : *tt* Không mạch lạc.
PAROLES incohérentes : Lời nói ú ớ.

INCOMBER : *dgt* Thuộc về phần ai.
La RESPONSBILITÉ vous incombe : Trách nhiệm thuộc về phần anh. Anh chịu trách nhiệm (về việc này).

INCOMBUSTIBILITÉ : *c* Sự không đốt cháy.

INCOMBUSTIBLE : *tt* Không thể đốt cháy được.

INCOMESTIBLE : *tt* Không thể ăn được.
CHAMPIGNONS incomestibles : Nấm độc.

INCOMMENSURABLE : Vô biên. Vô lường.

INCOMMODANT : *tt* Làm cho khó chịu.
BRUITS incommodants : Tiếng động gây phiền hà.
ODEUR incommodante : Mùi khó ngửi. Nặng mùi.
VÊTEMENT incommodant : Quần áo không vừa.

INCOMMODER : *dgt* Gây ra khó chịu.

INCOMMODITÉ : *c* Sự bất tiện. Sự phiền nhiễu.

INCOMMUNICABILITÉ : *c* Tính không thông tri được.
Incommunicabilité d'un SECRET : Bí mật không loan báo được.

INCOMMUNICABLE : *tt* Không thể thông tri.

INCOMMUTABILITÉ : *c* Sự không thể tước đoạt. Sự không thể truất hữu.

INCOMMUTABLE : *tt* Không thể tước đoạt được.

INCOMPARABLE : *tt* Không thể so sánh (*với vật khác*).

INCOMPATIBILITÉ : *c* Sự sung khắc. Không thể tương đồng.
Incompatibilité d'HUMEUR : Sung khắc về tính khí.

INCOMPÉTENCE : *c* Sự vô thẩm quyền. Sự bất tài. Sự vô khả năng.

INCOMPLET : *tt* Không trọn vẹn. Thiếu sót. Dơ dang. Không đầy đủ.

INCOMPLÈTEMENT : *pht* Một cách thiếu sót.

INCOMPRÉHENSIBILITÉ : *c* Sự không hiểu nổi.

INCOMPRÉHENSIBLE : *tt* Không hiểu nổi.

INCOMPTABLE : *tt* Không thể đếm nổi.

INCONCEVABLE : *tt* Không thể quan niệm nổi. Không thể hình dung nổi.

INCONCILIABILITÉ : *c* Sự không thể hoà giải được.

INCONCILIABLE : *tt* Không thể hoà giải.
Les DIFFÉRENDS inconciliables : Mối khắc biệt không thể hoà giải.
Les ÉPOUX inconciliables : Vợ chồng không thể làm lành (*với* nhau).

INCONCILIATION : *c* Sự không hòa giải.

INCONDITIONNEL : *tt* Vô điều kiện.
REDDITION inconditionelle : Đầu hàng vô điều kiện.

INCONDUITE : *c* Vô hạnh. Phẩm hạnh xấu.
Inconduite de la FEMME : Người vợ gian dâm. Phụ nữ lẳng lơ; trai lơ.

INCONFORT : *đ* Thiếu tiện nghi. Không thoải mái.
Inconfort d'un TABOURET : Ghế đẩu không tiện nghi.

INCONFORTABLE : *tt* Thiếu tiện nghi.
Les SOULIERS inconfortables : Đôi giầy đi khó chịu.

INCONGÉDIABLE : *tt* Không thể xa thải được.

INCONGRU : *tt* Bất lịch sự. Bất nhã.

INCONGRUITÉ : *c* Sự bất nhã. Điều thiếu lịch sự.

INCONNU : *tt* Không biết. Chưa biết. Xa lạ. *đ* Kẻ lạ mặt. Người vô danh. Khuyết danh.
AUTEUR inconnu : Tác giả khuyết danh, vô danh.
ARTISTE inconnu : Nghệ sĩ chưa danh tiếng
PÈRE inconnu : Cha khuyết danh (*trên khai sinh của đứa nhỏ*).
SOLDAT inconnu : Chiến sĩ vô danh.

Un inconnu dans la MAISON : Có kẻ lạ mặt vào nhà.

INCONSCIENCE : *c* Vô ý thức. Vô tri.
TOMBER dans l'inconscience : Mê man.

INCONSCIENT : *đ* Kẻ vô ý thức.

INCONSÉQUENT : *tt* Không hợp lý. Khinh suất.
HOMME inconséquent : Kẻ vô thức.

INCONSIDÉRÉ : *tt* Khinh suất. Dại dột.

INCONSISTANCE : *c* Sự lỏng lẻo. Sự không vững chắc.

INCONSISTANT : *tt* Lỏng lẻo. Không vững chắc. Không đậm đặc.
RAISONNEMENT inconsistant : Lập luận lỏng lẻo.

INCONSTITUTIONNALITÉ : *c* Sự vi hiến. Sự bất hợp hiến.

INCONTESTABLE : *tt* Không thể chối cãi.
PREUVE incontestable : Chứng cớ hiển nhiên.

INCONTESTABILITÉ : *c* Sự không thể chối cãi được. Tính hiển nhiên.

INCONTESTABLEMENT : *pht* Hiển nhiên.

INCONVENANCE : *c* Sự bất lịch sự. Sự khiếm nhã.

INCONVENANT : *tt* Không đúng phép tắc. Bất lịch sự.

INCONVÉNIENT : *đ* Sự bất lợi. Điều bất tiện.

INCONVERTIBLE : *tt* Không thể chuyển đổi. / Không thể thay đổi đạo (*giáo*).

INCORPORATION : *c* Sự sát nhập vào.

INCORPOREL : *tt* Vô thể chất; vô hình dáng.
MEUBLE incorporel : Động sản vô hình chất.

INCORRECT : *tt* Không đúng. Sai. Trật. Lỗi. Khiếm nhã.
Un HOMME incorrect : Người khiếm nhã.
ORTHOGRAPHE incorrecte : Chính tả sai.
PAROLES incorrectes : Lời khiếm nhã.

INCORRECTION : *c* Sự không đứng đắn. Sự sai lầm. Sự khiếm nhã.

INCORRIGIBLE : *tt* Không thể cải thiện được.
HOMME incorrigible : Dân bất trị.

INCORRUPTIBLE : *tt* Không thể hối lộ nổi.

INCRÉDIBLE : *tt* Không tin được.

INCRÉDIBILITÉ : *c* Sự không thể tin được.

INCRIMINABLE : *tt* Đáng buộc tội. Đáng lên án.

INCRIMINATION : *c* Sự buộc (*trọng*) tội.

INCRIMINER : *đgt* Buộc tội. Quy tội.
Kết tội.

INCRITIQUABLE : *tt* Không chê trách được. Không chỉ trích được.

INCULPATION : *c* Sự buộc tội. Sự quy tội. (*chữ mới* MISE EN EXAMEN) : Để nghiên cứu (*hồ sơ*).
CHEF d'inculpation : Chủ khoản buộc tội.
MODIFIER l'inculpation : Cải tội danh.

INCULPÉ : *đ* Nghi can. Bị can. Can phạm. (*chưa có tội vì toà chưa phạt*). (*chữ mới* MIS EN EXAMEN).

INCULPER : *đ* Lập tội danh. Buộc tội.

INCULTE : *tt* Vô học. Thất học. Dốt nát. / Bỏ hoang (*đất ruộng*).
HOMME inculte : Người thất học.
TERRE inculte : Đất hoang.

INCURABLE : *tt* Nan y. Nan trị.

INCURIE : *c* Sự chểnh mảng. Sự hốt lược.

INCURSION : *c* Sự xuất hiện bất ngờ. Sự đột nhập. Sự xâm nhập.

INDÉCENCE : *c* Sự không tề chỉnh (*nam*). Sự không đoan trang (*nữ*). Điều tục tữu.

INDÉCENT : *tt* Không tề chỉnh. Thiếu đoan trang.
ATTITUDE indécente : Thái độ không nghiêm túc.

INDÉCHIFFRABLE : *tt* Không đọc nổi.
CODE indéchiffrable : Mật mã không đọc nổi.
ÉCRITURE indéchiffrable : Chữ gà bới.
TÉLÉGRAMME indéchiffrable : Điện tín không hiểu nổi.

INDÉCIS : *tt* Do dự. Lưỡng lự. Không rứt khoát.

INDÉCISION : *c* Sự không quyết định. Sự do dự. Sự lưỡng lự.

INDÉFENDABLE : *tt* Không biện hộ nổi. Không phòng vệ nổi.
CAUSE indéfendable : Vụ kiện không bênh vực nổi.

INDÉFINI : *tt* Vô hạn. Bất định. Vu vơ.
PÉRIODE indéfinie : Thời gian bất định.

INDÉFINISSABLE : *tt* Khó tả rõ. Khó xác định. Không định nghiã nổi.

INDÉLÉBILE : *tt* Không thể tẩy gột.
ENCRE indélébile : Mực không tẩy gột được.

INDÉLICAT : *tt* Khiếm nhã. Thiếu tế nhị.

INDELICATESSE : *c* Sự khiếm nhã. Sự thiếu tế nhị.

INDEMNE : *tt* Vô sự. Nguyên vẹn.
Indemne dans un ACCIDENT : Vô sự khi tai nạn.

INDEMNISATION : *c* Sự bồi thường.

INDEMNISER : *đgt* Bồi thường.

INDEMNITAIRE : *đ* Kẻ nhận bồi thường.

INDEMNITÉ : *c* Sự bồi thường. Tiền phụ cấp. Cấp khoản.
ACTION en indemnité : Tố quyền đòi bồi thường.
Indemnité d'ACCIDENT : Bồi thường tai nạn.

Indemnité d'EXPROPRIATION : Bồi thường trục xuất.
Indemnité de LICENCIEMENT : Cấp khoản xa thải.
Indemnité de MORT : Tiền phủ tuất.
Indemnité de RETARD : Bồi thường chậm trễ.

INDÉNIABLE : *tt* Không thể chối cãi.

INDÉNIABLEMENT : *pht* Một cách hiển nhiên.

INDÉPENDANCE : *c* Sự tự chủ. Sự tự lập. Nền độc lập.
ESPRIT d'indépendance : Tinh thần tự lập.
Indépendance du POUVOIR JUDICIAIRE : Tính cách độc lập cuả ngành tư pháp.

INDÉSIRABLE : *tt* Bất khả giao du. Không thể dung nạp.
ÉLÉMENTS indésirables : Thành phần du đãng.

INDESTRUCTIBLE : *tt* Không thể phá hủy, hủy diệt.

INDÉTERMINATION : *c* Sự do dự. Sự lưỡng lự. Sự thiếu quả quyết

INDEX : *đ* Chỉ số. Bảng chỉ dẫn (*cuối cuốn sách*). Mục lục. / Ngón tay trỏ.
INDEX d'un livre : Thư mục.
LIVRE MIS à l'index : Cấm thư. Sách cấm.

INDICATEUR : *tt* Chỉ dẫn. Báo hiệu. *đ* Bảng chỉ dẫn. Kẻ chỉ điểm (*cho công an*).
POTEAU indicateur : Cọc chỉ đường.
TABLEAU indicateur : Bảng chỉ giờ tầu đi, tầu đến.

INDICATIF : *đ* Nhạc thiều (*trước khi phát hình, phát thanh*). Chỉ dẫn.
À TITRE indicatif : Với tính cách chỉ dẫn (*không bắt buộc*).

INDICATION : *c* Sự hướng dẫn. Sự chỉ rõ, chỉ dẫn.

INDICE : *đ* Chỉ số. Chỉ tiêu. / Triệu chứng. Dấu hiệu. Tang tích.

INDICIBLE : *tt* Khó nói nên lời.

INDIFFÉRENCE : *c* Sự lãnh đạm. Sự dửng dưng. Sự thờ ơ.

INDIFFÉRENT : *tt* Lãnh đạm. Thờ ơ. Dửng dưng.

INDIGENCE : *c* Cảnh bần cùng. Cảnh nghèo khó. Sự nghèo nàn.

INDIGÈNE : *tt* Bản thổ. Bản xứ. Bản địa.

INDIGÈNE : *đ* Người bản địa. Người bản xứ.

INDIGENT : *đ* Kẻ nghèo.

INDIGESTE : *tt* Khó tiêu. Lâu tiêu.

INDIGNATION : *c* Sự phẫn nộ (*để phản đối*).

INDIGNE : *tt* Bất xứng. Không xứng đáng. / Vô nhân phẩm.
CONDUITE indigne : Cư xử bất xứng (*hư hỏng*).
HÉRITIER indigne : Người thừa kế bất xứng. Người bị truất phần thừa kế.
PARENTS indignes : Cha mẹ bất xứng.

INDIGNÉ : *tt* Phẫn nộ. Bực mình.

INDIGNITÉ : *c* Sự bất xứng.
Indignité NATIONALE : Điều quốc nhục.

INDIQUER : *dgt* Chỉ dẫn. Chỉ bảo. Hướng dẫn.
Indiquer une RUE : Chỉ mách đường phố.
Indiquer les MOYENS de DÉFENSE : Hướng dẫn cách bào chữa.

INDIRECT : *tt* Gián tiếp.
CONTRIBUTIONS indirectes : Thuế gián thâu.

INDISCERNABLE : *tt* Không thể phân biệt được.

INDISCIPLINE : *tt* Vô kỷ luật.

INDISCRET : *tt* Lộ liễu. Không kín đáo. Tò mò. Xoi mói. Xoi bói.
QUESTION indiscrète : Câu hỏi tò mò.

INDISCRÉTION : *c* Sự tò mò. Sự xoi mói. Sự soi bói. Tính không kín đáo.

INDISCUTABLE : *tt* Hiển nhiên. Không còn tranh luận được. Không cần bàn cãi thêm.
PREUVE indiscutable : Chứng cớ hiểu nhiên.

INDISPENSABLE : *tt* Cần thiết. Thiết yếu. Cần.

INDISPONIBLE : *tt* Không thể xử dụng. Không được dùng tới. Bất khả khiển dụng.
BIENS indisponibles : Tài vật bất khả khiển dụng.
SOLDATS indisponibles : Quân nhân không thể điều động.

INDISSOLUBLE : *tt* Không thể giải tán. Không thể ngăn chia.

INDIVIDU : *đ* Cá nhân. Cá thể. Người. Gã. Kẻ. Đứa. Tên.

INDIVIDUALISATION : *c* Sự cá biệt hoá. Sự cá thể hoá.

INDIVIDUALISME : *đ* Chủ nghiã cá nhân. Thuyết vị kỷ.

INDIVIDUALITÉ : *c* Cá tính. Tính cá biệt. Cá nhân. Người có cá tính.

INDIVIDUEL : *tt* Cá nhân. Cá thể.
CAS individuel : Trường hợp cá thể.
PROPRIÉTÉ individuelle : Sở hữu cá nhân.

INDIVIS : *tt* Nguyên trạng. Không chia. Chưa chia. Vị phân.
BIENS indivis : Tài vật vị phân; chưa chia.
PAR indivis : Không chia. Chưa chia. Còn để chung.
SUCCESSION indivise : Thừa kế vị phân.

INDIVISAIRE : *đ* Kẻ vị phân. (Tình trạng vị phân). Kẻ có phần trong cộng hữu.

INDIVISIBLE : *tt* Bất khả phân. Thống nhất.
CRÉANCE indivisible : Trái quyền bất khả phân.
DETTE indivisible : Trái khoản bất khả phân.
RÉPUBLIQUE UNE et indivisible : Nước Cộng hoà thống nhất và bất khả phân.

INDIVISION : *c* Sự bất phân. Sự không chia phần. Sự vị phân.
NUL N'EST TENU de RESTER dans l'indivision : Không cưỡng bách ai ở mãi trong tình trạng vị phân (tngl).
Indivision HÉRÉDITAIRE : Vị phân vì di kế.
RESTER dans l'indivision : Ở trong tình trạng vị phân.

INDIVISIBILITÉ : *c* Sự bất khả phân.

INDU : *tt* Không thiếu nợ. Thiếu cơ sở.
AVANTAGE indu : Lợi ích bất xứng.
PAIEMENT de l'indu : Trả tiền khi không thiếu nợ.
RÉPÉTITION de l'indu : Đòi món tiền đã trả rồi.
SOMME indue : Số tiền không nợ.

INDU : *đ* Sự nghịch thường; trái lẽ thường. Sự không thiếu nợ.
PAIEMENT de l'indu : Trả tiền mà không thiếu nợ.

INDUBITABLE : *tt* Chắc chắn. Không còn nghi ngờ. Hiển nhiên.

INDUCTION : *c* Sự quy nạp.
RAISONNEMENT PAR induction : Suy luận quy nạp.

INDUIRE : *đgt* Quy nạp. Quy kết.
Induire au CRIME : Dụ dẫn vào tội phạm.
Induire en ERREUR : Đưa vào nhầm lẫn.

INDULGENCE : *c* Sự khoan hồng. Sự khoan dung. Sự độ lượng.
Indulgence du TRIBUNAL : Khoan hồng của toà.

INDULGENT : *đ* Khoan hồng. Khoan dung. Độ lượng.

INDUMENT : Một cách trái lẽ; phi lý. Nghịch thường.

INDUSTRIALISATION : *c* Việc kỹ nghệ hóa. Việc công nghiệp hóa.
Industrialisation de l'AGRICULTURE : Kỹ nghệ hoá nông nghiệp.

INDUSTRIALISER : *đgt* Kỹ nghệ hóa. Công nghiệp hóa.

INDUSTRIE : *c* Kỹ nghệ. Công nghiệp.
Industrie AGRICOLE : Kỹ nghệ nông nghiệp.
Industrie de l'ALIMENTATION : Công nghiệp lương thực.
Industrie du BÂTIMENT : Kỹ nghệ xây cất.
Industrie CLEF : Kỹ nghệ chủ yếu.
Industrie FORESTIÈRE : Kỹ nghệ lâm sản.
Industrie LÉGÈRE : Công nghiệp nhẹ.
Industrie LOURDE : Kỹ nghệ nặng.
Industrie PRIVÉE : Kỹ nghệ tư doanh.

INDUSTRIEL : *tt* Thuộc về kỹ nghệ; công nghiệp. *đ* Kỹ nghệ gia. Công nghiệp gia.

INÉBRANLABLE : *tt* Không lay chuyển được.
COEUR inébranlable : Trái tim sắt đá.
COLONNE inébranlable : Cột không lay được.
DÉCISION inébranlable : Quyết định không thay đổi.

INÉCLAIRCI : *tt* Chưa sáng tỏ. Chưa rõ rệt.

INÉCONOMIQUE : *tt* Phi kinh tế. Phản kinh tế.

INÉDIT : *tt* Chưa hề xuất bản. Mới lạ.
CHEVAL inédit : Ngựa mới chưa hề chạy đua.
FILM inédit : Phim mới lạ.
OEUVRE inédite : Tác phẩm mới.

INÉDUCABLE : *tt* Bất khả giáo hoá.

INEFFABLE : *tt* Khó nói nên lời.

INEFFICACE : *tt* Vô hiệu nghiệm. Không công hiệu.
MÉDICAMENT inefficace : Thuốc không công hiệu.
MESURE inefficace : Biện pháp vô hiệu nghiệm.

INÉGAL : *tt* Không đồng đều. Không bằng nhau.
TEMPÉRAMENT inégal : Tính nết thất thường.
TRAITÉ inégal : Thoả ước bất bình đẳng.

INÉGALITÉ : *c* Bất bình đẳng. Sự không quân bình. Sự không đồng đều.
Inégalité des SEXES: Nam nữ bất bình đẳng.

INÉGALABLE : *tt* Vô song. Không thể sánh kịp.

INÉLÉGANCE : *c* Sự không hào hoa; thiếu lịch sự; khiếm nhã.

INÉLÉGANT : *tt* Thiếu hào hoa. Thiếu lịch sự. Khiếm nhã.

INÉLIGIBILITÉ : *c* Sự không đủ tư cách ứng cử. Khiếm cách ứng cử.

INÉLIGIBLE : *tt* Khiếm cách ứng cử. Khiếm cách tranh cử.

INÉLUCTABLE : *tt* Không tránh được.

INEMPLOYÉ : *tt* Không dùng đến.

INÉNARRABLE : *tt* Khó kể lại.

INENTAMÉ : *tt* Còn nguyên vẹn.
REPAS inentamé : Mâm cơm chưa ai đụng đũa.

INÉQUITABLE : *tt* Bất công.

INÉQUITÉ : *c* Sự bất công.

INERTIE : *c* Sự bất động. Sự bất dịch.

INESTIMABLE : *tt* Vô giá. Không thể đánh giá nổi.
ANTIQUITÉ inestimable : Đồ cổ vô giá.

INESTIMÉ : *tt* Không được trọng vọng, quề trọng.

INÉVITABLE : *tt* Không tránh thoát.
ACCIDENT inévitable : Tai nạn khó tránh.
PUNITION inévitable : Trừng phạt khó thoát.

INEXACT : *tt* Sai. Trật (N). Không đúng. Không thực.
DÉCLARATION inexacte : Tuyên bố không thực.
DÉPOSITION inexacte : Cung khai không đúng.

INEXACTITUDE : *c* Sự không đúng, không thực.

INEXCUSABLE : *tt* Không tha thứ được. Bất khả miễn trách.

INEXÉCUTÉ : *tt* Không thi hành. Không được thi hành.

INEXÉCUTION : *c* Sự không thi hành. Sự không chấp hành.

INEXÉCUTOIRE : *tt* Không phải chấp hành. Không có hiệu lực

INEXIGIBILITÉ : *c* Không thể đòi được. Sự bất khả sách.

INEXIGIBLE : *tt* Bất khả sách.
DETTE inexigible : Món nợ không được đòi. (coi chữ *FONGIBLE*).

INEXISTENCE : *tt* Sự không có.
Inexistence de PREUVES : Không có chứng cớ.

INEXPLICABLE : *tt* Không thể giải thích nổi.
MÉCHANCETÉ inexplicable : Ác nghiệt không giải thích nổi.
PHÉNOMÈNE inexplicable : Hiện tượng khó giải thích.

INEXPLOITABLE : *tt* Không thể khai thác.
DOCUMENT inexploitable : Tài liệu không thể dùng được.
PREUVE inexploitable : Chứng cớ không khai thác được.

INEXPLOITATION : *c* Sự không khai thác.

INEXPOSABLE : *tt* Không thể trình bầy.

IN EXTENSO: Toàn bộ. / Toàn văn. / Nguyên bản.

IN EXTREMIS: Phút chót. Lúc chót.

INFAILLIBILITÉ : *c* Sự không thể sai lầm.

INFAILLIBLE : *tt* Không thể sai lầm. Không thể lầm lẫn. Chắc chắn hiệu nghiệm.

INFAMANT : *tt* Bêu riếu. Làm nhục.
ACCUSATION infamante : Lời buộc tội bêu riếu.
PEINE AFFLICTIVE et infamante : Hình phạt thể xác và nhục nhã.

INFAME : *tt* Điếm nhục. Nhục nhã. Bỉ ổi.

INFAMIE : *c* Sự điếm nhục. Sự nhục nhã. Sự bỉ ổi.

INFANTICIDE : *tt* Sát tử. Giết con. *đ* Kẻ sát tử. Kẻ giết con.
MÈRE infanticide : Người mẹ giết con.

INFANTILISME : *đ* Tâm tính còn ấu trĩ.
POLITIQUE d'infantilisme : Chính trị ấu trĩ.

INFATUATION : *c* Tính tự phụ. Tự cao tự đại.

INFÉCOND : *tt* Không sinh nở được. Không sinh sản được. / Vô hậu. Cằn cỗi.
FEMME inféconde : Phụ nữ không sinh nở được.
ESPRIT infécond : Trí óc cằn cỗi.

INFÉODÉ : *tt* Phục tùng. Thần phục.

INFÉODER : *dgt* Bắt phải phục tùng.

INFÉRENCE : *c* Sự suy diễn. Sự suy luận.

INFÉRIEUR : *tt* Dưới. Hạ. Hạ đẳng. Hạ cấp. Cấp dưới.
ÉTAGE inférieur : Tầng nhà dưới.
JURIDICTION inférieure : Tòa cấp dưới.
RANG inférieur : Cấp thấp.

INFÉRIORITÉ : *c* Sự thấp kém. Sự thua kém.
COMPLEXE d'infériorité : Tự ty mặc cảm.

INFIDÈLE : *tt* Bất trung. Vô chung vô thủy. Không trung thành. Không giống hệt.
AMI infidèle : Bạn không chung thủy.
MARI infidèle : Người chồng không trung thành (*với vợ*).
TRADUCTEUR infidèle : Người dịch không trung thực.
RÉCIT infidèle : Chuyện thuật lại không trung thực

INFIDÈLEMENT : *pht* Một cách không trung thành.

INFIDÉLITÉ : *c* Tính không trung thành. Tính không chung thủy.

INFILTRATION : *c* Sự thâm nhập. Sự len lỏi. Sự thấm dần dần.
Infiltration des ESPIONS : Thâm nhập cuả điệp viên.
Infiltration d'EAU : Nước thấm dần dần.

INFILTRER (S) : *đgt* Thấm. Xâm nhập. Len lỏi.
Les VOLEURS s'infiltrent la nuit : Kẻ trộm len lỏi lúc khuya.

INFIME : *tt* Rất bé nhỏ. Tiểu ly.

INFINI : *tt* Vô tận. Vô hạn. Cõi vô tận.

IN FINE : Ở đoạn chót. Tại đoạn cuối.

INFIRMATIF : *tt* Bác bỏ. Huỷ.
ARRÊT infirmatif : Phúc quyết bác án (*toà dưới*).

INFIRMATION : *c* Sự bác bỏ. Sự hủy bỏ.
Infirmation d'un JUGEMENT : Hủy án (*toà dưới*).

INFIRME : *tt* Tàn tật. *đ* Người tàn tật.
Infirme de GUERRE : Tàn tật vì chiến tranh. / Thương binh. Phế binh.

INFIRMERIE : *c* Bệnh xá.
Infirmerie de la PRISON : Bệnh xá cuả nhà giam.

INFIRMIER : *đ* Y tá. Khán hộ.

INFIRMITÉ : *c* Sự tàn phế. Sự tàn tật.

INFLATION : *c* Lạm phát (*giấy bạc*).
Inflation des DIPLOMES : Lạm phát bằng cấp.
Inflation GALOPANTE : Lạm phát phi mã.
Inflation de POÈTES : Nhiều nhà thơ quá.

INFLATIONNISTE : *tt* Lạm phát. *đ* Kẻ chủ trương lạm phát.
POLITIQUE inflationniste : Chính sách lạm phát.

INFLEXIBLE : *tt* Cứng rắn. Không bị xiêu lòng.

INFLIGER : *dgt* Bắt phải chịu.
Infliger une AMENDE : Bắt phạt.

INFLUENÇABLE : *tt* Dễ bị ảnh hưởng, huyễn hoặc.
Les ENFANTS sont influençables : Trẻ thơ dễ bị ảnh hưởng.

INFLUENCE : *c* Ảnh hưởng. Thế lực.
SPHÈRE d'influence : Vùng ảnh hưởng.
TRAFIC d'influence : Hối mại quyền thế.
ZONE d'influence : Vùng ảnh hưởng.

INFLUENCER : *dgt* Làm cho ai bị ảnh hưởng.

INFLUENT : *tt* Có thế lực.
Un AMI influent : Người bạn có thế lực.
Un HOMME influent : Người có thế lực.

INFONDÉ : *tt* Không lý do. Không căn nguyên.
DEMANDE infondée : Thỉnh cầu không lý do.
JUGEMENT infondé : Bản án không căn nguyên.

INFORMATEUR : *đ* Kẻ cung cấp tin (*cho An ninh*). Chỉ điểm.

INFORMATION : *c* Việc thông tin. Việc báo cáo. *c snh* Tin tức.
À TITRE d'information : Để báo cáo. Để tường.
CLÔTURER une information : Kết thúc điều tra.
OUVRIR une information : Mở cuộc điều tra.
SUPPLÉMENT d'information : Điều tra bổ túc;

INFORMATIQUE : *c* Tin học. Điện toán. Vi tính.

INFORMATICIEN : *đ* Chuyên gia tin học.

INFORMÉ : *tt* Thẩm tra. Điều tra. Biết tin tức.
MILIEU BIEN informé : Giới thạo tin tức.
JUSQU'À PLUS AMPLE informé : Cho điều tra đầy đủ hơn.

INFORMER : *dgt* Thẩm tra. Điều tra. Thông báo.
Informer les AGENCES de PRESSE : Báo tin cho các hãng thông tấn.

INFORTUNE : *c* Sự không may. Cảnh khổ. Chiết ma.

INFORTUNÉ : *tt* Không may. Bất hạnh. *đ* Kẻ không may.

INFRA : Phiá dưới. Phần sau.
VOIR *infra*, page 22: Xem phần sau, trang 22.

INFRACTION : *c* Sự vi phạm. Sự phạm pháp.
Infraction à la DISCIPLINE : Vi phạm kỷ luật.
Infraction à la LOI : Vi luật. Phạm pháp
Infraction aux réglements INTÉRIEURS : Vi phạm nội qui.

INFRANCHISSABLE : *tt* Không vượt qua được. Không có quyền vượt qua.
MUR infranchissable : Bức tường không thể vượt qua.
LIMITE infranchissable : Giới hạn không có quyền vượt quá.

INFRASTRUCTURE : *c* Hạ tầng cơ sở. Cơ sở căn bản. / Thiết bị nền tảng.

INFRÉQUENTABLE : *tt* Không nên giao du với.
Une FEMME infréquentable : Phụ nữ nguy hiểm. (bất khả giao du).

INFRÉQUENTÉ : *tt* Không người lai vãng. Không người lui tới; qua lại. Bỏ hoang (*bóng*).
Une MAISON infréquentée : Nhà bỏ hoang.
Un RESTAURANT infréquenté : Tiệm cơm không ai lai vãng.
Une ROUTE infréquentée : Con đường không người qua lại.

INFRUCTUEUX : *tt* Không có kết quả tốt. Vô bổ ích. Không lợi ích. Không thành công.
Un ARBRE infructueux : Cây không cho quả, trái.
EFFORT infructueux : Có gắng vô ích.
Une RÉCLAMATION de DETTE infructueuse : Đòi nợ không được.

INGAGNABLE : *tt* Không thể thắng. Không thể được.
Un PROCÈS ingagnable : Vụ kiện không thể thắng.

INGÉNIEUR : *đ* Kỹ sư.
Ingénieur CONSEIL : Kỹ sư cố vấn.

INGÉNIEUX : *tt* Khéo léo. Tài tình.

INGÉNU : *tt* Ngây thơ. Hiền lành. Chất phác. *đ* Kẻ chất phác. Người ngây thơ (*cô gái, trẻ nhỏ*). Người sinh ra đã tự do (*La mã*).

INGÉRENCE : *đ* Sự can dự. Sự xiá vào.
POLITIQUE de NON ingérence : Chính sách bất can thiệp.

INGÉRER : *c* Ăn, uống.

INGÉRER (S'): Can dự vào. Xiá vào. Xen vào.

IN GIOBO : Toàn bộ. Toàn thể. Tổng quát.

INGLORIEUX : *tt* Không vẻ vang gì.

INGOUVERNABLE : *tt* Không thể cai trị.

INGRAT : *tt* Bội bạc. Phụ bạc. Bạc bẽo. Không đẹp. Vô ân bội nghĩa. Bất nhân.

INGRATITUDE : *tt* Sự bội bạc. Sự bất nhân. / Sự vô ân bội nghiã.

INHABILE : *tt* Không đủ tư cách. Vô tư cách. Vụng về. Không khéo léo (*tay*).
Inhabile à TESTER : Không tư cách để lập di chúc.

INHABILITÉ : *c* Sự vô tư cách.

INHÉRENT : *tt* Gắn liền với. Cố hữu.

INHIBITOIRE : *tt* Ốc chế. Cấm chỉ.

INHUMAIN : *tt* Vô nhân đạo. Không có tình người.
Le COEUR inhumain : Người vô nhân đạo.

INHUMANITÉ : *c* Sự vô nhân.

INHUMATION : *c* Sự chôn cất. Việc mai táng.

INHUMER : *dgt* Chôn cất. Mai táng.

INIMITIÉ : *c* Sự không thân thiện.

ININTENTIONEL : *tt* Vô ý. Không cố ề. Không chủ tâm. Không chi tình.

ININTERROMPU : *tt* Liên tục. Không gián đoạn

INIQUE : *tt* Bất công.

INJURE : *c* Lời lăng mạ. Lời mạ lỵ. Sự lăng mạ. Sự mạ lỵ.
Injure PUBLIQUE : Công khai mạ lỵ.

INJURIER : *đgt* Lăng mạ. Mạ lỵ.

INJURIEUX : *tt* Lăng mạ. Mạ lỵ.
PROPOS injurieux : Lời lăng mạ.

INJUSTE : *tt* Bất công. Không công bằng. Không đúng.
DÉCISION injuste : Bản án bất công.
PUNITION injuste : Hình phạt không đúng.

INJUSTICE : *c* Sự bất công.

INNOCENT : *tt* Vô tội. Ngây thơ.

INITIATION : *c* Sự nhập môn. Sự khai tâm. Lễ kết nạp.

INITIATIQUE : *tt* Nghi lễ kết nạp.

INIQUITÉ : *c* Sự bất công.

INITIAL : *tt* Bắt đầu. Khởi đầu. Ban đầu. Sơ khởi.

INITIALE : *c* Chữ cái cuả một từ, một tên, một họ.
SIGNER PAR les initiales : Ký tắt. (*ký con ruồi*).

INITIALEMENT : *pht* Ngay từ đầu. Lúc khởi đầu. Thoạt vi thủy.

INITIATEUR : *d* Người hướng dẫn kẻ tân tòng.

INITIATION : *c* Nghi thức kết nạp kẻ tân tòng.
Initiation MAÇONNIQUE : Nghi thức kết nạp hội viên Tam Điểm.

INITIÉ : *tt* Được am hiểu. Được hướng dẫn. *d* Tân tòng.
Initié au SANSKRIT: Sơ học chữ Phạn. / Kẻ được am hiểu lý thuyết mới. Người mới gia nhập hội kín, tôn giáo.

INITIER : *đgt* Cho phép được tường tỏ. Khai tâm. Cho thụ phép (tôn). Cho gia nhập hội kín.
Initier aux SCIENCES DE L'ESPACE : Khai tâm khoa học không gian.

INITIATIVE : *c* Việc khởi xướng. Sáng kiến.
GARDER l'initiative : Giữ thế chủ động.

INJONCTION : *c* Mệnh lệnh. Sự ra lệnh.
Injonction de DÉGUERPIR : Lệnh trục xuất (*ra khỏi nhà*).
Injonction de PAYER : Lệnh trả tiền.
Injonction de RESTITUTION : Lệnh hoàn lại đồ vật.

INJURE : *c* Lời thoá mạ. Câu mạ lỵ. Lời lăng mạ. Lời phỉ báng.
Injure GRAVE : Mạ lỵ thậm từ.
Injure par LETTRE ANONYME : Mạ lỵ bằng thư nặc danh.
Injure PUBLIQUE : Công khai mạ lỵ. Lăng mạ trước quần chúng. Lăng mạ trên báo chí.

INJURIER : *đgt* Mạ lỵ.

INJURIEUX : *tt* Thoá mạ. Mạ lỵ. Lăng mạ.

INJUSTE : *tt* Bất công. Phi công lý. Oan uổng. Không công bằng.
CRIER à l'injustice : Phản kháng vì bất công.
JUGEMENT injuste : Bản án bất công.
PUNITION injuste : Phạt oan.
TRAITEMENT injuste : Đối xử bất công.

INJUSTICE : *c* Sự bất công. Điều bất công.
CRIER à l'injustice : Kêu oan.
PROTESTER contre une injustice : Phản đối sự bất công.
RÉPARER une injustice : Đền bù một việc bất công. Sửa sai vụ bất công.
SUBIR une injustice : Bị oan uổng. Hàm oan.

INJUSTIFIABLE : *tt* Không thể biện bạch. Không thể chứng minh.

INJUSTIFIÉ : *tt* Vô căn cứ. Không chính đáng.

IN LIMINE LITIS : Khởi đầu tranh tụng.

INNÉ : *tt* Bẩm sinh.

INNOCENCE : *c* Vô tội. Sự ngây thơ. Sự trong trắng. Sự trinh bạch.
PROUVER l'innocence d'un INCULPÉ : Chứng minh can phạm vô tội.

INNOCENT : *tt* Vô tội. Không phạm tội. Ngây thơ. *d* Người vô tội.
Une FILLE innocente : Cô bé ngây thơ.

INNOCENTER : *đgt* Biện bạch. Giải oan. Minh oan. Làm cho hết bị oan uổng.

INNOMBRABLE : *tt* Nhiều vô kể. Hằng hà sa số.

INNOMMÉ : *tt* Không tên. Chưa có tên.
Un CONTRAT innommé : Khế ước khuyết danh.
Un SENTIER innommé : Con đường đất không tên.

INNOVATEUR : *tt* Canh tân. Cải tân. Đổi mới. *d* Người đổi mới.

INNOVATION : *c* Việc canh tân. Việc cải tân. Việc đổi mới.

INNOVER : *đgt* Canh tân. Cải tân. Đổi mới.

INOBSERVANCE : *c* Sự không tuân theo. Sự bất chấp.
Inobservance de la LOI : Không tuân hành luật pháp.

INOBSERVATION : *c* Sự bất tuân. Sự bấp chấp hành.

INOBSERVER : *đgt* Bất tuân. Bất chấp.
Inobserver le CODE de la ROUTE : Không tôn trọng luật lệ lưu thông.

INOCCUPATION : *c* Sự bỏ trống. Sư vô công rồi nghề. Sự không chiếm hữu.
Un LOGEMENT inoccupé : Căn nhà bỏ trống.

Inoccupation par l'ENNEMI : Quân thù không chiếm đóng.

INOFFENSIF : *tt* Vô hại. Không ác. Hiền lành.
Ce PÉTARD est inoffensif : Cái pháo này không gây hại.
Cet AVOCAT est inoffensif : Luật sư này không đáng ngại.

INOFFICIEL : *tt* Không chính thức.
NOUVELLE inofficielle : Tin không chính thức.

INONDATION : *c* Thuỷ tai. Lụt lội.

INONDER : *dgt* Làm tràn ngập. Làm đầm đìa nước.
Inonder de SAUCE : Đổ đầy nước sốt.

INOPÉRANT : *tt* Vô dụng. Bất khả dụng. Vô hiệu lực.

INOPINÉ : *tt* Bất ngờ. Không chờ mà tới.
Une VISITE inopinée : Thăm viếng bất ngờ.

INOPPORTUN : *tt* Không đúng lúc. Không đúng thời điểm.
Une DÉCLARATION inopportune : Tuyên bố không đúng lúc.

INOPPORTUNITÉ : *c* Sự không đúng lúc. Sự không đúng thời điểm.

INOPPOSABILITÉ : *c* Sự bất khả phản cưỡng.

INOPPOSABLE : *tt* Bất khả đối kháng.

INORGANISÉ : *tt* Vô tổ chức.

INOUBLIABLE : *tt* Không quên được.
SOUVENIR inoubliable : Kỷ niệm khó quên.
INOVATION : *c* Sự canh tân. Sự cải tiến.

IN PACE : Ngục tối.

IN PERPITUM : Chung thân. Suốt đời.

INQUIET : *tt* Lo sợ. Lo lắng. Không yên.

INQUIÉTANT : *tt* Đáng lo ngại.

INQUIÉTER : *dgt* Làm cho lo lắng.

INQUIÉTER(S') : Lo lắng. Lưu tâm.
Il s'inquiète de sa SANTÉ : Hắn lo cho sức khoẻ cuả hắn.

INQUIÉTUDE : *c* Sự lo lắng. Sư ưu tư. Sự bất ổn (*tinh thần*). Nỗi lo âu.

IN RE : Hiệu lực.

INSAISISSABILITÉ : *c* Sự bất khả tịch thâu. Sự bất khả sai áp.

INSAISISSABLE : *tt* Bất khả tịch thâu. Không thể nắm trong tay được. Không bắt được. Không thấu hiểu.
Les OBJETS de CULTE sont insaissables : Không được quyền tịch thu đồ thờ tự.
Une IDÉE insaisissable : Một tư tưởng không hiểu nổi.
UN LARCIN insaisissable : Kẻ trộm không bắt nổi.

INSALUBRE : *tt* Không sạch sẽ. Mất vệ sinh. Có hại tới sức khoẻ.
Une CHAMBRE insalubre : Căn phòng bẩn thỉu.

INSALUBRITÉ : *c* Sự bẩn thỉu. Sự vô vệ sinh.

INSANITÉ : *c* Sự phi lý. Sự điên rồ. Sự dở hơi.

INSATIABILITÉ : *c* Tính không biết chán. Vô độ. Sự bao nhiêu cũng không vừa. Lòng tham vô đáy.

INSATISFACTION : *c* Sự không (*được*) thỏa mãn. Sự bất mãn. Sự không vừa ý.

INSATISFAIT : *đ* Kẻ bất mãn.

INSCRIPTION : *c* Sự ghi chép. Sự đăng bạ. Sự ghi danh. Sự đăng ký.
Inscription de FAUX : Thưa tội giả mạo.
Inscription des HYPOTHÈQUES : Đăng ký để đương.
Inscription d'OFFICE : Đương nhiên đăng ký.
Inscription des PRIVILÈGES : Đăng kề biệt quyền.
Inscription au RÔLE : Ghi (*vụ kiện vào*) sổ đăng đường.

INSCRIT : *tt* Đã đăng kề. Đã ghi danh.

INSÉMINATION : *c* Sự thụ tinh.
Insémination ARTIFICIELLE : Thụ tinh nhân tạo.
INSÉMINER : *dgt* Làm cho thụ thai nhân tạo. Thụ tinh nhân tạo.

INSENSÉ : *tt* Kỳ cục. Điên rồ.
IDÉE insensée : Ý kiến ngang chướng.

INSÉPARABLE : *tt* Không rời nhau ra được.
AMIS inséparables : Bạn thân. Bạn nối khố. Bạn chí thiết.

INSÉRER : *dgt* Đăng tải. Điền vào. Gài vào. Xen vào.

INSERTION : *c* Sự đăng báo.
Insertion LÉGALE : Đăng báo pháp định.

INSIDIEUX : *tt* Xảo trá. Lừa lọc. / Âm ỉ.

INSIGNE : *đ* Biểu hiệu. Dấu hiệu. Phù hiệu.

INSIGNIFIANT : *tt* Không đáng kể.
FAIT insignifiant : Sự kiện không đáng kể.

INSINUATION : *c* Sự ám chỉ. Việc nói xa nói gần. Việc nói bóng nói gió.

INSINUER : *dgt* Ám chỉ. Nói xa nói xôi.

INSISTANCE : *c* Sự khẩn khoản. Sự nài nỉ.
DEMANDER avec insistance : Năn nỉ.

INSISTER : *dgt* Khẩn khoản. Năn nỉ. Nài nỉ.

INSOCIAL : *tt* Phi xã hội.

INSOLENCE : *c* Sự hỗn xược. Sự xấc láo.

INSOLENT : *tt* Hỗn xược. Xấc láo.

IN SOLIDO : Cả bọn. Đồng bọn.
CONDAMNER in solido : Kết án toàn thể.

INSOLITE : *tt* Lạ thường. Kỳ lạ.
BRUIT *insolite* : Tiếng động dị thường.

INSOLVABLE : *tt* Khánh tận. Vỡ nợ.

INSOLVABILITÉ : *c* Khánh tận. Vỡ nợ.
(*Sự không còn khả năng thanh toán nợ nần*).

INSOUCIANT : *tt* Vô tư lự. *đ* Kẻ vô tư lự. Kẻ vô tâm.
La JEUNESSE insouciante : Tuổi trẻ vô tư.

INSOUMIS : *tt* Bất phục tùng. Không chịu khuất phục. *đ* Kẻ trốn nghĩa vụ quân sự.

INSOUMISSION : *c* Sự bất phục tùng. Sự trốn nghiã vụ quân sự.

INSOUPÇONNABLE : *tt* Không thể nghi ngờ.

INSOUPÇONNÉ : *tt* Bất ngờ. Không ngờ tới.

INSOUTENABLE : *tt* Không thể bảo vệ, bênh vực.
IDÉES insoutenables : Ý kiến không thể bảo vệ.

INSPECTER : *đgt* Thanh tra. Kiểm soát. Khám xét.

INSPECTEUR : *đ* Viên thanh tra. Kiểm soát viên.
Inspection des FINANCES : Viên thanh tra tài chính.
Inspecteur de POLICE : Viên thẩm tra cảnh sát.

INSPECTION : *c* Sự thanh tra. Sự kiểm tra. Sở thanh tra.

INSTABILITÉ : *c* Sự chênh vênh. Sự biến trạng.
Instabilité des PRIX : Giá cả hay thay đổi. Giá cả thất thường.

INSTABLE : *tt* Không vững vàng.
GOUVERNEMENT instable : Chính phủ không vững.

INSTALLATION : *c* Sự sắp xếp. Sự sắp đặt. / Sự tới ở. Sự bầy biện. / Lễ thụ chức.

INSTANCE : *c* Sự kiện cáo. Cấp xét xử trong tư pháp. Lời khẩn nài.
AFFAIRE en instance : Vụ còn chờ giải quyết.
DERNIÈRE instance : Chung thẩm.
DÉSISTEMENT d'instance : Hưu tụng. Ngưng tụng.
EN instance : Đương thẩm. Đang giải quyết.
INTRODUCTION d'instance : Khởi tố.
REPRISE de l'instance : Tái tục tranh tụng.
TRIBUNAL d'instance : Toà tiểu tụng.
TRIBUNAL de GRANDE INSTANCE : Toà đại tụng.

INSTANCES INTERNATIONALES : *c snh* Cơ quan quốc tế.

INSTANCES DU PARTI : *c snh* Đại hội đảng.

INSTANT : *tt* Khẩn thiết. Cấp thiết.
BESOIN instant : Nhu cầu cấp thiết.
REQUÊTE instante : Thỉnh cầu khẩn thiết.

INSTANT : *đ* Một lát.
À CHAQUE instant : Luôn luôn.
À l'instant : Tức khắc.
À TOUT instant : Thường xuyên.
DÈS l'instant que : Vì rằng.
POUR l'instant : Bây giờ. Lúc này.
UN instant S.V.P. : Xin vui lòng chờ một chút.

INSTANTANÉ : *tt* Tức khắc. Tức thì. Ngay lập tức.
PHOTO instantanée : Hình chụp chớp nhoáng.

INSTANTANÉMENT : *pht* Lập tức. Tức thời.

INSTAURATEUR : *đ* Người gây dựng. Người thiết lập.
Instaurateur de la DEMOCRATIE : Người lập nền dân chủ.

INSTAURATION : *c* Sự gây dựng. Sự thiết lập.
Instauration d'un gouvernement : Lập chính phủ.

INSTIGATEUR : *đ* Kẻ thủ mưu. Kẻ xúi giục.
Instigateur d'une RÉVOLTE : Kẻ chủ mưu làm loạn.

INSTIGATION : *c* Sự xúi giục. Việc chủ mưu.
À l'instigation DE... : Do sự xúi giục của...

INSTINCT : *đ* Bản năng. Linh tính.
Instinct de CONSERVATION : Bản năng tự vệ. Bản năng sinh tồn.
Instinct de MEURTRE : Bản năng sát nhân.

INSTINCTIF : *tt* Thuộc về bản năng. Theo năng khiếu.

INSTITUER : *đgt* Thiết lập. Lập thành.
Instituer un HÉRITIER : Lập người thừa kế. Lập tự.

INSTITUT : *đ* Học viện. Viện.
Institut d'ÉMISSION : Viện phát hành.
Institut de France : Pháp quốc Học viện.
Institut des LANGUES ORIENTALES : Học viện ngôn ngữ Đông phương .
Institut PASTEUR : Viện Pasteur.

INSTITUTEUR : *đ* Giáo viên. Giáo học.
Instituteur du VILLAGE : Hương sư.

INSTITUTION : *c* Sự thiết lập. Định chế. Thể chế. / Học hiệu. Cơ quan.
Institution du MARIAGE : Định chế hôn nhân.
Institution d' HÉRITIER : Thiết lập thừa kế.

INSTRUCTEUR : *đ* Huấn luyện viên. Giảng huấn viên.
JUGE instructeur : Dự thẩm.

INSTRUCTION : *c* Sự điều tra. Sự thẩm cứu. Thông tư. Chỉ thị. Học vấn. *snh* Chỉ thị. Huấn lệnh. Huấn thị.
CABINET d'instruction : Phòng dự thẩm.
CLOTURER l'instruction : Kết thúc điều tra, thẩm cứu.
DEMANDER LES instructions : Hỏi chỉ thị.
JUGE d'instruction : Dự thẩm.
SECRET de l'instruction : Sự giữ bí mật cuả thẩm vấn.
Instruction CIVIQUE : Công dân giáo dục.
Instruction CONTRADICTOIRE : Thẩm cứu đối tịch.
Instruction GÉNÉRALE : Học thức đại cương.
Instruction MINISTÉRIELLE : Chỉ thị cuả Bộ.
Instruction PRÉALABLE : Tiên thẩm.
Instruction SECRÈTE : Thẩm cứu ẩn nặc.

INSTRUIRE : *đgt* Điều tra. Thẩm cứu. Dạy dỗ. Báo tin cho tường.

Instruire une AFFAIRE : Thẩm cứu vụ án.

INSTRUIT : *tt* Thẩm cứu. / Có học vấn.

INSTRUMENT : *đ* Công cụ. Dụng cụ. Phương tiện. Văn bản.
Instrument du CRIME : Dụng cụ giết người.
Instrument DIPLOMATIQUE : Văn kiện ngoại giao.
Instrument de PAIEMENT : Phương tiện thanh toán.
Instrument de PREUVE : Dụng cụ dẫn chứng.
Instrument de RATIFICATION : Văn bản phê chuẩn.

INSTRUMENTAIRE : *tt* Làm công cụ.
TÉMOIN instrumentaire : Nhân chứng (*phải*) hiện diện. Nhân chứng khẩu nhận.
TÉMOIN instrumentaire du MARIAGE : Nhân chứng hiện diện trước hộ tịch cho việc kết hôn.

INSTRUMENTER : *đgt* Lập văn bản.

INSUBORDINATION : *c* Sự bất tuân lệnh. Sự bất phục tùng. Sự cưỡng lệnh.

INSUBORDONNÉ : *đ* Kẻ bất phục tùng. Kẻ cưỡng lệnh.

INSUCCÈS : *đ* Sự thất bại. Sự không thành công.
Insuccès à l'EXAMEN : Sự thi hỏng, thi rớt.

INSUFFISANCE : *c* Sự bất túc. Sự thiếu hụt.
Insuffisance de MOTIFS : Bản án thiếu lý do.
Insuffisance de PREUVE : Không đủ chứng cớ.
Insuffisance PROFESSIONNELLE : Thiếu năng lực nghề nghiệp.

INSULTE : *c* Lời mạ lỵ. Lời sỉ nhục. Sự xúc phạm. Sự lăng mạ.
Insulte PUBLIQUE : Công khai mạ lỵ.
Insulte par VOIE de PRESSE : Mạ lỵ trên báo chí.

INSULTER : *đgt* Mạ lỵ. Sỉ nhục. Lăng mạ.

INSULTEUR : *đ* Kẻ mạ lỵ.

INSUPPORTABLE : *tt* Không thể chịu đựng nổi.

INSURGÉ : *đ* Nghĩa quân.

INSURRECTION : *c* Vụ khởi nghĩa. Vụ nổi dậy. Sự vùng dậy.
Insurrection du PEUPLE : Nhân dân vùng dậy.
Insurrection de YEN BAY : Khởi nghĩa Yên Báy.
RÉPRIMER une insurrection : Đàn áp vụ nổi dậy.

INTÉGRAL : *tt* Toàn vẹn. Toàn bộ.
CALCUL intégral : *Tính tích phân* (*toán*).
CASQUE intégral : Mũ sắt (*che đầu*) toàn bộ.

INTÉGRALITÉ : *c* Sự toàn vẹn. Sự toàn bộ. Sự nguyên vẹn.
Intégralité du TERRITOIRE : Toàn bộ lãnh thổ.

INTÉGRATION : *c* Sự hội nhập.

INTÈGRE : *tt* Liêm khiết. Thanh liêm. Liêm chính.
MAGISTRAT intègre : Thẩm phán thanh liêm.
POLICIER intègre : Cảnh sát viên liêm chính.

INTÉGRER : *đgt* Hội nhập.
Intégrer à la VIE FRANÇAISE : Hội nhập vào cuộc sống Pháp.

INTÉGRITÉ : *c* Sự liêm khiết. Sự thanh liêm.

INTELLIGENCE : *c* Trí tuệ.
Intelligence avec l'ENNEMI :Thông đồng với địch.
Intelligence SERVICE : Cơ quan tình báo Anh.

INTELLIGENSIA : *c* Giới trí thức.

INTELLIGENT : *tt* Thông minh.
VISAGE intelligent : Bộ mặt sáng sủa.

INTELLIGIBLE : *tt* Dễ hiểu.

INTELLIGIBILITÉ : *c* Sự dễ hiểu.

INTEMPÉRANCE : *c* Sự vô độ.
Intempérence de LANGAGE : Phát ngôn bừa bãi.

INTEMPESTIVEMENT : *pht* Không đúng lúc.

INTENDANCE : *c* Sự quản lý. Sự quản trị.
Intendance MILITAIRE : Quân nhu. Hậu cần.

INTENDANT : *đ* Quản lý viên. Quản gia.

INTENSE : *tt* Mạnh mẽ. Dữ dội.

INTENSITÉ : *c* Cường độ.

INTENSIF : *tt* Gia tăng. Mạnh mẽ. Ráo riết. Tăng cường.
CULTURE intensive : Thâm canh.

INTENTER : *đgt* Vào đơn khiện thưa.
Intenter une ACTION : Khởi tố.
Intenter un PROCÈS : Nộp đơn kiện.

INTENTION : *c* Ý định. Ý đồ. Ý chí. Ý tứ. Ý định.
BONNE intention : Thiện ý. Hảo ề.
SANS intention : Vô ý. Không chủ ý.
Intention COUPABLE : Ý định phạm pháp.
Intention CRIMINELLE : Ý định phạm ác tội.
Intention DELICTUEUSE : Ý đồ vi luật.
Intention de FUIR : Ý đồ bỏ chạy (*trốn*).
Intention FRAUDULEUSE : Ý đồ gian lận.
Intention LIBÉRALE : Ý đồ tặng dữ.
Intention de NUIRE : Ý đồ tác hại.
Intention des PARTIES : Ý chí cuả đôi bên.
Intention SECRÈTE : Ý định bí mật.

INTENTIONNÉ : *tt* Cố ý.
BIEN intentionné : Hảo ý.

INTENTIONNEL : *tt* Cố ý. Chủ tâm.
COUPS et BLESSURES intentionnels : Cố ý đả thương và gây thương tích.
HOMICIDE intentionnel : Cố sát.

INTERASTRAL : *tt* Liên tinh thể.

INTERCALAIRE : *tt* Nhuận. Gài thêm vào.
FEUIILLE intercalaire : Tờ giấy cài thêm vào.
MOIS intercallaire : Tháng nhuận.

INTERCÉDER : *đgt* Can thiệp giúp giùm.

INTERCEPTER : *đgt* Ngăn chặn. Ngăn giữ.
Intercepter une LETTRE : Ngăn chặn thư tín.

INTERCONTINENTAL : *tt* Liên lục địa. Xuyên lục địa.
FUSÉE intercontinentale : Hoả tiễn xuyên lục địa.

MISSILE intercontinental : Phi đạn xuyên lục địa.

INTERDICTION : *c* Sự cấm đoán. Sự cấm chỉ. Sự cấm quyền.
DÉCLARATION d'interdiction : Tuyên cáo cấm quyền (*thương mại, xử dụng tài sản, bầu cử v.v...)*.
Interdiction d'ALIÉNÉ : Cấm quyền người mất trí.
Interdiction de COMMUNIQUER : Cấm liên hệ. Cấm tương thông.
Interdiction de DROITS CIVILS : Cấm mọi quyền dân sự.
Interdiction de DROITS CIVIQUES : Cấm quyền công dân.
Interdiction de FUMER : Cấm hút thuốc lá.
Interdiction de JEUX : Cấm vào sòng bài (*vì đã gian lận*).
Interdiction de SEJOUR : Kẻ bị cấm lưu trú (*trong một địa hạt*).

INTERDIT : *tt* Cấm chỉ.

INTERDIT : *đ* Kẻ bị truất quyền, bị cấm quyền Kẻ không được xử dụng luật pháp. Kẻ bất bình thường.
Interdit de SÉJOUR : Kẻ bị cấm lưu trú (*ở một địa hạt*).
ALIÉNÉ interdit : Kẻ mất trí bị cấm quyền.

INTÉRESSÉ : *tt* Liên quan. Liên hệ. Vụ lợi.

INTERESSÉ : *đ* Đương sự. Kẻ liên quan.
AVIS aux intéressés : Bố cáo cho kẻ có liên quan.

INTÉRESSER : *đgt* Có liên quan tới. Được tham gia chia lợi nhuận. Làm cho quan tâm tới.

INTÉRÊT : *đ* Lợi ích. Bổ ích. / Tiền lãi. / Sự liên quan. Sự liên hệ.
DÉFENDRE les intérêts de : Bênh vực quyền lợi cuả ai.
DOMMAGES-intérêts : Tiền bồi thường thiệt hại.
PAS d'intérêts, PAS D'ACTION : Vô lợi ích, vô tố quyền (*tngl.*).
PRÊT à intérêts: Cho vay lãi.
SERVIR les intérêts de : Phục vụ quyền lợi cuả ai.
SANS intérêt : Vô bổ ích.
Intérêts ACTUELS : Lợi ích hiện hữu.
Intérêts CAPITALISÉS : Lãi thành bản.
Intérêts COMMUNS : Lợi ích chung.
Intérêts COMPENSATOIRES : Lãi đền bù.
Intérêt CONTRACTUEL : Lãi đồng định.
Intérêt CONVENTIONNEL : Lãi đồng định.
Intérêt de DROIT : Lãi xuất pháp định.
Intérêt et CAPITAL : Lãi với vốn.
Intérêt GÉNÉRAL : Lợi ích chung.
Intérêt LÉGAL : Lãi (lời) theo pháp định.
Intérêt MATÉRIEL : Lợi ích vật chất.
Intérêt MORAL : Lợi ích tinh thần.
Intérêt NATIONAL : Lợi ích quốc gia.
Intérêt NET : Lãi ròng.
Intérêt PARTICULIER : Lợi ích riêng biệt..
Intérêt PERSONNEL : Lợi ích cá nhân.
Intérêt PRIVÉ : Tư lợi.
Intérêt PUBLIC : Công ích.
Intérêt USURAIRE : Lãi quá nặng. Lãi cắt cổ.

INTÉRIEUR : *tt* Phiá trong. Bên trong. Ở trong. Nội bộ.
AFFAIRES intérieures : Nội vụ.
COMMERCE intérieur : Nội thương.
CONSOMMATION intérieure : Tiêu thụ nội địa.
ÉCHANGE intérieur : Đổi chác nội địa, trong nước.
POLITIQUE intérieure : Chính sách đối nội.
SURETÉ intérieure : Nội an.

INTÉRIEUR : *đ* Phần trong.
MINISTÈRE de l'Intérieur : Bộ Nội vụ.

INTERIM : *đ* Sự làm việc nhất thời (*thay thế người khác*).
PAR intérim : Quyền nhiếp.

INTÉRIMAIRE : *tt* Nhất thời. Tạm thời. Lâm thời.
TRAVAIL intérimaire : Công việc nhất thời.

INTERJETER : *đgt* Thượng tố.
Interjeter APPEL : Kháng cáo.

INTERLOCUTEUR : *đ* Kẻ đối thoại.
Interlocuteur VALABLE : Kẻ đối thoại có năng cách.

INTERLOCUTOIRE : *tt* Phúc tra.

INTERLOPE : *tt* Buôn lậu. Gian lậu. Ám muội. Khả nghi.

INTERLOQUER : *đgt* Tuyên án phúc tra. Trung phán.

INTERMARIAGE : *đ* Hôn nhân đồng tộc.

INTERMÉDIAIRE : *tt* Trung gian. Môi giới.
SANS intermédiaire : Trực tiếp.
PÉRIODE intermédiaire : Giao thời.

INTERMÉDIAIRE : *đ* Kẻ trung gian. Kẻ môi giới.

IN TERMINIS : Để kết liễu.

INTERNAT : *đ* Sự nội trú. Sự kề túc. Kề túc xá.

INTERNATIONAL : *tt* Quốc tế.
AMNISTIE internationale : Cơ quan Ân xá Quốc tế.
ARBITRAGE international : Quốc tế trọng tài.
BUREAU international du TRAVAIL (B.I.T.) : Cơ quan lao động quốc tế.
COMMERCE international : Thương mại quốc tế.
CONFÉRENCE internationale : Hội nghị quốc tế
CONVENTION internationale : Hiệp ước quốc tế.
COUR internationale de JUSTICE : Toà án quốc tế.
DROIT international PRIVÉ : Quốc tế tư pháp.
DROIT international PUBLIC : Quốc tế công pháp.
FOIRE internationale : Chợ phiên quốc tế.
ORGANISME international : Cơ quan quốc tế.
QUATRIÈME international : Đệ tứ quốc tế.
TRAITÉ international : Hiệp ước quốc tế.
TROISIÈME international : Đệ tam quốc tế.

INTERNATIONALISATION : *c* Việc quốc tế hoá.
Internationalisation d'UN CONFLIT: Quốc tế hoá một vụ tranh chấp.

INTERNAUTE : *đ* Kẻ xử dụng mạng lưới giao lưu.

INTERNE : *tt* Nội bộ. Trong.
GUERRE interne : Nội chiến.

INTERNEMENT : *đ* Giam cầm. An trí.

INTERNET : *đ* Mạng lưới giao lưu.

INTERPELLATION : *c* Việc chất vấn.

INTERPLANÉTAIRE : *tt* Liên hành tinh.

INTERPRÉTATION : *c* Sự giải thích. Sự bàn rộng,suy luận. Sự diễn tả trên sân khấu.
Interprétation d'un CONTRAT : Suy giải một khế ước.
Interprétation d'un FAIT : Suy giải một sự việc.
Interprétation de la LOI : Suy giải luật pháp.
Interprétation d'un TEXTE : Suy giải một điều luật.
Interprétation LOGIQUE : Giải thích duy lý.
MAUVAISE interprétation de la LOI : Giải thích sai lầm luật pháp.

INTERPRÈTE : *đ* Thông dịch viên. Giải thích viên. Diễn viên. Người thủ vai trò.
Interprète ASSERMENTÉ : Thông dịch viên hữu thệ.
Interprète de la BIBLE : Người giảng Thánh kinh (*tôn*).
Interprète d'une PIÈCE : Diễn viên vở kịch.

INTERPRÉTER : *đgt* Khẩu dịch. Thủ vai trò. Suy diễn.

INTERROGATEUR : *đ* Thầy hỏi thi *(vấn đáp)*. Người đặt câu hỏi.

INTERROGATION : *c* Sự hỏi han. Câu hỏi. Bài kiểm tra (học sinh)./ Dấu hỏi. Điều thắc mắc.
POINT d'interrogation : Dấu hỏi. Điểm thắc mắc.

INTERROGATOIRE : *đ* Sự hỏi cung. Sự thẩm vấn.

INTERROGER : *đgt* Thẩm vấn. Hỏi cung. Hỏi. Đặt câu hỏi. Dò hỏi.
Interroger un ACCUSÉ : Hỏi cung can phạm.

INTERROGATOIRE : *đ* Việc hỏi cung. Sự lấy khẩu cung. Cung từ.

INTERVENTION : *c* Sự can thiệp.
Intervention de l'ÉTAT : Can thiệp cuả chính quyền.

INTERSIDÉRAL : *tt* Khoảng giữa các hành tinh. Liên hành tinh.

INTERSTELLAIRE : *tt* Khoảng giữa các ngôi sao.

INTERURBAIN : *tt* Liên tỉnh. Điện thoại liên tỉnh.

INTERVENANT : *đ* Đệ tam nhân dự sự. Kẻ xin dự sự.

INTERVENIR : *đgt* Can thiệp. Can dự. Dự sự (xin dự vào một vụ đương tụng).

INTERVENTION : *c* Sự can thiệp. Sự can dự, dự sự.
PAIEMENT par intervention : Can dự chi phó.
POLITIQUE d'intervention : Chính sách can thiệp.
Intervention des CRÉANCIERS : Trái chủ dự sự.
Intervention FORCÉE : Cưỡng bách dự sự.
Intervention des POMPIERS : Can thiệp cuả sở cứu hoả
Intervention VOLONTAIRE : Tự ý dự sự (vụ kiện).

INTERVIEW : *đ* Cuộc phỏng vấn. Bài phỏng vấn. Nói chuyện tay đôi.Trao đổi ý kiến
ELLE PASSE le 3e interview POUR SON POSTE : Nàng phải qua ba lần nói chuyện để có chỗ làm.

INTERVIEWER : *đgt* Phỏng vấn. Đặt câu hỏi.

INTERVIEWER : *đ* Người bị *(được)* phỏng vấn. Người đi phỏng vấn.

INTESTAT (AB) : Không lập di chúc.
HÉRITIER *ab intestat* : Người thừa kế vô di chúc.
MORT *ab intestat* : Chết không để lại chúc ngôn.
SUCCESSION *ab intestat* : Thừa kế vô di chúc.

INTIMATION : *c* Sự bị gọi ra tòa Thượng tố.

INTIME : *tt* Trong lòng. Thân thiết. Thân mật.
AMI intime : Bạn thân.
CONVICTION intime : Tin chắc trong lòng.

INTIMÉ : *đ* Bị kháng. Kẻ bị kháng cáo.

INTIMER : *đgt* Triệu ra tòa Thượng thẩm.
Intimer un ORDRE : Truyền lệnh.

INTITULATION : *c* Sự đặt tên sách, tên bài. Sự đặt nhan đề.

INTITULÉ : *đ* Tên sách. Tên tiểu thuyết. Tên bài báo. Nhan đề. Tựa sách.

INTITULER (S') : *đgt* Nhan đề là. Tự xưng nhận là.
Il s'intitule MÉDECIN : Hắn tự xưng là bác sĩ.

INTOLÉRABLE : *tt* Không chịu đựng được Không kham được. Không tha thứ được.

INTOLÉRANCE : *c* Sự cố chấp. Sự không khoan dung. Sự không độ lượng.

INTOLÉRANT : *đ* Người cố chấp. Kẻ không khoan dung. Kẻ không độ lượng.

INTRADUISIBLE : *tt* Không thể dịch nổi. Không diễn tả nổi.

INTRA MUROS : Nội thành. Trong thành.
HANOI intra muros : Nội thành Hà nội.
DÉPLACEMENT *intra-muros* : Di chuyển trong nội thành.

INTRANSIGEANCE : *c* Tính cố chấp. Tính không chịu nhân nhượng.

INTRANSIGEANT : *tt* Cố chấp. Không nhân nhượng.

INTRANSMISSIBILITÉ : *c* Sự bất khả chuyển di.

INTRANSMISSBLE : *tt* Bất khả chuyển di.
TERRE CULTUELLE est intransmissible : Đất hương hoả không thể bán được.

INTRANUCLÉAIRE : *tt* Nội hạch nhân.

INTRÉPIDE : *tt* Dũng cảm.

INTRIGANT: *tt* Thủ đoạn. Mưu mô mẹo mực. *d* Con người nhiều thủ đoạn.

INTRINSÈQUE : *tt* Nội tại.
VALEUR intrinsèque : Chân giá trị.

INTRODUCTIF : *tt* Bắt đầu. Khởi sự. Tiên khởi.
DEMANDE introductive : Vào (nộp) đơn khởi tố.
REQUÊTE introductive : Thỉnh cầu sơ khởi.

INTRONISATION : *c* Sự đăng quang. Việc lên ngôi (vua).
Intronisation d'un ROI : Lễ phong vương.

INTRUSION : *c* Sự xâm nhập.

INTRUS : *d* Kẻ lạ mặt.

INTUITI PERSONAE: Vị nhân.

INVALIDATION : *c* Sự vô năng hiệu. Sự không thừa nhận. Sự thủ tiêu hiệu lực.

INVALIDE : *tt* Vô hiệu. Vô năng. Không được thừa nhận.

INVALIDITÉ : *c* Sự vô hiệu lực. Sự tàn phế.
Invalidité de GUERRE : Tàn phế vì chiến cuộc. Phế binh. Thương binh.
Invalidité CIVILE : Phế nhân. Người tàn tật.

INVARIABLE : *tt* Không thay đổi. Bất biến.

INVASION : *c* Sự xâm lược. Sự lan tràn.
Invasion ÉCONOMIQUE : Xâm lược kinh tế.

INVECTIVE : *c* Lời sỉ vả. Lời thoá mạ.

INVENTAIRE : *d* Sự tổng kê. Bản toàn kê. Sự kiểm kê.
ACCEPTATION d'un HÉRITAGE SOUS BÉNÉFICE D'inventaire : Chỉ chịu nhận di sản sau khi đã kiểm kê.
ÉTABLIR un inventaire : Lập bản tổng kê.
PROCÈS-VERBAL d'inventaire : Vi bằng toàn kê.
Inventaire des BIENS : Tổng kê tài sản.
Inventaire du MATÉRIEL : Toàn kê vật liệu.
Inventaire d'une SUCCESSION : Liệt kê di sản.

INVENTER : *đgt* Phát minh. Sáng chế.
Inventer un TRÉSOR : Kiếm ra, phát hiện ra một kho tàng.

INVENTION : *c* Sự phát minh. Sự sáng chế. Sự phát hiện
BREVET d'invention : Chứng ch sáng chế.
Invention d'un TRÉSOR : Phát hiện được một kho tàng.

INVENTORIER : *đgt* Kiểm kê. Tổng kê.
Inventorier des BIENS : Kiểm kê tài sản.
Inventorier des MARCHANDISES : Kiểm kê hàng hoá.

INVÉRIFIABLE : *tt* Không thể xác minh. Không thể kiểm soát.

INVESTIGATION : *c* Sự điều tra. Sự dò xét. Sự tìm kiếm. Sự truy tìm.

INVESTIR : *đgt* Tấn phong. Phong chức. / Đầu tư. Vây hãm.

INVESTISSEMENT : Sự tấn phong. / Sự đầu tư. Sự vây hãm.

INVESTITURE : *c* Sự tấn phong. Lễ tọa nha. Lễ thụ phong. Lễ tiếp ấn.

INVINCIBILITÉ : *c* Sự không thể thắng nổi.

INVINCIBLE : *tt* Không thể thắng nổi.

INVIOLABILITÉ : *c* Tính bất khả xâm phạm.
Inviolabilité de la PERSONNE PHYSIQUE : Bất khả xâm phạm nhân thân.
Inviolabilité de la PROPRIÉTÉ : Bất khả xâm phạm quyền sở hữu.
Inviolabilité du DOMÌCILE : Bất khả xâm phạm tư gia.

INVIOLABLE : *tt* Bất khả xâm phạm.

INVITATION : *c* Sự mời mọc. Sự thỉnh mời. Thiếp mời.

INVITER : *dgt* Mời mọc. Thôi thúc. Triệu thỉnh.
Inviter à SE PRÉSENTER au JUGE : Triệu thỉnh tới gặp thẩm phán.

INVOLONTAIRE : *tt* Vô ý. Không cố ý. Không chủ tâm.
HOMICIDE involontaire : Vô ề sát nhân. Ngộ sát.

INVOQUER : *đgt* Viện dẫn.
Invoquer un TEXTE : Viện dẫn một điều luật.
Invoquer un PRINCIPE : Viện dẫn một nguyên tắc.

IPSO FACTO: Đương nhiên. Tự khắc.

IPSO JURE: Đương nhiên theo luật.

IRACK : *d* Nước I-Rắc.

IRAKIEN : *tt* Thuộc về nước I-Rắc. *d* Người nước I-Rắc.

IRAN : *d* Nước I-Răng.

IRANIEN : *tt* Thuộc về nước I-Răng. *d* Người nước I-Răng.

IRONIE : *c* Sự miả mai. Việc nực cười.

IRONISEF. : *đgt* Nói miả mai. Châm biếm.

IRRECEVABILITÉ : *c* Sự bất khả chấp nhận. Sự bất khả thụ lý.
Irrecevabilité de la DEMANDE : Thỉnh cầu bất khả chấp.

IRRÉCONCILIABLE : *tt* Bất khả hoà giải.

IRRÉCOUVRABLE : *tt* Bất khả thâu hoàn.
DETTE irrécouvrable : Trái khoản bất khả thâu hoàn.

IRRÉCUSABLE : *tt* Bất khả hồi tỵ. Bất khả bác khước. Bất khả khước tỵ.
PREUVE irrécusable : Chứng cớ bất khả khước tỵ.

IRRÉDUCTIBLE : *tt* Bất khả quy. Không thể rút ngắn. Không thể khoan nhượng.
PEINE irréductible : Hình phạt không thể rút giảm.

IRRÉFRAGABLE : *tt* Bất khả bác khước. Bất khả phủ nhận.
PRÉSOMPTION irréfragable : Suy luận bất khả phủ nhận.

IRRÉFUTABLE : *tt* Bất khả bác.
PREUVE irréfutable : Chứng cớ rành rành.

IRRÉGULARITÉ : *c* Sự bất thường. Sự không quy củ, không hợp lệ. Sự không quy cách.
Irrégularité de la PROCÉDURE : Thủ tục không trúng cách.

IRRÉMÉDIABLE : *tt* Vô phương cứu vãn. Không thể vãn hồi.
ERREUR irrémédiable : Lầm lẫn không cứu vãn nổi.

IRRÉMUNÉRÉ : *tt* Không được trả lương (*công*).

IRRÉPARBLE : *tt* Không thể sửa chữa, đền bù được.
DOMMAGE irréparable : Tổn hại không thể đền bù.

IRRÉPROCHABLE : *tt* Không thể trách cứ.

IRRÉSISTIBLE : *tt* Bất khả đề kháng.

IRRÉSOLU : *tt* Không quyết đốnh. Do dự.
PROBLÈME irrésolu : Vấn đề chưa giải quyết.

IRRESPECT : *đ* Sự bất kính. Sự vô lễ.

IRRESPECTUEUX : *tt* Bất kính. Vô lễ. Vô phép.

IRRESPONSABILITÉ : *c* Sự vô trách nhiệm.

IRRESPONSABLE : *tt* Vô trách nhiệm. *đ* Kẻ vô trách nhiệm.

IRRÉVOCABILITÉ : *c* Tính bất khả truất bãi.

IRRÉVOCABLE : *tt* Bất khả truất bãi.
DONATION irrévocable : Tặng dữ bất khả truất bãi.

IRRUPTION : *c* Sự đột nhập.

ISOLÉ : *tt* Cô độc. Cô đơn. Đặc biệt.
CAS isolé : Trường hợp riêng biệt.
FAIT isolé : Sự kiện cá biệt.

ISSUE : *c* Lối thoát. Lối ra.
Issue d'un PROCÈS : Kết cuộc vụ tranh tụng.

ITÉRATIF : *tt* Nhắc lại nhiều lần.

ITINÉRAIRE : *đ* Lộ trình. Hành trình. Tuyến đường.

ITINÉRANT : *tt* Lưu động.
AMBASSADEUR itinérant : Đại sứ lưu động.

IVRE : *tt* Say sưa. Say rượu. Tuề lúy.
Ivre MORT : Say tràn Quý Tỵ. (năm Qúy Tỵ 1893 nước sông Hồng lụt mênh mông).

IVRESSE : *c* Sự say sưa.
CONDUITE en ÉTAT d'IVRESSE : Lái xe khi say rượu.

IVROGNE : *đ* Kẻ say sưa. Kẻ say rượu. Kẻ nghiện rượu.

J

JACENT : *tt* Vô chủ.
BIEN jacent : Tài vật vô chủ.

JACHÈRE : *c* Đất hưu canh.

JADIS : *pht* Ngày xưa.

JALOUSIE : *c* Thói ghen ghét. Thói ghen tuông. Đố kỵ. Ganh tỵ. Mặc cảm bị tình phụ.

JALOUSER : *đgt* Ghen ghét. Ghen tuông.

JALOUX : *tt* Tính Ghen ghét. Tính ghen tuông.

JAMAIS : *pht* Không bao giờ.
Jamais de la VIE : Không đời nào.
À jamais : Suốt đời. Mãi mãi.
AU GRAND jamais : Chẳng bao giờ cả.
POUR jamais : Suốt đời.
PLUS QUE jamais : Hơn lúc nào hết.
SANS jamais : Không bao giờ.

JAPON (*NIPPON*) : Nước Nhật bản. Phù tang.
JAPONNAIS : *tt* Thuộc về Nhật bản. *đ* Người Nhật.

JAPONISATION : *c* Sự Nhật bản hoá.

JAPONISER : *đgt* Nhật bản hoá.
Theo Nhật.

JARDIN : *đ* Vườn. Viên. Uyển.
Jardin d'AGRÉMENT : Vườn cảnh.
Jardin BOTANIQUE : Vườn bách thảo. Thảo viên.
Jardin d'ENFANTS : Vườn trẻ. Ấu trĩ viên.
Jardin IMPÉRIAL : Ngự uyển.
Jardin PUBLIC : Công viên.
Jardin ZOOLOGIQUE : Vườn bách thú.

JARGON : *đ* Biệt ngữ. Ngôn ngữ khó hiểu. Biệt ngữ của một giới.
Jargon de la MÉDECINE : Biệt ngữ y khoa.
Jargon du PALAIS : Biệt ngữ Pháp đình.
Jargon de la MÉDECINE : Biệt ngữ y khoa.

JARRE : *c* Cái chum. Cái vại.
PLAINE des jarres : Cánh đồng chum (*lào*).

JASER : *đgt* Xì xào. Thì thầm. Bàn tán. Rỉ tai nói xấu ai.

JAUGE : *c* Dung tích. Dung lượng.

JAUGEAGE : *đ* Sự đo dung tích.

JAUGER : *đgt* Đo dung tích.

JAUNE : *tt* Mầu vàng. Lòng đỏ trứng gà. / Người châu Á. Người da vàng.
COLÈRE jaune (*ou noire*) : Cơn lôi đình.
DRAPEAU jaune : Cờ (*báo tin có*) dịch trên tầu. Hoàng kỳ.
LIVRE jaune : Hoàng thư.
RACE jaune : Giống da vàng.
RIRE jaune : Cười ruồi. Cười gượng.
LES jaunes : Những kẻ bội phản (*công đoàn*). Kẻ có vợ ngoại tình.
SYNDICAT jaune : Công đoàn phản bội.

JAVEAU : *đ* Bãi đất bồi.

JAVELINE : *c* Cái thương.

JAVELOT : *đ* Cái lao.

JÉRÉMIADE : *c* Lời than dai dẳng. Khóc rên rỉ (đám tang).

JERRICAN : *đ* Bình đựng săng.

JÉSUITE : *đ* Tu sĩ dòng Tên (tôn). Kẻ giả dối, không thật.

JET : *đ* Sự liệng đi. Sự vứt đi. / Một loại máy bay phản lực.
Jet d'ABEILLES : Đàn ong.
Jet d'EAU : Vòi nước. Tia nước.
Jet d'ENCRE : Phun mực (máy in điện tử).
Jet à la MER : Ném xuống biển.
Jet de PIERRE : Liệng đá.

JETÉE : *đ* Đê chắn sóng biển.

JETER : *đgt* Ném. Vứt. Quăng. Quẳng.

JETON : *đ* Tiền. Sầu (*tiền giả để cờ bạc*).
Jeton de PRÉSENCE : Bồi thường của quản trị viên.

JEU : *đ* Trò chơi. Cờ bạc.
COUPER jeu : Ăn non.
DETTE de jeu : Nợ cờ bạc.
MAISON de jeu : Sòng bài.
VIEUX jeu : Lạc hậu. Quá thời.
Jeu d'ADRESSE : Trò chơi khéo léo chân tay.
Jeu BLANC : Thua trắng tay. Thua cháy túi. Bạch định.
Jeu de BOIS : Kẽ hở ở mộng (gỗ).
Jeu de CARTES : Cỗ bài.
Jeu de CLEFS : Chùm chìa khoá.
Jeu de COURSES : Cá ngựa.
Jeu d'ENFANT : Dễ dàng.
Jeu d'ESPRIT : Trò chơi đấu trí.
Jeux (Les) sont FAITS : Không ai được đặt tiền nữa. / Phó cho số mệnh. Ván đã đóng thuyền.
Jeu de HASARD : Trò chơi may rủi.
Jeu de MOTS : Chơi chữ.
Jeu de la NATURE : Thiên nhiên kỳ quan.
Jeux OLYMPIQUES : Đại hội điền kinh. Thế vận hội.

Jeu d'OIE : Cờ ngỗng.
Jeux de la PROVIDENCE : Éo le của con Tạo.
Jeu de SOCIÉTÉ : Trò chơi đông người tham dự.
Jeu à la TÉLÉVISION: Trò chơi trên đài truyền hình.
Jeux de VÉNUS : Ái tình.

JEUNE : *tt* Thanh xuân. Trẻ tuổi.
Jeune HOMME : Thanh niên (*chỉ dùng số ít*).
Jeunes GENS : Những thanh niên (*bao giờ cũng nhiều*).
Jeune FRÈRE : Người em (*ruột*).
Jeune FILLE : Thiếu nữ. Cô con gái.

JEUNER : *đgt* Nhịn ăn.

JEUNESSE : *c* Thanh xuân. Thanh niên. Tuổi trẻ. Tuổi xuân.
SECONDE jeunesse : Tuổi hồi xuân.

JUI-JITSU : *đ* Nhu đạo. Võ nhu đạo. Võ nhật.

JOAILLERIE : *c* Nghề kim hoàn.

JOAILLER : *đ* Thợ kim hoàn.

JOLI : *tt* Xinh đẹp.
C'EST DU joli : Hay ho nhỉ.
Jolis RÉSULTATS : Kết quả khả quan.
Joli COEUR : Con trai đỏm dang.
Joli TOUR : Một vố hại nhau.

JOINDRE : *đgt* Nhập lại.

JOINT : *tt* Đính kèm. Đính hậu.
CI-joint : Đính kèm theo đây.
DEUX PIÈCES jointes : Hai bút lục đính kèm.
UN DOCUMENT joint : Một tài liệu đính kèm.

JOINT-VENTURE : Liên doanh.

JONCTION : *c* Sự nhập lại. Sự nối liền.
Jonction des DEUX DOSSIERS (ou CAUSES): Nhập hai hồ sơ làm một vụ.
JUGEMENT de jonction : Án (*tiền thẩm*) cho nhập hai vụ.

JOUER : *đgt* Chơi. Chơi đùa. Chơi bài.
Jouer au CARTES : Chơi bài.
Jouer la COMÉDIE : Giả vờ. Đóng kịch (*bóng*).
Jouer des COUDES : Len lỏi. Len lỏi để tiến thân (*bóng*).
Jouer aux COURSES : Đánh cá ngựa.
Jouer avec le FEU : Chơi với lửa. Chơi trò nguy hiểm. Đánh đu với tinh. Chơi liều.
Jouer les GRANDES EAUX : Khóc nước mắt đầm đìa.
Jouer des JAMBES : Chạy một mạch. Chạy tuốt.
Jouer sur les MOTS : Lừa phỉnh bằng ngôn ngữ.
Jouer au PLUS FIN : Gạt gẫm khôn khéo.
Jouer son RÔLE : Làm tròn nhiệm vụ.
Jouer UN RÔLE : Đóng vai. Giữ một vai (*quan trọng*).
Jouer avec SA VIE : Liều mạng.
Jouer des YEUX : Liếc mắt đưa tình.
SE jouer DES LOIS : Tránh né pháp luật.

JOUEUR : *đ* Kẻ tham dự cuộc đấu. / Kẻ đổ bác. Người ham cờ bạc.
Joueur de FOOT : Cầu thủ.

JOUIR : *đgt* Hưởng thụ. Hưởng lợi. Hưởng lạc. Hưởng dụng. Được hưởng. Khoái trí.
Jouir de la CLÉMENCE : Hưởng khoan hồng.
Jouir de ses DROITS : Hưởng quyền.
Jouir EN PAIX : An hưởng.
Jouir de la PROPRIÉTÉ : Hưởng dụng sở hữu quyền.
Jouir de la PROTECTION de la LOI : Hưởng sự che trở của luật pháp.
Jouir de la SERVITUDE : Hưởng dịch quyền.

JOUISSANCE : *c* Sự hưởng thụ, hưởng dụng.
DROIT de jouissance : Quyền được hưởng thụ.
Jouisssance de l'USUFRUIT : Hưởng quyền dụng ích.

JOUR : *đ* Ngày. Nhật kỳ. / Khe, lỗ ánh sáng soi qua.
À jour : Cập nhật.
ASSIGNTION ề jour FIXE : Triệu hoán định nhật.
AUX grands jours : Quang minh chính đại. Không dấu giếm, che đậy.
BEAUX jours : Ngày đẹp trời.
CLAIR comme le jour : Rõ ràng. Dễ ràng (*câu đố*).
DERNIERS jours : Sắp chết. Ngày tàn.
ÊTRE comme le jour et la NUIT : Khắc biệt nhau. Đố kỵ.
FAIRE du jour dans le mur : Đục lỗ trong tường.
GRAND jour : Ngày đáng ghi nhớ.
(Le) LEVER du jour : Buổi sớm.
JOUR POUR jour : Đúng ngày này, năm tháng trước.
MAUVAIS jour : Ngày không hên.
METTRE à jour : Cập nhật hoá.
PERCER jour à... : Vạch trần ra...
POINT du jour : Sớm tinh sương.
RENVOI à 8 jours : Đình lại 8 ngày. Đình lại một tuần.
D' UN jour à l'autre : Lần chần. Ngày này qua ngày khác.
DU jour au LENDEMAIN : Một sớm một chiều. Ngày một ngày hai.
D' UN jour : Không bền.
REINE d'un jour : Hoa hậu một ngày (*không bền*).
VIEUX jours : Tuổi lúc xế chiều. Tuổi già.
VOIR le jour à...: Sinh ra tại...
UN jour SANS PAIN : Ngày giải bất tận.
Jour *AD QUEM* : Ngày đáo hạn.
Jour *A QUO* : Ngày khởi hạn.
Jour de DEUIL : Ngày tang lễ.
Jour FASTE : Ngày tốt. Cát nhật.
Jour FÉRIÉ : Ngày nghỉ lễ.
Jour férié LÉGAL : Ngày lễ pháp định.
Jour de FÊTE : Ngày hội làng.
Jour FIXE : Ngày minh xác.
Jour FRANC : Trọn ngày.
Jour de l'INDÉPENDANCE : Ngày lễ Độc lập (*Mỹ*).
Jour J : Ngày N. Ngày đã hẹn trước (*để cùng hành động*).
Jour NÉFASTE : Ngày xấu. Hung nhật.
Jour OUVRABLE : Ngày mở cửa (*hàng*). Ngày làm việc.
Jour de SOUFFRANCE : Ô cửa sổ soi sáng.

JOURNAL : Ngày. Nhật báo. Toà báo. Nhật ký.
Journal de BORD : Nhật ký hàng hải.
Journal FILMÉ : Phim thời sự.
Journal INTIME : Nhật ký cá nhân.
Journal de MARCHE : Nhật ký hành quân.

Journal PARLÉ : Tin tức phát thanh.
Journal OFFICIEL : Công báo.
Journal RADIODIFFUSÉ : Bản tin đài phát thanh.
Journal TÉLÉVISÂo: Bản tin đài truyền hình.
LIVRE journal : Sổ kế toán nhật kỳ.

JOURNALIER : *tt* Hằng ngày. Mỗi ngày.
SALAIRE journalier : Công nhật. Lương tính theo ngày.

JOURNALIER : *đ* Kẻ lãnh lương công nhật.

JOURNALISME : *đ* Nghề làm báo. Nghề viết báo. Giới báo chí.

JOURNALISTE : *đ* Ký giả. Nhà báo. Người viết báo.

JOURNALISTIQUE : *tt* Thuộc về báo chí.
STYLE journalistique : Hành văn theo kiểu viết báo.

JOURNÉE : *c* Khoảng thời gian của một ngày. Nhật kỳ.
Journée CONTINUE : Làm liên tục (không nghỉ trưa).
Journée de TRAVAIL : Ngày công.

JOURNELLEMENT : *pht* Hằng ngày. Sớm hôm.
VOIR journellement son avocat : Hằng ngày gặp luật sư.

JUDICATUM SOLVI : Ngoại kiều án quỹ.

JUDICIAIRE : *tt* Thuộc về tư pháp. Liên quan tới tư pháp.
ADMINISTRATEUR JUDICIAIRE : Quản trị viên tài phán.
AFFAIRE judiciaire : Án sự. Vụ án.
ASSISTANCE JUDICIAIRE (*chữ cũ*) : Tư pháp bảo trợ.
ASSISISTANCE JURIDICTIONNELLE (*Chữ mới*).
AUTORITÉS judiciaires : Nhà chức trách tư pháp.
COMBAT judiciaire : Tranh chấp (trước) tòa.
ENQUÊTE judiciaire : Điều tra tư pháp.
ORGANISATION Judiciaire : Tổ chức tư pháp.
POUVOIR judiciaire : Pháp quyền. Tư pháp quyền.
VENTE judiciaire : Phát mại tư pháp.

JUDICIAIREMENT : *tt* Bằng hình thức tư pháp.
RÉSOUDRE judiciairement un LITIGE : Giải quyết phân tranh bằng tư pháp.

JUDICIEUX : *tt* Chí lý. Sáng suốt.

JUDOKA : *đ* Võ sĩ nhu đạo.

JUGE : *đ* Thẩm phán. Thẩm phán xét xử. Chánh án. Người phân xử.
Juge de l'APPLICATION des PEINES : Thẩm phán thi hành án.
Juge aux AFFAIRES FAMILIALES (hoặc)
Juge aux AFFAIRES MATRIMONIALES : Thẩm phán chuyên xử vụ gia đình. (*ly hôn, giữ con, đổi danh tính v.v...*).
Juge ARBITRE : Trọng tài phán xử.
Juge ASSESSEUR : Bồi thẩm. Phụ thẩm.
Juge au CIVIL : Thẩm phán dân sự.
Juge au COMMERCIAL : Thẩm phán thương sự.
Juge au CORRECTIONNEL : Thẩm phán hình sự.
Juge des ENFANTS : Thẩm phán toà Thiếu nhi.
Juge ENQUÊTEUR : Thẩm phán điều tra.
Juge d'INSTRUCTION : Dự thẩm.
Juge RAPPOREUR : Thẩm phán thuyết trình.
Juge au RÉFÉRÉ : Thẩm phán cấp thẩm.
Juge SUPPLÉANT : Thẩm phán dự khuyết.
Juge UNIQUE : Độc thẩm.

JUGÉ : *tt* Đã xử. Ước lượng. Ước chừng.
AFFAIRE jugée : Việc đã xử.
AUTORITÉ de la CHOSE jugée : Uy lực quyết tụng.
MAL jugé : Xử sai.

JUGEMENT : *đ* Bản án. Án văn. Phán quyết.
ANNULER un jugement : Huỷ một án văn.
ATTAQUER un jugement : Công kích một bản án.
FAIRE APPEL d'un jugement : Thượng tố một án văn.
LIRE un jugement : Đọc án văn (*khác với tuyên án*). Đọc toàn bộ một bản án.
PRONONCER un jugement : Tuyên đọc án văn.
RÉDIGER un jugement : Thảo án văn.
RENDRE un jugement : Tuyên án. Chỉ tuyên đọc phần chủ văn.
SIGNIFIER un jugement : Tống đạt án văn.
Jugement d'ADJUDICATION : Án văn phán mại.
Jugement ADMINISTRATIF : Phán quyết hành chánh.
Jugement de CONDAMNATION : Án văn tuyên phạt.
Jugement de DÉBOUTÉ : Án văn bác khước.
Jugement DÉCLARATIF : Án văn tuyên nhận.
Jugement par DÉFAUT : Án văn khuyết tịch.
Jugement avant DIRE DROIT : Án tiên thẩm.
Jugement GRACIEUX : Án vô tụng.
Jugement de l'HISTOIRE : Lịch sử phê phán.
Jugement en PREMIER RESSORT : Án sơ thẩm.
Jugement (rendu) sur SIÈGE : Án tọa thẩm. Án xử tức thời.
Jugement sur OPPOSITION : Án phản hậu.
Jugement sur REQUÊTE : Án phê đơn

JUGER : *đgt* Phán xử. Phân xử. Xét xử. Phán đoán. Đánh giá. Ước lượng.
Juger une AFFAIRE : Xét xử một vụ án.
Juger une DISTANCE : Ước lượng một khoảng cách.
Juger un ÉLÈVE : Đánh giá một học sinh.

JUGÉ : *tt* Đã xét xử.
AUTORITÉ de la CHOSE jugée : Uy lực quyết tụng.

JUIF : *tt* Do thái. *đ* Người Do thái.

JUMEAU : *tt* Sinh đôi. Sinh ba...
FRÈRES jumeaux : Anh em sinh đôi.
SOEURS jumelles : Chị em sinh đôi.
FAUX jumeaux : Anh em sinh đôi không giống nhau.
LITS jumeaux : Giường đôi.

JUMELLES : *c snh* Ống nhòm. / Hai cô gái sinh đôi.

JURE (DE) : Hợp pháp. Đúng luật pháp.
GOUVERNEMENR *de jure :* Chính phủ hợp pháp.

JURÉ : *tt* Đã tuyên thệ. *đ* Phụ thẩm nhân dân.
Juré COMPLÉMENTAIRE : Phụ thẩm bổ khuyết.
Juré SUPPLÉANT : Phụ thẩm dự khuyết.

JURER : *đgt* Phát thệ. Tuyên thệ. Thề. Thề nguyền. Thề thốt.

JURIDICITÉ : *c* Tính cách pháp lý.

JURIDICTION : *c* Quyền tài phán. Quyền xét xử. Quản hạt xét xử. Cấp xét xử. Cơ quan tài phán.
DEGRÉ de juridiction : Cấp tài phán.
DOUBLE DEGRÉ de juridiction : Lưỡng cấp tài phán.
PLÉNITUDE de juridiction : Toàn quyền tài phán.
PRIVILÈGE de juridiction : Đặc quyền tài phán.
Juridiction ADMINISTRATIVE : Tài phán hành chánh.
Juridiction ARBITRALE : Tài phán trọng tài.
Juridiction CIVILE : Tài phán dân sự.
Juridiction COMMERCIALE : Tài phán thương mại.
Juridiction CONTENTIEUSE : Tài phán phân tranh.
Juridiction CORRECTIONNELLE : Tài phán tiểu hình.
Juridiction CRIMINELLE : Tài phán đại hình.
Juridiction GRACIEUSE : Tài phán vô tụng.

JURIDICTIONNEL : *tt* Thuộc về pháp lý.
POUVOIR juridictionel : Quyền xét xử.

JURIDIQUE : *tt* Pháp lý. Thuộc về pháp luật.
ANALYSE juridique : Phân tích pháp luật.
FAIT juridique : Sự kiện pháp luật.
POINT de VUE juridique : Quan điểm pháp luật.
REVUE juridique : Pháp lýtập san.
SYSTÈME juridique : Hệ thống pháp luật.

JURIDIQUEMENT : *pht* Về mặt pháp lý. Khiá cạnh pháp lý.

JURISPRUDENCE : *c* Án lệ. Toàn bộ các án văn. (*điều giải luật pháp theo các án văn*).
Jurisprudence CONSTANTE : Án lệ thường xuyên. Án lệ bất chuyển.
REVIREMENT de la jurisprudence : Chuyển hướng án lệ. Tân án lệ.

JURISTE : *đ* Luật gia. Kẻ hành nghề luật pháp.

JURY : *đ* Phụ thẩm đoàn. Phụ thẩm nhân dân.

JUS : Luật. Pháp luật. Quyền.
Jus ABUTENDIabutendi : Quyền định đoạt tài sản của mình.
Jus CIVILE : Luật dân sự.
Jus CONNUBII : Quyền kết hôn.
Jus FRUENDI : Quyền hưởng lộc.
Jus GENTIUM : Luật nhân loại.
Jus HONORARIUM : Quyền bảo tồn danh dự.
Jus NATURALE : Luật tự nhiên.
Jus IN PERSONAM : Luật đối nhân.
Jus LOCI : Quyền hưởng quốc tịch nơi sinh.
Jus PRIVATUM : Luật tư pháp.
Jus PUBLICUM : Luật công pháp.
Jus SANGUINIS : Huyết tính pháp (về quốc tịch).
Jus SCRIPTUM : Luật thành văn pháp.
Jus SOLI : Địa tính pháp (về quốc tịch).
Jus UTENDI : Quyền sử dụng.

JUSQU'À : *gt* Cho tới khi... Cho đến lúc...
Jusqu'à CONCURRENCE DE : Tới mức là...
Jusqu'à INSCRIPTION DE FAUX : Cho tới lúc đăng cáo giả mạo.
Jusqu'à PREUVE CONTRAIRE : Cho tới lúc có phản chứng.
Jusqu'à CE QUE : Cho đến lúc mà...

JUSTE : *tt* Đúng. Trúng. Hợp lý. Trung trực. Chính đáng. Công minh. Công bằng.
CALCUL juste : Bài tính đúng.
COMME de juste : Đúng lý ra thì...
IDÉE juste : Tư tưởng đúng.
JUGE juste : Thẩm phán công minh.
JUGEMENT juste : Bản án công minh.
RAISONNEMENT juste : Lập luận chính đáng.
SOLUTION juste : Giải pháp đúng.
SOMMEIL du juste : Ngủ ngon giấc.
Juste CAUSE : Chính nghiã.
Juste CE QU'IL FAUT : Vừa đúng điều cần thiết.
Juste MILIEU : Trung dung.
Juste PRIX : Đúng giá. Phải giá.
Juste TITRE (À) : Chính danh. Có danh nghiã.

JUSTEMENT : *pht* Đúng vậy. Đúng.

JUSTE-MILIEU : *đ* Trung dung.

JUSTESSE : *c* Sự xác đáng. Sự vừa đúng.

JUSTICE (LA) : Thần công lý.

JUSTICE : *c* Nền công lý. Công lý. Nền tư pháp. Sự công bằng. Việc tài phán.
ACTION en justice : Đi kiện. Đi thưa. Tố tụng.
AUXILIAIRE de la juste : Phụ tá công lý.
BARRE de jstice : Cùm chân (*xưa*).
BOIS de justice : Đoạn đầu đài (*xưa*).
BONNE (EN) Justice: Theo đúng công lý.
BONNE (EN) ADMINISTRATION de la justice : Để công lý được chấp hành nghiêm minh (th.ng.l.).
DÉFÉRER en justice : Nhờ toà phân xử.
DEMANDER en justice : Thỉnh cầu phán quyết.
DEMANDER justice : Thỉnh cầu công bằng.
DÉNI de justice : Từ khước thụ lý.
DESCENTE de justice : (Toà) Vi hành tới phạm trường.
EN BONNE justice : Theo công lý.
FAIRE (SE) justice à soi-même: Tự mình xử lấy (*việc*) của mình.
FRAIS de justice : Tụng lệ (*tổn phí tụng sự*).
PALAIS de Justice : Pháp đình. Toà.
RENDRE justice : Xử án. Xét xử. Tuyên xử.
RENDRE justice à la LOUCHE : Xét xử không chú ý tới chi tiết. Xét xử cẩu thả. Xử vội vàng.
REPRIS de justice : Kẻ tái phạm. Kẻ có tiền án.
TRANSPORT de justice : Thẩm phán vi hành điều tra.

JUSTICIABLE : *tt* Thuộc quyền xét xử *(theo quản hạt)*. Thuộc thẩm quyền xét xử. *đ* Kẻ có sự việc trước công lý. / Kẻ đương tụng. Tụng nhân.

JUSTICIER : *tt* Thích áp dụng công lý. *đ* Phán quan. Pháp quan.

JUSTIFIABLE : *tt* Có thể biện minh. Có thể chứng minh. Có lý do.

JUSTIFICATIF : *tt* Chứng minh. *d* Giấy tờ chứng minh. Hoá đơn.
MÉMOIRE justificatif : Biện minh trạng.
PIÈCE justificative : Văn kiện chứng minh.

JUSTIFICATION : *c* Sự biện bạch. Sự biện minh. / Sự chứng minh.
Justification d'une DÉPENSE : Chứng minh chi phí.
Justification d'un FAIT : Giải thích một sự kiện.

JUSTIFICATION : *c* Sự điều chỉnh. / Làm thẳng hàng dọc (*ấn loát, điện toán*). Điều chỉnh thẳng hàng dọc.
Justification à DROITE : Thẳng cột dọc bên phải.
Justification à GAUCHE : Thẳng cột dọc bên trái.

JUSTIFIER : Biện minh. Biện bạch. Chứng minh.
Justifier (SE) : Tự biện bạch. Tự bào chữa.

JUVEIGNERIE : *c* Quyền lợi con thứ.

JUVÉNILE : *tt* Thuộc về thanh, thiếu niên. Trẻ tuổi.

JUVÉNILITÉ : *c* Thanh niên tính.

JUXTALINÉAIRE : *tt* Từng giòng.
TRADUCTION juxtalinéaire : Dịch đối chiếu từng giòng.

K

KAISER, KAYSER : *đ* Hoàng đế nước Đức (*xưa*).

KAKI : *tt* Mầu ka ki. Mầu quân phục.

KAKI : *đ* Quả (B), trái (N) hồng.

KAMIKAZE : *đ* Phi công cảm tử Nhật (*thế chiến II*). Kẻ liều lĩnh (*bóng*).

KARATÉ : *đ* Võ nhật.

KARMA : *c* Luật nhân qủa.

KÉPI : *đ* Mũ của lính Pháp.

KERMESSE : *c* Chợ phiên.

KHAN (GENGIS-) : Thành cát tư hãn. (Hoàng đế Mông cổ).

KHMER : *tt* Thuộc về dân tộc Khờ Me (*Cam bốt*).

KIBBOUTZ : *đ* Nông trường tập thể (*ở Do thái*).

KIDNAPPAGE : *đ* Bắt cóc.

KIDNAPPING : *đ* Vụ bắt cóc.

KILOGRAMME (KILO) : *đ* Một cân (B), một ký (N). 1000 gờ ram.

KILOMÈTRE : *đ* Một cây số. 1000 mét.

KIMONO : *đ* Áo chùng Nhật bản.

KIOSQUE : *đ* Chòi bán báo.

KLAXON : *đ* Còi xe hơi. Kèn xe.
ABUS de klaxon : Xử dụng quá đáng kèn xe. Làm náo động bằng kèn xe.

KLAXONNER : *đgt* Bóp kèn. Ấn kèn.

KLEPTOMANE : *đ* Kẻ bị bệnh ăn cắp vặt.

KLEPTOMANIE : *c* Chứng (bệnh, tật) ăn cắp vặt.

KNOCK-OUT (*tắt* K.O.) : *đ* Đòn đo ván.

KOULAK : *đ* Điền chủ, phú nông (*ở Nga*).

KOUMINGTANG : *đ* Quốc dân đảng.

KRACH : *đ* Vụ phá sản tài chính.

L

LÀ : *pht* Chỗ ấy. Chỗ đó.
CÀ ET là : Nơi nơi. Đó đây.
DE là : Từ đó. Do đó.
PAR là : Gần nơi đó.

LÀ-BAS : *phng* Đằng kia.

LABEL : *d* Nhãn hiệu.
Label DÉPOSÉ : Nhãn hiệu trình toà.

LABEUR : *c* Công việc.
TERRE de labeur : Đất cầy rồi.

LABORATOIRE : *d* Phòng thí nghiệm.
Laboratoire de POLICE : Phòng giảo nghiệm cảnh sát.

LABORIEUSEMENT : *pht* Một cách siêng năng. Một cách cần cù.

LABORIEUX : *tt* Cần cù. Siêng năng.

LABYRINTHE : *d* Đường nhằng nhịt (*không kiếm được lối ra*).
Labyrinthe des LOIS : Phức tạp của luật pháp.

LACÉRER : *đgt* Rạch nát bằng dao. Khiá nát. Xé tan tành.
Lacérer le CORPS : Rạch nát thân (thây) người
Lacérer les VÊTEMENTS : Xé quần áo.

LÂCHE : *tt* Hèn hạ. Đê tiện.
ACTION lâche : Hành động đê tiện.
HOMME lâche : Con người hèn hạ.

LÂCHETÉ : *c* Sự hèn hạ.

LACONIQUE : *tt* Vắn tắt. Ngắn gọn.
COMMUNIQUÉ laconique : Thông báo vắn tắt.

LACUNE : *c* Điều khiếm khuyết. Sự thiếu sót.

LAIC : *tt* Phi giáo hội. Thế tục. Không thuộc hệ thống giáo hội.

LAICITÉ : *c* Phi tôn giáo. Tính thế tục.
Laicité de l'ENSEIGNEMENT : Nền giáo dục phi tôn giáo.
Laicité de l'ÉTAT : Chính quyền phi tôn giáo.

LAIS : *d* Đất bồi.
Lais de MER : Đất biển bồi.
Lais de RIVIÈRE : Đất sông bồi.
Lais APPARTIENT aux RIVERAINS : Đất bồi thuộc sở hữu của người ở ven bờ.

LAISSÉ POUR COMPTE : *tt* Hàng không nhận. *d* Vật chẳng ai thèm. Người chẳng ai ưa.

LAISSER : *đgt* Để. Đặt.
Laisser SA FEMME : Bỏ rơi vợ.

LAISSER-ALLER : *d* Sự cẩu thả. Sự bỏ phóng.

LAISSER-PASSER : *d* Giấy phép di chuyển, đi lại.

LAMA INCARNÉ : *d* Phật sống.

LAMASERIE : *c* Tu viện La-Ma (*Tây tạng*).

LAMENTABLE : *tt* Thảm thương. Thê thảm.
SITUATION lamentable : Tình trạng thê thảm.

LAMENTATION : *c* Lời rên rỉ. Lời than vãn.
MUR de lamentation : Bức tường than thở (*Do thái*).

LAMENTER : *đgt* Ta thán. Oán thán.

LANCE-FLAMME : *d* Súng phun lửa.

LANCE-FUSÉE : *d* Nơi phóng hoả tiễn.
Lancer une FAUSSE NOUVELLE : Loan tin thất thiệt.
Lancer un MANDAT d'ARRÊT : Hạ trát tống giam.
Lancer un MANDAT de RECHERCHE : Hạ trát truy nã.

LANCER : *đgt* Ném ra. Tung ra.

LANGAGE : *d* Ngôn ngữ. Ngôn từ.

LANGUE : *c* Tiếng nói. Ngôn ngữ. / Cái lưỡi.
Langue ANCIENNE : Cổ ngữ.
Langue ÉTRANGÈRE : Ngoại ngữ.
Langue MATERNELLE : Tiếng mẹ đẻ.
Langue MORTE : Tử ngữ. Bất dụng ngữ.
Langue NATIONALE : Quốc ngữ.
Langue VIVANTE : Sinh ngữ.
AVALER sa langue : Lặng thinh không nói.
Avoir la LANGUE BIEN PENDUE : Nói năng hoạt bát.
Avoir la LANGUE TROP LONGUE : Không giữ nổi bí mật.
DONNER la LANGUE AUX CHATS : Chịu thua, không biết.
ÉCOLE des LANGUES ORIENTALES : Trường Đông Phương ngữ.

LAPIDATION : *c* Sự ném đá cho chết.

LAPS : *d* Khoảng thời gian.

LAPSUS : *d* Sự lầm lộn.
Lapsus CALAMI : Viết lầm.
Lapsus LINGUAE : Nói nhịu.

LARCIN : *d* Trộm vặt. Ăn cắp vặt.

LARGE : *tt* Bề rộng. Bề ngang.
AU SENS large : Hiểu theo nghĩa rộng. Nghĩa rộng.
PRENDRE le large : Trốn đi. Vượt ngục (*lóng*).
Large d' ESPRIT : Đầu óc phóng khoáng.

LARGEUR : *c* Chiều rộng *(vải)*. Rộng rãi (*bóng*).

LARME : *c* Nước mắt.
AVOIR des larmes dans la VOIX : Nói giọng thương đau.
FONDRE en larmes : Khóc sướt mướt.
RIRE aux larmes : Cười rơi nước mắt.
Larmes de CROCODILE : Khóc mướn. Nước mắt cá sấu.

LARRON : *đ* Kẻ cắp. Kẻ lưu manh.
Larron d'AMOUR : Đồ sở khanh.
S'ENTENDRE comme larrons en FOIRE : Thông đồng với nhau. Một đồng một cốt.

LARRONNERIE : *c* Sự ăn cắp. Thói ăn cắp.

LATENT : *tt* Tiềm tàng. Ẩn nặc.
MALADIE latente : Ẩn bệnh.

LATIN : *tt* La tinh. La ngữ
GRAMMAIRE latine : Ngữ pháp la-tinh.

LATIN : *đ* Chữ la tinh.
CIVILISATION latine : Văn minh la-tinh.
PERDRE son latin : Không hiểu chút nào.

LATINISER : *đgt* La-tinh hóa.

LATINISTE : *đ* Nhà la-tinh học.

LATITUDE : *c* Vỹ tuyến.
GRANDE latitude : Hành động tự do. Quyền rộng rãi.

LATOMIE : *c* Hầm đá giam tù (*xưa*).

LATO SENSU : Theo nghĩa rộng.

LATRINES : *c snh* Nhà tiêu. Nhà cầu.

LAUDATEUR : *đ* Kẻ tán tụng. Kẻ ca tụng.

LAURÉAT : *tt* Được giải thưởng. *đ* Trạng nguyên. Đỗ đầu. / Người được giải thưởng *(văn học*).

LAURIER : *đ* Vòng hoa vinh quang. Vòng hoa chiến thắng.
COUVRIR (SE) de lauriers : Đầy danh vọng.
ENDORMIR (S') sur des lauriers : Tự mãn. Thôi không cố gắng nữa (*bóng*).

LAVABO : *đ* Chậu rửa mặt. Phòng rửa mặt.

LAVE-GLACE : *đ* Cần gạt nước mưa (*xe hơi*).

LAVE-MAINS : *đ* Chậu rửa tay.

LAVE-PIEDS : *đ* Chậu rửa chân.

LAXISME : *đ* Tính uể oải. Không hăng hái. Tính tri trệ. Tật biếng nhác.

LÉ : *đ* Khổ vải. Chiều ngang tấm vải(hoặc giấy).

LEADER : *đ* Lãnh tụ. Lãnh đạo. Người dẫn dắt.

LEADERSHIP : *đ* Sự lãnh đạo.

LEASING : *đ* Vừa bán vừa cho thuê . (*cho thuê tới khi tổng số tiền thuê bằng giá bán thì người thuê trở thành sở hữu chủ*).

LÈCHE-BOTTES : *đ* Đồ liếm gót (*thân*).Đồ nịnh bợ.

LEÇON : *c* Bài học.
Leçon de l'EXPÉRIENCE : Bài học kinh nghiệm.

LECTURE : *c* Bài đọc. Sự đọc.
Lecture d'un JUGEMENT : Tuyên án.
AVOIR la lecture : Có học vấn.

LEDIT : *đ* Người ấy. Người đó. Kẻ ấy. Kẻ đó.

LEGAL : *tt* Hợp pháp. Đúng luật.
ÂGE légal : Tuổi pháp định.
HÉRITIER légal : Người thừa kế do kuật định.
COMMUNAUTÉ légale : Cộng đồng pháp định. (*về tài sản phu thê*).
DÉFINITION légale : Định nghĩa cuả luật pháp.
INTÉRÊT légal : Lợi suất pháp định.
JOUISSANCE légale : Quyền hưởng dụng pháp định.
OBLIGATION légale : Nghĩa vụ pháp định.
REPRÉSENTANT légal : Đại diện pháp định.

LÉGALISER : *đgt* Nhận thực. Thị thực. Chính thức hóa.
Légaliser une SIGNATURE : Thị thực chữ kể.

LÉGALITÉ : *c* Tính hợp pháp. Sự đúng luật.
RESTER dans la légalité : Trong vòng luật pháp.

LÉGAT : *đ* Khâm sai toà thánh.

LÉGATAIRE : *đ* Kẻ nhận tặng vật. Người thụ tặng.
Légataire à TITRE PARTICULIER : Người thụ tặng đặc định.
Légataire à TITRE UNIVERSEL : Người thụ tặng tổng quát.

LÉGATEUR : Người di tặng.

LÉGATION : *c* Sứ quán. Chức vụ khâm sai toà thánh. Phái đoàn đại diện.

LÉGENDE : *c* Truyền thuyết. Chuyện truyền khẩu.

LÉGER : *tt* Nhẹ. Không nặng. Khinh.
À LA légère : Nhẹ dạ. Cả tin.
CONDAMNATION légère : Phạt nhẹ.
BLESSURE légère : Thương tích nhẹ.
FAUTE légère : Khinh tội. Lỗi nhẹ.
FEMME légère : Phụ nữ nhẹ dạ. Đàn bà không đứng đắn.

LÉGIFÉRER : *đgt* Làm luật. Ấn định luật pháp.

LÉGION : *c* Đoàn. Lũ. Đông đảo.
Légion de FOURMIS : Đàn kiến.
Légion ÉTRANGxRE : Quân lê dương.

LÉGIONNAIRE : *đ* Lính lê dương. Đoàn quân gồm các chủng tộc.

LÉGISLATEUR : *tt* Lập pháp. *đ* Nhà làm luật pháp. Cơ quan lập pháp.

LÉGISLATIF : *tt* Thuộc về lập pháp.
ASSEMBLÉE législative : Quốc hội lập pháp.
CONSEIL législatif : Hội đồng lập pháp.
POUVOIR législatif : Quyền lập pháp.

LÉGISLATION : *c* Pháp luật.
Législation CIVILE : Pháp luật dân sự.
Législation PÉNALE : Pháp luật hình sự.
Législation COMMERCIALE : Pháp luật thương sự.
Législation du TRAVAIL : Pháp luật lao động.

LÉGISLATIVEMENT : *tt* Theo pháp luật.

LÉGISLATURE : *c* Nhiệm kỳ lập pháp.

LÉGISTE : *đ* Người nghiên cứu luật.

LÉGITIMATION : *c* Sự chính thống hóa. Sự hợp pháp hóa.
Légitimation d'un ENFANT : Chính thức hóa con tư sinh.

LÉGITIME : *tt* Chính thức. Chính thống. / Chính đáng.
ACTE légitime : Hành vi chính đáng.
DROIT légitime : Quyền lợi chính thức.
ENFANT légitime : Con chính thức.
FEMME légitime : Chính thất. Vợ chính.
POSSESSION légitime : Chấp hữu hợp pháp.
Légitime DÉFENSE : Sự tự vệ chính đáng.
ROI légitime : Vua chính thống.

LÉGITIMÉ : *tt* Chính thức hóa. Chính thống hóa.
ADOPTION légitimée : Chính thức hóa việc nghĩa dưỡng. (con nuôi được*chính thức hóa* như con ruột).

LEGITIMER : *đgt* Chính thức hóa. Hợp pháp hóa.

LÉGITIMITÉ : *c* Sự chính thức. Sự chính thống. Sự hợp pháp.

LEGS : *đ* Sự di tặng. Của di tặng. Vật di tặng.
Legs avec CHARGES : Di tặng với nghĩa vụ.
Legs avec CONDITIONS : Di tặng với điều kiện.
Legs UNIVERSEL : Di tặng toàn sản.

LÉGUER : *đgt* Di tặng. Truyền lại.

LÉONIN : *tt* Phần hơn người. Thuộc về sư tử.
CONTRAT léonin : Khế ước giành phần hơn.
PART léonine : Phần hơn người khác.

LEQUEL : *đt* Cái đó. Người đó. Cái mà. Người mà. Cái nào ? Người nào ?

LÈS : *gt* Ở gần. Gần.
Garges-Lès-Gonès : Garges ở gần Gonès.

LESBIENNE : *c* Phụ nữ loạn dâm đồng giống.

LÈSE-MAJESTÉ : *lng* Sự khinh quân.
CRIME de lèse-majesté : Tội khi (*khinh*) quân.

LESER : *đgt* Làm thương tổn. Làm thiệt hại. Gây thương tích.

LÉSION : *c* Sự thương tổn. Sự thiệt hại.
Lésion GRAVE : Thiệt hại nặng nề.

LÉSIONNAIRE : *tt* Thiệt hại.
CONDITION lésionnaire : Điều kiện làm thiệt hại.

LESTE : *tt* Nhanh nhẹn. Sỗ sàng. Khinh khi.
TON leste : Giọng khinh khi.
PROPOS leste : Lời nói sỗ sàng.

LETTRE : *c* Thư tín. Thư. Chữ. *snh* Văn từ. Văn chương.
Lettre ANONYME : Thư nặc danh. Thư khuyết danh.
Lettre d'ANOBLISSEMENT : Chiếu phong tước.
Lettre de CACHET : Chiếu tống giam (*xưa*).
Lettre de CHANGE : Hối phiếu.
Letre COMMINATOIRE : Thư dọa (*sẽ kiện*).
Lettre CONFIDENTIELLE : Mật thư.
Lettre de CRÉANCE : Quốc thư. Chứng minh tín nhiệm.
Lettre de GRÂCE : Lệnh ân xá.
Lettre INFRUCTUEUSE : Thư không hồi âm. Thư không kết quả.
Lettre d'INTRODUCTION : Thư tiến dẫn; giới thiệu.
Lettre d'INVITATION : Thư mời.
Lettre MORTE : Thư không được phúc đáp.
Lettre OFFICIELLE : Công hàm.
Lettre OUVERTE : Thư ngỏ. Thư đăng báo.
Lettre de RAPPEL : Thư nhắc (*lại thư trước*).
Lettre RECOMMANDÉE : Thư bảo đảm.
Lettre RECOMMANDÉE avec ACCUSÉ de RÉCEPTION : Thư bảo đảm có hồi báo.
Lettre SANS RÉPONSE : Thư không hồi âm.
Lettre de SERVICE : Tờ ủy quyền cho sĩ quan.
EN lettres de FEU : Đanh thép.
EN lettres de SANG : Bằng cách đổ máu.
EN TOUTES lettres : Viết từng chữ, nói rõ ràng.

LETTRÉ : *đ* Văn nhân. / Kẻ sĩ. / Người có học.

LEURRE : *c* Bả lừa lọc. Mồi (bả) dùng để đánh lừa. Chim mồi (*gọi chim khác tới*).

LEURRER : *đgt* Đánh lừa. Đánh bả.

LEVANT : *đ* Đông phương. Vùng Cận đông.

LEVÉE : *c* Sự mang đi. Sự tháo gỡ. Sự giải trừ.
Levée du CORPS : Lễ động quan. Chuyển cữu.
Levée des LETTRES : Bốc thư *(bưu điện)*.
Levée POSATLE : Bưu tá lấy thư đem đi.
Levée des SCELLÉS : Gỡ niêm phong.
MAIN levée : Giải trừ.

LEVER : *đgt* Nâng lên. Nhấc lên. / Chiêu mộ. / Giải toả. Xin cấp (*một vật gì*).
Lever le BLOCUS : Giải phong toả. Bỏ cấm vận.
Lever une FEMME : Dụ dỗ phụ nữ.
Lever les IMPÔTS : Thâu thuế.
Lever les INTERDICTIONS : Giải cấm.
Lever un JUGEMENT : Xin cấp án văn.
Lever le MASQUE : Lột mặt nạ.
Lever les OPTIONS : Quyết chọn.
Lever les RIDEAUX : Mở màn (*sân khấu*).
Lever la SÉANCE : Bế mạc phiên họp.
Lever de TROUPES : Trưng binh. Chiêu mộ.

LEXICOGRAPHE : *đ* Tự điển gia. Người biên soạn tự vựng.

LEXICOLOGIE : *c* Tự vựng học.

LEXIQUE : *đ* Tiểu tự điển. Ngữ vựng.

LEZ : *gt (như chữ lès)* Ở gần.

LEZARD : *đ* Con thằn lằn.

LEZARDÉ : *tt* Nứt nẻ.
MUR lézardé : Mảng tường nứt nẻ.

LIAISON : *c* Mối liên hệ. Mối liên lạc.
Liaison d'AMITIÉ : Liên hệ bằng hữu.
Liaison COUPABLE : Ngoại tình.
Liaison avec l'ENNEMI : Liên hệ với địch.

LIASSE : *c* Bó. Xếp. Xấp.
Liasse de BILLETS de BANQUE : Xấp giấy bạc.

LIBELLÉ : *đ* Lời văn. Văn viết.
Libellé d'un CONTRAT : Văn từ của khế ước.
Libellé d'un JUGEMENT : Án từ.

LIBELLER : *dgt* Viết thành văn.
Libeller un ARTICLE : Viết bài báo.
Libeller un CHÈQUE : Viết xéc.
Libeller les CONCLUSIONS : Lập lý đoán.
Libeller une LETTRE : Thảo một lá thư.

LIBÉRABLE : *tt* Phóng thích được. Tha được. Tạm tha được.
PRISONNIER libérable : Tù nhân tới ngày phóng thích.
MILITAIRE libérable : Quân nhân tới ngày giải ngũ (phục viên).

LIBÉRAL : *tt* Tự do. Phóng túng. Quảng đại.
COMMERCE libéral : Thương mại tự do.
ESPRIT libéral : Tinh thần quảng đại.
IDÉE libérale : Tư tưởng phóng túng.
NTERPRÉTATION libérale : Giải thích phóng túng, rộng rãi.
POLITIQUE libérale : Chính trị quảng đại.
PROFESSION libérale : Nghề tự do.
TRAITEMENT libéral : Đối xử phóng túng.

LIBÉRAL : *đ* Người chủ trương tự do.

LIBÉRALISATION : *c* Sự nới rộng tự do.

LIBÉRALISER : *dgt* Nới rộng tự do.
Libéraliser les IDÉES DÉMODÉES : Tự do hóa những tư tưởng lỗi thời.

LIBÉRALISME : *đ* Chủ nghĩa tự do (*kinh tế*).

LIBÉRALITÉ : *c* Sự trao tặng. Tài vật trao tặng.

LIBÉRATEUR : *đ* Người giải phóng.

LIBÉRATION : *c* Sự giải phóng. Sự phóng thích. / Sự thanh toán hết nợ nần. / Sự đã hoàn tất nghĩa vụ.
Libération CONDITIONNELLE : Phóng thích với điều kiện.
Libération d'une DETTE : Trả hết nợ nần.
Libération d'un DÉTENU : Phóng thích tù nhân.
Libéré du SERVICE NATIONAL : Hoàn tất nghĩa vụ quân sự.

LIBÉRATOIRE : *tt* Giải phóng. Giải thoát. Giải trừ.

LIBÉRÉ : *tt* Được tha. Được phóng thích. Được tự do. Được giải phóng. / Được hưởng tự do. *đ* Kẻ không còn bị ràng buộc. Kẻ được hưởng tự do.
FEMME ibérée : Phụ nữ tự do.

LIBÉRER : *dgt* Tha. Thả ra. Phóng thích. Cho tự do. Giải phóng.
Libérer le COMMERCE : Cho tự do thương mại.
Libérer sa CONSCIENCE : Cho lương tâm được thanh thản.
Libérer le PASSAGE : Cho qua lại tự do.
Libérer le PAYS : Giải phóng quê hương.
Libérer le PRISONNIER : Thả tù nhân.

LIBERTAIRE : *tt* Vô chính phủ. *đ* Kẻ theo thuyết vô chính phủ.

LIBERTÉ : *c* Sự tự do. Quyền tự do.
Liberté d'ACTION : Tự do hành động. Rộng đường cương tỏa.
Liberté d'ASSOCIATION : Tự do lập hội.
Liberté de COMMERCE : Tự do doanh thương.
Liberté CONDITIONNELLE : Phóng thích với điều kiện.
Liberté de CONSCIENCE : Tự do suy ngẫm.
Liberté de CROYANCE : Tự do tín ngưỡng.
Liberté de CULTE : Tự do thờ phụng.
Liberté de DÉPLACEMENT : Tự do di chuyển.
Liberté d'OPINION : Tự do chính trị.
Liberté INDIVIDUELLE : Tự do cá nhân.
Liberté de PAROLE : Tự do ngôn luận.
Liberté de PENSÉE : Tự do tư tưởng.
Liberté de PRESSE : Tự do báo chí.
Liberté PROVISOIRE : Tự do tạm. Tạm thích.
Liberté PROVISOIRE avec caution : Tạm thích với tiền hế chân.
Liberté de RÉSIDENCE : Tự do cư trú.
Liberté de RÉUNION : Tự do hội họp.
Liberté de SÉJOUR : Tự do lưu trú.
Liberté SUR PAROLE : Tạm thích vì hứa (không phạm pháp).
Liberté SURVEILLÉE : Tạm thích (*nhưng phải trình diện hàng tuần, hàng tháng với cơ quan an ninh).*

LIBERTICIDE : *tt* Bóp nghẹt tự do. Giết chết tự do (*bóng*).
LOI liberticide : Đạo luật giết chết tự do.

LIBERTIN : *tt* Trụy lạc. Phóng đãng. / Vô tín ngưỡng. *đ* Kẻ trụy lạc. Kẻ phóng đãng. / Kẻ vô tín ngưỡng.

LIBERUM VETO : Tự do phủ quyết.

LIBRAIRIE : *c* Thư quán. Tiệm sách.

LIBRE : *tt* Tự do. Rảnh rỗi.
CONSENTEMENT libre : Tự do ưng thuận.
ÉCOLE libre : Trường tư. Tư thục.
TEMPS libre : Thời gian trống trải.
TRADUCTION libre : Dịch thoát ý. Dịch phóng khoáng.
UNION libre : Sống chung (*trai gái không hôn thú*).
LA PAROLE EST libre, LA PLUME EST SERVE : Nói thì tự do, nhưng bút xa thì gà chết.
Libre CONCURRENCE : Tự do cạnh tranh.

LIBRE-ÉCHANGE : *lng* Mậu dịch tự do.

LIBRE-ARBITRE : *lng* Phi quyết định luận.

LICENCE : *c* Văn bằng cử nhân. Giấy phép. Môn bài.

LICENCIÉ : *đ* Kẻ bị sa thải. / Người có bằng cử nhân.

LICENCIEMENT : *đ* Sự sa thải. Sự cho nghỉ việc.
INDEMNITÉ de licenciement : Bồi thường sa thải.
Licenciement ABUSIF : Lạm thải.
Licenciement SANS CAUSE : Sa thải vô cớ.
Licenciement SANS PRÉAVIS : Sa thải không báo trước (vì lỗi nặng).

LICENCIER : *dgt* Sa thải (*nhân viên*). Đuổi việc.

LICENCIEUX : *tt* Phóng đãng. Bừa bãi. / Vô đạo đức.
CONDUITE licencieuse : Cư xử bậy bạ.
VIE licencieuse : Cuộc sống phóng đãng.

LICITATION : *c* Việc bán để chia (*bất động sản*).

LICITE : *tt* Đúng luật. Hợp pháp.

LIE : *c* Cặn rượu. Bã rượu.
LIE de la SOCIÉTÉ : Cặn bã xã hội.

LIEN : *đ* Sự liên hệ. Mối quan hệ. Sự giao tiếp.
Lien d'AMITIÉ : Tình bạn.
Lien de PARENTÉ : Liên hệ họ hàng.
DOUBLE lien de PARENTE : Họ hai bề.
ROMPRE les liens : Tuyệt giao.

LIER : *dgt* Kết giao. Kết liên. Ràng buộc. Trói.
Lier CONVERSTION : Bắt chuyện (*với ai*).
Lier la LANGUE : Thủ khẩu. Không nói.
Lier les MAINS : Bó tay.

LIEU : *đ* Nơi. Chỗ. Nơi chốn. Xứ. Địa danh. Điểm.
AVOIR lieu : Xảy ra.
AU lieu DE : Thay vì bằng...Thay thế bằng...
DESCENTE des lieux : Vi hành phạm trường. Thị sát phạm trường.
DESCENTE SUR les lieux : *như trên.*
DONNER lieu : Gây ra. Phát sinh.
EN DERNIER lieu : Điểm chót. Sau cùng.
EN SECOND lieu : Điểm thứ. Thứ đến. Hai là.
EN PREMIER lieu : Điểm một. Đầu tiên. Trước tiên.
EN lieu ET PLACE : Thay thế người khác (*trong chức vụ*).
EN TEMPS ET lieu : Đúng lúc đúng chỗ.
ÉTAT des lieux : Tình trạng (*vật chất*) nhà cửa.
MAUVAIS lieu : Nơi trụy lạc. Nhà chứa điếm.
TENIR lieu DE : Thay thế. Thế vì. Thay cho.
VIDER les lieux : Đuổi (*nhà*) khỏi địa điểm.
VISITER les lieux : Khám xét nhà.
Lieu d'ASILE : Nơi dung thân. Nơi tỵ nạn.
Lieu d'AISANCE : Nhà tiêu. Nhà cầu (N). Nhà xí (B).
Lieu du CRIME : Phạm trường.
Lieu-DIT : Nơi có tên là. Địa danh là.
Lieu d'EXÉCUTION : Nơi hành quyết.
Lieu d'EXECUTION du CONTRAT : Nơi thi hành khế ước.
Lieu de NAISSANCE : Sinh quán. Nơi sanh. Nơi chôn nhau, cắt rốn.
Lieu de PLAISIR : Nơi ăn chơi. Chốn chơi bời.
Lieu PRIVÉ : Tư gia.
Lieu PUBLIC : Nơi công cộng.
Lieu de RÉUNION : Nơi hội họp.

LIEUE : *c* Dặm.
Lieue MARINE : Hải lý.
ETRE à cent lieues de : Cách ngàn trùng.

LIEUTENANT : *đ* Trung uý.

LIGNAGE : *đ* Giòng họ. Gia hệ.

LIGNAGER : *đ* Đồng tông. Người cùng họ.

LIGNE : *c* Tuyến đường. Thẳng hàng. / Dòng họ. Tông tộc. / Dòng chữ.
Ligne ASCENDANTE : Dòng tiên tổ.
Ligne COLLATÉRALE : Bàng hệ.
Ligne de COMMUNICATION : Tuyến giao thông.
Ligne de CONDUITE : Cách xử thế. Cách cư xử.
Ligne de DÉFENSE : Đường lối biện hộ. Phòng tuyến.
Ligne DESCENDANTE : Hậu duệ.
Ligne DIRECTE : Trực hệ.
Ligne de FEU : Hoả tuyến.
Ligne MATERNELLE : Dòng bên ngoại. Ngoại hệ.
Ligne PATERNELLE : Dòng bên nội. Nội hệ.
Ligne POLITIQUE : Đường lối chính trị. Chủ trương.
À LA ligne : Xuống hàng, xuống dòng.
AVOIR de la ligne : Dáng thanh lịch.
LIRE ENTRE les lignes : Đoán ý người viết.
MONTER en ligne : Ra tiền tuyến.
SUR toute le ligne : Liên tục.

LIGNÉE : *c* Hậu duệ. Dòng dõi. Con cháu.

LIGOTER : *dgt* Trói lại. Trói buộc. Kiềm chế.
Ligoter les BRAS : Trói tay lại.
Ligoter la PENSÉE : Kiềm chế tư tưởng.

LIGUE : *c* Liên minh. Liên hiệp.
Ligue du DROIT DE L'HOMME et DU CITOYEN : Liên hiệp nhân quyền và dân quyền.

LIMITATIF : *tt* Hạn chế.

LIMITATION : *c* Sự hạn chế. Sự hạn định.

LIMITE : *c* Giới hạn. / Cuối cùng. / Mốc giới hạn.
DATE limite : Hạn cuối phải dùng (*thuốc men*).
Limite d'ÂGE : Hạn tuổi. Tới hạn tuổi hưu.

LIMITÉ : *tt* Hạn chế. Có giới hạn. Hữu hạn.
CAPACITÉ limité : Khả năng hạn chế.
POUVOIR limité : Quyền hành hạn chế.
RESPONSABILITÉ limitée : Trách nhiệm hữu hạn.
S.A.R.L. (*Société à Responsabilité Limitée*) : Công ty trách nhiệm hữu hạn.

LIMITER : *dgt* Giới hạn. Hạn chế.
Limiter les DÉPENSES : Giới hạn chi tiêu.

LIMITROPHE : *tt* Giáp ranh. Giáp giới.
PAYS limitrophes : Lân bang. Nước láng giềng.

LIMOGEAGE : *đ* Sự cách chức. Sự triệt hồi. Sự huyền chức.

LINGOT : *đ* Thoi. Thỏi. Đĩnh. Nén.
Lingot d'OR : Nén vàng. Thoi vàng.
Lingot d'ARGENT : Đĩnh bạc. Thoi bạc.
OR en lingots : Giầu có (*bóng*).

LINGUISTE : *đ* Nhà ngôn ngữ học.

LION : *đ* Sư tử. Chúa sơn lâm. / Người nổi danh. / Kẻ bảnh bao.
PART du lion : Phần hơn người (*ăn hiếp*).

LIQUIDATEUR : *đ* Thanh toán viên.

LIQUIDATION : *c* Việc thanh lý. Việc thanh toán. Sự giải thể. Sự kết thúc. Sự bán tống bán tháo.
Liquidation d'une AFFAIRE : Bán tống bán tháo.
Liquidation à l'AMIABLE : Tương thuận thanh toán.
Liquidation d'une COMMUNAUTÉ de BIENS : Thanh lý cộng đồng tài sản phu phụ (*sau ly hôn*).
Liquidation d'un COMPTE BANCAIRE : Thanh toán chương mục ngân hàng.
Liquidation DE FIN DE MOIS : Thanh toán cuối tháng.
Liquidation des DÉPENS : Thanh toán án phí tụng lệ.
Liquidation JUDICIAIRE : Thanh toán tài phán.
Liquidation de STOCK : Bán tống hàng tồn kho.
Liquidation d'une SUCCESSION : Thanh lý di sản.
Liquidation TOTALE : Tổng thanh lý.

LIQUIDE : *đ* Tiền mặt. Chất lỏng.

LIQUIDER : *đgt* Thanh lý. Thanh toán. / Giải thể. / Kết thúc. Kết liễu. Giết chết (*lóng*).
Liquider les COMPTES : Kết trương.

LIRE : *c* Đơn vị tiền nước Ý. Ý tệ.

LIRE : *đgt* Đọc. Tuyên đọc.
Lire un JUGEMENT : Tuyên án.
Lire une PIÈCE : Đọc lên một văn kiện.

LISIBLE : *tt* Đọc rõ. Đọc được. Dễ đọc.
ÉCRITURE lisible : Chữ viết rõ ràng.
SIGNATURE lisible : Chữ kề đọc ra.

LISTE : *c* Bản kê. Danh sách.
Liste CIVILE : Nguyên thủ tuế phí..
Liste ÉLECTORALE : Danh sách cử tri.
Liste des JURÉS : Danh sách phụ thẩm nhân dân.
Liste NOIRE : Sổ đen.
Lit de PARDE : Linh sàng.
Liste des PRIX : Bảng liệt kê giá cả.

LIT : *đ* Lòng sông. / Hôn nhân. Giá thú. / Giường.
ENFANT du PREMIER LIT : Con riêng của vợ (*chồng*) trước.
ENFANT du SECOND LIT : Con với vợ (*chồng*) sau.

LITEM **:** Thuộc về vụ kiện.

LITE PENDENTE **:** Thời gian vị quyết.

LITIGANT : *tt* Tranh tụng. Đáo tụng đình.
PARTIES litigantes : Phe tranh tụng.

LITIGANT : *đ* Kẻ tranh tụng.

LITIGE : *đ* Vụ tranh chấp. Vụ tranh tụng.
OBJET du litige : Chủ điểm tranh chấp.
QUESTION en litige : Vấn đề chưa giải quyết.

LITIGIEUX : *tt* Tranh chấp. Tranh tụng.
POINT litigieux : Điểm tranh chấp; chưa đồng ý.

LITISPENDANCE **:** Chưa quyết định.

LITTÉRAL : *tt* Từng chữ. Từng chữ một.
SENS littéral : Nghĩa đen.
TRADUCTION littérale : Dịch theo nghĩa đen.

LITTÉRALEMENT : *pht* Đúng từng chữ một.
COPIER littéralement : Chép theo nguyên bản.

LITTÉRATURE : *c* Văn học. Văn chương.
C'EST de la littérature : Tán láo (*thân*).

LIVRABLE : *tt* Giao được.
MARCHANDISE livrable : Hàng hóa giao được.

LIVRAISON : *c* Sự giao hàng.
PRENDRE livraison : Tiếp thu.
REFUSER livraison : Khước nhận.
Livraison au COMPTANT : Lãnh hóa giao ngân.

LIVRE : *đ* Sổ. Sách. Bạ. Thư tịch.
GRAND livre : Sổ cái (*kế toán*).
PARLER comme un livre : Nói như sách (*mỉa*).
TENUE des livres : Giữ sổ sách.
Livre BLANC : Bạch thư.
Livre de BORD : Sổ hàng hải.
Livre de COMMANDE : Sổ đặt hàng.
Livre de COMPTABILITÉ : Sổ sách kế toán.
Livre des DÉPENSES : Sổ chi tiêu.
Livre FONCIER : Sổ địa bạ.
Livre d'OR : Sổ vàng.
Livre de PRIÈRES : Sách kinh.
Livre des RECETTES : Sổ thu nhập.
Livre SACRÉ : Kinh thánh

LIVRE : *c* Đơn vị cân của người Anh. (bằng 500 gram).
Une livre de VIANDE : Nửa ki lô thịt bò.

LIVRER : *đgt* Giao. Nộp.
Livrer les COUPABLES : Giao nạp phạm nhân.

LIVRER (SE) : *đgt* Đầu thú. Ra thú. Tự nạp mình.

LIVRET : *đ* Cuốn sổ nhỏ. Sổ bạ.
Livret de FAMILLE : Gia bạ.
Livret MILITAIRE : Quân bạ.
Livret de SANTÉ : Y bạ cá nhân.
Livret SCOLAIRE : Học bạ.

LIVREUR : *đ* Người giao hàng.

LIVREUSE : *c* Xe giao hàng.

LOBBY : *đ* Nhóm người thế lực. Nhóm người gây áp lực.

LOCAL : *tt* Địa phương. Cục bộ.
ADMINITRATION locale : Chính quyền địa phương.
AFFAIRE locale : Công việc địa phương.
AGENT local : Nhân viên địa phương.
COULEUR locale : Sắc thái địa phương.
GUERRE LOCALE : Chiến tranh cục bộ.

LOCAL : *đ* Trụ sở. Căn nhà. Căn phòng. Nơi chốn.
SE RÉUNIR dans un local : Hội họp ở trụ sở.

Local ADMINISTRTIF : Cơ sở hành chánh.
Local COMMERCIAL : Thương cục.
Local d'HABITATION : Căn nhà cư dụng.
Local INSALUBRE : Căn nhà dơ bẩn.

LOCALISATION : *c* Định chỗ. Xác định vị trí.

LOCALISER : *đgt* Định chỗ. Định vị.
Localiser un INCENDIE : Định vị đám cháy. / Không cho đám cháy lan thêm.

LOCALITÉ : *c* Địa phương. Nơi ít dân cư ngụ.

LOCATAIRE : *đ* Người thuê mướn.
Locataire d'une MAISON : Người thuê nhà.
Locataire PRINCIPAL : Người thuê chính.
SOUS locataire : Người thuê lại (*cuả người thuê chính*).

LOCATIF : *tt* Thuộc về sự thuê mướn.
BAIL locatif : Khế ước thuê mướn.
PRIX locatif : Giá thuê mướn.
VALEUR locative : Giá thuê mướn.
RÉPARATIONS locatives : Tu bổ mà người thuê phải gánh chịu.

LOCATION : *c* Sự thuê mướn. Sự cho thuê.
BAIL de location : Khế ước thuê mướn.
CONTRAT de location : Khế ước thuê mướn.
DONNER EN location : Cho thuê. Cho mướn.
PRENDRE EN location : Chịu thuê. Chịu mướn.
SOUS location : Sự cho thuê lại.
Location EN MEUBLÉ : Thuê nhà có sẵn đồ đạc.
Location EN GARNI : Thuê phòng có sẵn đồ đạc.
Location ANNUELLE : Niên tô. Thuê năm.
Location AU JOUR : Nhật tô. Cho thuê từng ngày.
Location AU MOIS : Nguyệt tô. Cho thuê tháng.
Location à PERPÉTUITÉ : Vĩnh tô. Thuê vĩnh viễn.
Location d'OUTIL : Thuê dụng cụ.
Location PAR ÉCRIT : Cho thuê với khế ước.
Location VENTE : Tô mại. Vừa cho thuê vừa bán (*x ch leasing*).
Location VERBALE : Thuê không khế ước, thoả thuận miệng.
Location de VOITURE : Thuê xe.

LOGE : *c* Nơi trú ngụ. Nơi ở chật hẹp. Túp lều tạm trú. Nhà người gác cổng, gác gian. Phòng trang điểm cuả diễn viên. Một chi phái của hội Tam Điểm.
Loge d'ÉCURIE : Tàu ngựa. Ngăn chuồng ngựa.
Loge MAÇONNIQUE : Trụ sở hội Tam điểm.
PREMIÈRE loge : Nơi thuận tiện để quan sát.

LOGEMENT : *đ* Nhà ở. Chỗ ở.

LOGER : *đgt* Cư trú. Tạm trú. Ở trọ.
Loger SOUS LE MÊME ENSEIGNE : Cùng chung một cảnh ngộ.

LOGEUR : *đ* Chủ trọ.

LOGICIEL : *đ* Hệ thống vi tính (*điện tử*). Hệ thống lý luận.

LOGIQUE : *tt* Thuận lý. Lý tuyến. Hợp lý.
CONCLUSIONS logiques : Biện minh hợp lý.
CONSÉQUENCES logiques : Hậu quả dĩ nhiên.
FONDEMENT logique : Căn bản thuận lý.

LOGIQUE : *c* Sự hợp lý. Sự thuận lý. / Lý luận học. / Biện học.
La logique des FAITS : Hợp lý cuả sự kiện.

LOGISTIQUE : *c* Hậu cần.

LOGOS : *đ* Biểu hiệu. Biểu tượng. Huy hiệu.

LOI : *c* Luật pháp. Pháp luật. Đạo luật. Định lý. Định luật. Quy luật.
ABROGER une loi : Bãi bỏ đạo luật.
ADOPTER une loi : Thông qua đạo luật.
APPLIQUER une loi : Áp dụng đạo luật.
ÉLABORER une loi : Thảo một đạo luật.
EXÉCUTER une loi : Thi hành đạo luật.
FAIRE la loi : Làm mưa làm gió.
FORCE de loi : Pháp lực. Uy quyền pháp luật.
HOMME de loi : Luật gia.
INTERPRÉTER une loi : Lý giải đạo luật.
PROMULGUER une loi : Ban hành đạo luật.
PROJET de loi : Dự luật. Dự án luật.
PUBLIER une loi : Công bố đạo luật.
VOTER une loi : Bầu một đạo luật.
Loi ADMINISTRATIVE : Luật hành chánh.
Loi AGRAIRE : Luật điền địa.
Loi d'AIRAIN : Luật sắt thép.
Loi DRACONIENNE : Luật hà khắc.
Loi ECCLÉSIASTIQUE : Giáo luật.
Loi ÉCRITE : Luật thành văn.
Loi d'EXCEPTION : Luật đặc miễn.
Loi des FINANCES : Luật tài chánh.
Loi FONDAMENTALE : Luật cơ sở. Luật căn bản.
Loi MARTIALE : Quân luật.
Loi ORGANIQUE : Luật tổ chức.
Loi PÉNALE : Hình luật.
Loi PROHIBITIVE : Luật cấm chỉ.
Loi INTERPRÉTATIVE : Luật giải thích đạo một đạo luật khác.
Loi du TALION : Luật phục thù.

LOIN : *pht* : Xa xôi.
ALLER loin : Còn tiến xa (*công danh*).
ALLER TROP loin : Quá mức. Quá lố.
VOIR loin : Nhìn xa. Lo xa.

LOINTAIN : *tt* Xa xôi. Xa xưa. Phương xa. Trời xa.
CAUSE lointaine : Nguyên nhân gián tiếp.
ÉPOQUE lointaine : Thời xa xưa.

LOISIBLE : *tt* Tùy tâm. Tùy ý.

LOISIR : *đ* Thời gian rảnh rang.

LONDONIEN : *đ* Người cư ngụ thành Luân đôn. Dân Luân đôn.

LONG : *tt* Dài. Dài dòng.
À LA longue : Dần dà.
EN SAVOIR long : Biết rõ. Biết nhiều.
Long COURRIER : Đường viễn dương.
Longue PLAIDOIRIE : Biện hộ dài dòng.
Longue VUE : Viễn vọng kính.

LONGITUDE : *c* Kinh tuyến.

LONGUEMENT : *pht* Dài dòng văn tự (*mỉa*). Lâu.
PLAIDER longuement : Biện hộ dài dòng.

LOQUACE : *tt* Tính nói ba hoa (thiên địa).

LOQUE : *c* Quần áo rách rưới. Giẻ.

LOQUET : *đ* Then cài cửa

LORETTE : *c* Con gái trai lơ.

LORGNER : *dgt* Liếc trộm. Nhìn trộm.

LORS : *pht* Bấy giờ.
DÈS LORS : Từ lúc đó. Từ đó.
DÈS LORS QUE : Vì chưng. Bởi lẽ.
Lors MÊME QUE : Dù cho.

LORSQUE : *tt* Khi mà. Lúc mà.

LOT : *đ* Lô. Phần. Lô giải thưởng. Lô trúng giải. Một đống.
DIVISER en lot : Phân lô. Chia thành từng lô.
GROS lot : Lô độc đắc.
Lot de CONSOLATION : Lô an ủi.
Lot de LIVRES : Đống sách.

LOTERIE : *c* Xổ số.

LOTIR : *dgt* Phân lô. Chia thành từng lô. Cấp cho.

LOTISSEMENT : *đ* Khuôn viên. / Sự chia lô. Sự phân (thành từng) lô.
Lotissement des MAISONS : Chia khu gia cư.

LOUAGE : *đ* Sự thuê mướn.
CONTRAT de louage : Khế ước thuê mướn.
Louage d'EMPHYTÉOTIQUE : Thuê giài hạn.
Louage d'OUTIL : Thuê vật dụng.
Louage d'OUVRAGE : Thuê xây cất.
Louage de SERVICE : Thuê công.

LOUCHE : *tt* Ám muội. Gian dối. / Mắt lác (B). Mắt lé (N). *c* Cái muôi (múc chất lỏng). Bàn tay (*lóng của tù nhân*).

LOUCHER : *dgt* Liếc mắt. Nhìn trộm.

LOUER : *dgt* Cho thuê. Cho mướn. Thuê. Mướn. / Khen ngợi. Ca tụng.

LOUISETTE : *c* Máy chém (ít dùng).

LOUEUR : *đ* Người cho thuê.

LOUP : *đ* Chó sói. Mặt nạ (hóa trang khi dạ vũ).
AVOIR VU le loup : Đã biết mùi đời. Con ong đã tỏ đường đi lối về.
CONNU COMME un loup BLANC : Vua biết mặt chuá biết tên.
EN FUYANT LE loup, RENCONTRER LA LOUVE : Tránh vỏ dưa, gặp vỏ dừa.
ENTRE CHIEN ET loup : Trời nhá nhem tối. Tranh tối tranh sáng.
FAIM de loup : Đói lả. Đói gần chết.
FROID de loup : Lạnh thấu xương. Như *froid de canard* (lóng sinh viên).
HURLER avec les loup : Làm như mọi người. Đi với ma mặc áo giấy.
MARCHER à PAS de loup : Đi rón rén. Đi nhẹ bước.
TENIR le loup PAR SES OREILLES : Thế cưỡi lưng cọp.
Loup de MER : Thủy thủ lão luyện. Thủ thủy lành nghề.

LOUVETEAU : *đ* Sói con. Thiếu sinh.

LOYAL : *tt* Trung trực. Trung thành. Trung nghĩa.

LOYER : *đ* Giá thuê mướn. Tiền (*thuê*) nhà. Tiền phố (B).
BAIL à loyer : Khế ước thuê mướn.
TRIBUNAL des loyers : Toà nhà phố.
QUITTANCE de loyer : Biên lai tiền nhà.
Loyer À ÉCHOIR : Tiền thuê trả trước *(đầu tháng)*.
Loyer ÉCHU : Tiền thuê trả sau *(cuối tháng)*.

LUBRIQUE : *tt* Tà dâm.

LUCIDE : *tt* Sáng suốt. Minh mẫn. Tỉnh táo.
IL EST ENCORE lucide : Anh ta vẫn còn sáng suốt.
IL EST lucide : Anh ta minh mẫn.

LUCIDEMENT : *pht* Một cách sáng suốt.

LUCIDITÉ : *c* Sự sang suốt.

LUCRATIF : *tt* Lợi lộc. Lợi tiền. Mưu lợi. Lý tài.
BUT lucratif : Mục đích (chỉ để) kiếm tiền.
ASSOCIATION à but NON LUCRATIF : Hiệp hội bất lý tài.

LUCRE : *đ* Tiền bạc. Lợi lộc.

LUCRUM CESSANS : Khoản mất lời.

LUNAIRE : *tt* Theo âm lịch.
ANNÉE lunaire : Năm âm lịch.

LUNATIQUE : *tt* Tính nết thất thường. Tính đồng bóng. Buồn vui thất thường.

LUNÉ : *tt* Bị ảnh hưởng của mặt trăng
BIEN luné : Vui vẻ. Dễ tính.
MAL luné : Cáu kỉnh. Khó tính.

LUTTE : *c* Sự đấu tranh.
Lutte des CLASSES : Đấu tranh giai cấp.

LUTTER : *dgt* Tranh đấu. Đòi hỏi. Đánh vật.

LUXE : *tt* Xa xỉ . Xa hoa.
ARTICLE de luxe : Xa xỉ phẩm.
GRAND luxe de DÉTAILS : Với nhiều chi tiết.

LUXUEUX : *tt* Xa xỉ. Xa hoa.

LUXURE : *c* Sự dâm đãng. Sự dâm ô.

LUXURIEUX : *tt* Dâm đãng. Dâm ô.

LYNCH : *đ* Xúm lại đánh đập (*trả thù cho bõ ghét*). Trả thù của quần chúng. Đánh hội đồng (*lóng*).

LYNCHER : *dgt* Xúm lại đánh đập. Đánh hôi.

M

MACHETTE : *c* Dao rựa. Dao đốn cây.

MACHIAVEL : Chính trị gia, *người Ý (1469-1527) tác giả cuốn'Le Prince', dạy thái tử cách cai trị bằng thủ đoạn, bất chấp đạo đức.*

MACHIAVEL : *đ* Chính trị xảo quyệt. Chính trị thủ đoạn.

MACHIAVÉLIQUE : *tt* Xảo quyệt. Thủ đoạn. Phi đạo đức. Như Tào Tháo.

MACHIAVELISME : *đ* Thuyết dùng thủ đoạn trên chính trường.

MACHINATEUR : *đ* Kẻ mưu đồ. Kẻ mưu mô.

MACHINATION : *c* Mưu đồ. Âm mưu.
DÉJOUER une machination : Làm thất bại một dự mưu.

MACHINE : *c* Bộ máy. Máy móc.
Machine ADMINISTRATIVE : Guồng máy hành chính.
Machine INFERNALE : Bom ám sát.

MACHINER : *đgt* Âm mưu.

MAÇONNERIE : Hội Tam điểm. (*như Franc-Maconnerie*). Việc xây tường ốc. Việc xây cất.

MAÇON : *đ* Hội viên Tam điểm. Thợ nề. Thợ xây cất nhà.

MACROÉCONOMIE : *c* Đại kinh tế học.

MAFIA : *c* Gian đảng. Gian nhân hiệp đảng. Hiệp hội tội ác.

MAFIOSI : *đ* Đảng viên hiệp hội tội ác.

MAFIEUX : *tt* Thuộc về gian đảng.

MAGASIN : *đ* Kho hàng. Thương điếm. Cửa tiệm. Cửa hàng. / Ổ đạn trong súng.
Magasin d'APPROVISIONNEMENT : Cửa hàng tiếp liệu.
Magasin d'ARMES : Kho vũ khí.
Magasin de VENTE : Cửa hàng. Cửa tiệm.
Magasin GÉNÉRAL : Cửa hàng bách hóa.

MAGASINAGE : *đ* Sự gửi (bỏ) vào kho.
FRAIS de magasinage : Phí tổn gửi kho.

MAGAZINE : *đ* Tạp chí. Tuần báo. Nguyệt san.

MAGISTER : *đ* Thầy đồ. Thầy giáo. Bằng cử nhân mới (Pháp, *từ 1982*).
Magister *dixit* : Thầy đã dạy như vậy. (*Khổng*) Tử viết.

MAGISTÈRE : *đ* Quyền uy.

MAGISTRAL : *tt* Bậc thầy.
OEUVRE magistrale : Đại tác phẩm.

MAGISTRAT : *đ* Thẩm phán. Pháp quan. Đại diện công quyền.
PREMIER magistrat d'un État : Nguyên thủ quốc gia.
Magistrat du SIÈGE : Thẩm phán xử án. Thẩm phán tọa xử.
Magistrat DEBOUT : Thẩm phán buộc tội. Công tố.

MAGISTRATURE : *c* Chức vị pháp quan. Chức vụ thẩm phán.

MAGISTRATURE : *c* Chức vị thẩm phán.
Magistrature ASSISE : Thẩm phán tọa xử.
Magistrature DEBOUT : Công tố viện.

MAGNAT : *c* Quan đại phu. / Cường hào. / Cự phách.
Magnat du PÉTROLE : Vua dầu hoả.
Magnat de la PRESSE : Vua báo chí.

MAIN : *c* Bàn tay.
Main COURANTE : Sổ ghi nhận đơn thưa gửi nhau ở cảnh sát.
Main-LEVÉE : Ngưng phản đối. Giải trừ. (*main levée d'une saisie : giải trừ ai áp*).
AVOIR les mains de BEURRE : Hậu đậu. Lóng cóng.
AVOIR BIEN en main : Nắm chhác. Hiểu rõ sự việc.
AVOIR la main LÉGÈRE : Có hoa tay. Khéo léo.
AVOIR la main LOURDE : Trừng trị thẳng tay.
AVOIR la main MALHEUREUSE : Đánh bạc không hên.
AVOIR les mains nettes : Trong sạch. Không tham nhũng.
CHANGER de mains : Bán cái (cờ bạc). Từ tay người qua tay người khác.
COUP de main : Giúp đỡ. Đánh úp.
DE la main À la main : Trực tiếp.
DE la main DE : Tự tay ai.
DEMANDER la main : Xin cưới hỏi.
DE PREMIxRE main : Dùng đồ mới tinh.
DONNATION de la main À la main : Cho trực tiếp (*đồ vật*). *Tặng vật trao tay. Cho không làm giấy tờ.*
DONNER la main : Nhận lời xin cưới.
DE SECONDE main : Đồ cũ. Đồ đã dùng rồi.
EN main PROPRE : Trao tận tay. *Remise une lettre en main propre : Thơ trao tận tay.*
EN VENIR aux mains : Rốt cuộc là đánh nhau.

ÊTRE en BONNES mains : Vào tay đáng tin cậy.
HAUT les mains! : Giơ tay lên ! Đầu hàng đi !
HOMME de main : Bộ hạ. Kẻ tay chân.
LEVER la main SUR QUELQU'UN : Giơ tay doạ đánh ai.
METTRE la main sur le FEU : Khẳng định. Quả quyết.
OBTENIR la main de : Cưới được cô nào.
PAYER EN main BRÈVE : Trả nợ hộ cho chủ nợ của mình. (*xem chữ Novation*).
PRENDRE la main DANS LE SAC : Chộp qủa tang (*thân*). *xem chữ flagrant-délit*.
S'EN LAVER les mains : Phủi tay, không buồn chú ý tới.Sống chết mặc bay.
VOL à main ARMÉE : Trộm cướp có vũ trang, có vũ khí.

MAIN-D'OEUVRE : *c* Nhân công.
Main d'oeuvre à BON MARCHE : Nhân công rẻ mạt.
Main d'oeuvre ÉTRANGÈRE : Nhân công ngoại quốc.
Main d'oeuvre QUALIFIÉE : Nhân công thiện nghệ.

MAIN-LEVÉE : *c* Giải trừ. Giải toả.
Main-levée d'un EMBARGO : Giải tỏa cấm vận.
Main-levée de l'HYPOTHxQUE : Giải trừ để đương.
Main-levée JUDICIAIRE : Giải trừ tài phán.
Main-levée du NANTISSEMENT : Giải trừ cầm cố.
Main-levée PARTIELLE : Giải trừ phân bộ.
Main-levée de la SAISIE : Giải trừ sai áp.
Main-levée TOTALE : Giải trừ toàn bộ.

MAINMISE : *c* Sự chiếm lấy. Sự nắm quyền kiểm tra.
Mainmise de l'ÉTAT sur les BANQUES : Nhà nước kiểm soát ngân hàng (*tư*).

MAINMORTABLE : *tt* Bất khả chuyển nhượng.

MAINT : *tt* Nhiều.
Maintes FOIS : Nhiều lần.
RÉPÉTER maintes FOIS : Nhắc đi nhắc lại.

MAINTENIR : *đgt* Duy trì. Bảo trì. Giữ vững.
Maintenir dans les LIEUX : Được hưởng quyền lưu cư.
Maintenir une MACHINE : Bảo trì máy móc.
Maintenir son OPINION : Giữ vững ý kiến của mình.
Maintenir la POSSESSION : Duy trì chấp hữu.
Maintenir la SÉCURITÉ : Duy trì an ninh.

MAIRE : *đ* Xã trưởng. Thị trưởng.
Le maire est un MAGISTRAT : Xã, thị trưởng là pháp quan.

MAIRIE : *c* Thị chính. Thị sảnh. Dinh đốc lý (*xưa*).

MAISON : *c* Căn nhà. Căn phố. Nhà cửa. Nơi ở. Ốc trạch
Maison d'ALIÉNÉS : Viện tâm thần. Nhà thương điên.
Maison d'ARRÊT : Ngục thất. Nhà tù. Nhà giam.
Maison BLANCHE : Bạch cung. Bạch ốc.
Maison de CAMPAGNE : Trại ấp. Ấp trại.
Maison CENTRALE : Căn nhà trung ương.
Nhà hoả lò (*Hà nội*).
Maison CIVILE : Văn phòng Quốc trưởng.
Maison CLOSE : Nhà chứa điếm. Nhà thổ.
Maison de COMMERCE : Thương cục.
Maison CORRECTIONNELLE : Nhà trừng giới.
Maison de DIEU : Nhà thờ.
Maison de JEU : Nhà chứa bạc. Sòng bạc.
Maison MÈRE : Chính sở.
Maison MILITAIRE : Võ phòng Quốc trưởng.
Maison MORTUAIRE : Nhà quàn. Nhà xác.
Maison de RETRAITE : Viện dưỡng lão.
Maison de TOLÉRANCE : Nhà chứa điếm (N). Nhà thổ (B).

MAISONNÉE : *c* Tất cả nhà. Cả tiểu gia đình.

MAISONNETTE : *c* Căn nhà nhỏ.

MAÎTRE : *đ* Chủ nhà. Thầy giáo. Bậc thầy. Danh vị luật sư, chưởng khế. Người có tay nghề.
Maître des CERÉMONIES : Chủ tế.
Maître CHANTEUR : Kẻ tống tiền.
Maître du CIEL : Bá chủ vùng trời.
Maître de CONFÉRENCE : Giảng viên đại học.
Maître de DANSE : Thầy dạy khiêu vũ.
Maître d'ÉCOLE : Thầy giáo.
Maître d'HOTEL : Người chỉ huy khách sạn.
Maître MAÇONNIQUE : Cấp vụ cao của Tam Điểm.
Maître de la MAISON : Chủ nhân. Chủ nhà.
Maître MENUISIER : Bác thợ mộc khéo.
Maître de la MER : Bá chủ biển cả.
Maître Y., avocat : Luật sư Y.
Maître X., notaire : Ông chưởng khế X.
COUP de maître : Việc thành công.
OEIL du maître : Con mắt tinh đời.

MAÎTRISE : *c* Văn bằng tốt nghiệp đại học. (*năm thứ tư đại học*). Sự quán triệt. Tài khéo bậc thầy. Sự làm chủ. Sự kiềm chế. Sự chế ngự.

MAÎTRISER : *đgt* Quán triệt. Chế ngự. Kiềm chế.
Maîtriser le LION : Chế ngự chúa sơn lâm.
Maîtriser ses DÉSIRS : Diệt dục.
Maîtriser la SITUATION : Quán triệt tình hình.
Maîtriser (SE) : Tự chủ.

MAJESTÉ : *c* Sự uy nghi. Sự oai nghiêm.
SA GRACIEUSE majesté : Nữ Hoàng.
S.M. *chữ tắt của* Sa Majesté.
SA Majesté : Hoàng thượng. Bệ hạ. Đức vua.
SA Majesté CATHOLIQUE : Vua Tây Ban Nha.
SA Majesté TRÈS CHRÉTIENNE : Vua Pháp .

MAJESTUEUSEMENT : *pht* Một cách uy nghi. Oai nghiêm.

MAJESTUEUX : *tt* Uy nghi. Oai nghiêm.
FÊTE majestueuse : Buổi lễ huy hoàng.
GESTE majestueux : Cử chỉ cao thượng.
TON majestueux : Giọng oai vệ.

MAJEUR : *tt* Lớn khôn. Trưởng thành.
AFFAIRE majeure : Việc trọng đại.
CAS de FORCE majeure : Trường hợp bất khả kháng.
ENFANT majeur : Trẻ thành niên, trưởng thành.
Majeure PARTIE : Phần lớn. Phần đông.

MAJEUR : *đ* Kẻ thành niên. Kẻ đủ khôn ngoan. *c* Ngón tay giữa.

MAJOR : *tt khg đổi* Trưởng nhóm. Trưởng đoàn.
INFIRMIÈRE major : Nữ y tá trưởng.

MA-JONG, MAH-JONG : *đ* Mã tước. Mà chược. Bài con chim.

MAJOR : *đ* Trưởng khóa (*học*). Trưởng tràng. Thủ khoa. Người đỗ đầu khóa.

MAJORAT : *đ* Chế độ con trưởng thừa kế.
MAJORATION : *c* Sự tăng thêm. Sự tăng gia.
Majoration des PRIX : Tăng giá hàng.
Majoration ILLÉGALE : Tăng giá trái phép.

MAJORDOME : *đ* Hầu cận thân tín.

MAJORER : *đgt* Tăng thêm. Tăng gia.
Majorer les NOTES : Cho thêm điểm.

MAJORITAIRE : *tt* Đa số.
SCRUTIN majoritaire : Bầu theo lối đa số.

MAJORITÉ : *c* Tuổi thành niên. Tuổi trưởng thành. Đa số. Phần đông.
Majorité ABSOLUE : Đa số tuyệt đối.
Majorité des CAS : Phần lớn các trường hợp.
Majorité CIVILE : Tuổi trưởng thành.
Majorité LÉGALE : Thành niên pháp định.
Majorité RELATIVE : Đa số tương đối.

MAL : *pht* Xấu. Dở. Kém.
BIEN mal ACQUIS : Của phi nghĩa.
PAS mal : Cũng khá.
PAS mal DE : Khá nhiều.
TANT BIEN QUE mal : Đường được. Tàm tạm.
Mal à PROPOS : Không đúng thời điểm. Không đúng lúc.

MAL : *tt* Xấu.
BON AN mal AN : Đổ đồng (*bình quân*) hàng năm.
BON GRÉ mal GRÉ : Thuận tình hay miễn cưỡng. Bắt buộc.

MAL : *đ* Điều ác. Điều xấu.
LE BIEN et le mal : Điều thiện và điều ác.
AVOIR du mal à : Gặp trở ngại, khó khăn.
DIRE du mal de : Nói xấu ai.
FAIRE du mal : Làm điều ác.
FAIRE du mal à : Làm hại ai.
PENSER à mal : Nghĩ bậy.
Mal de MER : Say sóng.
Mal du PAYS : Nhớ quê hương.
Mal du SIÈCLE : Bệnh thời đại.

MALADIE : *c* Bệnh tật.
Maladie MENTALE : Bệnh tâm thần.
Maladie PROFESSIONNELLE : Bệnh mắc phải vì hành nghề.

MALADRESSE : *c* Sự vụng về. Sự thiếu khôn ngoan (*bóng*).

MALADROIT : *tt* Vụng về.
DÉFENSE maladroite : Bào chữa vụng về.

MALAISÉ : *tt* Khó khăn. Bất ổn.

MALANDRIN : *đ* Kẻ du côn. Kẻ côn đồ.

MALCHANCE : *c* Điều không may.

MALCHANCEUX : *tt* Không may mắn. Đen đủi. *đ* Người không gặp may.

MALCOMMODE : *tt* Bất tiện.

MALDONNE : *c* Sự hiểu lầm nhau.

MALE : *đ* Nam. Đực. Giống đực.

MALÉDICTION : *c* Lời nguyền ruả. Tai họa. Trời phạt.

MALÉFICE : *đ* Bùa yểm. Bùa bả.

MALÉFIQUE : *tt* Xấu xa.
JOUR maléfique : Ngày xấu. Ngày xui. Hung nhật.

MALEMORT : *c* Bất đắc kỳ tử. Chết thảm.

MALENTENDANT : *tt* Không nghe rõ. Điếc *đ* Kẻ nghễnh ngãng.

MALENCONTREUSEMENT : *pht* Không đúng lúc.

MALENCONTREUX : *tt* Không đúng lúc. Không nhằm lúc.

MALENTENDU : *tt* Hiểu lầm.

MALENTENDANT : *đ* Kẻ nặng tai. Kẻ nghễnh ngãng.

MALENTENDU : *tt* Điều ngộ nhận. Sự hiểu lầm (*nhau*).

MALFAçON : *c* Công việc thực hiện xấu.

MALFAITEUR : *đ* Kẻ gian. Gian phi. Đạo tặc.
ASSOCIATION de malfaiteurs : Gian nhân hiệp đảng.

MALFRAT : *đ* Kẻ vô dụng.

MALGRACIEUSEMENT : *pht* Bất lịch sự.

MALGRACIEUX : *tt* Vô duyên.

MALGRÉ : *gt* Tuy nhiên. Mặc dù.
Malgré QUE : Dù rằng.
Malgré TOUT : Dù sao chăng nữa.

MALHEUR : *đ* Điều bất hạnh. Cái không may.
EN CAS de malheur... : Nếu xẩy ra bất hạnh thì...
GRAND malheur : Điều đại bất hạnh.
JOUER de malheur : Xúi quẩy.
PAR malheur : Chẳng may mà.
PORTER malheur : Đem vận xui tới. Đem tai họa tới.
À QUELQUE CHOSE, malheur EST BON : Trong cái rủi có cái may.

MALHEUREUX : *tt* Khốn khổ. Bất hạnh. Không may. Xấu số.
MAIN malheureuse : Không may tay.
MOT malheureux : Lời nói dại dột. Lời nói không chừng mực.

MALHONNÊTE : *tt* Bất lương. Gian dối. *đ* Kẻ bất lương.

MALHONNÊTETÉ : *c* Tính bất lương. Sự gian dối.

Malhonnêté INTELLECTUELLE : Mưu mô mẹo mực. Vô liêm sỉ.

MALI : *d* Nước Ma-li.

MALIGNITÉ : *c* Tính láu cá. Tính thâm hiểm.

MALIN : *tt* Láu tôm, láu cá. Ma lanh. Tinh quái. *d* Kẻ tinh quái. Kẻ tinh ranh.

MALINTENTIONNÉ : *tt* Có ác ý. *d* Kẻ có ác ý, ác tâm.

MAL-JUGÉ : *d* Việc xử sai luật. Xử không đúng.

MALMENÉ : *d* Kẻ bị ngược đãi, bị đối xử xấu.

MALMENER : *dgt* Ngược đãi. Đối xử xấu. Hành hạ.
LA POLICE a malmené un CITOYEN : Cảnh sát ngược đãi một công dân.

MALOTRU : *d* Kẻ thô lỗ. Kẻ vô giáo dục.
MALSÉANCE : *c* Sự không đúng cách. Sự khó coi.

MALTHUSIANISME : *d* Thuyết hạn chế sinh đẻ. Thuyết chống đa đinh.

MALTRAITER : *dgt* Ngược đãi.

MALUS : *d* Tiền trả thêm bảo hiểm nếu gây nhiều tai nạn.

MALVEILLANCE : *c* Sự ác tâm. Sự ác ý.

MALVEILLANT : *tt* Ác tâm. Ác ý.

MALVENU : *tt* Thiếu tư cách thưa kiện. Không đủ lý do để thưa kiện người khác.

MALVERSATION : *c* Sự tiêu lạm tiền bạc công quỹ. Thói tham ô.

MANAGEMENT : *d* Khoa điều khiển xí nghiệp. Việc điều khiển xí nghiệp.

MANAGER : *d* Người chỉ huy xí nghiệp. Ông bầu *(đội banh, gánh hát)*.

MANDANT : *d* Người ủy quyền (*cho kẻ khác*).

MANDARIN : *d* Quan lại làm việc cho triều đình. Quan lại. Người có trách nhiệm cai trị.
Mandarin CIVIL : Văn quan.
Mandarin MILITAIRE : Võ quan.

MANDARIN : *d* Tiếng Trung quốc phổ thông. Quốc ngữ Trung quốc.

MANDARINAT : *d* Giới quan trường.

MANDARINISME : *d* Chế độ quan lại.

MANDAT : *d* Sự ủy nhiệm. Ủy nhiệm thư. Sự ủy quyền. Tờ ủy quyền. Lệnh. Trát toà đòi. Bưu phiếu.
Mandat *AD LITEM* : Uỷ quyền tranh tụng.
Mandat d'ARRÊT : Trát bắt giam.
Mandat de DÉPÔT : Trát tạm giam.
Mandat GÉNÉRAL : Tổng ủy.
Mandat de PERQUISITION : Trát xét nhà.
Mandat SPÉCIAL : Uỷ quyền một việcthôi.
ACHETER un mandat : Mua bưu phiếu gửi tiền.
DONNER mandat à : Uỷ nhiệm cho ai.
TOUCHER un mandat : Lãnh (*tiền*) bưu phiếu.

MANDATAIRE : *d* Người lãnh ủy nhiệm. Người thụ ủy.

MANDER : *dgt* Triệu hoán. Hạ lệnh. Thông báo.

MANIABLE : *tt* Dễ xử dụng.

MANIAQUE : *tt* Gàn. Tính chú ý tới tiểu tiết.

MANIER : *dgt* Xử dụng.
FACILE à manier : Dễ xử dụng.

MANIÈRE : *c* Cách thức. Kiểu cách.
BELLES manières : Phong độ thượng lưu.
PAR manière d'ACQUIT : Tắc trách. Làm cho song.

MANIÉRÉ : *tt* Kiểu cách.

MANIFESTANT : *d* Người đi biểu tình.

MANIFESTATION : *c* Cuộc biểu tình. Sự biểu lộ.
Manifestation de la VÉRITÉ : Làm lộ ra sự thật.

MANIFESTE : *tt* Hiển nhiên. Rõ rệt.

MANIFESTE : *d* Bản tuyên ngôn.

MANIFESTER : *dgt* Bầy tỏ. Biểu tình.
Manifester sa VOLONTÉ : Bầy tỏ ý chí.
Manifester silencieusement : Biểu tình trầm lặng.

MANIGANCE : *c* Mánh khoé. Mưu mô mẹo mực.

MANIGANCER : *dgt* Lập mưu mô. Mưu toan. Bầy mưu lập kế.

MANOEUVRE : *c* Thủ đoạn. Sự xoay xở. Sự dùng mánh lới. Việc thao diễn. Diễn tập.
CHAMP de manoeuvre : Thao trường.
GRAND manoeuvre : Đại thao diễn.
Manoeuvre DÉLOYALE : Thủ đoạn bất chính.
Manoeuvre DOLOSIVE : Thủ đoạn lường gạt.
Manoeuvre FRAUDULEUSE : Mánh lới gian xảo.
Manoeuvre POLITIQUE : Thủ đoạn chính trị.

MANOEUVRE : *d* Lao công. Làm công. Thợ không chuyên môn.

MANOEUVRER : *dgt* Điều khiển. Thao túng. Thao diễn. Diễn tập.
Manoeuvrer une MACHINE : Điều khiển máy.

MANQUEMENT : *d* Sự khiếm khuyết. Sự thiếu sót.
Manquement à son DEVOIR : Khiếm khuyết nghĩa vụ.

MANQUER : *dgt* Bất đạt. Vắng mặt. Thiếu.

MANUEL : *tt* Thuộc về tay.
TRAVAILLEUR manuel : Kẻ lao động chân tay.

MANUEL : *d* Sách.
Manuel de DROIT : Sách luật.
Manuel SCOLAIRE : Sách giáo khoa.

MANUFACTURE : *c* Nhà máy. Xưởng chế tạo.

MANUFACTURER : *dgt* Công nghiệp chế biến.

MANUFACTURIER : *tt* Vật chế tạo.

MANU MILITARI: Dùng võ lực.
EXPULSION *manu militari*: Trục xuất bằng vũ lực.

MANUSCRIT : *đ* Thủ bút. Thủ cảo. Bản thảo. Bản viết tay.

MANUTENTION : *c* Sự chuyển hàng hóa.

MARASME : *đ* Sự trì trệ. Sự ì ạch.
Marasme ÉCONOMIQUE : Kinh tế trì trệ.

MARAUDAGE : *đ* Sự trộm rau cỏ trong vườn.
TAXI en maraudage : Tắc xi chạy rề rề kiếm mối.

MARCHAND : *đ* Thương nhân. Nhà buôn. Kẻ buôn bán.
Marchand AMBULANT : Người bán rong.
Marchande d'AMOUR : Gái buôn son bán phấn.
Marchand de BIENS : Kẻ buôn bán nhà cửa.
Marchande de PLAISIR : Gái điếm.

MARCHANDAGE : *đ* Sự trả giá. Sự mặc cả. Chế độ cai thầu.

MARCHANDER : *dgt* Trả giá. Mặc cả. Lĩnh thầu.

MARCHANDEUR : *đ* Cai thầu.

MARCHANDISE : *c* Hàng hóa. Hóa phẩm. Thương phẩm. Mặt hàng.
AVANCE sur marchandise : Ứng trước vì có hàng hóa.
Marchandise ARTISANLE : Hàng tiểu công nghệ.
Marchandise de CONTREBANDE : Hàng lậu thuế.
Marchandise IMPORTÉE : Hàng nhập.
Marchandise EXPORTÉE : Hàng xuất.
Marchandise PÉRIMÉ : Hàng hóa quá hạn.

MARCHÉ : *đ* Thị trường kinh tế. Chợ. Giao kèo thương mại.
BON marché : Giá rẻ.
COURS du marché : Giá thị trường.
NOUVEAU marché : Tân thị trường.
Marché des ACTIONS : Thị trường chứng khoán.
Marché de l'ARGENT : Thị trường tiền tệ.
Marché des CHANGES : Thị trường hối đoái.
Marché LIBRE : Thị trường tự do.
Marché NOIR : Chợ đen.
Marché des TRAVAUX : Thị trường xây cất.

MARC-LE-FRANC(AU) : Theo tỷ lệ.

MAGASIN : *đ* Thương điếm. Cửa tiệm. Cửa hàng. / Kho chứa hàng. / Ổ nạp đạn trong súng.

MARGE : *c* Lề. Mép giấy. Bờ rìa.

MARGINAL : *tt* Bên lề. Biên tế.
INSCRIPTIONmarginale : Ghi chú bên lề.
NOTE marginale : Lời chú thích bên lề.

MARGINAL : *đ* Kẻ sống bên lề xã hội.

MARGINALISME : *đ* Thuyết biên tế.

MARGINER : *dgt* Ghi chú bên lề.

MARI : *đ* Người chồng. Phu quân. Phối ngẫu.

MARIABLE : *tt* Có thể kết hôn.
ÂGE mariable : Tới tuổi được phép kết hôn. Tuổi cập kê.

MARIAGE : *đ* Hôn nhân. Hôn thú. Sự kết hôn. Đám cưới. Lễ cưới.
ACTE de mariage : Chứng thư hôn thú. Giấy giá thú.
CÉLÉBRATION du mariage : Cử hành hôn lễ.
CÉRÉMONIE du mariage : Hôn lễ.
CONTRACTER mariage : Kết hôn. Thành hôn.
CONTRAT de mariage : Hôn ước. Khế ước hôn nhân.
COPIE INTÉGRALE de l'acte de mariage : Toàn sao chứng thư hôn thú.
DISSOLUTION du mariage : Giải tán hôn nhân.
ENFANT NÉ HORS mariage : Con ngoại hôn.
NÉ HORS mariage : Tư sinh. Hoang sinh.
OBLIGATIONS du mariage : Nghĩa vụ hôn nhân.
PROMESSE de mariage : Hứa hôn.
Mariage BLANC : Hôn nhân giả trá.
Mariage CIVIL : Đám cưới trước hộ tịch.
Mariage CONSANGUIN : Hôn nhân đồng tộc.
Mariage CONSOMMÉ : Hôn nhân thực chất.
Mariage *IN EXTREMIS*: Lâm chung hôn thú.
Mariage NON CONSOMMÉ : Hôn nhân giả chất.
Mariage MORGANATIQUE : Hôn nhân khắc đẳng. Không môn đăng hộ đối.
Mariage PRÉCOCE : Tảo hôn.
Mariage PUTATIF : Hôn nhân ngộ nhận.
Mariage RELIGIEUX : Hôn thú trước giáo quyền, trước bàn thờ.
Mariage SOUS LA CHEMINÉE : Ẩn hôn. Hôn nhân giấu giếm.

MARIÉ : *đ* Tân lang. Chú rể. Đã thành hôn. / Đã có vợ.

MARIÉE : *c* Tân nương. Cô dâu. Phụ nữ đã thành hôn. / Đã có chồng.

MARIER : *dgt* Làm đám cưới. Cưới hỏi. Làm cho phù hợp (bóng).
Marier sa FILLE : Gả chồng cho con gái.
Marier son FILS : Dựng vợ cho con trai.
Marier (Se) : Kết hôn. Làm đám cưới.

MARITAL : *tt* Thuộc về chồng.
POUVOIR marital : Quyền thế cuả chồng. Phu quyền.

MARITALEMENT : *pht* Như thể vợ chồng.
VIVRE maritalement : Sống với nhau như vợ chồng (không hôn phối). / Giả nhân ngãi non vợ chồng.

MARITIME : *tt* Thuộc về biển cả. Thuộc về hàng hải.
BLOCUS maritime : Phong toả hải cảng.
DROIT maritime : Luật hàng hải.
PORT maritime : Hải cảng.
ROUTE maritime : Hải trình.
TRANSPORT maritime : Hải vận.

MARQUE : *c* Nhãn hiệu. Dấu hiệu.
DE marque : Thượng hạng.
HOTES de marque : Thượng khách.
Marque DÉPOSÉE : Nhãn hiệu cầu chứng.
Marque de FABRIQUE : Nhãn hiệu chế tạo.

MARQUER : *dgt* Đánh dấu. Để lại dấu vết.

MARQUIS : *d* Hầu tước.

MARQUISAT : *d* Tước hầu. Thái ấp của hầu tước.

MARRON : *tt* Nửa vời. Nửa mùa.
AVOCAT marron : Thầy dùi (*đùa*).

MARTIAL : *tt* Thuộc về quân sự. Thượng võ.
COUR martiale : Tòa án quân sự.
LOI martiale : Luật quân sự. Quân luật.

MARTYR : *tt* Tử vì đạo. Tuẫn đạo. *d* Người chết vì lý tưởng.

MARTYRE : *d* Việc tử vì đạo, vì nghĩa. / Sự đau đớn.

MARX : *dt* Mác. Mã khắc tư.

MARXISME : *d* Chủ nghĩa mác xít.

MASCULIN : *tt* Nam tính. Tính đàn ông. Đực.
GENRE masculin : Giống đực.
SEXE masculin : Nam giới.

MASCULINITÉ : *c* Nam tính.

MASOCHISME : *d* Sự thích đau đớn *(bệnh hoạn)*.

MASQUE : *d* Mặt nạ.

MASSACRE : *d* Sự tàn sát.

MASSACRER : *dgt* Tàn sát. Giết không nương tay.

MASSE : *c* Khối. Đại chúng. Quần chúng.
Masse des BIENS : Khối tài sản.
Masse des CREANCIERS : Khối trái chủ.
Masse POPULAIRE : Tập đoàn quần chúng.

MATÉRIALISME : *d* Duy vật thuyết.
Matérialisme DIALECTIQUE : Duy vật biện chứng.
Matérialisme HISTORIQUE : Duy vật sử cương.

MATÉRIALISTE : *d* Người theo chủ nghĩa duy vật.

MATÉRIALITÉ : *c* Tính vật chất.
Matérialité des FAITS : Sự kiện vật chất.
Matérialité des DÉGATS : Tổn hại vật chất.

MATÉRIEL : *tt* Vật chất.
BIENS matériels : Tài nguyên vật chất. Tài vật hữu hình.
CAUSE matérielle : Nguyên nhân thực sự.
FAIT matériel : Sự kiện cụ thể.
MONDE *matériel* : *Thế giới vật chất*.
PREUVE matérielle : Chứng cớ cụ thể.
TEMPS matériel : Thời gian thật sự.
MATÉRIEL : *d* Vật liệu. Dụng cụ.
Matériel d'ENSEIGNEMENT : Dụng cụ giáo khoa.
Matériel de GUERRE : Chiến cụ.

MATÉRIELLEMENT : *pht* Một cách thực chất.
AIDER matériellement : Giúp đỡ vật chất.

MATERNEL : *tt* Thuộc về phiá mẹ; phiá ngoại.
CÔTÉ maternel : Họ ngoại. Họ bên ngoại.
ÉCOLE maternelle : Mẫu giáo.
LANGUE maternelle : Tiếng mẹ đẻ;
PARENT maternel : Bà con bên ngoại.

MATERNITÉ : *c* Tư cách làm mẹ. Nhà hộ sinh. Nhà bảo sinh.

MATHÉMATIQUE : *c* Toán học.
Mathématiques (s nh) xưa.
Mathématique MODERNE : Tân toán học.

MATHÉMATICIEN : *d* Toán học gia.

MATIÈRE : *c* Vật chất. Chất liệu. Đề tài.
Matière BRUTE : Vật nguyên chất. Kẻ chưa được khai hóa.
Matière CIVILE : Môn luật dân sự.
Matière ÉCRITE : Thi viết.
Matière GRISE : Chất xám.
Matière ORDINAIRE : Chất liệu thường dùng.
Matières PREMIÈRES : Nguyên liệu.
Matière PRINCIPALE : Môn học chính yếu.
Matière à RÉFLEXION : Vấn đề đáng để suy nghĩ.
EN matière DE : Về mặt.
ENTRÉE en matière : Phần nhập đề.
INCOMPÉTENT en la matière : Bất tài về vấn đề đó.
TABLE des matières : Mục lục.

MATRIARCAL : *tt* Thuộc về mẫu quyền, mẫu hệ.

MATRIARCAT : *d* Chế độ mẫu quyền.

MATRICULE : *d* Sổ đăng bạ.
NUMÉRO matricule : Sổ đăng. Số quân.

MATRIMONIAL : *tt* Thuộc về hôn nhân.
RÉGIME matrimonial : Chế độ phu phụ tài sản.

MATURITÉ : *c* Sự chín chắn (*thời gian*). Sự khôn ngoan. Sự trưởng thành.

MAUDIRE : *dgt* Nguyền ruả.

MAUVAIS : *tt* Xấu xa. Dở kém. Tồi tệ.
Mauvaise AFFAIRE : Việc bất lợi.
Mauvais ARGUMENTS : Luận cứ không hay.
Mauvaise CONDUITE : Hạnh kiểm xấu.
Mauvaise INTENTION : Ác ý.
Mauvaise LANGUE : Nói xấu. Ác ngôn. Ác khẩu. Xấu miệng.
Mauvais MOMENT à PASSER : Khó khăn nhất thời.
Mauvaise MONNAIE CHASSE LA BONNE : Chỉ tiêu dùng tiền xấu, cất giữ tiền tốt. Tiêu dùng tiền rách, cất giữ tiền lành.

MAUVAISE FOI : *c* Ngoan cố.
La BONNE FOI est TOUJOURS PRÉSUMÉE, À CELUI QUI ALLÈGUE la mauvaise foi à le DÉMONTRER : (*tngl*). Bao giờ cũng phải suy luận ngay tình, kẻ nào kết tội người khác là ngoan cố thì phải chứng minh.

MAXIMA : Tối trọng. Tối đa.
PEINE*maxima* : Hình phạt tối trọng.

MEA CULPA : Lỗi tại tôi. Lời sám hối (tôn).

MÉCÈNE : *d* Người phóng túng *(như Mạnh thường)*. Người bảo trợ văn nghệ sĩ.

MÉCONNAISSANCE : *c* Sự ngộ nhận. Sự không hiểu biết.

Méconnaissance de la SITUATION : Không quán triệt tình thế.

MÉCONNAÎTRE : *đgt* Ngộ nhận. Không hiểu biết. Đánh giá sai (bóng).

MÉDAILLE : *c* Huân chương. Huy chương. Bội tinh. Mề đay.
Le REVERS de la médaille : Mặt trái sự đời.

MÉDECIN : *đ* Thầy thuốc. Y sĩ. Bác sĩ y khoa (*thông dụng*).
Médecin-EXPERT : Y sĩ giám định.
Médecin LÉGISTE : Y sĩ pháp y.
Médecin MILITAIRE : Y sĩ quân y.
Médecin du SPORT : Y sĩ thể dục.
Médecin du TRAVAIL : Y sĩ lao động.

MÉDECINE : c Y khoa. Y học.
Médecine LÉGALE : Pháp y.
Médecine du TRAVAIL : Y khoa lao động.
DOCTEUR en médecine : Bác sĩ y khoa.

MÉDIAS : *đ snh* Cơ quan truyền thông (*báo chí, truyền hình, truyền thanh, phim ảnh, mạng lưới tin học v.v...*).

MÉDIATEUR : *đ* Trung gian hòa giải viên.

MÉDIATION : *c* Việc trung gian hoà giải.

MÉDICAL : *tt* Thuộc về y khoa, y học.
CERTIFICAT médical : Tờ y chứng.
CORPS médical : Giới y khoa.

MÉDICO-LÉGAL : *tt* Pháp y.
EXPERTISE médico-légal : Giám định pháp y.
INSTITUT médico-légal : Sở pháp y. (*nơi khám nghiệm tử thi*).

MÉDIÉVAL : *tt* Thuộc về trung cổ thời đại.

MEETING : *đ* Hội họp đông người (*bầy tỏ nguyện vọng*). Cuộc mít tinh.

MÉFAIT : *đ* Điều xằng bậy. Hành động tác hại.
Les méfaits de l'OPIUM : Tác hại cuả nha phiến.

MÉFIANCE : *c* Sự nghi kỵ. Tính đa nghi.

MÉFIANT : *tt* Ngờ vực. Đa nghi. *đ* Kẻ hay ngờ vực. Kẻ đa nghi.

MÉFIER (SE) : *đgt* Đề phòng. / Dè chừng.

MÉGARDE : *c* Sự vô ý. Sự ngộ nhận.
TUER par mégarde : Ngộ sát. Giết người vì vô ý.

MÉGÈRE : *c* Bà chằng. Người đàn bà khó tính khó nết.

MÉGOT : *đ* Mẩu thuốc lá sắp hết.

MEILLEUR : *tt* Tốt nhất. Tuyệt hảo. Tốt hơn.
POUR LE meilleur ET POUR LE PIRE : Đồng cam cộng khổ. Chia bùi xẻ ngọt (*nói về hôn nhân*). (*On se marie pour le meilleur et pour le pire*).

MÉJUGER : *đgt* Đáng giá thấp. Đánh giá nhầm.

MÉJUGER(SE) : *đgt* Tự đánh giá thấp.

MÉLANCOLIE : *c* Sự u buồn. Sự u sầu.

MELÉ : *tt* Chộn lẫn. Pha trộn. Rối ren.
CHEVEUX mêlés : Tóc rối.
SANG mêlé : Hai giòng máu (con lai).

MELÉE : *c* Loạn đả. Hỗn chiến. Dành bóng (*bóng bầu dục*).
AU DESSUS de la mélée : Đứng ngoài (vụ tranh chấp).
SE JETER DANS la melée : Lao đầu vào đấu tranh.

MELER : *đgt* Chộn lẫn lộn.
Meler les CARTES : Đảo bài. Trộn bài.

MEMBRE : *c* Chi. Thủ. Túc. Hội viên. Thành phần. Đoàn viên. Dương vật.
Les QUATRES membres : Tứ chi. Tứ túc. Tay chân.
Membre ACTIF : Hoạt động hội viên.
Membre ADHÉRENT : Tán trợ hội viên.
Membre À VIE : Vĩnh viễn hội viên.
Membre BIENFAITEUR : Ân tứ hội viên.
Membre DONNATEUR : Tặng dữ hội viên.
Membre INFÉRIEUR : Chân.
Membre du PARTI : Đảng viên.
Membre d'une SOCIÉTÉ : Hội viên cuả một tổ chức.
Membre SUPÉRIEUR : Tay. Cánh tay.

MÉMENTO : *đ* Sổ tay. Sổ ghi. Sổ tóm lược. Sổ ghi nhớ sự việc.

MÉMOIRE : *c* Trí nhớ. Ký ức. Sự tưởng nhớ. / Vong linh. / Bộ ghi nhớ (*máy tính điện tử*).
ATTEINTE à la mémoire de : Phạm tới vong linh người quá cố.
EN mémoire DE : Để tưởng nhớ (kẻ đã khuất).
LAISSER une BONNE mémoire : Để lại tiếng thơm. Lưu danh.
POUR mémoire : Ghi lại cho tạm nhớ.
RÉHABILITER la mémoire du DÉFUNT : Phục hồi danh dự cho người quá cố.

MÉMOIRE : *đ* Bài trần thuật. Bài biện minh. Thuyết minh trạng.
Mémoire AMPLIATIF : Trần thuật bổ sung.
Mémoire en DÉFENSE : Thuyết minh trần thuật.
Mémoire en RÉPONSE : Thuyết minh phúc đáp.

MÉMOIRES : *c snh* Bút ký. Ký sự. Truyện ký. Kỷ yếu.

MÉMORANDUM : *đ* Giác thư (*ngoại giao*).

MÉMORIAL : *đ* Thông điệp (*ngoại giao*). Ký sự. Đài tưởng niệm.

MÉMORALISTE : *đ* Ký sự gia. Người viết hồi ký.

MÉMORISER : *đgt* Ghi lại cho nhớ (*máy điện tử*).

MENAÇANT : *tt* Có tính cách đe dọa; dọa nạt.
AIR menaçant : Vẻ mặt đe dọa.
AVENIR menaçant : Tương lai đáng ngại.
LETTRE de menace : Bức thư doạ nạt.
TON menaçant : Giọng đe dọa.

MENACE : *c* Sự đe dọa. Sự dọa nạt. Lời đe dọa. Mối đe dọa.

Menace de GUERRE : Nguy cơ chiến tranh.
Menace de MORT : Hăm dọa giết người.

MÉNAGE : *đ* Việc nội trợ. Việc gia đình. / Cặp vợ chồng. / Cuộc sống vợ chồng.
FAIRE BON ménage : Hợp tính hợp tình. Hoà thuận.
FAIRE MAUVAIS ménage : Không hợp. Khác tính. Không đồng điệu.
JEUNE ménage : Cặp vợ chồng trẻ.

MÉNAGEMENT : *đ* Việc đối xử nể nang.

MÉNAGER : *tt* Thuộc về trong nhà.
APPAREIL ménager : Dụng cụ trong nhà (*máy giặt, chổi điện v.v.).*

MÉNAGER : *đgt* Giữ gìn. Nương nhẹ.
Ménager la CHÈVRE et le CHOUX : Dung hoà hai phe.
Ménager une ENTREVUE : Xắp đặt cuộc gặp gỡ.
Ménager ses EXPRESSIONS : Ăn nói thận trọng.
Ménager les OREILLES : Không nói những điều chướng tai.

MENDIANT : *đ* Hành khất. Kẻ ăn xin (*khất thực*). Người ăn mày. Kẻ xin ăn

MENDICITÉ : *c* Sự hành khất. Sự ăn xin.

MENDIER : *đgt* Hành khất. Ăn xin. Ăn mày.

MENÉES : *c snh* Âm mưu.

MENER : *đgt* Dẫn dắt. Dẫn đầu. Điều hành.
Mener à BIEN : Hoàn thành tốt đẹp.
Mener à BONNE FIN : Hoàn tất.
Mener BON TRAIN : Xúc tiến.

MENEUR : *đ* Người cầm đầu.

MENOTTER : *đgt* Còng tay. Còng chân. Kiềm chế (*bóng*).

MENOTTES : *c snh* Cái còng tay, chân.

MENSONGE : *đ* Điều nói dối, nói láo.

MENSONGER : *tt* Dối trá.
ALLÉGATION mensongère : Viện dẫn dối trá.
PROMESSE mensongère : Lời hứa láo. Xảo hứa.

MENSUALITÉ : *c* Tiền trả góp hàng tháng.

MENSUEL : *tt* Nguyệt kỳ. Hàng tháng.
BULLETIN mensuel : Thông báo hàng tháng.
REUNION mensuelle : Hội họp nguyệt kỳ.
REVUE mensuelle : Nguyệt san.
REVUE BI-mensuelle : Bán nguyệt san.
SALAIRE mensuel : Lương tháng.

MENSURATION : *c* Kích thước. Sự trắc lượng.

MENTAL : *tt* Thuộc về tâm thần, tinh thần.
ALIÉNATION mentale : Lọan thần. Loạn óc.
MALADIE mentale : Bệnh tâm thần.

MENTALITÉ : *c* Tâm địa. Tâm tính.
Mentalité MÉCHANTE : Ác tâm.

MENTION : *c* Sự ghi chú. Điều ghi chú.
Mention BIEN : Ưu hạng (*thi cử*).
Mention MARGINALE : Ghi chú bên lề.
Mention TRÈS BIEN : Hạng tối ưu.

MENU : *tt* Nhỏ. Ít ỏi. Vụn vặt. *đ* Thực đơn. Chi tiết.
Menu BONHEUR : Hạnh phúc ít ỏi.
Menu PEUPLE : Dân đen. Bần dân.
Menu du RESTAURANT : Thực đơn phạm điếm.
COUPER en menus MORCEAUX : Cắt vụn.
RACONTER par le menu : Kể lại từng chi tiết.

MÉPRIS : *đ* Sự khinh bỉ. Sự khinh miệt. Sự miệt thị. Sự bất chấp.
AU mépris de la LOI : Bất chấp pháp luật.

MÉPRISE : *c* Sự lầm lẫn. Sự ngộ nhận.

MER : *c* Biển cả.
FRUITS de mer : Hải sản. Tôm cá. Sò ốc. Sản phẩm biển cả.
HAUTE mer : Biển khơi.
HOMME de mer : Kẻ làm nghề biển, làm tầu.
PÊCHE en mer : Đánh ca ngoài khơi.
PRENDRE mer : Ra khơi.
Mer LITTORIALE : Duyên hải. Ven biển.

MERCANTI : *đ* Con buôn. Lái buôn. Thương nhân.

MERCANTILE : *tt* Thuộc về buôn bán.
ESPRIT mercantile : Đầu óc lái buôn, tham lợi.

MERCANTILISME : *đ* Thuyết trọng thương (*mại*).

MERCENAIRE : *đ* Kẻ làm thuê.
SOLDAT mercenaire : Lính đánh thuê. Kiểu quân.
TRAVAILLER comme un mercenaire : Làm quần quật.

MERCI : *đ* Lời cám ơn, cảm tạ. Tri ân.
MILLE mercis : Vạn tạ.
GRAND merci : Cám ơn lắm.
Merci BEAUCOUP : Cám ơn lắm.
Merci TROIS FOIS : Cám ơn lắm.

MERCI : *c* Sự thương xót.
AUCUNE merci : Không nương tay. Không thương xót.
À LA merci DE : Phó mặc.
À merci : Mặc sức. Thả cửa.
DIEU merci : May thay.
SANS merci : Thẳng thừng.

MÈRE : *c* Mẹ. Bà mẹ. Mẫu. Thân mẫu. / Mẹ *(bề trên nữ tu viện)*. / Đức mẹ.
Mère ADOPTIVE : Nghĩa mẫu. Mẹ nuôi.
Mère CÉLIBATAIRE : Người mẹ không chồng. (*chữ cũ fille mère).*
Mère INDIGNE : Mẹ bất xứng.
Mère NOURRICIÈRE : Vú nuôi.
Mère PATRIE : Tổ quốc.
Mère PORTEUSE : Mẹ mang thai hộ *người khác.*
Mère SUPÉRIEURE : Mẹ bề trên (*tôn*).
GRAND-mère : Bà nội, ngoại.
REINE mère : Hoàng Thái hậu.

MÉRIDIEN : *đ* Kinh tuyến. *tt* Phương Nam.

MÉRIDIONAL : *tt* Thuộc về phương (miền) Nam.

MÉRITANT : *tt* Xứng đáng. Có công lao.

MÉRITE : *đ* Công trạng. Công lao. Giá trị. Tài cán.

MÉRITER : *đgt* Xứng đáng.
Mériter de la PATRIE : Có công với tổ quốc.

MÉSESTIMER : đgt Đánh giá sai. Coi thường. Đánh giá thấp.

MÉSINTELLIGENCE : Sự bất thuận. Sự bất hòa.

MESQUIN : *tt* Ty tiện. Nhỏ nhặt. Hẹp hòi.
CADEAU mesquin : Món quà nho nhỏ.
HOMME mesquin : Con người nhỏ nhặt.

MESS : *đ* Phòng ăn (*trong trại dành riêng*) cho sĩ quan và hạ sĩ quan.

MESSAGE : *đ* Thông điệp. Thư tín. Truyền thông.

MESSAGER : *đ* Sứ giả. Người đưa tin.

MESSÉANCE : *c* Điều không thích hợp.

MESSIE : *đ* Đấng Cứu thế.
LE Messie : Chúa Giê xu (*tôn*).

MESURE : *c* Biện pháp. Sự đo lường.
Mesure ADMINISTRATIVE : Biện pháp hành chánh.
Mesure COMMINATOIRE : Biện pháp thị uy.
Mesure COERCITIVE : Biện pháp cưỡng chế.
Mesure de CONSERVATION : Biện pháp bảo tồn.
Mesure DISCIPLINAIRE : Biện pháp kỷ luật.
Mesure ÉNERGIQUE : Biện pháp cương quyết.
Mesure LÉGALE : Biện pháp chính thức. Đơn vị đo lường pháp định.
Mesure PROVISOIRE : Biện pháp tạm thời.
Mesure de SÉCURITÉ : Biện pháp an ninh.
Mesure d'URGENCE : Biện pháp cấp thời.
DANS la mesure DE : Theo khả năng.
DANS UNE CERTAINE mesure : Ở mức độ nào đó.
DEUX POIDS DEUX MESURES : Không công bằng. Người yêu kẻ ghét. Bất công.
ETRE en mesure DE : Có đủ khả năng để.
PRENDRE des mesures contre : Tìm cách đối phó.

MESURER : *đgt* Cân. Đong. Đo. Kích thước.
Mesurer ses PAROLES : Đắn đo lời nói. Thận trọng lời nói.

MESURER (SE) : *đgt* Đọ sức. Đo tài.

MÉTAL : *đ* Kim loại. Kim khí.

MÉTALENT : *tt* Vô tài.

MÉTALLURGIE : *c* Ngành luyện kim. Kỹ nghệ biến chế kim loại.

MÉTÉORE : *đ* Sao băng. Sao sáng (*kẻ hiển hách nhất thời*).

MÉTÉORITE : *c* Thiên thạch. Đá trời.

MÉTÉOROLOGIE : *c* Khí tượng học.

MÉTHODE : *c* Phương pháp.

MÉTHODIQUE : *tt* Có phương pháp.

MÉTHODOLOGIE : *c* Phương pháp học.

MÉTICULEUX : *tt* Tỉ mỉ.

MÉTIER : *đ* Nghề nghiệp. / Khung cửi.
Métier MANUEL : Thủ công nghiệp.
VINGT FOIS sur le métier : Làm đi làm lại.
IL A DU métier : Hắn có tay nghề.

MÉTIS : *tt* Lai. Lẫn lộn hai giống khác nhau.

MÉTROPOLE : *c* Chính quốc.

MÉTROPOLITAIN : *tt* Thuộc về chính quốc.

MÉTROPOLITAIN : *đ* Tầu điện dưới mặt đất. Xuyên thổ xa.

MÉTRO : (tiếng tắt của métropolitain).

MEUBLE : *đ* Động sản. Đồ đạc.
TOUT CE QUI N'EST PAS IMMEUBLE EST MEUBLE : Không phải bất động sản thì tất là động sản (th. ng. l.).
EN FAIT de meuble LA POSSESSION VAUT TITRE : Về động sản, chấp hữu là bằng khoán sở hữu. *En fait de meuble meublant, la possession de bonne foi vaut titre de propriété (*th.ng.l.*)*. Ngắn gọn là : En fait de meuble la possession vaut titre.
Meuble CORPOREL : Động sản hữu thể.
Meuble INCORPOREL : Động sản vô thể.
Meuble PAR DESTINATION : Động sản vì chủ đích.
Meuble par NATURE : Động sản vì bản thể.

**MEURTR'.. ** : *đ* Cố sát.
Meurtre avec PRÉMÉDITATION : Mưu sát.

MEURTRIER : *tt* Gây thiệt mạng.
ACCIDENT meutrier : Tai nạn chết người.
ARME meutrière : Khí giới giết người.

MEUTRIER : *đ* Kẻ sát nhân. Kẻ giết người. Hung phạm.

MEUTRIÈRE : *c* Lỗ châu mai.

MEUTRIR : *đgt* Làm bầm tím.

MÉVENTE : *c* Sự bán lỗ.

MEXCICAIN : *đ* Người Mễ tây cơ.

MEXIQUE : *c* Nước Mễ tây cơ (Nam Mỹ).

MICRO-ONDES : *đ* Lò điện vi ba. Vi sóng.

MICROSCOPE : *đ* Kính hiển vi.
Microscope ÉLECTRONIQUE : Hiển vi điện tử.

MIGRATION : *c* Sự di dân.

MIKADO : *đ* Nhật Hoàng.

MILICE : *c* Đoàn dân binh.

MILIEU : *tt* Giữa. Ở giữa.
DOCTRINE du milieu : Đạo trung dung.
Empire du MILIEU : Trung quốc.

MILIEU : *đ* Môi trường. Trung tâm. Nơi giữa. Giới. Tụi trộm cướp. Đảng cướp.
AU BEAU milieu : Chính giữa.
AU milieu DE : Giữa (*đám người*).
Les GENS du milieu : Người của đảng cướp.
INFLUENCE du milieu : ảnh hưởng của môi trường.

Milieux AUTORISÉS : Giới thẩm quyền. Giới hữu quyền.
Milieux DIPLOMATIQUES : Giới ngoại giao.
Milieux INTELLECTUELS : Giới trí thức.
Milieux OFFICIELS : Giới chính quyền.
Milieux OUVRIERS : Giới thợ thuyền.
Milieux POLITIQUES : Giới chính trị.

MILITARISME : *đ* Giới quân phiệt.

MILITAIRE : *tt* Thuộc về quân nhân, quân sự, quân đội.
ART militaire : Thuật chiến tranh.
CODE de JUSTICE militaire : Bộ Quân luật.
HEURE militaire : Đúng giờ.
HIÉRARCHIE militaire : Hệ thống quân giai.
MANOEUVRE militaire : Thao diễn quân sự.
MÉDECIN militaire : Bác sĩ quân y.
PENSION militaire : Hưu bổng quân binh.
SITUATION militaire : Tình hình quân sự.
TRIBUNAL militaire : Toà án Quân sự.
ZONE militaire : Khu quân sự.

MILITAIRE : *đ* Quân nhân. Binh. Lính.
Militaire PROFESSIONNEL : Quân nghiệp.

MILITANT : *đ* Chiến sĩ. Người đấu tranh.

MILITARISATION : *c* Quân sự hóa.

MILITER : *đgt* Chiến đấu.

MILLE : *đ* Dặm (1.609 mét).
Mille-MARIN : Hải lý (1.852 mét).

MILLÉNAIRE : *tt* Hàng ngàn. Ngàn năm.
TRADITION millénaire : Truyền thống lâu đời.

MILLÉNAIRE : *đ* Thiên niên kỷ. Ngàn năm.
TROISIÈME millénaire : Tam thiên niên kỷ.

MILLE-PATTES : *đ* Con rết.

MILLÉSIME : *đ* Có số hàng ngàn. (*niên nhãn cuả rượu*).

MILLÉSIMÉ : *tt* Có niên nhãn.
MONNAIE millésimée : Đồng tiền có niên hiệu(*năm đúc*).

MILLIARD : *đ* Một tỷ. Một ngàn triệu.
Un milliard de CHINOIS : Một tỷ người Trung quốc.

MILLIARDAIRE : *tt* Hàng tỷ. *đ* Nhà tỷ phú. Người giầu bạc tỷ.

MILLIER : *đ* Hàng ngàn.
DES milliers de PERSONNES : Hàng ngàn người.

MILLION : *đ* Một triệu. Một ngàn ngàn.

MILLIONNAIRE : *đ* Nhà triệu phú. Giầu bạc triệu.

MILORD : *đ* Quý tộc (*Anh).*

MIME : *đ* Kịch câm. Kịch bằng điệu bộ. Diễn viên kịch câm. / Chuyên viên nhái người khác (*hề*).

MINABLE : *đ* Kẻ yếu hèn.

MINAGE : *đ* Việc đặt mìn. Việc nổ mìn. / Sự xói mòn.

MINAUDERIE : *c* Sự làm duyên làm dáng.

MINAUDIÈRE : *c* Phái nữ hay làm duyên.

MINCE : *tt* Mỏng manh. Không đáng kể. Không giá trị.
Mince ESPOIR : Hy vọng mong manh.
Mince ! : Bực quá ! (*thân*).

MINE : *c* Mỏ. Vẻ mặt. Địa lôi. Mìn.
Mine MARITIME : Thuỷ lôi.
Mine de RIEN : Vẻ mặt không đáng ngại (*thân*).
ECOLE des mines : Trường Hầm mỏ.
EXPLOITATION des mines : Khai thác khoáng sản.
FAIRE BONNE mine à QUELQU'UN : Tiếp rước ai nồng hậu.
FAIRE mine DE : Giả vờ. Giả đò.

MINER : *đgt* Đặt mìn. Cho nổ mìn.

MINEUR : *tt* Thứ yếu. Nhỏ.
PROBLÈME mineur : Vấn đề thứ yếu.

MINEUR : *đ* Vị thành niên. Công nhân hầm mỏ.
DÉTOURNEMENT de mineur : Quyến dũ vị thành niên.
VIOL des mineurs : Hiếp dâm vị thành niên.
Mineur ÉMANCIPÉ : Vị thành niên hết bị cấm quyền. Vị thành niên có mọi quyền.

MINIMA (A): Khinh. Nhẹ.
APPEL *minimal* : Kháng cáo tối thiểu.

MINIME : *tt* Ít ỏi. Tối khinh. Quá nhỏ.

MINIMUM: Tối thiểu.
Minimum vital : Mức sống tối thiểu.

MINISTÈRE : *đ* Bộ. Nội các. Chức nhiệm.
Ministère de TUTELLE : Bộ liên hệ.
Ministère de la JUSTICE : Bộ tư pháp.
FORMER le ministère : Thành lập nội các.

MINISTÈRE PUBLIC : *đ* Công tố viện. Viện giám sát.
Le ministère public ENTENDU : Sau khi đã nghe công tố buộc tội.
SUR LES CONCLUSIONS du Ministère Public : Sau khi công tố kết luận (*buộc tội*).

MINISTÉRIEL : *tt* Thuộc về hàng bộ trưởng.
ARRÊTÉ ministériel : Nghị định (*bộ trưởng*).
CIRCULAIRE ministériel : Thông tư trong bộ.
CRISE ministérielle : Khủng khoảng nội các.
DÉCRET ministériel : Quyết định (*cuả bộ trưởng*).

MINISTRE : *đ* Thượng thư (*xưa*). Tổng trưởng. Bộ trưởng.
CONSEIL des ministres : Hội đồng bộ trưởng. (*khi có Tổng thống tham dự, Pháp*). (*khác với Conseil de Cabinet*).
PREMIER ministre : Thủ tướng chính phủ.
Ministre des CULTES : Giáo sĩ.
Ministre d'ÉTAT : Quốc vụ khanh.

MINITEL : *đ* Máy vi đàm.

MINORITAIRE : *tt* Thiểu số.

MINORITÉ : *c* Tình trạng vị thành niên. Phe thiểu số.
Minorités ETHNIQUES : Dân tộc thiểu số. Dân tộc ít người.

MINUIT : *đ* Nửa đêm. Nửa khuya.

MINUS HABENS : Người kém thông minh.

MINUTAIRE : *tt* Thuộc về bản gốc.

MINUTE : *c* Chủ cảo án văn. Bản gốc án văn. Bản án gốc. Bản chính. Nguyên bản.

MINUTE : *c* Phút.
Minute d'un JUGEMENT : Bản chính án ăn. Une HEURE TROIS minutes : Một giờ ba phút.

MINUTER : *đgt* Thảo bản chính. Tính từng phút.

MINUTIER : *đ* Sổ ghi những bản gốc án văn.

MINUTUEUX : *tt* Tỉ mỉ.

MIRADOR : *đ* Chòi canh. Điếm canh.

MIRACLE : *đ* Phép lạ. Điều kỳ lạ.

MISE : *c* Sự đặt vào. Sự để vào. Tiền đặt bạc.
Mise en ACCUSATION (*chữ cũ*) : Kết tội.
Mise en APPLICATION : Đem ra áp dụng.
Mise en DÉLIBÉRÉ : Còn nghị án.
Mise en DEMEURE : Bách hẹn.
Mise en ÉTAT : Chuẩn bị phiên xử.
Mise en EXAMEN (*chữ mới*) : Kết tội. *nh.c Inculpation, Mise en accusation.*
Mise en EXÉCUTION : Đem thi hành.
Mise en FAILLITE : Bị vào tình trạng khánh tận.
Mise de FONDS : Góp vốn hùn.
Mise en GAGE : Đem cầm đồ.
Mise HORS DE CAUSE : Đặt ra ngoại vụ. Miễn cứu.
Mise HORS LA LOI : Đặt ngoài vòng pháp luật.
Mise en LIBERTÉ : Phóng thích.
Mise en LIBERTÉ PROVISOIRE : Tạm thích.
Mise à l'INDEX : Tẩy chay.
Mise à PIED : Treo giò. Bắt ngưng việc. (*kỷ luật áp dụng với thuộc quyền*).
Mise en POSSESSION : Cho chấp hữu.
Mise à PRIX : Đặt giá.
Mise à la RETRAITE : Cho về hưu.
Mise en ROUTE : Khởi sự. Bắt đầu.
Mise SOUS SÉQUESTRE : Tạm giữ (*tài, vật*).
Mise en VENTE : Phát mại. Đem ra bán (*đấu giá*).
CHAMBRE DES mises en ACCUSATION : Phòng luận tội (gọi tắt là *Chambre des Mises*).

MISER : *đgt* Đặt tiền (*đánh bài, đánh cuộc*).

MISÉRABLE : *tt* Nghèo hèn. *đ* Kẻ khốn cùng. Kẻ đáng thương.

MISÈRE : *c* Sự bần hàn. Sự nghèo khổ. Sự túng thiếu.

MISÉREUX : *đ* Kẻ nghèo khổ.

MISOGYNE : *tt* Tính đố kỵ phụ nữ. *đ* Kẻ ghét phái yếu.

MISOGYNIE : *c* Tính đố kỵ phụ nữ.

MISOLOGIE : *c* Tính ghét lập luận.

MISOLOGUE : *đ* Kẻ ghét lập luận.

MISS : *c* Hoa hậu. Hoa khôi. Cô gái được bầu làm hoa hậu.
Miss FRANCE : Hoa hậu nước Pháp.
Miss UNIVERS : Hoa hậu thế giới.

MISSILE : *đ* Phi đạn. Hỏa tiễn.
Missile SOL-SOL : Phi đạn địa-địa.
Missile SOL-AIR : Phi đạn địa-không.
Missile AIR-SOL : Phi đạn không-địa.

MISSION : *c* Sứ mệnh. Sứ bộ ngoại giao.
ACCOMPLIR une mission : Hoàn thành sứ mệnh.
AVOIR une mission : Có sứ mệnh. Có nhiệm vụ.
CHAGÉ de mision : Công cán ủy viên. Đặc phái viên.
METTRE FIN à une mision : Kết thúc một sứ mạng.
ORDRE de mission : Sự vụ lệnh.
RECEVOIR une mission : Lĩnh sứ mệnh.
REMPLIR une mission : Làm tròn sứ mệnh.
Mission de BONNE VOLONTÉ : Sứ bộ thiện chí.
Mission COMMERCIALE : Sứ bộ thương mại.
Mission DIPLOMATIQUE : Sứ bộ ngoại giao.
Mission à l'ÉTRANGER : Sứ mệnh tại ngoại quốc.
Mission HISTORIQUE : Sứ mệnh lịch sử.
Mission PLÉNIPOTENTIAIRE : Đặc mệnh.
Mission SECRÈTE : Sứ mệnh bí mật.

MISSIONNAIRE : *đ* Giáo sĩ truyền giáo.

MISSIVE : *c* Thư tín.

MITARD : *đ* Nơi biệt giam.

MITIGER : *đgt* Giảm bớt.
Une PEINE mitigée : Hình phạt nhẹ.

MITOYEN : *tt* Chung cho hai láng giềng.
MUR mitoyen : Tường chung. Cộng bích.
MARE mitoyenne : Ao chung. Cộng trì.

MITOYENNETÉ : *c* Tường vách giữa hai láng giềng.

MIXTE : *tt* Hỗn hợp.
ACTION mixte : Tố quyền hỗn hợp.
TRIBUNAL mixte : Toà hỗn hợp (*Pháp và Việt* 1956).

MOBILE : *đ* Động lực. Sự chuyển động. Động.
Mobile du CRIME : Động lực (*thúc đẩy*) phạm tội.
Mobile PRINCIPAL : Động lực chính.

MOBILIER : *tt* Thuộc về động sản.
BIEN mobilier : Tài vật.
SAISIE mobilière : Sai áp động sản.Tịch biên.

MOBILIER : *đ* Động sản. Vật di dịch được. Đồ đạc thường dùng trong nhà.

MOBILISATION : *c* Chưng binh. Động viên.

MOBILITÉ : *c* Tính lưu động.

MODALITÉ : *c* Phương thức.
Modalité d'APPLICATION : Phương thức chấp hành.
Modalité d'EXÉCUTION : Phương thức thi hành.

MODE : *c* Thời trang. Thời thượng. Mốt. Thị hiếu đương thời.
À LA mode : Đúng mốt. Đúng điệu (*thân*). Theo kiểu.
À la mode DE... : Theo kiểu của...

MODE : *đ* Thể thức. Phương thức.

Mode d'ACQUISITION : Cách thức chấp hữu.
Mode d'EMPLOI : Cách thức dùng (*thuốc*).
Mode de PAIEMENT : Cách thức trả tiền.
Mode de PRODUCTION : Phương thức sản xuất.
Mode d'EXTINCTION : Thể thức tiêu diệt (*quyền lợi*).
À LA mode : Thời thượng. Theo phong trào.

MODÈLE : *tt* Kiểu mẫu. Chuẩn.
Un JUGEMENT modèle : Bản án mẫu mực.

MODÈLE : *đ* Kiểu mẫu. Gương mẫu. Mực thước. Mẫu hàng.

MODÉRANTISME : *đ* Thuyết ôn hoà.

MODÉRANTISTE : *đ* Người theo thuyết ôn hoà.

MODÉRATEUR : *tt* Ôn hoà. Dung hoà. *đ* Người ôn hoà.

MODÉRATION : *c* Sự điều độ. Sự ôn hoà.

MODÉRÉ : *tt* Vừa phải. Chừng mực. Mẫu mực. Trung dung.
PRIX modéré : Giá phải chăng.
TENDANCE modéré : Khuynh hướng ôn hoà.

MODÉRER : *đgt* Làm dịu bớt. Làm cho vừa phải.

MODERNE : *tt* Hiện đại. Tối tân. Mới. Đương thời.
DROIT moderne : Luật pháp đương thời.
HISTOIRE moderne : Lịch sử cận đại.

MODERNISATION : *c* Hiện đại hóa. Canh tân hóa. Sự cải cách theo mới.

MODERNISER : *đgt* Canh tân hóa. Hiện đại hóa.

MODERNISME : *đ* Sự hiện đại hóa. Xu hướng canh tân, đổi mới. Thuyết hiện đại hóa.

MODIFICATION : *c* Sự sửa đổi. Sự thay đổi.

MODIFIÉ : *tt* Canh cải. Cải hoán.
CODE CIVIL modifié : Dân luật canh cải.
CODE PÉNALmodifié : Hình luật canh cải.

MODIFIER : *đgt* Sửa đổi. Thay đổi. Canh cải.
Modifier un texte de LOI : Sửa đổi một điều khoản luật.

MODIQUE : *tt* Ít ỏi. Nhỏ nhoi.
PRIX modique : Giá rẻ.
SOMME modique : Số tiền ít ỏi.

MODUS VIVENDI : Tạm ước.

MOEURS : *c snh* Phong tục. Tập quán. Phong cách.
AFFAIRE de moeurs : Vụ đồi phong bại tục.
ATTENTAT aux BONNES moeurs : Xúc phạm thuần phong mỹ tục.
CERTIFICAT de BONNE VIE et moeurs : Giấy chứng nhận hạnh kiểm tốt.
CORRUPTION des moeurs : Suy đồi tập quán.
POLICE des moeurs : Cảnh sát kiểm tục. Đội con gái (*xưa*).
Moeurs du VILLAGE : Lệ làng.

MOINDRE : *tt* Kém hơn. Ít hơn. Bé nhỏ hơn.
SANS le moindre DOUTE : Không một chút nghi ngờ. Chắc chắn.

MOINE : *đ* Thầy tu. Tu sĩ. Đạo sĩ.
GRAS COMME un moine : Béo tròn béo trục.

MOINS-PERCU : *đ* Khoản khiếm thâu.

MOINS-VALUE : *c* Sự giảm giá. Sự hạ giá.

MOIS : *đ* Tháng. Nguyệt kỳ.
FIN de mois : (Trả tiền) cuối tháng.
MILIEU de mois : Giữa tháng.
Mois INTERCALAIRE : Tháng nhuận.
Mois LÉGAL : Tháng pháp định. (30 ngày).

MOITIÉ : *c* Một nửa. Gần như.
MA moitié : Vợ tôi (*thân*).

MOLESTTION : *c* Sự hành hạ.

MOLESTER : *đgt* Hành hạ.

MONARCHIE : *c* Chính thể quân chủ.
Monarchie ABSOLUE : Quân chủ chuyên chế.
Monarchie CONSTITUTIONNELLE : Quân chủ lập hiến.

MONARCHIQUE : *tt* Thuộc về quân chủ.

MONARQUE : *đ* Quân vương. Vua.

MONASTÈRE : *đ* Tu viện. Nhà tu.

MONDAIN : *tt* Thói ăn chơi xa hoa.
BRIGADE mondaine : Đội kiểm tục.
RÉCEPTION mondaine : Tiếp tân xa hoa.

MONDE : *đ* Thế giới. Hoàn vũ. Hoàn cầu. Giới. Đông (nhiều) người.
AVOIR du monde : Đông khách. Đông người.
BAS (CE) monde : Hạ giới. Thế gian.
COURIR du monde : Chu du thiên hạ.
ETRE VIEUX COMME le monde : Quá cũ. Quá cổ.
FAIRE (SE) un monde DE : Quan trọng hóa.
FIN du monde : Ngày tận thế.
METTRE au monde : Sinh ra (con).
POUR RIEN au monde : Chẳng đời nào. Không khi nào.
POUR TOUT l'OR du monde : Các vàng cũng chẳng được.
RETIRER (SE) du monde : Dưỡng già. X a lánh cuộc đời ô trọc.
Le monde des AFFAIRES : Giới buôn bán, làm ăn.
Le monde des ARTISTES : Giới nghệ sĩ.
Le monde de la FINANCE : Giới tài phiệt.
Le monde RENVERSÉ : Thời buổi đảo điên. Đổi đời.

MONDIAL : *tt* Thế giới.

MONDIALE : *c* Giải thưởng (thể thao) quốc tế.

MONÉTAIRE : *tt* Thuộc về tiền bạc, tiền nong.
CIRCULATION monétaire : Thông bảo. Lưu thông tiền tệ.
UNION monétaire : Liên hiệp tiền tệ.
UNITÉ monétaire : Đơn vị tiền tệ.

MONÉTISER : *đgt* Hoán cải thành tiền. Chuyển thành tiền.
Monétiser une BLESSURE : Đánh giá thương tích (*bằng tiền để đòi bồi thường*).

MONGOL : *tt* Thuộc về Mông Cổ. Tiếng Mông Cổ.

MONGOLIE : *c* Nước (xứ) mông Cổ.

MONITEUR : *đ* Huấn luyện viên (thể thao).

MONITION : *c* Lệnh cảnh cáo. Giới cấm (*tôn*).

MONNAIE : *tt* Đồng tiền. Tiền tệ. Bạc lẻ. Bạc cắc(N). Bạc hào(B).
BATTRE monnaie : Đúc tiền.
FAIRE la monnaie : Đổi tiền lẻ.
FAUSSE monnaie : Tiền giả.
HOTEL des monnaies : Trường tiền. Nơi đúc tiền.
MAUVAISE monnaie chasse la bonne : Giữ lại tiền tốt, chỉ tiêu tiền xấu (định luật).
PETITE monnaie : Tiền xu.
Monnaie d'APPOINT : Tiền dùng để thanh toán.
Monnaie PAPIER : Giấy bạc.
RENDRE monnaie de sa pièce : Ăn miếng trả miếng. Trả đũa.

MONNAYAGE : *đ* Sự đúc tiền.
FAUX monnayage : Đúc tiền giả.

MONOCAMÉRISME : *đ* Chế độ độc viện.

MONOGAMIE : *c* Chế độ độc hôn. Gia đình một vợ một chồng.

MONOGRAMME : *đ* Chữ ký tắt.

MONOPOLE : *đ* Độc quyền.

MONOPOLEUR : *tt* Tính cách độc quyền. *đ* Người được độc quyền.

MONOSYLLABE : *tt* Độc âm. Từng tiếng một. Cách nói nhát gừng.

MONOTHÉISME : *đ* Phái (đạo) độc thần.

MONOTONE : *tt* Đơn điệu. Bình lặng.
VIE monotone : Đời sống tẻ lạt.

MONSEIGNEUR : *đ* Ngài. Đức ông.
PINCE monseigneur : Thanh sắt dùng để cậy cửa (*trộm*).

MONSTRE : *đ* Quái vật. Dị vật.

MONSTRUEUX : *tt* Quái dị. Kinh khủng. Khổng lồ (*bóng*).
CRIME monstrueux : Tội ác kinh tởm.

MONT-DE-PIÉTÉ : *đ* Nhà cầm đồ.

MONUMENT : *đ* Công thự lớn. Công trình kiến thiết.

MORAL : *tt* Đạo đức. Luân lý.
DEVOIR moral : Nghĩa vụ đạo đức.
DOMMAGE moral : Tổn hại tinh thần.
OBLIGATION morale : Nghĩa vụ tinh thần.
PERSONNE morale : Pháp nhân.

MORAL : *đ* Tinh thần. Đạo đức. Luân lý.
BON moral : Tinh thần cao.

MORALE : *c* Nền luân lý. Nền đạo đức.
FAIRE la morale : Dăn dậy.

MORATOIRE : *tt* Triển hạn.
INTÉRÊTS moratoires : Lãi xuất vì chậm trả nợ.

MORATOIRE : *đ* Chậm trễ. Diên trì.
ACCORDER un moratoire : Cho phép chậm trễ.

MORCELER : *đgt* Cắt nhỏ. Chia từng lô nhỏ.
Morceler un TERRAIN : Phân cắt một miếng đất *(thành nhiều mảnh)*.

MORGANATIQUE : *tt* Không môn đăng hộ đối.
MARIAGE morganatique : Hôn nhân bất xứng.

MORGUE : *c* Nhà xác. Thái độ kiêu căng.
MONTRER de la morgue : Tỏ thái độ kiêu căng.

MORIBOND : *tt* Hấp hối. Sắp chết. *đ* Người hấp hối. Người như chết rồi (*bóng*).

MORIGÉNER : *đgt* Quở mắng. Rầy la

MORT : *tt* Chết. Lìa trần. Từ trần. Qui tiên. Quá cố. Tử vong. Mệnh một. Cáo chung. Thất lộc. Viên tịch. Mệng chung.
POINT mort : Tử điểm (*xe ô-tô*).

MORT : *c* Sự chết. Cái chết.
À MORT! : Giết chết đi !
À mort : Đến chết.
ARRÊT de mort : Phán quyết tử hình.
À LA VIE et À LA mort : Trung thành trọn kiếp.
BLESSÉ à mort : Thương vong chí mạng.
CONDAMNÉ à mort : Tử tội (*kẻ*).
CONDAMNER à mort : Tuyên án tử hình.
COUPS et BLESSURES VOLONTAIRES AYANT CAUSÉ à mort : Cố ý đả thương; nhân thương chí mạng.
COUPS et BLESSURES INVOLONTAIRES AYANT CAUSÉ la MORT : Vô ý đả thương; nhân thương chí mạng.
ÊTRE à la mort : Sắp mãn kiếp.
LA mort : Thần chết.
MORT civile : Mất hết công quyền.
MORT subite : Chết bất ngờ.
MORT violente : Bất đắc kỳ tử.
NE PAS VOULOIR la mort AU PÉCHEUR : Khoan dung kẻ có tội.
PEINE de mort : Tội tử hình.
SENTENCE de mort : Án tử hình.
SILENCE de mort : Im lặng như cõi âm ty.
VOIR la mort DE PRÈS : Suýt chết. Chết hụt.

MORT : *đ* Người chết.
FAIRE le mort : Giả vờ chết.
MORT civile : Kẻ mất công quyền.

MORT : *tt* Chết. Hy sinh (*bóng*).
Mort POUR LA PATRIE : Hy sinh vì tổ quốc. Vị quốc vong thân.
Mort de PEUR : Chết khiếp.
ARGENT mort : Tiền không sinh lời
COULEUR morte : Mầu xám.
EAU morte : Nước đọng.
ESPÉRANCE morte : Hy vọng tiêu tan.
LANGUE morte : Tử ngữ. Tiếng không dùng nữa.
LETTRE morte : Thư không hiệu lực. Thư không hồi âm. *x ch lettre infructueuse.*

MORT *AB INTESTAT*: Chết không chúc ngôn.

MORT-NÉ : *đ* Tử thai.

MORT PRÉMATURÉ : *đ* Chết non. Chết yểu.

MORTALITÉ : *c* Số tử vong.
Mortalité INFANTILE : Số trẻ chết yểu.
TAUX de mortalité : Tỷ lệ người chết.

MORTE-SAISON : *c* Mùa ít việc.

MORTEL : *tt* Chết chóc. Chết. Mạng vong. Có thể bị chết được.
BLESSURE mortelle : Tử thương.
DÉPOUILLE mortelle : Thi hài. Xác chết.
ENNEMI mortel : Kẻ tử thù. Kẻ thù không đội trời chung.

MORTUAIRE : *tt* Thuộc về tang lễ, tang chế.
CÉRÉMONIE mortuaire : Tang lễ.
COURONNE mortuaire : Vòng hoa tang.
DRAP mortuaire : Tấm dạ đen phủ trên quan tài.
FAMILLE mortuaire : Tang gia. Gia đình có người chết.
LETTRE mortuaire : Cáo phó. Ai tín.
REGISTRE mortuaire : Sổ khai tử.

MOT : *đ* Từ. Lời. Danh ngôn. Bức thư ngắn ngủi.
AVOIR un mot À DIRE : Có lời muốn trình bầy.
AVOIR le mot : Biết rõ điều bí mật.
AVOIR des mots avec QUELQU' UN : Cãi nhau.
COMPTER ses mots : Nói thận trọng.
EN PEU de mots : Chỉ một vài lời.
Mots RAYÉS NULS : Chữ bôi đi, không còn giá trị.

MOTIF : *đ* Lý do. Duyên cớ.
DÉFAUTde motif : Thiếu lý do. Vô căn cứ.
Motifs du JUGEMENT : Lý do cuả bản án.
PAR CES motifs : Vì những lẽ đó.
SANS motifs : Không duyên cớ. Không lý do.

MOTION : *c* Bản kiến nghị.

MOTIVATION : *c* Sự nêu lý do.

MOTIVER : *đgt* Viện dẫn lý do. Nêu lý do.

MOTIVÉ : *tt* Có lý do (chính đáng).

MOUCHARD : *đ* Kẻ chỉ điểm. Tên mật thám.

MOUCHOIR : *đ* Khăn tay. Mùi xoa. Thủ cân.
Mouchoir d'ADAM : Ngón tay (*thân*).

MOUILLAGE : *đ* Sự bỏ neo. Việc đậu tầu (thuyền) tại bến. Việc thả thủy lôi.

MOUILLÉ : *tt* Ướt át.
POULE mouillée : Người nhát gan.
YEUX mouillés : Nước mắt vòng quanh.
VOIX mouillée : Giọng xúc động.

MOUJIK : *đ* Bần cố nông (Nga .

MOURANT : *tt* Hấp hối.
TESTAMENT du mourant : Di chúc cuả người hấp hối.

MOURIR : *đgt* Chết.
Mourir de MORT VIOLENTE : Bất đắc kỳ tử.
Mourir DANS SA PEAU : Đến chết không chừa.
Mourir au MONDE : Thoát tục.
Mourir TOUT ENTIER : Chết không lưu danh.
Mourir TOUT EN VIE : Chết tươi.
Mourir de PEUR : Sợ chết khiếp.

MOUSSE : *đ* Thủy thủ nhỏ tuổi.

MOUTON : *đ* Con cừu, trừu. Kẻ nằm vùng. Kẻ tố giác bạn cùng ở tù.
Mouton ENRAGÉ : Kẻ hiền lành nổi nóng.

MOUVANCE : *c* Mảnh đất tùy thuộc vào đất khác.

MOUVEMENT : *đ* Phong trào. Sự cử động, vận động. Sự chuyển động.
Mouvement de BOURSE : Biến chuyển thị trường chứng khoán.
Mouvement de GRÈVE : Vận động đình công.
Mouvement POPULAIRE : Phong trào nhân dân.
Mouvement SYNDICALISTE : Phong trào công đoàn.

MOUVEMENTÉ : *tt* Náo nhiệt. Sôi nổi. Sóng gió.
DISCUSSION mouvementée : Tranh luận sôi nổi.

MOYEN : *tt* Trung bình. Bình quân. Bình thường. / Thường thường. Tầm thường.
Moyen ÂGE : Trung cổ thời đại.
ÉLÈVE moyen : Học sinh thường.
RÉSULTATS moyens : Kết quả thường thường.

MOYEN : *đ* Phương cách. Phương tiện. Phương chước. Phương kế. Biện pháp.
Moyen de CASSATION : Phương cách phá án.
Moyen de DÉFENSE : Phương cách kháng biện.
Moyen de COERCITION : Biện pháp chế tài.
Moyen d'EXÉCUTION : Phương cách chấp hành.
Moyen d'EXISTENCE : Sinh kế.
Moyen d'OPPOSITION : Phương cách kháng tố.
Moyen NOUVEAU : Kháng chước mới.
Moyen de TRANSPORT : Phương tiện chuyên chở.

MOYENNANT : *tt* Nhờ đó. Với điều kiện.
Moyennant FINANCES : Với điều kiện chi tiền.

MULÂTRE : *tt* Người lai da đen.

MULTIFORME : *tt* Thiên hình vạn rạng. Đa rạng.

MULTILATÉRAL : *tt* Đa phương.

MULTITUDE : *c* Số lượng lớn.

MUNICIPAL : *tt* Thuộc về thị xã, thành phố.

MUNICIPALIT : *c* Hội đồng thị xã.

MUNITION : *c* Đạn dược.
DÉPÔT de munition : Kho đạn dược vũ khí.

MUR : *đ* Tường. Vách.
Mur MITOYEN : Tường chung (*với láng giềng*). Tường ranh giới.
Les murs ont des OREILLES : Tường có mạch, vách có tai.

MUTATION : *c* Sự chuyển dịch. Việc thuyên chuyển. / Sự biến hóa. Sự dịch hoán. / Việc sang tên. Việc di nhượng.
LIVRE de la mutation : Kinh dịch.
Mutation IMMOBILIÈRE : Di nhượng bất động sản.
Mutation à TITRE GRATUIT : Di nhượng vô thường.

Mutation à TITRE ONÉREUX : Di nhượng hữu thường.
Mutation de PEINE : Thể giảm hình phạt.

MUTATIS MUTANDI : Với sự thay đổi.

MUTER : *đgt* Hoán chuyển. Thuyên chuyển.

MUTILER : *đgt* Chặt bỏ. Cắt xẻo. Chặt cụt (*chân, tay*).
Mutiler la VÉRITE : Xuyên tạc sự thật. Bóp méo sự thật.
Mutiler une JAMBE : Cắt cụt một chân.

MUTIN : *tt* Láu lỉnh. Nghịch ngợm. / Chống đối. Phản kháng. *đ* Người ch ng đối.

MUTENERIE : *c* Vụ nổi loạn. Vụ biến động.

MUTISME : *c* Sự im lặng. Sự lạng thinh. Thái độ im lặng (*không tuyên bố*).

MUTUALISME : *đ* Phong trào tương tế.

MUTUELLE : *c* Hội tương tế.

MYSTÈRE : *đ* Điều bí mật. Điều huyền bí. Lễ bí truyền (*tôn*).

MYSTÉRIEUX : *tt* Huyền bí. Bí mật.

MYSTYCISME : *đ* Bí thuật.

MYSTIQUE : *tt* Huyền bí. Thần bí.

MYTHE : *đ* Huyền thoại. Hoang đường. Chuyện hoang đường.

MYTHOLOGIE : *c* Huyền thoại.

MYTHOMANE : *đ* Thói đặt chuyện. Kẻ dựng đứng câu chuyện.

MYTHOMANIE : *c* Chứng bầy đặt (bịa) chuyện.

MYTILICOLE : *tt* Nuôi vẹm.

MYTILICULTEUR : *đ* Người nuôi vẹm.

MYTILUS : *đ* Vẹm. Con vẹm.

N

NAÏF : *tt* Ngây thơ. Hồn nhiên. / Ngây ngô.
RÉPONSE naïve : Câu trả lời ngây ngô.

NAÏF : *d* Người ngây ngô. / Người ngây thơ (*b*).

NAISSANCE : *c* Sự sinh đẻ. Sự sinh sản. Sự phát sinh. Sự ra đời. Việc chào đời. / Dòng dõi (*cũ*).
ACTE de naissance : Giấy khai sinh.
COPIE INTÉGRALE de l'acte de naissance : Bản sao toàn bộ giấy khai sanh
DÉCLARATION de naissance : Việc khai sinh.
DE naissance : Bẩm sinh.
DE naissance ILLUSTRE : Dòng dõi trâm anh thế phiệt.
Naissance d'un JOURNAL : Tờ báo ra đời.
JUGEMENT DÉCLARTIF de naissance : Án thế vì khai sinh.
PAR DROIT de naissance : Quyền thế tập.
PRENDRE naissance : Bắt đầu. Bắt nguồn.
Naissance des DEVOIRS : Phát sinh bổn phận.
Naissance des OBLIGATIONS : Phát sinh nghĩa vụ.

NAISSANT : *tt* Mới sinh. Sơ sinh. / Chớm nở.
JOUR naissant : Rạng sáng. Trời hửng sáng. Bình minh.
PROCÈS naissant : Vụ kiện mới phát sinh.

NAÎTRE : *đgt* Sinh ra. Đẻ ra. / Bắt nguồn.
FAIRE naître : Gây ra.

NAÏVEMENT : *pht* Một cách ngây thơ. Một cách hồn nhiên. Một cách ngây ngô.

NAÏVETÉ : *c* Sự ngây thơ.

NANTIR : *đgt* Cầm cố. Cầm *(động sản)*. / Cung cấp. Có đầy đủ.
Nantir un FONDS DE COMMERCE : Cầm cố một cửa tiệm (*để vay tiền*). (*Fonds de Commerce là bất động sản*).

NANTI : *tt* Có đầy đủ. *d* Người có của. Kẻ sung túc.
NANTISSEMENT : *d* Sự cầm cố. Giấy cầm cố đồ vật. Việc đợ nợ.
Nantissement d'un MEUBLE : Cầm cố động sản.

NAPPE : *c* Lớp. Tầng. Từng. / Khăn bàn ăn.
Nappe d'EAU : Lớp nước.
Nappe de PÉTROLE : Lớp dầu mỏ.
TROUVER la nappe MISE : Ăn ké nhà người khác.

NARCOMANE : *d* Kẻ nghiện thuốc ngủ. Kẻ nghiện ma túy.

NARCOMANIE : *c* Chứng nghiện thuốc ngủ. Chứng nghiện ma túy.

NARCOTINE : *c* Ma túy. Thuốc gây tê mê.

NARCOTIQUE : *tt* Gây ngủ. Làm tê mê.

NARGUER : *đgt* Chọc tức. Coi thường.

NARQUOIS : *tt* Ranh mãnh. *d* Kẻ ranh mãnh.

NARRATEUR : *d* Người kể chuyện. Người tường thuật.

NARRATION : *c* Sự thuật chuyện lại; kể chuyện lại. / Bài tường thuật.

NARRATIF : *tt* Tính cách kể chuyện lại.
STYLE narratif : Hành văn theo thể kể chuyện. Thể văn tự sự.

NATAL : *tt* Thuộc về sinh sản.
PAYS natal : Nơi chôn nhau cắt rốn. / Quê hương.

NATALITÉ : *c* Sự sinh đẻ. Sự sinh sản.
FAIBLE natalité : Sự sinh đẻ ít ỏi.
FÊTE de la nativité : Lễ Giáng sinh, lễ No-En (*tôn*).
FORTE natalité : Sinh đẻ nhiều.
TAUX de natalité : Tỷ lệ sinh sản.

NATIF : *tt* Sinh tại (nơi). Sinh quán. Bẩm sinh.
Natif de PARIS : Sinh quán tại Paris.

NATION : *c* Quốc gia. Quốc dân. Dân tộc.
Nation LA PLUS FAVORISÉE : Tối huệ quốc.
ORGANISATION des Nations UNIES (O.N.U.) : Cơ quan Liên Hiệp Quốc (L.H.Q.).
SOCIÉTÉ des Nations (S.D.N.) : Hội Quốc liên (*sử*).

NATIONAL : *tt* Thuộc về quốc gia.
ASSEMBLÉE nationale : Quốc Hội.
BANQUE nationale : Ngân hàng quốcgia.
CONGRÈS national : Hội nghị toàn quốc.
COSTUME national : Quốc phục.
DÉFENSE nationale : Quốc phòng.
DEUIL national : Quốc tang.
DRAPEAU national : Quốc kỳ.
EMBLÈME national : Quốc huy.
FÊTE nationale : Quốc khánh. Quốc lễ.
FRONT national : Mặt trận quốc gia.
FUNÉRAILLES nationales : Quốc táng.
HONTE nationale : Quốc nhục. Quốc sỉ.
HYMNE national : Quốc ca. Quốc thiều.
PARTI national : Đảng quốc gia.
PRESTIGE national : Quốc thể.
REVENU national : Lợi tức quốc gia.
SOUVERAINETÉ nationale : Chủ quyền quốc gia.

NATIONAL : *đ* Dân một nước. Dân bản xứ.

NATIONAL-SOCIALISME : *đ* Chủ nghĩa quốc gia xã hội. / Quốc Xã (*tắt*).

NATIONALE (LA) : *c* Quốc lộ. (*route nationale*).
ROUTE nationale 4 : Quốc lộ số 4.

NATIONALISATION : *tt* Việc quốc hữu hóa.

NATIONALISER : *đgt* Quốc hữu hóa. Trưng dụng. Xung công.
Nationalisation des ENTREPRISES : Quốc hữu hóa xí nghiệp.

NATIONALISME : *đ* Chủ nghĩa quốc gia. Tinh thần quốc gia.

NATIONALISTE : *đ* Người theo chủ nghĩa quốc gia.

NATIONALITÉ : *c* Quốc tịch. Dân tịch.
ACQUISITION de la nationalité : Thủ đắc quốc tịch.
CERTIFICAT de nationalité : Chứng thư quốc tịch.
CODE de la nationalité : Bộ luật quốc tịch.
DÉCHÉANCE de la nationalité : Mất quốc tịch.
DOUBLE nationalité : Song tịch.
ÉTABLIR la nationalité : Xác định quốc tịch.
RÉPUDIATION une nationalité : Khước từ một quốc tịch.
Nationalité FRANçAISE : Pháp tịch.
Nationalité d'ORIGINE : Quốc tịch gốc.

NATURALISATION : *c* Sự gia nhập quốc tịch. Nhập tịch. Vào quốc tịch.
DECRET de naturalisation : Nghị định cho nhập tịch.
DEMANDE de naturalisation : Thỉnh nguyện nhập tịch.

NATURALISÉ : *tt* Nhập quốc tịch. *đ* Người nhập quốc tịch.

NATURALISER : *đgt* Cho nhập quốc tịch.

NATURALISER (SE) : Nhập tịch.

NATURE : *c* Bản chất. Bản sắc. Bẩm sinh. Thiên nhiên tính. Thiên tính. Hiện vật.
CONTRE nature : Trái đạo thường.
EN nature : (*trả*) Trả bằng hiện vật.
GRANDEUR nature : To bằng thật.
MEUBLE par nature : Động sản vì bản chất.
PAYER en nature : Trả bằng hiện vật (*thay cho tiền*).
PRESTATION en nature : Cung cấp hiện vật.
Nature du DÉLIT : Bản chất tội trạng.
Nature HUMAINE : Bản chất con người.
Nature MORTE : Họa phẩm tĩnh vật.

NATUREL : *tt* Tự nhiên. Không kiểu cách. Bẩm sinh. Tất nhiên. Đương nhiên.
BESOINS naturels : Muốn phóng uế.
BONTÉ naturelle : Thiện tâm thiên phú.
ENFANT naturel : Con tư sinh. Con hoang.
FILIATION naturelle : Tử hệ tư sinh.
HISTOIRE naturelle : Vạn vật học.
MORT naturelle : Cái chết tự nhiên. Chết bệnh. Chết già.
OBLIGATION naturelle : Nghĩa vụ đương nhiên.

NATURELLEMENT : *pht* Lẽ dĩ nhiên. Lẽ đương nhiên. Tất nhiên.

NAUFRAGE : *đ* Vụ đắm tầu. Sự suy sụp.
Naufrage des ESPOIRS : Mất hết hy vọng.
FAIRE naufrage au PORT : Sắp thành công thì hỏng việc.

NAUFRAGÉ : *tt* Bị đắm. *đ* Người bị đắm tầu.

NAUFRAGEUR : *đ* Kẻ làm cho tàu đắm.

NAUPATHIE : *c* Say sóng.

NAUSÉABOND : *tt* Làm cho buồn nôn. Ghê tởm.
ODEUR nauséabonde : Mùi ghê tởm.

NAUSÉE : *c* Sự buồn nôn; buồn mửa.

NAUSÉEUX : *tt* Gây buồn mửa.

NAUTIQUE : *tt* Hàng hải.
CARTE nautique : Hải đồ.

NAVAL : *tt* Thuộc về hải quân, thuỷ quân.
BATAILLE navale : Thuỷ chiến.
CHANTIER naval : Xưởng đóng tầu.
ÉCOLE navale : Trường hải quân.

NAVETTE : *c* Con thoi. / Sự chuyển một đạo luật mới giữa các cơ quan lập pháp để thảo luận.
Navette SPATIALE : Con tầu không gian.

NAVIGABILITÉ : *c* Khả năng cho tầu bè qua lại.
Khả năng bay đi được (*máy bay*).

NAVIGATEUR : *đ* Nhà hàng hải. Người đi biển. Thủy thủ. / Phi hành đoàn.

NAVIGATION : *c* Việc di chuyển trên sông, trên biển. Việc di chuyển bằng phi cơ.
COMPAGNIE de navigation : Công ty hàng hải.
DROIT de navigation : Thuế hàng hải.
JOURNAL de navigation : Nhật ký hải thuyền.
LIGNE de navigation : Hành trình hàng hải. Hải tuyến.
Navigation AÉRIENNE : Hàng không.
Navigation de CABOTAGE : Ven biển di chuyển.
Navigation au LONG COURS : Viễn dương hàng hải.

NAVIGUER : *đgt* Làm nghề hàng hải. Lái tầu trên sông, trên biển. Lái phi cơ.
Naviguer ENTRE DEUX EAUX : Không dứt khoát. Không nhất định.

NAVIRE : *đ* Tầu thuỷ. Hải thyền.
Navire de COMMERCE : Thương thuyền.
Navire de GUERRE : Chiến thuyền.

NAVRANT : *tt* Buồn thảm. Chán ngán. Đáng buồn.

NAVRER : *đgt* Gây buồn. Gây chán ngán.

NAZI (*tắt*) : *tt* Quốc xã (*tắt*).

NAZISME : *đ* Chủ nghĩa quốc xã.

NOTA BENE (tắt N.B.) : Chú thích.

NÉ : *tt* Sinh ra.
AVEUGLE né : Sinh ra đã mù.
BIEN né : Con giòng cháu giống. Cao sang.
ENFANT né mort : Đứa nhỏ vừa sinh ra đã chết. Tử thai.

NÉANMOINS : *pht* Tuy nhiên. Song le.

NÉANT : *đ* Cõi hư không. Cõi hư vô.
METTRE à néant : Tiêu hủy.
METTRE à néant les CONCLUSIONS ADVERSES : Làm tiêu tan luận cứ đối phương.
METRRE à néant un JUGEMENT : Tiêu hủy một bản án.
METTRE à néant une ARGUMENTATION : Làm tiêu tan một một lập luận.

NÉCESSAIRE : *tt* Cần. Cần thiết. Thiết yếu. Tất yếu.
CONDITION nécessaire : Điều kiện cần thiết. Điều kiện thiết yếu.

NÉCESSAIRE : *đ* Sự cần thiết. Cái cần thiết.
Le nécessaire du SECOURISME : Dụng cụ cần thiết của đội cấp cứu.

NÉCESSAIREMENT : *pht* Cần. Cần thiết.

NÉCESSITÉ : Sự cần thiết. Sự thiết yếu.
ÉTAT de nécessité : Tình trạng khẩn trương.
Nécessité n'a PAS DE LOI : Khi khẩn trương thì không cần luật pháp.

NÉCESSITEUX : *đ* Kẻ nghèo khổ. Kẻ túng thiếu.

NÉCROPHILE : *tt* Hành dâm với tử thi.

NÉCROPHILIE : *c* Sự hành dâm với tử thi.

NÉCROPHOBE : *tt* Tinh sợ tử thi.

NÉCROPHOBIE : *c* Sự sợ tủ thi.

NÉGATIF : *tt* Phủ định. Tiêu cực. Âm. Âm cực.
C'EST négatif : Bất lợi. Vô bổ (*ích*).

NÉGATION : *c* Sự phủ định. Sự tiêu cực. Âm.

NÉGATIVE : *c* Không. Âm.
RÉPONSE par la négative : Trả lời là không. Khước từ.

NÉGLIGENCE : *c* Sự cẩu thả. Sự chểnh mảng. Thiếu thận trọng. Sự bất cẩn.
HOMICIDE par négligence : Sát nhân vì bất cẩn.

NÉGLIGENT : *tt* Bất cẩn. Cẩu thả. Chểnh mảng.

NÉGOCE : *đ* Sự buôn bán. Việc thương mại. / Sự điều đình.

NÉGOCIABLE : *tt* Có thể điều đình trả giá. Có thể thương lượng tại thị trường. Có thể chuyển nhượng thị trường.

NÉGOCIANT : *đ* Thương nhân. Thương gia. Nhà buôn.

NÉGOCIATEUR : *đ* Người đi điều đình. Người đi đàm phán. Người đi thương thuyết.

NÉGOCIATION : *c* Sự điều đình. Sự thương lượng. Sự đàm phán. Sự thương thuyết. Sự thương nghị.
Négociation DIPLOMATIQUE : Đàm phán ngoại giao.

NÉGOCIER : *dgt* Điều đình. Thương lượng. Thương nghị. Đàm phán. Thương thuyết.

NEMO AUDITUR PROPRIA TURPITUDINEM ALLEGANS: Không ai được viện dẫn là mình ngu dốt (tngl.).

NÉO-NATAL : *tt* Sơ sinh.

NÉOPHYTE : *đ* Kẻ tân tòng. Tân tín đồ. Kẻ mới theo đạo. Kẻ mới theo một học thuyết.

NÉPOTISME : *đ* Chính sách gia đình trị.

NET : *tt* Rõ ràng. Ròng.
BÉNÉFICE net : Lợi nhuận đem về (*sau khi đã thanh lý mọi phí khoản*).
PARLER net : Nói thẳng thắn. Trực ngôn.
POIDS net : Trọng lượng trừ bì.
PRIX net : Giá chắc chắn (*không thêm phụ khoản*).
REFUSER net : Khước từ rứt khoát.

NETTEMENT : *pht* Một cách rõ ràng. Thẳng thắn.

NEUF : *tt* Mới mẻ. *đ* Cái mới. Số chín (09).

NEUTRALISER : Trung lập hóa. Vô tính hóa. Vô hiệu hóa.
Neutraliser UN POISON : Vô hiệu hóa thuốc độc. Giải độc.

NEUTRALITÉ : *c* Tính cách trung lập.

NEUTRALISTE : *tt* Trung lập. *đ* Người chủ chương trung lập.

NEVEU : *đ* Cháu trai (*con của anh, chị, em ruột*).

NÉVROSÉ : *tt* Loạn thần kinh.

NEW DEAL : *đ* Tân sách lược. (*kinh tế*). Kế hoạch mới.

NIABLE : *tt* Có thể phủ nhận. Có thể chối.

NIAIS : *tt* Ngốc. Ngu xuẩn. *đ* Thằng ngốc.

NIÈCE : *c* Cháu gái (*con gái của anh, chị, em ruột*).

NIER : *dgt* Chối. Phủ nhận.
Nier un FAIT : Phủ nhận một sự kiện.
Nier une FAUTE : Chối tội.
Nier ses ORIGINES : Phủ nhận dòng giống. Phủ nhận gia tộc , ông cha.

NIPPON : *đ* Nước Nhật bản. *tt* Phù tang. Nhật bản.
NIVEAU : *đ* Trình độ. Mức độ.
HAUT niveau : Trình độ cao.
PASSAGE à niveau : Đường chắn cho tầu hoả qua lộ.
Niveau de CULTURE : Trình độ văn hóa.
Niveau de VIE : Mức sống.

NIVELER : *dgt* San phẳng.

Niveler PAR LE BAS : Không uốn ai hay hơn mình.

NIVELLEMENT : *đ* Sự san phẳng.

NIXE : *c* Nữ thuỷ thần.

NOBLE : *tt* Thuộc về qúy tộc. Sang trọng. Qúy phái.
COEUR noble : Tâm hồn cao thượng.

NOBILAIRE : *tt* Thuộc về qúy tộc. *đ* Bản kê khai gia đình qúy tộc.

NOBLE : *tt* Qúy tộc. Cao thượng. Thanh cao. Nhà qúy tộc. Người qúy tộc.
COEUR noble : Tâm hồn cao thượng.
SANG noble : Dòng qúy tộc.
TRAITS nobles : Vẻ thanh cao.
PARTIES nobles : Bộ óc và trái tim.

NOBLEMENT : *pht* Một cách thanh cao.
NOBLESSE : *c* Giai cấp quý tộc. Sự cao thượng. Sự thanh cao.
Noblesse d'ANCIENNE ROCHE : Quý tộc đời này qua đời khác. Đời đời quý tộc.
Noblesse d'ÉPÉE : Quý tộc võ.
Noblesse de ROBE : Qúy tộc văn.
Noblesse OBLIGE : Vì muốn cao thượng mà phải làm *(như vậy)*.

NOCE, NOCES : Hôn lễ. Lễ cưới. Đám cưới.
CADEAUX de noce : Đồ mừng đám cưới.
FAIRE la noce : Ăn chơi bừa bãi.
FRAIS de noces : Hôn phí. Chi tiêu vì đám cưới.
PREMIÈRES noces : Tân hôn. Hôn thú lần đầu.
SECONDES noces : Tái hôn (*nam*). Tục huyền (*nữ*).
Noces d'ARGENT : Lễ ngân hôn (25 năm hôn phối).
Noces de DIAMANT : Lễ kim cương hôn (60 năm).
Noces d'OR : Lễ kim hôn (50 năm).
Noces de PLATINE : Lễ bạch kim hôn.

NOCIF : *tt* Độc hại. Có hại.

NOCTURNE : *tt* Thuộc về đêm.
TAPAGE nocturne : Làm huyên náo lúc canh khuya.

NOCTURNE : *tt* Thuộc về ban đêm.

NOCTURNE : *đ* Tiệm, cửa hàng mở cửa ban đêm.

NOEUD : Mấu. Mắt.
AVOIR un noeud à la GORGE : Lo sợ.
TRANCHER le noeud du PROBLxME : Giải quyết vấn đề.

NOEUD GORDIEN : *tt* Khó khăn. Nan giải.

NOIR : *tt* Mầu đen. Hắc ám. Say rượu.
CAISSE noire : Tư qũy. Quỹ đen.
COUVRIR de BLEUS et de noirs : Khắp người thâm tím.
IDÉE noire : Bi quan. Mất tinh thần.
LISTE noire : Sổ đen.
MARCHÉ noir : Chợ đen.
NUIT noir : Đêm tối như đêm ba mươi.
SÉRIE noire : Vận đen.
VOIR TOUT en noir : Bi quan.
Être NOIR : Say mềm.
Noir sur BLANC : Phân minh. Rõ ràng. Giấy trắng mực đen.
Noire DESTINÉE : Số phận hẩm hiu.

NOM : *đ* Danh. Danh hiệu. Tên họ.
AU nom DE : Nhân danh.
Au nom de la LOI : Nhân danh luật pháp.
FAIRE (SE) un nom : Nổi danh.
FAUX nom : Tên giả.
GRAND nom : Gia đình nổi tiếng.
PRÊTE nom : Cho mượn tên. Đứng tên hộ.
Nom COMMERCIAL : Thương hiệu.
Nom de FAMILLE : Danh.
Nom de GUERRE : Bí danh.
Nom de LIEU : Địa danh.
Nom PATRONYMIQUE : Danh họ.
Nom et PRÉNOM : Quề tính cao danh.
Nom POSTHUME : Thụy danh.
Nom de RELIGION : Pháp danh. Tên thánh.

NOMADE : *tt* Du mục.
TRIBU nomade : Bộ lạc du mục.

NOMADE : *c* Dân du mục.

NOMADISER : *đgt* Sống nay đây mai đó. Sống như dân du mục.

NO MAN'S LAND : *đ* Khu phi quân sự. / Khu không người ở. Đồng không mông quạnh (*đen*).

NOMBRABLE : *tt* Đếm được.

NOMBRE : *đ* Số. Con số.
SANS nombre : Nhiều lắm.

NOMBRER : *đgt* Đếm. Tính.

NOMBREUX : *tt* Lắm. Nhiều. Số đông.

NOMENCLATURE : *c* Danh mục. Biểu mục.
Nomenclature JURIDIQUE : Danh mục pháp lý.
Nomenclature des PEINES : Biểu mục hình phạt.

NOMINAL : *tt* Thuộc về tên, danh.
ACTION nominale : Cổ phần ký danh.
APPEL nominal : Điểm danh.
AUTORITÉ nominale : Uỷ quyền trên danh nghĩa. Hữu danh vô thực.
LISTE nominale : Danh sách.

NOMINALEMENT : *pht* Đích danh.
APPELER nominalement : Gọi đích danh.
CITER nominalement : Truy tố đích danh.

NOMINATIF : *tt* Có ghi tên. Kể danh.

NOMINATION : *c* Sự bổ nhiệm. Lệnh bổ nhiệm. Sự được nêu danh.

NOMINÉ : *tt* Được tuyển chọn.

NOMINER : *đgt* Tuyển chọn.

NOMMÉ : *tt* Tên là. Gọi là. Chức vị là.
LE nommé X. : Kẻ tên là X. Kẻ không tên. Kẻ vô danh.
IL est nommé PROFESSEUR : Anh ta được bổ dụng làm giáo sư.
À point NOMMÉ : Đúng lúc. Đúng thời cơ.

NOMMÉMENT : *pht* Đích danh.

NOMMER : *đgt* Gọi tên là. Đặt tên là. / Bổ nhiệm. Chỉ định.
Nommer le COUPABLE : Tố đích danh thủ phạm.
Nommer un MINISTRE : Bổ nhiệm bộ trưởng.
Nommer un SUCCESSEUR : Chỉ định người thừa kế.

NOMMINÉ : *tt* Được tuyển chọn để dự thí.

NON : *pht* Không.
NUL et non VENU : Coi như không có.
Non ACTIVITÉ : Tình trạng ngưng việc.
Non AGRESSION : Sự không gây hấn.
Non ALIGNÉ : Không đứng vào phe nào cả. Phi liên kết.
Non APPEL : Không kháng cáo.
Non ASSISTANCE : Không cứu giúp.
Non ASSISTANCE à la PERSONNE EN DANGER DE MORT : Tội không cứu người lâm nguy.
Non BELLIGÉRANCE : Không tham chiến.
Non COMBATTANT : Kẻ không chiến đấu.
Non COMPARANCE : Sự khuyết tịch.
Không trình diện trước tụng đình.
Non CONCIALIATION : Hoà giải bất thành.
Non CONFORMISTE : Không theo thời.
Non CONFORMITÉ : Phi tục lệ.
Non CUMUL des PEINES : Không chồng chất những năm tù.
Non LOIN : Không xa. Gần.
Non PAS : Không phải không.
Non PLUS : Cũng không.
Non SEULEMENT : Không những.
CERTIFICAT DE non APPEL : Chứng chỉ không kháng cáo.

NONCIATURE : *c* Chức khâm mạng toà Thánh (*tôn*).

NON-EXÉCUTION : *c* Việc không thi hành.
La non-exécution d'un JUGEMENT : Không thi hành một án văn.

NON-EXISTENCE : *c* Sự bất sinh tồn. Sự bất không có. Sự bất hiện hữu.
La non-existence des FANTÔMES : Không có ma quỷ.

NON EXPEDIT : *đ* Sự không thích hợp.

NON-INTERVENTION : *c* Sự bất can thiệp.
La non-intervention de l'ÉTAT : Sự không can thiệp của nhà nước.
POLITIQUE de non-intervention : Chính sách bất can thiệp.
PRINCIPE de non-intervention : Nguyên tắc bất can thiệp.

NON-JOUISSANCE : *c* Bất hưởng lợi.

NON-LIEU : *đ* Miễn cứu. Không xét (*vì thiếu yếu tố cấu thành tội trạng*). (Khác với miễn tố : classement sans suite).
ORDONNANCE de non-lieu : Án lệnh miễn cứu. *(Án lệnh miễn cứu vì không đủ yếu tố tội trạng).*
Non-lieu EN L'ÉTAT : Tạm đình cứu (*trong hiện trạng*).

NON-MITOYENNETÉ : *c* Không danh giới chung.

NONOBSTANT : *gt* Tuy nhiên. Mặc dầu. Bất chấp.
Nonobstant les AVERTISSEMENTS : Bất chấp các lời cảnh cáo.

NON PAYANT : *tt* Miễn phí. Không phải trả tiền.

NON-PRÉSENCE : *c* Khiếm diện. Vắng mặt.

NON-RECEVOIR : *đgt* Không xét tới.
FIN de non-recevoir : Sự không xét tới (*vì sai lầm thủ tục*). (*vì không có tội danh v.v...*).

NON-REPRESENTATION : *c* Không có đại diện.

NON-RÉTOACTIVITÉ : *c* Sự bất hồi tố.
Non-rétroactivité de la LOI : Bất hồi tố của luật pháp.

NON-SENS : *đ* Lời vô nghĩa.

NON-USAGE : *đ* Sự không dùng tới. Bất dụng.

NON-VALEUR : *c* Sự không có giá trị.

NON-VIABLE : *tt* Không sống được.
ENFANT NÉ non-viable : Trẻ chết khi mới lọt lòng. Tử thai.
LOI non-viable : Điều luật không thể tồn tại (*vì phi lý*).

NON-VIOLENCE : *c* Sự bất bạo động.
La non-violence de GANDHI : Thuyết bất bạo động của thánh Cam địa.

NORD : *đ* Phương Bắc. Bắc phương.

NORDIQUE : *tt* Thuộc về miền Bắc. *đ* Người Bắc Âu.
La NORVÈGE est un pays nordique : Nước Na uy thuộc về Bắc Âu.

NORDISTE : *tt* Phe người Bắc. Thích miền Bắc. *đ* Người phương Bắc. Người miền Bắc. Phe người Bắc.

NORMAL : *tt* Thông thường. Bình thường. Thường.
ÉCOLE normale : Trường sư phạm.
ÉCOLE normale SUPÉRIEURE : Trường Cao đẳng Sư Phạm.
ÉTAT normal : Trạng thái bình thường.
C'EST normal : Thói thường là vậy.
PRIX normaux : Giá bình thường.

NORMALE : *c* Mức bình thường.
VITESSE supérieure à la normale : Tốc độ trên mức bình thường.

NORMALISATION : *c* Sự bình thường hóa.
Normalisation des RELATIONS DIPLOMATIQUES : Bình thường hóa quan hệ ngoại giao.

NORMALISER : *đgt* Bình thường hóa. Làm cho bình thường.

NORMALITÉ : *c* Trạng thái bình thường.

NORMANDER : *đgt* Sàng sẩy thóc, gạo.

NORME : *c* Chuẩn. Tiêu chuẩn.

NOSTALGIE : *c* Tình nhớ quê hương, bản quán. Nhớ nhà. / Tư cố hương.

NOTABILITÉ : *c* Sự có danh vọng. Sự có địa vị trong xã hội.

NOTABLE : *tt* Đáng kể. Đáng kính. Đáng chú ý.
PRÉJUDICE notable : Thiệt hại đáng kể.
FAIT notable : Việc làm đáng kính.

NOTABLE : *đ* Thân hào. Nhân sĩ.
CONSEIL des notables : Hội đồng bô lão, kỳ mục.

NOTAIRE : *đ* Chưởng khế.
ÉTUDE de notaire : Văn phòng chưởng khế.

NOTAMMENT : *pht* Nhất là.

NOTARIAL : *tt* Thuộc về chưởng khế, công chứng.
ACTES notariaux : Văn kiện công chứng.

NOTARIAT : *đ* Giới công chứng viên.

NOTARIÉ : *tt* Văn kiện chưởng khế, công chứng.
ACTE notarié : Văn kiện chưởng khế chứng thực.

NOTE : *c* Bút ghi. Lời kể chú. Ghi chú. / Điểm (*bài học*).
Note d'AUDIENCE : Ghi chú tại phiên xử.
Note sur DÉLIBERÉ : Tờ chú giải *(của luật sư đang khi đang)* nghị án.

NOTIFICATION : *c* Sự thông tri. Sự cáo tri. Sự tống đạt.
Notification à DOMICILE : Tống đạt tới cư sở.
Notification à PERSONNE : Tống đạt tận tay.
Notification d'un JUGEMENT : Tống đạt án văn.

NOTOIRE : *tt* Hiển nhiên. Ai cũng biết.
INCONDUITE notoire : Vô hạnh rõ ràng.

NOTORIÉTÉ : *c* Sự hiển nhiên.
Notoriété PUBLIQUE : Người người đều biết.

NOUER : *đgt* Cấu kết. Liên kết. Thắt buộc.
Nouer une ALLIANCE : Liên minh.

NOURRI : *tt* Được nuôi dưỡng.
Nourri et LOGÉ : Nuôi ăn cho ở.

NOURRITURE : *c* Thức ăn. Món ăn. Đồ ăn.
FRAIS de nourriture : Tổn phí nuôi dưỡng.

NOUVEAU : *tt* Mới. Mới lạ.
À nouveau : Lại nữa.
DE nouveau : Lại thêm lần nữa.
ÈRE nouvelle : Tân kỷ nguyên. Giai đoạn mới.
FAITS nouveaux : Sự kiện mới (*để xin tái thẩm*).
MOYENS nouveaux : Kháng chước mới. (*để đem xử lại trước toà phá án*).
Nouveau-NÉ : Trẻ sơ sinh.
Les nouveaux RICHES : Những kẻ giầu nỏi .
Nouvel AN : Nguyên đán. Nguyên tiêu.
Nouvelle ANNÉE : Năm mới.
Nouvel ÉTAT : Quốc gia tân lập.

NOUVEAUTÉ : *c* Sự mới lạ. Tính tân kỳ. / Kiểu mới. / Tác phẩm mới.

NOUVELLE : *c* Tin tức. / Tân văn. / Truyện ngắn. Đoản thiên tiểu thuyết.
BONNE nouvelle : Tin vui. Cát tín. Hỷ tín.
FAUSSE nouvelle : Tin thất thiệt. Tin đồn nhảm.
MAUVAISE nouvelle : Tin buồn. Hung tín.
PREMIÈRE nouvelle ! : Chuyện lạ thật !

NOUVELLIER : *đ* Tác giả đoản thiên.

NOUVELLISTE : *đ* Kỷ giả, nhà báo (*lượm tin tức*).

NOVATEUR : *đ* Người cải cách. Người canh tân.

NOVATION : *c* Sự đổi tính chất một nghĩa vụ, một trái vụ. Sự thế cải. Sự thay thế văn tự nợ cũ bằng văn tự mới.
CONTRAT de novation : Khế ước thế cải.

NOVATOIRE : *tt* Thuộc về thế cải.

NOVELLES : *c snh* Luật bổ sung.

NOVER : *đgt* Thế cải. Đổi mới. Canh tân. Canh cải
Nover un CONTRAT : Thế cải khế ước.

NOVICE : *đ* Người mới đi tu. Kẻ chưa kinh nghiệm. Kẻ tập nghề.

NOVICE : *tt* Non nớt. Thiếu kinh nghiệm

NOYAU : *đ* Nhân. Hạt nhân. / Phần chính, quan trọng. Nòng cốt.
Noyau d'un ATOME : Hạt nhân nguyên tử.
Noyau de la TERRE : Trung tâm trái đất.
Noyau d'un PARTI : Đầu não một đảng.

NOYAUTAGE : *đ* Việc gài người vào tổ chức địch.

NOYAUTER : *đgt* Gài người vào lòng địch.

NOYÉ : *tt* Chết đuối.

NOYER : *đgt* Dận chìm. Làm cho ướt.
Noyer son CHAGRIN DANS l'ALCOOL : Uống cho quên sự đời.
Noyer le POISSON dans l'eau : Đánh lừa. Thả hỏa mù.
Noyer son VIN : Pha nước lạnh vào rượu đỏ (chát).

NU : *tt* Khoả thân. Trần truồng. / Trống rỗng.
COLLINE nue : Đồi trọc.
ÉPÉE nue : Gươm trần.
FEMME nue : Phụ nữ khoả thân.
MAISON nue : Nhà trống.
OEIL nu : Mắt không đeo kính.
TÊTE nue : Đầu trần. Không mũ nón.
VÉRITÉ toute nue : Hoàn toàn sự thật.

NU : *đ* Tranh khoả thân. Tượng khoả thân.
METTRE à nu la VÉRITE : Lột trần sự thật.
MONTER un CHAVAL à nu : Cưỡi ngựa không yên cương.

NUANCE : *c* Sắc thái. Một tí chút.
Nuance de REGRET : Một chút hối tiếc.
Nuance POLITIQUE : Sắc thái chính trị.

NUBILE : *tt* Thời dậy thì. Tuổi hôn nhân. Tuần cập kê.

NUISETTE : *c* Áo ngủ mong manh (cuả phụ nữ).

NUL : *tt* Vô hiệu.
MARIAGE nul : Hôn nhân vô hiệu.
Nul au FOND : Vô hiệu vì nội dung.
Nul en la FORME : Vô hiệu vì hình thức.
Nul et NON AVENU : Vô hiệu quả.

NUL : *đ* Không một ai.
Nul N'EST CENSÉ D'IGNORER LA LOI : Ai ai *(người người)* đều phải biết pháp luật *(tng)*.

NULLITÉ : *c* Sự vô hiệu. Sự tiêu hủy. Sự vô giá trị.
ACTION en nullité : Tố quyền xin tiêu hủy.
COUVRIR la nullité : Bao yểm sự vô hiệu.
Tiêu huỷ sự vô hiệu.
ENTACHÉ de nullité : Có (*đầy rẫy*) sự vô hiệu.
PRONONCER la nullité : Tuyên cáo vô hiệu.
Nullité ABSOLUE : Vô hiệu tuyệt đối.
Nullité d'un ACTE : Vô hiệu cuả văn kiện.
Nullité en la FORME : Vô hiệu vì hình thức.
Nullité d'ORDRE PUBLIC : Vô hiệu vì trật tự công cộng.
Nullité PARTIELLE : Một phần vô hiệu.
Nullité de la PROCÉDURE : Vô hiệu vì thủ tục tố tụng không được tôn trọng.
Nullité RELATIVE : Vô hiệu tương đối.

NUMÉRAIRE : *đ* Tiền mặt. Hiện kim.
PAIEMENT en numéraire : Trả tiền mặt. Trả bằng hiện kim.

NUMÉRO : *đ* Số. Con số. Hiệu. Số hiệu.
DERNIER numéro : Số báo cuối.
ENNEMI numéro UN : Kẻ thù bất cộng đái thiên.
ENNEMI PUBLIC numéro UN : Kẻ tối nguy hiểm.
TIRER UN BON numéro : Được số may.
QUEL numéro : Con người kỳ khôi.
Numéro CADASTRAL : Số sổ điền trạch.
Numéro de l'IMMEUBLE : Số nhà.
Numéro d'ORDRE : Số thứ tự.
Numéro de RÉFÉRENCE : Số chỉ dẫn. *(trong các văn kiện).*

NUMÉROTER : *đgt* Ghi số thứ tự.
Numéroter les PIÈCES envoyées : Đánh số những tài liệu gửi đi (*cho đối phương*).

NUNCUPATION : *c* Sự tuyên bố miệng một di chúc. Chúc ngôn.

NU-PROPRIÉTAIRE : *đ* Sở hữu chủ mà không được hưởng hoa lợi.

NUPTIAL : *tt* Thuộc về hôn lễ.
CÉRÉMONIE nuptiale : Lễ thành hôn (*nam*). Lễ vu qui (*nữ*).

O

OBÉDIENCE : *c* Sự phục tùng. Sự tuân theo.
D'obédience : Chịu sự chi phối của ....

OBÉIR : *đgt* Vâng lệnh. Vâng lời. Tuân theo.
Obéir aux LOIS : Tuân theo pháp luật.
Obéir aux PARENTS : Vâng lời cha mẹ.

OBÉISSANCE : *c* Sự tuân lệnh.

OBJECTER : *đgt* Chê bẻ (*một lập luận*). / Bác khước (*một luận cứ*).

OBJECTEUR DE CONSCIENCE : *đ* Kẻ chống đối việc thi hành nghĩa vụ quân dịch.

OBJECTIF : *tt* Khách quan.
CONDITIONS objectives : Điều kiện khách quan.
CRITIQUE objective : Phê bình khách quan.
RÉALITÉ objective : Hiện thực khách quan.
VUE objective : Cái nhìn khách quan.

OBJECTIF : *đ* Mục tiêu. / Ống kính máy ảnh.

OBJECTION : *c* Sự bác bẻ. Sự bác khước.

OBJECTIVEMENT : *pht* Một cách khách quan. (không thiên vị).

OBJECTIVITÉ : *c* Tính khách quan, không thiên vị.
En TOUTE objectivité : Cứ khách quan mà nói.
Objectivité d'un HISTORIEN : Sử quan chính trực.

OBJET : *đ* Đồ vật. Mục tiêu. Mục đích. Nguyên nhân.
Objet du CONTRAT : Mục đích của khế ước.
Objet de la DEMANDE : Mục tiêu của thỉnh cầu.
Objet du DÉLIT : Tang vật. Vật chứng.
Objet d'une DISPUTE : Nguyên nhân vụ tranh cãi.
Objet ÉGARÉ : Đồ vật thất lạc.
Objet de l'INSTANCE : Mục tiêu của vụ kiện.
Objet LITIGIEUX : Vật tương tranh.
Objet TROUVÉ : Đồ vật nhặt lượm được.

OBJURGATION : *c* Lời cảnh cáo. Lời quở mắng.

OBLAT : *đ* Cư sĩ. Tu tại gia. *đ snh* Đồ cúng.

OBLATION : *c* Sự hiến dâng.

OBLIGATAIRE : *đ* Trái chủ. Người có trái phiếu.
DROIT des obligataires : Quyền của trái chủ.
MASSE des obligataires : Tổng số trái chủ.

OBLIGATION : *c* Nghĩa vụ. Trái phiếu. Sự bắt buộc. / Ân nghĩa. Việc tri ân.
CONTRACTER une obligation : Kết ước một nghĩa vụ.
ÉMISSION des obligations : Phát hành trái phiếu.
EXÉCUTION d'un obligation : Thi hành một nghĩa vụ.
Obligation ALIMENTAIRE : Nghĩa vụ cấp dưỡng.
Obligation de CITOYEN : Nghĩa vụ công dân. Bổn phận công dân.
Obligation CIVILE : Nghĩa vụ dân sự.
Obligation d' ÉDUCATION : Nghĩa vụ giáo dưỡng.
Obligation d'ENTRETIEN : Nghĩa vụ nuôi dưỡng.
Obligation de FAIRE : Nghĩa vụ thực thi.
Obligation de NE PAS FAIRE : Nghĩa vụ bất thi.
Obligation ILLICITE : Nghĩa vụ phi pháp.
Obligation MORALE : Nghĩa vụ tinh thần.
Obligation de MOYEN : Nghĩa vụ phải phục vụ hết lòng (*bác sĩ, luật sư*). (*x ch obligation de résultat*).
Obligation de RESULTAT : Nghĩa vụ phải đạt được mục tiêu *(thợ sửa chữa phải thành công)*.
Obligation de RESTITUER : Nghĩa vụ hoàn trả.
Obligation de SECOURS : Nghĩa vụ trợ giúp.
Obligation SOLIDAIRE : Nghĩa vụ liên đới.
Obligation VOLONTAIRE : Nghĩa vụ tự nguyện.

OBLIGATOIRE : *tt* Bắt buộc. Tất yếu. Dĩ nhiên.

OBLIGÉ : *tt* Bắt buộc. Cần thiết. Mang ơn.
Obligé de POURSUIVRE EN JUSTICE : Bắt buộc phải thưa trước pháp luật.
VOTRE BIEN obligé : Kẻ mang ơn ông.
C'EST obligé : Đó là điều cần thiết.

OBLIGEAMMENT : *pht* Đon đả. Hết lòng.

OBLIGER : *đgt* Bắt buộc. Giúp đỡ.

OBLIQUE : *tt* Xiên chéo. Không thẳng.
ACTION oblique : Kiện thưa gián tiếp. (*ví dụ : đòi tiền con nợ của con nợ của mình*).

OBLITÉRER : *đgt* Đóng dấu hủy con tem.

OBOLE : *c* Tiền chinh, tiền kẽm (*xưa*).

OBSCÈNE : *tt* Tục tĩu. Khiêu dâm.
ACTE obscène : Cử chỉ tục tĩu, khiêu dâm.
PAROLE obscène : Lời nói tục tằn.

OBSCURE : *tt* Tối tăm. Đen tối. Khó hiểu.
MENER une vie obscure : Sống cuộc đời che dấu.

OBSCURANTISME : *đ* Chính sách ngu dân.

OBSÈQUES : *c snh* Đám tang. Đám ma. Ma chay. Lễ mai táng.

OBSERVATEUR : *đ* Quan sát viên.
Observateur à l' O.N.U. : Quan sát viên tại L.H.Q.

OBSERVATION : *c* Sự nhận xét. / Sự tuân theo. Sự tuân phục. / Sự quở trách.

OBSERVATOIRE : *đ* Thiên văn đài. Đài khí tượng.

OBSERVER : *dgt* Tuân hành. Quan sát. Nhận xét.
Observer un REGLEMENT : Tuân hành điều lệ.
Observer l'ennemi : Quan sát địch tình.
Obserser un VOLEUR : Theo rõi gian phi.

OBSESSION : *c* Sự ám ảnh.

OBSOLÈTE : *tt* Không dùng nữa. Lỗi thời. Quá thời.
LOI obsolète : Đạo luật lỗi thời.
MOT obsolète : Từ, chữ không còn dùng nữa.

OBSTACLE : *đ* Chướng ngại vật.
FAIRE obstacle à l'exécution d'un JUGEMENT : Làm cản trở việc thi hành bản án.

OBSTINATION : *c* Sự cứng đầu. Sự bướng bỉnh.

OBSTINÉ : *tt* Cứng đầu. Bướng bỉnh. *đ* Kẻ cứng đầu cứng cổ. Kẻ không phục thiện. Kẻ ngoan cố.

OBSTRUCTION : *c* Sự làm bế tắc.
FAIRE obstruction à une plaidoierie : Phá rối việc biện hộ của đối phương.

OBTEMPÉRER : *dgt* Vâng lệnh. Tuân lệnh.
Obtempérer à un COMMANDEMENT : Thi hành một hiệu lệnh.

OBTENIR : *dgt* Thu được. Đạt được. Giành được.
Obtenir GAIN DE CAUSE : Thắng kiện. Đạt được thỉnh cầu.
Obtenir un HÉRITAGE : Được hưởng gia tài.
Obtenir une MÉDAILLE : Đạt được huân chương.

OBTENTION : *c* Sự thâu hoạch. Sự có được.Sự đạt được.
Obtention d'un DIPLÔME : Có được văn bằng.
Obtention d'une INDEMNITÉ : Được bồi thường.
Obtention d'une RELAXE : Được tha bổng.

OBVENIR : *dgt* Thuộc về phần (người nào).

OBVIER : *dgt* Ngăn ngừa. Dự phòng.

OCCASION : *c* Thời cơ. Dịp (*hiếm có*).
Cơ hội. Dịp mua được giá rẻ.
Occasion de DISPUTE : Nguyên nhân cãi cọ.
Occasion FAVORABLE : Thời cơ thuận lợi.
À l'occasion : Nếu có dịp.
À l'occasion DE : Nhân dịp.
D'occcasion : Hạ giá. Bán đồ cũ.
Par occasion : Ngẫu nhiên.
SAISIR l'occasion AUX CHEVEUX : Nắm (túm) lấy thời cơ.

OCCASIONNER : *dgt* Gây ra.
Occasionner un ACCIDENT : Gây tai nạn.
Occasionner les DÉPENSES : Gây ra phí tổn.
Occasionner les TROUBLES : Gây rối.

OCCIDENT : *đ* Tây phương. Trời tây.
OCCIDENTALISATION : *c* Âu tây hóa.
Le JAPON s'occidentalise : Nhật bản âu (tây) hóa.

OCCIR : *dgt* Giết chết (*thân*).

OCCULTE : *tt* Huyền bí. Bí ẩn. Không ra mặt.
SCIENCES occultes : Khoa học huyền bí.

OCCUPANT : *đ* Kẻ chiếm hữu (vô quyền). Kẻ chiếm ngụ.
Occupant de BONNE FOI : Kẻ chiếm ngụ ngay tình.
PREMIER occupant : Kẻ đầu tiên chiếm hữu.

OCCUPATION : *c* Sự chiếm hữu. Sự chiếm ngụ. Sự chiếm đóng.
Occupation de BONNE FOI : Chiếm hữu ngay tình.
Occupation ILLICITE : Chiếm hữu phi pháp.
Occupation SANS DROIT NI TITRE : Chiếm hữu vô năng vô quyền.
Occupation SANS TITRE : Chiếm hữu vô tư cách.
Occupation d'une MAISON : Chiếm ngụ căn nhà.
ARMÉE d'occupation : Đoàn quân chiếm đóng.
DROIT d'occupation : Quyền chiếm ngụ.

OCCUPÉ : *tt* Bị chiếm. Bận rộn (*bóng*).

OCCURENCE : *c* Cơ duyên. Cơ hội.
EN CETTE occurence : Trong cơ duyên ấy.

OCÉAN : *đ* Đại dương. Biển cả.
Océan ATLANTIQUE : Đại tây dương.
Océan INDIEN : Ấn độ dương.
Océan PACIFIQUE : Thái bình dương.

OCTAVO : *pht* Một phần tám (1/8).

OCTAVON : *tt* Lai một phần tám.

OCTROI : *đ* Sự ban cho. Sực cấp cho. Thuế nhập thị (*xưa*).

OCTROYER : *dgt* Ban cấp.

OCULAIRE : *tt* Thuộc về mắt.
TEMOIN oculaire : Nhân chứng thực mục sở thị. Chính mắt nhìn thấy. Thị chứng

ODIEUX : *tt* Ghê tởm. Gớm ghiếc. Bỉ ổi.
CALOMNIE odieuse : Vu khống bỉ ổi.
CRIME odieux : Tội ác kinh tởm.

ODOGRAPHIE : *c* Khoa học về đường xá.

ODORAT : *đ* Khứu giác.

OEIL : *đ* Con mắt. *snh YEUX.*
AVOIR l'oeil À TOUT : Kiểm soát mọi công việc.
AVOIR DE BONS yeux : Tinh khôn.
AVOIR les yeux plus GRANDS QUE LE VENTRE : No bụng đói con mắt.
Oeil POUR OEIL, DENT POUR DENT : Ăn miếng trả miếng. Ác giả ác báo. Trả đũa.

OEUVRE : *c* Tác phẩm. Công trình. Việc thiện.
CHEF d'oeuvre : Kiệt tác.
MAÎTRE des HAUTES oeuvres : Đao phủ.
METTRE TOUT EN oeuvre : Dùng đủ mọi phương tiện.

OEUVRE : *đ* Công trình xây cất. Toàn bộ tác phẩm.
NOUVEL oeuvre : Tân tạo.

OFFENSE : *c* Lời xúc phạm. Tội lỗi (*tôn*).

OFFENSÉ : *tt* Bị xúc phạm. *đ* Kẻ bị xúc phạm.

OFFENSER : *đgt* Xúc phạm.

OFFENSIF : *tt* Tấn công.

OFFENSIVE : *c* Cuộc tấn công. Thế tấn công. Việc đả kích.

OFFICE : *đ* Văn phòng. Cục. Sở. Chức vụ.
D'office : Mặc nhiên.
BONS offices : Can thiệp để hoà giải. Điều giải.
DÉMISSION d'office : Thải hồi.
DÉSIGNATION d'office : Chỉ định.
FAIRE l'office de MAGISTRAT : Tạm giữ chức vụ thẩm phán.
NOMINATION d'office : Tuyển nhiệm đương nhiên.
Office des CHANGES : Viện hối đoái.
Office du COMMERCE EXRÉRIEUR : Sở ngoại thương.
Office du TOURISME : Sở du lịch.
Office du TRAVAIL : Sở lao động.
Office MINISTÉRIEL : Nhiệm lại phòng. *(chưởng khế, thừa phát lại).*

OFFICIALISER : *đgt* Chính thức hóa.

OFFICIANT : *tt* Làm lễ (*tôn*).

OFFICIEL : *tt* Thuộc về công quyền. Chính thức.
ACTE officiel : Văn bản chính thức.
REPRÉSENTANT officiel : Đại diện chính thức.
TEXTE officiel : Văn bản chính thức.

OFFICIELLEMENT : *pht* Một cách chính thức.
NOMMER officiellement un MAGISTRAT : Chính thức bổ nhiệm chánh án.

OFFICIER : *đgt* Làm lễ (*tôn*). Đứng chủ tế. Trịnh trọng tế lễ.

OFFICIER : *đ* Sĩ quan. / Viên chức.
SOUS officier : Hạ sĩ quan.
Officier d'ADMINISTRATION : Viên chức công quyền.
Officier de JUSTICE : Viên chức tư pháp.
Officier de l'ÉTAT CIVIL : Hộ lại.
Officier de MARINE : Sĩ quan hải quân.
Officier de POLICE : Sĩ quan cảnh sát.
Officier de POLICE JUDICIAIRE : Sĩ quan cảnh sát tư pháp.

OFFICIER : *đgt* Cử hành. Cử lễ. Làm lễ.

OFFICIEUX : *tt* Bán chính thức. Chưa chính thức.
NOUVELLE officieuse : Tin bán chính thức. Tin chưa chắc chắn.

OFFICINE : *c* Tiệm thuốc.
Officine de PHARMACIE : Tiệm thuốc tây. Dược cuộc. Tiệm bào chế.

OFFRANDE : *c* Tặng vật. Đồ vật biếu xén.

OFFRANT : *đ* Kẻ hiến giá (*đấu thầu*).
AU PLUS offrant : Kẻ hiến giá cao nhất.

OFFRE : *c* Hiến. Cung. LOI de l'offre et DE LA DEMANDE : Định luật cung cầu (kinh tế).
REJETTER une offre : Bác khước đề nghị.
Offre d'ACHAT : Đề nghị mua.
Offre à la BARRE : Đề nghị trước toà. (*đề nghị bồi thường trước toà*).
Offre d'EMPLOI : Đề nghị việc làm.
Offre de MÉDIATION : Đề nghị trung giải.
Offre de VENTE : Dạm bán.

OFFRIR : *đgt* Biếu xén. Tặng.

OFFUSQUER : *đgt* Làm tức tối (người khác).

OGRE : *đ* Yêu tinh (trong chuyện thiếu nhi).

OGRESSE : *c* Nữ quái.

OISEUX : *tt* Vô ích. Vô bổ. Phù phiếm.

OISIF : *tt* Vô công rồi nghề. *đ* Kẻ ăn không ngồi rồi.

OLIGARCHIE : *c* Bọn đầu sỏ.
Oligarchie FINANCIxRE : Bọn đầu sỏ tài phiệt.
Oligarchie MILITAIRE : Bọn đầu sỏ quân phiệt.

OLOGRAPHIE : *c* Tự bút. Thủ bút. Văn bản đích tay tác giả viết.

OLOGRAPHIQUE : *tt* Tự bút. Thủ bút.
TESTAMENT olographique : Di chúc thủ bút.

OLYGOPOLIE : *c* Việc bán đơn phương.

OLYGOSONY : *đ* Việc mua đơn phương.

OLYMPE : *đ* Cõi bồng lai tiên cảnh.

OLYMPIADE : *c* Đại hội thể thao thế giới. Thế vận.

OLYMPYQUE : *tt* Thuộc về thế vận hội.
JEUX olympyques : Cuộc tranh tài thế vận hội.

OMBRE : *c* Bóng mát. Bóng cây. Bóng tối.

OMETTRE : *đgt* Bỏ sót. Bỏ quên. Quên.
Omettre une FORMALITÉ : Bỏ sót một thủ tục.

OMISSION : *c* Sự bỏ sót. Sự bỏ quên.
DÉLIT d'omission : Tội phạm vì sơ sót.
DÉLIT PAR omission : *như trên.*

OMNIBUS : *đ* Tầu hỏa đậu từng ga vét khách. Tầu vét (*khác tầu tốc hành*).

OMNIPOTENCE : *c* Quyền tuyệt đối. Toàn quyền quyết định.

OMNIPOTENT : *tt* Chuyên quyền.

OMNIPRÉSENT : *tt* Có mặt nơi nơi. Vô sở bất tại.

OMNISCIENCE : *đ* Quán triệt mọi khoa.

OMNIUM : *đ* Tổng hợp công ty.
Omnium CONSENSUS : Chúng khẩu đồng

ONCLE : *đ* Bác. Chú. Cậu. Dượng. Anh em ruột với cha; với mẹ.
Oncle SAM : Người Mỹ.

ONDÉE : *c* Mưa rào. Mưa bóng mây.

ONÉREUX : *tt* Tốn tiền. Tốn kém. Tốn phí. Đắt giá. Đắt tiền.
ACTE onéreux : Hành vi hữu thường.
À TITRE onéreux : Phải tốn kém.

VOYAGE onéreux : Du lịch tốn tiền.

O.N.U. (Organisation des Nations Unies) : *c* L.H.Q. (Liên Hiệp Quốc).

ONUS PROBANDI : Việc dẫn chứng. Viện chứng.

OPÉRA : *đ* Hề viện. Kịch viện. / Mẩu đỏ.
FAIRE opéra : Vơ cả làng.

OPÉRANT : *tt* Có hiệu lực. Có kết quả.
LETTRE non opérante : Thư không hồi âm.
MESURE non opérante : Biện pháp vô hiệu.

OPÉRATION : *c* Hoạt động. / Nghiệp vụ. / Hành quân. / Phẫu thuật.
DIRIGER les opérations : Chỉ huy hoạt vụ.
THÉÂTRE d'opération : Sa trường. Chiến trường.
Opération BANCAIRE : Nghiệp vụ ngân hàng.
Opération de BOURSE : Nghiệp vụ chứng khoán.
Opération de CHANGE : Nghiệp vụ hối đoái.
Opération CHIRURGICALE : Giải phẫu.
Opération COMMERCIALE : Nghiệp vụ thương mại.
Opération FINANCIÈRE : Nghiệp vụ tài chính.
Opération MILITAIRE : Hành quân.

OPÉRER : *đgt* Tiến hành. / Thực hiện. / Hoạt động. Làm. / Giải phẫu.

OPINANT : *đ* Người phát biểu.

OPINIÂTRE : *tt* Bền bỉ. Dai dẳng. Kiên trì. Kiên tâm.

OPINER : *đgt* Phát biểu.

OPINION : *c* Dư luận. Ý kiến. / Quan điểm.
AVOIR BONNE opinion : Có thành kiến tốt.
DÉLIT d'opinion : Tội phạm vì quan điểm.
DONNER son opinion : Cho biết ý kiến.
SONDAGE d'opinion : Thăm dò dư luận.
Opinion GÉNÉRALE : Công luận.
Opinion POLITIQUE : Quan điểm chính trị.
Opinion PUBLIQUE : Dư luận quần chúng.

OPIOMANE : *đ* Kẻ nghiện á phiện.

OPIOMANIE : *c* Tật nghiện thuốc phiện.

OPIUM : *đ* Nha phiến. Thuốc phiện. A phiến. À phù dung.
GUERRE d'opium : Chiến tranh nha phiến.
FUMEUR d'opium : Kẻ hút thuốc phiện.

OPPORTUN : *tt* Đúng lúc. Đúng thời đúng thế.

OPPORTUNISME : *đ* Cơ hội chủ nghĩa. Thói xu thời.

OPPORTUNISTE : *đ* Kẻ xu thời. Kẻ cơ hội.

OPPORTUNITÉ : *c* Sự đúng lúc. Sự đúng thời cơ.
SAISIR l'opportunité : Nắm thời cơ.

OPPOSABILITÉ : *c* Sự đối kháng. Sự chống lại.

OPPOSABLE : *tt* Đối kháng. Chống lại.
Opposable auxTIERS : Đối kháng với đệ tam nhân.

OPPOSANT : *đ* Người đối lập. Kẻ chống đối.

OPPOSER : *đgt* Chống lại. So sánh. Đối lập.

OPPOSER (S') : Phản đối. Chống đối. Cản trở.

OPPOSITION : *c* Kháng tố (*khác với kháng cáo*).
FAIRE opposition À UN JUGEMENT : Kháng tố một án văn (*khi bị xử khuyết tịch*).
TIERCE opposition : Đệ tam kháng tố.
Opposition à un JUGEMENT RENDU PAR DÉFAUT : Kháng tố một bản án khuyết tịch.

OPPOSITION : *c* Phản kháng. Đối kháng. Đối lập. Ngăn cản. Ngăn chặn.
ENTRER en opposition : Gia nhập phía đối lập.
PARTI de l'opposition : Đảng đối lập.
Opposition à un MARIAGE : Ngăn chặn hôn phối.
Opposition à un PAIEMENT : Ngăn chặn thanh toán.
Opposition à un PARTAGE : Ngăn cản phân sản.
Opposition SUR opposition NE VAUT : Bất khả tái kháng.

OPPRESSEUR : *tt* Áp đảo. Đè nén. *đ* Kẻ đàn áp. Kẻ áp đảo. Kẻ chế áp.

OPPRESSION : *c* Sự đè nén. Sự ức hiếp. Sự áp bức.
RÉGIME d'oppression : Chế độ áp bức.

OPPRIMÉ : *tt* Bị ức hiếp. Bị đề nén. *đ* Kẻ bị ức hiếp. Kẻ bị đè nén.

OPPRIMER : *đgt* Ăn hiếp. Áp bức. Đè nén người khác.

OPPROBRE : *đ* Sự hèn hạ. Sự đê hèn.

OPTATIF : *đ* Mong mỏi. Nguyện vọng.

OPTER : *đgt* Chọn lựa. Tuyển lựa.

OPTIMISME : *đ* Tính lạc quan.

OPTIMISTE : *đ* Người lạc quan.

OPTIMUM : *đ* Tối ưu. Tình trạng tốt nhất.
DOSE optimum : Liều lượng đúng nhất.
PRIX optimum : Giá cả tốt nhất.

OPTION : *c* Sự lựa chọn.
DELAI d'option : Thời gian suy nghĩ (*để lựa chọn*).
DROIT d'option : Quyền được lựa chọn.
LEVER une option : Quyết định lựa chọn.
MATIÈRE à option : Môn thi (*do thí sinh*) lựa chọn

OPULENCE : *c* Sự phong phú. Sự giầu có, sung túc.
VIVRE dans l'opulence : Sống sung túc.

OPULENT : *tt* Phong phú. Giầu có. Sung túc.

OPUS : *đ* Nhạc phẩm. Giai phẩm nhạc.

OPUSCULE : *đ* Cuốn sách nhỏ.

OR : *đ* Vàng. Tiền vàng. / Hoàng kim.
ADORER le VEAU d'or : Ham mê tiền bạc.
ÉTALON or : Kim bản vị.
ÊTRE COUSU d'or : Giầu nứt đố đổ vách.
LIVRE d'OR : Sổ vàng.
MINE d'or : Mỏ vàng.

NI POUR or NI POUR ARGENT : Không thiết, không thích.
POUR TOUT l'or du MONDE : Không đời nào. Các vàng chẳng chịu.
PROMETTRE DES MONTS d'or : Hứa cuội.
ROULER sur l'or : Giầu sang phú qúy.
VALOIR son PESANT d'or : Đáng giá ngàn vàng.
Or FIN : Vàng y. Vàng mười. Vàng ròng.
Or PUR : Vàng ròng. Vàng nguyên chất.

ORAISON : *c* Kinh cầu nguyện.
Oraison FUNÈBRE : Điếu văn. Văn tế.

ORAL : *tt* Thuộc về miệng (mồm). *đ* Kỳ thi vấn đáp.
DÉPOSITION orale : Lời khai. Cung từ.

ORATEUR : *đ* Nhà hùng biện. Biện sĩ. Diễn giả.

ORATOIRE : *tt* Hùng biện.
ART oratoire : Tài hùng biện.
PRÉCAUTION oratoire : Rào trước đón sau.

ORBITE : *c* Qũy đạo.

ORDINAIREMENT : *pht* Thường thường. Thói thường.

ORDINATEUR : *đ* Điện não cơ. Máy vi tính. Máy sắp xếp. / Người chỉ huy một nghi lễ.

ORDONNANCE : *c* Án lệnh. Trát. Lệnh. (lệnh do dự thẩm ban hành). / Toa thuốc(N). Đơn thuốc (B). / Sĩ quan hầu cận. / Cách thức sắp xếp.
Ordonnance d'INCOMPÉTENCE : Án lệnh vô thẩm quyền.
Ordonnance de MISE EN LIBERTÉ PROVISOIRE : Án lệnh tạm tha.
Ordonnance de NON CONCILIATION : Án lệnh hoà giải bất thành (*lý hôn*).
Ordonnance de NON-LIEU : Án lệnh đình cứu.
Ordonnance de PRISE DE CORPS : Án lệnh câu thúc nhục thể (thân thể).
Ordonnance de RÉFÉRÉ : Án lệnh cấp thẩm (do chánh thẩm ban hành). Án lệnh khẩn cấp.
Ordonnance de RECHERCHE : Lệnh truy nã, truy tìm.
Ordonnance de RENVOI : Án lệnh chuyển hồ sơ tới tụng đình.
Ordonnance ROYALE : Chỉ dụ quân vương.
Ordonnance de SOIT COMMUNIQUÉ : Án lệnh thông tri (*tới công tố viên*).
Ordonnance du MÉDECIN : Đơn (toa) thuốc cuả y sĩ, cuả thầy thuốc.
Ordonnance de REJET : Án lệnh bác đơn thỉnh cầu.
Ordonnance sur REQUÊTE : Án lệnh phê đơn.
OFFICIER d'ordonnance : Sĩ quan tùy viên, hầu cận.

ORDONNANCÉ : *tt* Làm theo quy định.

ORDONNÉ : *tt* Ngăn nắp. Quy củ.

ORDONNER : *đgt* Ra lệnh. Truyền lệnh. / Phong chức (*tôn*). / Bố trí. Bố cục. / Xếp hạng.
Ordonner un PRÊTE : Phong chức một linh mục.
Ordonner une LIBÉRATION : Ra lệnh phóng thích.

ORDRE : *đ* Thứ tự. Ngăn nắp. Trật tự. Đẳng cấp xã hội. / Hạng huân chương. / Dòng *(tôn giáo)*. / Lệnh. Mệnh lệnh.
Ordre ALPHABÉTIQUE : Theo thứ tự a, b, c.
Ordre des AVOCATS : Luật sư đoàn.
Ordre de BOURSE : Lệnh mua, bán cổ phần.
Ordre CHRONOLOGIQUE : Sắp xếp theo ngày tháng.
Ordre d'ÉLARGISSEMENT : Lệnh phóng thích.
Ordre du JOUR : Chương trình nghị sự. Nhật lệnh.
Ordre des MÉDECINS : Y sĩ đoàn.
Ordre des MOINES MENDIANTS : Dòng thừa khất.
Ordre de NOBLESSE : Dòng qúy tộc.
Ordre PUBLIC : Trật tự công cộng.
Ordre de SERVICE : Sự vụ lệnh. Lệnh công tác.
Ordre SOCIAL : Trật tự xã hội.

ORGANE : *c* Bộ phận. Cơ quan.
Organe ADMINISTRATIF : Cơ quan hành chánh.
Organe d'EXÉCUTION : Cơ quan chấp hành.
Organe GÉNETIF : Cơ quan sinh dục.
Organe de PRESSE : Cơ quan báo chí.

ORGANISATEUR : *đ* Chuyên gia tổ chức.

ORGANISATION : *c* Sự sắp xếp. Cách tổ chức.
Organisation de l'ARMÉE : Tổ chức quân đội.
Organisation JUDICIAIRE : Tổ chức tư pháp.
Organisation de l'O.N.U. : Tổ chức L.H.Q.
Organisation du TRIBUNAL : Tổ chức tụng đình.
Organisation SECRÈTE : Hội kín.

ORGANISME : *đ* Cơ cấu. Cơ thể. Tổ chức.
Organisme HUMAIN : Cơ thể con người.
Organisme POLITIQUE : Cơ cấu chính trị.
Organisme SOCIAL : Cơ quan xã hội.

ORGEUILLEUX : *tt* Kiêu căng. Kiêu ngạo. Cao ngạo. Phách lối. *đ* Kẻ kiêu căng. Người kiêu ngạo.

ORGIE : *c* Cuộc trác táng. Cuộc hoan lạc.

ORIENT : *đ* Đông phương. Hướng đông. Lúc bình minh.
GRAND orient : Hội Tam điểm.

ORIENTAL : *tt* Thuộc về Đông phương. *đ* Người phương đông. Người Á châu.
ASIE orientale : Đông Á.
CULTURE orientale : Văn hóa đông phương.
LANGUE orientale : Đông phương ngữ.
MUSIQUE orientale : Nhạc đông phương.
PAYS orientaux : Các quốc gia đông phương.
PHILOSOPHIE orientale : Triết học đông phương.

ORIENTALISER : *đgt* Đông phương hóa.

ORIENTALISME : *đ* Đông phương học.

ORIENTATION : *c* Sự định hướng. Sự chỉ dẫn. Sự hướng dẫn.
Orientation POLITIQUE : Khuynh hướng chính trị.
Orientation PROFESSIONNELLE : Hướng nghiệp.

ORIENTER : *đgt* Chỉ dẫn. Dẫn hướng đi.

ORIFLAMME : *c* Cờ đuôi nheo.

ORIGINAIRE : *tt* Nguyên gốc. Nguyên quán. / Bẩm sinh. / Nguyên thuỷ.
DEMANDEUR originaire : Nguyên đơn.
Originaire de PARIS : Người nguyên quán ở Paris.
TARE originaire : Tật bẩm sinh.

ORIGINAL : *tt* Nguyên thủy. Gốc. / Độc đáo. / Kỳ quặc. Kỳ khôi (miả mai). *d* Bản gốc. Chính bản. Chủ cảo. / Con người kỳ quặc.
CARACTÈRE original : Tính nết kỳ quặc.
COPIE CONFORME À l'original : Sao y bản chính.
MANUSCRIT original : Thủ bút.
TEXTE original : Bản văn chính. Bản gốc.

ORIGINALITÉ : *c* Tính độc đáo. Nét độc đáo.

ORIGINE : *c* Gốc. Nguồn gốc. Căn nguyên.
APPELLATION d'origine : Nguyên danh (rượu).
BONNE origine : Dòng rõi tốt.
CERTIFICAT d'origine : Chứng minh xuất xứ.
DÈS l'origine : Ngay từ lúc đầu.
PAYS d'origine : Nguyên xứ. Nguyên quán.
Origine NOBLE : Danh gia vọng tộc.

ORIGINEL : *tt* Nguyên lai. Bản lai.
CARACTÈRE originel : Tính chất bản lai.
PÉCHÉ originel : Tội phạm nguyên thuỷ (*tôn*).
SENS originel : Nghĩa gốc một chữ, một từ.
QUALITÉ originele : Nguyên phẩm.

ORPHELIN : *tt* Mồ côi. Côi cút. Không cha không mẹ. *d* Cô nhi. Trẻ mồ côi. Con côi.
Mẩu thuốc lá gần hết (*lóng*).
LA VEUVE et l'orphelin : Cô nhi quả phụ.
DÉFENSEUR de la veuve et de l'orphelin : Người bênh vực mẹ góa con côi. Hội viên hội Tam điểm.
Orphelin de MÈRE : Ai tử.

ORPHELINAT : *d* Cô nhi viện.

ORTHODOXE : *tt* Chính thống. Thuận đạo. *d* Đạo chính thống (tôn). Kẻ theo đạo chính thống.
ÉCOLE orthodoxe : Môn phái chính thống. Chính phái.
ÉGLISE orthodoxe : Giáo hội chính thống.

OSCILLATION : *c* Sự lắc lư. Sự chao đảo. Sự lúc lắc.
Oscillation de l'OPINION : Sự thay đổi cuả dư luận.
Oscillation des PRIX : Vật giá chao đảo.

OSCILLER : *dgt* Lắc lư. Chao đảo. Lúc lắc. Đong đưa.
Le BALANçOIRE oscille : Cây đu đong đưa.

OSER : *dgt* Dám. Cả gan làm.

OSÉ : *tt* Táo bạo. Sỗ sàng.

OSSATURE : *c* Bộ xương. Khung sườn.

OSSUAIRE : *d* Hài cốt. Hầm hài cốt.

OSTENSIBLE : *tt* Không giấu giếm. Công khai. Phô trương.

OSTRACISER : *dgt* Phát vãng. Đầy ải. Tẩy chay. Bài xích.

OSTRACISME : *d* Sự đầy ải.

OTAGE : *d* Con tin.

O.T.A.N. (Organisation du Traité de l'Atlantique Nord) : *c* Minh ước Đại Tây Dương. *Hoặc N.A.T.O.*

OUBLI : *d* Sự quên. Sự thiếu sót.

OUI-DIRE : *d* Lời đồn đại. Lời phong thanh.

OUBLIETTES : *c snh* Ngục kín (*xưa*). Hầm bí mật.

OUTRAGE : *d* Lời lăng mạ. Sự lăng mạ.

OUTRAGEANT : *tt* Tính cách lăng mạ.
FAIT outrageant : Hành động lăng nhục.
PAROLE outrageante : Lời sỉ vả.

OUTRANCE : *c* Sự quá đáng. Điều thái quá.

OUTRE-MER : *phgn* Hải ngoại.

OUVERTURE : Việc mở cửa. Sự mở.
Ouverture de COEUR : Thổ lộ tâm tình.
Ouverture de FEU : Khai hoả.
Ouverture des HOSTILITÉS : Khai chiến.
Ouverture de SÉANCE : Khai mạc buổi họp.
HEURES d'ouverture : Giờ mở cửa (*cửa hàng, tiệm cơm v.v...*).

OUVRAGE : *d* Công việc. Sản phẩm. Tác phẩm.

OUVRIER : *d* Người thợ. Công nhân.
Ouvrier AGRICOLE : Nông phu.
JOUR ouvrier : Ngày làm việc.

OVATION : *c* Sự hoan hô nhiệt liệt.

OVATIONNER : *dgt* Nhiệt liệt hoan hô.

O.V.N.I. (Objet Volant Non Identifié) : *d* Vật bay trong không gian, không biết từ đâu tới.

P

PACAGE : *đ* Việc thả mục súc ăn cỏ. Đồng cỏ.

PACAGER : *đgt* Thả cho ăn cỏ.

P.C.C. (pour copie conforme) : *lng* Sao y bản chính. Sao y bản gốc.

PACHA : *đ* Tổng trấn (*Thổ nhĩ kỳ*).
FAIRE le pacha : Chỉ tay năm ngón. Ngồi đợi người ta hầu hạ.

PACIFIANT : *tt* Bình định. Làm cho êm dịu.

PACIFICATEUR : *đ* Người dẹp loạn.

PACIFICATION : *c* Sự bình định. Sự dẹp loạn.

PACIFIER : *đgt* Bình định. Ổn định. / An dân.

PACIFIQUE : *tt* Thanh bình. Thái bình. / Yên ổn.
OCÉAN pacifique : Thái Bình Dương.
POSSESSEUR pacifique : Người chấp hữu an lành.

PACIFISME : *c* Chủ nghĩa chuộng hoà bình. Sự hiếu hoà.

PACIFISTE : *tt* Thuộc chủ nghĩa hoà bình. *đ* Kẻ chủ hoà. Kẻ hiếu hoà.

PACOTILLE : *c* Đồ vật không giá trị.
BIJOU de pacotille : Đồ trang sức rẻ tiền.
HÉROS de pacotille : Anh hùng rơm.

PACTE : *đ* Hiệp ước. Thoả ước.
Pacte BILATÉRL : Thoả ước tay đôi.
Pacte COMMISSOIRE : Ước điều lưu chất.
Pacte MILITAIRE : Thoả ước quân sự.
Pacte de NON AGRESSION : Hiệp ước không xâm lược.
Pacte de PRÉFÉRENCE : Ước điều biệt đãi.
Pacte de *QUOTA LITIS* : Ước điều tụng lợi.
Pacte SECRET : Mật ước.
Pacte SUR SUCCESSION FUTURE : Ước điều kế sản vị lai.
Pacte TRIPARTITE : Thỏa ước tay ba.

PACTISER : *đgt* Kết liên. Liên kết. Cam kết liên minh.
Pactiser avec le CRIME : Kết liên với tội ác.
Pactiser avec le DIABLE : Đánh đu với tinh.

PACTOLE : Nguồn lợi lớn.

PAGINATION : *c* Việc đánh số trang (*nhà in, điện toán*)..

PAIE : *c* Lương bổng. Lương tháng. Lương tuần. Sự trả lương. Thời gian lâu quá (*thân*).
FEUILLE de paie : Tờ lương bổng.
JOUR de paie : Ngày phát lương.
DEPUIS une paie, je vous ai attendu : Tôi chờ ông bạn quá lâu rồi (*thân*).

PAIEMENT : *đ* Việc trả tiền. Số tiền đem trả.
Paiement ANTICIPÉ : Trả trước hạn.
Paiement d'une DETTE (*se libérer d'une dette*) : Trả song nợ. Trả hết nợ.
Paiement de l'INDU : Trả tiền mà không thiếu nợ.
Paiement PAR TERME : Trả từng kỳ.
Paiement PARTIEL : Trả phân kỳ. Trả một phần.

PAIERIE : *c* Ngân khố. Kho bạc. Nha ngân khố.
Paierie GÉNÉRALE : Tổng nha ngân khố.

PAIR : *tt* Chẵn.
CHIFFRE pair : Số chẵn.

PAIR : *đ* Đồng giá. Bình giá (tiền của hai quốc gia). Thượng nghị sĩ (Anh). Người có địa vị cao. *snh* Đồng liêu. / Người ngang hàng. Người đồng vai.
AU pair : Làm công không lương (chỉ nuôi ăn ở).
HORS pair : Vô song.
ÉLU par ses pairs : Được các bạn đồng liêu bầu.
MARCHER au pair : Đi sánh vai nhau.
Pair du CHANGE : Hối đoái bình giá.

PAISIBLE : *tt* Hiền hoà. Hiền lành. Thanh bình. Yên bình. An lành.
JOUISSANCE paisible : Hưởng thụ an lành.
VIE paisible : Đời sống thanh bình.

PALAIS : *đ* Lâu đài. Cung điện.

PAIX : *c* Hoà bình. Hoà thuận.
CONFÉRENCE de la paix : Hội nghị hoà bình.
CONSCIENCE en paix : Lương tâm thanh thản.
GARDIEN de la paix : Cảnh sát trật tự.
SIGNER la paix : Ký kết hoà ước.
TEMPS de paix : Thời bình.
Paix ARMÉE : Hoà bình võ trang.
Paix DE DIEU : Cấm giết thường dân (*sử*).

PALAIS : *đ* Cung điện. Vương điện. Kim điện. Lâu đài. Dinh. Phủ. Kim quyết.
GENS du palais : Giới pháp đình.
STYLE du palais : Văn chương, ngôn ngữ tụng đình.

PALAIS de JUSTICE : *đ* Pháp đình. Tụng đình.

PALAIS ROYAL : *đ* Hoàng thành. Hoàng cung.

PALATIN : *tt* Thuộc về cung đình.

PALISSADE : *c* Hàng giậu.

PALLIATIF : *tt* Chống đỡ tạm thời. *đ* Thuốc tạm, không trị căn bệnh.

PALMARÈS : *đ* Danh bảng tưởng thưởng.

PAMPHLET : *đ* Bài báo châm biếm, nhạo báng. Bài văn đả kích, phỉ báng.

PAMPHLÉTAIRE : *đ* Ke viết văn đả kích, phỉ báng.

PAN : *đ* Vạt áo. Tà áo.
Pan de la CHEMISE : Vạt áo sơ mi.
Pan de la ROBE : Vạt áo giài.

PANACHAGE : *đ* Việc tô mầu sặc sỡ.

PANACHÉ : *tt* Nhiều mầu lẫn lộn.

PANAMÉRICAIN : *tt* Liên Mỹ. Liên hiệp các nước Mỹ châu.

PANCARTE : *c* Tấm biển. Biểu ngữ viết trên giấy cứng.

PANIER : *đ* Sọt. Thúng. Mủng.
Panier à PAPIER : Sọt rác.

PANIQUE : *tt* Hoảng sợ. Hốt hoảng. *đ* Sự hoảng sợ. Sợ lính quềnh.

PANONCEAU : *đ* Biển hiệu. Bảng hiệu.

PANTHÉON : *đ* Lăng tẩm vĩ nhân. Lăng tẩm tiên hiền.

PAPAL : *tt* Thuộc về Giáo hoàng.
BULLE papale : Sắc lệnh cuả Giáo hoàng.

PAPAUTÉ : *c* Chức vị Giáo hoàng. Nhiệm kỳ Giáo hoàng.

PAPE : *đ* Đức Giáo hoàng. Người chỉ đạo một tôn giáo.

PAPERASSE : *c* Giấy tờ không quan trọng.

PAPERASSERIE : *c* Giấy tờ nhiêu khê.

PAPIER : *đ* Giấy. Giấy má. Giấy tờ.
ETRE SUR le papier de QUELQU'UN : Thiếu nợ ai.
Papiers en RÈGLE : Giấy tờ hợp lệ.
SUR le papier : Về lý thuyết. Trên giấy tờ thiếu thực tế.

PAPIER-MONNAIE : *đ* Tiền giấy.

PAQUEBOT : *đ* Tầu đại dương chở khách.

PAQUET : *đ* Gói hàng. Gói quà. Gói đồ. Kiện hàng.

PAR : *gt* Bởi vì. Bằng cách.
AGIR par la FORCE : Hành động bằng bạo lực.

PAR CONTRE : *lng* Trái lại. Ngược lại.

PAR EXCELLENCE : *tt* Đúng nhất. Thoả mãn nhất.

PARA (*gốc hy lạp*) : Bàng. Gần. Ngoại, ngoài.
Paramédical : Bàng y khoa.
Paramilitaire : Bán quân sự.
Parapharmacie : Bàng dược khoa. Bàng dược cuộc. Bàng dược phòng.

PARA : *tt* Chống lại.
Parachoc : Càng xe hơi. Bửng xe hơi.
Parachute : Dù (*phi cơ*).
Parafoudre : Chống tầm sét.
Parapluie : Ô che mưa. Dù.
Parasol : Ô che nắng.
Paratonnerre : Ống thiên lôi (chống tầm sét).

PARADE : *c* Diễn hành. Cuộc duyệt binh. Tính phô trương. Cách tránh né, tránh dỡ.

PARADIS : *đ* Thiên đường.

PARADOXAL : *tt* Nghịch thường. Theo tà đạo. Nghịch lý. Nghịch cảnh. Tà lý.

PARADOXE : *đ* Điều nghịch thường. Tà đạo. Ngược đời.

PARAGRAPHE : *đ* Đoạn văn. Tiết văn.

PARALLÈLE : *tt* Đường song song. Đường song hành. Vĩ tuyến. *đ* Bản đối chiếu.

PARALYSER : *đgt* Làm cho tê liệt.

PARAMILITAIRE : *tt* Bán quân sự.

PARAPHARMACIE : *c* Bàng dược phòng. Bàng dược cuộc.

PARAPHER : *đgt* Phê chuyển. Duyệt. Kề tất. Kề con ruồi (*bình dân*).

PARAPHERNAL : *đ* Tiền riêng cuả vợ (*không thuộc cộng đồng tài sản*). Cuả riêng tây.

PARAPHERNAL : *tt* Thuộc về tài sản riêng cuả vợ.
BIENS paraphernaux : Tài sản cuả riêng người vợ.

PARASITE : *đ* Ký sinh trùng. Kẻ ăn hại, ăn bám (*bóng*).

PARAVENT : *đ* Bình phong.
SERVIR de paravent à quelqu'un : Đỡ đòn cho ai.

PARC : *đ* Công viên. Bãi đậu xe. Giường có khung cho trẻ (khỏi té ngã).

PARCELLAIRE : *tt* Từng manh. Từng phần.

PARCELLE : *c* Mảnh. Manh. *tt* Một chút.
Parcelle de TERRE : Manh đất nhỏ.

PARCELLEMENT : *đ* Việc chia đất thành từng phần.

PARCE QUE : *lng* Bởi vì. Vì rằng.

PARCHEMIN : *đ* Giấy làm bằng da mỏng. Bằng cấp.

PAR-CORPS : *đ* Sự câu thúc thân thể.
CONTRAINTE par corps : Bắt giam để trả nợ (*xưa*).

PARCOURS : *đ* Hành trình.
Parcours UNIVERSITAIRE : Học trình.

PARDON : *đ* Sự tha lỗi. Sự tha thứ.
DEMANDER pardon : Xin lỗi.

PARDONNER : *đgt* Tha lỗi. Tha thứ.
DIEU me pardonne : Lạy trời.
QUE DIEU me pardonne : Xin Trời xá tội.

PAREIL : *tt* Giống nhau.
À pareille HEURE : Cũng vào giờ này.

PARENT : *tt* Có họ hàng. Cùng một gốc, tổ tiên. / Hao hao giống nhau.
LANGUE parente : Tiếng nói cùng nguồn gốc.

PARENT : *đ* Họ hàng. Bà con.
Parent ÉLOIGNÉ : Bà con xa.
Parent PROCHE : Họ hàng gần.

PARENTAGE : *đ* Quan (liên)hệ họ hàng. Quan (liên)hệ thân thuộc.

PARENTALIES : *c s nh* Ngày ky. Ngày giỗ.

PARENTÉ : *c* Quan hệ họ hàng thân thích. Tình huyết mạch.
DEGRÉ de parenté : Vai vế họ hàng.
LIEN de parenté : Liên hệ họ hàng.
Parenté en LIGNE COLLATÉRALE : Họ hàng bàng hệ. Bàng hệ.
Parent en LIGNE DIRECTE : Họ hàng trực hệ.Trực hệ.
Parent par ALLIANCE : Họ hàng thông gia, xui gia.

PARENTS (BEAUX) : *đ snh* Cha mẹ chồng. Cha mẹ vợ. Chồng của mẹ góa (dượng). Kế phụ. / Vợ cuả cha góa. Mẹ ghẻ. Kế mẫu.

PARFAIRE : *đgt* Làm cho toàn thiện toàn mỹ. Làm cho hoàn toàn.

PARFAIT : *tt* Hoàn toàn tốt ðịp. Toàn mỹ. Hoàn hảo.

PARI : *đ* Sự đánh cá, đánh cuộc. Tiền đặt cuộc.

PARIEUR : *đ* Kẻ đánh cá, đánh cuộc.

PARITAIRE : *tt* Ngang bằng.

PARITÉ : *c* Sự ngang bằng (nhau).

PARJURE : *đ* Lời thề không giữ.
CRIME de parjure : Tội phản lại lời thề. Tội bội thệ.

PARJURER : *đgt* Bội thệ. Phản lại lời thề.

PARKING : *đ* Bãi đậu xe. Chỗ đậu xe.

PARLEMENT : *đ* Nghị viện. Đại nghị (*Pháp*). Lưỡng viện (*hạ viện và thượng viện*).

PARLEMENTAIRE : *đ* Nghị viên. Đại biểu quốc hội.

PARLEMENTARISME : *đ* Chế độ đại nghị.

PARLEMENTER : *đgt* Điều đình. Đàm phán. Thương thuyết. Bàn cãi dông dài.

PARLER : *đgt* Nói. Đàm thoại.
FAIRE parler la POUDRE : Dùng binh lực.
Parler dans l' AIR : Nói như không. Nói vô ích.
Parler à BÂTON ROMPU : Nói chuyện nhát gừng.
Parler à son BONNET : Lẩm nhẩm một mình.
Parler par COMPAS ET MESURE : Nói thận trọng.
Parler comme un LIVRE : Nói thánh nói tướng.
Parler en MAÎTRE : Nói giọng cửa quyền.
Parler à un MUR : Nói với đầu gối.
Parler comme un PREROQUET : Nói như vẹm.
Parler de la PLUIE et du BEAU TEMPS : Nói chuyện vẩn vơ. Nói chuyện tầm phào.
Parler POUR NE RIEN DIRE : Nói không đâu.

PARLOIR : *đ* Phòng khách ở trường học, ở tu viện.

PARLOTE : *c* Chuyện gẫu. Buổi học tập biện hộ cuả luật sư trẻ.

PARMI : *gt* Giữa, trong đám, trong bọn.

PAROI : *đ* Bức vách. Bức tường mỏng. Tường ngăn cách.

PAROISSIAL : *tt* Thuộc về giáo xứ (*tôn*).

PAROISSE : *c* Giáo xứ.

PAROISSIEN : *đ* Giáo dân.

PAROLE : *c* Lời nói. Lời hứa hẹn.
Parole de la CHANSON : Lời bài ca.
Parole DONNÉE : Nhất ngôn ký xuất.
Parole d'HONNEUR : Lời nói danh dự.
Parole mesurée : Lời nói trang kính, nghiêm cẩn.
AVOIR la parole haute : Nói kiêu ngạo.
BELLE parole : Lời đường mật.
BONNE parole : Lời nhân đức.
CÉDER la parole à Me X : Nhường lời cho Luật sư X.
COUPER la parole : Ngắt lời. Cướp lời.
CROIRE sur parole : Tin lời nói.
DÉGAGER sa parole : Rút lại lời hứa.
DEMANDER la parole : Xin phát biểu.
DONNER sa parole : Hứa chắc.
HOMME de parole : Người đúng lời hứa.
LIBÉRÉ sur parole : Tù giam lỏng.
MUSIQUE et parole : Nhạc và lời.
PORTE-parole : Phát ngôn viên.
PRENDRE DE paroles : Đấu khẩu. Cãi nhau.
RETIRER la parole : Rút lại lời đã nói.
SUR parole : Đúng như đã nói. Y lời.
PAROXYSME : *đ* Cực điểm. Cao điểm.

PARQUET : *đ* Công tố viện. Biện lý cuộc. Viện kiểm sát nhân dân. / Sàn gỗ trong nhà.
MEMBRE du parquet : Thành viên công tố viện.
PARQUET général : Viện chưởng lý.
PETIT parquet : Công tố toà Thiếu nhi.

PARRAIN : *đ* Cha đỡ đầu (*tôn*). Người bảo lãnh để gia nhập một đoàn thể. Ông bầu chủ. Chuá trùm (*lóng*).

PARRAINAGE : *đ* Sự đỡ ðầu. Sự bảo lãnh vào một đoàn thể.

PARRICIDE : *tt* Giết cha. Sát phụ. / Giết mẹ. Sát mẫu. *đ* Kẻ sát phụ. Kẻ giết cha, mẹ.
CRIME parricide : Tội giết cha, mẹ.

PART : *c* Phần.
À part : riêng biệt. Tách ra.
AVOIR part à : Dự phần.
D'AUTRE part : Về mặt khác. Thứ nữa.

FAIRE-part : Thiếp báo tin.
NULLE part : Không một nơi nào.
PRENDRE part À : Dự phần. Tham dự.
QUELQUE PART : Ở nơi nào đó.
Part CULTUELLE : Phần hương hoả.
Part d'HÉRITAGE : Phần gia tài. Phần di sản.
Part du LION : Phần hơn (nhiều hơn mọi người).

PART : *đ* Trẻ sơ sinh.
CONFUSION de part : Không biết con ai.
SUBTITUTION de part : Tráo đổi trẻ sơ sinh. Hoán nhi.
SUPPRESSION de part : Giết trẻ sơ sinh.

PARTAGE : *đ* Sự phân chia. Sự chia của.
ACTE de partage : Chứng thư chia cắt.
DEMANDE en partage : Thỉnh cầu phân chia.
LIGNE DE partage : Đường phân định giới tuyến.
SANS partage : Độc quyền. Không chia sẻ với ai.
TESTAMENT partage : Di chúc phân sản.
Partage AMIABLE : Thoả thuận chia nhau.
Partage PAR MOITIÉ ; Chia đôi.
Partage du POUVOIR : Chia quyền.
Partage de VOIX : Đồng một số phiếu (*bầu cử*). Số phiếu ngang nhau.

PARTAGEABLE : *tt* Có thể phân chia được.

PARTAGEANT : *đ* Người được hưởng phần chia.

PARTAGER : *đgt* Chia thành nhiều phần. Chia sẻ.
Je partage votre OPINION : Tôi đồng ý với ông.

PARTENAIRE : *đ* Đồng hội đồng thuyền.

PARTI : *đ* Đảng. Phe đảng.
ESPRIT de parti : Óc phe đảng.
PRENDRE parti : Về phe. Về hùa.
Parti PRIS : Định kiến.

PARTIAIRE : *đ* Nông dân chia hoa lợi với chủ điền.

PARTIAL : *tt* Thiên vị. Không vô tư.
Un JUGE partial : Thẩm phán thiên vị.

PARTIALITÉ : *c* Sự thiên vị.

PARTICIPANT : *đ* Người tham dự.

PARTICIPATION : *c* Sự gia nhập. Sự hội nhập. / Việc được hưởng phần lời.
Participation aux BÉNÉFICES : Được chia tiền lời.

PARTICIPER : *đgt* Gia nhập. Hội nhập.
Participer aux JEUX OLYMPIQUES : Tham dự đại hội điền kinh.

PARTICULARITÉ : *c* Nét đặc điểm, đặc thù.

PARTICULIER : *tt* Riêng biệt. Đặc thù. Riêng tư.
SÉCRÉTAIRE particulier : Thư kề riêng. Bí thư.
EN particulier : Đặc biệt là...

PARTICULIER : *đ* Tư nhân. Thường dân. Cá thể. Cá biệt.
FAVEUR particulière : Đặc ân.
INTÉRÊTS particuliers : Tư lợi.
EN particulier : Nhất là. Đặc biệt là.

PARTIE : *c* Một phần. Một bộ phận. Kẻ đương tụng. Đương sự. Một trong những người kết ước. Một thành phần kết ước. / Cơ quan sinh dục (*nam*).
Partie ADVERSE : Đối phương.
Parties (les) en CAUSE : Các phe đương tụng.
Partie CIVILE : Phe dân sự nguyên cáo.
Partie CIVILE JOINTE : Phụ tố nguyên cáo.
Partie CIVILE PRINCIPALE : Chánh tố.
Partie COMPARANTE : Hiện diện dự tụng.
Partie CONTRACTANTE : Một thành phần trong khế ước.
Partie DÉFAILLANTE : Tụng nhân khiếm diện.
Partie EN CAUSE : Dự tụng.
Partie FINE : Cuộc truy hoan.
Partie d'HONNEUR : Ván (*cờ*) quyết định. Trận (*đấu*) quyết định.
Partie HONTEUSE : Bộ phận sinh dục.
Partie à l' INSTANCE : Kẻ tham dự vụ tố tụng.
Parties NATURELLES : Bộ phận sinh dục.
Parties NOBLES : Khối óc và con tim.
Partie POURSUIVANTE : Bên khiếu tố.
Partie PRINCIPALE : Chánh tố.
ABANDONNER la partie : Bỏ dở cuộc chơi
EN partie : Một phần.
FAIRE partie DE : Thuộc thành phần.
ON NE PEUT ÊTRE JUGE et partie : Không thể vừa là thẩm phán vừa là đương tụng.
PRISE à partie : Tố cáo thẩm phán.
CONSTITUER (SE) partie CIVILE : Đứng dân sự nguyên cáo. (*trong một vụ trực tố*).

PARTIEL : *tt* Một phần (trong toàn bộ).

PARTIR : *đgt* Ra đi. Lên đường.

PARTISAN : *đ* Nghĩa binh. Kẻ huà theo. Kẻ theo một phe phái.

PARTISANNERIE : *c* Óc phe phái.

PARTITION : *c* Sự chia cắt. Sự phân cách.

PARTOUT : *pht* Nơi nơi. Khắp mọi nơi.

PARUTION : *c* Việc xuất bản sách báo. Việc phát hành báo chí. Sự ra mắt.

PARVENIR : *đgt* Đạt tới.
FAIRE parvenir les DOCUMENTS : Gửi tài liệu tới.

PAS : *đ* Một bước chân.
À pas COMPTÉS : Chậm chạp.
FAIRE un FAUX pas : Trượt chân.
FAIRE un GRAND pas : Tiến bộ trông thấy.
MARCHER à pas DE GÉANT : Tiến tới trông thấy. Đi như chạy.
PAS à pas : Chậm chạp. Từng bước. Dò dẫm từng bước đi.
SALLE DES pas PERDUS : Sân triều. Tiền đình. Phòng đợi.

PAS-DE-PORTE : *lng* Tiền sang nhà phố, cửa tiệm.

PASSAGE : *đ* Sự đi qua. Sự vãng lai. Tiền qua cầu. Quyền đi qua. Quyền vãng lai. Hành lang nhỏ. Ngõ hẻm.
EXAMEN de PASSAGE : Kỳ thi lên lớp.
FRAYER (SE) un passage : Lách một lối đi.

SERVITUDE de passage : Dịch quyền vãng lai.
Passage à TABAC : Tra tấn. Đánh cho một trận.

PASSAGER : *tt* Thoảng qua. Ngắn ngủi.
JOIE passagère : Niềm vui thoáng qua.
PLUIE passagère : Trận mưa ngắn. Mưa bóng mây.

PASSAGER : *đ* Khách qua đường. Kẻ du hành. *tt* Ngắn ngủi. Thoáng qua.
JOIE passagère : Niềm vui ngắn ngủi.
SOUCI passager : Nỗi lo thoáng qua.

PASSANT : *đ* Khách qua đường.
PASSATION : *c* Việc chuyển giao.
Passation de POUVOIR : Trao lại quyền bính (cho người kế vị).

PASSAVANT : *đ* Giấy qua quan thuế, hải quan.

PASSE-DROIT : *đ* Thẻ ưu tiên (dành cho phế binh).

PASSEPORT : *đ* Thẻ thông hành. Thẻ hộ chiếu.

PASSE-DROIT : *đ* Quyền ưu tiên. Biệt lệ.

PASSE-PARTOUT : *đ* Chìa khóa mở ổ nào cũng được.

PASSE-PORT : *đ* Giấy thông hành. Thẻ hộ chiếu.

PASSER : *đgt* Đi qua. Trao cho ai. Thôi. Ngưng.
Passer quelqu'un par les ARMES : Xử bắn.
Passer de la BOUCHE à la BOUCHE : Truyền khẩu.
Passer un CONTRAT : Kết ước.
Passer CONDAMNATION : Thú tội.
Passer par le FIL DE L'ÉPÉE : Giết bằng kiếm.
LAISSER-passer : Để cho qua. Giấy phép lưu thông.

PASSIF : *tt* Tiêu cực. Bất lợi. Thụ động.

PASSIF : *đ* Tiêu sản.

PASSION : *c* Sự mê say.

PASSIONNEL : *tt* Mê say.
CRIME passionnel : Án mạng vì tình.

PASTEUR : *đ* Mục sư (*đạo Tin lành*).

PATENT : *tt* Rành rành. Rõ ràng.

PATENTE : *c* Môn bài. Thuế môn bài. Thuế hành nghề. (nay gọi là *taxe professionnelle).*

PATER IS EST QUEM NUPTIAE DEMONSTRANS : Chồng người mẹ hắn là cha đứa nhỏ (th.ng.l.). Người đàn bà có chồng sinh con, thì người chồng là cha đứa nhỏ *(tngl).*

PATERNEL : *tt* Thuộc về giòng cha.
PUISSANCE paternelle : Phụ quyền.

PATERNITÉ : *c* Phụ hệ.
Paternité ADULTÉRINE : Phụ hệ ngoại sinh.
Paternité LÉGITIME : Phụ hệ chính thống.
Paternité NATURELLE : Phụ hệ tư sinh.
DÉSAVEU de paternité : Khước từ phụ hệ.
RECHERCHE de paternité : Sưu tầm phụ hệ.

PATOIS : *đ* Địa phương ngữ. Thổ ngữ.

PATRIA POTESTAS : Quyền tộc trưởng. Quyền chỉ đạo của chủ gia đình.

PATRIARCAL : *tt* Quan chức.

PATRIARCAT : *đ* Quyền gia phụ. Chế độ phụ quyền.

PATRIARCHE : *đ* Tộc trưởng. Gia trưởng.

PATRIE : *c* Tổ quốc. Xứ sở. Sinh quán.
AMOUR de la patrie : Lòng yêu nước. Yêu nước thương nòi.
HONNEUR et patrie : Danh dự và tổ quốc.
MORT pour la patrie : Vị quốc vong thân.
La patrie RECONNAISSANTE : Tổ quốc tri ân.

PATRIMOINE : *đ* Tài sản. Gia sản. Của cải.
DILAPIDER le patrimoine : Phung phí tài sản.
Patrimoine PATERNEL : Di sản ông cha để lại.

PATRIMONIAL : *tt* Thuộc về tài sản, gia sản.

PATRIOTE : *đ* Nhà ái quốc. Người yêu nước.

PATRIOTIQUE : *tt* Tính ái quốc. Tính yêu nước.

PATRIOTISME : *đ* Lòng ái quốc. Lòng yêu nước.

PATRON : *đ* Chủ. Xếp. / Thầy dạy học. Sư phụ (*thân*). / Thầy chỉ đạo luận án. / Thánh bổn mạng (*tôn*).

PATRONAGE : *đ* Sự đỡ đầu. Sự bảo trợ.

PATRONAL : *tt* Thuộc về sự đỡ ðầu. Thuộc về phía chủ nhân.
FÊTE patronale : Lễ thánh bổn mạng (*tôn*).
POSITION patronale : Lập trường phía chủ nhân.

PATRONAT : *đ* Giai cấp chủ nhân.

PATRONNER : *đgt* Bảo trợ. Che chở.

PATRONYME : *đ* Tính. Tên họ. Họ.
NOM patronymique : Tên họ *(Trần, Lê v.v...).*

PATRONYMIQUE : *n* Tính. Tên họ.

PATROUILLE : *c* Đội tuần hành.

PATURAGE : *đ* Cánh đồng cỏ (cho gia súc ăn).

PATURE : *c* Cánh đồng thả gia súc.

PAUPÉRISME : *đ* Sự nghèo đói. Sự túng thiếu.

PAUSE : *c* Sự tạm nghỉ, tạm ngưng.

PAUVRE : *tt* Nghèo. Nghèo nàn. Đáng thương.
Pauvre FEMME : Người đàn bà đáng thương hại.
Pauvre en HOMMES : (làng) Ít đinh, ít dân, ít đàn ông.
Pauvre de TALENT : Vô tài.
Pauvre TYPE : Kẻ đáng khinh.

PAUVRE : *d* Người nghèo.

PAVILLON : *d* Đình tạ. Căn nhà. Cờ xí.
Pavillon CENTRAL : Căn giữa. Căn chính.
Pavillon NAUTIQUE : Nhà thủy tạ.

PAVOISER : *đgt* Chưng cờ. Treo cờ. Vui mừng.

PAYABLE : *tt* Phải trả.

PAYE (paie) : *c* Lương bổng. Tiền lương.

PAYEMENT (paiement) : Sự trả (tiền). Số tiền đem trả.

PAYER : *đgt* Trả. Trả tiền.
Payer d'AUDACE : Tỏ ra gan dạ.
Payer pour les AUTRES : Giơ đầu chịu báng.
Payer COMPTANT : Trả tiền mặt. Trả ngay, không thiếu.
Payer ses DETTES : Trả nợ.
Payer sa DETTE à la SOCIÉTÉ : Đền tội.
Payer un EMPLOYÉ : Trả lương cho công nhân.
Payer de sa PERSONNE : Giơ lưng chịu tội.

PAYER (SE) : *đgt* Bỏ tiền ra mua. Tự hiến.
Se payer de PAROLES : Hài lòng với lời hứa hão.
Se payer une VOITURE : Bỏ tiền ra tự hiến một xe hơi.
TOUT se paie : Việc gì cũng phải mất công mất củả.

PAYEUR : *d* Người phát tiền. Phát ngân viên. Người trả nợ.
MAUVAIS payeur : Kẻ khất lần. Kẻ không muốn trả nợ.

PAYS : *d* Quê. Quê quán. Quê hương. Xứ sở.
ARRIVER de son pays : Ngờ nghệch. Quê mùa.
MAL du pays : Nhớ quê hương. Tư cố hương.
VOIR du pays : Đi chơi đó đây. Ngao du.

PAYS - BAS : *d* Nước Hà Lan (Hollande).

PAYSAN : *d* Nông dân. Kẻ quê mùa (thân).

PAYSANNERIE : *c* Nông dân. Nhà quê (thân).

P.C. (Personal computer) : Máy điện toán.

P.C.F. (Parti communiste français) : Đảng Cộng sản Pháp.

PÉAGE : *d* Tiền mãi lộ. Tiền trả khi dùng xa lộ.

PEAUFINER : *đgt* Lau chùi bằng miếng da. Làm cho toàn thiện toàn mỹ. Trang điểm kỹ càng.

PÉCHER : *đgt* Phạm tội. Mắc tội.

PÉCHEUR : *d* Kẻ phạm tội.
Pécheur REPENTI : Tội phạm hoàn lương. Can phạm hồi chánh. Cải tà quy chánh.

PÉCULAT : *d* Tội biển thủ (tiền bạc).

PÉCULE : *d* Tiền chắt chiu. Phụ cấp lúc giải ngũ. Bình tuất.

PÉCUNIAIRE : *tt* Thuộc về tiền bạc.

PÉCUNIAIREMENT : *pht* Bằng tiền.
AIDER pécuniairement : Giúp đỡ bằng tiền.
CONDAMNER pécuniairement : Phạt vạ.
DÉDOMMAGER pécuniairement : Bồi thường bằng tiền.

PÉDANT : *tt* Tính phô trương tài giỏi (của mình). *d* Kẻ thích dạy đời. Thầy đồ gàn.

PÉDÉRASTE : *d* Kẻ loạn dâm hậu môn. Kẻ đồng tính luyến ái.

PÉDOPHILE : *d* Kẻ nhi dâm. / Người mến nhi đồng.

PÉDOPHILIE : *c* Thói dâm nhi. / Ái nhi. / Sự thương mến nhi đồng.

PEINDRE : *đgt* Vẽ. Họa. Mô tả.

PEINES : *c sh* Hình phạt. Trừng phạt.
Nỗi đau khổ. Sự vất vả. Sự kho khăn.
À peine : Một chút. Vừa mới.
À peine de NULLITÉ : Hình phạt sẽ là bị huỷ tiêu.
Peine ACCESSOIRE : Phụ phạt. Phụ hình. Phụ án.
Peine AFFLICTIVE : Nhục hình. Thể hình.
Peine AFFICTIVE et INFAMANTE : Thể nhục hình.
Peine d' AMENDE : Phạt vi cảnh. Phạt tiền. Phạt vạ.
Peine de BANISSEMENT : Phát vãng.
Peine CAPITALE : Tử hình.
Peine de COEUR : Thất vọng vì tình.
Peine COMPLÉMENTAIRE : Phụ hình.
Peine CORRECTIONNELLE : Phạt tiểu hình.
Peine CRIMINELLE : Phạt đại hình.
Peine de DÉPORTATION : Phát vãng. Lưu đầy.
Peine DISCIPLINAIRE : Phạt kỷ luật.
Peine PRINCIPALE : Chính hình. Chủ án.
AVEC peine : Với mọi khó khăn.
ÉCHELLE des peines : Các cấp (nặng nhẹ) của hình phạt.
FAIRE de la peine : Làm cho buồn lòng.
PERDRE sa peine : Mất công vô ích.
PRENDRE la peine : Ráng sức.
SOUS peine DE : Nếu không thì bị...
TOUTE peine MÉRITE SALAIRE : Có làm có hưởng.
VALOIR la peine : Đáng công.

PELETON d'ÉXÉCUTION : *d* Tiểu đội hành quyết.

PÉNAL : *tt* Thuộc về hình sự.
ACTION pénale : Tố quyền hình sự.
AFFAIRE pénale : Vụ án hình sự. Vụ hình.
CLAUSE pénale : Dự khoản hình phạt (khế ước).
CODE pénale : Bộ Hình luật.
DROIT pénale : Hình luật.
PROCÉDURE pénale : Hình sự tố tụng.
RESPONSABILITÉ pénale : Trách nhiệm hình sự.

PÉNALISATION : *c* Việc phạt.

PÉNALISER : *đgt* Phạt.
Pénaliser un FOTBALLEUR : Phạt một cầu thủ.

PENDABLE : *tt* Đáng tội xử giảo (treo cổ).

PENDAISON : *c* Xử giảo.
Pendaison de CRÉMAILLxRE : Ăn khao tân gia.

PENDANT : *gt* Trong khi. *tt* Treo. Rủ thõng xuống.
AFFAIRE pendante : Vụ đương cứu. Vụ kiện chưa xong.

PÉNITENCIER : *đ* Nhà tù. Trại giam. Lao xá. Ngục xá. Nhà trừng giới.

PÉNITENCIAIRE : *tt* Thuộc về nhà tù.
RÉGIME pénitentiaire : Chế độ lao tù.

PENSÉE : *c* Tư tưởng. Ý kiến. Tư duy. Sự suy nghĩ.

PENSER : *đgt* Tư duy. Suy nghĩ.
Penser À MAL : Có ý xấu.

PENSEUR : *đ* Người suy nghĩ.
Le penseur de RODIN : Pho tượng Kẻ 'Tư duy' của Rodin.
LIBRE penseur : Kẻ vô tín ngưỡng.

PENSION : *c* Sự chu cấp. Tiền chu cấp.
Pension ALIMENTAIRE : Trợ cấp.

PERCEPTEUR : *đ* Nhân viên thu thuế.

PERCEVOIR : Nhận lấy. Thâu về.
Percevoir les IMPÔTS : Thu thuế.

PÉRIL : *đ* Nguy cơ. Nguy tai. Nguy biến.
Péril en LA DEMEURE : Nguy cơ cấp bách. Nguy cơ kế cận.

PÉRIPHÉRIQUE : *đ* Vòng đai thủ đô. Ngoại biên. Vòng đai xa lộ Paris.

PERSONAL COMPUTER (P.C.) : Máy điện toán cá nhân.

PESSIMISTE : *tt* Yếm thế. Bi quan. *đ* Kẻ yếm thế. Kẻ bi quan.

PETIT : *tt* Nhỏ. Bé. Tiểu.
Petit ENFANT : Cháu (*con của con*). Đứa trẻ nhỏ.
Petite FEMME : Phụ nữ dễ mến.
Petite FILLE : Cháu gái (*bất luận nội ngoại*).
Petit FILS : Cháu trai.
Petite NIÈCE : Cháu gái.

PÉTITION : *c* Kiến nghị. Thỉnh nguyện thư.
ACTION pétitoire : Tố quyền hoàn vật. Đòi lại đồ vật.
DROIT de pétition : Quyền đòi lại quyền sở hữu.

PÉTITIONNNAIRE : *đ* Kẻ kiến nghị phản kháng. Kẻ đòi lại sở hữu.

PÉTITIONNER : *đgt* Làm kiến nghị phản kháng. Đòi lại quyền sỡ hữu.

PÉTITOIRE : *tt* Đòi lại. *đ* Sự đòi lại (một động sản).
ACTION pétitoire : Tố quyền hoàn trả.

PEUPLE : *tt* Bình dân.

PEUPLE : *đ* Nhân dân. Dân tộc.
Le peuple de DIEU : Dân Do Thái.

PHARMACIE : *c* Dược phòng. Dược cuộc. Âu dược cuộc. Tiệm thuốc tây.
Parapharmacie : Bàng dược cuộc.

PHOTOCOPIE : *c* Sự chụp hình sao lại.

PHOTOCOPIEUSE : *c* Máy sao hình (sao văn kiện).

PHOTOGRAPHIE : *c* Bức hình. Bức ảnh.
Photographie ANTHROPOMORPHE : Hình người nhận dạng (*của cong an*).

PHYSIOCRATE : *đ* Phái trọng (ngành) nông.

PHYSIONOMIE : *c* Tướng mạo. Vẻ mặt. Diện mạo.
Physionomie de l'ASSASSIN : Diện mạo kẻ nhân.
Physionomie du MARCHÉ : Sắc thái thị trường.

PIÈCE : *c snh* Văn kiện. Bút lục. Tài liệu. Đồng tiền. Phụ tùng. Tấm. Khúc.
COMMUNIQUER les pièces : Thông tri văn kiện.
SOUSTRAIRE les pièces : Lấy cắp văn kiện.
TRAVAIL à la pièce : Làm khoán.
VERSER les pièces au DOSSIER : Nộp bút lục vào hồ sơ tranh tụng.
Pièces à CONVICTION : Tang vật (*dùng để minh chứng*).
Pièces à l'APPUI : Chứng minh bằng tài liệu.
Pièce de COMPARAISON : Văn kiện đối chiếu.
Pièce d'ÉTOFFE : Tấm vải. Khúc vải.
Pièce(s) JOINTE (S) : Văn kiện đính kèm.
Pièce (s) JUSTIFICATIVE (S) : Văn kiện chứng minh.
Pièce d'IDENTITÉ : Thẻ căn cước. Giấy chứng minh nhân dân.
Pièce de MONNAIE : Đồng tiền.
Pièce d'OR : Đồng tiền vàng.
Pièces de PROCÉDURE : Văn kiện thủ tục.
Pièces SONNANTES ET TRÉBUCHANTES : *lng* Tiền kêu lẻng xẻng. Tiền vàng tiền bạc. / Qúy kim. / Tiền mặt.

PIED : *đ* Chân. Túc. Cước.
À pied : Đi bộ. Đi chân.
AU pied de la LETTRE : Theo đúng từng ly từng tí.
AUX pieds de QUELQU'UN : Qùy xin. Năn nỉ.
DE la TÊTE AUX pieds : Từ đầu tới chân.
FAIRE du pied : Cọ chân dưới gậm bàn tỏ tình.
METTRE à pied : Bắt tạm ngưng việc (*luật L.Đ*).
RÉCOLTE sur pied : Mùa màng chưa gặt.
SUR LE pied d'ÉGALITÉ : Đồng đẳng. Như nhau.

PIED À TERRE : *đ* Nơi cư trú tạm.

PIÈGE : *đ* Cạm bẫy. Bẫy.
TENDRE un piège : Dương bẫy; gài bẫy.

PIEUX : *đ* Kẻ ngoan đạo. Kẻ sùng đạo. Kẻ mộ đạo.

PILIER : *đ* Cột trụ. Vai chánh. Kẻ la cà tửu quán.
Pilier d'ANTICHAMBRE : Kẻ lai vãng cửa quyền.

PILLAGE : *đ* Sự cướp bóc. Sự tham ô.

PINAILLER : *đgt* Bắt bẻ. Bới lông tìm vết.

PIRATE : *đ* Cướp ngoài khơi. Cướp biển. Kẻ cướp
Pirate DE L'AIR : *đ* Không tặc. Kẻ cướp máy bay. (*n.ch hight jack)*

PIRATER : *đgt* Ăn cướp. Cướp bóc.

PIRE : *tt* Xấu xa nhất. Tồi bại nhất.

POUR le MEILLEUR et pour le pire : Đồng cam cộng khổ, chia ngọt sẻ bùi.

PIS-ALLER : *đ* Bất đắc dĩ. Cực chẳng đã.

PISTE : *c* Dấu. Vết. Con đường đất nhỏ.Đường mòn.
SUR LA piste des MALFAITEURS : Theo lối (vết) kẻ gian.

PISTER : *đgt* Theo dõi điều tra.

PISTOLET : *đ* Súng ngắn. Súng lục.

PISTON : *đ* Sự gửi gấm. Sự che chở. Sự đút lót.

PISTONNAGE : *đ* Sự gửi gấm. Sự nhờ vả.

PITIÉ : *c* Lòng thương hại. Lòng ái ngại.
SANS pitié : Vô nhân đạo. Tàn nhẫn. Không thương xót.

PLACARDAGE : *đ* Sự niêm yết. Sự yết bảng.

PLAGIER : *đgt* Ăn cắp văn. Thuổng văn (*thân*).

PLAIDABLE : *tt* Có thể biện hộ được.

PLAIDANT : *tt* Kiện cáo. Thưa kiện.
AVOCAT plaidant : Luật sư biện hộ.
PARTIES plaidantes : Các phe đương tụng.

PLAIDER : *đgt* Biện hộ.
Plaider une CAUSE : Biện hộ một vụ án.
Plaider COUPABLE : Biện hộ là có tội. Nhận tội (để được khoan hồng).
Plaider NON COUPABLE : Biện hộ là vô tội. Chứng minh vô tội.
Plaider sa PROPRE CAUSE : Biện hộ cho chính bản thân.

PLAIDOIRIE : *c* Bài cãi. Sự biện hộ. Thuật biện hộ.

PLAIDOYER : *đ* Bài cãi. Lời biện hộ.

PLAIE : *c* Vết thương.
ROUVRIR une plaie : Khơi lại vết hương.

PLAIGNANT : *đ* Kẻ đi thưa kiện.
PARTIE plaignante : Nguyên đơn.

PLAINDRE (SE) : *đgt* Than phiền. Tố giác. Thưa kiện.
Se plaindre EN JUSTICE : Thưa trước công kề.

PLAINTE : *c* Đơn thưa. Đơn khởi tố.
Plainte à la POLICE : Thưa cảnh sát.
Plainte DEVANT LE TRIBUNAL : Thưa trước Toà.
DÉPOSER une plainte : Làm đơn thưa kiện (ai).

PLAIRE : *đgt* Làm vui lòng. Làm đẹp lòng.
PLAIT-IL ? : Xin lỗi, ông đã nói gì ạ ?
S'IL VOUS plait : Nếu ông cho phép.

PLAISANCE : *c* Sự vui chơi. Sụ du hí.
BATEAU de plaisance : Du thuyền.

PLAISANT : *tt* Thú vị. Lý thú. Vui thích.
MAUVAIS plaisant : Kẻ vô duyên.

PLAISIR : *đ* Hứng thú. Sự khoái lạc. Thú vui.
À plaisir : Vô cớ. Vô căn cứ.
TRAVAILLER AVEC plaisir : Hăm hở làm việc.
SE SOUCIER à plaisir : Ưu tư vô cớ.

PLAN : *đ* Chương trình. Kế hoạch. Mặt phẳng. Họa đồ.
EXÉCUTER un plan : Thực hiện một kế hoạch.
PREMIER plan : Chính yếu.
SECOND plan : Thứ yếu.

PLANIFICATEUR : *tt* Kế hoạch. *đ* Người thảo kế hoạch.

PLANIFICATION : *c* Sự thiết lập kế hoạch. Việc hoạch định chương trình.

PLAN QUINQUENAL : *tt* Kế hoạch ngũ niên. Chương trình năm năm

PLANTATION : *c* Đồn điền. Nơi ươm trồng. Sự trồng cây.
Plantation de CAOUTCHOUC : Vườn cao su. Đồn điền cao su.

PLAQUE : *c* Tấm bảng nhỏ. Tấm biển nhỏ.
Plaque d'IMMATRICULATION : Bảng số xe hơi.
Plaque MINÉRALOGIQUE : Bảng số xe hơi.

PLASTIQUER : *đgt* Đặt chất nổ phá hoại.

PLATONIQUE : *tt* Theo học thuyết Platon. / Thanh khiết. Cao sang. Trong sạch.
AMOUR platonique : Mối tình thanh cao. Mối tình cao thượng.

PLAY-BOY : *đ* Du man.

PLAY-MAN : *đ* Du nhân.

PLÉIADE : *c* Quần tinh hội. Quần tiên hội.

PLEIN-EMPLOI : *đ* Tận dụng nhân lực.

PLUS : Hơn. Thêm. Nữa.
À plus FORTE RAISON : Huống chi.
AU plus : Nhiều nhất là.
BIEN plus : Nhiều hơn nữa.
D'AUTANT plus : Thậm chí.
DE plus : Vả lại.
DE plus EN plus ... : Càng ngày càng ...
EN plus : Hơn nữa.
QUI plus EST : Lại hơn nữa.
TOUT AU plus : Nhiều nhất là.
Plus OU MOINS : Khắc biệt ít nhiều.

PLUS -VALUE : *c* Lợi thặng.

P.O. (PAR ORDRE) : Thừa lệnh.

POCHARD : *đ* Kẻ say bí tỷ (thân).

POCHER : *đgt* Đánh sưng húp.
Pocher l'OEIL : Đánh sưng mắt.

PODIUM : *đ* Khán đài danh dự. Bục cao để quan khách ngồi.

POÈME : *đ* Bài thơ.
C'EST TOUT un poème : Cả một bài thơ.

POIDS : *đ* Trọng lượng. Sức nặng.
Poids BRUT : Cân cả bì.
Poids de l'OR : Đắt như vàng.
AFFAIRE de poids : Việc quan trọng.
DEUX poids DEUX MESURES : Bên trọng bên khinh. Bất công.
FAIRE le poids : Đủ khả năng. Đủ tài.

HOMME de poids : Người có uy tín.
PORTER le poids DES AFFAIRES : Cáng đáng mọi chuyện.

POIGNARD : *d* Dao găm.
COUP de POIGNARD DANS LE DOS : Phản trắc. Đâm sau lưng. Đâm lén. Thái độ đê hèn.
Poignard SOUS LA GORGE : Bức bách. Cưỡng bách.

POIGNARDER : *đgt* Đâm bằng dao găm.

POLITIQUE : *c* Chính trị.
AFFAIRE politique : Chính sự.
HOMME politique : Chính trị gia.
POUVOIR politique : Chính quyền.

POLITIQUE : *d* Chính sách.

POLITIQUE ÉCONOMIQUE : *lng* Chính sách kinh tế. Chiến thuật kinh tế.

POLITIQUE EXTÉRIEURE : *lng* Chính sách đối ngoại.

POLITIQUE INTÉRIEURE : *lng* Chính sách đối nội.

POLYANDRE : *c* Phụ nữ có nhiều chồng *(cùng một lượt).*

POLYANDRIE : *c* Sự có nhiều chồng cùng một lúc. *(Có hôn thú với nhiều đàn ông).* Chế độ đa phu.

POLYGAME : *tt* Kẻ nhiều vợ, hoặc nhiều chồng.

POLYGAMIE : *c* Chế độ đa thê, đa phu.

POLYGLOTTE : *d* Người nói được nhiều ngoại ngữ. *tt* Nói được nhiều ngoại ngữ.

POLYTECHNICIEN : *d* Sinh viên trường Bách khoa. Tốt nghiệp trường Bách Khoa.

POLYTECHNIQUE : *tt* Bách khoa.
ÉCOLE polytechnique : Trường Bách khoa (Pháp).

POMPIER : *d* Lính cứu hoả.

PONDÉRÉ : *tt* Chín chắn. Điềm tĩnh.
HOMME pondéré : Con người chín chắn.

PONTIFE : *d* Giáo chủ.

PONTIFICAL : *tt* Thuộc về gío chủ.

PONTIFICAT : *d* Chức vị giáo chủ.

POPULACE : *c* Bọn dân đen, con đỏ.

POPULAIRE : *tt* Bình dân. Nhân dân.
MESURE populaire : Biện pháp hợp lòng dân.
TRADITIONS populaires : Truyền thống dân gian.

POPULATION : *c* Dân số. Dân.
RECENSEMENT de la population : Kiểm tra dân số.
Population URBAINE : Dân thành thị.

POPULEUX : *tt* Đông dân. Đông người.

PORNO (PORNOGRAPHIQUE *rút ngắn*) : Tính cách khiêu dâm.
FILM pornographique : Phim ảnh khiêu dâm.

PORTE-PAROLE : *d* Phát ngôn viên.

PORTER : *đgt* Đem. Cầm. Mang. Đội. Vác. Cõng. Bồng. Bế.
Porter TÉMOIGNAGE : Làm chứng.

PORTION : *c* Phần (một).

POSER : *đgt* Đặt. Để xuống.
Poser un PRICINPE : Đặt ra nguyên tắc.
Poser une QUESTION : Đặt câu hỏi.

POSITIF : *tt* Tích cực. / Hữu ích. Có lợi.

POSITION : *c* Vị trí. Địa vị. Lập trường.
HAUTE position : Địa vị quan trọng.
RESTER sur sa position : Giữ vững lập trường.

POSSÉDANT : *tt* Hữu sản. Có của cải.
CLASSE possédante : Giai cấp tư hữu.
POSSÉDER : *đgt* Có. Có của.

POSSESSEUR : *d* Người có của cải, tài vật . Người chấp hữu.
Possesseur de BONNE FOI : Người chấp hữu ngay tình.
Possesseur de MAUVAISE FOI : Kẻ chấp hữu gian ý.

POSSESSION : *c* Sự chấp hữu. Sự sở hữu. Đất đai chiếm lĩnh.
DROIT de possession : Quyền chấp hữu.
EN FAIT DE MEUBLE (*MEUBLANT*) LA possession (*DE BONNE FOI*) VAUT TITRE (*DE PROPRIÉTÉ*) :Về động sản (*đồ dùng*), sự chấp hữu (*ngay tình*). đã là bằng khoán (*th.ng.l.*).
ÊTRE en possession DE : Đang giữ trong tay.
MISE en possession : Cho quyền chấp hữu.
Possession de BONNE FOI : Chấp hữu ngay tình.
Possession de BIENS : Chấp hữu tài sản.
Possession CONTINUE : Chấp hữu liên tục.
Possession de FAIT : Chấp hữu thực tại.
Possession de MAUVAISE FOI : Chấp hữu gian ý.
Possession d'ÉTAT : Chấp hữu thân trạng.
Possession ININTERROMPUE : Liên tục chấp hữu.
Possession NON ÉQUIVOQUE : Phân minh chấp hữu.
Possession PAISIBLE : Chấp hữu an hòa.
Possession PRÉCAIRE : Chấp hữu bấp bênh.
Possession UTILE : Chấp hữu ích lợi.
Possession VICIÉE : Chấp hữu hà tì.
Possession VIOLENTE : Chấp hữu bằng bạo lực.

POSSESSOIRE (ACTION) : *c* Tố quyền chấp hữu.

POST-SCRIPTUM (viết tắt P.S.) : Tái bút. Viết thêm ở cuối thư.

POSTE-FRONTIÈRE : *d* Biên ải. Biên cương.

POSTÉRITÉ : *c* Hậu thế. Đời con đời cháu.
LAISSER QUELQUR CHOSE à la postérité : Để lại chút gì cho hậu thế.

POUVOIR D' ACHAT : *d* Mãi lực.

PRÉAVIS : *d* Thư (lời) báo trước.
Préavis de LCENCIEMENT : Thư báo trước sẽ sa thải.

PRÉAVISER : *đgt* Báo trước.

PRÉCAIRE : *tt* Tạm bợ. Bấp bênh. Tạm. Tạm thời. Chưa chắc chắn. Không chắc chắn.
POSSESSION précaire. Quyền sở hữu bấp bênh.

PRÉCARITÉ : *c* Sự tạm bợ. Sự tạm thời.

PRÉCAUTION : *c* Sự thận trọng. Sực phòng ngừà.

PRÉCEPTEUR : *đ* Thầy dạy tại tư gia. A bảo.

PRÉCIEUSE : *c* Phụ nữ kiêu kỳ, điệu bộ.

PRÉCIEUX : *tt* Qúy giá. Qúy báu. Đất tiền.
Le TEMPS est précieux : Thời giờ thật qúy báu.

PRÉCIPITAMMENT : *pht* Vội vã. Hấp tấp.
PARTIR précipitamment : Ra đi vội vàng.

PRÉCIPITER : *dgt* Xô xuống. Đẩy xuống.
Précipiter quelqu'un dans le FOSSÉ : Xô ai xuống hố.
Précipiter SES PAS : Rảo bước.

PRÉCIPITER (SE) : *dgt* Nhào vô. Nhảy vào. Xông vào.

PRÉCIPUT : *đ* Quyền tiên thủ.

PRÉCIS : *tt* Chính xác. Đúng rõ.
DATE précise : Ngày tháng chính xác.
HEURE précise : Giờ chính xác.

PRÉCISION : *c* Sự chính xác.

PRÉDESTINATION : *c* Tiền định. / Thiên định.

PRÉDESTINÉ : *c* Có số mệnh. Có định mệnh. Tiền định.

PRÉDICTION : *c* Sự tiên đoán. Sự báo trước.

PRÉDIRE : *dgt* Đoán trước. Tiên đoán.

PRÉEMINENCE : *c* Tính ưu việt.

PRÉFACE : *c* Lời nói đầu (*1 cuốn sách*). Phi lộ. Lời tựa.

PRÉFACER : *dgt* Đề tựa cho một cuốn sách.

PRÉFACIER : *đ* Người viết lời tựa.

PREFÉRABLE : *tt* Tốt hơn. Thích hơn.
IL EST préférable DE GARDER LE SILENCE : Tốt nhất là lặng thinh. Thủ khẩu như bình.

PRÉFÉRENCE : c Sự ưa thích.
Préférence POUR le BLEU : Ưa thích mầu xanh.

PRÉFINANCEMENT : *đ* Cho vay vốn trước.

PRÉJUDICE : *đ* Sự thiệt hại. Sự tổn hại.
AU préjudice DE : Tổn hại cho.
SANS préjudice : Không có thiệt hại.
Préjudice MATÉRIEL : Thiệt hại vật chất.
Préjudice MORAL : Tổn thương tinh thần.

PRÉJUDICIABLE : *tt* Có hại. Có thể làm thiệt hại.
ERREUR préjudiable : Lầm lẫn thiệt hại.

PRÉJUDICIEL : *tt* Tiên giải.
ACTION préjudicielle : Tố quyền tiên quyết.
EXCEPTION préjudicielle : Khước biện tiên quyết.
QUESTION préjudicielle : Vấn đề tiên giải (*trước khi chung quyết*).

PRÉJUGÉ : *đ* Thành kiến.
Préjugé racial : Thành kiến về chủng tộc.

PRÉJUGER : *dgt* Xét đoán trước.

PRÉLEGS : *đ* Phần di tặng được trích xuất (trước).

PRÉLÈVEMENT : *đ* Trích xuất.
Prélèvement AUTOMATIQUE : Trích xuất tự động.

PRÉLIMINAIRE : *tt* Sơ khởi. Sơ bộ. Mở đầu.
CONVENTION préliminaire : Thoả ước sơ bộ.
DISCUSSIONS préliminaires : Tranh luận sơ bộ.
ENQUETE préliminaire : Điều tra sơ khởi.
NOTIONS préliminaires : Khái niệm ban đầu.

PRÉLIMINAIRES : *đ snh* Sự bắt ðầu. Điều sơ khởi. Những thỏa thuận ban đầu.

PRÉMATURÉ : *tt* Non yểu. Trước kỳ hạn. Quá sớm.
NÉ prématuré : Sinh non.
MORT prématurée : Chết yểu. Chết non. Chết sớm.

PRÉMÉDITATION : *c* Dự mưu. Có tính toán trước. Có mưu đồ trước.
CRIME avec préméditation : Mưu sát.

PRÉMÉDITER : *dgt* Dự mưu. Tính toán trước (*khi hành động*). Mưu đồ.

PRÉMENTIONNÉ : *tt* Đã ghi trước.

PREMIER : *tt* Đầu tiên. Đứng đầu. Thứ nhất.
Premier AMOUR : Mối tình đầu.
Premier COUP D'OEIL : Mới thoạt nhìn.
Première OCCASION (ề la) : Hễ có dịp.
Première GUERRE MONDIALE : Thế chiến 1.
Première MAIN : Sử dụng đồ mới tinh.
Premier (EN) LIEU : Trước tiên. Điểm thứ nhất.
Premier RÔLE : Vai chánh.
Premier VENU : Bất cứ ai. Thằng con đầu (thân).
JEUNE premier : Đẹp trai (*điện ảnh*).

PREMIER : *đ* Người đứng đầu. / Lầu một. Căn gác. / Thủ tướng (*Anh*).
Premier de l'AN : Ngày đầu năm. Nguyên đán.
Premier de la CLASSE : Người đứng đầu lớp.
Premier ÉTAGE : Lầu một.
Premier NÉ : Con trưởng. Con cả. Con đầu lòng.

PRENABLE : *tt* Có thể chiếm được.

PRENANT : *tt* Nhận tiền. / Lấy. Đem về.
PARTIE prenante : Bên (phiá) nhận lĩnh.

PRENDRE : *dgt* Cầm. Nắm. Lấy. Giữ.
Prendre une DÉCISION : Lấy một quyết định.
Prendre À PARTIE : Đổ tội cho. Gây lộn với.
Prendre POUR FEMME : Cưới làm vợ.

PRENEUR : *đ* Người dùng.
Preneur de BAIL : Người ký khế ước thuê mướn.

PRÉPARER : *dgt* Chuẩn bị. Sửa soạn. Xếp đặt.

PRÉPONDÉRANT : *tt* Ưu thế. Lợi nước.
VOIX prépondérante : Lá phiếu quyết định.

PRÉPOSÉ : *đ* Nhân viên. Người làm công.
Préposé de la GARE : Nhân viên nhà ga.
Préposé de la POSTE : Bưu tá. Nhân viên bưu điện.

PRÉROGATIVE : *c* Ưu quyền. Đặc quyền.

PRÈS : *pht* Gần. Ở gần. Sát. Bên cạnh.
A BEAUCOUP près : Còn xa.
À CELA près : Khác nhau chút xíu.
A PEU près BIEN : Khá. Gần được. Gần đúng.
À PEU DE CHOSE près : Gần như thế.
VU de près : Nhìn gần. Xét kỹ.

PRÉSAGE : *đ* Điềm báo trước.
MAUVAIS présage : Điềm xấu.

PRÉSAGER : *đgt* Báo trước. Đoán trước.

PRESBYTE : *tt* Lão thị. Mắt mờ vì tuổi tác.

PRESBYTIE : *c* Tật lão thị.

PRESCRIPTION : *c* Thời hiệu. / Thời tiêu. Thời đắc. / Quy lệnh.
COURTE prescription : Thời hiệu đoản hạn.
DÉLAI de prescription : Kỳ hạn thời hiệu.
INTERRUPTION de la prescription : Thời hiệu đứt đoạn.
SUSPENSION de la prescription : Đình chỉ thời hiệu.
Prescription ACQUISITIVE : Thủ đắc thời hiệu.
Prescription DÉCENNALE : Thời đắc thập niên. (*không truy tố kẻ sát nhân sau 10 năm*).
Prescription MÉDICALE : Toa thuốc.
Prescription de POURSUITE : Kỳ hạn truy tố bị thời tiêu.
Prescription EXTINCTIVE : Thời tiêu.
Prescription TRENTENAIRE : Thời tiêu tam thập niên. Thời đắc tam thập niên.
Prescription de DIX à TRENTE ANS : Thời đắc khoảng giữa 10 và 30 năm.
Prescription TRIENNALE : Thời đắc tam niên (*động sản*).

PRESCRIRE : *đgt* Quy định. Quy lệnh. / Thời đắc. Thời tiêu.
Prescrire les MÉDICAMENTS : Cho đơn thuốc.
Prescrire des LOIS : Quy định luật pháp.
ON NE prescrit PAS CONTRE LES MINEURS : Đối với vị thành niên, không thể áp dụng thời tiêu (th.ng.l.).

PRÉSÉANCE : *c* Ngôi thứ. Thứ vị.
ORDRE de préséance : Thứ vị (*nghi lễ*).

PRÉSENCE : *c* Sự hiện diện. Sự có mặt.
EN présence de... : Với sự hiện diện của...
EN LA présence de... : Trước mặt có...
HONORER de sa présence : Quang lâm. Chiếu cố.
JUGEMENT RENDU HORS de le PRÉSENCE de l'INCULPÉ : Tuyên đọc bản án khuyết tịch.
EN présence du MINISTÈRE PUBLIC : Trước sự hiện diện của công tố.
EN présence des PARTIES : Trước sự hiện diện của các đương tụng.

PRÉSENT : *tt* Hiện diện. Có mặt. Hiện tại.
L'INCULPÉ présent : Bị can có mặt tại tụng đình.

PRÉSENT : *đ* Tặng vật. Quà cáp. Đồ biếu xén.

PRÉSENTABLE : *tt* Coi được. Y phục tề chỉnh.

PRÉSENTATEUR : *đ* Người giới thiệu (chương trình).
Présentateur à la TÉLÉVISION : Xướng ngôn viên đài thuyền hình.

PRÉSENTE : *c* Thư.
AU REçU DE LA présente : Khi nhận được thư này.
PAR LA présente : Bằng thư này.

PRÉSENTEMENT : *pht* Ngay bây giờ. Hiện nay.

PRÉSENTER : *đgt* Giới thiệu. Trình bầy.

PRÉSENTER (SE) : *đgt* Tự giới thiệu. Ra mặt.
SE présenter AUX ÉLECTIONS : Ra tranh cử.

PRÉSIDENCE : *c* Sự chủ tọa. Sự chủ trì. Chức vị Chủ tịch, Tổng thống. Phủ Chủ tịch. Phủ Tổng thống.

PRÉSIDENT : *đ* Tổng thống. Chủ tịch.
Président du TRIBUNAL : Chánh án.
VICE président : Phó Chủ tịch. Phó Tổng thống.

PRÉSIDER : *đgt* Chủ tọa. Chủ trì.
Présider un EXAMEN : Chủ khảo.
Présider une FÊTE : Chủ tọa buổi lễ.
Présider une RÉUNION : Chủ trì phiên họp.

PRESSE : *c* Báo chí. Ấn loát.
FAIRE bonne presse : Được tiếng tốt.

PRESSENTIMENT : *đ* Linh tính. Linh cảm.

PRESSION : *c* Áp lực. Áp suất.
BOUTON à pression : Khuy bấm (B).Nút bóp (N).
GOUPE de pression : Nhóm người gây áp lực.
Pression ARTÉRIELLE : Áp huyết.

PRESTANCE : *c* Dáng bệ vệ. Oai vệ. Chững chạc.

PRESTATION : *c* Sự cho vay (*tiền*) , cho mượn (*vật*).
Prestation LOCATIVE : Chủ nhà ứng tiền sửa chữa, người thuê sẽ hoàn lại sau.
Prestation de SERMENT : Tuyên thệ.

PRESTE : *tt* Nhanh nhẹn. Lẹ làng.
Le PICK POKET est preste : Kẻ móc túi lẹ làng.

PRÉSUMER : *đgt* Đoán chừng. Đồ chừng. Được (bị) suy đoán (suy luận) là.
L'INOCENCE est TOUJOURS présumée : Trước tiên phải suy luận bị can vô tội.

PRÊT : *tt* Sẵn sàng. Xong xuôi.

PRÊT : *đ* Sự cho vay (*tiền*), cho mượn (*đồ vật*). / Số tiền vay. / Món đồ cho mượn.
Prêt à INTÉRÊT : Cho vay lãi.
Prêt usuriaire : Cho vay lời cắt cổ.

PRÊT-À-PORTER : *đ* Quần áo may sẵn.

PRÊTE : *đ* Giáo sĩ. Thầy tu.

PRÊTEUR : *đ* Người cho vay, cho mượn.

PRÉTEXTER : *đgt* Viện cớ. Lấy cớ là.

PRÉTOIRE : *đ* Tụng đình. Trước toà. Công đường. Phòng xử.

PRETIUM DOLORIS : Khoản bồi thường thiệt hại.

PREUVE : *c* Chứng cớ. Bằng chứng.
Preuve CONCLUANTE : Bằng chứng
Preuve CONTRAIRE : Nghịch chứng.
Preuve ÉCRITE : Bút chứng. Văn chứng.
Preuve LÉGALE : Bằng chứng luật định.
Preuve MATÉRIELLE : Bằng chứng cụ thể.
Preuve par TÉMOIN : Chứng do nhân chứng.
Preuves TÉNUES : Chứng cớ tinh tế.
Preuve TESTIMONIALE : Chứng do nhân chứng.
CHARGE de la preuve : Nghĩa vụ trình bầy bằng chứng.

PRÉVENIR : *đgt* Ngừa trước. Phòng ngừa.

PRÉVENU : *đ* Bị cáo (*chưa có án tòa*).
Prévenu de MEURTRE : Bị cáo là sát nhân.
Prévenu de VOL : Bị cáo là kẻ trộm.

PRÉVISIBLE : *tt* Có thể tiên liệu, dự đoán.

PRÉVOIR : *đgt* Dự kiến. Đề phòng. Tiên liệu.

PRÉVOYANCE : *c* Sự lo xa. Sự dự phòng. Sự đề phòng.

PRIER : *đgt* Thỉnh cầu. Cầu khẩn. Xin. / Niệm kinh. Tụng kinh (*tôn*)
JE VOUS EN prie : Tôi không dám. (*nhã nhặn, khi người ta cám ơn*).

PRIMAIRE : *đ* Sơ phạm. / Kẻ phạm tội lần đầu). Bị can chưa tiền án. Người ít học.

PRIMITIF : *tt* Nguyên thủy. *đ* Người sơ khai. Dã nhân.

PRINCIPAL : *đ* Giám đốc trường Trung học. Giám học. *tt* Chủ yếu.
RÔLE principal : Vai trò chủ yếu. Diễn viên chính.

PRIVILÈGE : *đ* Đặc ân đặc huệ. Sự ưu đãi.
Privilège de JURIDICTION : Đặc quyền tài phán.
Privilège du TRÉSOR : Quyền ưu tiên của Công khố.

PRIX : *đ* Giá cả. Phần thưởng.
À prix d'OR : Giá rất đắt.
AU prix de... : Giá là...
AU prix FORT : Giá cao nhất.
BAS prix : Giá hạ. Giá rẻ.
DE prix : Quý giá.
DISTRIBUTION de prix : Lễ phát phần thưởng (học sinh).
HAUSSE ILLICITE de prix : Tăng giá bất hợp pháp.
HORS DE prix : Giá cao quá sức tưởng tượng.
JUSTE prix : Đúng giá.
MAJORER les prix : Tăng giá.
METTRE à prix : Treo giải thưởng.
MISE à prix : Đặt giá.
SANS prix : Vô giá (không thể mua được). Vật hiếm.
VALOIR son prix : Đáng giá.
VENTE à tout prix : Bán tháo (với bất cứ giá nào).
VIL prix : Mạt giá.
Prix d'ACHAT : Giá mua.
Prix COURANT : Giá thị trường.
Prix COUTANT : Giá vốn.
Prix de FABRIQUE : Giá sản xuất (chưa tính lời).
Prix de FAçON : Giá công.
Prix FIXE : Giá nhất định (không trả giá), không mà cả).
Prix OFFICIEL : Giá chính thức.
Prix de REVIENT : Giá thành.
Prix de VENTE : Giá bán (gồm cả tiền lời).

PROBABLE : *tt* Chắc. Chắc đúng.
IL EST probable que... : Chắc chắn là...

PROBABLEMENT : *pht* Hẳn là. Chắc hẳn là.
PROBANT : *tt* Hiển nhiên.

PROBATOIRE : *tt* Thử thách.
PÉRIODE probatoire : Thời gian thử thách.

PROBE : *tt* Trung thực.

PROBITÉ : *c* Tính trung thực.

PROBLÉMATIQUE : Chưa chắc. Không chắc.
SUCCÈS problématique : Chưa chắc thành công.

PROBLÈME : *đ* Vấn đề. Bài toán.
PAS de problème : Không có vấn đề. Không khó khăn gì.

PROCÉDÉ : *c* Cách thức. Thủ tục.

PROCÉDER : *đgt* Tiến hành.

PROCÉDURE : *c* Thủ tục.
Procédure CIVILE : Thủ tục dân sự tố tụng.
Procédure PÉNALE : Thủ tục hình sự tố tụng.

PROCÉDURIER : *đ* Người giỏi về thủ tục pháp lý. Kẻ thích kiện cáo (*thân*).

PROCÈS : *đ* Vụ án. Vụ kiện.
Procès COMMERCIAL :Vụ kiện thương sự.
Procès CIVIL : Vụ dân sự.
Procès CRIMINEL : Vụ đại hình.
Procès PÉNAL : Vụ hình sự.
SANS AUTRE FORME de procès : Xử ẩu tả, không tôn trọng thủ tục pháp lý.
FAIRE un procès : Đi kiện. Đi thưa.
GAGNER un procès : Thắng kiện.
INTENTER un procès : Khởi tố.
PERDRE un procès : Thua kiện. Thất kiện. Bại kiện.

PROCESSUS : Tiến trình.

PROCÈS-VERBAL : *đ* Biên bản. Vi bằng. (*gọi và viết tắt là* P.V.).
DRESSER procès-verbal : Lập biên bản. Lập vi bằng.
Procès-Verbal d'HUISSIER : Vi bằng thừa phát lại.
Procès-Verbal de POLICE : Biên bản cảnh sát.

PROCHAIN : *tt* Sắp tới.
MOIS prochain : Tháng tới. Tháng sau.
SEMAINE prochaine : Tuần tới. Tuần sau.

PROCHAIN : *đ* Đồng loại. Đồng chủng.
AIMER ses prochains : Thương yêu đồng chủng.

PHOCHAINEMENT : *pht* Sắp tới. Kỳ tới.

PROCHE : *tt* Gần. Bên cạnh. *đ* Họ hàng thân thích.

PARENT proche : Họ hàng gần. Bà con gần.

PROCLAMATION : *c* Tuyên ngôn. Tuyên cáo. Tuyên bố. Xướng danh. Công bố. Lời tuyên bố.
Proclamation de l'INDÉPENDANCE : Tuyên ngôn Độc lập.
Proclamation d'une NOUVELLE LOI : Tuyên một đạo luật mới.
Proclamation des RÉSULTATS : Xướng danh (*thi cử*). Tuyên bố kết quả.
Proclamation UNIVERSELLE DES DROITS DE L'HOMME : Tuyên ngôn Quốc tế Nhân quyền.

PROCLAMER : *đgt* Tuyên bố. Tuyên cáo. Công bố.
Proclamer UN ROI : Tôn vương.

PROCLAMER (SE) : *đgt* Tự xưng.
Se proclamer ROI : Tự xưng vương.

PROCRÉATEUR : *đ* Người sinh ra. Người cha.

PROCRÉATION : *c* Sự sinh sản. Sự sinh đẻ.

PROCRÉER : *đgt* Sinh sản. Sinh đẻ. / Tạo thành. Cấu tạo.

PROCURATION : *c* Sự uỷ quyền. Tờ uỷ quyền.
DONNER procuration à... : Uỷ quyền cho...
PAR procuration : Thừa uỷ.
Procuration GÉNÉRALE : Uỷ toàn quyền.

PROCUREUR : *đ* Công tố viên. Biện lý. Kiểm sát viên.
SUBSTITUT au procureur : Phó biện lý. Phó kiểm sát viên.
Procureur de la RÉPUBLIQUE (hoặc :)
Procureur du ROI (hoặc :)
Procureur du GOUVERNEMENT : Công tố viên. Ủy viên chính phủ.

PROCUREUSE : *c* Mụ tú bà. Chủ gái điếm.

PRODIGALITÉ : *c* Sự hoang phí quá độ. Sự phá của. / Vung tay quá trán.

PRUD'HOMAL : *tt* Thuộc về lao động.
AFFAIRES prud'homale : Vụ kiện lao động.

PRUD'HOMMES : *snh* Toà lao động (*ở Pháp*).
CONSEIL de prud'hommes : Toà lao động. (*xử vụ tranh chấp giữa chủ và công nhân*).

PRODIGE : *tt* Kỳ diệu. Kỳ lạ. *đ* Sự kỳ diệu. Sự kỳ lạ.
ENFANT prodige : Thần đồng.

PRODIGUE : *tt* Hoang phí. Tiêu sài quá lố. Ném tiền qua cửa sổ.

PRODIGUER : *đgt* Tiêu hoang phí. Vung tay quá trán. *đ* Đãng tử. Kẻ ăn chơi, không chức nghiệp.

PRO DOMO : Tự bào chữa.

PRODUCTEUR : *tt* Sản xuất. *đ* Người sản xuất. Người làm điện ảnh.
PAYS producteur de RIZ : Nước sản xuất (nhiều) gạo.

PRODUCTIF : *tt* Sinh lợi. Sinh sôi nẩy nở.

PRODUIRE : *đgt* Xuất trình giấy tờ trước toà. / Sản xuất. / Sinh sản.

PRODUIT : *đ* Sản phẩm. Sản vật. Hoa lợi.
Produit de la TERRE : Hoa lợi đất đai. Hoa lợi nông nghiệp.
Produit de REMPLACEMENT : Thế phẩm. *(như chữ Ersatz)*.

PROFANE : Kẻ ngoại đạo. Kẻ (*chỉ*) đứng trước nhà thờ. Kẻ chưa bao giờ đi lễ.

PROFANER : *đgt* Phỉ báng. Làm ô uế nơi thờ tự.
Profaner un TOMBEAU : Phá hoại mồ mả.

PROFECTIF : *tt* Do tổ tiên để lại.
BIENS profectifs : Tài sản tổ phụ.

PROFESSER : *đgt* Giảng dạy. Giảng huấn.

PROFESSEUR : *đ và c* Giáo sư. Giáo thụ.

PROFESSION : *c* Nghề nghiệp.
Profession de la main gauche : Nghiệp dư.

PROFIT : *đ* Lợi nhuận. Lợi tức. Nguồn lợi.

PROFITER : *đgt* Lợi dụng. Được hưởng lợi.

PROFITEUR : *đ* Kẻ lợi dụng.
Profiteur de GUERRE : Kẻ nhờ chiến tranh làm giầu.

PROFIT NET : *đ* Lợi thuần.

PROFOND : *tt* Xâu xa. Xâu sắc.
IDÉE profonde : Tư tưởng xâu sắc.

PROFONDEUR : *c* Chiều xâu. Kiến thức rộng rãi. Không thể đạt tới được.
Profondeur des MYSTÈRES : Bí mật xâu xa khó hiểu.

PROGÉNITURE : *c* Một bầy con cái.

PROGRAMMATEUR : *đ* Chương trình viên (*điện toán*).

PROGRAMME : *c* Chương trình.
Programme de la RÉUNION : Chương trình buổi họp.

PROGRAMMER : *đgt* Chia cắt một vấn đề cho máy điện toán.

PROGRAMMATEUR : *đ* Chuyên viên điện toán chuẩn bị chương trình cho máy điện tử.

PROGRÈS : *đ* Tiến bộ. Tiến tới. Tấn tới.
Progrès d'un ÉLÈVE : Học sinh tiến tới.
Progrès TECHNIQUE : Tiến bộ kỹ thuật.

PROGRESSISME : *đ* Thuyết tiến bộ. Thuyết cấp tiến.

PROGRESSISTE : *đ* Kẻ theo chủ thuyết tiến bộ.

PROGRAMME : *đ* Chương trình.

PROHIBER : *đgt* Cấm đoán (*hợp pháp*).

PROHIBITIF : *tt* Thuộc về cấm đoán. / Quá cao. / Không đạt tới được.
Une LOI prohibitive : Điều luật cấm đoán.
PRIX prohibitif : Giá quá cao.

PROJET : *đ* Dự án.
Projet de LOI : Dự luật (*trước khi được quốc hội thông qua).*

PROLEPSE : *c* Lập luận cãi lại trước khi đối phương nói.

PROLÉTAIRE : *đ* Người vô sản. Kẻ sinh sống bằng sức lao động.

PROLÉTARIAT : *đ* Giới vô sản. Giai cấp vô sản.

PROLOGUE : *c* Lời tiền thuật.

PROLONGATION : *c* Gia hạn. Kéo giài thêm ra.
Prolongation d'un PASSEPORT : Gia hạn hộ chiếu.
Prolongation d'un MATCH de FOOT : Gia hạn chơi thêm túc cầu.

PROLONGER : Kéo giài thêm ra. Gia hạn. Diên kỳ. Diên trì.

PROMESSE : *c* Lời hứa. Lời hứa hẹn.
Un JEUNE PLEIN de promesse : Chàng trai nhiều tương lai.
MANQUER À sa promesse : Thất hứa.Thất tín.
TENIR sa promesse : Giữ lời hứa.

PROMESSE d'HONNEUR : *c* Lời hứa danh dự.

PROMESSE DE MARIAGE : *c* Hứa hôn.

PROMESSE DE VENTE : *c* Tờ hứa bán.
Promesse de VENTE VAUT VENTE : (tờ) Hứa bán đã là đọan mại.(*tngl.*).

PROMETTRE : *đgt* Hưá.

PROMOTEUR : *đ* Kẻ thủ xướng. Người chủ động. Kẻ chủ xướng.

PROMOTION : *c* Bán hàng với tính cách quảng cáo. / Việc thăng chức (*cho nhiều người cùng một lúc).*
CAMARADE de promotion : Bạn đồng khóa. Bạn đồng song. Bạn đồng môn.

PRONONCER : *đgt* Tuyên án. Tuyên cáo. Tuyên đọc.
Le TRIBUNAL a prononcé le JUGEMENT : Toà đã tuyên đọc án văn. Toà đã quyết định.

PRONOSTIC : *đ* Lời tiên đoán.

PROPANDE : *c* Sự tuyên truyền. Việc quảng cáo.
Propagande MENSONGÈRE : Quảng cáo thất thiệt. Quảng cáo lừa lọc.

PROPHARMACIEN : *đ* Bác sĩ cấp thuốc cho bệnh nhân vì không có dược sĩ.

PROPHÈTE : *đ* Vị tiên tri.

PROPOS : *đ* Câu nói.
Propos MÉCHANT : Lời nói ác . Ác ngôn.
A propos : Nhân tiện.
À propos DE : Nhân đó.
À TOUT propos : Lúc nào cũng được.
DE propos DÉLIBÉRÉ : Câu nói với chủ ý.
HORS de propos / MAL à propos : Không đúng lúc.

PROPOSER : *đgt* Đề nghị.
Proposer une PEINE EXEMPLAIRE : Đề nghị phạt (thật nặng) để làm gương.
Proposer une PEINE MAXIMALE : Đề nghị phạt tối đa.
Proposer une PEINE SYMBOLIQUE : Đề nghi phạt tượng trưng.
Proposer la RELAXE : Đề nghị tha bổng.

PROPRE-À-RIEN : *đ* Kẻ vô dụng. Kẻ ăn hại.

PROPRIÉTAIRE : *đ* Sở hữu chủ. Nghiệp chủ.
Propriétaire TERRIEN : Điền chủ.

PROPRIÉTÉ : *c* Quyền sở hữu.
Propriété ARTISTIQUE ET LITTÉRAIRE : Tác quyền văn nghệ và văn phẩm.
Propriété PRIVÉE : Tư hữu sản.

PROSPÈRE : *tt* Hưng thịnh. Thịnh vượng.

PROSPÉRITÉ : *c* Hưng phát. Hưng thịnh. Thịnh vượng. Hưng vượng.

PROSTITUER : *đgt* Đánh đĩ. Y môn mại tiếu.

PROTECTION : *c* Sự che chở. Sự bảo vệ.
Protection ÉCONOMIQUE : Bảo vệ kinh tế.
Protection DOUANIÈRE : Hàng rào quan thuế.

PROTECTIONISME : *đ* Chủ thuyết bảo vệ. Thuyết bảo vệ kinh tế.

PROTÉGER : *đgt* Che chở. Chiếu cố.

PROTESTATION : *c* Sự phản kháng. Sự phản đối.

PROTESTER : *đgt* Phản kháng.

PROUVER : *đgt* Dẫn chứng.

P.S. (*Post scriptum) :* Tái bút.

P.S. (PARTI SOCAILISTE) : Đảng Xã hội.

PSYCHANALYSE : *c* Sự phân tích tâm lý.
TOUT CRIMINEL doit passer à la psychanalyse : Mọi tội đồ (*hình*) đều phải được phân tích tâm lý.

PSYCHOLOGIE : *c* Khoa tâm lý học.

PUBLICATION : *c* Việc công bố. Việc đăng báo. / Việc công khai hóa.

PUDEUR : *c* Sự bẽn lẽn. Sự cả thẹn.

PUDIQUE : Trong trắng. / Tiết hạnh.

PUINÉ : *đ* Người (em) sinh sau. Người (em) nhỏ tuổi hơn mình.

PURGER SA PEINE : *đgt* Ở mãn hạn tù.

PUTATIF : *tt* (*sai mà*) Ngay tình tin tưởng là đúng.
MARIAGE putatif : Tín hôn phối.

PYRAMIDE : *đ* Kim tự tháp (Ai cập).

Q

QUADRAGÉNAIRE : *đ* Người khoảng 40 tuổi. Chạc tứ tuần.
L'ASSASSIN est un quadragénaire : Kẻ sát nhân khoảng 40 tuổi.

QUADRICYCLE : *đ* Xe bốn bánh.

QUADRIENNAL : *tt* Tứ niên kỷ. Bốn năm một.
CONTRAT quadriennal : Khế ước từng 4 năm một.
PLAN quadriennal : Chương trình 4 năm. Kế hoạch 4 năm.

QUADRIGE : *đ* Xe tứ mã.

QUADRIJUMEAUX : *tt snh* Sinh tư. Sinh bốn con một lúc.

QUADRIMESTRE : *đ* Quý bốn tháng.

QUADRIMOTEUR : *tt* Có bốn động cơ.

QUADRIPARTITE : *tt* Tay tư. Chia bốn phần.
COMITÉ quadripartite : Uỷ ban bốn bên (phe).

QUADRIPARTITION : Chia tư. Chia làm 4 phần.

QUADRIPLACE : *tt* Có bốn chỗ ngồi.
VOITURE quadriplace : Xe bốn chỗ ngồi.

QUADRUPÈDE : *đ* Thú vật tứ túc. Súc vật 4 chân.

QUADRUPLE : *tt* Gấp bốn lần hơn lên.

QUADRUPLÉ : *tt* Con sinh tư.

QUADRUPLER : *đgt* Làm tăng gấp bốn.
Quadrupler le CAPITAL : Tăng vốn gấp bốn lần hơn.

QUAI : *đ* Bến tầu. Bến cảng. Ke.

QUALIFIABLE : *tt* Có thể định danh là. Có thể mệnh danh là, gọi là.

QUALIFICATION : *c* Sự định danh. Việc thẩm ðổnh. Trình độ nghiệp vụ.
CONFLIT de qualification : Phân tranh về tội danh.
Qualification d'un DÉLIT : Định danh tội phạm.
Qualification d'une INFRACTION : Định tội danh.

QUALIFICATIF : *tt* Thuộc về phẩm chất.

QUALIFIÉ : *tt* Có tư cách. Có năng lực. Có khả năng. / Lành nghề. Thiện nghệ. / Có dự mưu.
ABUS de CONFIANCE qualifié : Bội tín gia trọng ; có dự mưu.
OUVRIER qualifié : Thợ lành nghề.
VOL qualifié : Trộm cắp thiện nghệ, có dự mưu.
Qualifié DE : Gọi là.

QUALIFIER : *đgt* Định danh. Đánh giá. Cho tư cách. Cho đủ tiêu chuẩn. Trúng cách.
Qualifier un DÉLIT : Ấn định tội danh.
Qualifier (SE) : Tự cho là.

QUALITATIF : *tt* Thuộc về phẩm chất.

QUALITÉ : *c* Phẩm. Phẩm chất. Đức tính. Tính tốt. / Tư cách.
AVOIR qualité : Có đủ tư cách để (làm việc gì).
AVOIR qualité pour AGIR : Có tư cách để thưa kiện.
EN qualité DE... : Với tư cách là...
ÈS qualité : Với tư cách như vậy.

QUALITÉS : *c snh* Bản trần thuật.

QUAND : *pht* Khi nào. Khi.
Quand il pleut : Khi trời mưa.
Quand même : Dù ao cũng.

QUANT : *tt* Mỗi lần.
TOUTES ET quantes fois QUE : Cứ mỗi lần.

QUANT À : *gng* Về phần. Về phía. Còn về.
Quant à MOI : Về phần tôi thì.

QUANTA (QUANTUM) : *đ snh* Phần chia. Phần bồi thường. Phần được hưởng. Một số tiền.
FIXER le quantum des dommages : Ấn định mức tiền bồi thường.

QUANT-À-SOI : *đ* Sự giữ ý tứ. Sự giữ kẽ. Thái độ trịch thượng.
QUANTIÈME : *đ* Ngày *mấy* trong tháng. Thứ bậc.

QUANTITÉ : *c* Lượng. Số lượng. Nhiều. Vô số.
Quantité DÉTERMINÉE : Số lượng xác định.
Quantité de GENS : Rất nhiều người.
GRANDE quantité : Rất nhiều. Hằng hà sa số.

QUANTUM : Phần được chia.

QUARANTAINE : *c* Khoảng bốn chục. Tứ tuần. Khoảng tuổi 40. / Tứ thập niên kỷ. / Tầu bị kiểm dịch (*không được cập bến*). Tầu bị cấm cập bến (*có bệnh truyền nhiễm*).

QUARANTENAIRE : *tt* Khoảng thời gian 40 năm.

QUART : *đ* Một phần tư. Một phần bốn. Một khắc đồng hồ (15 phút).
Un quart d'HEURE : 15 phút. Một khắc.
SE MOQUER DU TIERS ET du quart : Coi nhẹ mọi vấn đề.

TROIS quarts : Ba phần tư. Phần lớn (*bóng*). Áo măng tô ngắn.

QUARTAIEULE : *đ* Tổ phụ 5 đời.

QUARTENIER : *đ* Phường trưởng. Hộ phố (*xưa*).

QUARTERON : *đ* Người lai một phần tư. Pha trộn một phần tư. 25 phần một trăm. Một bọn ít người.

QUARTIER : *đ* Khu phố. Phường. Một phần tư. / Tha giết.
Quartier des CHAPELIERS : Phường hàng nón.
Quartier GÉNÉRAL : Bản doanh. Hành dinh. Đại bản doanh.
Quartier de LUNE : Trăng thượng huyền.
Quartier de PENSION : Hưu bổng một quề.
Quartier des VOLEURS : Khu nhiều kẻ cắp.
AVOIR quartier LIBRE : Được phép ra khỏi trại quân.
CHEF de quartier : Phường trưởng. Hộ phố (xưa).
DEMANDER quartier : Xin tha giết
DERNIER quartier : Trăng hạ huyền.
GRAND quartier général : Đại bản doanh.
FAIRE quartier : Tha giết.
PREMIER quartier : Trăng thượng huyền

QUASI : *pht* Hầu như. Gần như.

QUASI CONTRAT : *đ* Hầu (tựa) như khế ước.

QUASI-DÉLIT : *đ* Hầu (tựa) như có lỗi.

QUAYAGE : *đ* Thuế đậu ke. Thuế bến.

QUE : *lt* Mà. Rằng. Mong rằng. Dù cho.

QUE : *pht* Biết bao.
Qu'il est AIMABLE ! : Hắn dễ thương qúa !

QUELCONQUE : *tt* Bất kỳ. *đ* Tầm thường.
Un HOMME quelconque : Người tầm thường. Kẻ không có gì đặc sắc.
Une FEMME quelconque : Phụ nữ vô nhan sắc.

QUELQU'UN : *đt* Kẻ nào.
Quelqu'un m'a VOLÉ : Có kẻ ăn cắp của tôi.
SE CROIRE quelqu'un : Làm bộ ta đây.

QUÉMANDER : *đgt* Xin. Thỉnh cầu.
Quémander une FAVEUR : Cầu cạnh. Xin ân huệ.

QUÉMANDEUR : *đ* Người thỉnh cầu. Kẻ cầu cạnh.

QUÉRABLE : *tt* Có thể đòi hỏi được. Khả sách. Phải đi đòi.
Quérable et NON PORTABLE : Đòi hỏi được, không thể bắt người ta đem tới tận nhà. (Có quyền đòi hỏi tiền lương, nhưng không thể bắt người ta đem tới hoặc gửi cho mình).

QUÉRABILITÉ : *c* Tính chất phải đi đòi. (Có nợ thì phải đi mà đòi).

QUERELLE : *c* Vụ cãi nhau. Vụ tranh luận. Sự gây gổ.

QUERELLEUR : *tt* Tính hay cãi nhau, gây gổ. *đ* Kẻ hay cãi nhau, gây gổ.

QUÉRIR : *đgt* Đi tìm kiếm. Đòi hỏi.
Quérir un BON MÉDECIN : Tìm thầy thuốc giỏi.

QUESTEAU : *đ* Hộp đựng nữ trang. Hộp đựng tiền.

QUESTION : *c* Câu hỏi. Cật vấn. Vấn .
Question de CONFIANCE : Vấn đề tín nhiệm (của Quốc hội có tín nhiệm chính phủ hay không).
Question PRÉJUDITIELLE : Vấn đề tiên quyết.
Question de PRINCIPE : Vấn đề nguyên tắc.
Question DE VIE OU DE MORT : Vấn đề sinh tử.

QUESTIONNAIRE : *đ* Một trang (một tập) câu hỏi.

QUESTIONNER : *đgt* Hỏi. Đặt câu hỏi. Cật vấn. Chất vấn.

QUÊTE : *c* Việc quyên tiền. Sự lạc quyên. Sự dò tìm.
FAIRE une quête A l'ÉGLISE : Quyên tiền trong nhà thờ.

QUÊTER : *đgt* Quyên tiền. Lạc quyên. / Xin xỏ.

QUIA (À) : *phng* Không trả lời được. Cứng họng.

QUICONQUE : *đ* Bất cứ ai. Bất kỳ người nào.

QUID : Thì sao ? Ra sao ?

QUIDAM : *đ* Vô danh tiểu tốt.

QUID JURIS : Pháp luật phải giải quyết ra sao?

QUIÉTUDE : *c* Sự an tĩnh. Tĩnh mịch. / Sự bình thản. Sự thanh thản. / Vô sự.

QUINDÉCENNAL : *tt* Thời hạn 15 năm. Thập ngũ niên kỷ.

QUINQUAGÉNAIRE : *tt* Khoảng năm mươi tuổi. Chạc ngũ tuần.

QUINQUENNAL : *tt* Thời hạn 5 năm. Ngũ niên kỷ.
PLAN quinquenal : Chương trình 5 năm. Kế hoạch 5 năm.

QUINZAINE : *tt* Thời hạn 15 ngày. Bán nguyệt kỳ.
RENVOI à quinzaine : Đình lại hai tuần.

QUITTANCE : *c* Biên lai. Biên nhận.
DÉLIVRER quittance : Cấp biên lai.
Quittance d' ÉLECTRICITÉ : Biên lai tiền điện.
Quittance de TÉLÉPHONE : Biên lai điện thoại.
Quittance de LOYER : Biên lai tiền nhà.
Quittance PROVISOIRE : Biên lai tạm thời.

QUITUS : Thanh khoản. Thanh lý. Thanh toán xong. Sòng phẳng.
DONNER *quitus* : Chứng nhận đã thanh lý tiền bạc.
DONNER *quitus de* GESTION : Chứng nhận thanh lý và cho quản lý viên từ nhiệm, hoặc mãn nhiệm.

QUITTE : *tt* Thanh toán xong. / Hết nợ. Không ai thiếu ai.

QUORUM : Túc số. Số lượng pháp định.

QUOTA : Hạn ngạch. Phần lượng.
Quota d'IMPORTATION : Phần lượng được nhập cảng.

QUOTE-PART : *c* Phần mỗi người được hưởng. Phần mỗi người phải đóng góp.

QUOTIDIEN : *tt* Hàng ngày. Mỗi ngày. Thường nhật. / Như cơm bữa. *đ* Nhật báo. Báo hàng ngày.

QUOTIDIENNEMENT : *pht* Thường nhật.

QUOTIENT : *đ* Thương số.

QUOTITÉ : *c* Định suất.
Quotité DISPONIBLE : Phần dành riêng.

R

RABÂCHAGE : *đ* Sự nói lải nhải. Lời lải nhải.

RABÂCHER : *dgt* Nói lải nhải. Nói lâu. Nói giai.

RABAIS : *đ* Sự hạ giá. Sự bớt giá. Sự giảm giá.
TRAVAIL au rabais : Nhận làm việc bất cứ giá nào.
VENTE au rabais : Bán hạ giá .

RABAISSEMENT : *đ* Sự làm giảm giá trị. Sự hạ thấp xuống. Sự hạ mình.

RABAISSER : *dgt* Làm giảm giá trị.

RABAISSER (SE) : *dgt* Tự hạ mình. Tỏ ra khiêm tốn.

RABAT : *đ* Cà vạt trắng cuả luật sư, giáo sư, thầy tu. Sự lùa săn. / Thủ đô nước Ma-Rốc.

RABAT-JOIE : *đ* Người làm mất vui.

RABATTEMENT : *đ* Sự thu hồi. Sự triệt phế

RABATTRE : *dgt* Hạ thấp xuống. Đóng đậy lại. Làm cho giảm nhụt.
Rabattre le PRIX : Hạ giá.

RABBIN : *đ* Pháp sư Do thái.

RABINAT : *đ* Chức vị thầy tu Do thái.

RABONNIR : *dgt* Làm cho tốt hơn.

RABROQUER : *dgt* La mắng. Hắt hủi.

RACAILLE : *c* Hạng vô lại. Dân cặn bã xã hội.

RACCOMMODEMENT : *đ* Sự giải hoà. Việc vá víu. Làm cho hoà thuận.

RACCOMMODABLE : *tt* Có thể vá víu. Có thể làm hoà cho thuận.

RACCOMMODEMENT : *đ* Sự giải hoà.

RACCOMMODER : *dgt* Giải hoà. Vá víu. Sửa chữa
Raccommoder deux ADVERSAIRES : Giải hoà 2 phe đối nghịch.
Raccommoder une ROBE : Vá áo.

RACCOURCI : *tt* Rút ngắn. Thu ngắn lại. *đ* Đường tắt.

RACCOURCIR : *dgt* Rút ngắn. Thu ngắn.
Raccourcir un DISCOURS : Thu ngắn bài diễn văn.

RACE : *c* Nòi giống. Dòng giống. Hạng người.
Race JAUNE : Giống da vàng.
Race des VOLEURS : Hạng ăn cắp.
AVOIR de la race : Có dòng thanh lịch.

RACHAT : *đ* Sự chuộc lại.
VENTE avec FACULTÉ de rachat : Bán rồi, nhưng dành quyền chuộc lại. (không đoạn mại).

RACHETABLE : *tt* Có thể chuộc lại được.

RACHETER : *dgt* Mua lại. Chuộc lại.
Racheter une FAUTE : Chuộc lỗi.

RACHETEUR : *đ* Người mua lại. Người chuộc lại.

RACIAL : *tt* Thuộc về chủng tộc; nòi giống.
DISCRIMINATION raciale : Sự kỳ thị chủng tộc.

RACISME : *đ* Thuyết phân biệt chủng tộc. Thói kỳ thị chủng tộc.

RACISTE : *đ* Kẻ kỳ thị chủng tộc.

RACKET : *đ* Sự tống tiền. / Gian đảng tống tiền.

RACKETTÉ : *đ* Người bị tống tiền.

RACKETTEUR : *đ* Kẻ đi tống tiền.

RACOLAGE : *đ* Sự bắt khách. Sự dụ khách. / Sự chèo kéo.

RACOLER : *dgt* Chèo kéo khách. Dụ dỗ khách hàng. Níu khách (ngoài đường).

RACOLEUR : *đ* Kẻ chèo kéo khách hàng.

RACOLEUSE : *c* Gái điếm níu kéo khách.

RACONTABLE : *tt* Có thể kể lại được.

RACONTER : *dgt* Kể lại chuyện.
EN raconter : Đặt chuyện. Bịa chuyện.

RADAR : *đ* Ra-đa.

RADE : *c* Vũng biển. Vũng tầu.
LAISSER en rade : Bỏ rơi.

RADIABLE : *tt* Có thể xoá bỏ, gạch bỏ, bôi bỏ.

RADIATION : *c* Sự xoá bỏ. Sự bôi bỏ.
Radiation d'une AFFAIRE au RÔLE : Bôi bỏ một vụ kiện trên sổ đăng đường.

RADICAL : *tt* Căn bản. Căn. Triệt để. Toàn diện. Cấp tiến.
CHANGEMENT radical : Thay đổi toàn bộ.

DÉFAUT radical : Tật xấu căn bản.
PARTI radical : Đảng cấp tiến.

RADICAL : *đ* Đảng viên đảng cấp tiến.

RADICALEMENT : *pht* Một cách triệt để.
GUÉRIR radicalement une MALADIE : Triệt tuyệt căn bệnh.

RADICALISME : *đ* Thuyết cấp tiến.

RADIER : *đgt* Bôi bỏ. Xoá bỏ. Bôi bỏ trên sổ dăng đường một vụ kiện.

RADIEUX : *tt* Xán lạn. Rực rỡ. Chói lọi.
ÉTOILE radieuse : Ngôi sao chói lọi, sáng ngời.

RADIN : *đ* Kẻ bủn xỉn. Người hà tiện.

RADIO : *c* Máy truyền thanh. Máy thu thanh.

RADIODIFFUSER : *đgt* Vô tuyến truyền thanh.

RADOTER : *đgt* Nói chuyện lẩm cẩm.

RADOUB : *đ* Việc chỉnh trang vỏ tầu.

RAFFERMISSEMENT : *đ* Sự làm cho vững chắc. Sự củng cố.

RAFFINAGE : *đ* Việc lọc (dầu, đường v.v...).

RAFFINEMENT : *đ* Sự tế nhị. Sự thanh cao. Sự tinh vi. Sự cầu kỳ.

RAFFINER : *đgt* Lọc. Làm cho tinh túy. Làm cho thanh tao. Làm cho trong sạch.

RAFFINERIE : *c* Nhà máy lọc dầu, lọc đường.

RAFFOLER : *đgt* Qúy mến. Yêu qúy. / Mê say. Mê thích.

RAFFUT : *đ* Sự om xòm.

RAFLE : *c* Vụ bố ráp, bổ vây. Việc trộm cắp. Vụ vơ vét.
FAIRE une rafle : Vơ vét. Bố ráp.

RAFLER : *đgt* Trộm cắp. Vơ vét. Bó ráp. Vơ. Cuỗm (thân).

RAGE : *c* Bệnh dại. Bệnh chó dại. Cơn tức giận. / Tức điên lên.
À la rage : Kịch liệt.

RAGOT : *đ* Chuyện mách lẻo. Chuyện moi móc.

RAGOTER : *đgt* Ngồi lê mách lẻo.

RAID : *đ* Vụ đột kích. Vụ tấn công chớp nhoáng.

RAIDEUR : *c* Sự cứng đơ.
Raideur CADAVÉRIQUE : Tử thi cứng đơ.
Raideur des PRINCIPES : Nguyên tắc cứng nhắc.

RAIDIR : *đgt* Làm cứng rắn lại.
Le CADAVRE raidit : Tử thi cứng lại.
Raidir SA POSITION : Cương quyết lại thái độ.

RAIL : *đ* Đường xe hoả; xe lửa. Đường sắt.

RAILLER : *đgt* Chế giễu. Nhạo báng.

RAILLEUR : *tt* Chế giễu. Nhạo báng. *đ* Người hay chế giễu.

RAINURE : *c* Đường rãnh. Đường khiá.
Rainures d'un CANON : Rãnh trong nòng súng.

RAISON : *c* Lẽ phải. Có lý. Lý do. / Lý tính. / Lý lẽ. / Tên. Danh hiệu. Thương hiệu.
ÂGE de raison : Tuổi khôn ngoan.
AVOIR raison : Có lý.
A PLUS FORTE raison : Huống chi. Nhất là.
À raison DE : Đáng giá là.
CE N'EST PAS UNE raison : Không phải là một ý do.
COMME DE raison : Lẽ thường phải thế.
DONNER raison À : Cho ai là phải.
ENTENDRE raison : Biết nghe lẽ phải.
PERDRE raison : Mất lý trí.
PLUS QUE DE raison : Quá đáng. Quá độ. Quá mức.
POUR VALOIR CE QUE DE raison : Cho hợp với lẽ phải.
SANS raison : Không lý do. Vô cớ.
SE FAIRE raison : Đành chịu. Cam chịu.
SE RENDRE À LA RAISON : Phục thiện.
Raison CONVAINCANTE : Lý lẽ có sức thuyết phục.
Raison COMMERCIALE : Thương hiệu.
Raison de DROIT : Lý do pháp luật.
Raison d'ÉTAT : Lý do quốc sự.
Raison d'ÊTRE : Lý do sinh tồn.
Raison SOCIALE : Thương hiệu. Tên cửa tiệm.
Raison (la) raison de PLUS FORT est TOUJOURS LA MEILLEURE : Lý lẽ của kẻ thế lực là mạnh nhất. (Chẳng có luật pháp gì cả).

RAISONNABLE : *tt* Có lý tính. Hợp lẽ. Hợp lý. / Biết điều. / Theo lẽ phải. Vừa phải. / Phải chăng.
DEMANDE raisonnable : Thỉnh cầu hợp tình hợp lý.
PRIX raisonnable : Giá phải chăng.

RAISONNEMENT : *đ* Việc biện luận. Sự suy luận.
FAUX raisonnemant : Suy luận sai.
Raisonnement IRRÉFUTABLE : Một lập luận không bác khước được.

RAISONNER : *đgt* Lập luận. Lý luận. Suy luận.
Raisonner comme une PANTOUFLE : Lập luận ngu xuẩn.

RAJUSTEMENT : *đ* Sự điều chỉnh. Sự sửa lại cho đúng.
Rajustement des SALAIRES : Điều chỉnh lương bổng.
Rajustement des VÊTEMENTS : Chỉnh lại quần áo cho vừa.

RAJUSTER : *đgt* Điều chỉnh. Sửa cho đúng.

RALLIÉ : *đ* Kẻ quy thuận. Kẻ phục tùng.

RALLIEMENT : Sự tập hợp. Sự kết hợp. Sự quy tụ.
MOT de ralliement : Mật hiệu quy tụ.
POINT de ralliement : Điểm quy tụ. Điểm tập hợp.
SIGNE de ralliement : Tín hiệu quy tụ.

RALLIER : *đgt* Tập hợp. Quy tụ. Quy tòng. Lôi kéo về phe mình.

RAMASSER : *đgt* Nhặt lượm. Thâu góp. Đem về. Hái gặt.
Ramasser une AMENDE : Bị phạt xe (*thân*).
Ramasser de l'ARGENT : Hái ra tiền.
Ramasser les DOCUMENTS : Thâu góp tài liệu.
Ramasser les INFORMATIONS : Gom lượm tin tức.
Ramasser les MALFAITEURS : Bắt trọn ổ bất lương.
Ramasser les FEUILLES MORTES : Nhặt lá vàng.
Ramasser les RAGOTS : Nhặt chuyện.

RAMIFICATION : *c* Sự phân ra làm nhiều nhánh. Chi nhánh.

RANCARD : *đ* Việc hẹn hò (*bình dân*).

RANçON : *đ* Tiền chuộc (con tin). Thục kim.
Rançon de la GLOIRE : Giá vinh quang.
Rançon d'un ROI : Giá quá cao.

RANçONNER : *đgt* Đòi tiền chuộc (con tin).

RANCOEUR : *c* Nỗi oán hận. Nỗi oán hờn.

RANCUNE : *c* Mối hiềm thù.
SANS rancune : Không hiềm thù nữa. Giải oán. Xí xoá (*thân*).

RANG : *đ* Hàng. Hạng. Ngôi thứ. Thứ bậc. Thứ vị.
Rang des HÉRITIERS : Thứ tự thừa kế.
Rang des MÉCONTENTS : Bọn người bất mãn.
FEMME de 1er rang : Chính thất (xưa).
SE METTRE en rang : Xếp hàng.
RENTRER dans le rang : Từ bỏ nhiệm vụ. Cáo quan.

RANGÉE : *c* Dãy. Hàng (ngang).
Une rangée de PRISONNIERS : Một dãy tù nhân.

RAPATRIEMENT : *đ* Sự hồi hương. Việc quy cố hương.
Rapatriement de FONDS : Đem vốn về nước.

RAPATRIER : *đgt* Hồi hương. Quy cố hương.

RAPIDE : *tt* Mau lẹ. Nhanh chóng.
RÉPONSE rapide : Trả lời ngay (thư tín).
TRAIN rapide : Chuyến tầu tốc hành.

RAPINE : *c* Việc cướp bóc. Vụ cướp đoạt.

RAPINER : *đgt* Cướp bóc. Cướp đoạt.

RAPINERIE : *c* Hành động cướp bóc.

RAPPEL : *đ* Sự nhắc lại. Sự nhớ lại. Sự gợi lại. Sự triệu hồi. Sự triệu về. / Việc truy lĩnh. / Mời diễn viên lại ra sân khấu để hoan hô.
LETTRE de rappel : Văn thư nhắc lại (*thư trước*).
Rappel d'un AMBASSADEUR : Triệu hồi đại sứ.
Rappel à l'ORDRE : Nhắc nhở phải tôn trọng trật tự.
Rapel à la RAISON : Nhắc nhở phải biết điều hơn.
Rappel de SOLDE : Truy lĩnh lương bổng.
Rappel à SUCCESSION : Truy hồi kế sản

RAPPORT : *đ* Bản báo cáo. Sự thuật lại. / Tường trình. / Tờ phúc trình. / Sự sinh lợi. Việc hoàn lại. / Mối liên quan. Mối liên hệ. Giao du.
AVOIR des rapports avec... : Có liên quan tới...
EN rapport DE : Tùy theo.
MAISON de rapport : Nhà cho thuê để kiếm lợi.
METTRE en rapport : Giới thiệu. Liên lạc với.
PAR rapport À... : So sánh với...
RÉDIGER un rapport : Thảo tờ trình ; báo cáo.
SANS rapport : Không liên hệ tới.
SOUS TOUS RAPPORTS : Về mọi phương diện.
Rapports (Avoir des) AVEC UNE FEMME : Ăn nằm với người đàn bà.
Rapport de CAUSE À EFFET : Liên hệ nhân quả.
Rapport d'un EMPLOYÉ : Báo cáo của nhân viên.
Rapport d'EXPERTISE : Báo cáo giám định viên.
Rapport ILLICITE : Gian thông. Liên hệ phi pháp.
Rapport INTIME : Liên hệ mật thiết.
Rapport de PARENTÉ : Liên hệ họ hàng.
Rapport de la POLICE : Tường trình cảnh sát.
Rapports SOCIAUX : Quan hệ xã hội.
Rapport SEXUEL : Thông dâm.
Rapport de la TERRE : Sản lợi đất đai.

RAPPORTER : *đgt* Báo cáo. Thuật lại. Thuyết trình. / Đem về. / Sinh hoa lợi. / Bãi bỏ. Huỷ. Thu hồi.
Rapporter un DÉCRET : Thu hồi một sắc lệnh.
Rapporter un PROJET DE LOI : Thuyết trình một dự án luật.
Rapporter un SALAIRE : Đem về lương bổng.

RAPPORTER (S'EN) : *đgt* Xin tùy nghi quyết định.
S'en rapporter au TRIBUNAL : Để toà tùy nghi.

RAPPORTEUR : *đgt* Thuyết trình viên. / Kẻ báo cáo. / Kẻ hay mách lẻo.
CONCLUSIONS du rapporteur : Đề nghị của thuyết trình viên.
JUGE rapporteur : Thẩm phán thuyết trình. (*được tòa uỷ nhiệm tìm hiểu mọi khó khăn).*

RAPPROCHER : *đgt* Xích (hai vật) lại gần nhau.
Rapprocher deux TEXTES DE LOI : So sánh hai điều luật.

RAPT : *đ* Vụ bắt cóc.
Rapt d'ENFANT : Bắt cóc trẻ con.
Rapt avec SÉDUCTION : Quyến rũ.
Rapt avec VIOLENCE : Bắt cóc với bạo hành.

RARE : *tt :* Ít ỏi. Hiếm. Hiếm có. Thưa thớt. Hãn hữu. Khan hiếm.
MARCHANDISES rares : Mặt hàng khan hiếm
OISEAU rare : Của hiếm. Người lỗi lạc (*mỉa mai*).

RARETÉ : *c* Sự hiếm có. Sự khan hiếm. Sự thưa thớt. Của lạ. Của ít khi thấy.

RARISSIME : *tt* Hiếm vô cùng.

RARÉFIER : *đgt* Làm cho khan hiếm.

RAS : *tt* Cất cụt.
À ras BORDS : Đầy ắp. Đầy tận nắp.
À ras de TERRE : Sát mặt đất.
FAIRE TABLE rase : Quét sạch cái cũ.

RASER : *đgt* San bằng. / Cạo râu. / Cắt trọc tóc(đầu).
Raser une MONTAGNE : Xan bằng một trái núi.
Raser la BARBE : Cạo bộ râu cằm.

RASSEMBLEMENT : *đ* Việc liên hiệp. Sự tụ họp.

RASSEMBLER : *đgt* Tụ họp. Liên hiệp. Thu thập.

RATIFICATION : *c* Sự phê chuẩn. / Việc xác nhận.
Ratification d'un TRAITÉ : Phê chuẩn hiệp ước.

RATIFIER : *đgt* Phê chuẩn. / Xác nhận.
L'ASSEMBLÉE NATIONALE *ratifie un traité* : Quốc hội phê chuẩn một hiệp ước.

RATION : *c* Khẩu phần.

RATIONALISATION : *c* Việc hợp lý hoá.

RATIONALISER : *đgt* Hợp lý hoá.

RATIONALISME : *đ* Thuyết duy lý.

RATIONALISTE : *đ* Con người duy lý.

RATIONALITÉ : *c* Sự hợp lý.

RATIONNEL : *tt* Hợp lý. *đ* Điều hợp lý. Lý tính.

RATIONE LOCI : Vì lý do quản hạt.
COMPÉTENCE *ratione loci* : Có thẩm quyền vì quản hạt, vì địa bàn.

RATIONE MATERIAE : Vì lý do đối vật .

RATIONE PERSONAE : Vì lý do đối nhân.

RATIONNEMENT : *đ* Việc phân phối dè sẻn.

RATIONNER : *đgt* Phân phối dè sẻn.

RATTACHABLE : *tt* Nhập liền với nhau được. Gắn liền với nhau được.

RATTACHEMENT : *đ* Sự luyến ái. Sự trìu mến. / Sự sáp nhập. / Sự ràng buộc.

RATTACHER : *đgt* Kết liên. Cột lại.

RATTAQUER : *đgt* Tái tấn công.

RATTRAPER : *đgt* Bắt lại. Lại bắt lại. Đuổi kịp.

RATURAGE : *đ* Sự gạch xoá. Dấu vết gạch xoá.

RATURE : *c* Nét gạch xoá.
SANS rature ni RAJOUT : Không gạch xoá không thêm bớt.

RATURER : *đgt* Gạch xoá. Bôi bỏ.

RAVAGE : *đ* Sự tàn phá. Sự phá hại.

RAVAGER : *đgt* Tàn phá . Phá hại.
Le TYPHON ravage : Giông bão phá hại.

RAVALEMENT : *đ* Việc tân trang mặt tiền nhà cửa.

RAVIR : *đgt* Cướp. Mang đi bằng bạo lực.
Ravir les BIENS : Cướp của.
Ravir une JEUNE FILLE : Dụ gạt con gái.

RAVISSEUR : *đ* Kẻ dụ dỗ. Kẻ cưỡng đoạt.

RAVITAILLER : *đgt* Tiếp tế. Cung cấp (nhu yếu phẩm).

RAVITAILLEUR : *đ* Người tiếp tế.

RAYER : *đgt* Bôi bỏ. Gạch xoá.

RAZZIA : *c* Vụ cướp bóc. Vụ bố ráp, lùng bắt (*công an*).

RAZZIER : *đgt* Cướp bóc. Lùng bắt.

RÉACQUÉRIR : *đgt* Lấy lại. / Mua lại vật đã bán đi.

RÉACQUISITION : *c* Tái thủ đắc.

RÉACTEUR : *đ* Phản lực cơ.

RÉACTION : *c* Phản ứng. Phản lực. Phản động (chính trị).
AVION à réaction : Phi cơ phản lực.
SANS réaction : Không phản ứng.
Réaction IMMÉDIATE : Phản ứng tức thời.

RÉACTIONNAIRE : *tt* Phản động. *đ* Kẻ phản động.

RÉADAPTATION : *c* Sự thích nghi lại.

RÉADAPTER : *đgt* Điều chỉnh cho thích nghi lại.

RÉADJUDICATION : *c* Việc bán đấu giá lại.

RÉADJUGER : *đgt* Đấu giá lại.

RÉADMETTRE : *đgt* Thu nhận lại. Chấp nhận lại.

RÉADMISSION : *c* Sự thu nhận lại. Sự chấp nhận lại.

RÉAGIR : *đgt* Phản ứng.

RÉAJOURNEMENT : *đ* Sự hoãn lại lần nữa.

RÉAJOURNER : *đgt* Hoãn lại lần nữa.

RÉAJUSTEMENT : *đ* Điều chỉnh lại lần nữa.

RÉALISABLE : *tt* Có thể thực hiện được.

RÉALISATION : *c* Việc thực hiện.
Réalisation d'un PROJET : Thực hiện một đề án.

RÉALISER : *đgt* Thực hiện.

RÉALISME : *đ* Chủ nghiã thực tế. Thuyết hiện thực.

RÉALISME : *đ* Thuyết thực tế. Óc thực tế.

RÉALISTE : *đ* Con người thực tế. Tính cách thực tế.

RÉALITÉ : *c* Thực tế. Thực tại. Sự thật .
EN réalité : Sự thực là.

RÉANNEXER : *đgt* Tái sát nhập.

RÉANNEXION : *c* Sự tái sát nhập.

RÉAPPARAITRE : *đgt* Tái xuất hiện.

RÉAPPARITION : *c* Sự tái xuất hiện.

RÉAPPROVISIONNEMENT : *đ* Tái cung cấp.

RÉAPPROVISIONNER : đgt Tái cung cấp.

RÉARMEMENT : *đ* Việc tái võ trang.

RÉARMER : *đgt* Tái võ trang.

RÉARRÊTER : *đgt* Tái quyết định.

RÉASSIGNATION : *c* Sự tái triệu hoán. (*khi triệu hoán lần đầu sai thủ tục*).

RÉASSIGNER : *đgt* Tái triệu hoán.

RÉASSUMER : *đgt* Tái đảm nhiệm.

RÉASSURRANCE : *c* Sự tái bảo hiểm. (*một hãng bảo hiểm tái bảo hiểm tại hãng khác*).

RÉASSURÉ : *đ* Hãng, người được tái bảo hiểm.

RÉASSURER : *đgt* Tái bảo hiểm.

RÉASSUREUR : *đ* Công ty nhận tái bảo hiểm.

RÉATTAQUER : *đgt* Tái công kích. Tái tấn công.

RÉAUGMENTER : *đgt* Tăng thêm lần nữa.

RÉAVERTIR : *đgt* Tái cảnh cáo. Cảnh cáo lần nữa.

REBÂTIR : *đgt* Tái xây dựng. Xây cất lại.
Rebâtir les MOYENS DE DÉFENSE : Xoay (thay đổi) lại phương cách bào chữa.

REBELLE : *tt* Phản kháng. / Phản nghịch. Chống đối. Không chấp thuận. Không chịu theo.

REBELLE : *đ* Kẻ phản nghịch. Kẻ làm loạn. Quân bất trị.

REBELLER (SE) : *đgt* Nổi dậy kháng cự. Đứng lên chống đối.

RÉBELLION : *c* Sự phản kháng. Sự đề kháng. Sự nổi dậy. Việc làm loạn.

RÉBELIONNAIRE : *đ* Kẻ nổi dậy.

REBOISEMENT : *đ* Trồng cây lại (trong rừng sau khi đã đốn).

REBUT : *đ* Đồ phế thải. Thứ cặn bã.

RÉCALCITRANCE : *c* Sự cứng đầu. Sự bướng bỉnh.

RÉCALCITRANT : *tt* Ngoan cố. Bướng bỉnh. Ương ngạnh. *đ* Kẻ ngoan cố. Kẻ bướng bỉnh.

RÉCAPITULATIF : *tt* Tóm lược. Toát yếu. Thâu ngắn.
TABLEAU récapitulatif : Bản tóm lược.

RÉCAPITULTION : *c* Sự tóm lược.

RÉCAPITULER : *đgt* Tóm lược. Thâu ngắn lại. Lược ôn bài vở.

RECÉDER : *đgt* Nhượng lại. Nhường lại.

RECEL : *đ* Sự oa trữ đồ gian. / Oa tàng. / Sự giấu giếm. / Sự chứa chấp (bất hợp pháp).
Recel de BRIGAND : Chứa chấp gian tặc.
Recel de CRIMINEL : Chứa chấp phạm nhân.
Recel de GROSSESSE : Giấu giếm thai nghén.
Recel de MALFAITEUR : Chứa chấp gian phi.
Recel de NAISSANCE : Sinh nở giấu giếm.
Recel des OBJETS VOLÉS : Oa trữ đồ gian.

RECÈLEMENT : *đ* Sự chứa chấp. Sự oa trữ (đồ gian). / Sự oa trữ đồ gian. Sự chứa chấp (bất hợp pháp).

RECELER : *đgt* Oa trữ đồ gian.

RECELEUR : *đ* Kẻ oa trữ đồ gian. Kẻ chứa chấp.

RÉCEMMENT : *pht* Mới đây. Mới tức thời.

RECENCEMENT : *đ* Việc kiểm tra dân số. Sự kiểm kê.

RECENSER : *đgt* Kiểm kê. Kiểm tra.

RECENSEUR : *đ* Kiểm tra viên.

RECENSION : *c* Sự đối chiếu với bản viết tay.

RÉCENT : *tt* Mới đây. Mới rồi. Vừa rồi.

RÉCÉPISSÉ : *đ* Biên lai. Tờ biên nhận.

RÉCEPTEUR : *đ* Đài thâu thanh, thâu hình. Đài nhận tin. Ống nghe điện thoại.

RÉCEPTICE : *tt* Bảo lưu.
BIENS réceptices : Tài sản bảo lưu (của người vợ).
DOT réceptice : Hồi môn bảo lưu.
PART réceptice : Phần bảo lưu. Của cải bảo lưu.

RÉCEPTION : *c* Sự thụ nhận. Sự tiếp thu. Sự tiếp nhận. / Sự tiếp đãi. Sự chiêu đãi. Sự tiếp tân.
ACCUSÉ de réception : Giấy hồi báo (thư bảo đảm).
COMITÉ de réception : Ban tiếp tân.
SALLE de réception : Phòng khánh tiết.
Réception de MARCHANDISES : Nhận hàng hoá.
Réception d'une LETTRE : Nhận thư.
Théorie de la RÉCEPTION : Thuyết tính ngày khởi đầu khế ước từ khi *nhận* được thư. (*trái với thuyết tính ngày khởi đầu khế từ lúc* gửi *thư théorie de l'expédition*).

RÉCEPTIONNAIRE : *đ* Kiểm thu viên.

RÉCEPTIONNER : *đgt* Kiểm thu. Tiếp đãi. Chiêu đãi (hiếm).

RÉCESSION : *c* Sự ngưng trệ. Sự uể oải. / Sự trì chệ. / Sự suy thoái.
Récession ÉCONOMIQUE : Kinh tế ngưng trệ.

RECETTE : *c* Số (tiền) thu nhập. Lãi. Lợi nhuận. Cách nấu món ăn.
FAIRE des recettes : Thu được nhiều tiền.

RECEVABLE : *tt* Có thể xét được. Khả chấp. Khả cứu. Khả xét.
DEMANDE recevable : Thỉnh cầu có thể cứu xét.
EXCUSE recevable : Khoan miễn khả chấp.

RECEVABILITÉ : *c* Sự khả cứu, khả xét. Đơn khả cứu. Có thể thâu đơn (nhưng) hậu cứu.

RECEVEUR : *đ* Thâu ngân viên.

RECEVOIR : *đgt* Thu nạp. Thu nhận.

RECHARGEMENT : *đgt* Nạp lại đạn.

RECHARGER : *đgt* Nạp đạn lần nữa.

RECHARGEABLE : *tt* Có thể nạp đạn lần nữa.

RECHERCHE : *c* Sự tìm kiếm. Việc khảo cứu. / Việc truy nã. Sự truy lùng, truy tầm.
AVIS de recherche : Lệnh truy nã. Lệnh truy lùng.
CENTRE NATIONAL de Recherches Scientifiques (*viết tắt C.N.R.S.*) : Trung tâm Quốc gia Khảo cứu Khoa học (*Pháp*).
RECHERCHE de paternité : Truy tầm phụ hệ.

RECHERCHER : *đgt* Tìm tòi. Tìm kiếm. / Khảo cứu. / Truy nã. Truy lùng.

RÉCIDIVE : *c* Sự tái phạm.

RÉCIDIVÉ : *đ* Đã tái phạm.

RÉCIDIVER : *đgt* Tái phạm. Lập lại lần nữa.

RÉCIDIVISTE : *đ* Kẻ tái phạm. Kẻ lập lại lần nữa.

RÉCIPIENDAIRE : *đ* Người được bầu vào Hàn lâm viện. Người được lãnh huân chương. / Thành viên mới.
DISCOURS du récipiendaire : Diễn văn của tân Hàn lâm.

RÉCIPROCITÉ : *c* Tính có qua có lại. Hỗ tương tính.

RÉCIPROQUE : *tt* Hỗ tương. Có qua có lại. Ân trả oán đền.

RÉCIT : *đ* Lời thuật lại. Lời kể lại.

RÉCITATEUR : *đ* Kẻ thuật lại.

RÉCLAMANT : *tt* Khiếu nại. Kháng nghị. *đ* Kẻ khiếu nại. Kẻ đòi hỏi.

RÉCLAMATION : *c* Sự khiếu nại. Quyền đòi hỏi.

RÉCLAME : *c* Quảng cáo. Bài quảng cáo.

RÉCLAMER : *đgt* Khiếu nại. Đòi hỏi. Yêu cầu. Thỉnh cầu.

RECLASSEMENT : *đ* Sự sắp xếp lại lương bổng. / Sự tái xếp hạng.

RECLASSER : *đgt* Sắp xếp lại. Thu vén lại.
Reclasser un DOSSIER : Xếp lại hồ sơ cho gọn ghẽ.

RÉCLUSION : *c* Tội đồ. Cấm cố.
Réclusion à PERPÉTUITÉ : Chung thân cấm cố.

RÉCLUSIONNAIRE : *đ* Kẻ bị tội đồ.

RECOGNTIF : *tt* Xác nhận.
ACTE recognitif : Chứng thư xác nhận.

RECOGNITION : *c* Sự xác nhận.

RÉCOLEMENT : *đ* Sự biên kiểm đồ vật tịch thu.

RECOLER : *đgt* Kiểm lại.

RÉCOLTE : *c* Sự thu hoạch. / Hoa lợi mùa màng..
BONNE récolte : Được mùa.

RÉCOLTER : Thu hoạch. Gặt hái.

RECOMMANDATION : *c* Sự khuyến cáo. Sự khuyên bảo. Sự dặn dò. Sự nhắn nhủ. Sự gửi gấm. Sự tiến cử. Sự bảo đảm (*thư tín*).

RECOMMANDÉ : *tt* Bảo đảm. Được gửi gấm. Được giới thiệu.
LETTRE recommandée : Thư bảo đảm.
LETTRE recommandée avec ACCUSÉ DE RÉCEPTION : Thư bảo đảm có hồi báo.

RECOMMANDER : *đgt* Khuyến cáo. Nhắn nhủ. / Gửi gấm.
Recommander un ÉLxVE : Gửi gấm một học trò.

RECOMMENCEMENT : *đ* Sự bắt đầu lại. Việc tái khởi.

RECOMMENCER : *đgt* Bắt đầu lại. Tái khởi sự. Làm lại từ đầu.
Recommencer la PROCÉDURE : Tái khởi thủ tục tố tụng.

RECOMMUNIQUER : *đgt* Thông tri lại.

RECOMPRAITRE : *đgt* Tái xuất đình.

RÉCOMPENSE : *c* Sự tưởng thưởng, ban thưởng. Sự đền bù. Tiền thưởng .

RÉCOMPENSER : *đgt* Đền bù. Tưởng thưởng.

RÉCOMPLÉTER : *đgt* Bổ khuyết lại. Bổ túc lại.

RÉCONCILIABLE : *tt* Giải hoà.

RÉCONCILIATEUR : *đ* Người (đứng ra) hoà giải.

RÉCONCILIATION : *c* Hoà giải.
Réconciliation des BELLIGÉRANTS : Hòa giải đối thủ.
Réconciliation des ÉPOUX : Hòa giải vợ chồng đang xích mích.
Réconciliation des PARTIES AUX PROCÈS : Hoà giải các phe đương tụng.

RÉCONCILIER : *đgt* Giải hoà. Hoà giải.
Réconcilier un DIFFÉREND : Giải hoà xích mích.
Réconcilier les ÉPOUX : Hoà giải hai vợ chồng (*có ý định ly hôn*).

RÉCONCILIER (SE) AVEC : *đgt* Làm lành với ai.

RECONDAMNER : *đgt* Phạt lần nữa. Phạt lại. Lại phạt. Tái phạt.

RECONDUCTION : *c* Sự tiếp tục thuê mướn.

TACITE reconduction : Mặc nhiên tiếp tục khế ước. (*không có khế ước mới*).
Reconduction EXPRESSE : Minh thị tái tục thuê mướn. (*có khế ước mới*).

RECONFIRMATION : *c* Sự tái xác nhận.

RECONFISQUER : *đgt* Tái tịch thu.

RECONFRONTATION : *c* Tái đối chất.

RECONNAISSANCE : *c* Sự công nhận. Sự nhìn nhận. Sự thú nhận. Sự tri ân. Sự biết ơn. Sự cảm tạ. Việc thám thính.
Reconnaissance *DE FACTO* : Mặc nhiên thừa nhận.
Reconnaissance de DETTE : Văn tự nợ.
Reconnaissance d'ÉCRITURE : Xác nhận tự dạng.
Reconnaissance d'ENFANT NATUREL : Công nhận con tư sinh.
Reconnaissance d'une FAUTE : Nhìn nhận một lỗi lầm.
Reconnaissance d'un NOUVEL ÉTAT : Thừa nhận một tân quốc gia.
Reconnaissance *POST NUPTUAE* : Khai nhận con hậu hôn thú.
ACTE de reconnaissance : Chứng thư xác nhận.
AVION de reconnaissance : Máy bay thám thính.
SIGNE de reconnaissance : Ám hiệu nhận nhau.

RECONNAISSANT : *tt* Tri ân. Biết ơn.
LA PATRIE reconnaissante : Tổ quốc ghi công.

RECONNAITRE : *đgt* Nhìn nhận. Nhận ra. Công nhận. Thừa nhận. Xác nhận.
Reconnaitre un ANCIEN AMI : Nhận ra bạn cũ.
Reconnaître le CRIMINEL : Nhận diện kẻ sát nhân.
Reconnaître sa CULPABILITÉ : Thú nhận. Nhận tội. Chiêu cung.

RECONNU : *tt* Được thừa nhận. Được công nhận.

RECONQUÉRIR : *đgt* Tái chinh phục.

RECONQUÊTE : *c* Sự tái chiếm, tái chinh phục.

RECONSIDÉRER : *đgt* Xét lại.
Reconsidérer une REQUÊTE : Xét lại một thỉnh cầu (*đã bị bác khước*).

RECONSTITUER : *đgt* Thiết lập lại. Tái diễn. / Khôi phục. / Phục nguyên.
Reconstituer un CRIME : Diễn lại tấm thảm kịch.
Reconstituer un VIEUX DOCUMENT : Phục nguyên một tài liệu.
Reconstituer un ANCIEN LIVRE : Khôi phục một cổ thư.

RECONSTITUTION : *c* Việc lập lại.
Reconstitution d'un ACTE d'ÉTAT CIVIL : Tái lập chứng thư hộ tịch.

RECONSTRUCTION : *c* Sự xây cất lại. Sự kiến thiết lại. Sự tái thiết. Việc xây dựng lại. Việc trùng tu.

RECONSTRUIRE : *đgt* Tái thiết. Tái kiến thiết. Trùng tu. Xây dựng lại.

RECONVENTION : *c* Việc phản tố. Sự thưa (tố cáo) ngược lại.
Reconvention SUR reconvention NE VAUT : Không thể tái phản tố.

RECONVENTIONNEL : *tt* Phản tố.
DEMANDE reconventionnelle : Đơn phản tố.
DEMANDE reconventionnelle en DIVORCE : Thỉnh cầu phản tố ly hôn.

RECONVERSION : *c* Sư chuyển biến. Sự cải biến.

RECONVOCATION : *c* Tái hạ trát đòi trình diện.

RECONVOQUER : *đgt* Tái hạ trát.

RECOPIER : *đgt* Chép lại. Sao lại.

RECORD : *đ* Kỷ lục.
BATTRE le record : Phá kỷ lục.
EN UN TEMPS record : Trong khoảng thời gian ngắn nhất.

RECORDMAN : Người giữ kỷ lục. *snh Recordmen ; c Recordwoman. c.snh Recordwomen.*

RECORS : *đ* Trợ lý nhân viên chấp hành.

RECOUPEMENT : *đ* Việc đối chiếu. Việc so sánh.
Recoupement des TÉMOIGNAGES : Phù hợp cung từ, chứng cớ. Đối chiếu cung từ, chứng cớ.

RECOURIR : *đgt* Chống án. / Cầu viện. / Trông cậy vào. / Kháng tố. Kháng cáo. Xin xét lại một bản án.
Recourir par APPEL : Kháng cáo một bản án sơ thẩm, trước toà Thượng thẩm.
Recourir à un AVOCAT : Nhờ một luật sư bào cãi.
Recourir en CASSATION : Xin phá án (khi án toà Thượng thẩm vi luật) .
Recourir en GRÂCE : Xin ân xá (với nguyên thủ quốc gia).
Recourir par OPPOSITION : Kháng tố một bản án khuyết tịch của tòa sơ thẩm.
Recourir à un PROCÈS : Nhờ pháp luật can thiệp giải quyết.

RECOURS : *đ* Sự xin toà xét lại. Sự thượng tố. Sự thượng cầu. Sự cầu viện. Sự dùng đến.
MOYENS de recours : Những phương cách chống án, kháng tố, kháng cáo.
VOIES de recours : Những phương cách thượng tố.
Recours en ANNULATION : Thượng tố (xin) huỷ án.
Recours à un AVOCAT : Cần tới luật sư.
Recours en CASSATION : Thượng tố (xin) phá án.
Recours CONTENTIEUX : Thượng tố trước toà.
Recours à la FORCE : Phải dùng tới sức mạnh.
Recours EN GRÂCE : Xin ân xá.
Recours GRACIEUX : Xin cơ quan (hành chánh) xét lại. (*Ngoại tư pháp*).
Recours en INTERPRÉTTION : Thượng cầu giải thích một án văn không rõ ràng.
Recours en REVISION : Thượng tố tái thẩm.

RECOUVRABLE : *tt* Đòi được. Thu hoàn được. Lấy lại được. Truy thu được.

CRÉANCES recouvrables : Trái khoản đòi được.
DETTE recouvrable : Món nợ đòi được (khi con nợ có tài sản).

RECOUVREMENT : *đ* Sự đòi lại. Sự thu lại. Việc che phủ, bao phủ.
Recouvrement de DETTE : Đòi nợ.
Recouvrement des IMPÔTS : Đòi thuế (còn thiếu).

RECOUVRER : *đgt* Lấy lại. Đòi lại. Thu hồi.
Recouvrer les IMPÔTS : Thu thuế.
Recouvrer l'INDÉPENDANCE : Giành lại Độc lập.

RECOUVRIR : *đgt* Bọc lại. Che phủ.
Recouvrir une FAUTE : Bao che lỗi lầm.
RECRÉANCE : *c* Sự tạm hưởng.
LETTRE de recréance : Thư triệu hồi.

RÉCRIMINER : *đgt* Đả kích.

RECROQUEVILLÉ : *tt* Co rúm.
CADAVRE recroquevillé : Tử thi co rúm.
PIÈCES recroquevillées : Tài liệu (văn kiện) nhăn nheo.

RECRUTEMENT : *đ* Việc tuyển mộ. Sự tuyển chọn.
Recrutement de l'ARMÉE : Mộ binh. Tuyển quân.
Recrutement du PERSONNEL : Tuyển mộ nhân viên.

RECRUTER : *đgt* Tuyển mộ. Tuyển chọn.
Recruter des SOLDATS : Tuyển lính. Mộ binh. Tuyển quân.
Recruter les EMPLOYÉS : Tuyển nhân viên.

RECTEUR : *đ* Viện trưởng Đại học. Khu trưởng Đại học.
RECTIFIABLE : *tt* Có thể chữa lại được. Có thể cải chính.
ERREUR rectifiable : Sai lầm chữa lại được.

RECTIFICATION : *c* Đính chính. Cải chính.
DROIT de rectification : Quyền cải chính.
Rectification d'une DATE DE NAISSANCE : Đính chính lại ngày sinh tháng đẻ.
Rectification d'ÉTAT CIVIL : Đính chính lại hộ tịch.

RECTIFIER : *đgt* Điều chỉnh. Hiệu đính. Làm cho ngay ngắn.

RECTO : *đ* Mặt phải của trang giấy.

RECTORAL : *tt* Thuộc về viện Đại học.

RECTORAT : Vùng (khu) Đại học.

REçU : *đ* Biên lai (*nhận tiền, nhận hiện vật*).

RECUEIL : *đ* Vựng tập. Tập sách.
Recueil de POÈME : Tập thơ.

RECUEILLEMENT : *đ* Việc mặc niệm. Việc định thần. / Sự thu lượm.

RECUEILLIR : *đgt* Tiếp nhận. Thu hoạch. Thâu lượm.
Recueillir un HÉRITAGE : Thủ đắc một di sản.
Recueillir les RÉFUGIÉS : Tiếp nhận người tỵ nạn.
Recueillir les SUFFRAGES : Thu lượm được phiếu bầu.
Recueillir les TÉMOIGANGES : Thu lượm chứng cớ.

RECUEILLIR (SE) : *đgt* Mặc niệm.
Se recueillir devant le CATAFALQUE : Mặc niệm trước linh sàng.

RECULEMENT : *đ* Sự dật hậu. Sự dật lùi.

RECULER : *đgt* Lùi. Lui lại.

RECULONS (À) : Dật lùi.
MARCHER à reculons : Đi dật lùi.

RÉCUPÉRABLE : *tt* Có thể thâu về, nhặt nhạnh được.

RÉCUPÉRATION : *c* Sự thâu về. Sự nhặt nhạnh.

RÉCUPÉRER : *đgt* Thâu về. Nhặt nhạnh.

RÉCURSOIRE : *tt* Cầu viện.
ACTION récursoire : Tố quyền cầu viện.

RÉCUSABLE : *tt* Có thể hồi tỵ. Có thể cáo tỵ.

RÉCUSATION : Sự hồi tỵ. Sự cáo tỵ.
DROIT de récusation : Quyền cáo tỵ.
Récusation d'un JUGE : Cáo tỵ một thẩm phán.
Récusation d'UN JURÉ : Cáo tỵ phụ thẩm nhân dân.
Récusation d'un TÉMOIN : Cáo tỵ nhân chứng.
Récusation d'un EXPERT : Cáo tỵ giám định viên.
Récusation d'un TRIBUNAL : Cáo tỵ toà án.

RÉCUSER : *đgt* Cáo tỵ (*khước từ một chánh thẩm vì không vô tư; vì quen biết, vì họ hàng với đương tụng).*

RÉCUSER (SE) : *đgt* Tự hồi tỵ (*khước từ ngồi ghế chánh thẩm vì quen biết đương tụng*). Tự ý rút lui.

RÉDACTEUR : *đ* Biên tập viên.
Rédacteur EN CHEF : Chủ bút.
Rédacteur d'UN JOURNAL : Biên tập viên cuả tờ báo.
Rédacteur d'ACTE : Kẻ soạn thảo khế ước, văn kiện...

RÉDACTION : *c* Sự soạn thảo. Sự biên soạn. Ban biên tập một tờ báo. Toà soạn. Bài tập làm văn.

REDDITION : *c* Việc trình sổ sách. Sự khai trình. Sự đầu hàng.
Reddition des COMPTES : Khai trình kế toán.
Reddition SIMULÉE : Trá hàng.

RÉDEMPTEUR : *tt* Chuộc tội lỗi. *đ* Người chuộc tội.

RÉDEMTEUR (LE) : *đ* Đấng Cứu thế.

RÉDEMPTION : *c* Sự chuộc tội lỗi.

RÉDEMPTORISTE : *đ* Thầy tu dòng Cứu thế.

REDEVABLE : *tt* Thiếu nợ. Chịu ơn.
RESTER redevable : Còn thiếu nợ.

REDEVANCE : *c* Tiền thuê. Thuế. Tô.

REDEVANCIER : *đ* Người trả tiền định kỳ.

RÉDHIBITION : *c* Việc hủy khế ước bán vì hà tỳ.

RÉDHIBITOIRE : *tt* Hủy khế ước bán.

RÉDIGER : *dgt* Soạn thảo. Viết bài.
Rédiger une PROCLAMATION : Viết bản tuyên ngôn.

REDISCOUNT : *đ* Chiết khấu.

REDOUTABLE : *tt* Đáng sợ. Đáng đề phòng.

REDONDANCE : *c* Sự rườm rà.

REDONNER : *dgt* Cho lại lần nữa. Trả lại (*hiếm*).

REDOUTABLE : *tt* Đáng sợ. Đáng ngại.
ADVERSAIRE redoutable : Địch thủ đáng ngại.

REDOUTER : *dgt* Sợ. E sợ. E rằng. Nghi rằng.

REDRESSEMENT : *đ* Sự phục hưng. Việc khôi phục. Việc bẻ lại cho ngay ngắn.
Redressement JUDICIAIRE : Cho chấn hưng (*thương mại*)

REDRESSER : *dgt* Phục hưng. Chỉnh lý. Sửa sai.
Redresser des ABUS : Sửa lại hà lạm.
Redresser des TORTS : Sửa sai.

REDRESSEUR : *đ* Người ưa thẳng thắn. Người ghét cong queo.
Redresseur de TORTS : Người cương trực.

RÉDUCTION : *c* Sự giảm thiểu, giảm bớt, giảm giá.
Réduction de CAPITAL : Giảm vốn.
Réduction des DÉPENSES : Giảm chi tiêu.
Réduction pour ÉTUDIANT : Giảm giá cho học viên.
Réduction d'IMPÔT : Giảm thuế.
Réduction d'une PEINE : Giảm án.

RÉDUIRE : *dgt* Giảm bớt. Rút ngắn. Làm cho nhỏ lại.

RÉÉDIFIER : *dgt* Tái lập. Xây dựng lại.

RÉÉDITION : *c* Tái bản.

RÉÉDUQUER : *dgt* Giáo dục lại. Tái huấn luyện.

RÉEL : *tt* Thực. Thực sự. Thực tại.
ACTION réelle : Tố quyền đối vật.

RÉÉLECTION : *c* Sự tái trúng cử. Việc bầu cử lại.

RÉÉLIGIBILITÉ : *c* Quyền được tái tranh cử

RÉÉLIGIBLE : *tt* Có thể ra tranh cử (lần nữa).

RÉÉLIRE : *dgt* Tái bầu cử. Bầu lại.

RÉÉLU : *tt* Tái đắc cử.

RÉEMPARER (SE) : *dgt* Tái chiếm. Tái đoạt.

RÉEMPLOI : *đ* Xử dụng lần nữa.

RÉEMPTION : *c* Quyền chuộc lại. Sự chuộc lại.

RÉENGAGEMENT : *đ* Sự giao ước lại (lần nữa).

RÉESCOMPTE : *đ* Sự tái chiết khấu.

RÉESCOMPTER : *dgt* Tái chiết khấu.

RÉÉVALUATION : *c* Việc đánh giá lại.

RÉEXAMEN : *đ* Sự tái thẩm. Sự xem xét lại.

RÉEXAMINER : *dgt* Tái xét. Xem xét lại.
Réexaminer un DOSSIER : Tái xét một hồ sơ, vụ kiện.

RÉEXPÉDIER : *dgt* Gửi (trả) lại.

RÉEXPÉDITION : *c* Sự gửi trả lại.

RÉEXPORTATION : *c* Sự tái xuất khẩu.

RÉEXPORTER : *dgt* Tái xuất khẩu.

RÉEXTRADITION : *c* Sự tái trục xuất, dẫn độ ngoại kiều.

RÉFACTION : *c* Sự chiết giá. Sự giảm giá (vì hàng xấu).

RÉFACTIONNER : *dgt* Chiết giá. Giảm giá.

REFAIRE : *dgt* Làm lại. Lập lại.
Refaire SA VIE : Làm lại cuộc đời. Tái giá. Bước đi bước nữa.

RÉFECTION : *c* Sự làm lại. Sự điều chỉnh. Sự tu bổ.
Bữa ăn tập thể.

RÉFECTOIRE : *đ* Phòng ăn công cộng, tập thể.

RÉFÉRÉ : *đ* Toà cấp thẩm.
ASSIGNER en référé : Kiện khẩn cấp (*khi có nguy tai*).
JUGE des référés : Thẩm phán cấp thẩm.
ORDONNANCE de référé : Án lệnh khẩn cấp.
REQUÊTE en référé : Thỉnh cầu cấp thẩm.
TRIBUNAL des référés : Toà xử việc khẩn cấp.

RÉFÉRENCE : *c* Sự quy chiếu, tham chiếu. Sự tham khảo. Sự chỉ dẫn.

RÉFÉRENCES : *c snh* Chỉ dẫn. Điểm chỉ dẫn.

RÉFÉRENDAIRE : *đ* Viên kiểm toán.

RÉFÉRENDARIAT : *đ* Chức vị kiểm toán.
RÉFÉRENDUM : *đ* Trưng cầu dân ý. Trưng cầu ý kiến (nhóm người). Việc bộ ngoại giao thỉnh ý của chính phủ.

RÉFÉRER : *dgt* Quy chiếu. Tham chiếu.

RÉFÉRER (SE) : Thỉnh ý (cấp trên). Dựa vào ý kiến của người khác. Dựa vào lệnh của thượng cấp.

RÉFORMATION : *c* Việc hoán cải bản án của toà dưới (*do toà cấp trên quyết định*). Sự đổi thay.

RÉFORME : *c* Sự thay đổi. Sự hoàn chỉnh. Sự hoán cải. Sự cải cách. Sự canh tân. Việc sửa đổi. Cải lương hoá. Sự miễn dịch.

Réforme ADMINISTRATIVE : Cải cách guồng máy cai trị.
Réforme AGRAIRE : Cải cách ruộng đất.
Réforme des INSTTITUTIONS : Cải cách định chế.
Réforme TEMPORAIRE : Tạm thời miễn dịch.
CONSEIL de réforme : Hội đồng miễn dịch.
MATÉRIEL en réforme : Vật liệu phế thải.

RÉFORMÉ : *đ* Phục viên. Phế binh. / Canh tân. / Cải cách. Cải lương.
ÉGLISE réformée : Tân giáo hội. Cải lương giáo.

RÉFORMER : *đgt* Cải cách. Cải tổ. Cải lương.

RÉFRACTAIRE : *tt* Bướng bỉnh. Bất tuân.

REFRÈNEMENT : *đ* Sự kìm hãm. Sự diệt dục.
Refrènement d'un CRIME : Kìm hãm tội ác.
Refrènement d'un DÉSIR : Diệt dục.

REFUGE : *đ* Nơi ở ẩn. Nơi nương náu. Chỗ tạm lánh (nạn).

RÉFUGIÉ : *đ* Người tỵ nạn. Người lưu vong. Kẻ đạo vong.
Réfugié POLITIQUE : Lưu vong chính trị.

REFUGER (SE) : *đgt* Ẩn náu. Tỵ nạn. Bôn tẩu ngoại biên.

REFUS : *đ* Sự khước từ. Sự cự tuyệt. Sự bác bỏ. Sự thoái thác.
Refus d'une REQUÊTE : Bác một thỉnh cầu

REFUSABLE : *tt* Có thể khước từ. Có thể cự tuyệt

REFUSÉ : *tt* Bị khước từ. Bị bác bỏ.
Refusé à un EXAMEN : Thi hỏng. Thi trượt.

REFUSER : *đgt* Khước từ. Từ chối. Không chấp thuận.
Refuser une GRÂCE : Bác đơn xin ân xá.

RÉFUTABLE : *tt* Có thể bác (bỏ) được. Cãi lại được.
RAISONNEMENT réfutable : Luận cứ không vững vàng.

RÉFUTATION : *c* Việc bác bỏ một luân cứ. Việc cãi lại một lập luận.

RÉFUTER : *đgt* Bác bỏ. Cãi lại (một lập luận).

REGARD : *đ* Cái nhìn. Cách nhìn. Việc nhìn.
DROIT de regard : Quyền kiểm soát. Quyền giám thị.
AU regard de LA LOI : Đối với luật pháp. (*Aux yeux de la Loi*).
EN regard : Đối diện.
EN regard DE : So (sánh với).
LETTRE de regard : Thỉnh nguyện thư.

REGARDER : *đgt* Nhìn. Ngó. Trông.
Regarder d'un BON OEIL : Coi trọng. Có cảm tình.
Regarder COMME : Coi như.
Regarder d'un MAUVAIS OEIL : Coi khinh.
Regarder SOUS LE NEZ : Nhìn hỗn xược.
Regarder de TRAVERS : Coi khinh. Coi nhẹ.

REGARDER (SE) : *đgt* Tự nhìn mình. Đối diện.
Les DEUX TABLEAUX se regardent : Hai bức tranh đối diện nhau.
SE regarder en CHIENS DE FAIENCE : Nhìn nhau không chớp mắt. Nhìn nhau trân trân. Nhìn nhau trừng trừng.

RÉGENCE : *c* Việc nhiếp chính. Quyền phụ chính.Chức vụ nhiếp chính. *tt* Lịch sự.

RÉGÉNÉRATION : *c* Việc tái sinh. Sự tái tạo.
Régénération du VIEUX PAPIER : Tái sinh lại giấy cũ.

RÉGÉNÉRER : *đgt* Tái sinh. Tái tạo. Phục hưng.
Régénérer les VIEUX PNEUX : Tái sinh vỏ lốp xe cũ.
Régénérer une SOCIÉTÉ EN DÉCADENCE : Chấn hưng xã hội suy đồi.

RÉGENT : *đ* Quan nhiếp chính. Quan phụ chính.

RÉGICIDE : *tt* Sát quân. Giết vua. *đ* Kẻ sát quân. Kẻ giết vua.
CRIME régicide : Tội sát quân.

RÉGIE : *c* Việc quản lý.
Régie d'ALCOOL : Ty rượu (*xưa*).
Régie d'OPIUM : Ty thuốc phiện (*xưa*).

RÉGIME : *đ* Chế độ. / Điều độ việc ăn uống. ĂN kiêng.
Régime ADMNISTRATIF : Chế độ cai trị.
Régime ALIMENTAIRE : Chế độ ẩm thực. Cách thức ăn uống (y).
Régime AUTORITAIRE : Chế độ chuyên quyền.
Régime de BANANES : Buồng chuối.
Régime COMMUNAUTAIRE : Chế độ cộng đồng tài sản (*hôn phối*).
Régime COMMUNISTE : Chế độ cộng sản.
Régime de la COMMUNAUTÉ de BIENS : Chế độ sản nghiệp chung (hôn phối).
Régime DÉMAGOGIQUE : Chính sách mị dân.
Régime DÉMOCRATIQUE : Chế độ dân chủ.
Régime DOTAL : Chế độ hồi môn.
Régime FÉODAL : Chế độ phong kiến
Régime MATRIARCAL : Chế độ mẫu hệ.
Régime MATRIMONIAL : Chế độ hôn phối.
Régime MILITAIRE : Chế độ quân phiệt.
Régime PATRIARCAL : Chế độ phụ hệ.
Régime PÉNITENTAIRE : Chế độ lao tù.
Régime PRÉSIDENTIEL : Chế độ Tổng thống.
Régime RÉPUBLICAIN : Chế độ Cộng hoà.
Régime de la SÉPARATION DES BIENS : Chế độ ly cách tài sản (*hôn phối*).
Régime TOTALITAIRE : Chế độ độc đoán.
Régime TRANSITAIRE : Chế độ chuyển tiếp.

RÉGION : *c* Miền. Vùng. Địa phương. Lĩnh vực. Khu vực.
HAUTE région : Miền cao nguyên.
Région AUTONOME : Khu tự trị.
Région MILITAIRE : Khu quân sự.
Région MONTAGNEUSE : Vùng rừng núi. Miền sơn cước. Mạn ngược.

RÉGIONAL : *tt* Tính cách địa phương.
PLAT régional : Món ăn địa phương.
PRODUIT régional : Thổ sản. Đặc sản.

RÉGIONALISATION : *c* Sự chia vùng. Sự phân khu vực. Sự phân quyền cho từng vùng.

RÉGIONALISME : *đ* 1c địa phương.

RÉGIONALITÉ : *c* Tính cách địa phương.

RÉGIR : *đgt* Chi phối. Điều khiển. Cai quản.
La LOI régit les HORAIRES DU TRAVAIL : Luật pháp chi phối giờ giấc lao động.
Régir les IMMEBLES : Quản trị bất động sản.
Régir PAR LA LOI du... : Do luật ngày...chi phối.

RÉGISSEUR : *đ* Quản lý viên.
Régisseur d'un IMMEUBLE : Quản lý viên một căn nhà.
Régisseur d'un PATRIMOINE : Người quản trị một gia sản.
Régisseur d'une SUCCESSION : Người quản trị một kế sản.

REGISTRE : *đ* Sổ. Sổ cái (kế toán). Sổ bộ. Sổ ghi chú (*những điều thiết yếu*). Sổ đăng kề.
Registre d'APPEL : Sổ đăng kề kháng cáo.
Registre d'AUDIENCE : Sổ đăng đường.
Registre de COMMERCE : Thương bạ.
Registre d'ETAT CIVIL : Sổ bộ hộ tịch.

RÈGLE : *c* Quy tắc. Thể lệ. Công lệ. Đúng phép. Khuôn. Khuôn mẫu. / Thước kẻ (học trò). *C snh* : Kinh nguyệt .
AVOIR ses règles : Có kinh nguyệt.
EN BONNE règle : Đúng phép tắc. Đúng lệ.
EN règle : Đúng thể lệ.
EN règle GÉNÉRALE : Theo thói thường.
Règle ÉTABLIE : Lệ đã được thừa nhận.
Règles du PING PONG : Thể lệ bóng bàn.
Règles de la FEMME : Kinh nguyệt phụ nữ.

RÉGLÉ : *tt* Đã thanh toán song. Đã dàn xếp song.
AFFAIRE réglée : Vụ án đã song xuôi.

RÈGLEMENT : *đ* Quy lệ. Quy định. Điều lệ. / Sự thanh toán. Sự giải quyết.
Règlement d'une AFFAIRE : Giải quyết một vấn đề.
Règlement d'une ASSOCIATION : Điều lệ của một hội đoàn.
Règlement de la CIRCULATION : Quy định về lưu thông. Luật lưu thông.
Règlement d'un CONFLIT : Giải quyết phân tranh.
Règlement de COMPTE : Thanh toán (giết) nhau.
Règlement d'une DETTE : Thanh toán một món nợ.
Règlements INTÉRIEURS : Nội quy.
Réglements d'un PARTI : Đảng quy.
Règlement PARTIEL : Thanh toán một phần (nợ).
Règlements de POLICE : Những quy định cảnh sát.
Règlement d'un PROBLÈME : Giải quyết một vấn đề.
Règlement SANITAIRE : Quy định về vệ sinh.
Règlement d'une SOMME (d'argent) : Thanh toán một món tiền.

RÉGLEMENTAIRE : *tt* Đúng quy chế. Đúng quy cách.
TENUE réglementaire : Y phục đúng quy cách.

RÉGLEMENTARISME : *đ* Câu nệ (*quy chế*).

RÉGLEMENTATEUR : *đ* Kẻ câu nệ quy chế.

RÉGLEMENTATION : *c* Quy định.
Réglementation du TRAVAIL : Quy định (về) lao động.
Réglementation de la CIRCULATION : Quy định lưu thông. Luật lưu thông.

RÉGLEMENTER : *đgt* Quy định.

RÉGLER : *đgt* Thanh toán (nợ). Điều chỉnh. Giải quyết.
Régler ses AFFAIRES : Thu xếp công việc.
Régler une DETTE : Thanh toán món nợ.
Régler un DIFFÉREND : Giải quyết một vụ tranh chấp.
Régler une MACHINE : Điều chỉnh máy.
Régler une MONTRE : Điều chỉnh đồng hồ.
Régler un PROBLÈME : Giải quyết một vấn đề.

RÉGNANT : *tt* Trị vì. Ngự trị.

RÈGNE : *c* Triều đại. Việc trị vì. Sự ngự trị.
Le règne des BANQUIER : Sự thống trị của ngân hàng.

RÉGNER : *đgt* Trị vì. Ngự trị.
DIVISER pour régner : Chia để trị.
Le ROI règne : Vị vua ngự trị.
Le SILENCE règne : Im lặng bao trùm.

REGRET : *đ* Tiếc nhớ. Hối tiếc. Đáng tiếc.
Regret d'une ERREUR COMMISE : Hối hận đã mắc phải một lỗi lầm.
Regrets ÉTERNELS : Ngàn đời thương tiếc (*tang*).
Regret du PASSÉ : Tiếc nhớ dĩ vãng.
À regret : Miễn cưỡng. Bất đắc dĩ.
AVEC MES regrets : Tôi xin lỗi. Tôi rất tiếc.
MILLE regrets : Muôn vàn thương tiếc (*tang*).

REGRETTABLE : *tt* Đáng tiếc.

REGRETTER : *đgt* Luyến tiếc. Thương tiếc. Hối tiếc. Tiếc. / Xin lỗi.
Regretter sa JEUNESSE : Tiếc thời trẻ dại.
Regretter un AMI DÉCÉDÉ : Thương tiếc bạn quá cố.
JE regrette : Tôi rất tiếc (xin lỗi).

RÉGULARISATION : *c* Hợp thức hoá. Hợp lệ hoá. Sự chính thức hoá. Sự điều chỉnh (cho hợp lệ).

RÉGULARISER : *đgt* Hợp thức hoá. Điều chỉnh. / Chỉnh lý. / Sửa sai.
Régulariser sa SITUATION : Hợp thức hoá tình trạng sống chung (bằng hôn thú). Điều chỉnh giấy tờ cho hợp lệ.

RÉGULIER : *tt* Đúng mức. Đúng quy tắc. Đều đặn. / Đứng đắn. Đàng hoàng. Sòng phẳng.
Un COMMERçANT régulier : Thương gia đứng đắn.
UN HOMME régulier : Người đàng hoàng.

RÉHABILITABLE : *tt* Có thể phục quyền. Có thể phục hồi danh dự.

RÉHABILITATION : *c* Sự phục quyền. Sự khôi phục. Việc khôi phục danh dự.

RÉHABILITER : *dgt* Phục quyền (cho người bị oan).

RÉINCARCÉRER : *dgt* Tái tống giam.

RÉINCARNATION : *c* Sự đầu thai (*kiếp sau*).

REINE : *c* Hoàng hậu. Nữ hoàng.
Reine du CIEL : Đức Mẹ Đồng Trinh (tôn).
Reine MÈRE : Hoàng thái hậu.
Reine de la NUIT : Mặt trăng. Nàng nguyệt.

RÉINTÉGRATION : *c* Sự phục chức. Sự phục hồi quyền lợi.
Réintégration à une FONCTION : Trở về chức vụ cũ.
Réintégration à une NATIONALITÉ : Hồi tịch. Phục hồi quốc tịch.

RÉINTÉGRER : *dgt* Phục hồi chức vụ (*cho ai*).
Réintégrer le DOMICILE CONJUGAL : Trở về cư sở hôn nhân.
Réintégrer sa PLACE : Trở về vị trí cũ.

RÉINVITER : *dgt* Tái thỉnh. Mời lại lần nữa.

RÉITÉRATION : *c* Sự lập lại. Sự nhắc lại. Sự làm lại (một lần nữa).

RÉITÉRÉ : *tt* Lập lại. Nhắc lại.
DEMANDE réitérée : Lập lại thỉnh cầu (*trong những vụ thuận tình ly hôn ở Pháp*).

RÉITÉRER : *dgt* Lập lại.Nhắc lại.
Réitérer une DEMANDE : Tái thỉnh cầu.
Réitérer une INVITATION : Tái thỉnh.

RELÂCHE : *c* Sự tạm nghỉ, tạm ngưng.
TRAVAIL SANS relâche : Làm việc liên tục.

RELÂCHER : *dgt* Thả ra. Phóng thích. Nới ra. / Tạm nghỉ. Tạm ngưng.
Relâcher un DÉTENU : Phóng thích tù nhân.

RELATER : *dgt* Tiết lộ. Thuật lại.

RELATIF : *tt* Liên quan. Liên hệ. Tương đối.
MAJORITÉ relative : Đa số tương đối.

RELATION : *c* Sự giao thiệp. Sự liên hệ. Quan hệ. Việc giao cấu, giao hoan.
Relation DIPLOMATIQUE : Quan hệ ngoại giao.
Relation COMMERCIALE : Liên hệ thương mại.
Relation EXTRACONJUGALE : Liên hệ ngoại hôn. Ngoại tình.
Relation SEXUELLE : Giao cấu. Giao hoan. Giao hợp.
Relation SOCIALE : Giao thiệp.

RELATIVITÉ : *c* Tương đối tính. Thuyết tương đối.

RELAXATION : *c* Việc phóng thích tù nhân. Nghỉ giải lao.

RELAXE : *c* Quyết định phóng thích, tha bổng.
PRONONCER la relaxe : Tuyên phán tha bổng.

RELAXER : *dgt* Tha bổng. Phóng thích. Miễn tội. Chuẩn miễn.

RÉLÉGABLE : *tt* Đáng tội phát vãng.

RÉLÉGATION : Sự phát vãng. Tội đày.
TERRE de rélégation : Trích địa. Nơi đầy ải.

RÉLÉGUER : *dgt* Đầy đi. Lưu đày. Đưa đi chỗ khác.

RELEVÉ : *đ* Bản liệt kê.
Relevé des APPELS TÉLÉPHONIQUES : Bản liệt kê những cú điện thoại.

RELEVER : *dgt* Nâng lên. Đỡ dậy. Nêu lên. / Chấn hưng. Dựng lại. / Huyền chức. Cách chức.
Relever une FAUTE de la PARTIE ADVERSE : Nêu lên lỗi lầm của đố phương.
Relever de ses FONCTIONS : Cách chức. Triệt hồi.
Relever un HOMME TOMBÉ : Nâng kẻ té ngã.

RELIGIEUX : *tt* Thuộc về tôn giáo.
CÉRÉMONIE religieuse : Buổi lễ tôn giáo. (*ma, chay, hiếu, hỷ*).
SILENCE religieux : Im lặng như tờ.

RELIGIEUX : *đ* Tu sĩ. Thầy tu. Giáo sĩ

RELIGION : *c* Tôn giáo. Đạo giáo.

RELIQUAT : *đ* Số dư. Chỗ dư thừa.

RELIRE : *dgt* Đọc lại.

RELOCATION : *c* Sự cho thuê lại. Người thuê cho người khác mướn lại.

RELOUER : *dgt* Cho thuê lại.

REMANIEMENT : *đ* Sự cải tổ. Việc sửa lại.
Remaniement MINISTÉRIEL : Cải tổ chính phủ.

REMANIER : *dgt* Cải tổ. Sửa lại. Tu chính.

REMARIAGE : *đ* Sự tục hôn (*Nam*). Sự tục huyền. Sự tái giá (*Nữ*).

REMARIER (SE) : Tục hôn. Tục huyền. Tái giá. Bước đi bước nữa. (*x ch convoler*).

REMARQUE : *c* Điều nhận xét. Lời nhận xét. Lời phê phán.

REMARQUER : *dgt* Nhận thấy. Nhận xét.

REMBOURSABLE : *tt* Có thể hoàn trả.

REMBOURSEMENT : *đ* Sự hoàn trả. Sự bồi hoàn.
Remboursement d'une DETTE : Hoàn nợ.

REMBOURSER : *dgt* Hoàn trả. Bồi hoàn.

REMÈDE : *đ* Phương thuốc. Liều thuốc.
Remède de BONNE FEMME : Thuốc chữa mẹo.
Remède de CHEVAL : Thuốc kiến hiệu tức thời.

RÉMÉDIABLE : *tt* Có thể chữa (lại) được.

RÉMEDIER : *dgt* Cứu chữa. Sửa sai.

REMEMBREMENT : *đ* Sự quy tụ, tập trung (ruộng đất).

RÉMÉRÉ : *đ* Ước khoản cho chuộc lại.
VENTE à réméré : Bán đợ. / Mãi lai thục.

RÉMÉRER : *dgt* Chuộc lại. Thục hồi.
REMETTANT : *đ* Người giao, trao (đồ vật).

REMETTRE : *dgt* Giao lại (trao). Đặt lại. Đình hoãn. Giảm.
Remettre une AFFAIRE : Đình xử một vụ tranh tụng.
Remettre sur le BON CHEMIN : Dẩn dắt vào chính đạo.
Remettre une CHARGE : Trao cho nhiệm vụ.
Remettre une DETTE : Xoá một món nợ.
Remettre de l'ORDRE : Sắp xếp lại.
Remettre en QUESTION : Đặt lại vấn đề.

RÉMINISCENCE : *c* Sự hồi ức. Sự chợt nhớ lại.

REMIS : *tt* Hoãn lại. Đình lại.
AFFAIRE remise : Vụ xử được đình lại.

RÉMISIBILITÉ : *c* Khả năng tha. Khả năng xá tội.

RÉMISSIBLE : *tt* Có thể tha được. Khả miễn xá.

RÉMISSION : *c* Sự miễn tội. Sự xá tội. Sự giảm tội.

REMONTRANCE : *c* Lời khiển trách. Biểu can ngăn vua.

REMORDS : *đ* Nỗi hối hận. Sự ăn năn.

REMPLIR : *dgt* Điền khuyết. / Làm cho đầy. Đổ cho đầy.

REMPLACABLE : *tt* Có thể thay thế.

REMUANT : *tt* Tính hiếu động. Tính hay cựa quậy.

REMUE-MÉNAGE : *đ* Sự huyên náo. Sự ồn ào.

RÉMUNÉRATEUR : *tt* Có lợi nhuận.

RÉMUNÉRATOIRE : *tt* Thuộc về lương bổng.

RÉMUNÉRER : *dgt* Trả lương. Trả tiền công.

RENAISSANT : *tt* Hồi sinh. Phục sinh.

RENAITRE : *dgt* Sống lại. Hồi sinh.

RENCARD : *đ* Buổi hẹn hò (bình dân).

RENCHÉRIR : *dgt* Trả giá cao hơn (đấu giá).

RECONTRE : *c* Cuộc gặp gỡ. Diện kiến. Hội ngộ.
ALLER à la rencontre de : Đi đón ai.
DE rencontre : Ngẫu nhiên.

RENDRE : *dgt* Trả lại. Hoàn lại. Nôn mửa.
Rendre COMPTE DE : Tường trình. Báo cáo.
Rendre JUSTICE : Xử án.
Rendre MONNAIE de sa PIxCE : Ăn miếng trả miếng.
Rendre la PAREILLE : Ăn miếng trả miếng.

RENOMMÉ : *tt* Có danh vọng. Nổi tiếng. *đ* Người có danh tiếng.

RENOMÉE : *c* Danh vọng.
FAUSSE renommée : Hư danh.

RENSEIGNEMENT : *đ* Sự chỉ dẫn. Sự dẫn giải. Điều chỉ dẫn.
AGENT de renseignement : Tình báo viên.
BUREAU de renseignements : Văn phòng chỉ dẫn.
SERVICE de renseignements : Cơ quan tình báo.

RENSEIGNER : *dgt* Chỉ dẫn. Chỉ lối.

RENSEIGNER (SE) : Hỏi dò. Hỏi thăm. Tìm hiểu.

RENTABILITÉ : *c* Sự sinh lợi. Khả năng hữu ích.

RENTE : *c* Niên kim. Lợi tức thường niên. Tô tức.

RENVOI : *đ* Việc đình hoãn (*tới phiên xử khác*). Chuyển hồ sơ (*đương xét tới một toà khác*). Sự trả lại. Sự thải hồi. Sự đuổi đi. Sự dẫn chiếu. Sự bổ sung. Sự giải cố.
Renvoi devant les ASSISES : Chuyển tới toà Đại hình.
Renvoi au CHAPITRE PRÉCÉDENT : Dẫn chiếu chương trước.
Renvoi d'un MINISTRE : Thải hồi một bộ trưởng.
Renvoi devant le TRIBUNAL CIVIL : Chuyển (hồ sơ) tới toà Hộ sự.
Renvoi devant le TRIBUNAL CORRECTIONNEL : Chuyển (hồ sơ) tới toà Hình sự.
Renvoi à QUINZAINE : Đình (phiên xử) hai tuần.

RENVOI DES POURSUITES : *đ* Miễn nghị. (không đủ yếu tố kết thànhội trạng, tòa không xử được). (*miễn nghị khác với miễn tố*).

RÉORGANISATION : *c* Việc tổ chức lại. Sự cải tổ.
Réorganisation de l'ADMINISTRATION : Cải tổ công vụ.
Réorganisation de l'ARMÉE : Tổ chức lại quân đội.
Réorganisation de l'ENSEIGNEMENT : Tổ chức lại nền Giáo dục.
Réorganisation de la JUSTICE : Cải tổ nền Tư pháp.

RÉOUVERTURE : *c* Sự mở lại.
Réouverture des DÉBATS : Bắt đầu tranh luận lại. (*Sau khi giám định hoặc thẩm phán kết luận*).

RÉPARTIR : *dgt* Phân chia. Phân phối.

RÉPARTITION : *c* Sự phân chia. Sự phân phối.
Répartition des BIENS : Phân chia tài sản.
Répartition des REVENUS : Phân chia lợi nhuận.
Répartition des RICHESSES : Phân chia tài nguyên.
Répartition du TRAVAIL : Phân chia công việc.

REPENTIR : *dgt* Hối cải. Ăn năn. Sám hối. Hối hận. Hậu phối.

RÉPERTOIRE : *đ* Sổ danh mục. Sổ bộ. Vựng tập.
Répertoire ALPHABÉTIQUE : Danh mục theo mẫu tự.
Répectoire CHRONOLOGIQUE : Danh mục biên niên.

Répertoire de JURISPRUDENCE : Án lệ vựng tập.

RÉPERTORIER : *đgt* Ghi vào sổ danh mục.

RÉPÉTER : *đgt* Đòi lại. Nhắc lại.

RÉPÉTITEUR : *d* Thầy dạy tư gia . Thầy phụ đạo.

RÉPÉTITION : *c* Sự lập lại. Sự đòi lại.

RÉPÉTITOIRE : *tt* Đòi lại.
ACTION répétitoire : Tố quyền hoàn chủ.

RÉPLIQUE : *c* Lời đối đáp.

RÉPLIQUER : *đgt* Đối đáp. Kháng biện.

RÉPONDANT : *d* Người nhận bảo lãnh (cho kẻ khác).

RÉPONDEUR : *d* Máy trả lời (điện thoại).

RÉPONSE : *c* Câu trả lời.
Réponse de NORMAND : Trả lời nước đôi.
Réponse du BERGER À LA BERGÈRE : Trả lời dốp chát.

REPORTAGE : *d* Bài phóng sự. Thiên phóng sự.

REPORTER : *d* Phóng viên.
Reporter de GUERRE : Phóng viên chiến tranh.

REPORTER (SE) : *đgt* Tham chiếu.

RÉPRÉHENSION : *c* Lời chê trách.

RÉPRÉHENSIBLE : *tt* Đáng chê trách. Đáng quở phạt.

REPRÉSENTANT : *d* Đại diện. Đại biểu.
Représentant de COMMERCE : Đại diện thương mại.
Représentant du PEUPLE : Dân biểu. Đại biểu dân cử.

RÉPRESSION : *c* Sự dẹp yên. Sự trấn áp. Việc trừng trị.
Répression d'une RÉVOLTE : Dẹp yên vụ nổi loạn.

RÉPRIMANDE : *c* Sự quở trách.

RÉPROBATEUR : *tt* Chê bai. Bài xích.

RÉPROBATION : *c* Sự chê bai. Sự bài xích.

REPRODUCTION : *c* Sự sinh sản.

REPRODUIRE : *đgt* Tạo lại.

RÉPROUVER : *đgt* Chê bai. Bài xích.

RÉPUBLIQUE : *c* Chế độ Cộng hoà.

RÉPUDIATON : *c* Sự ruồng rẫy. Sự từ bỏ, từ nan.
Répudiation de la FEMME : Ruồng rẫy vợ.
Répudiation d'un HÉRITAGE : Từ nan một kế sản.
Répudiation d'un LEGS : Khước từ di tặng.

RÉPUDIER : *đgt* Ruồng rãy. Khước từ. Từ bỏ.
Répudier sa FEMME : Ruồng rẫy vợ.

RÉPUGNANT : *tt* Ghê tởm.

RÉPUTATION : *c* Tiếng tăm. Danh tiếng. Danh vọng.
BONNE réputation : Tiếng thơm.
MAUVAISE réputation : Mang tai mang tiếng.

RÉPUTÉ : *tt* Nổi danh. Danh tiếng.
AVOCAT réputé : Vị luật sư nổi tiếng.

REQUÉRABLE : *tt* Đòi hỏi được. Phải đi mà đòi.
LE SALAIRE est requérable : Lương bổng có thể đòi hỏi.
LE SALAIRE est requérable et NON PORTABLE : Có quyền đòi lương nhưng không có quyền bắt chủ phải đem tới tận nhà.

REQUÉRANT : *d* Người thỉnh cầu. Người đệ đơn (xin).
PARTIE requérante : Phe thỉnh cầu.

REQUÉRIR : *đgt* Đòi hỏi.
Requérir l'APPLICATION DE LA LOI : Thỉnh cầu áp dụng luật pháp. *Công tố thỉnh cầu áp dụng triệt để luật pháp.*

REQUÊTE : *c* Đơn thỉnh cầu. Đơn xin. Lời thỉnh cầu.
À LA requête de ... : Theo lời thỉnh cầu của...
SUR LA requête de... : Theo lời thỉnh cầu của...
Requête CIVILE : Đơn xin phiên án.
Requête en DIVORCE : Thỉnh cầu ly hôn.
Requête INITIALE : Tiên đơn thỉnh cầu.
Requête RÉITÉRÉE : Tái đơn thỉnh cầu.

REQUIEM : *d* Kinh cầu siêu (*tôn*).

REQUIS : *tt* Đòi hỏi. Cần thiết. Bắt buộc.
CONDITIONS requises : Điều kiện phải có, cần thiết
LE MINISTÈRE PUBLIC requis : Công tố viện (*đòi*) buộc tội.
LA POLICE requise : Cảnh sát được triệu thỉnh.

RÉQUISITION : *c* Sự thỉnh cầu. Sự yêu cầu. Lời buộc tội (của Công tố). Sự trưng dụng. Sự triệu dụng.
ORDRE de réquisition : Lệnh trưng dụng.
Réquisition d'une HABITATION : Trưng dụng một căn nhà.
Réquisition du MINISTxRE PUBLIC : Lời buộc tội của công tố.
Réquisitions ÉCRITES : Thỉnh cầu trạng.

RÉQUISITIONNER : *đgt* Trưng dụng.

RÉQUISITOIRE : *d* Lời buộc tội.
Réquisitoire INTRODUCTIF D'INSTANCE : Thỉnh cầu khởi tố (*của Công tố*).
Réquisitoire DEFINITIF : Thỉnh cầu quyết tố.
Réquisitoire de NON-LIEU : Thỉnh cầu miễn tố.

R.E.R. (RÉSEAU EXPRESS RÉGIONAL : Tàu tốc hành địa phương (trong thành phố Paris).

RES : Đồ vật.
Res COMMUNIS : Vật công. Của công.
Res EXTRACOMMERCIUM : Vật phi mậu dịch.
Res JUDICATA : Vụ đã quyết tụng.
Res JUDICATA PRO VERITATE HABETUR : Vụ quyết tụng được coi như chân lý.
Res NULLIUS : Vật vô chủ.
Res PERIT DOMINO : Vật mất thì chủ chịu.

Res PUBLICAE : Cuả công.
Res UNIVERSITATIS : Vật công cộng.

RESCINDABLE : *tt* Có thể hủy bỏ. Khả hủy.
CONTRAT rescindable : Khế ước khả hủy.
CONTRAT rescindable POUR CAUSE DE LÉSION : Khế ước khả hủy vì gây thiệt hại.

RESCINDANT : *tt* Hủy bỏ. *đ* Đơn xin hủy bỏ. Xin tiêu hủy.

RÉSERVATAIRE : *tt* Dành riêng cho.
PART réservataire de la FEMME : Phần dành cho người vợ.

RÉSERVATION : *c* Khu bảo tồn người hoặc vật tránh tuyệt chủng (*người da đỏ, gấu panda v.v...*).

RÉSERVER : *đgt* Giữ lại cho. Dành riêng cho.

RÉSERVES : *c snh* Phần dự trữ. Phần bảo lưu. Sự dè dặt .
DEVOIR de réserve : Bổn phận phải dè dặt (trong lời tuyên bố).
EN réserve : Để dự trữ.
SANS réserve : Không cần dè dặt. Không hạn chế.
SOUS réserve DE : Ngoại trừ.
SOUS TOUTES réserves : Với mọi dè dặt.
Réserves CULTUELLES : Lưu sản (Phần) hương hoả.
Réserves COUTUMIxRES : Dè dặt thường lệ.
Réserves HÉRÉDITAIRES : Phần di sản bảo lưu.
Réserves LÉGALES : Phần bảo lưu pháp định.

RÉSIDENCE : *c* Nơi cư ngụ. Nơi thường trú.
Résidence SECONDAIRE : Nơi tạm trú, phụ trú.
Résidence SÉPARÉE : Biệt cư (vợ chồng đang ly hôn).
Résidence SURVEILLÉE : Quản thúc tại gia.

RÉSIDENT : *đ* Kiều dân. Trú khách.
Résident de FRANCE : Công sứ Pháp (xưa).
Résident SUPÉRIEUR : Thống sứ, Khâm sứ Pháp (xưa).

RÉSIDU : *đ* Cặn bã.
Résidu de la SOCIÉTÉ : Cặn bã xã hội.

RÉSIGNATION : *c* Sự nhẫn nhục.
Résignation à la PAUVRETÉ : Cam chịu cảnh nghèo.

RÉSISTANCE : *c* Sự đối kháng. Sự kháng chiến.
Résistance à la FORCE : Kháng cư mãnh lực.
Résistance à l'INVASION : Chống xâm lăng.

RÉSISTANT : *tt* Bền bỉ. Dèo dai.

RÉSISTER : *đgt* Chống kháng. Chống cự.

RÉSOLUMENT : *pht* Kiên quyết. Cương quyết.

RÉSOLUTION : *c* Sự huỷ bỏ. Quyết định (của đại hội). Việc giải quyết.
Résolution d'un BAIL : Huỷ bỏ hợp đồng thuê mướn.
Résolution d'un CONTRAT : Huỷ bỏ khế ước.
Résolution d'un CONTRAT DE TRAVAIL : Hủy bỏ khế ước lao động.

RÉSOLUTOIRE : *tt* Tính cách huỷ bỏ.
CONDITION résolutoire : Điều kiện để (có thể) hủy bỏ hợp đồng.

RESPECTER : *đgt* Kính trọng. Tôn trọng.
Respeccter les CONVENANCES : Thủ lễ. Giữ lễ độ.
Respecter la PAROLE DONNÉE : Thủ tín.

RESPECTUEUSEMENT : *pht* Một cách kính cẩn. Một cách trân trọng. Một cách tôn kính.

RESPECTUEUX : *tt* Kính cẩn. Trân trọng. Tôn trọng.
LANGAGE respectueux : Ngôn từ kính cẩn.
Respectueux des LOIS : Tôn trọng pháp luật.

RESPONSABILITÉ : *c* Trách nhiệm.
ENDOSSER une responsabilité : Lãnh một trách nhiệm. Mang một trách nhiệm.
INCOMBER la responsabilité à : Quy trách nhiệm cho (ai).
Responsabilité CIVILE : Trách nhiệm dân sự.
Responsabilité du CONDUCTEUR : Trách nhiệm cuả kẻ lái xe.
Responsabilité DÉLICTUEL : Trách nhiệm vì có lỗi.
Responsabilité des FAITS D'AUTRUI : Trách nhiệm về hành vi của người khác.
Responsabilité des FAUTES : Trách nhiệm vì phạm lỗi.
Responsabilité des PARENTS : Trách nhiệm cuả phụ huynh.
Responsabilité PÉNALE : Trách nhiệm hình sự.
Responsabilité SANS FAUTE : Trách nhiệm (*dù*) không lỗi.
Responsabilité du VENDEUR : Trách nhiệm cuả người bán.

RESPONSABLE : *tt* Chịu trách nhiệm. Có trách nhiệm. *đ* Người chịu trách nhiệm, quản lý. Người phụ trách.
L'AVOCAT est responsable de son DOSSIER : Luật sư chịu trách nhiệm về hồ sơ cuả mình.
Le responsable d'une BOUTIQUE : Kẻ phụ trách (quản lý) cửa hàng.

RESQUILLER : *đgt* Gian lận.

RESQUILLEUR : *đ* Kẻ gian lận.

RESSEMBLANCE : *c* Sự giống nhau. Đồng dạng.

RESSEMBLANCES : *c snh* Những nét giống nhau.

RESSEMBLER : *đgt* Giống nhau. Hao hao.

RESSENTIMENT : *đ* Mối hiềm thù. Mối oán giận.

RESSORT : *đ* Thẩm quyền quản hạt. Phạm vi. Địa bàn. Lò so.
Ressort d'un TRIBUNAL : Thẩm quyền quản hạt của tòa án.
Ressort de la POLICE : Thẩm quyền của cảnh sát.
DERNIER ressort : Chung thẩm. Tận cùng. Chung cuộc.

RESSORTISSANT : *tt* Thuộc quản hạt cuả toà. *đ* Người thuộc quốc tịch (*nào đó*).

Ressortissant laotien : Người thuộc quốc tịch Lào.

RESTAURANT : *đ* Tiệm cơm. Nhà hàng. Cao lâu. Quán ăn. Phạn điếm. Tửu gia.
Restaurant UNIVERSITAIRE : Học viên phạn điếm.

RESTAURATEUR : *đ* Chủ tiệm cơm. Chủ quán. / Người trùng tu. Kẻ tu bổ, phục nguyên, phục hưng.

RESTAURATION : *c* Nghề mở tiệm ăn. Sự phục hưng. Sự trùng tu. Sự phục nguyên. Việc tu bổ.

RESTAURER : *đgt* Phục hưng. Phục hồi. Tu bổ. Phục nguyên. Trùng tu.
Restaurer un MONUMENT : Tu bổ một công trình.
Restaurer un PALAIS : Trùng tu một dinh thự.
Restaurer un TABLEAU : Phục nguyên một tấm tranh.

RESTAURER (SE) : Tự bồi dưỡng. Ăn uống. Ẩm thực.

RESTE : *đ* Phần dư thừa. Phần còn lại.

RESTE : *c* Phần còn lại. Chỗ còn dư. Cái sót lại.
AU reste : Vả lại. Kỳ dư.
BEAUX restes : Đẹp lão.
DEMEURER en reste : Còn thiếu nợ. Còn chịu ơn.
JOUER son reste : Chơi ván bạc cuối. Chơi xả láng (*lóng*).
NE PAS DEMANDER SON reste : Êm thắm rút lui. Chuồn biệt tăm (*thân*).
N'ÊTRE JAMAIS EN reste : Chẳng thua ai.

RESTER : *đgt* Ở lại. Còn lại. Dư lại.
Rester DEVOIR : Vẫn còn thiếu.
Rester en FONCTION : Giữ nguyên chức vụ.
Rester dans l'INDIVISION : Ở lại trong tình trạng vị phân.
CELA reste ENTRE NOUS : Chuyện đó chỉ chúng mình biết.

RESTES : *đ snh* Hài cốt. / Thức ăn còn dư thừa.

RESTITUABLE : *tt* Phải hoàn lại. Trả lại được.

RESTITUER : *đgt* Hoàn lại.
Restituer l'HONNEUR À ... : Phục hồi danh dự cho... Restituer d'un BIEN : Trả lại tài vật (*chỉ dùng cho động sản*).

RESTITUTION : *c* Sự hoàn lại tài vật. Sự phục hồi.

RESTITUTOIRE : *tt* Hoàn lại. Trả lại.
ACTION restitutoire : Tố tụng đòi lại động sản.

RESTREINDRE : *đgt* Thu hẹp lại. Hạn chế lại.

RESTREINT : *tt* Bị thu hẹp lại. Bị hạn chế lại.
INTERPRÉTATION restreinte de la LOI. : Giải thích (*một cách*) hẹp hòi luật pháp.

RÉSULTAT : *đ* Kết quả.
BON résultat : Thành công.

RÉSUMÉ : *đ* Bài tóm lược. Bài toát yếu. Bài giản yếu. Tóm tắt.
EN résumé : Nói tóm lại. Thâu gọn lại.

RÉSUMER : *đgt* Thu ngắn lại. Nói gọn lại. Toát yếu.

RÉSURRESTION : *c* Sự sống lại. Sự phục sinh.

RÉTABLIR : *đgt* Khôi phục. Dựng lại.

RÉTABLIR (SE) : Bình phục (sức khoẻ).

RÉTABLISSEMENT : *đ* Sự bình phục.
PROMPT rétablissement : Chóng bình phục (*lời chúc*).

RETARDER : *đgt* Làm cho chậm chễ. Diên trì.
Retarder un PROCÈS : Diên trì vụ án.

RETENIR : *đgt* Giữ lại. Cản lại.
DONNER et retenir NE VAUT : Vừa cho vừa giữ lại là trái luật.
Retenir le BRAS DU MEURTRIER : Giữ tay kẻ sát nhân.
Retenir SA LANGUE : Gìn giữ lời nói. Thủ khẩu như bình. Thủ khẩu.
Retenir SES LARMES : Cầm nước mắt.

RÉTENTION : *c* Sự giữ tài vật (của con nợ).
DROIT de rétention : Giữ đồ thế nợ.

RÉTENTIONNAIRE : *đ* Kẻ lưu giữ đồ thế nợ.

RETENTIR : *đgt* Vang lên. Vang dội.

RETENTISSANT : *tt* Âm vang.
AFFAIRE retentissant : Vụ án nổi tiếng.
SUCCÈS retentissant : Thành công nổi tiếng.
VOIX retentissant : Giọng vang vang.

RETENTISSEMENT : *đ* Tiếng vang. Tiếng tăm lừng lẫy.

RETENUE : *c* Sự giữ lại. Tiền khấu trừ. Sự giữ ý giữ tứ.
SANS retenue : Không giữ ý. Buông trôi thả lỏng.

RÉTICENCE : *c* Việc giấu giếm sự thực. Sự không chịu nói ra. (Ngậm tăm).

RÉTICENT : *tt* Ngập ngừng. Không nói hết ra. Không thích.
IL EST réticent AU VIN : Hắn không ưa rượu (*hiếm*).
IL EST réticent AU TRAVAIL : Hắn không thích làm việc.

RETIRÉ : *tt* Ẩn dật. Dật cư. Ngưng hoạt động. Bị kéo lại.
VIVRE retiré : Sống ẩn dật.
Retiré DES AFFAIRES : Ngưng hoạt động.

RETIRER : *đgt* Rút ra. Lấy lại.
Retirer un INJURE : Lấy lại lời phỉ báng.
Retirer sa PAROLE : Lấy lại lời chót tuyên bố.
Retirer une PLAINTE : Rút đơn thưa kiện.

RETIRER (SE) : *đgt* Rút lui. Về ở ẩn.
Se retirer de la VIE PUBLIQUE : Treo ấn từ quan. Thoát vòng danh lợi.

RETORQUER : *đgt* Nói vặn lại. Bẻ lại lý lẽ (*người khác*). Cãi ngược lại.

Rétorquer la PARTIE ADVERSE : Nói vặn (bẻ lại) lại đối phương.

RETORS : *đ* Người xảo quyệt.

RETOUR : *đ* Sự trở lại. Sự trả lại. Sự thu hồi. Sự trở về.
ALLER-RETOUR : Khứ hồi (vé).
CHEVAL de retour : Kẻ tái phạm. Ngựa quen đường cũ.
DROIT de retour : Quyền thu hồi lại.
ÊTRE SUR le retour : Về già. Lẩm cẩm.
FEMME SUR LE retour (*d'âge*) : Gái già còn lẳng lơ.
SANS retour : Tiếp tục. Bất hồi.
Retour d'ÂGE : Già tưởng vẫn thanh xuân.
Gia còn chơi trống bỏi.
Retour de FLAMME : Gậy ông đập lưng ông.
Retour de MANIVELLE : Gậy ông đập lưng ông.
Retour sur SOI-MÊME : Tự xét.
Retour au VILLAGE : Trở về làng. Hồi hương.

RETOURNER : *đgt* Quay lại. Soay lại. Bới. Chộn.
Retourner une LETTRE : Hoàn lại thư (*cho người gửi*).
Retourner une IDÉE : Soay đi soay lại một ý kiến.
Retourner la TERRE : Bới đất lên.
Retourner une SALADE : Chộn rau (nộm, sà lát).
Retourner sa VESTE : Đổi ý kiến.

RÉTRACTABLE : Chối được.

RÉTRACTER : *đgt* Chối. Không nhận. Co lại. Rút lại.
Rétracter ses AVEUX : Chối lời thú tội (*trước toà*).

RETRAIT : *đ* Rút lại. Thâu hồi lại.
Retrait d'une PAROLE : Lấy lại lời nói, lời hứa.
Retrait d'un PERMIS DE CONDUIRE : Thâu hồi bằng lái xe hơi.

RETRAITE : *c* Hưu trí. Thoái chức. Thoái hưu. Sự rút lui. Sự lui quân. Việc ẩn cư. Nơi ẩn cư. Sự cấm phòng (tôn).
Retraite ANTICIPÉE : Hưu non.
Retraite des FLAMBEAUX : Rước đuốc.

RETRAITÉ : *tt* Hưu trí. *đ* Người về hưu.

RÉTRIBUER : *đgt* Trả công. Trả lương. Trả thù kim.

RÉTRIBUTION : *c* Tiền lương. Tiền công. Thù kim.

RÉTROACTIF : *tt* Hồi tố.
EFFET rétroactif : Hiệu lực hồi tố.

RÉTROACTIVITÉ : *c* Sự hồi tố. Hồi tố tính.
NON rétroactivité : Bất khả hồi tố.
LA NON-rétroactivité de la LOI : Tính chất bất khả hồi tố của một đạo luật.

RÉTROCÉDANT : *đ* Người nhượng lại cho kẻ khác.

RÉTROCÉDER : *đgt* Nhượng lại. Hoàn nhượng. Giao hoàn. Quy hoàn.

RÉTROCESSION : *c* Sự nhường lại. Sự hoàn nhượng. Sự bồi hoàn. Sự giao hoàn.

RÉTROCESSIONNAIRE : *đ* Người được nhường lại.

RÉTROGADATION : *c* Sự hạ tầng công tác. Sự giáng chức.

RÉTROGADER : *đgt* Giáng chức. Sang số xe từ mau tới chậm. Thụt lui xuống. (*không phải lùi*).

RÉUNION : *c* Sự hội họp. Sự nhóm họp. Sự tụ họp. Sự quây quần.
DROIT de réunion : Quyền hội họp.
LIBERTÉ de réunion : Tự do hội họp.

RÉUNIR : *đgt* Hợp lại. Thâu góp lại. Họp lại. Tập trung lại.
Réunir les AMIS : Họp bạn bè lại.
Réunir les PREUVES : Thâu góp chứng cớ.
Réunir les TROUPES : Tập trung binh đội.

RÉUSSIR : *đgt* Thành công. Đạt kết quả tốt.
Réussir à un EXAMEN : Thi đỗ (đậu).

REUSSITE : *c* Sự thành công. Chơi phá trận bằng bài. Phá trận.

RÉVALUATION : *c* Sự đánh giá lại. Tái định giá.

REVANCHARD : *tt* Phục thù. Phục hận. *đ* Kẻ có óc phục thù.

REVANCHE : *c* Sự phục thù. Sự phục hận.
À CHARGE de revanche : Miễn là cũng làm trả lại như thế.
EN revanche : Ngược lại. Bù lại.

REVANCHER (SE) : *đgt* Trả thù. Trả miếng. Trả đũa.

RÉVÉLATEUR : *tt* Tiết lộ. Phát lộ. Phát giác. *đ* Kẻ phát giác.

RÉVÉLER : *đgt* Tiết lộ. Lộ ý. Phát giác. Tỏ rõ.

REVENANT : *tt* Dễ ưa. *đ* Ma. Con ma. Người (đi vắng lâu) trở về.

REVENANT-BON : *đ* Tiền lời. Tiền lãi.

REVENDEUR : *đ* Người bán lại. Người bán lẻ.

REVENDICATEUR : *tt* Yêu sách. Đòi lại. Sách hoàn. *đ* Kẻ yêu sách.

REVENDICATIF : *tt* Yêu sách. Đòi lại.

REVENDICATION : *c* Sự yêu sách. Sự đòi lại. Sự sách hoàn.
ACTION EN revendication : Tố quyền sách hoàn. (*chỉ dùng khi đòi bất động sản*).

REVENDIQUER : *đgt* Yêu sách. Đòi lại (*tài vật*).

REVENDRE : *đgt* Bán lại.

REVENU : *đ* Lợi tức. Lợi nhuận.

REVÉRENTIEL : *tt* Kính cẩn.

REVERS : *đ* Thất bại. Thất trận. Bề trái. Mặt trái. / Sự thất thế.
À revers : Từ phía sau tới.

ATTAQUER à revers : Tấn công sau lưng.
Revers de la FORTUNE : Sự thất bại. Sự không may.
Revers de la MAIN : Mu bàn tay.
Revers de la MÉDAILLE : Mặt trái của câu chuyện. Mặt trái của đồng tiền.
Revers MILITAIRE : Thất trận.

REVÊTIR : *đgt* Phủ kín. Mặc vào.
Revêtir de sa SIGNATURE : Kể tên vào.

REVIREMENT : *đ* Sự nghịch chuyển. Sự thay đổi.
Revirement JURISPRUDENTIEL : Thay đổi án lệ. Tân án lệ.

REVISABLE : *tt* Có thể hiệu đính. Có thể tái xét.

REVISION : *c* Sự sửa lại một bản án (*vì có sự kiện mới*). Việc hiệu đính.
POURVOI en revision : Thượng tố tái thẩm.

RÉVOCABLE : *tt* Truất bãi. Phế bãi.
À TITRE TEMPORAIRE et révocable : Với tính cách tạm thời và bãi bỏ được.
PROCURATION révocable : Uỷ quyền khả bãi.

RÉVOCATION : *c* Sự triệt hồi. Sự đuổi đi. Sự phế bỏ.
Révocation d'HÉRITIER : Phế bỏ thừa kế.
Révocation d'un FONCTIONNIRE : Triệt hồi một viên chức.
Révocation d'un LEGS : Khước từ di tặng.

RÉVOCATOIRE : *tt* Thuộc về truất phế, phế bãi.
ACTION révocatoire : Tố quyền phế bãi.

RÉVOLTE : *c* Khởi nghiã. Vùng dậy. Khởi loạn. Nổi loạn. Nổi dậy.

REVOLTÉ : *tt* Nổi dậy. Nổi loạn. Bất bình. Công phẫn.
Révolté DEVANT UNE INJUSTICE : Công phẫn trước việc bất công.

RÉVOLTÉ : *đ* Người nổi dậy. Người nổi loạn. Người bất bình. Kẻ nổi loạn.

RÉVOLUTION : *c* Cách mệnh. Sự vùng dậy. Vụ khởi nghiã. Vụ nổi dậy.
Révolution du PALAIS : Mưu đồ cải thiện triều đình.
Révolution SANGLANTE : Cách mệnh đổ máu.
Révolution SOCIALE : Cải tổ xã hội.

RÉVOQUER : *đgt* Bãi chức. Triệt hồi. Cách chức. Truất quyền. Truất phế. Truất bãi. Huỷ bỏ.
Révoquer un LEGS : Huỷ bỏ một di tặng.
Révoquer un MINISTRE : Cách chức một bộ truởng.
Révoquer un TESTAMENT : Huỷ bỏ một chúc thư.

REVUE : *c* Sự kiểm điểm lại. Tạp chí.
Revue des DOCUMENTS : Kiểm soát tài liệu.
Revue MILITAIRE : Điểm binh. Duyệt binh.
Revue de PRESSE : Điểm báo.

REZ-DE-CHAUSSÉE : *đ* Tầng (nhà) ngay mặt đất. Tầng triệt (N). Tầng dưới (B).

RHÉTOTIQUE : *c* Thuật hùng biện. Tu từ học. Sự khoa trương.
FAIRE sa rhétorique : Lớp học thi Tú tài (*Pháp*).

RIBAUD : *tt* Trụy lạc. Bê tha. *đ* Kẻ trụy lạc. Người bê tha.

RIBOTE : *c* Sự say xưa. Sự chén chú chén anh.

RIBOTER : *đgt* Đánh chén.

RICHE : *tt* Giàu có. Phong phú.
Un HOMME riche : Người giàu có.
Une LANGUE riche : Ngôn ngữ phong phú.
NOUVEAU riche : Kẻ giàu nổi. Kẻ mới giàu. Kẻ học làm sang.
Une PLAIDOIRIE pas riche : Bài cãi không xuất sắc.
FAIRE un riche MARIAGE : Đào mỏ (*thân*).
Riche comme CRÉSUS : Giàu nứt đố đổ vách. Giầu như Thạch sùng.

RICHESSE : *c* Sự giàu có. Sự phong phú. Của cải. Tiền bạc.

RICTUS : *đ* Sự nhếch mép. Cười nửa miệng.

RIDICULE : *tt* Đáng nực cười. Lố lăng.
Tourner en RIDICULE : Làm thành lố bịch (ai).

RIEN : *tt* Chẳng đáng. Không quan trọng.

RIGIDE : *tt* Cứng rắn. Cứng đơ. Khô khan (bóng).
HOMME rigide : Người nhiều nguyên tắc.

RIGIDEMENT : *pht* Một cách cứng nhắc.
APPLIQUER rigidement la LOI :Áp dụng luật pháp một cách cứng nhắc.

RIGIDITÉ : *c* Sự cứng đơ.
Rigidité CADAVÉRIQUE : Xác chết cứng đơ.

RIGOUREUSEMENT : *pht* Một cách nghiêm túc, nghiêm khắc.

RIPOSTE : *c* Phản ứng (cãi vã, ẩu đả). Miếng đòn trả đũa. Trả miếng.

RIPOSTER : *đgt* Phản ứng khi bị tấn công.
Riposter à l'AVOCAT ADVERSE : Trả lời lập luận của luật sư đối phương.

RIRE : *đgt* Cười. Phì cười. Đùa chơi.
HISTOIRE de rire : Để đùa chơi.
SANS rire : Chuyện đứng đắn. Không rỡn.
Rire du BOUT DES DENTS : Cười khỉnh.
Rire SOUS CAPE : Cười thầm.

RISQUE : *đ* Điều bất trắc.
A SES risques et PÉRILS : Liều. Phó cho may rủi. Lời ăn lỗ chịu.
ASSURANCE TOUS risques : Bảo hiểm mọi tai biến.
AU risque DE : Có thể nguy hại tới.
À VOS risques et PÉRILS : Một mình anh chịu hoàn toàn may rủi.

RISQUER : *đgt* Đánh liều. Mạo hiểm.
QUI NE risque RIEN n'A RIEN : Không liều không được.
Risquer le PAQUET : Liều chơi xả láng.

Risquer le TOUT POUR LE TOUT :Được ăn cả ngã về không.
Risquer SA VIE : Liều mạng. Thục mạng.

RISTOURNE : *c* Món tiền được bớt (khi mua, bán).

RISTOURNER : *dgt* Bớt tiền. Chiết giá.

RITES : *c snh* Nghi lễ. Nghi thức lễ bái.

RITUEL : *tt* Theo nghi thức.

RIVAL : *đ* Đối thủ. Địch thủ. Tình địch.
SANS rival : Vô song. Không ai sánh kịp.

RIVALISER : *dgt* Cạnh tranh. Tranh đua.

RIVERAIN : *tt* Ven bờ. Ven đường. *đ* Kẻ ở ven bờ. Kẻ ở ven đường.

RIVERAINETÉ : *c* Quyền hưởng lợi nhuận ven bờ, ven đường.

RIVIÈRE : *c* Sông nước.
Rivière de DIAMANTS : Chuỗi (đầy) kim cương.
Rivière de SANG : Máu chảy thành sông.

RIXE : *c* Vụ ẩu đả. Vụ đánh lộn. Vự đấm đá.
Rixe SANGLANTE : Vụ đả thương.

ROBE : *c* Áo dài. Áo chùng. Áo thụng đen.
GENS de robe : Luật gia. Thầy tu. Những người qúy phái. Những người hay chữ.
NOBLESSE de robe : Qúy tộc tại triều.

ROBERTINE : *c* Luận án cử nhân ở đại học Sorbonne (xưa).

ROBOT : *đ* Người máy.

ROBOTISATION : *c* Sự dùng máy thay người.

ROBOTISER : *dgt* Trang bị máy móc thay người.

ROI : *đ* Vua. Vương. Quốc vương.
TRAVAILLER pour le roi de PRUSSE : Cơm nhà vác ngà voi.

RÔLE : *đ* Sổ đăng đường các vụ kiện (cuả một phiên xử). Danh sách. Vai trò. Công việc.
Le rôle est CHARGÉ : Qúa nhiều vụ xử trong một phiên toà.
Le rôle PRINCIPAL : Vai trò quan trọng.
À TOUR de rôle : Lần lượt rước sau.
JOUER un GRAND rôle : Giữ một vai trò quan trọng.
PRINCIPAL rôle : Diễn viên chính.

ROMAIN : *tt* Thuộc về La mã. *đ* Người La mã.
TRAVAIL de romain : Công việc khó khăn.

ROMAN : *đ* Tiểu thuyết. Truyện. Cuốn truyện.
Roman d'AMOUR : Truyện tình.
Roman HISTORIQUE : Truyện (dựa theo) lịch sử.
Roman à FEUILLETON : Truyện đăng từng kỳ. Tiểu thuyết chương hồi.

ROMANCER : *dgt* Tiểu thuyết hoá. Thi vị hoá (câu chuyện).

ROMANCIER : *đ* Tiểu thuyết gia Người viết truyện.

ROMANESQUE : *tt* Thơ mộng. Lãng mạn.

ROMANTIQUE : *tt* Lãng mạn. Có tính chất tiểu thuyết.

ROMANTISER : *dgt* Lãng mạn hoá.

ROMPRE : *dgt* Bẻ gẫy. Cắt đứt. Từ bỏ. Đoạn tuyệt.
Rompre son BAN : Chốn khỏ nơi bị quản thúc (lóng).
Rompre les FIANÇAILLES : Thoái hôn (phía nam). Từ hôn (phiá nữ).
Rompre la GLACE : Làm thân. Hết vẻ ngượng ngùng.
Rompre avec le PASSÉ : Đoạn tuyệt dĩ vãng.

ROSSE : *đ* Người ác độc.
Une FEMME rosse : Đàn bà nghiệt ngã.

ROSSÉ : *đ* Trận đòn. Một trận.

ROSSER : *dgt* Đánh đòn.

ROTARY : *đ* Phù luân hội.

ROTARIEN : Hội viên Phù luân.

ROUGIR : *dgt* Làm cho đỏ. Đỏ mặt vì thẹn thùng.
ROUGIR les mains : Bàn tay nhuốm máu. Bàn tay sát nhân.

ROUSPÉTER : *dgt* Cự nự (thân).

ROUSPÉTEUR : *đ* Kẻ hay cự nự.

ROUTE : *c* Đường cái quan. Đường sá.
CODE de la route : Luật lưu thông.
FAIRE FAUSSE route : Đi sai đường.
FEUILLE de route : Công vụ lệnh.
MISE en route : Khởi sự. Khởi công.
PERDRE la route : Lạc đường.
Route AERIENNE : Đường hàng không.
Route MARITIME : Đường thuỷ.

ROUTIER : *đ* Kẻ lái xe vận tải đường trường.
VIEUX routier : Kẻ lão luyện. Người từng trải.

RUPTURE : *c* Việc đoạn tuyệt . Sự tan vỡ. Sự tuyệt giao.
EN rupture d'AMITIÉ : Tuyệt tình bằng hữu.
Rupture d'un CONTRAT : Huỷ bỏ khế ước.
Rupture des RELATIONS DIPLOMATIQUE : Cắt đứt liên hệ ngoại giao.

RUSSOPHILE : *đ* Thân Nga. Kẻ thân Nga.

RUSSOPHILIE : *c* Tính thân Nga.

S

SABLAGE : *đ* Trải cát. Phun cát để rửa tường, Đánh bóng đồ đồng. Trải cát trên đường (cho tuyết bớt trơn).

SABLE : đ Cát.
LE GRAIN DE sable de PASCAL : Cái sảy nảy cái ung.
Sables MOUVANTS : Cát lún, xụp.

SABLER : *đgt* Trải cát.
Sabler le CHAMPAGNE : Ăn mừng. Ăn khao.

SABORDAGE : *đ* Đục thủng đáy tàu (*dịch*).

SABOTAGE : *đ* Sự phá hoại.

SABOTER : *đgt* Phá hoại.
Saboter un TRAVAIL : Phá công việc. Làm việc cẩu thả (*thân*).

SABOTEUR : *đ* Kẻ phá hoại.

SABRE : Kiếm (hình cong).

SABRER : *đgt* Chém bằng kiếm. / Bôi bỏ. Xoá đi. / Làm cẩu thả.

SAC : *đ* Bao. Túi. *Sắc*. Bụng. Dạ dày(B). Bao tử(N) .
AVOIR PLUS D'UN TOUR DANS SON sac : Có lắm mưu nhiều kế.
EN AVOIR PLEIN SON sac : Tọng cho đầy bụng (*thân*).
ÊTRE DANS LE sac : Ăn chắc rồi.
ÉPOUSER UN GROS sac : Cưới vợ giầu. Đào mỏ.
FOND DU sac : Tư tưởng thầm kín.
METTRE DANS LE MÊME sac : Coi như cùng một loại. Cá mè một lứa.
PRIS LA MAIN DANS le sac : Bị bắt quả tang (thân).
VIDER SON SAC : Nói hết ra. Khai tất cả.
Sac DE MALICE : Mánh khoé.
Sac À NOEUDS : Mối bòng bong.
Sac PERCÉ : Phá gia chi tử. Túi thủng. Tiền vào nhà khó, gió vào nhà chống.
Sac À VIN : Kẻ say túy lúy. Đồ đệ lưu linh.

SAC : *đ* Sự cướp phá. Túi. Bao. Ví (cầm tay phụ nữ).
METTRE à sac : Cướp sạch sành sanh.

SACCAGER : *đgt* Cướp phá. Phá phách. Phá tan hoang.

SACERDOCE : *c* Thiên chức. Giáo chức.
Sacerdoce de l'ENSEIGNANT : Thiên chức giáo sư.

SACRAMENTUM : Theo nghi lễ cổ.

SACRE : *đ* Lễ tấn phong. Lễ thụ ấn. Lễ phong vương. Lễ đăng quang.

SACRÉ : *tt* Thần thánh. Thiêng liêng. Lạ lùng. Quỷ quái, quái đản (*thân, tục*).
DROIT sacré : Quyền lợi thiêng liêng.
Un sacré TALENT : Một tài năng kỳ lạ.
UN sacré TEMPS : Thời tiết xấu.

SACRIFICE : *đ* Sự hy sinh.

SACRIFIÉ : *tt* Bị hy sinh. *đ* Kẻ bị hy sinh.

SACRIFIER : *đgt* Hy sinh.

SACRILÈGE : *đ* Sự phạm thượng. Sự nhạo báng

SADIQUE : *tt* Tính thích bạo tàn. *đ* Kẻ thích làm người khác đau đớn.

SAGA : *c* Chuyện riêng. Tư chuyện. Tiểu sử.

SAGE-FEMME : *c* Cô đỡ (B). Cô mụ (N). Nữ hộ sinh.

SAGACE : *tt* Minh mẫn. Sáng suốt.

SAGACITÉ : *c* Tính minh mẫn.

SAGE : *tt* Khôn ngoan. Khôn khéo. Hiền lành.
ENFANT sage : Đứa trẻ ngoan.

SAGE : *đ* Nhà hiền triết. Người giỏi.

SAGESSE : *c* Sự khôn ngoan. Sự giỏi giang.

SAIGNANT : *tt* Chẩy máu. Đổ máu.

SAIGNER : *đgt* Làm cho đổ máu. Chọc tiết. Thông rãnh nước. Bóc lột.
Saigner À BLANC : Cho chảy hết máu. Lột hết của cải.
Saigner COMME UN BOEUF : Máu chảy đầm đìa.

SAIN : *tt* Lành mạnh.
ALIMENT sain : Thực phẩm lành mạnh.
CORPS sain : Thân thể cường tráng (lành mạnh).
Sain de CORPS et d'ESPRIT : Tâm thần minh mẫn (*khi làm di chúc)*. Thân thể cường tráng.
Sain et SAUF : Bình an vô sự.

SAINT : *đ* Ông thánh. Thần thánh.
Saint SIÈGE : Toà thánh La mã.
IL VAUT MIEUX S'ADRESSER À DIEU QU'À

SES SAINTS : Quan xa nha gần.

SAINT-SIÈGE : *đ* Toà thánh La mã.

SAISI : *tt* Bị tịch biên. Bị tịch thu. Bị sai áp. *đ* Người bị (toà tuyên án) tịch biên.

SAISIE : *c* Sự sai áp. Sự tịch biên. Việc tịch thu.

SAISIE- ARRÊT : *c* Sai áp lương bổng.

SAISIE-BRANDON : *c* Sai áp hoa mầu (chưa gặt hái).

SAISIE-EXÉCUTION : *c* Tịch biên phát mại. (*tịch biên để bán*).

SAISIE-GAGERIE : *c* Sai áp bảo lưu.

SAISINE : *c* Việc yêu cầu toà thụ lý.

SAISISSABLE : *c* Có thể sai áp được.
NON saisissable : Không có thể sai áp được. (*đồ thờ tự,dụng cụ cần thiết cho đời sống hàng ngày).*

SAISISSANT : *đ* Kẻ đòi sai áp (*người khác).*

SAISIR : *đgt* Sai áp. Đòi toà thụ lý. Cầm nắm trong tay.
Saisir les BIENS : Sai áp tài vật.
Saisir le TRIBUNAL : Đòi tòa xét xử (cho mình).

SALAIRE : *đ* Lương bổng.

SALARIAT : *đ* Giới lao công. Giới được trả lương.

SALARIÉ : *đ* Kẻ được trả lương. Công nhân.

SALLE : *c* Phòng. Buồng.
Salle d'ATTENTE : Phòng đợi.
Salle d'AUDIENCE : Phòng xử án. Công đường.
Salle du CONSEIL : Phòng nghị án.
Salle d'OPÉRATION : Phòng mổ.
Salle des PAS PERDUS : Tiền đình.

SALUBRE : *tt* Sạch sẽ.
AIR salubre : Không khí trong sạch.
DEMEURE salubre : Nhà cửa sạch sẽ.

SALUBRITÉ : *đ* Sự sạch sẽ. Sự trong lành.

SALUER : *đgt* Chào. Chào mừng.

SALUT : *đ* Chào. Chào kính. Chào mừng. Cứu nguy. Cứu.
Salut de l'ÂME : Bến giác (*Phật*).
Salut aux COULEURS : Chào cờ.
Salut au DRAPEAU : Chào cờ.
Salut MILITAIRE : Chào kiểu quân nhân.
ARMÉE du salut : Đoàn quân khất thực.
COMITÉ de salut PUBLIC : Ủy ban cứu quốc.

SALUTAIRE : *tt* Hữu ích. Lợi ích.

SALVATEUR : *tt* Cứu nguy. Cứu khổ.

SALVE : *c* Một loạt đạn. Một tràng đạn.

SA MAJESTÉ (S.M.) : *c* Hoàng Thượng. Hoàng Đế. Hoàng Hậu.

SANCTIFICATION : *c* Sự hiển thánh. Việc thần thánh hoá.

SANCTION : *c* Sự chế tài. Việc trừng phạt. Sự giám sát.

SANCTIONNER : *đgt* Chế tài. Trừng phạt.

SANG : *đgt* Máu. Huyết.
AVOIR du sang SUR LES MAINS : Bàn tay vấy máu.
DROIT du sang : Quyền thế tập.
FAIRE du MAUVAIS sang : Lo lắng.
LAVER DANS le sang : Phục huyết cừu.
PRINCE de sang : Thân vương.
RONGER (SE) LES sangs : Lo âu. Băn khoăn.
SUER sang ET EAU : Cực nhọc. Vất vả.
Sang BLEU : Máu hoàng tộc. Máu vương giả.
Sang MÊLÉ : Máu lai. Hai giòng máu.

SANGLANT : Đổ máu. Vãy máu. Đẫm máu.

SANGLOT : *đ* Tiếng khóc nức nở. Tiếng thổn thức.
ÉCLATER en sanglots : Bật khóc thổn thức.

SANGLOTER : *đgt* Khóc nức nở. Khóc thổn thức.

SANGUINAIRE : *tt* Khát máu. Tàn ác. Tàn bạo.
ROI sanguinaire : Ông Vua đa sát.

SANS : *gt* Không. Thiếu sót.
Sans ABRI : Kẻ vô gia cư.
Sans CELA : Nếu không có thì...
Sans COEUR : Kẻ ác tâm.
Sans CONTREDIT : Không bác khước.
Sans DOUTE : Hẳn là.
Sans FAUTE : Chắc chắn. Nói chắc.
Sans FAÇON : Không khách sáo. Không khách khí. Không làm khách (thật thà).
Sans GÊNE : Người hay phiền hà. Kẻ nhiễu sự.
Sans-LE-SOUS : Kẻ không một xu dính túi.
Sans LOGIS : Kẻ không nhà không cửa.
Sans SOIN : Người cẩu thả. Kẻ bừa bãi.
Sans SOUCI : Kẻ vô tư lự. Kẻ không có việc lo nghĩ.

SAOUL : *tt* Say sưa. Say mềm.

SAOULER : *đgt* Làm cho say. Chuốc rượu.

SAPEUR : *đ* Công binh. Lính thợ.

SAPEUR-POMPIER : *đ* Lính cứu hoả.

SATELLISER : *đgt* Đưa vào qũy đạo.

SATELLITE : *c* Vệ tinh. Nước chư hầu. Lính hầu cận.
Satellite ARTIFICIELLE : Vệ tinh nhân tạo.

SATIÉTÉ : *c* Sự chán ngấy. Sự thừa mứa (*bóng*).

SATIRE : *c* Văn trào phúng. Văn chế giễu.

SATIRIQUE : *tt* Châm biếm. Châm chọc. Trào phúng.

SATISFAIRE : *đgt* Làm cho thoả thích. Làm cho thoả mãn. Làm cho vừa lòng.
Satisfaire les CRÉANCIERS : Hoàn tất trả tiền chủ nợ.

Satisfaire à une REQUÊTE : Thoả mãn một thỉnh cầu.
Satisfaire ses OBLIGATIONS : Hoàn thành nghiã vụ.

SATISFAIT : *tt* Được thỏa mãn. Được đắc ý.

SATISFECIT : *đ* Giấy khen. Bằng tưởng thưởng.

SATURER : *đgt* Làm cho chán chê. Làm cho thoả thuê.

SAUF : *tt* Thoát nguy. Thoát nạn.
AVOIR la VIE sauve : Thoát chết.
TOUT EST PERDU, sauf L'HONNEUR : Mất tất cả, ngoại trừ danh dự.

SAUF : *gt* Trừ phi.
Sauf votre RESPECT : Xin tha lỗi trước (cho lời sắp nới).

SAUF-CONDUIT : đ Giấy phép lưu thông.

SAUVEGARDE : c Sự bảo vệ. Sự che chở. Việc giữ gìn. Sự giữ cho nguyên vẹn.

SAUVEGARDER : đgt Bảo vệ. Che chở. Giữ gìn lại cho nguyên vẹn (vi tính).

SAUVER : đgt Cứu. Cứu sống.
Sauver les APPARENCES : Giữ thể diện.
Sauve QUI PEUT : Mạnh ai nấy chạy.

SAUVER (SE) : đgt Chạy trốn.

SAUVETAGE : đ Việc giải cứu.

SAVOIR : đgt Biết. Hiểu biết.
À savoir : Như là liệt kê sau đây.
FAIRE savoir : Cho hay, cho biết.
IL NE sait PAS CE QU'IL VEUT : Con người ẩm ớ.
NE VOULOIR RIEN savoir : Từ chối quyết liệt .
QUE JE SACHE : Theo chỗ tôi biết.

SCANDALE : đ Vụ tai tiếng. Vự bêu diếu.
FAIRE scandale : Làm cho tai tiếng. Bêu diếu. Làm cho mang tai mang tiếng.

SCEAU : đ Ấn tín. Con dấu. Con mộc.
GARDE des sceaux : Vị Chưởng ấn. Bộ trưởng tư pháp (Pháp).
SOUS LE SCEAU de la CONFIDENTIALITÉ : Với điều kiện kín mật (thư tín giữa ác luật sư).
SOUS LE SCEAU du SECRET : Xin giữ bí mật.

SCÉLÉRAT : tt Gian ác. đ Kẻ gian ác. Thủ đoạn gian ác.

SCÉLÉRATESSE : c Sự gian ác.

SCELLAGE : đ Việc niêm phong. Việc gắn kín. Việc dán kín.

SCELLÉ : đ Nơi bị niêm phong.

SCELLER : đgt Đóng dấu niêm phong.

SCEPTIMISME : đ Thuyết hoài nghi.

SCEPTIQUE : tt Hoài nghi.

SCHÉMA : đ Bản lược đồ.

SCIEMMENT : pht Chí tình. Cố ý. Cố tình.

SCIENCE : c Khoa học.
Science FICTION : Khoa học gỉa tưởng.

SCOLARISATION : c Sự cho đi học. Sự cho đi trường ốc.

SCRUPULE : đ Sự ngại ngùng. Sự chu đáo. Tính tiết tháo.
SANS scrupule : Làm bừa.

SCRUPULEUX : tt Thận trọng. Đắn đo.

SCRUTIN : đ Việc bỏ phiếu.

SECOURIR : đgt Cứu giúp. Chu cấp. Trợ cấp.

SECOURS : đ Việc trợ cấp. Việc chu cấp.
DEVOIR de secours : Bổn phận phải chu cấp (gia đình).

SECRET : tt Bí mật.

SECRÉTAIRE : *đ* Thư ký. Bàn giấy (xưa).

SECRÉTAIRE-D'ACTYLOGRAPHIE : Thư ký đánh máy.

SÉDITION : *c* Vụ phản loạn.

SÉDUCTEUR : *đ* Kẻ quyến rũ.

SÉDUCTION : *c* Sự quyến rũ.

SÉDUIRE : *đgt* Dụ dẫn. Quyến rũ. Lôi kéo.
Séduire les FEMMES : Làm phụ nữ siêu lòng.

SÉDUISANT : *tt* Hấp dẫn. Quyến rũ.

SÉLECT : *tt* Chọn lọc. Tao nhã. Lịch sự.

SEMBLABLE : *tt* Giống (nhau). Tương tự. *đ* Đồng chủng. Đồng loại.

SEMER : Gieo rắc.
Semer l'ARGENT : Vung tiền.
Semer la DISCORDE : Gieo mối bất hoà.
Semer les FAUSSES NOUVELLES : Gieo tin thất thiệt.
QUI sème le VENT RÉCOLTE LA TEMPÊTE : Gieo gió gặt bão.

SÉMINAIRE : *đ* Buổi thảo luận. Trường dòng.

SEMONCE : *c* Lời cảnh cáo.

SEMONCER : *đgt* Ra lệnh kéo kỳ hiệu trên tầu.

SÉNAT : *đ* Thượng nghị viện.

SÉNATEUR : *đ* Thượng nghị sĩ.

SENS : *đ* Giác quan. Cảm giác.
BON sens : Lương tri.
CONTRE sens : Ngược chiều. Trái nghĩa.
DONNER un sens à la VIE : Cho cuộc đời có ý nghiã.
PLAISIR des sens : Dục tính.
SIXIÈME sens : Linh khiếu. Giác quan thứ sáu.
Sens COMMUN : Lẽ thường.
Sens UNIQUE : Đừng một chiều. Độc đạo.

SENSÉ : *tt* Hợp lẽ. Đúng.
NUL N'EST sensé d'IGNORER la LOI : Không ai có quyền nói là không biết luật (*th.ng.l.*). Ai ai cũng phải biết pháp luật.

SENSUALITÉ : *c* Tính tà dâm.

SENSUELLEMENT : *pht* Dâm dục.

SENTENCE : *c* Bản án. (*thường dùng cho bản án hình sự*).
Sentence de MORT : Bản án tử hình.

SÉPARATION : *c* Sự ly cách. Sự chia ly. Sự biệt ly.
Séparation de BIENS : Biệt sản phu phụ. (tài sản của chồng biệt lập với tài sản người vợ).
Séparation de BIENS RÉDUITES AUX CQUÊTS : Biệt sản phu phụ ngoại trừ những mua tậu sau hôn thú).
Séparation de CORPS : Sự ly thân.(khác với *divorce*).
Séparation de FAIT : Ly thân thực tại(tự ý).
Séparation des POUVOIRS : Phân quyền.

SÉPULTURE : *c* Mộ phần.
VIOLATION de sépulture : Xâm phạm mộ phần.

SEREIN : *tt* Trong thanh. Trong sạch. Thanh thản (bóng).

SÉRÉNITÉ : *c* Sự thanh thản.
La sérénité d'un JUGE : Sự bình tâm của chánh án.

SÉRIEUSEMENT : *pht* Một cách đứng đắn. Một cách nghiêm chỉnh.

SÉRIEUX : *tt* Đứng đắn. Nghiêm chỉnh. Nghiêm túc. Đàng hoàng.

SERMENT : *đ* Lời tuyên thệ. Lời thề.
Serment d'AVOCAT : Lời thề của luật sư.
Serment d'HANNIBAL : Thề bất cộng đới thiên. Thề không đội trời chung.
Serment d'HYPOCRATE : Lời thề của y sĩ.
Serment d'IVROGNE : Thề ẩu thề tả. Thề cá trê chui ống.
Serment JUDICIAIRE : Tuyên thệ tài phán.
DÉFÉRER le serment : Thách thức thề bồi.
DÉPOSER SOUS serment : Thệ cung.

SERMONER : *đgt* La mắng. Mắng mỏ.

SERPENT MONÉTAIRE : *đ* Mãng xà (tiền tệ) hệ.

SERRE-BIJOUX : *đ* Hộp đựng tư trang.

SERRURE : *c* Ổ khoá.

SERRURERIE : *c* Nghề làm chìa khoá, ổ khoá. Nghề làm đồ sắt.

SERVANT : *đ* Người hầu. Gia nhân. Kẻ giúp việc.
CHEVALIER servant : Thanh niên phục vụ nữ giới.

SERRURIER : *đ* Thợ chữa khoá.

SERVICE : *đ* Công việc. Công vụ. Sự phục vụ. Sự giúp đỡ.

SERVIR : *đgt* Phụng sự. Phục dịch. / Hầu hạ.
Servir un INTÉRÊT : Trả tiền lãi.
Servir une PENSION : Trả tiền cấp dưỡng.

SÉVÈRE : *tt* Nghiêm khắc.

SÉVÈREMENT : *pht* Nghiêm khắc. Nghiêm ngặt.
SÉVIR sévèrement : Nghiêm phạt. Trừng trị nghiêm khắc. Thẳng tay trừng trị.

SERVITUDE : *c* Dịch quyền.
Servitude d'EAU : Dịch quyền thoát nước (thông nước).
Servitude d'ÉGOUT : Dịch quyền tháo cống.
Servitude *NON AEDIFICANDI :* Dịch quyền bất kiến trúc.
Servitude *NON ALTIUS TOLLENDI :* Dịch quyền hạn chế xây cất.
Servitude NON APPARENTE : Dịch quyền bất kiến.
Sevitude de PASSAGE : Dịch quyền vãng lai.
Servitude PASSIVE : Dịch quyên thụ động.
Servitude de VUE : Dịch quyền ngắm cảnh.

SÉVICES : *đ snh* Hành động hung bạo.

SÉVIR : *đgt* Nghiêm trị.

SIBYLLIN : *tt* Khó hiểu. Bí ẩn.
PHRASE sibylline : Câu nói khó hiểu.
RÉPONSE sibylline : Câu trả lời úp mở.

SIÈGE : *đ* Ghế ngồi. Trụ sở.
Siège de la SOCIÉTÉ : Trụ sở (địa chỉ) thương hội.
ÉTAT de siège : Giới nghiêm.
LEVER le siège : Giải vây.
MAGISTRAT du siège : Thẩm phán tọa thẩm. (*khác với Magistrature Debout : Thẩm phán kết tội*).

SIGNAL : *đ* Tín hiệu. / Thủ hiệu.
Signal SECRET : Ám hiệu.

SITUATION : *c* Tình trạng. Tình huống.
Situation FINANCIÈRE : Tình trạng tài chính.
Situation POLITIQUE : Chính cuộc. Chính tình.

SOUVERAINÊTÉ : *c* Chủ quyền.
Souveraineté NATIONALE : Chủ quyền quốc gia.

SPATIONAUTÉ : *đ* Phi hành gia không gian.

SUBJECTIF : *tt* Chủ quan.

SUBJECTIVITÉ : *c* Thuyết chủ quan.

SUCCÉDANÉ : *tt* Thế phẩm.

SUFFISANT : *tt* Tự tại. Đủ. Đầy đủ.

SURVEILLANT : *đ* Giám thị. Quản giáo.
Surveillant d'un LYCÉE : Giám thị trường Trung học.
Surveillant d'une PRISON : Quản giáo nhà lao.

SURVEILLER : *đgt* Giám sát. Kiểm soát.

SUPPOSER : *đgt* Dả như. Giả như.

SYNALAGMATIQUE : *tt* Song phương. Tay đôi. Hai bên.
CONTRAT synallamatique : Khế ước song phương.

SYNTAXE : *c* Cú pháp. Thuật viết văn.

T

TABAC : *đ* Thuốc lá. Thuốc lào.
AVOIR le GROS tabac : Được hoan nghênh.
BUREAU de tabac : Nơi bán thuốc lá (ở Pháp).
COUP de tabac : Trời tối sầm. Trời u ám.
DU MÊME tabac : Cùng một giới.
PASSAGE au tabac : Tra tấn. Đánh đập tơi bời (thân).

TABASSÉE : *c* Trận đòn thù.

TABLE : *c* Bàn. Bàn ăn. Biểu. Bản.
AIMER la table : Thích ăn khoái khẩu.
À table : Ngồi vào bàn ăn.
BÉNIR la table : Đọc kinh trước khi ăn (*tôn*).
DRESSER la table : Dọn cơm. Bày bàn (ăn).
FAIRE table RASE : Bôi. Bỏ, Dọn sạch cái cũ.
LOI DES DOUZES tables : Thập nhị biểu (*cổ luật*).
METTRE (SE) à table : Cung khai. Khai điều bí mật (khi bị tra tấn)(*lóng*). Thú nhận (*lóng*).
PARTAGER la table : Chia xẻ bữa cơm. Chia bùi xẻ ngọt.
ROULER SOUS la table : Say tràn Qúy Tỵ. Say ngã lăn quay.
TENNIS de table : Bóng bàn.
Table ALPHABÉTIQUE : Bản 24 mẫu tự la-tinh.
Table BANCALE : Bàn khấp khểnh.
Table CHRONOLOGIQUE : Biểu niên đại. Biên niên.
Table des MATIÈRES : Mục lục.
Table GÉNÉALOGIQUE : Tờ tông chi. Phả hệ.
Table RONDE : Hội nghị bình đẳng (bàn tròn).

TABLEAU : *đ* Bảng. Danh biểu. Bức tranh. Bức họa.
Tableau COMPARATIF : Bảng đối chiếu.
Tableau d'AVANCEMENT : Danh sánh những người được thăng trật. Biểu thăng trật.
Tableau des AVOCATS : Danh biểu luật sư.
Tableau d'AVANCEMENT : Bảng thăng thưởng.
Tableau de DEGAS : Bức họa của Degas.
Tableau RÉCAPITULATIF : Bảng tổng kê.
Tableau STATISTIQUE : Bảng thống kê.
Tableau VIVANT : Hoạt cảnh.

TABLÉE : *c* Cả bàn (toàn thể người ngồi cùng bàn ăn).

TABOU : *đ* Điều cấm kỵ. Vật linh thiêng.

TACHE : *c* Dơ ố. Vết nhơ, vết ố. Tỳ ố. Hà tỳ.

TACHER : *đgt* Làm dơ, làm ố. (*xem thêm chữ ENTACHER).*

TÂCHE : *c* Công việc. Nhiệm vụ. Phận sự. Việc phải làm.
MOURIR à la tâche : Làm việc chết thôi.
TRAVAIL à la tâche : Làm khoán.

TÂCHER : *đgt* Cố gắng. Ra công, ra sức.

TACHERON : *đ* Cai thầu. Thợ làm khoán. Người làm việc hùng hục (mà không có sáng kiến).

TACITE : *tt* Âm thầm. Mặc nhiên. Đồng ý ngầm. Hiểu ngầm. Ngấm ngầm.
Tacite RECONDUCTION : Mặc nhiên tiếp tục. (*hợp đồng*).
ACCEPTATION tacite : Mặc nhiên chấp thuận.
AVEU tacite : Mặc nhiên thú nhận.
CONSENTEMENT tacite : Mặc nhiên ưng thuận.
RECONNAISSANCE tacite : Mặc nhiên công nhận.
Tacite RECONDUCTION : Mặc nhiên tiếp tục. Mặc nhiên tái tục.

TACTICIEN : *đ* Chiến thuật gia. Sách lược gia.

TACTIQUE : *c* Chiến thuật. Sách lược.

TAILLABLE : *tt* Chịu sưu thuế.

TAILLE : *c* Sưu, Thuế (xưa). Tầm vóc. Kích thước.
DE taille : Quan trọng. Có tầm vóc lớn.
ETRE de taille à : Đủ sức để (chống trọi).

TAIRE : *đgt* Không nói ra.
Taire (SE) : Tịnh khẩu. Giữ im lặng. Không nói ra.

TALENT : *đ* Tài ba. Có tài.
AVOCAT de talent : Luật sư tài ba.

TALENTUEUX : *tt* Tài giỏi. Tài danh .
HOMME talentueux : Người (có) tài.

TALION : *đ* Hình phạt.

TALKIE-WALKIE : Máy bộ đàm. Điện thoại vừ đi vừa nói. (*xem chữ CELLULAIRE, chữ PORTABLE).*

TAMPON : *đ* Ấn tín. Con ấn, con dấu, con triện, con mộc. / Đệm. / Độn. / Nệm.
ÉTAT tampon : Quốc gia (dùng) làm đúm. (giữa 2 quốc gia thù nghịch khác).
Tampon de la POSTE : Con dấu bưu điện.

TANDIS QUE : *lng* Trong khi mà. Đáng lẽ ra.

TANGIBLE : *tt* Sờ nắn được. Rành rành.

PREUVE tangible : Chứng cớ rành rành. Chứng cớ hiển nhiên.

TANK : *đ* Chiến xa. Xe tăng. Tầu bò.

TAPAGE : *đ* Sự (tiếng) ồn ào, tiếng động mạnh. Sự huyên náo.
Tapage INJURIEUX : Âm ĩ thoá mạ.
Tapage NOCTURNE : Huyên náo đêm (canh) khuya.

TAPAGER : *đgt* Làm ồn ào.

TAPAGEUR : *tt* Loè loẹt. Làm cho mọi người chu ý.

TAPER : *đgt* Đánh. Đập. Đánh máy chữ.
Taper à la MACHINE : Đánh máy (chữ).
Taper QUELQU'UN : Đánh ai.
Taper un VERRE : Nốc rượu (thân).
Taper dans le VENTRE de QUELQU'UN : Đối xử suồng sã với ai.

TAPIN : *đ* Lính đánh trống.
FAIRE le tapin : Làm đĩ. Làm điếm. Đánh đĩ.

TAPIS : *đ* Tấm thảm.
ALLER au tapis : Bị đánh gục. Bị hạ đo ván.
AMUSER le tapis : Tiếu lâm cho thiên hạ vui cười.
METTRE une AFFAIRE au tapis : Đưa việc ra bàn cãi.

TAQUIN : *tt* Tính hay chọc ghẹo. *đ* Kẻ hay châm chọc.

TARD : *pht* Chậm trễ. Muộn màng. Khuya khoắt.
AU PLUS tard : Chậm nhất.
IL FAIT tard : Đêm đã khuya rồi.
MIEUX VAUT tard que JAMAIS :Chậm còn hơn không.
PLUS tard : Sau này.
TÔT ou tard : Sớm hay muộn (rồi cũng...). Chẳng chóng thì chày.

TARDER : *đgt* Diên trì. Kéo giải ra, cho lâu thêm.
Tarder une AFFAIRE : Diên trì vụ xử.

TARIF : *đ* Giá cả. Giá mục. Giá biểu. Bảng giá. / Thuế xuất.
Tarif de FAVEUR : Giá mục biệt ân, biệt huệ.
Tarif de DOUANES : Giá mục quan thuế, hải quan. Thuế cửa khẩu.
Tarif d'IMPÔTS : Giá mục thuế khoá.
Tarif des FRAIS DE JUSTICE : Giá biểu tụng phí.
Tarif de FRAIS et DEPENS : Giá biểu lệ phí và án phí.

TAUX : *đ* Suất. Lợi suất. / Tỷ lệ, tỷ suất. Định ngạch. / Hối xuất.
Taux BANCAIRE : Lợi xuất nhân hàng.
Taux de CHANGE : Hối xuất.
Taux CONVENTIONNEL : Lợi suất quy định.
Taux du DOLLAR : Hối xuất mỹ kim. Tỷ giá mỹ kim.
Taux d'ESCOMPTE : Lợi suất chiết khấu
Taux d'INTÉRÊT : Lãi xuất.
Taux d'INFIRMITÉ : Định ngạch (định mức) tàn phế.
Taux LÉGAL : Lãi xuất luật định. Lãi xuất chính thức.

TAXATION : *c* Sự đánh thuế. Sự định nghạch lệ phí.

TAXATIF : *tt* Có thể đánh thuế được.

TAXE : *c* Giá cả. Giá quy định. Lệ phí. Thuế.
Taxe d'ABATTAGE : Thuế đốn cây.
Taxe d'ABATTOIR : Thuế sát sinh. Thuế ba-toa.
Taxe ADDITIONELLE : Thuế tăng bổ, phụ thu.
Taxe de CIRCULATION : Thuế lưu thông. Chu lưu. Thuế cầu, đường. Mãi lộ.
Taxe de CONSOMMATION : Thuế tiêu thụ.
Taxe de CURAGE : Thuế khơi đường nước, thuế kênh mương.
Taxe à l'EXPORTATION : Thuế xuất cảnh, xuất cảng.
Taxe FONCIER : Thuế điền trạch. Thuế thổ trạch.
Taxe de LUXE : Thuế xa xỉ.
Taxe à l'IMPORTATION : Thuế nhập cảnh, Thuế nhập khẩu, nhập nội.
Taxe POSTALE : Bưu phí.
Taxe PROFESSIONNELLE : Thuế nghề nghiệp. *Patente cũ).*
Taxe sur le REVENU : Thuế lợi tức. Thuế thu nhập.
Taxe de VOIRIE : Thuế lộ chính.
Taxe VICINALE : Thuế hương lộ.

TAXER : đgt Đánh thuế. Định ngạch.

TAYLOR : *đ* Người Mỹ, (1856-1915) ông chủ trương phân công, làm từng khâu, tổ chức hợp lý lao động sản xuất để đạt năng xuất cao.

TAYLORISATION : *c* Sự áp dụng phương pháp giây chuyền tay-lo.

TAYLORISER : *đgt* Áp dụng phương pháp tay-lo (trong quy trình sản xuất).

TECHNICIEN : *đ* Nhà kỹ thuật. Kỹ thuật gia. Nhà chuyên môn. Chuyên viên. Cán bộ kỹ thuật.

TECHNICITÉ : *c* Kỹ thuật tính. Chuyên khoa tính.

TECHNIQUE : *tt* Thuộc về kỹ thuật. Chuyên môn, chuyên khoa.

TECHNOLOGIE : *c* Kỹ thuật học.

TÉLÉCOPIE : *c* Điện thư. Viễn thư (*như chữ FAX*)

TÉLÉGRAMME : *đ* Điện báo. Điện tín. Điện văn.
Télégramme DE SERVICE : Công điện.

TÉLÉGRAPHE : *đ* Máy điện báo, điện tín.

TÉLÉGRAPHIE : *c* Máy điện tín.
Télégraphie SANS FIL : Vô tuyến điện tín.

TÉLÉGRAPHIER : *đgt* Đánh điện tín.

TÉLÉPHONE : *đ* Máy điện thoại. Máy nói. Dây nói.
Téléphone CELLULAIRE : Điện thoại bộ đàm.

Téléphone PORTABLE : Điện thọai bộ đàm, cầm tay.

TÉLÉPHONER : *dgt* Nói điện thoại. Gọi điện thoại. Gọi dây nói.
Décrocher le téléphone : Bốc máy trả lời điện thoại.

TÉLÉVISEUR : *d* Máy phát hình. Máy truyền hình. Tivi. Tê lê.

TÉLÉVISION : *c* Vô tuyến truyền hình.
PROGRAMME de télévision : Chương trình phát hình.

TÉMOIGNAGE : *d* Việc làm chứng.
ÊTRE APPELÉ au témoignage : (bị) gọi ra làm chứng.
FAUX témoignage : Chứng gian.
Témoignage CHARGE : Lời chứng buộc tội.
Témoignage À DÉCHARGE : Lời chứng buộc tội.
Témoignage de RCONNAISSANCE : Tình ân nghiã.
Témoignage de SATISFACTION : Thật vừa lòng.

TÉMOIGNER : *dgt* Làm chứng. Chứng tỏ. Biểu lộ. Tỏ lòng. Tỏ ý.

TÉMOIN : *d* Người làm chứng. Nhân chứng.
CITATION de témoin : Trát gọi làm chứng.
FAUX témoin : Người làm chứng gian. Gian chứng.
FAUX témoin : Nhân chứng gian.
PRENDRE QUELQU' UN à témoin : Nhờ ai làm chứng.
Témoin À CHARGE : Nhân chứng buộc tội (*can phạm*).
Témoin À DÉCHARGE : Nhân chứng gỡ tội (*cho can phạm*).
Témoin AURICULAIRE : Thực nhĩ sở thính. Nhĩ chứng. Nhân chứng đích tai nghe câu chuyện.
Témoin CERTIFICATEUR : Nhân chứng bút khai.
Témoin DE MORALITÉ : Nhân chứng chứng nhận về hạnh kiểm.
Témoin *DE VISU* : Thực mục sở thị. Thị chứng. Nhân chứng chính mắt nhìn thấy sự kiện.
Témoin HONORAIRE : Chứng nhân danh dự.
Témoin INSTRUMENTAIRE : Chứng nhân kiến chứng.
Témoin JUDICIAIRE : Chứng nhân tư pháp.
Témoin OCULAIRE : Thực mục sở thị. Thị chứng.

TEMPÉRAMENT : *d* Tính tình. Tính nết. Hoà hoãn.
VENTE À tempérament : Bán hàng cho trả góp.

TEMPORAIRE : *tt* Nhất thời. Tạm thời. Lâm thời.
POUVOIR temporaire : Quyền hạn nhất thời, lâm thời.
TRAVAIL temporaire : Công việc tạm bợ.

TEMPOREL : *tt* Thế tục. Thế quyền.
BIENS temporels : Của cải thế tục. Tục sản.
POUVOIR temporel : Tục quyền. Quyền thế tục.
SÉPARATION du temporel et du SPIRITUEL : Sự tách biệt giữa thế quyền và thần quyền.

TEMPORISANT : *tt* Hoãn trì. Diên trì.

TEMPORISATEUR : *d* Người hoãn trì.

TEMPORISATION : *c* Sự hoãn trì.

TEMPORISEUR : *d* Người hay hoãn trì.

TEMPS : *d* Thì. Thời. Thời gian, Thời giờ. Thời khắc.
Temps de CHIEN : Trời mưa gió.
Temps de DÉTENTION : Thời gian bị câu lưu, Thời gian bị giam cầm.
Temps de GUERRE : Thời chiến.
Temps de PAIX : Thời bình.
Temps de PROBITÉ : Thời gian thử thách.
Temps de SERVICE : Thời gian phục vụ.
Temps de TRAVAIL : Thời gian công tác, làm việc.
Temps UNIVERSEL : Giờ quốc tế.
A temps : Kịp thời. Đúng thời.
AVOIR FAIT son temps : Hết mốt. Đã phục vụ song rồi.
BON (AU) VIEUX temps : Thời thanh bình xa xưa.
DEPUIS LE temps : Lâu quá rồi.
DE temps à AUTRE : Thỉnh thoảng.
DE temps IMMÉMORIAL : Từ thuở khai thiên lập ðða. Từ thời ông Bành tổ.
DE TOUT temps : Thời nào cũng vậy.
EN MÊME temps : Cùng một lúc.
EN temps de GUERRE :Trong thời chiến.
EN temps et LIEU : Đúng lúc đúng chỗ.
EN temps ORDINAIRE : Thời bình.
ETRE DE SON temps : Sống theo nhịp sốngthời đại.
GROS temps : Trời dông bão.
NUIT des temps : Thuở khai thiên lập địa.

TENACE : *tt* Bền bỉ. Dai dẳng.
FROID tenace : Độ rét dai dẳng.

TENACITÉ : *c* Tính dai dẳng.

TENAILLANT : *tt* Giầy vò. Day rứt.

TENANCE : *c* Thừa canh.

TENANCIER : *d* Người thừa canh. Chủ quán. Chủ trì.
Tenancier d'une MAISON DE JEU : Chủ sòng bài
Tenancier d'un RESTAURANT : Chủ tiệm cơm. Chủ nhà hàng (cơm).
FRANC tenancier : Người chủ trì (*được*) miễn thuế.
GRAND tenancier : Đại thừa canh (*quản lý tất cả*).

TENANT : *tt* Mạch. *d* Người bảo hộ
D' UN SEUL tenant : Liền một mảnh.
TOUT d' un tenant : Liền một mạch.

TENANTE SÉANCE : *c* Đương đường. Đương hội.

TENANTS ET ABOUTISSANTS : *lng* Đầu đuôi. Từ đầu đến cuối. Lai lịch (*bóng*).
Tenants et aboutissants d'une AFFAIRE : Đầu đuôi sự việc.
Tenants et aboutissants d'UNE PERSONNE : Lai lịch, (lý lịch, tông chi) một người.
Tenants et aboutissants d'UN TERRAIN : Lai lịch (tông tri) một thửa đất.

TENDANCE : *c* Khuynh hướng. Thiên hướng. Xu hướng.
PROCÈS de tendance : Vụ án (chỉ) vì khuynh hướng.

TENDANCIEL : *tt* Thuộc về xu hướng.

TENDANCIEUX : Có khuynh hướng. Có xu hướng. Có dụng ý (xấu).

TENDANCIEUSEMENT : *pht* Có dụng ý (xấu).

TENEUR : *đ* Nội văn. Nội dung. Thành sắc. Dung lượng.
Teneur EN OR : Thành sắc (*hàm lượng*) vàng.
Teneur d'un JUGEMENT : Nội dung bản án.
Teneur d'un TRAITÉ : Nội văn một thoả ước.

TENEUR : *đ* Người cai quản. Quản lý.

TENIR : *đgt* Cầm. Nắm. Giữ. Chu trì.
Tenir une AUDIENCE : Chủ tọa một phiên xử.
Tenir un CONSEIL : Họp hội đồng.
Tenir en ÉCHEC : Làm cho thất bại.
Tenir en ESTIME : Quý trọng.
Tenir le MONOPOLE : Giữ độc quyền.
Tenir sa PAROLE : Thủ tín. Giữ lời hứa.
Tenir le POUVOIR : Giữ quyền chính.
Tenir POUR : Coi như.
Tenir une RÉUNION : Chủ trì phiên họp.
Tenir en RESPECT : Đề phòng.

TENSION : *đ* Căng thẳng. Gay go.
Tension DIPLOMATIQUE : Tình hình ngoại giao căng thẳng.
Tension FINANCIxRE : Tình trạng tài chính gay go.

TENTATIVE : *c* Dự toan. Mưu đồ. Thử. Thử coi, thử xem sao. / Toan phạm tội.
Tentative d'ASSASSINAT : Toan mưu sát; ám sát.
Tentative de CONCILIATION : Thử hoà giải. Tìm cách hoà giải.
Tentative de VOL : Toan trộm cắp.

TENTER : *đgt* Thử. Làm thử xem sao ?
Tenter sa CHANCE : Thử thời vận.
Tenter FORTUNE : Cầu âu. Cầu may.

TENU : *tt* bắt buộc.
À L'IMPOSSIBLE, NUL N'EST tenu : Bất khả tất miễn (th.ng. l.); (*Không ai buộc phải làm điều không thể làm được*).

TENUE : *c* Việc giữ gìn. Y phục. Trang phục. Tác phong
GRANDE tenue : Đại phẩm phục.
MANQUE de tenue : Thiếu tác phong.
PETITE tenue : Quần áo hở hang, lõa lồ.
Tenue de COUR : Triều phục. Phẩm phục đại triều.
Tenue de GALA : Y phục đại dạ hội.
Tenue des LIVRES : Giữ sổ sách.
Tenue MILITAIRE : Quân phục.
Tenue de SOIRÉE : Dạ phục.
Tenue de VILLE : Thường phục.

TENURE : *c* Tô địa. Thừa địa. Nhượng địa. Quan hệ phụ thuộc.
Tenure À BAIL : Tô nghiệp.
Tenure en CENSIVE : Thừa địa phải niên cống.
Tenure de CHEVALIER : Thừa địa võ tộc.
Tenure en CENSIVE : Thừa địa phải niên cống. Niên tô.
Tenure FAMILIALE : Tổ nghiệp gia tộc.
Tenure FÉODALE : Thừa địa phong kiến.
Tenure en FIEF : Thừa địa thái ấp (*đất do nhà vua cấp*).
Tenure en FRANC ALLEU : Thừa địa miễn thuế.

TERGIVERSER : *đgt* Lần lữa. / Lần chần tránh né.

TERME : *đ* Kỳ hạn. Thời hạn. Định hạn. Giới hạn.
À terme : Hoãn hạn. Hoãn hiệu.
À COURT terme : Ngắn hạn.
À LONG terme : Dài hạn.
AU terme DE LA VIE : Lúc cuộc đời xế chiều.
ÊTRE EN BON TERME AVEC SES VOISINS : Có quan hệ tốt với lối xóm, láng giềng.
PARLER DE QUELQU'UN EN MAUVAIS termes : Nói về ai với lời lẽ dèm chê.
AUX termes DE... : Theo ngôn từ...
AUX termes DU CONTRAT : Theo điều khoản ghi trong khế ước (*trong giao kèo*).
EN D'AUTRES termes : Nói một cách khác.
EN PROPRES termes : Chính với lời lẽ như thế.
EN termes PROPRES : Với những lời lẽ thích đáng.
ÊTRE PLANTÉ COMME UN terme : Trơ như phỗng đá.
PESER SES termes : Đắn đo lời lẽ.
ENFANT NÉ AVANT terme : Trẻ sinh non. (*sanh trước hạn*).
DERNIER JOUR DU terme : Ngày đáo hạn (*ngày cuối*).
EXPIRATION DU terme : Mãn hạn.
MARCHÉ à terme : Mậu dịch hoãn hiệu.
OPÉRATION à terme : Dịch vụ hoãn hiệu.
REGLEMENTS à terme : Thanh toán định kỳ, Trả tiền từng kỳ hạn.
Terme CERTAIN : Hạn kỳ xác định.
Terme de COMPARAISON : Vế (*lời lẽ*) so sánh.
Terme de DROIT : Hạn kỳ pháp định.
Terme ÉCHU : Đáo hạn. Tới hạn trả tiền.
Terme EXTINCTIF : Hạn kỳ tiêu diệt.
Terme de GRACE : Hạn kỳ ân huệ.
Terme INCERTAIN : Hạn kỳ bất minh, bất định.
Terme de RIGEUR : Hạn kỳ nghiêm xác, minh xác. Ký hạn bất di bất dịch.
Terme SUSPENSIF : Hạn kỳ hưu chỉ, đình chỉ.

TERMINOLOGIE : *c* Thuật ngữ. Chuyên ngữ.

TERMINUS : *đ* Trạm cuối cùng. Chung điểm.
Terminus d'un autobus : Trạm cuối của một tuyến đường (xe buýt).

TERNE : *tt* Lờ mờ. Lờ đờ. Xỉn. / Tẻ nhạt.
HOMME terne : Người tầm thường.

TERRAIN : *đ* Đất. Đất cát. Đất đai. Khoảng đất. Mảnh đất. Miếng đất. Thửa đất. Bãi đất. Địa bàn.
Terrain CLOS : Mảnh đất được rào kín.
Terrain CULTIVÉ : Đất được trồng trọt, khai thác.
Terrain d'ATTERRISSAGE : Phi đạo.
Terrain d'AVIATION : Phi trường. Bãi máy bay.
Terrain d'ENTENTE : Cơ sở thương thuyết. Cơ sở thỏa thuận.
Terrain de SPORT : Vận động trường. Sân thể dục.
Terrain NU : Đất bỏ hoang không trồng trọt.
Terrain VAGUE : Đất bỏ hoang, bỏ trống.
AVOIR L'AVANTAGE du terrain : Lợi địa (lợi thế).

SONDER le terrain : Thăm dò tình thế.
ALLER SUR le terrain : Đi đấu gươm, đấu kiếm.
DISPUTER le terrain : Tranh giành từng tấc đất.
ÊTRE sur son terrain : Đúng môi trường (cuả mình).
OCCUPER le terrain : Chiếm một bãi đất.
TOUT terrain : Mọi loại đường.(*V.T.T. vélo tout terrain xe đạp đi được trên mọi loại loại đường*).

TERRE : *c* Đất. Địa. Điền. Thổ. / Lục địa. / *Trái đất*
ARMÉE de terre : Lục quân. Bộ binh.
AVOIR LES PIEDS SUR terre : Có óc thực tế. Không mơ tưởng hão huyền.
BATTRE QUELQU' UN À terre : Công kích người thất thế.
METTRE QUELQU' UN À terre : Quật ngã người ta. Làm cho không cho ngóc đầu lên.
METTRE QUELQU'UN EN terre : Chôn cất ai. Mai táng.
REMUER CIEL ET terre : Khuấy trời, đội đất.
RENTRER SOUS terre : Chỉ muốn độn thổ (vì xấu hổ).
REVENIR À terre : Trở lại với thực tế. Hết mơ tưởng hão huyền.
VENTRE à terre : Chạy cho nhanh.
TANT QUE LA terre POURRA NOUS PORTER : Đi đến đâu cũng được.
TERRE À terre : Tầm thường. Không cao cả. Bình dân.
Terre FERME : Đất liền. Lục địa.
Terre FERTILE : Đất mầu mỡ. Đát phì nhiêu.
Terre GLAISE : Đất sét (*dùng làm gạch ngói*).
Terre PROMISE : Đất hứa. Vùng đất ước mơ. Miền Chanaan, Trời hứa cho dân Do Thái. Vùng đất phì nhiêu, thịnh vượng.
Terre SAINTE : Thánh địa.
Terre SANS MAITRE : Đất vô chủ.
Terre VIERGE : Đất hoang. Đất bỏ trống.

TERREUR : *c* Sự khiếp sợ, khiếp đảm. / Sự khủng bố.
POLITIQUE DE terreur : Chính sách khủng bố.
Terreur BLANCHE : Khủng bố thẳng tay. Khủng bố trắng trợn.

TERRIEN : *đ* Thuộc về đất đai. / Người cư ngụ trên địa cầu.
PROPRIÉTAIRE terrien : Địa chủ.

TERRITOIRE : *đ* Địa hạt. Lãnh thổ. Quản hạt.
Territoire AUTONOME : Lãnh thổ tự trị.
Territoire d' UN VILLAGE : Địa hạt của một làng, ấp.
Territoire d' UN ÉTAT : Lãnh thổ quốc gia.

TERRITORIAL : *tt* Thuộc về lãnh thổ. / Thuộc về quản hạt.
ARMÉE territoriale : Quân dự bị lớn tuổi (xưa). Địa phương quân.
COMPÉTENCE territoriale : Thẩm quyền quản hạt.
EAUX territoriales : Hải phận quốc gia.
INTÉGRITÉ territoriale : Toàn vẹn lãnh thổ.

TERRITORIALITÉ : *c* Quyền lãnh thổ. Tính chất lãnh thổ.
Territorialité DE LA COMPÉTENCE : Thẩm quyền quản hạt.

TERRORISER : *đgt* Làm cho khiếp sợ (*đảm*). Khủng bố.

TERRORISME : *đ* Chính sách khủng bố. Chủ trương khủng bố.

TERRORISTE : *tt* Thuộc về khủng bố. *đ* Kẻ khũng bố.
ATTENTAT terroriste : Phá hoại (để) khủng bố.

TERTRE : *đ* Nấm đất. Mô đất. Gò đống.
Tertre FUNÉRAIRE : Nấm mộ.

TESSON : *đ* Mảnh chai thủy tinh vỡ.
MUR planté de tessons : Tường cắm thuỷ tinh vở.

TEST : *đ* Thử thách. Đố. / Trắc nghiệm. / Bài thi bằng thử nghiệm.

TESTAMENT : *đ* Di chúc. Di ngôn. Di sách. Chúc ngôn. Chúc thư.
CADUCITÉ du testament : Tình trạng vô hiệu cuả tờ di chúc.
REVOCATION du testament : Truất bãi di chúc, chúc thư, di sách.
Testament *AB IRATO* : Chúc thư lập trong lúc tức giận.
Testament AUTHENTIQUE : Chúc thư công chính.
Testament INOFFICIEUX : Chúc thư bất luân.
Testament MYSTIQUE (SECRET) : Chúc thư bí mật. (*do chính người lập chúc viết và giao cho chưởng khế đóng dấu, đăng ký*).
Testament NUNCUPATIF : Chúc thư nói miệng. Di ngôn (*khẩu ðồu*). (*lời dặn dò lúc lâm chung*).
Testament OLOGRAPHE : Chúc thư tự bút, thủ bút. (*do chính tay người lập chúc viết, chúc thư này có thể đăng kể được*).
Testament PARTAGE : Chúc thư phân sản.
Testament POLITIQUE : Chúc thư (chúc ngôn) chính trị. Di huấn chính trị.
Testament PRIVILÉGIÉ : Chúc thư đặc quyền.
Testament PUBLIC : Chúc thư công thự.
ANCIEN testament : Kinh Cựu ước (*tôn*).
NOUVEAU testament : Kinh Tân ước(*tôn*).

TESTAMENTAIRE : *đ* Người thừa kế. *tt* Thuộc về thừa kế.
DISPOSITION testamentaire : Điều khoản di chúc.
DROIT testamentaire : Quyền (vì) di chúc (*mà có*).
ÉXECUTEUR testamentaire : Người thi hành di chúc.
HÉRITIER testamentaire : Kẻ thừa kế do một di chúc.

TESTATEUR : *đ* Người lập di chúc. Người viết di chúc.

TESTER : *đgt* Lập di chúc. Làm di chúc. Trối trăng lúc lâm chung.

TESTIMONIAL : *tt* (thuộc về) Chứng cớ, cứ.

TESTIS UNUS, TESTIS NULLUS : Nhân chứng độc nhất, nhân chứng vô hiệu (*tngl.*).

TÊTE : *c* Đầu. Bất đầu. Lý trí. Ý chí. Cầm đầu.
À la tête DE : Đứng đầu.
AVOIR toute la tête : Bình tĩnh.
BAISSER la tête : Cúi mặt. Xấu hổ. Mắc cỡ.
COURBER la tête : Bị khắc phục. Bị khuất phục.
DE tête : Theo trí nhớ.

DE LA tête AUX PIEDS : Từ đầu tới gót.
EN tête À tête : Tương kiến. Diện kiến. Gặp gỡ tay đôi.
HOMME de tête : Người nhiều nghị lực.
PAR DESSUS la tête : Quá đáng. Không chịu nổi.
PERDRE la tête : Đầu óc để đâu đâu. Luống cuống.
Tête BAISSÊE : Không suy nghĩ.
Không nhìn thấy hiểm nguy.
Tête CHERCHEUSE : Đầu tầm mục tiêu.
TÊTE D' ENTERREMENT : Bộ mặt đưa đám. Bộ mặt rầu rĩ.
Tête LÉGxRE : Cả tin. Nhẹ dạ.
Tête NUCLÉAIRE : Đầu đạn có chất nổ hạt nhân.
Tête DE PONT : Đầu cầu. Nhịp nối.

TÊTE À TÊTE : *lng* Diện đối diện. Giáp mặt. Tương kiến. / Đàm thoại (có tính cách bí mật).

TÊTE À QUEUE : *lng* Đầu thành đuôi, đuôi thành đầu. (*tai nạn xe cộ*).

TÊTU : *tt* Cứng đầu.

TEXTE : *d* Chính văn. Đạo luật.

TEXTUEL : *tt* Nguyên văn.
REPRODUCTION textuelle : Chép lại nguyên văn.

THÉÂTRE : *d* Kịch trường. Nhà hát.
COUP de théâtre : Diễn biến bất ngờ.

THÈME : *d* Chủ đề. Đề tài. / Bài dịch từ chữ nước mình ra chữ nước người.

THÉOLOGIE : *c* Thần học.

THÉOLOGIEN : *d* Người nghiên cứu thần học.

THÉORISTE : *d* Lý thuyết gia. Lý luận gia.

THÉORIE : *c* Lý thuyết.

THÉRAPEUTIQUE : *c* Phép trị bệnh.

THÉSAURISER : *dgt* Tích luỹ vàng bạc. (*tích lũy tiền nong, chôn vùi vàng bạc*).

THÉSAURISEUR : *d* Người tích luỹ tiền nong, vàng bạc.

THÈSE : *c* Luận thuyết. Luận án.
DEFENDRE sa thèse : Bảo vệ luận thuyết của mình.
SOUTENIR une thèse : Bảo vệ luận án.
Thèse de DOCTORAT : Luận án tiến sĩ.
Thèse de DROIT : Luận án tiến sĩ luật học.

THRÈNE : *d* Khóc lóc (đám ma).

TIERCE-OPPOSITION : Đệ tam (*nhân*) kháng nghị.
Tierce opposition INCIDENTE : Đệ tam kháng tố phụ đới.
Tierce opposition PRINCIPALE : Đệ tam kháng tố chính yếu.

TIERS, TIERCE : *d, c* Người thứ ba. Đệ tam nhân. Tha nhân.
Tierce personne : Đệ tam nhân. Tha nhân. Người thứ ba.

TIERS : *d* Đệ tam nhân. Tha nhân. Người ngoài. / Một phần ba (1/3).
Tiers ACQUÉREUR : Đệ tam thủ đắc.
Tiers DÉTENTEUR : Đệ tam trì thủ.
Tiers-ÉTAT : Giai cấp bình dân. Dân chúng (*sử Pháp*).
Tiers OPPOSITION : Đệ tam kháng tố.
Tiers PORTEUR : Đệ tam chấp thủ.
Tiers POSSESSEUR : Đệ tam chấp hữu.
Tiers SAISI : Người thứ ba bị sai áp. (*thay thế người bị sai áp*).

TIMBRAGE : *d* Việc dán (*cò*), niêm, tem.

TIMBRE : *d* Cò. Niêm. Tem. / Con dấu. Cái triện. Con mộc. / Tiếng chuông.
DROIT de timbre : Thuế tem, niêm.
Timbre de DATE : Con dấu nhật kỳ.
Timbre *AD VALOREM* : Niêm tòng giá.
Timbre à l'EXTRAORDINAIRE : Niêm bất thường.
Timbre d'AFFICHAGE : Tem (*niêm*) yết thị.
Timbre de DIMENSION : Tem tùy diện.
Timbre de TAXE : Tem phạt (*khi không đủ bưu phí*).
Timbre FISCAL : Niêm thuế trên tín chỉ
Timbre de POSTE : Tem bưu chính. Bưu phí.
Timbre PROGRESSIF : Tem lũy tiến.
Timbre PROPORTIONNEL : Tem tùy theo tỷ lệ.
Timbre SEC : Con dấu nổi.

TIMBRÉ : *tt* Có dán tem, (*có đóng dấu ngày tháng năm*). / Dở hơi.
PAPIER timbré : Giấy tín chỉ.
IL EST timbré : Hắn hơi khùng, dở hơi.

TIMBRER : *dgt* Dán tem. Có đóng dấu nhật kỳ.

TIMOCRATE : Người theo chủ nghĩa phú hào trị.

TIMOCRATIE : Chính thể phú hào trị.

TIRAGE : *d* Sự rút thăm. Xổ số.
Tirage d'un CHxQUE : Kẻ phát chi phiếu.
Tirage au SORT : Sự rút thăm.

TIRÉ : *d* Người được thừa phó, được lãnh nhận.

TITRE : *d* Tước. Phẩm vị. Danh vị. Chức vị. / Chứng khoán.
À titre GRATUIT : Hành vi vô thường.
À titre GRACIEUX : Hành vi đặc ân.
À titre ONÉREUX : Hành vi hữu thường.
À JUSTE titre : Chính đáng. Chính danh.

TIRER : *dgt* Việc kéo. Rút.

TIREUR : *d* Kẻ phát xuất chi phiếu. Kẻ chi phiếu trả tiền.

TITRE : *d* Danh. Tước. Hàm. / Danh nghiã. / Đầu đề. Nhan đề. Tiêu đề. / Bằng khoán, Chứng khoán, Phiếu khoán.
À titre d'OFFICE : Đương nhiên.
À CE titre : Với danh nghiã đó.
A JUSTE titre : Chính đáng.
AVANCE sur titre : Cho vay trước vì có chứng khoán.
EN titre : Thực thụ. Có danh nghiã. Chính thức.

EN FAIT DE MEUBLE, LA POSSESSION VAUT TITRE : *Về động sản, riêng việc thủ hữu đã là một bằng khoán* (th.ng.l.). (cả câu là *En fait de meuble meublant, la possession de bonne foi vaut titre de propriété*).
JUSTE titre : Danh nghiã chính đáng. Chính danh.
Titre HONORIFIQUE : Hư hàm. Danh hàm.
PROFESSEUR en titre : Giáo sư chính thức.
SOUS UN FAUX titre : Dưới danh nghiã giả mạo. Mạo danh mạo nghiã.
Titre AUTHENTIQUE : Bằng khoán chính thức.
Titre d'AVOCAT : Danh vị Luật sư.
Titre de CIRCULATION : Vé . Giấy phép di chuyển.
Titre de CRÉANCE : Trái khoán. Văn tự nợ.
Titre d'un CHAPITRE : Đầu đề. Tiêu đề một chương sách.
Titre EXÉCUTOIRE : Quyền thi hành một bản án.
Titre FONCIER : Chứng khoán địa ốc, nhà cửa.
Titre HONORIFIQUE : Hư hàm.
Titre NÉGOCIABLE : Chứng khoán khả nhượng dịch.
Titre de NOBLESSE : Tước, hàm quý tộc.
Titre NOMINATIF : Phiếu khoán kê danh.
Titre de PROPRIÉTÉ : Bằng khoán. Tờ xác nhận chủ quyền, sở hữu.
Titre PUTATIF : Chứng khoán ngộ tín (*nhầm lẫn*).

TITRÉ : *tt* Có tước. Hàm. Danh. Vị.

TITULARIAT : Chức vị thực thụ.

TITULAIRE : *tt* Thực thụ. Người có (*được*) quyền.
AVOCAT titulaire : Luật sư thực thụ.
PROFESSEUR titulaire : Giáo sư thực thụ.

TITULARISER : *dgt* Ban phong chức thực thụ.

TOGE : *c* Áo thụng. Áo thụng đen (*luật sư, chánh án*).
Toge d'AVOCAT : Áo thụng luật sư.

TOLE : *c* Đề lao. Khám lớn. Nhà đá. Nhà hoả lò. Nhà giam. Nhà tù.

TOLÉRANCE : *c* Sự dung thứ, khoan dung, khoan hồng.
MAISON de tolérance : Nhà chứa gái mãi dâm.

TOMBOLA : *đ* Xổ số giải thưởng bằng hiện vật.

TONNEAU : *đ* Thùng lớn, thùng tô nô (*rượu*). Vòng lộn (*xe lộn nhào*).

TONTINE : *c* Sự chơi họ. Sự ngồi hụi.

TONTINIER : *c* Chủ họ. Nhà cái (chơi họ). Chủ hụi (N). Đầu thảo.

TOPOGRAPHIE : (*c*) Khoa đo vẽ địa hình. Địa hình học.

TOQUE : *c* Mũ, nón không vành. Mũ miện.
Toque d'AVOCAT : Mũ nón luật sư.

TORIES : Thủ cựu.

TORISME : Thủ cựu học. Phái thủ cựu.

TORTIONNAIRE : *tt* Tra tấn nhục thể. Tra khảo bắt phải nhận tội.

TORTIONNAIRE : *tt* Thuộc về tra tấn ; tra khảo ; đánh đập bắt phải nhận tội.

TORTURE : *c* Tra tấn. Nhục hình. / Hành vi tra tấn. Làm đau đớn thể xác (hoặc) linh hồn.
INSTRUMENT de torture : Hình cụ.

TORTURER : *dgt* Tra tấn. Làm cho đau đớn (*thể xác hoặc linh hồn*).

TORY : *đ* Đảng viên phái thủ cựu (*Anh quốc*).

TORYSME : *đ* Chánh sách thủ cựu.

TOTAL : *tt* Tổng cộng. Tổng số. Tổng thể. Hoàn toàn. Trọn vẹn. Toàn bộ. Tổng lực.

TOTALITAIRE : *tt* Độc đoán. Độc tài.

TOTALITARISME : *đ* Chủ thuyết độc tài. Chủ nghiã độc tài.

TOUR : *đ* Một vòng. Sự du lịch.
FAIRE le tour du MONDE : Đi vòng quanh thế giới.

TOURISME : *đ* Sự du lịch. Sự du ngoạn.
OFFICE du tourisme : Sở du lịch.

TOURISTE : *đ* Du khách. Người du lịch.

TOURISTIQUE : *tt* Thuộc về du lịch.

TOURNANT : *đ* Chỗ rẽ. Chỗ quẹo, ngoẹo. Chỗ quặt. Khúc ngoặt. Khúc quanh.
PONT tournant : : Cầu quay.
(Les) tournants de l'HISTOIRE : Khúc rẽ lịch sử.
JE VOUS ATTENDS AU tournant : Tôi chỉ đợi anh vô ý là trả thù.

TOURNÉE : *c* Cuộc kinh lý. Cuộc tuần du. Một vòng.
Tournée ELECTORALE : Chuyến đi thăm cử tri.
RECEVOIR une tournée : Bị một trận đòn.

TOURNER : *dgt* Rẽ. Ngoặt. Ngoặc.

TOUTE- PUISSANCE : *c* Vạn năng. Toàn năng.

TOUT-PUISSANT : *tt* Có toàn quyền. Toàn năng.

TOXOCOLOGIE : *c* Độc chất học.

TOXICOMANIE : *c* Chứng nghiện ma túy, chất độc.

TOXIQUE : *tt* Độc. *đ* Độc dược. Chất độc.

TRAC : *đ* Sự sợ. Sự bối rối trước đám đông. Sự nhút nhát trước quần chúng.

TRACT : *đ* Tờ truyền đơn.

TRACTATION : *c* Sự điều đình. Sự thương lượng. / Sự mà cả, trả giá.

TRADE-MARK : *đ* Nhãn hiệu. Thương tiêu. Thương hiệu.

TRADE-UNION : *c* Lao công hiệp đoàn.

TRADITIO : Trao tay.

TRADITION : *c* Cổ lệ. Truyền thống. Trao tặng tận tay.

Tradition *BREVI MANU* : Trao tặng đoản thủ.
Tradition *LONGA MANU* : Trao tặng trường thủ.
Tradition RÉELLE : Trao tặng thực sự.
Tradition SYMBOLIQUE : Trao tặng tượng trưng.

TRADITONALISME : *đ* Chủ nghiã thủ cựu, cổ truyền.

TRADITIONALISTE : *đ* Người theo chủ nghiã thủ cựu.

TRADITIONNEL : *tt* (theo) Truyền thống.

TRADUCTEUR : *đ* Người dịch. Dịch giả. Người phiên dịch. Thông dịch viên.
Traducteur ASSERMENTÉ : Thông dịch viên hữu thệ.

TRADUCTION : *c* Bản dịch. Sự phiên dịch.
Traduction LIBRE : Ý dịch.
Traduction LITTÉRAIRE : Dịch bóng bẩy. Dịch thoát ý.
Traduction LITTÉRALE : Dịch sát nghiã từng chữ, từng câu.

TRADUIRE : *đgt* Kiện trước toà. / Dịch. Phiên dịch. Sự diễ dịch.
Traduire devant la JUSTICE : Kiện (đem ra) trước toà.
Traduire C'EST TRAHIR : Dịch là diệt, là phản.

TRAFIC : *đ* Buôn lậu. Buôn bán bất chính. / Giao thông. / Mậu dịch. Thông thương.
Trafic d'ESCLAVES : Buôn bán dân da đen, nô lệ (*xưa*).
Trafic d'INFLUENCE : Hối mại quyền thế.

TRAFICANT (TRANFIQUANT) : *đ* Kẻ buôn bán bất chính. Người buôn lậu.

TRAFIQUER : *đgt* Buôn bán bịp bợm, lường gạt.

TRAHISON : *c* Sự bội phản. Sự mưu phản. Sự phản trắc.
HAUTE trahison : Tội đại nghịch (*phản quốc*).

TRAIN : *đ* Xe lửa. Xe hoả. Tầu hỏa. Đoàn tầu. Đoàn xe. Từng đoàn. Từng loạt.
Train de LOIS : Một loạt các đạo luật.
Train de VIE : Mức sống. Mức sinh hoạt.

TRAITE : *c* Sự buôn. Sự buôn bán con người. Hối phiếu.
Traite à ÉCHÉANCE FIXE : Hối phiếu định kỳ, hạn kỳ.
Traite à VUE : Hối phiếu tức kỳ.
Traite des BLANCHES : Buôn gái mãi dâm.

TRAITÉ : *đ* Hiệp ước. Thoả ước. Điều ước. Sách. Sách chuyên luận. Sách luận giải.
RATIFICATION d'un traité : Phê chuẩn một hiệp ước.
Traité d'ALLIANCE : Hiệp ước đồng minh.
Traité de COMMERCE : Thương ước.
Traité de DROIT : Sách luận giải luật khoa.
Traité SECRET : Mật ước.

TRAITEMENT : *đ* Sự cư xử. Sự đối đãi. Sự đối xử. / Lương bổng công chức, công nhân. / Sự trị bệnh.

TRAITER : *đgt* Cư xử. Đối xử. Cứu xét. Bàn bạc. Bàn về. Điều đình.
Traiter une AFFAIRE : Điều đình một thương vụ. Nghiên cứu một vụ tranh tụng.
Traiter un DOSSIER : Cứu xét một hồ sơ.

TRAITRE : *tt* Phản bội, phản trắc. / Hiểm độc. Nguy hại bất ngờ.

TRAME : *c* Sự mưu đồ.

TRAMER : *đgt* Chuẩn bị ngầm âm mưu phản bội.

TRANCHER : *đgt* Giải quyết . Chấm dứt. Chặt đứt.
Trancher une DIFFICULTÉ : Giải quyết một khó khăn.
Trancher un QUESTION : Giải quyết một vấn đề.
Trancher la TÊTE : Chặt, chém đầu.

TRANCHE-TÊTE : *đ* Đao phủ thủ.

TRANQUILITÉ : *c* Sự bình tâm. Sự thanh thản. / Sự yên lặng, Sự yên tĩnh.

TRANSACTION : *c* Sự dàn xếp. Sự thoả hiệp. Sự điều đình. Sự thương lượng.
Transaction COMMERCIALE : Giao dịch thương mại.
Transaction APRÈS JUGEMENT : Điều đình sau tuyên án.
Transaction AVANT JUGEMENT : Điều đình trước tuyên án.

TRANSACTIONEL : *tt* Dàn xếp. Thoả hiệp.

TRANSCENDANCE : *c* Tính siêu việt. Tính siêu nhiên.

TRANSCENDANT : *tt* Siêu việt. Siêu nhiên.

TRANSCRIPTION : *c* Sự ghi sao bên lề. Sự chuyển biên. Sự sao ghi chép lại. Sự sao biên.
Transcription d'un ACTE DE VENTE : Sao biên tờ đoạn mại.
Transcription sur l' ÉTAT CIVIL : Sao biên trên chứng thư hộ tịch.
Transcription HYPOTHÉCAIRE : Sao biên để đương.

TRANSCRIRE : *đgt* Chuyển sao. Sao chép lại. Ghi chú. Ghi chú bên lề.

TRANSFÉRABLE : *tt* Chuyển được. Thuyên chuyển được.

TRANSFÈREMENT : *đ* Sự chuyển dịch. Sự dời đi. Sự thuyên chuyển.

TRANSFÉRER : *đgt* Chuyển dịch. Dời đi. Thuyên chuyển.

TRANSFERT : *đ* Sự chuyển đi. Sự dời đi. Sự chuyển dịch.
Transfert de PROPRIÉTÉ : Chuyển nhượng sở hữu.
Tranfert du SIÈGE SOCIAL : Thay đổi địa chỉ hội sở.

TRANSFORMATION : *c* Sự biến đổi. Sự biến dạng. Sự biến trạng.

TRANSFUGE : *đ* Lính chạy theo địch quân. Phản binh. Lính bội phản.

TRANSGRESSER : *đgt* Vi phạm. Không tuân thủ.

TRANSGRESSION : *c* Sự vi luật, vi pháp. Sự không tuân hành luật lệ.

TRANSIGER : *đgt* Dàn xếp. Điều đình. Thương lượng. Thoả hiệp.

TRANSIT : *đ* Sự chuyển vận. Sự quá cảnh. Sự nhập cảnh tạm thời.
MARCHANDISES en transit : Hàng hoá ghé tạm bến cảng.

TRANSITAIRE : *đ* Người chuyển vận quá cảnh.

TRANSITER : *đgt* Vận chuyển quá cảnh.

TRANSITION : *c* Sự chuyển tiếp. Sự giao thời. / Sự quá độ.

TRANSITOIRE : *tt* Chuyển tiếp. Giao thời. Tạm bợ. Quá độ.
RÉGIME transitoire : Chế độ giao thời.

TRANSLATIF : *tt* Chuyển dữ.
ACTE translatif de propriété : Chứng thư chuyển dữ quyền sở hữu.

TRANSLATION : *c* Sự chuyển dữ. Sự chuyển dời. Sự hộ tống.
Translation d'un BIEN : Sự chuyển dữ tài vât.
Translation d'un DÉLINQUANT : Hộ tống một can nhân.
Translation de PROPRIÉTÉ : Sự chuyển quyền sở hữu.

TRANSMETTEUR : *đ* Máy truyền tin.

TRANSMETTRE : *đgt* Chuyển giao. Chuyển di.

TRANSMIGRATION : *c* Sự chuyển cư. Sự di cư. Sự di dân.

TRANSMIGRER : *đgt* Chuyển cư. Di cư. Di dân.

TRANSMIS : *tt* Chuyển giao.
Transmis À TITRE DE COMPTE RENDU : Chuyển giao để phúc trình.
Transmis À TITRE DE NOTIFICATION : Chuyển giao để tống đạt.
Transmis À TOUTES FINS UTILES : Chuyển giao để tùy nghi.
Transmis POUR DIFFUSION : Chuyển giao để phổ biến.
Transmis POUR ÉTUDE : Chuyển giao để nghiên cứu.

TRANSMISSIBILITÉ : *c* Di chuyển tính. Di truyền tính.

TRANSMISSION : *tt* Sự chuyển giao. Sự chuyển di. Sự di truyền
Transmission par HÉRÉDITÉ : Di truyền.

TRANSPORT : *đ* Sự di động. Sự vận tải. Sự vận tống.
CONTRAT de transport : Giao kèo, khế ước chuyên chở.
PRIX de transport : Vận phí. Phí tổn chuyên chở.

TRANSPORT DE JUSTICE : *đ* Toà vi hành tới phạm trường (khám xét).

TRANSPORT MARITIME : *đ* Thuỷ vận.

TRANSPORTATION : *c* Sự lưu xứ. Sự phát vãng.

TRANSPORTÉ : *đ* Tù nhân lưu xứ. Tù nhân bị phát vãng. Kẻ được chuyên chở.

TRANSPORTER : *đgt* Di động. Vận chuyển. Vận tải. Vận tống.

TRAVAIL : *đ* Sự làm việc. Lao động. / Công tác. Công trình. / Cần lao.
ACCIDENT de travail : Tai nạn lao động.
BUREAU INTERNATIONAL du travail (B.I.T.) : Phòng quốc tế lao động.
CODE du travail : Bộ luật lao động.
CONTRAT de travail : Khế ước lao động. Hợp đồng lao động.
CONVENTION INTERNATIONALE du Travail : Thoả ước quốc tế lao động.
INSPECTION du travail : Thanh tra lao động.
MINISTÈRE du Travail : Bộ Lao Động.

TRAVAILLER : *đgt* Làm việc. Lao động.

TRAVAILLEUR : *đ* Công nhân. Kẻ lao động. Lao công.
Travailleur INTELLECTUEL : Lao động trí thức.
Travailleur MANUEL : Lao động chân tay.

TRAVAILLISTE : *đ* Đảng viên Lao Động (Anh quốc).

TRAVELLER-CHEQUE : *đ* Chi phiếu lữ hành. Chi phiếu du lịch.

TRENTENAIRE : *tt* Thời hạn ba mươi năm. Tam thập niên kỷ.
PRESCRIPTION trentenaire : Thời tiêu ba mươi năm. Thời tiêu tam thập niên.

TRÉSOR : *đ* Ngân khố. Công khố. Kho bạc. Tàng khố.
BONS du trésor : Công khố phiếu.
DÉCOUVRIR un trésor : Đào được một kho tàng.
INVENTER un trésor : Kiếm ra được một kho tàng.
Trésor PUBLIC : Kho bạc. Công khố. Ngân khố.

TRÉSORERIE : *c* Nha ngân khố. Sở kho bạc.

TRÉSORIER : *đ* Thỷ quỹ. Người giữ tiền.
TRÈVE : *c* Sự tạm ngưng giao tranh. Thời gian hưu chiến.
Trève de PLAISANTERIE : Thôi đừng hài hước nữa (*thân*).
SANS trève : Không ngưng; không nghỉ.

TRIBU : *c* Bộ lạc.

TRIBUN : *đ* Người bảo vệ (*một lý tưởng*).

TRIBUNAL : *đ* Toà. Toà án.
Tribunal ADMINISTRATIF : Toà hành chánh.

Tribunal ARBITRAL : Toà trọng tài.
Tribubal CIVIL : Toà dân sự. Toà hộ.
Tribunal de COMMERCE : Toà thương mại.
Tribunal des CONFLITS : Toà giải quyết tranh chấp thẩm quyền.
Tribunal CORRECTIONNEL : Toà hình sự. Toà hình. Toà tiểu hình.
Tribunal pour ENFANTS : Toà thiếu nhi.
Tribunal de GRANDE INSTANCE : Toà dân sự đại tụng (*xử việc hệ trọng*).
Tribunal d'INSTANCE : Toà dân sự tiểu tụng (*xử việc nhỏ*). Tòa hoà giải (*xưa)*.
Tribunal MILITAIRE : Toà quân sự.

TRIBUNE : *c* Diễn đàn.

TRIBUT : *đ* Cống vật. Cống lễ.
Tribut ANNUEL : Cống lễ thường niên.

TRIBUTAIRE : *tt* Phụ thuộc. Lệ thuộc. / Chịu cống hiến.

TRIBUTOIRE (action) : Tố quyền phân phối.

TRICHER : *đgt* Gian lận. Đánh bạc gian lận.

TRICHERIE : *c* Trò gian lận. Sự gian lận.

TRIENNAL : *tt* Ba năm. Tam niên kỷ. Cứ ba năm một.
ACQUISITION triennale : Tam niên thủ đắc.

TRIENNALITÉ : *c* Tam niên tính.

TRIENNAT : *đ* Tam niên kỷ. Nhiệm kỳ ba năm một.

TRIOMPHAL : *tt* Chiến thắng. Khải hoàn. Thắng lợi
ACCEUIL triomphal : Đón tiếp trang trọng.

TRIOMPHE : *c* Sự chiến thắng.
ARC de Triomphe : Khải hoàn môn.

TRIOMPHER : *đgt* Chiến thắng.

TRIPARTISME : *đ* Chính thể tam đảng.

TRIPARTITE : *đ* Tay ba. Tam hợp. Tam đảng.
ACCORD tripartite : Thoả thuận tay ba.
COMITÉ tripartite : Uỷ ban tam hợp.

TRIPARTITION : *c* Sự tam phân. Sự chia ba.

TRIPLE : *tt* Ba. Gấp ba. Tam bội. Tam trùng.

TRIPLICATA : *đ* Bản sao thứ ba. Đệ tam phó bản.

TRIPOT : *đ* Sòng bài. Sòng bạc.

TRIPOTÉE : *c* Trận đòn *(bóng)*. / Bầy. Đàn. Lô. Lũ.
Une tripotée d'enfants : Một lô con cái.

TRIPOTIER : *đ* Kẻ mở sòng bài. Kẻ gá bạc. Kẻ mánh khoé (*bóng*).

TRIPTYQUE : *đ* Miễn quan bạ. Làm thành ba bản.

TRIUMVIRAL : *tt* Tam hùng. Tam đầu chế.

TRIUMVIRAT : *đ* Chính thể tam đầu chế.

TROC : *đ* Sự đổi trác. Sự vật đổi vật. Trao đổi hàng hoá. Mậu dịch đổi sản phẩm.
Troc À DEUX : Trao đổi tay đôi. Hoán vật lưỡng thể.
Troc À TROIS : Trao đổi tay ba. Hoán vật tam thể.

TROMPER : *đgt* Lừa gạt. Lừa dối. Lừa đảo. Đánh lừa. Phỉnh phờ.
En MARIAGE trompe qui peut : Trong hôn nhân, tha hồ phỉnh phờ (*tngl.*).

TROMPERIE : *c* Sự lừa gạt. Sự lường gạt.

TRÔNE : *đ* Ngai. Ngai vàng. Ngôi. Ngôi báu.

TROP-PERçU : *đ* Lạm thu. Thu quá mức. Trội thâu.

TROQUER : *đgt* Đổi trác.

TROUBLE : *c* Sự hỗn độn. Sự huyên náo. / Sự tao loạn. / Sự khuấy rối.
TEMPS de trouble : Thời tao loạn. Thời nhiễu nhương.

TROUBLER : *đgt* Khuấy rối. Làm cho mất bình tĩnh.

TROUPE : *đ* Bầy. Đàn. Đoàn. Lũ. / Đội binh. Quân đội. Đoàn lính.
ENFANT de troupe : Thiếu sinh quân.
LEVER les troupes : Dấy binh. Trưng binh. Hưng binh.
Troupe de RENFORT : Viện binh.
Troupe THÉÂTRAL : Gánh hát. Đoàn diễn viên.

TRUST : *đ* Xí nghiệp liên hiệp. Tơ-rớt.

TRUSTE : *đ* Lời thề trung thành. / Đoàn hầu cận.

TRUSTER : *đgt* Mua vét một sản phẩm để làm cho tăng giá.

TSAR, TZAR : *đ* Nga hoàng. Xa hoàng.

TSARINE : *c* Nga hậu. Xa hậu.

TSARISME : Đế chế thời Nga hoàng.

T.S.F. (télégraphie sans fil) : *c* Vô tuyến điện.

TUER : *đgt* Giết. Giết chết.

TUERIE : *c* Vụ tàn sát. Vụ chém giết. Sự giết chóc.

TUEUR : *đ* Kẻ sát nhân. Kẻ giết người.
Tueur À GAGE : Kẻ giết mướn.

TUMULTE : *c* Vụ náo động. Sự náo nhiệt.

TUTÉLAIRE : *tt* Giám hộ. Bảo trợ.
GÉNIE tutélaire : Thần hoàng.

TUTELLE : *c* Sự giám hộ. Sự đỡ đầu. Việc giám hộ.
CONSEIL de tutelle : Hội đồng giám hộ.
ORGANE de tutelle : Cơ quan giám hộ.

TUTEUR : *đ* Người giám hộ. Người đỡ đầu.
DÉSIGNATION du tuteur : Cử người giám hộ.
FONCTION de tutelle : Chức vụ giám hộ.

TYPE : *đ* Kiểu. Loại. Thằng cha. Anh chàng.
UN CHIC type : Anh chàng dễ thương.

TYRAN : *d* Bạo chuá. Bạo quân. Bạo đế.

TYRANNIE : *c* Chế độ bạo chuá. Sự chuyên chính.

U

UBIQUITÉ : *c* Sự có thể có mặt nhiều nơi một lúc.

ULTÉRIEUR : *tt* Sau. Về sau.
EXAMEN ultérieur : Sẽ xét sau.

ULTÉRIEUREMENT : *pht* Sau. Về sau.

ULTIMATIF : *tt* Tối hậu. Sau cùng. Sau chót

ULTIMATUM : *đ* Tối hậu thư. / Văn kiện bách hẹn.

ULTIME : *tt* Chót. Cuối cùng. Tối hậu.
BUT ultime : Cứu cánh. Mục đích cuối cùng.

ULTRA : *đ* Người cực đoan. Người quá khích.
Ultraroyaliste : Người cực đoan bảo hoàng.

ULTRA : *tt* Cực đoan. Cực kỳ. Quá khích. Siêu hạng.

ULTRA-LIBÉRAL : *đ* Người cực đoan theo chủ nghiã tự do.

ULTRA-CHIC : *tt* Cực kỳ thanh lịch.

ULTRALIBÉRALISME : *đ* Thuyết tự do cực đoan.

ULTRA-MODERNE : Tối tân nhất. Cập nhật nhất. Hiện đại nhất.

ULTRAMORALE : *c* Siêu đạo đức.

ULTRA-PETITA : Quá thỉnh. Vượt quá thỉnh cầu cuả nguyên đơn. Ban phát nhiều hơn thỉnh nguyện.

ULTRA VIRES HERE-DITATIS : Quá phạm vi di sản.

UN, UNE : *tt* Một. Nhất.
Un DE CES JOURS : Một ngày đẹp trời nào đó. Một ngày gần đây.
RÉPUBLIQUE une ET INDIVISIBLE : Nước cộng hoà thống nhất và bất khả phân.

UNANIME : *tt* Nhất tề. Nhất trí.
CONSENTEMENT unanime : Nhất tề đồng ý.

UNANIMEMENT : *pht* Một cách nhất trí, nhất tề. / Toàn thể. / Đồng nhất.

UNANIMITÉ : *c* Toàn thể. Nhất trí. / Đại đa số.
ADOPTÉ à l'unanimité : Toàn thể chấp thuận.
ÉLU à l'unanimité : Được toàn thể bầu cho.

UNI : *tt* Đoàn kết. Liên kết. Liên hiệp. Hiệp, hợp.
FAMILLE unie : Gia đình đoàn kết.
ETATS unis d'AMÉRIQUE : Hợp chúng quốc hoa kỳ (*Mỹ*).

UNIFICATEUR : *đ* Người thống nhất.

UNIFICATION : *c* Sự thống nhất. Sự hợp nhất.

UNIFIÉ : *tt* Thống nhất. / Quy về một mối.
PARTI unifié : Đảng được thống nhất.

UNIFIER : *đgt* Thống nhất.
Unifier le TERRITOIRE : Thống nhất lãnh thổ.

UNIFORME : *đ* Đồng phục. Quân phục. Tính đồng đều.
Uniforme d'ECOLIER : Đồng phục học sinh.
ENDOSSER l'uniforme : Nhập ngũ. Tòng quân.
QUITTER l'uniforme : Giải ngũ. Phục viên.

UNIFORME : *tt* Đồng dạng. Đều đều. Đơn điệu.

UNILATÉRAL : *tt* Đơn Phương. Một bên. Một phiá.
PROMESSE unilatérale : ước hẹn một chiều.

UNILTÉRALEMENT : *pht* Một cách đơn phương.
S'ENGAGER unilatéralement : Dự ước đơn phương.

UNINOMINAL : *tt* Đơn danh.

UNION : *c* Sự đoàn kết. Sự hoà hợp. Sự hợp quần. / Sự liên hiệp. Sự liên minh.
Union LIBRE : Trai gái sống chung (*không hôn thú*). Tự do luyến ái. Già nhân ngãi, non vợ chồng.
Union DOUANIÈRE : Liên hiệp quan thuế.
Union NATIONALE : Liên hiệp quốc gia.
Union MONÉTAIRE : Liên hiệp tiền tệ.
Union SOVIÉTIQUE : Liên bang Xô viết (*xưa*). Liên xô (*xưa*).

UNIONISME : *đ* Chủ nghiã thống nhất. Liên hiệp Công Nhân (*Anh quốc*).

UNIQUE : *tt* Duy nhất. Độc nhất. Độc đáo. / Vô song. / Có một không hai.
ENFANT unique : Con một. Người con độc nhất.
TALENT unique : Tài năng vô song.
VOUS ÊTES unique : Anh thật độc đáo.

UNITÉ : *c* Đơn vị. Đơn nhất tính. Duy nhất tính. Thống nhất.

Unité ALLEMANDE : Đức quốc thống nhất.
Unité de COMBAT : Đơn vị chiến đấu.
Unité ÉCONOMIQUE : Đơn vị kinh tế.
Unité ITALIENNE : Ý quốc thống nhất.
Unité de la JUSTICE : Thống nhất tính cuả công lý.
Unité MONÉTIRE : Đơn vị tiền tệ.
Unité NATIONALE : Sự thống nhất quốc gia.
Unité de VUE : Nhất trí về quan điểm. Đồng quan điểm.

UNIVERSALISME : *đ* Đại đồng chủ nghiã.

UNIVERSALITÉ : *c* Toàn bộ tài sản. Sự toàn năng. Tính phổ biến.

UNIVERSEL : *tt* Bao quát. Phổ thông. Toàn thể. Toàn thế giới. Thông bác
EXPOSITION universelle : Quốc tế đấu sảo.
HOMME universel : Người thông thái toàn diện.
LÉGATAIRE universel : Người thụ di toàn bộ tài sản.
SUFFRAGE universel : Phổ thông đầu phiếu.

UNIVERSITAIRE : *tt* Thuộc về đại học.
CITÉ universitaire : Đại học xá. Sinh viên trú xá.
TITRE universitaire : Học vị đại học.
QUARTIER universitaire : Khu đại học.

UNIVERSITAIRE : *đ* Khoa bảng xuất thân. Kẻ học hết đại học.

UNIVERSITÉ : *c* Đại học. Nền đại học. Trường đại học.

URBAIN : *tt* Thuộc về đô thị, thành phố, thị tứ.
POPULATION urbaine : Dân chúng đô thị. Dân thị tứ. Dân thành phố.
Un HOMME urbain : Một người lịch sự.

URBANISME : *đ* Khoa thiết kế đô thị. Quản lý đô thị.

URBI et ORBI : Khắp nơi. Nơi nơi. Toàn thể nội ngoại thành.

URGENCE : *c* Sự khẩn cấp. Sự khẩn trương. Sự cấp bách.
ÉTAT d'urgence : Tình trạng khẩn trương.

URGENT : *tt* Cấp bách. Khẩn cấp. Khẩn trương. Gấp.
AFFAIRE urgente : Việc cấp bách.
C'EST urgent : Gấp lắm đó.
MESURES urgentes : Biện pháp khẩn cấp.

URNE : *c* Thùng phiếu. Thùng thăm.

U.R.S.S. : *c* Liên xô (*cũ*).

U.S. (United States) : Hiệp chủng quốc.(*Mỹ*).

U.S.A. (United States of America) : *đ snh :* Hiệp chủng quốc Hoa kỳ. Mỹ quốc. Nước Mỹ.

USAGE : *đ* Việc dùng. Sự ứng dụng. Sự sử dụng. / Tập quán. Phong tục. Thông lệ. Quyền sử dụng.
CONSACRÉ par l'usage : Được quán lệ thừa nhận.
DROIT d'usage d'UN BIEN : Quyền sử dụng một tài nguyên.
Usage COMMERCIAL : Dùng trong thương mại.
Usage d'HABITATION : Dùng để cư ngụ.
Usage ÉTABLI : Thành lệ.
À l'usage DE : Dùng cho (*việc gì*).
EN usage : Đang dùng.

USAGÉ : *tt* Đã dùng (*sài*) rồi.
VÊTEMENT USAGÉ : Quần áo cũ.

USAGER : *đ* Người sử dụng. Người có quyền sử dụng.

US ET COUTUMES : Phong tục và tập quán.

USUAIRE : *tt* Nặng lãi. Lãi cắt cổ.
PRÊT usuaire : Cho vay lãi cắt cổ.

USUCAPION : *c* Thủ đắc (*vì xử dụng*). Thủ đắc tài vật (*vì sử dụng*).

USUEL : *tt* Thường dùng. Thường dụng. Thông dụng. Thông thường.

USUFRUCTIAIRE : *đ* Quyền thu hoa lợi. Quyền hưởng lợi tức.

USUFRUIT : *đ* Quyền dụng ích. Quyền hưởng lợi tức, thu hoa lợi.
Usufruit LÉGAL : Quyền dụng ích pháp định.
Usufruit UNIVERSEL : Quyền dụng ích toàn bộ.

USUFRUITIER : *đ* Người có quyền dụng ích.

USUFRUITIER : *tt* Dụng ích.
HÉRITIER usufruitier : Người hưởng thừa kế dụng ích.

USUM (ad) : Theo tục lệ.

USURE : *c* Sự cho vay nặng lãi. Tiền lời cắt cổ. Sự hao mòn. Sự tiêu hao.
GUERRE d'usure : Chiến tranh tiêu hao.
Usure du TEMPS : Thời gian làm tiêu mòn.

USURIER : *đ* Người cho vay nặng lãi. Sét-ty.

USURIER : *tt* Tính chất cho vay nặng lãi.

USURPATEUR : *đ* Kẻ thoán nghịch. Kẻ thoán vị. Kẻ cướp ngôi vua. Kẻ tiếm ngôi, tiếm chức, tiếm quyền.

USURPATION : *c* Sự tiếm đoạt.
Usurpation de COSTUME : Tiếm phục.
Usurpation de DÉCORATIONS : Tiếm huân chương.
Usurpation de DIPLÔMES : Tiếm danh văn bằng.
Usurpation de FONCTIONS : Tiếm chức, tiếm phận.
Usurpation de MÉDAILLES : Tiếm lạm huân chương..
Usurpation de NOM : Tiếm danh.
Usurpation de POUVOIR : Tiếm quyền.
Usurpation de TITRE : Tiếm tước.
Usurpation d'UNIFORME : Tiếm đoạt chế phục.

USURPER : *đgt* Tiếm đoạt. Đoạt ngôi vua.

USUS : *đ* Sự sử dụng. Tập quán.
Usus *IN BELLO* : Tập quán thời chiến.

UTÉRIN : *tt* Thuộc về dòng bên mẹ.
FRÈRES utérins : Anh em cùng mẹ, khác cha.
SOEURS urérines : Chị em cùng mẹ, khác cha.

UTÉRIN : *đ* Anh em cùng mẹ khác cha.

UTÉRINE : *c* Chị em cùng mẹ khác cha.

UTÉRINITÉ : *c* Ngoại hệ.

UTILE : *tt* Có ích, hữu ích, bổ ích. Hữu hiệu.

UTILS (ACTIO) : Chuẩn tố quyền (xưa).

UTILSABLE : *tt* Có thể dùng được.

UTILISER : *đgt* Dùng. Xài. Xử dụng.

UTLITAIRE : *tt* Vị lợi. Lợi ích.

UTILITARISME : *đ* Thuyết vị lợi.

UTILITÉ : *c* Sự bổ ích. Sự hữu ích.
EXPROPRIATION pour CAUSE d'utilité PUBLIQUE : Trưng thu vì công ích.
Utilité PUBLIQUE : Công ích.
SANS utilité : Vô ích. Vô bổ.

UTOPIE : *c* Sự không tưởng.

UTOPIQUE : *tt* Thuộc về không tưởng.

UTOPISTE : *đ* Người không tưởng, thiếu thực tế.

V

VACANCE : *c* Sự trống rỗng. Sự khiếm khuyết. Sự không đầy đủ, không trọn vẹn. Sự vắng người.
Vacance de SUCCESSION : Tình trạng thừa kế không ai (chịu) nhận.

VACANCES : *c, snh* Thời gian nghỉ. Sự nghỉ ngơi.
Vacancs d'HIVER : Nghỉ muà Đông.
Vacances SCOLAIRES : Nghỉ học. Nghỉ hè.
Vacances JUDICIAIRES : Thời gian hưu thẩm.
GRANDES vacances : Nghỉ hè.
PETITES vacances : Ngày nghỉ lễ.

VACANT : *tt* Vô chủ. Tình trạng trống rỗng. Khuyết.
BIENS vacants : Vật vô chủ. Tài vật vô chủ.
SUCCESSION vacante : Khuyết kế. Thừa kế không ai nhận.

VACATAIRE : *d* Người thụ chức (*trong một thời hạn*). Người làm việc (*tạm thời*).

VACATION : *c* Thời gian nghỉ của các tòa án.

VAGABOND : *tt* Lang thang. Lêu lổng. Nay đây mai đó. Vô gia cư.

VAGABOND : *d* Kẻ du đãng. Kẻ lang thang. Kẻ vô gia cư.
IMAGINATION vagabonde : Trí tưởng tượng mông lung.

VAGABONDAGE : *d* Thói lang thang. Thói lêu lổng. Tình trạng vô gia cư.

VAISSEAU : *d* Con tầu, thuyền.
Vaisseau SANGUIN : Mạch máu.
Vaisseau SPATIAL : Con thuyền không gian. Con tầu vũ trụ.

VALABLE : *tt* Có (còn) giá trị. Có (còn) hiệu lực. Khả dĩ chấp nhận được.
PASSE-PORT valable : Thông hành, hộ chiếu còn hiệu lực.
MOTIF valable : Lý do chấp nhận được.

VALABLEMENT : *pht* Một cách có hiệu lực, đúng cách.

VALET : *d* Gia nhân. Quản bộc. Đầy tớ. Người hầu. Quan hầu. Tay sai.
TEL MAITRE, TEL valet : Thầy nào tớ ấy.
Valet de CHAMBRE : Quản bộc thân tín.

VALEUR : *c* Giá trị. Trị giá. Phẩm giá. Giá.
Valeurs MORALES : Nguyên tắc luân lý.
Valeur DÉCLARÉE : Giá khai (*với nhà nước*).
Valeur en NUMÉRAIRE : Giá hiện kim.
Valeur ESTIMATAIRE : Giá ước lượng.
Valeur FIDUCIAIRE : Giá tín dụng.
Valeur LOCATIVE : Giá thuê mướn.
Valeur PÉCUNIÈRE : Giá tiền.
Valeur PRIMITIVE : Giá nguyên thuỷ.
HOMME de valeur : Người có phẩm giá.
METTRE en valeur : Làm nổi bật lên.

VALIDATION : *c* Sự hiệu lực hoá. Sự hợp luật hoá. Sự hợp thức hoá.

VALIDE : *tt* Hợp thức. Hiệu lực. Khoẻ mạnh. Tráng kiện.

VALIDER : *đgt* Hợp thức hoá.

VALIDITÉ : *c* Sự có hiệu lực. Sự có hợp luật.
Validité d'un CONTRAT : Sự khế ước có hiệu lực.

VALISE DIPLOMATIQUE : *c* Va-li ngoại giao. Kiện giao liên ngoại giao.

VALOIR : *đgt* Trị giá.
CELA NE vaut RIEN : Cái đó chẳng có giá trị gì.
FAIRE valoir SES DROITS : Đòi hưởng quyền của mình có.
À valoir SUR : Khấu trừ vào.
Valoir CE QUE DE DROIT : Ứng dụng theo quyền hạn. *Chấp chiếu tiện dụng* (*tngl.*).

VALOIR (SE) : *tđ* Bằng nhau. Giá trị như nhau. Không hơn gì nhau.

VALOREM (AD) : Thuế tuỳ theo giá. Thuế tòng giá.

VALORISATION : *c* Sự làm cho có giá trị. Sự phục giá.

VALUE : *tt* Giá trị.
MOINS value : Khuyết giảm giá trị.
PLUS value : Thặng dư giá trị.

VANDALE : *tt* Phá hoại văn vật. Phá hoại thẩm mỹ.

VANDALE : *d* Người phá hoại văn vật.

VANDALISME : *d* Thói phá hoại văn vật.

VARIABLE : *tt* Biến đổi. Bất định. Thất thường.

VARIATION : *c* Sự biến đổi.

VASSAL : *d* Chư hầu. Phiên thuộc.

VASSAL : *đ* Người thần thuộc. / Chư hầu. Phiên thuộc.

VASSALITÉ : *c* Sự thần thuộc.

VATICAN : *đ* Toà thánh Va-ti-căng.

VÉNAL : *tt* Mua được. Mua chuộc được.
CHARGE vénale : Chức vụ mua được.
VALEUR vénale : Giá bán. Giá thị trường.
IL EST vénal : Mua chuộc hắn được.

VÉNALITÉ : *c* Tính chất mua bán.

VENDETTA : *c* Thù nhà. Gia thù. Thù máu. Nợ máu.

VENDEUR : *đ* Người bán. Chủ bán.

VENDICATION : *c* Sự đòi lại. Sự sách hoàn.

VENDIQUER : *đgt* Đòi lại. Sách hoàn.

VENDRE : *đgt* Bán. Mại.

VÉNÉNEUX : *tt* Độc hại. Tác hại.

VÉNÉRABLE : *tt* Đáng kính. Khả kính. / Thượng tọa. Cao tăng. Hòa thượng. / Hội viên cao cấp Tam điểm hội.

VENGEANCE : *c* Sự báo thù. Sự phục cừu. Sự phục thù. Sự trả thù. Trả đuã.

VENGER : *đgt* Báo thù. Phục thù. Phục cừu. Trả hận.

VENGER (SE) : *đgt* Báo thù. Phục cừu. Phục thù. Trả hận. Trả đũa.

VENTE : *c* Sự bán. Sự mãi mại.
ACTE de vente : Giấy bán. Văn tự bán.
CONTRAT de vente : Giao kèo mãi mại. Khế ước mãi mại.
HOTEL de vente : Phòng bán đấu giá.
MARCHANDISES de BONNE vente : Hàng dễ bán.
MARCANDISES DURES à la vente : Hàng khó bán.
METTRE en vente : Đem bán. Phát mại.
PROMESSE de vente : Tờ hứa bán.
Vente *AD GUSTUM :* Bán cho nếm thử.
Vente à la BARRE : Đấu giá trước toà.
Vente à CRÉDIT : Bán chịu. Bán cho trả góp.
Vente à la CRIÉE : Bán đấu giá. Bán rao.
Vente DÉFINITIVE : Đoạn mại. Bán đứt.
Vente au DÉTAIL : Bán lẻ.
Vente DOMANIALE : Bán công sản.
Vente FORCÉE : Cưỡng bách phát mại.
Vente en GROS : Bán buôn. Bán sỉ.
Vente d'HÉRÉDITÉ : Bán di sản.
Vente des OBJETS ABANDONNÉS : Bán phế vật.
Vente aux PRIX FIXES : Bán giá nhất định.
Vente au RABAIS : Bán hạ giá.
Vente sur SAISIE : Phát mại đồ vật sai áp.
Vente à TEMPÉRAMENT : Bán cho trả góp.
Vente VOLONTAIRE : Tự ý phát mại.

VENTILLATION : *c* Sự tách khoản. Sự định giá từng món hàng.
Ventillation des FRAIS GÉNÉRAUX : Sự tách khoản từng món chi tiêu.

VENTILLER : *đgt* Việc tách khoản.

VERBAL : *tt* Bằng miệng. Nói miệng.
NOTE verbale : Khẩu điệp.
ORDRE verbal : Khẩu lệnh.
PROCÈS-VERBAL : Biên bản. Vi bằng.
RAPPORT verbal : Khẩu trình.

VERBALEMENT : *pht* Bằng cách nói miệng.

VERBALISATEUR : *đ* Nhân viên lập biên bản.

VERBALISER : *đgt* Lập biên bản.

VERBEUX : *tt* Người nói rườm rà (*thân*). / Đa ngôn sáo ngữ.

VERBIAGE : *đ* Sự ăn nói rườmt rà.

VERDICT : *đ* Bản án.
Verdict d'ACQUITTEMENT : Bản án tha bổng.

VÉRIDIQUE : *tt* Thật. Trung thực. Xác thực.

VÉRIFIABLE : *tt* Có thể kiểm tra được.

VÉRIFICATEUR : *đ* Kiểm tra viên.
Vérificateur des DOUANES : Viên kiểm tra quan thuế, hải quan.

VERIFICATION : *c* Sự kiểm nhận. Sự kiểm tra. Sự kiểm soát.
Vérification d'un COMPTE BANCAIRE : Kiểm soát trương mục ngân hàng.
Vérification d'ÉCRITURE : Kiểm tra tự dạng. Kiểm tra bút lục kế toán.
Vérification par EXPERT : Do Giám định viên kiểm soát.
Vérification d'IDENTITÉ : Kiểm tra giấy tờ tùy thân.
Vérification des POIDS et MESURES : Kiểm soát cân đong đo đếm.

VÉRIFIER : *đgt* Chứng nghiệm. Thẩm tra. Kiểm tra. Thử lại. Kiểm lại.
Vérifier un TÉMOIGNAGE : Thẩm tra lại một chứng ngôn.

VÉRITABLE : *tt* Chính thật. Chân thực. Thật sự.
Vértiable AMITIÉ : Tình bằng hữu chân chính.

VÉRITÉ : *c* Sự thật. Chân lý.
EN vérité : Thật sự là...

VERROUILLER : *đgt* Cài then cửa. Cài cửa. Khoá cửa. / Giam lại. Bỏ tù. Nhốt lại.

VERSEMENT : *đ* Sự nộp tiền. Sự trả tiền. Sự đóng tiền.
.Versement en ESPÈCE : Đóng tiền mặt.

VERSER : *đgt* Đóng tiền. Đưa tiền. Rót (chất lỏng).
Verser l'ARGENT à SON COMPTE BANCAIRE : Nạp tiền vào chương mục ngân hàng.
Verser une INDEMNITÉ : Bồi thường.
Verser des LARMES : Khóc lóc. Rơi lệ.
Verser du THÉ : Rót trà, chè.
Verser le SALAIRE : Trả tiền lương.
Verser l'OR à PLEINES MAINS : Phung phí.
Verser son SANG : Hy sinh tính mạng.

VERSION : *c* Bài dịch xuôi. Bản dịch. Cách giải thích.Cách thuật lại.

Version ORIGINALE (V.O.) : Bản phim ngoại ngữ. Bản phim không dịch.

VERSO : *đ* Mặt sau trang giấy. Trang lưng. Trang sau.

VESTIGE : *đ* Di tích. Tàn tích. Vết tích.

VERTU : *c* Sự đức hạnh. Sự đức độ.
EN vertu DE ... : Căn cứ vào...

VERTUEUX : *tt* Có đức hạnh. Có đức độ.
HOMME vertueux : Người đức hạnh.
FEMME vertueuse : Phụ nữ tiết hạnh.

VETO : *đ* Sự phủ quyết. Quyền phủ quyết. / Sự bác khước.
DROIT de veto : Quyền phủ quyết.
Veto ABSOLU : Phủ quyết tuyệt đối.
Veto LÉGISLATIF : Phủ quyết lập pháp.
Veto LIMITÉ : Phủ quyết hạn định.
Veto POPULAIRE : Phủ quyết nhân dân.
Veto SUSPENSIF : Phủ quyết hưu chỉ.
Veto TEMPORAIRE : Phủ quyết tạm thời.

VÉTUSTE : *tt* Cũ kỹ. Cũ nát. Hư nát.
MAISON vétuste : Căn nhà dột nát.

VÉTUSTÉ : *c* Tình trạng hư nát.

VEUF : *tt và đ* Người goá vợ.

VEUVAGE : *đ* Cảnh goá bụa. Sự ở goá (*không tái hôn*).

VEUVE : *c* Người goá chồng (*không tục hôn*). Quả phụ. Sương phụ.
Avoir AFFAIRE À LA veuve ET AUX HÉRITIERS : Đương đầu với địch thủ ghê gớm.
DEFENDRE la veuve et L' ORPHELIN : Bênh vực mẹ goá côi. Hành động hiệp sĩ.
ENFANTS de la veuve : Hội viên hội Tam-Điểm.
EPOUSER la veuve : Lên đọan đầu đài.
Veuve NON CONVOLÉE (Veuve non consolée) : Goá phụ cư sương. Thủ tiết. Tiết hạnh.
Veuve USUFRUITIÈRE : Quả phụ được hưởng dụng ích.

VEXATION : *c* Sự làm mất lòng. Sự làm mất mặt. Sự làm phật ý.

VEXATOIRE : *tt* Phiền hà. Phiền nhiễu.

VEXER : *đgt* Làm mất lòng, phật ý.

VIA : *gt* Qua. Ghé qua.
ALLER de PARIS à HONG KONG via SAIGON : Đi từ Ba lê tới Hương cảng, ghé qua Saigon.

VIABILITÉ : *c Khả năng sống, sinh tồn.* Khả năng tồn tại.

VIABLE : *tt* Sống được. Đứng vững được. Tồn tại được.
ENFANT né viable : Hài nhi khả sinh.

VIAGE : *đ* Quyền thu hoa lợi.

VIAGER : *tt* Trọn đời. Suốt đời. Chung thân.
RENTE viagère : Niên kim chung thân. Lợi tức trọn đời.

VIATIQUE : *đ* Tiền ăn (dọc) đường.

VI BONA RAPTA : Cường đạo.

VI BONORUM RAPPORUM: Tố quyền cường đạo.

VICAIRE : *đ* Phó linh mục.
Vicaire de Saint Pierre : Gíáo hoàng.
Vicaire de Jésus Christ : Giáo Hoàng.

VICAIRE : *c* Hoa lợi của một nhà thờ, giáo phận.

VICARIAT : *đ* Chức vụ phó giám mục. Địa phận của phó giám mục. Toà phó giám mục (tôn).

VICE : *đ* Hà tì. Tật xấu. Thói hư. Tì ố.
Vice APPARENT : Hà tì hiển diện. Tì ố nhìn thấy.
Vice CACHÉ : Hà tì ẩn nặc. Tì ố không nhìn thấy.
Vice de CONSENTEMENT : Thiếu sự đồng ý. Ưng thuận (nhưng) có hà tì.
Vice de FOND : Hà tỳ về nội dung.
Vice de FORME : Hà tỳ về hình thức.
Vice de PROCÉDURE : Hà tì vì thủ tục.
Vice d'ÉQUIVOQUE : Hà tì bất minh.
Vice RÉDHIBITOIRE : Hà tì giải tiêu.

VICE-AMIRAL : *đ* Phó đô đốc hải quân.

VICE-AMIRAUTÉ : *đ* Phó đô đốc hải quân.

VICE-CHANCELIER : *đ* Phó chưởng ấn. Phó thủ tướng (Đức, Áo).

VICE-CONSUL : *đ* Phó lãnh sự.

VICE-EMPEREUR (ROI) : *đ* Phó vương.

VICE-GÉRANT : *đ* Phó quản lý.

VICE-PRESIDENT : *đ* Phó chủ tịch. Phó hội trưởng. Phó chủ tọa.

VICE- RECTEUR : *đ* Phó khoa trưởng.

VICE-ROI : *đ* Phó vương.

VICE VERSA (VICEVERSA) : *phng* Ngược lại. Trở ngược lại.

VICIÉ : *tt* Bị tì ố. Bị ô nhiễm.
CONSENTEMENT vicié : Sự thuận tình có tì ố.
AIR vicié : Không khí bị ô nhiễm.

VICIEUX : *tt* Hư hỏng. Hư tệ. Hư xấu. Ô trọc. / Thói hư. Thói xấu. / Dâm dật.
CERCLE vicieux : Cái vòng luẩn quẩn.
CHEVAL vicieux : Con ngựa bất kham.
CONTRAT vicié : Khế ước; hợp đồng hà tì.
CONTRAT vicieux : Khế ước; hợp đồng quất quéo, hư tệ.
HOMME vicieux : Con người truy lạc, hư hỏng, ô trọc.

VICINAL : *tt* Thuộc về hương lộ, xã lộ, thôn lộ.

VICISSITUDE : *c* Nỗi thăng trầm. Sự biến cải. Sự thịnh suy.

VICONTE : *đ* Tử tước.

VICONTAL : *tt* Thuộc về tử tước.

VICONTESSE : *c* Tử tước phu nhân. Nữ tử tước.

VICTIME : *c* Nạn nhân.

Victime d'un ACCIDENT DE CIRCULATION : Nạn nhân tai nạn lưu thông.
Victime d'une CALOMNIE : Nạn nhân cuả một sự vu khống
Victime d'une INCOMPRÉHENSION : Nạn nhân của một sự hiểu lầm.

VICTOIRE : *c* Cuộc chiến thắng. Cuộc thắng trận. Việc thắng lợi.
CHANTER victoire : Khoe khoang chiến tích.
Victoire à la PYRRHUS : Chiến thắng mà hao binh tổn tướng.
Victoire SUR SOI-MÊME : Thắng được chính bản thân mình. Tự kiềm chế. Tự thắng.

VICTORIEUX : *tt* Chiến thắng.

VIDE : *tt* Chỗ khuyết. Trống không. Trống rỗng(B). Trống trơn(N).
CERVEAU vide : Đầu óc rỗng tuếch. Thiếu thông minh.
DOSSIER vide : Hồ sơ trống trơn.
ESTOMAC vide : Đói bụng. Không có gì trong bụng.
ESPACE vide : Khoảng trống.
MÂCHER à vide : Mơ tưởng. Mơ mộng.
MAINS vides : Tay không. Trắng tay.
PARLER dans le vide : Nói chẳng ai chu ý nghe.
Vide de TOUT OCCUPANT : Không còn ai ở *(trong)*.

VIDÉ : *tt* Trống rỗng. Cạn sạch.

VIDER : *dgt* Lấy hết ra. Đuổi đi. Thanh giải. Giải quyết.
Vider son COEUR : Trút bầu tâm sự.
Vider un DÉLIBÉRÉ : Thanh giải nghị án.
Vider un DIFFÉREND : Thanh giải cuộc tranh chấp.
Vider les LIEUX : Đuổi ra khỏi nhà *(nơi cư trú)*.
Vider son SAC : Nói hết ra. Khai hết đi *(lóng)*.

VIDIMER : *dgt* Kiểm điểm. Đối chiếu.
Vidimer d'un ACTE : So sánh một chứng thư với nguyên bản.

VUIDITÉ : *c* Sự goá bụa. Sự cư sương.
DÉLAI de vuidité : Thời gian cư sương.

VIDÉO-CASSETTE : *d* Hộp phim điện quang.

VIE : *c* Cuộc sống. Đời sống. Sinh hoạt. Sinh tồn. Cách sống. Lối sống.
ASURANCE-vie : Bảo hiểm (bảo kê) sinh mạng. Bảo hiểm nhân thọ.
CERTIFICAT de BONNE VIE et MOEURS : Chứng chỉ hạnh kiểm tốt.
CERTIFICAT de vie COMMUNE : Chứng chỉ sống chung (không hôn thú).
CHERTÉ de vie : Sinh hoạt đắt đỏ.
COUT de vie : Giá sinh hoạt.
DEMANDER la vie : Xin tha mạng.
EN vie : Còn sống.
JAMAIS de la vie : Không bao giờ.
NIVEAU de vie : Mức sống.
POUR la vie : Trọn đời. Mãi mãi.
PRISON à vie : Tù trọn đời. Tù chung thân.
REFAIRE sa vie : Làm lại cuộc đời.
REFAIRE sa vie AVEC QUELQU'UN : Tục huyền với ai.
Vie de BOHÊME : Sống nghèo nàn.
Vie de CHIEN : Sống khổ như chó.
Vie DURANT : Trọn cuộc đời.

VIEILLARD : *d* Ông già, ông cụ, ông lão. Lão ông.

VEILLARDE : *c* Bà già, bà cụ, bà lão. Lão bà.

VIEILLE : *c* Bà già, bà cụ, bà lão. / Lão bà. / Mẹ *(lóng)*.
Vieille VOITURE : Xe cũ kỹ.
MA vieille : Bà già tôi *(thân)*.

VIEILLESSE : c Tuổi già. Sự già nua. Tuổi lúc xế chiều.

VIERGE : *c* Gái đồng trinh. Trinh nữ. / Còn nguyên vẹn. / Còn trong trắng.

VIERGE : *tt* Còn tân, còn trinh.
Une FILLE vierge : Cô gái còn trinh.
La SAINTE Vierge : Đức Mẹ đồng trinh. Đức mẹ *(tôn)*.
UNE FEUILLE vierge : Trang giấy còn mới tinh.

VIETNAMIEN : *d* Người Việt Nam.

VIEUX : *tt* Già lão. Có tuổi. / Xưa. Cổ. Cũ.

VIEUX : *d* Ông lão. Ông già. Bố *(lóng)*.
MON vieux : Ông già tôi *(thân)*.
Vieux de la VEILLE : Người từng trải, lão luyện.

VIEUX TRAVAUX : *d* Mỏ đã khai thác song.

VIF : *c* Người sống. Đang sống.
ACTE ENTRE vifs : Ước điều sinh thời, Thoả thuận giữa những người còn sống.
DISPOSITION ENTRE VIFS : Xử phân sinh thời.
DONATION entre vifs : Tặng giữ sinh thời.
LE MORT SAISIT le vif : Người sống tiếp quyền người chết.
Vifs REMERCIEMENTS : Lời cảm tạ nồng nhiệt.
ALLER au vif du SUJET : Vào đề ngay.
NERF à vif : Tinh thần căng thẳng.
PECHER au vif : Câu cá bằng mồi sống.
PRENDRE sur le vif : Chụp hình tự nhiên.

VIGILANT : *tt* Cảnh giác. Cẩn thận. Cẩn trọng. Cần mẫn.

VIGILE (vigilant) : *d* Người canh gác đêm.

VIGILE : *c* Một ngày trước một trọng lễ.

VIGILE : *tt* Chập chờn.

VIGNETTE : *c* Tem thuế. Tem thuế xe hơi *(Pháp)*.

VIGOUREUX : *tt* Mãnh liệt. Khoẻ mạnh.

VIGUEUR : *c* Sự mạnh mẽ. Sự rắn rỏi. Sức mạnh. / Hiện hành.
EN vigueur : Hiện hành. Đang còn hiệu lực.
ENTRER en vigueur : Bắt đầu có hiệu lực.
LOI en vigeur : Luật hiện hành.

VIL : *tt* Đê mạt. Hèn mạt. Tồi tệ. Xấu xa.
Vile ACTION : Tác động đê mạt.
Viles MARCHANDISES : Hàng hoá tồi tệ.
Vil PRIX : Giá dẻ mạt.

VILAIN : *tt* Xấu.

VILLA : *c* Biệt thự.

VILLAGE : *đ* Làng xã. Thôn xã.

VILLE : *c* Đô thị. Đô thành. Thành thị. Thành phố. Tỉnh.
EN ville : Ngoài phố. Trong tỉnh. Cùng tỉnh.
HOTEL de ville : Toà đô chính. Toà thị sảnh.
Ville OUVERTE : Thành phố bỏ ngỏ (*không chiến đấu*).

VILLE NOUVELLE : *c* Tỉnh tân lập.

VINCI VERITAS : Chân lý bao giờ cũng thắng.

VINDICATIF : *tt* Báo thù.

VINDICATIO : Tố quyền đòi thâu hồi tài nguyên.

VINDICTE : *c* Trừng phạt nhân danh xã hội.

VIOL : *đ* Sự hãm hiếp. Sự cưỡng dâm. Vụ hiếp dâm. Sự vi phạm. Sự xâm phạm.

VIOL EN RÉUNION : *lng* Hiếp dâm tập thể. Bề hội đồng (*lóng*).

VIOLABLE : *tt* Có thể vi phạm. Có thể xâm phạm.
SECRET violable : Điều bí mật dễ bị tiết lộ.

VIOLATEUR : *đ* Người vi phạm. Kẻ vi phạm.

VIOLATION : *c* Sự xâm phạm. Sự vi phạm. Sự vi bội.
Violation de DÉPÔT : Vi bội ký vật.
Violation de DOMICILE : Xâm nhập gia cư.
Violation DU DROIT de l'HOMME : Vi phạm nhân quyền.
Violation de la CONSTITUTION : Vi hiến.
Violation de SÉPULTURE : Xâm phạm mộ địa.
Violation de TOMBEAU : Xâm phạm mồ mả.
Violation d'un TRAITÉ : Vi phạm hiệp ước.
Violation d'une CORRESPONDANCE : Vi phạm bí mật thư tín.
Violation du SECRET PROFESSIONNEL : Vi phạm bí mật chức nghiệp.

VIOLENCE : *c* Sự bạo hành. Sự cường bạo. Sự hành hung. Sự hung dữ (tợn). Sự bạo cử; bạo hành.
ATTENTAT À LA PUDEUR AVEC violence : Xúc phạm tu sỉ với bạo cử.
DÉLIT de violence : Tội bạo hành.
Violence contre un FONCTIONNAIRE : Hành hung công chức.

VIOLENCE : *c* Sự bạo động. Sự bạo hành.

VIOLENT : *tt* Hung. Dữ.
MORT violente : Bất đắc kỳ tử. Bạo tử.
POSSESSION violente : Chấp hữu với bạo hành.

VIOLENTER : *đgt* Cưỡng bức. Hiếp hãm.

VIOLER : *đgt* Hiếp dâm. Cưỡng dâm. Xâm phạm. Vi phạm. Vi bội.
Violer un SECRET : Xâm phạm bí mật.
Violer une FEMME : Hiếp dâm phụ nữ.

VIOLEUR : *đ* Kẻ hiếp dâm. Kẻ hãm hiếp.

VIOLON : *đ* Phòng giam tại công an, cảnh sát. / Vĩ cầm.

VIREMENT : *đ* Chuyển khoản. Chuyển mục. Bỏ tiền vào trương mục ngân hàng.
BON de virement : Phiếu chuyển trương.

VIRER : *đgt* Chuyển khoản.

VIRGINITÉ : *c* Sự trinh tiết. Sự trinh bạch. Sự trong trắng.
REFAIRE UNE virginité À QUELQU'UN : Khôi phục danh dự cho ai.

VIRIL : *tt* Nam tính. Trai tráng. Hùng tráng. Rắn rỏi.
ATTITUDE viril : Thái độ đàn ông.
MEMBRE viril : Dương vật.

VIRILITÉ : *c* Nam tính. Sự khỏe mạnh. Khả năng có con.

VIRTUALITÉ : *c* Tính tiềm tàng. Tính tiềm thế.

VIRTUEL : *tt* Tiềm tàng.

VISA : *đ* Chữ kề nhận thực. Thị thực. Chiếu Khán. Sự phê duyệt.

VIS-À-VIS : *gng* Trước mặt. Đối diện. So với.
Vis-à-vis d'une de la LOI : Đối với luật pháp.

VISER : *đgt* Phê duyệt. Nhằm. Nhắm.

VISITE : *c* Sự đi thăm. Sư thăm viếng. Sự khám xét. Sự kiểm soát.
LA POLICE visite sa maison : Cảnh sát tới khám nhà anh ta.
DROIT DE visite aux PRISONNIERS : Quyền thăm viếng tù nhân.
Visite des LIEUX : Khám xét trường sở.
Visite DOMICILIAIRE : Khám xét tư gia.

VISITEUR : *đ* Người tới thăm viếng. Khách.
Visiteur de la DOUANE : Người kiểm soát quan thuế, hải quan.

VISU (DE) : Mục kích.

VITAL : *tt* Sống động. Thuộc về sinh mệnh. Trọng yếu. Cốt tử. Sống còn.
INTÉRÊT vital : Quyền lợi trọng yếu.
QUESTION vitale : Vấn đề sinh tử.

VITESSE : *c* Tốc độ. Nhanh chóng.
Vitesse SUPERSONIQUE : Tốc độ siêu thanh.
À TOUTE vitesse : Nhanh hết sức. Ngay lập tức.

VIVANT : *đ* Người sống. Nhanh nhẹn.
BON vivant : Kẻ sống với nhiều lạc thú. Người yêu đời.
UN ÊTRE vivant : Người sống động, nhanh nhẹn.
EN SON vivant : Hồi còn sinh thời (người ấy).

VIVATS : *đ snh* Tung hô vạn tuế. Hoan hô.

VIVRE : *đgt* Sống. Sinh sống.

VIVRES : *đ snh* Lương thực.
COUPER les vivres : Không cấp dưỡng nữa. Không tiếp tế lương thực. / Tuyệt lương.

VOEU : *đ* Lời thỉnh nguyện. Nguyện vọng. Điều mong ước. Lời chúc tụng.(*snh Voeux*).

VOEUX de BONNE ANNÉE : Lời chúc mừng năm mới.

VOIE : *c* Đường. Đạo. Lộ.
Voie AÉRIENNE : Đường hàng không.
Voie de DROIT : Phương cách pháp lý.
Voie d'EXÉCUTION : Phương cách chấp hành.
Voie de FAIT : Bạo hành.
Voie FERRÉE : Đường sắt. Thiết lộ.
Voie à GRANDE VITESSE : Đường cao tốc.
Voie HIÉRARCHIQUE : Hệ thống quân giai. Tôn ty.
Voie LACTÉE : Ngân hà.
Voies et MOYENS : Phương cách và phương tiện.
Voie PUBLIQUE : Công lộ.
Voie TERRESTRE : Đường bộ.
Voie de RECOURS : Phương cách kháng án.
CLAUSE de voie PARÉE : Ước khoản thi hành miễn tụng.

VOIRIE : *c* Đường sá. Đạo lộ.
SERVICE de la voirie : Sở lục lộ.

VOISIN : *đ tt* Bên cạnh. Lân cận. Tiếp cận. Hàng xóm. Lối xóm. Láng giềng. Lân bang.

VOISINAGE : *đ* Sự ở gần gũi. Sự ở sát nách. Lối xóm.Hàng xóm.
RAPPORT de BON voisinage : Giao hảo lân bang.

VOITURE : *c* Xe. Xe cộ.
Voiture AUTOMOBILE : Xe hơi. Xe ô tô. Xe du lịch.
Voiture ATTELÉE : Xe gia súc kéo.
Voiture à BRAS : Xe tay. Xe kéo. Xe có càng.
Voiture de COURSE : Xe đua.
Voiture MILITAIRE : Quân xa.
Voiture PÉNITENTIARE : Tù xa.
Voiture de PLACE : Xe hơi thuê. Xe mướn.
ACCIDENT de voiture : Tai nạn lưu thông. Tai nạn xe hơi.
VOITURIER : *đ* Người đánh xe. Người lái xe hàng. Chủ xe vận tải.

VOIX : *c* Phiếu bầu. Lá phiếu. / Giọng nói. Lời nói. Tiếng nói.
AVOIR voie AU CHAPITRE : Có quyền ăn nói. Có quyền bàn luận.
COUVRIR la voix des AUTRES : Nói lấp lời người khác.
DE VIVE voix : Bằng lời nói.
METTRE aux voix : Lấy biểu quyết.
La voix d'un AMI : Lời khuyên thành thật.
RECEUILLIR les voix : Đi lượm (xin) phiếu.
TOUT d'une voix : Đồng thanh.
Voix ACTIVE : Quyền bầu cử.
Voix CONSULTATIVE : Quyền tư vấn.
Voix DÉLIBÉRATIVE : Quyền biểu quyết.
Voix PASSIVE : Quyền ứng cử.
Voix PRÉPONDÉRANTE : Lá phiếu quyết định.

VOL : *đ* Sự ăn trộm. Sự ăn cắp.
Vol d'ALIMENT : Ăn quịt.
Vol à l'ARRACHÉ : Cướp giựt.
Vol à l'ÉTALAGE : Ăn cắp tại quầy hàng.
Vol DOMESTIQUE : Trộm trong nhà. Gia nhân đạo thiết.
Vol à MAIN ARMÉE : Trộm cắp có mang vũ khí.
Vol QUALIFIÉ : Trộm có dự mưu.
Vol SIMPLE : Trộm cắp thường.
Vol à la TIRE : Móc túi ăn cắp.

VOL : *đ* Chuyến bay.Sự bay bổng.
À vol d'OISEAU : Thẳng cánh cò bay. Đường ngắn nhất.
Vol INTÉRIEUR : Chuyến bay nội địa.
Vol INTERNATIONAL : Chuyến bay quốc tế.
Vol INTERPLANÉTAIRE : Bay liên hành tinh.
Vol de NUIT : Chuyến bay đêm.

VOLAILLE : *c* Gia cầm. Gà vịt.

VOLER : *đgt* Ăn cắp. Ăn trộm.
NE L'AVOIR PAS volé : Đáng đời. Đáng kiếp. Xứng đáng.
QUI vole un OEUF vole un BOEUF : Trộm cắp quen tay. (*chớt rằng tay đã nhúng chàm*).

VOLEUR : *đ* Kẻ cắp. Kẻ trộm. Kẻ gian. Gian phi.

VOLONTAIRE : *tt* Chí ngyện. Tình nguyện. Cố ý. Tự nguyện. Tự ý.
ACTE volontaire : Hàng động chủ tâm.
COUPS ET BLESSURES volontaires : Cố ý đả thương.
COUPS ET BLESSURES volontaires AYANT CAUSÉ LA MORT : Cố ý đả thương nhân thương chí mạng.
ENGAGÉ volontaire : Tình nguyện nhập ngũ. Tòng quân.
HOMICIDE volontaire : Cố ý sát nhân. Cố sát.
HOMME volontaire : Người kiên quyết.

VOLONTARIAT : *đ* Sự tình nguyện tòng quân. Chí nguyện quân.

VOLONTÉ : *c* Ý chí. Ý định.
A volonté : Tùy thích. Tùy ý.
ACTE DE DERNIxRES volontés : Chúc thư. Di chúc.
BONNE volonté : Thiện chí. Thiện ý.
Volonté du PEUPLE : Dân ý.

VOLTE-FACE : *c* Sự trở mặt. Sự tráo trở. Sự quay quắt.

VOTANT : *đ* Cử tri. Người bỏ phiếu, bỏ thăm. Người đi bầu. Người biểu quyết.

VOTATION : *c* Sự biểu quyết. Sự bỏ phiếu, bỏ thăm.

VOTE : *đ* Việc biểu quyết . Việc bỏ phiếu.
BULLETIN de vote : Lá phiếu.
BUREAU de vote : Phòng phiếu.
COMPTER les votes : Kiểm phiếu.
DEPOUILLEMENT du vote : Khui, mở thùng phiếu.
DROIT de vote : Quyền đầu phiếu.
LIBERTÉ de vote : Tự do đầu phiếu.
RECEUILLIR les votes : Đi lượm phiếu.
Vote par ASSIS et LEVÉ : Biểu quyết bằng cách đứng hay ngồi.
Vote de CONFIANCE : Bỏ phiếu tín hiệm.
Vote par CORRESPONDANCE : Bỏ phiếu bằng thư tín.
Vote FACULTATIF : Bỏ phiếu tự nguyện.
Vote des FEMMES : Phụ nữ đầu phiếu.
Vote LIMITÉ : Đầu phiếu hạn chế.
Vote à MAIN LEVÉE : Dơ tay biểu quyết.
Vote OBLIGATOIE : Bỏ phiếu bắt buộc.
Vote PREFÉRENTIEL : Bỏ phiếu ưu đãi.

Vote par PROCURATION : Bỏ phiếu bằng cách ủy quyền.
Vote PUBLIC : Biểu quyết công khai.
Vote SECRET : Bỏ phiếu kín.

VOTER : *đgt* Bỏ phiếu thuận. Thông qua. / Đi bầu.
Voter BLANC : Bỏ phiếu trắng.
Voter CONTRE : Bỏ phiếu nghịch. Bỏ phiếu phản đối.
Voter POUR : Bỏ phiếu thuận. Bỏ phiếu thông qua.

VOULOIR : *đgt* Muốn. Ao ước.
S'EN vouloir à quel q'un : Giận ai.

VOYAGE : *đ* Sự đi xa. Cuộc hành trình. Cuộc đi du lịch. Cuộc lữ hành.
FRAIS de voyage : Lộ phí.

VOYAGEUR : *đ* Khách du lịch. Kẻ lữ hành. Kẻ du hành.
COMMIS voyageur : Người hành thương.

VOYOU : *đ* Đồ vô lại. Quân đểu cáng.

VRAC (EN) : *phng* Không đóng bao, đóng thùng. Không gói ghém.
MARCHANDISES en vrac : Hàng bán từng mớ.

VRAI : *tt* Thật. Thực sự.
À vrai DIRE : Nói đúng ra là.
Le vrai COUPABLE : Đích danh thủ phạm.
Le vrai MOYEN : Biện pháp thích hợp.
C'EST vrai ? : Thật thế không ?
CE N'EST PAS VRAI : Không thể thế được.
HISTOIRE vraie : Chuyện có thật.
ÊTRE dans le vrai : Có lý.
POUR de vrai : Thực sự.
C'EST vrai ? : Thực không ?

VU : *tt* Duyệt. Đã coi. Đã đọc.
C'EST TOUT vu : Đả coi tận tường.

VU : *đ* Sự thấy.
AU vu ET AU SU DE TOUT LE MONDE : Người người đều biết. Ai mà chẳng biết.

VU : *gt* Chiếu theo.

VUE : *c* Thị giác. Sự nhìn. Sự thấy.
À vue : Trước mắt.
À PREMIÈRE vue : Thọat nhìn.
CONNAITRE de vue : Chỉ quen mặt.
EN vue DE ... : Với mục đích là...
GARDE à vue : Tạm câu lưu. Tạm giam.
PAYABLE à vue : Trả tiền ngay.
POINT de vue : Quan điểm.

VU QUE : Xét rằng. Chiểu chi. Chiếu chi.
như CONSIDÉRANT QUE, ATTENDU QUE.

VULGAIRE : *tt* Dung tục. Tầm thường.
Un HOMME vulgaire : Một người thô tục.
PAROLE vulgaire : Lời nói hạ lưu.

VULGARISATEUR : *đ* Người phổ biến.

VULGARISATION : *c* Sự phổ biến.

VULGARISER : *đgt* Phổ biến.

VULNÉRABLE : *tt* Dễ bị đánh. Dễ bị thương. Dễ bị huyễn hoặc

W.X.Y.Z.

WAGON : *đ* Toa tầu. Toa xe lửa.
Wagon CITERNE : Toa tầu chở chất lỏng.
Wagon RESTAURANT : Toà tầu có tiệm cơm.
Wagon LIT : Toa tầu có giường ngủ.
Wagon TOMBEREAU : Toa chở hàng.

WALKIE-TALKIE : *đ* Máy bộ đàm.

WARRANT : *đ* Chứng chỉ bảo quản hàng hoá. Ký hoá phiếu.

WINDOW : *đ* Thị song.
Window 98 : Thị song 98 (*vi tính*).

XÉNOPHILE : *đ* Người thân ngoại quốc. Người vọng ngoại.

XÉNOPHILIE : *c* Sự vọng ngoại.

XÉNOPHOBE : *đ* Người bài ngoại.

XÉNOPHOBE : *tt* Tính bài ngoại.

XÉNOPHOBIE : *c* Sự bài ngoại.

YEUX : *đ snh* Cặp mắt. Đôi mắt.
Yeux BRILLANTS : Làn thu thủy.

ZONE : *c* Khu vực. Miền. Vùng.
Zone d'ACTION : Khu vực hoạt động.
Zone DÉMILITARISÉE : Vùng phi quân sự.
Zone DÉSERTE : Khu không người ở. Khu vắng vẻ.
Zone DOUANIÈRE : Khu quan thuế.
Zone FRANCHE : Khu vực miễn thuế.
Zone INTERDITE : Khu vực cấm. Cấm khu.
Zone MILITAIRE : Khu quân sự.
Zone URBAINE : Khu đô thị.

ZOOLOGIE : *c* Động vật học.
JARDIN zoologique : Sở thú. Vườn bách thú.

Collection Recherches Asiatiques
dirigée par Alain Forest

NGUYEN Thê Anh et Alain FOREST (eds), *Notes sur la culture et la religion en Péninsule indochinoise*, 1995.
Bernard GAY, *La nouvelle frontière Lao-Vietnamienne*, 1995.
Jean DEUVE, *La guerre secrète au Laos contre les communistes (1955-1964)*, 1995.
LU Dong, MA Xi, François THANN, *Les maux épidémiques dans l'empire chinois*, 1995.
Raoul M. JENNAR, *Chroniques cambodgiennes (1990-1994)*, 1995.
Patrice MORLAT, *Les Affaires politiques de l'Indochine (1895-1923), les grands commis: du savoir au pouvoir*, 1995.
Claude BALAIZE, Villages du sud Viet-Nam, 1995.
Florence D'SOUZA, *Quand la France découvrit l'Inde : les écrivains-voyageurs français en Inde (1757-1818)*, 1995.
Jeanine KOUBI et Josiane MASSARD-VINCENT (textes réunis par),*Enfants et sociétés d'Asie du Sud-Est*, 1995.
Van Ky NGUYEN, *La société vietnamienne face à la modernité. Le Tonkin de la fin du XIXe siècle à la Seconde Guerre mondiale*, 1995.
Chantal ZHENG, *Les Astronésiens de Taïwan à travers les sources chinoises*, 1995.
Jean de MIRIBEL, *Administration provinciale et fonctionnaires civils en Chine au temps des Ming (1368-1644)*, 1995.
Marek SLIWINSKI, *Le génocide khmer rouge. Une analyse démographique*, 1995.
Hoc Dy KHING, *Un épisode du Râmâyana khmer. Râma endormi par les maléfices de Vaiy Rânbn*, 1995.
Fabienne MERCIER, *Vichy face à Chiang Kai-Shek*, 1995.
Jean DEUVE, *La guerre secrète au Laos contre les communistes (1955-1964)*, 1995.
LU Dong, MA Xi, François THANN, *Les maux épidémiques dans l'empire chinois*, 1995.
Raoul JENNAR, *Chroniques cambodgiennes (1990-1994)*, 1995.
Patrice MORLAT, *Les Affaires politiques de l'Indochine (1895-1923), les grands commis: du savoir au pouvoir*, 1995.
Claude BALAIZE, *Villages du sud Viet-Nam*, 1995.
Sous-section "Travaux du Centre d'Histoire et Civilisations de la Péninsule Indochinoise

Collection Recherches Asiatiques
dirigée par Alain Forest

NGUYEN Thê Anh et Alain FOREST (eds), *Notes sur la culture et la religion en Péninsule indochinoise*, 1995.
Bernard GAY, *La nouvelle frontière lao-vietnamienne*, 1995.
Laurence HUSSON, *La migration maduraise vers l'est de Java*, 1995 (Cahier d'Archipel 26)
Gérard MOUSSAY, *Dictionnaire Minangkabau-Indonésien-Français*, 1995 (Cahier d'Archipel 27)
Andrée FEUILLARD, *Islam et armée dans l'Indonésie contemporaine*, 1995 (Cahier d'Archipel 28)
Michel BODIN, *La France et ses soldats, Indochine,1945-1954*, 1996.
Monique CHEMILLIER-GENDREAU, *La souveraineté sur les archipels Paracels et Spratleys*, 1996.
Henri LOCARD, *Le "Petit livre Rouge" de Pol Pot ou les paroles de l'Angkar*, 1996.
Henri STERN, *L'Inde des familles. Le Rajasthan : des royaumes à l'Etat*, 1996.
Gabriel DEFERT, *L'Indonésie et la Nouvelle-Guinée occidentale*, 1996.
Frédéric DURAND, *Littérature et bandes dessinées fantastiques sur le monde malais*. 1996 .
Luc LACROZE, *Les grands pionniers du Mékong. Une cinquantaine d'années d'aventures (1884-1935)*, 1996.
P ierre-Bernard LAFONT, *Initiation à la péninsule indochinoise*, (en coll. avec le Centre d'Histoire et Civilisations de la Péninsule Indochinoise), 1996.
Catherine DESPEUX et Frédéric OBRINGER (dir.), *La maladie dans la Chine médievale – La toux*, 1997.
M.-Odile GÉRAUD, *Regards sur les Hmong de Guyane française*, 1997.
Jean DEUVE, *Guérilla au Laos*, 1997.
Gérard HEUZÉ, *Entre émeutes et mafias. L'Inde dans la mondialisation*, 1997.
Bernard HOURS, Monique SELIM, *Essai d'anthropologie politique sur le Laos contemporain*, 1997.
Seong Chang CHEONG, *Idéologie et système en Corée du Nord*, 1997.
Michel BODIN, *Soldats d'Indochine - 1945-1954*, 1997.
Lionel PAUL, *La Question tamoule à Sri Lanka, 1977-1994*, 1997.

Collection Recherches Asiatiques
dirigée par Alain Forest

Viviane FRINGS, *Le paysan cambodgien et le socialisme. La politique agricole de la République Populaire du Kampuchea et de l'État du Cambodge*, 1997.
TU CHI NGUYEN, *La cosmologie Muong*, 1997.
Marc LEMAIRE, *Le service de santé militaire dans la guerre d'Indochine*, 1997.
Pierre L. LAMANT, *Bilan et Perspectives des Etudes khmères (langue et culture)*, 1997.
Hartmut O. ROTERMUND, *«La sieste sous l'aile du cormoran» et autres poèmes magiques*, 1998.
Luc LACROZE, *L'Aménagement du Mékong (1957-1997). L'échec d'une grande ambition ?*, 1998.
S. PHINITH, P. SOUK-ALOUN, V. THONGCHANH, *Histoire du pays Lao*, 1998.
S. FERHAT-DANA, *Le Dangwai et la démocratie à Taiwan*, 1998.
NGUYEN THE ANH, Alain FOREST (eds), *Guerre et paix en Asie du Sud-Est*, 1998.
DO CHI-LAN, *La mère et l'enfant dans le Viet Nam d'autrefois*, 1998.
A. LE PICHON, *Aux origines de Hong-Kong. Aspects de la civilisation commerciale à Canton : le fonds de commerce de Jardine, Matheson &Co (1827-1839)*, 1998.
Alain FOREST, *Les missionnaires français au Tonkin et au Siam(17e-18e siècle). Analyse comparée d'un relatif succès et d'un total échec.*
Livre I, *Histoires du Siam*, Livre II, *Histoires du Tonkin*, Livre III, *Organiser une Eglise. Convertir les Infidèles*, 1998.
M. BODIN, *Les combattants français face à la guerre d'Indochine, 1945 - 1954*, 1998.
Laurent CHAZEE, *Evolution des systèmes de production ruraux en République Démocratique populaire du Laos (1975-1995)*, 1998.

Collection Recherches Asiatiques

dirigée par Alain Forest

Dernières parutions

Marie-France LATRONCHE, *L'influence de Gandhi en France*, 1999.
Julien BERJEAUT, *Chinois à Calcutta*, 1999.
Olivier GUILLARD, *Désarmement, coopération et sécurité régionale en Asie du Sud*, 1999.
NGUYÊN TUNG (ED), *Mông Phu, un village du delta du Fleuve Rouge (Viêt Nam)*, 1999.
NGUYÊN THÊ ANH, YOSHIAKI ISHIZAWA (eds), *Commerce et Navigation en Asie du Sud-Est (XIVe-XIXe siècles)*, 1999.
Pierre SINGARAVÉLOU, *L'École française d'Extrême-Orient ou l'institution des marges (1898-1956)*, 1999.

Collection Points sur l'Asie
dirigée par Alain Forest

Déjà parus

Laurent METZGER, *Les sultanats de Malaisie*, 1994.
Richard SOLA, *Birmanie : la révolution kidnappée*, 1996.
Laurent METZGER, *Stratégie islamique en Malaisie (1975-1995)*, 1996.
Firouzeh NAHAVANDI, *Culture du développement en Asie*, 1997.
Frédéric GRARE, *Le Pakistan face au conflit afghan*, 1997.
Kham VORAPHETH, *Chine, le monde des affaires*, 1997.
Jacques HERSH, *Les Etats-Unis et l'ascension de l'Extrême-Orient. Les dilemmes de l'économie politique internationale de l'après-guerre*, 1997.
Kham VORAPHETH, *Asie du Sud-Est*, 1998.
Jérôme GRIMAUD, *Le régionalisme en Asie du Sud*, 1998.
A. WILMOTS, *La Chine dans le monde*, 1998.
Patrice COSAERT, *Le centre du Vietnam : du local au global*, 1998.
Fabrice MIGNOT, *Villages de réfugiés rapatriés au Laos*, 1998.
Jean-Jacques PLUCHART, *La crise coréenne. Grandeur et décadence d'un modèle de performance*, 1999.
Michel BLANCHARD, *Vietnam-Cambodge : une frontière contestée*, 1999.
Corine EYRAUD, *L'entreprise d'Etat chinoise : de "l'institution sociale totale" vers l'entité économique ?*, 1999.
Leïla CHOUKROUNE, *La Chine et le maintien de la paix et de la sécurité internationales*, 1999.

www.ingramcontent.com/pod-product-compliance
Lightning Source LLC
LaVergne TN
LVHW050640051026
849532LV00002B/461
* 9 7 8 2 7 3 8 4 7 6 0 3 6 *